डग्लस फ्रान्झ आणि कॅथरिन कॉलिन्स हे पती-पत्नी. जेम्स बॉन्ड चित्रपटाच्या अविश्वसनीय आणि गुळगुळीत जगाच्याही पलीकडे नेण्याची क्षमता या जोडीत नक्कीच आहे. ही कथा आहे; एका धोकादायक शास्त्रज्ञाची. अणू संशोधन आणि प्रसार करून संपूर्ण जगात आमूलाग्र पण सर्वनाशाच्या वाटेवर नेणारे बदल घडवले त्याची. मुक्त प्रसारमाध्यमे आणि आंतरराष्ट्रीय गुप्तहेर संघटना, तसेच अण्वस्त्रांवर नियंत्रण ठेवणाऱ्या संस्था यांच्याही पलीकडे जाऊन युद्धखोर देशांच्या नेत्यांना, दहशतवादी संघटनांना साह्य करणाऱ्या एका महत्त्वाकांक्षी माणसाचीही. वाचा आणि मनसोक्त दाद द्या. 'द मॅन फ्रॉम पाकिस्तान' यात खान यांच्या नेटवर्कची, त्यांनी केलेल्या अण्वस्त्र प्रसाराची आणि अमेरिकेबरोबरच संपूर्ण मुक्त जगासमोर उभ्या केलेल्या भस्मासुराची ही चक्रावून टाकणारी कथा.

– न्यू यॉर्क पोस्ट

समृद्ध वार्तांकन! **– लॉस एंजल्स टाइम्स**

नि:संदिग्ध आणि पकड घेणारे गद्य-काव्य! **– वॉशिंग्टन पोस्ट बुक वर्ल्ड**

संवेदना बधीर करणारे आणि म्हणूनच वाचनीय **– न्यू यॉर्क टाइम्स**

पाकिस्तानी व्यवस्थेला आपल्या दावणीला जुंपून, लष्करी अधिकाऱ्यांना सौद्यात अडकवून अण्वस्त्र सामग्रीच्या वाहतुकीसाठी हवाई दलाची विमाने वापरून खान यांच्या कारवाया कशा चालत, याचा तपशील यात दिला आहे.

– न्यू यॉर्क टाइम्स

काटेकोर संशोधन आणि खुमासदार निवेदनशैली यांच्या अभिव्यक्तीतून सुरू होते, एक जीवघेणा हव्यास, नरसंहारी आयुधे आणि त्याचे राजकीय-भौगोलिक परिणाम याचे प्रत्ययकारी चित्रण.

– किर्कस रिव्ह्यू

हे पुस्तक ताज्या आणि पडद्याआड चालणाऱ्या घटनांची नव्याने ओळख करून देते. खान यांच्या 'कृपेने' आपल्या जगाला कोठवर नेले आहे, याची ही एक जंत्रीच आहे.

– ख्रिश्चन सायन्स मॉनिटर

आजच्या काळातील सर्वांत धोकादायक अशा अनैतिक उद्योगाविषयीचे हे असामान्य असे पुस्तक. ए.क्यू. खान यांच्या नेटवर्कची नवीन आणि तेवढीच धक्कादायक माहिती देणारे आणि आयएईए तसेच सीआयएने तपास करून त्यांना वेसण घातल्याची तपशीलवार कथा सांगणारे

– स्टीव्ह कोल, *'घोस्ट वॉर : द सिक्रेट हिस्टरी ऑफ द सीआयए, अफगाणिस्तान' आणि 'बिन लादेन, फ्रॉम द सोव्हिएट इन्व्हान्शन टू सप्टेंबर १०, २००१', या पुस्तकांचे 'पुलित्झर प्राइझ' विजेते लेखक*

हेल्टर स्केल्टर या पुस्तकानंतर माझी झोप उडवणारे एकमेव पुस्तक!

– ह्यू हेविट

वास्तव जीवनातील गुप्तचर कारवायांवर प्रकाश टाकणारे... काळाच्या कसोटीवर उतरलेल्या वृत्तांकन कौशल्याच्या साह्याने लेखकद्वयीने येथे सत्यघटनांना उत्कंठेची जोड दिली आहे.

— डेनेव्हर रॉकी माउंटन न्यूज

एक उन्मत्त महत्त्वाकांक्षी माणूस आणि अनेक देशांच्या सरकारांच्या 'धोरणात्मक' औदासिन्याचा लेखाजोखा असलेले हे पुस्तक. आमचे हे जग आता अत्यंत स्फोटक कसे बनले आहे, याचा खिळवून टाकणारा आणि अस्वस्थ करणारा तपशील देते.

— पंकज मिश्रा,
'टेम्प्टेशन्स ऑफ द वेस्ट' या पुस्तकाचे लेखक

आणखी एक हॉलोकॉस्ट टाळण्याव्यतिरिक्त अन्य कोणताही वरकरणी हेतू नसलेले दोन वेड्या शोध पत्रकारांचे भीतिदायक पुस्तक!

— ओरेगॉनियन

इराणपासून उत्तर कोरियापर्यंत पसरलेल्या जगातील सर्वच दहशतवादी राजवटींना अतिशय प्राणघातक शस्त्रे पुरविणाऱ्या ए.क्यू. खान यांच्या जगातील पहिल्या आण्विक काळ्या बाजाराची चिरफाड करणारे पुस्तक!

— ग्रॅहॅम ॲलिसन, 'न्युक्लिअर टेररिझम' पुस्तकाचे लेखक
आणि डग्लस डिलॉन, प्रशासनशास्त्राचे प्राध्यापक, हार्वर्ड विद्यापीठ

शोध पत्रकारितेचा खरा विजय!   – एक्स्प्रेस

डोळे उघडणारे... गुंतागुतीच्या साहित्याचे लाघवी कथन कसे करायचे, हे फ्रान्झ आणि कॉलिन्स यांना चांगलेच उमजले आहे.
                                                         – द इकॉनॉमिस्ट

अमेरिका आणि गुप्तहेर यंत्रणांचा पाया डळमळीत करण्याची क्षमता असलेले.
                                                         – सॅन फ्रान्सिस्को क्रोनिकल

आपल्या स्नेहीजनांना पुस्तके भेट द्या

तो एक पाकिस्तानी

जगातील सर्वांत घातकी अणू तस्कराची सत्यकथा!

लेखक
डग्लस फ्रान्झ
कॅथरिन कॉलिन्स

मराठी अनुवाद
शेखर जोशी

मेहता पब्लिशिंग हाऊस

Email : production@mehtapublishinghouse.com
Website : www.mehtapublishinghouse.com

THE MAN FROM PAKISTAN by DOUGLAS FRANTZ AND CATHERINE COLLINS

Copyright © 2007 by Douglas Frantz and Catherine Collins

Translated into Marathi Language by Shekhar Joshi

तो एक पाकिस्तानी / अनुवादित सत्यकथा

अनुवाद : शेखर जोशी

Email : author@mehtapublishinghouse.com

मराठी अनुवादाचे व प्रकाशनाचे हक्क मेहता पब्लिशिंग हाऊस, पुणे.

प्रकाशक : सुनील अनिल मेहता, मेहता पब्लिशिंग हाऊस,
१९४१, सदाशिव पेठ, माडीवाले कॉलनी, पुणे - ४११०३०.

मुखपृष्ठ : सतिश भावसार

प्रकाशनकाल : सप्टेंबर, २०१४ / पुनर्मुद्रण : जून, २०१७

P Book ISBN 9788184985566

एका अणूचा स्फोट झाला
होत्याचं नव्हतं झालं,
आमच्या प्रज्ञा गोठून गेल्या
आणि आम्ही अभूतपूर्व अशा
सर्वनाशाच्या दिशेने वाटचाल सुरू केली...

– अल्बर्ट आइनस्टाइन

'काही जणांच्या भुवया करपून गेल्या होत्या, तर काही जणांच्या चेहऱ्यांची आणि हातांची कातडी लोंबत होती. असह्य वेदना होत असलेल्या काही जणांनी आपले हात आकाशाकडे उंच नेले होते, जणू काही त्यांच्या हातात अमूल्य असे काहीतरी असावं, असे पाहणाऱ्याला वाटावं. काही जणांना चालता-चालताच उलट्या होत होत्या. काही जणांच्या अंगावरील कपड्यांच्या चिंध्या झाल्या होत्या, तर काही जण चक्क नग्नावस्थेतच सैरावैरा धावत होते. काही नग्न देहांवर विचित्र आकाराची नक्षी उमटली होती. त्यांच्या अंगावरचे चट्ट्यापट्ट्यांचे कपडे आगीने तिथे अशा तऱ्हेने चिकटले होते की, पाहणाऱ्याला तिथे एखाद्या फुलाफुलांच्या चित्रांचा भास व्हावा. महिलांच्या अंगावरची ही नक्षीदार चित्रे तर पाहणाऱ्याच्या अंगाचा थरकाप उडवत होती.

– जॉन हर्से, 'हिरोशिमा' या पुस्तकातून

अनुवादकाचे मनोगत

'द मॅन फ्रॉम पाकिस्तान' (किंवा आधीचे नाव, 'द न्यूक्लिअर जिहादिस्ट') या पुस्तकाच्या अनुवादाचे काम मिळणे, ही गोष्ट माझ्या दृष्टीने अनेक अर्थांनी आनंददायी होती. पाकिस्तानच्या अणूबॉम्बचे तथाकथित जनक डॉ. ए.क्यू. खान यांच्या एकूण कारकिर्दीचा आढावा घेणारे हे पुस्तक. रूढार्थाने ते त्यांचे चरित्र नाही. पण भारतद्वेषाने झपाटलेला आणि त्याचवेळी पाकिस्तानला अण्वस्त्र सज्ज देशांच्या पंक्तीत नेऊन बसविण्याचा ध्यास घेतलेला हा माणूस. पाकिस्तानच्या अणूक्षेत्रातील त्याचा उदय आणि अध:पतन यांची रसभरित कहाणी या पुस्तकाद्वारे लेखकद्वयी डग्लस फ्रान्झ आणि त्यांची पत्रकार पत्नी कॅथरिन कॉलिन्स यांनी सादर केली आहे.

यात आंतरराष्ट्रीय राजकीय पटलावर चालणारी जीवघेणी स्पर्धा, स्वार्थासाठी माणसाची कोणत्याही थराला जाण्याची तयारी, संपूर्ण जग विनाशाच्या उंबरठ्यावर नेऊन ठेवणाऱ्या प्रवृत्ती आणि जग अण्वस्त्रमुक्त व्हावे, यासाठी आजन्म लढा देणाऱ्या व्यक्तींचे सम्यक दर्शन घडते.

पुस्तकाची लेखकद्वयी ही पेशाने पत्रकार आहे, साहजिकच त्यांच्या शैलीत वृत्तपत्रलेखनात आढळणारा ओघ पानापानांत प्रचितीस येतो. अर्थात त्यांनी या विषयासाठी केलेले संशोधन आणि परिश्रम यांना शब्दांनी तोलता येणे अशक्य आहे.

आणखी एक – या पुस्तकाचे नायक (किंवा खलनायक) हे कट्टर भारतद्वेष्टे होते. त्यांची उक्ती किंवा त्यांनी केलेल्या कृती यांचे समर्थन कोणीही भारतीय नागरिक करणार नाही. या पुस्तकात त्यांचा उल्लेख आदरार्थी बहुवचनी करण्यात आला; तरी ती केवळ सोय आहे, असे समजावे. खान यांचे उदात्तीकरण करणे, हा त्यामागचा हेतू खचितच नाही, याची वाचकांनी नोंद घ्यावी.

अणुभौतिक-विज्ञान हा माझा अभ्यासाचाच नाही, तर साधा वाचनाचाही विषय नाही. त्यामुळे या पुस्तकात ज्या वैज्ञानिक संज्ञा आणि व्याख्या आढळल्या त्यांचा सोपा अर्थ सांगण्याच्या कामी गुजरात विद्यापीठातील आंतरराष्ट्रीय संबंध आणि प्रशासन या विषयाचे प्राध्यापक अतुल मिश्र यांचे बहुमोल सहकार्य लाभले, त्याबद्दल त्यांचे धन्यवाद!

या पुस्तकाची भाषा आणि शैली ओघवती आहे, हे सांगितले आहेच. अनुवाद करताना तो ओघ खंडित होणार नाही, भाषांतर तर्कदुष्ट होणार नाही, मूळ पुस्तकाप्रमाणेच त्याचा अनुवादही माहितीपूर्ण मनोरंजनाचा आनंद देईल, याची पुरेपूर काळजी घेतली आहे.

बाकी सर्व वाचकांवर सोडत आहे.

– शेखर जोशी

अनुक्रमणिका

प्रस्तावना / १

एक सुहास्यवदन माणूस / ११

एक अपघातजन्य संधी / २०

मुस्लिमांची युती / ३४

स्वगृही पुनरागमन / ४८

पाकिस्तानची पाइपलाइन / ६०

दुटप्पीपणाचा कळस / ७२

कहुटाच्या मार्गावर / ९२

ऑपरेशन 'बटर फॅक्टरी' / १०३

कृतिप्रवण गुप्तवार्ता / ११६

एक अण्वस्त्रांचा तबेला / १२७

'बुरा मत देखो!' / १४३

गुन्हे आणि त्यांची पांघरुणे / १६०

अण्वस्त्र संदिग्धतेचे मायाजाल / १७५

'मॅन ऑफ द इयर' / १९५

एकाच दुकानात सर्वकाही / २०३

एक आशादायी मनोकामना / २१३

सद्दामची खेळी / २३६

चुकीचे संदेश! / २४९

आण्विक राष्ट्रवाद / २६०

सुगाव्यांची शृंखला / २७६

एक संशयास्पद मृत्यू / २८६

नेटवर्कच्या आत! / ३००

फांस आवळले जाताना... / ३२०

याल तर आमच्याबरोबर...! / ३३५

राजनैतिक सोंगट्यांचा खेळ / ३४६

हेरगिरीचे खेळ / ३६१

गटांगळ्या सुरू झाल्या... / ३७२

अण्वस्त्रांचा खुलेआम बाजार / ३९०

अण्वस्त्रांचा 'वॉल-मार्ट' / ४०६

आता नेमके कोण? / ४२२

उपसंहार / ४३७

प्रस्तावना

व्हिएन्ना शहराच्या रिंगस्ट्रासा मार्गावर असलेल्या दिमाखदार 'स्टेट ऑपेरा हाउस'जवळच्या वाहत्या रस्त्यावरील एका क्रॉसिंगवर एक गृहस्थ रस्ता ओलांडण्याचा प्रयत्न करत होता. लालसर रंगाची छटा असलेले त्याचे केस त्याच्या कपाळावर रूंजी घालत होते. रस्त्याच्या कडेला असलेल्या कॅफेमध्ये काही जण कॉफीचे घुटके घेत-घेत हातातील पेपर वाचण्यात गर्क झाल्याचे दिसत होते. पण त्याकडे त्याचे लक्षच नव्हते. तिथल्या हवेत अकारणच एक उबदारपणा जाणवत होता.

त्या तरुणाने उगाचच आपल्या हातातील घड्याळाकडे एक कटाक्ष टाकला. त्याच्या समोरच्याच फूटपाथला लागूनच शहरातील 'कार्टनेर स्ट्रॉस' आणि 'वॉलफिश गेस' ही मोठाली दुकाने दिमाखात उभी होती. त्या दुकानांच्या शेजारी असलेल्या स्टारबक्स इमारतीचा दरवाजा उघडून त्याने आत प्रवेश केला. त्या व्यक्तीचे नाव होते, ओली हिनोनेन, संयुक्त राष्ट्रसंघाची एक शाखा असलेल्या आंतरराष्ट्रीय अणुऊर्जा आयोगाचा तो एक ज्येष्ठ पदाधिकारी होता. संयुक्त राष्ट्रांच्या अंतर्गत येणारी ही संघटना जगात कोठेही अण्वस्त्रांचा प्रसार होत असेल, तर त्याला वेळीच पायबंद घालण्याचे काम करते. नुकत्याच पन्नाशीत प्रवेश केलेल्या, पण ताठ कण्याच्या हिनोनेन याने आपल्या गुणांच्या जोरावर आणि संघटनेतील किचकट बाबूशाहीवर मात करत वीस वर्षांच्या आपल्या कारकिर्दीत हे अधिकारपद जणू खेचून आणले होते.

अर्थात त्यासाठी आवश्यक असलेली प्रकांड बुद्धिमत्ता आणि विज्ञानविषयक ज्ञानाचे खचाखच भरलेले भांडार या गोष्टीही त्याच्यापाशी होत्या. एका हातात कॉफीचा कप घेऊन तो स्टारबक्सच्या दुसऱ्या मजल्याच्या पायऱ्या चढत होता, तेव्हा आपले अवघे आयुष्य आमूलाग्र बदलणार आहे, याची त्याला पुसटशीही कल्पना नव्हती. हेरगिरीच्या मायावी जगात आपण प्रवेश करतो आहोत आणि

लवकरच आपला सामना 'न भूतो न भविष्यती' अशा प्रचंड आकाराच्या आणि चक्रावून टाकणाऱ्या चोरट्या अण्वस्त्र व्यापाराशी होणार आहे, याची त्याला सुतरामही जाणीव नव्हती. गेल्या तीस वर्षांत आपल्या कृत्यांनी ज्याने संपूर्ण जगाला अणुयुद्धाच्या ज्वालामुखीच्या तोंडावर आणून ठेवले होते, अशा एका अनामिक व्यक्तीशी तो पाठशिवणीचा जीवघेणा खेळ खेळणार होता.

'इस्लामिक बॉम्ब'चा जनक अशा 'प्रशंसोद्‌गारां'नी ज्याचा अवघ्या मुस्लीम जगात उल्लेख केला जायचा, त्या अब्दुल कादीर खान (ए.क्यू. खान) या पाकिस्तानी शास्त्रज्ञाने जागतिक पातळीवर अण्वस्त्र तंत्रज्ञानाचा काळा बाजार मांडल्याचा संशय व्यक्त केला जात होता, या संशयाचा पाठपुरावा करून, त्याची शहानिशा करण्याची अत्यंत महत्त्वाची आणि तेवढीच जिकिरीची जबाबदारी 'इन्टरनॅशनल अटॉमिक एजन्सी' (आयएईए)चे प्रमुख आणि इजिप्तचे ज्येष्ठ राजनैतिक अधिकारी मोहम्मद एलबरदाई यांनी चारच महिन्यांपूर्वी हिनोनीन यांच्यावर सोपवली होती.

खानने पाकिस्तानचा पहिला अणुस्फोटच घडवून आणला होता असे नाही, तर त्या देशासारखा विकसनशील देश अशी क्षमता बाळगू शकत नाही, या पाश्चात्त्य देशांच्या आवडत्या 'मिथका'च्याही ठिकऱ्या उडविल्या होत्या. तो देश आता अण्वस्त्रसज्ज अशा मोजक्या देशांच्या पंक्तीत जाऊन बसला होता. खानच्या अणू कार्यक्रमाने पाकिस्तानच्या सीमा ओलांडून जगातील अनेक देशांत आपले हातपाय पसरले आहेत, हे हिनोनीनला लवकरच कळून चुकले. पाकिस्तानच्या या शास्त्रज्ञाने, त्याच्या सहकाऱ्यांनी सर्वदूर विणलेल्या जाळ्याने आणि मध्यस्थाने पद्धतशीरपणे युद्धखोरीसाठी जगभर कुख्यात असलेल्या इराण, उत्तर कोरिया आणि लिबिया या देशांना अणूबॉम्बचे तंत्रज्ञान विकले होते. आणि हे जणू काही कमी पडले होते, म्हणून की काय कोण जाणे; हिनोनेन आणि त्याच्या टीममधील मोजक्या गुप्तहेरांनी केलेल्या तपासात आढळून आले की, खान याने आणखी काही ग्राहकांनाही अणूबॉम्ब तयार करण्याचे तंत्रज्ञान विकले होते. हे ग्राहक नेमके कोण? याचा पत्ता पाकिस्तानच्या अधिकाऱ्यांनी चौकशीसाठी खान याला ताब्यात घेईपर्यंत लागू शकला नाही.

त्याची कारणे अद्यापी जगासमोर आलेली नाहीत, खान याला २००३मध्ये अटक करण्यात आली होती. मात्र या संदर्भातील माहिती काढून घेण्यात त्या देशाच्या गुप्तचर संघटनांना यश आलेले नाही. अर्थात आयएईएला सहकार्य करण्यास नकार देणारा पाकिस्तान हा एकमेव देश नाही. आयएईएच्या गुप्तहेरांनी खानच्या तपासणीस प्रारंभ करताच अनेक देशांनी बऱ्याचशा प्रश्नांना वाटाण्याच्या अक्षता तर लावल्याच, शिवाय खानच्या कृष्णकृत्यांशी संबंधित असलेल्या

त्याच्या वर्तुळातील अनेक जणांना युरोप, अफ्रिका आणि मध्यपूर्वेकडील देशांत पळून जाण्यास मदतच केली. खान याच्या कर्तबगारीला उघडे पाडून त्यांना जगासमोर आणता येण्याचे मार्ग बंद होतील, अशी भीती हिनोनेन आणि त्याच्या टीमला वाटू लागली आणि ते काहीसे नैराश्यग्रस्तही झाले.

आणि अचानक एक अघटित घडले, व्हिएन्ना शहरातून वाहणाऱ्या डॅन्यूब नदीच्या तीरावर असलेल्या आयएईएच्या मुख्यालयातील एक फोन अचानक खणखणला, फोनच्या दुसऱ्या बाजूकडून एक महिला बोलत होती, 'तुझ्या कार्यालयाच्या बाहेर मला भेट' असा निरोप तिने हिनोनेनना दिला, मात्र त्याचवेळी आपले नाव उघड करण्यासही नकार दिला. खानविषयीच्या तपास कामात आपण मोलाची मदत करू शकतो, असे ठोस आश्वासन मात्र तिने हिनोनेनला दिले. बाईच्या शब्दोच्चार शैलीवरून ती अमेरिकन असावी, तसेच तिचे अमेरिकेच्या केंद्रीय गुप्तचर 'सीआयए'शी लागेबांधे असावेत, असा कयास हिनोनेननी बांधला. 'सेंट्रल इन्टिलिजन्स एजन्सी' (सीआयए)चे त्या काळात व्हिएन्नात मोठे कार्यालय होते आणि अमेरिका त्यावर दरवर्षी लाखो डॉलर्स खर्च करत होती. ही संघटना थोड्याशा आखडत्या हाताने का होईना, पण अधूनमधून आयएईएला महत्त्वाची माहितीही पुरवित होती. 'स्टारबक्स' इमारतीच्या दुसऱ्या मजल्यावर आपण भेटू असे त्याने तिला सांगितले आणि आपण एकमेकांना कसे ओळखायचे असेही विचारले, तेव्हा तिने 'मीच तुला ओळखीन,' असे उत्तर दिले.

व्हिएन्ना येथील आयएईएच्या कार्यालयातील ज्येष्ठ पदाधिकाऱ्यांना आणि खुद्द ओली हिनोनेनना अण्वस्त्र प्रसारामुळे काय अनर्थ ओढवतील, याची चांगलीच कल्पना होती. सन २००४च्या मे महिन्यातच त्यांना संभाव्य अनर्थाची चाहूल लागली होती. एवढे दिवस एखाद्या काचेच्या बंद बाटलीत गुमान असलेला 'अण्वस्त्ररूपी राक्षस' आता बाहेर पडला असून तो विषाणूप्रमाणे पसरत आहे, त्याचा ताबा जगातील राजकीयदृष्ट्या अत्यंत अस्थिर अशा काही देशांनी घेतला आहे, हेही त्यांना कळून चुकले होते. अमेरिका आणि त्याचे मित्र देश यांना आपण भीक घालत नाही, हे सिद्ध करण्याचा जणू विडाच उचललेला – उत्तर कोरिया – आपला पहिला अणुस्फोट करण्याच्या उंबरठ्यावर येऊन पोहोचला होता. इराण आपला 'अणूकार्यक्रम' जोराने रेटत होता. त्याची वाटचाल अण्वस्त्रनिर्मितीच्या दिशेनेच होत होती. इराणच्या या अणूबॉम्बमुळे मध्यपूर्वेकडील देश डळमळीत होणार होतेच, पण त्यामुळे संपूर्ण जगच पुन्हा एकदा सर्वंकष युद्धाच्या खाईत लोटले जाणार होते, अशी सार्थ भीतीही आयएईएमधील अधिकाऱ्यांना वाटत होती. ब्रिटन आणि अमेरिकेच्या गुप्तचर संघटनांनी पर्दाफाश केल्यावरच लिबियाने आपला अणू कार्यक्रम बासनात गुंडाळला होता. इराण, उत्तर कोरिया

आणि लिबिया हे तिन्ही देश खानच्या गिऱ्हाइकांच्या यादीत असल्याची कल्पना हिनोनेन आणि मंडळींना होतीच, पण त्यांना खरी चिंता वेगळ्याच गोष्टीची होती, हेच भीषण स्वरूपाचे तंत्रज्ञान काही अनामिक पण युद्धपिपासू शक्तींच्या हाती लागले तर....

कोणताही मोठा गाजावाजा न करता आणि कोणालाही फारशी जाणीव होऊ न देता, जगाने दुसऱ्या आण्विक युगात प्रवेश केला होता. शीतयुद्ध समाप्तीनंतर हे प्रथमच घडत होते. संपूर्ण मानवजात सर्वनाशाच्या कड्यावर येऊन ठेपली होती. अशा स्वरूपाचा प्रलय अटळ आहे, याची चाहूल लागलेले मोहम्मद एलबरदाई यांनी जगातील अनेक देशांनी आपला अण्वस्त्र कार्यक्रम पुढे रेटण्यासाठी कंबर कसली असून, त्यांच्या 'नागरी अणुभट्ट्या' लवकरच अण्वस्त्रे उत्पादन करणार असल्याची भविष्यवाणी वर्तवली होती. त्यांनी अथकपणे राबविलेल्या अण्वस्त्रविरोधी मोहिमेची पावती म्हणूनच २००५ सालचा नोबेल पुरस्कार देऊन त्यांचा गौरव करण्यात आला होता. जगातील तीसहून अधिक देशांनी अण्वस्त्रनिर्मितीचे तंत्रज्ञान आत्मसात केले असून त्यांचे इरादे आता लपून राहिलेले नाहीत, असा अंदाजही त्यांनी व्यक्त केला होता. 'आण्विक कार्यक्रम' राबविणाऱ्या जगातील सर्वच देशांवर पाळत ठेवण्याचे काम करणाऱ्या त्यांच्याच 'आयएईए' या संघटनेने व्हिएन्नात आयोजित केलेल्या एका परिषदेत स्पष्ट केले होते की, 'दुर्दैवाने जगातील राजकीय वातावरण फारसे सौहार्दपूर्ण राहिलेले नाही. आपल्या देशाचे रक्षण करायचे असेल, तर अण्वस्त्र कार्यक्रम आपण राबवलाच पाहिजे, असे म्हणण्याची जणू फॅशनच आली आहे, तुम्हाला माझे वक्तव्य 'आवडो वा न आवडो' पण हेच सत्य आहे.'

अण्वस्त्रसज्जता ही आता काही मूठभर बलाढ्य आणि श्रीमंत राष्ट्रांची मक्तेदारी उरली नव्हती. अण्वस्त्रांचा जन्म होऊन आता साठ वर्षांहून अधिक काळ लोटला होता, मानवी इतिहासातील या प्रलयंकारी अस्त्राचा प्रसार आता व्यापक प्रमाणात आणि सर्वदूर झाला होता. वैयक्तिक संगणकांचा वापर वाढण्यापूर्वीच आणि अगदी कच्च्या स्वरूपाचा अणूबॉम्ब तयार करण्याचे तंत्रज्ञान इंटरनेटवर उपलब्ध होण्यापूर्वीच, त्याचे प्राथमिक डिझाइन उपलब्ध झाले होते आणि बऱ्याच देशांनी ते समजूनही घेतले होते. पण 'अमेरिका' आणि 'रशिया' हे परंपरागत अण्वस्त्रसज्ज देश, एवढेच नाहीतर 'भारत' आणि 'पाकिस्तान' या नव्याने अण्वस्त्र शर्यतीत उतरलेल्या देशांपेक्षा जगाला सर्वनाशी हल्ल्याचा खऱ्या अर्थाने धोका आहे, तो ओसामा बिन लादेनच्या 'अल् कायदा'सारख्या संघटनांकडूनच.

आपल्या तथाकथित धर्मयुद्धात वापरण्यासाठी बिन लादेन किंवा त्याचे उत्तराधिकारी अण्वस्त्रे विकत घेण्याच्या किंवा त्यांची निर्मिती करण्याच्या तयारीस

लागले आहेत, ही गोष्ट आता काही लपून राहिलेली नाही. १९९८च्या सुमारास बिन लादेन याने आपल्यापाशी अणूबॉम्ब असणे, ही काळाची गरज असून ते आपले 'धार्मिक कर्तव्य' असल्याची घोषणा केली होती. पाश्चात्य देशांविरोधात आपल्याला त्याचा वापर करावा लागेल, असेही तो म्हणाला होता. आणि त्याचे समर्थन करण्यासाठी त्याने एका मुस्लीम धर्मगुरूचा वरदहस्तही प्राप्त करून घेतला होता. न्यू यॉर्कवर ११ सप्टेंबर रोजी झालेल्या हल्ल्याच्या एक महिना आधी त्याने पाकिस्तानच्या दोन अणूशास्त्रज्ञांची भेट घेऊन त्यांच्याशी अण्वस्त्र-तंत्रज्ञान मिळविण्यासंदर्भात चर्चाही केली होती. त्याच वर्षाच्या उत्तरार्धात अमेरिकेने अफगाणिस्तानवर केलेल्या हल्ल्यात राजधानी काबुलमध्ये अण्वस्त्र तयार करण्याचा कच्चा आराखडाही सापडला होता. या आराखड्याशी संबंधित सामग्री शोधून काढण्यासाठी गुप्तहेर विभागाने तीन भागांत एक विशेष मोहीम राबविली होती. न्यू यॉर्क आणि वॉशिंग्टनवर हल्ला करून 'अल् कायदा' आणि त्या सारख्या संघटनांनी ४००० निरपराध नागरिकांचा बळी घेऊन आपण कोणत्या थराला जाऊ शकतो, या आपल्या मानसिकतेचे महाभयंकर प्रदर्शन घडवले होते. 'अल् कायदा'च्या दहशतवाद्यांनी रशियाच्या अण्वस्त्र कोठारातून दहा किलोटनचा अणूबॉम्ब चोरला असून तो न्यू यॉर्क शहराकडे चोरट्या मार्गाने पाठवला आहे, अशी माहिती 'सीआयए'ला मिळाल्यानंतर तर अमेरिकेतील ज्येष्ठ नागरिकांना आपल्याला आणखी एका दुःस्वप्नाशी सामना करावा लागणार असल्याच्या भीतीने ग्रासून टाकले. ही माहिती स्वतःला 'ड्रॅगनफायर' म्हणविणाऱ्या खबऱ्याने दिली होती. 'आता अमेरिकेचा हिरोशिमा होणे अटळ आहे.' अशा आशयाचे दूरध्वनीवरील संभाषण 'टॅप' करण्यात त्या देशाच्या राष्ट्रीय संरक्षण संस्थेला यश आल्यावर तर या धमकीला एक प्रकारची विश्वासार्हता प्राप्त झाली होती.

११ ऑक्टोबर रोजी होणाऱ्या हल्ल्याचे लक्ष्य न्यू यॉर्क नसून वॉशिंग्टन आहे अशी माहिती अध्यक्ष जॉर्ज डब्ल्यू. बुश यांना मिळताच त्यांनी उपाध्यक्ष डीक चेनी यांची रवानगी एका अज्ञात स्थळी केली. हा हल्ला झालाच तर त्यात किमान पाच लाख नागरिकांचा बळी जाईल, असा अंदाज वर्तवण्यात आला होता, मात्र त्याचा त्या देशाच्या नागरिकांवर होणारा मानसिक आघात अमाप स्वरूपाचा असणार होता. त्याची मोजदाद करणे शक्यच नव्हते. त्याच दरम्यान 'न्यूक्लियर इमर्जन्सी सपोर्ट टीम' किंवा 'नेस्ट' या नावाने ओळखल्या जाणाऱ्या एका संस्थेला न्यू यॉर्कला धाडण्यात आले, तिथे जाऊन या संस्थेने कमालीची गोपनियता बाळगून एक शोध मोहीम राबविली. हे सारे करताना एवढी काळजी घेण्यात आली होती की, त्याबाबत न्यू यॉर्कचे महापौर रूडॉल्फ गिलानी यांनाही अंधारात ठेवण्यात आले होते. किरणोत्सर्ग निर्माण करणाऱ्या आणि दहशतवाद्यांनी

पेरलेल्या कोणत्याही स्वरूपाच्या अण्वस्त्राचा किंवा बॉम्बचा शोध घेऊन त्याचा प्रतिकार करण्याच्या उद्देशाने अमेरिकेच्या अणूखात्याने 'नेस्ट'ची स्थापना केली होती. अमेरिकेचे अणुखाते आणि राष्ट्रीय शस्त्रास्त्र प्रयोगशाळा यात काम करणाऱ्या ३००पेक्षा जास्त शास्त्रज्ञ आणि तंत्रज्ञातून निवड केलेल्यांचा भरणा नेस्टच्या कर्मचारिवर्गात करण्यात आला होता. किरणोत्सर्ग झालेल्या अगदी छोट्याशा घटनेचा छडा लावण्याचे प्रशिक्षण त्यांना देण्यात आले होते.

'ड्रॅगनफायर'कडून इशारा मिळाल्यानंतर 'नेस्ट'कडून प्रत्येकी सहा जणांचा समावेश असलेल्या सुमारे बारा टीम्स न्यू यॉर्कच्या मॅनहॅटन या अमेरिकेचे आर्थिक केंद्र असलेल्या भागाकडे रवाना करण्यात आल्या, त्यांना देण्यात आलेल्या वाहनांवर कोणत्याही प्रकारची ओळखचिन्हे नव्हती, शोध मोहिमेसाठी त्यांना देण्यात आलेली हत्यारे त्यांच्या पाठीवरच्या बॅगांमध्ये आणि ब्रिफकेसेसमध्ये लपविण्यात आली होती. या पथकांनी मॅनहॅटन परिसर अक्षरश: पायी फिरून पिंजून काढला. शेवटी बॉम्बची ती धमकी म्हणजे एक हुलकावणी असल्याचे सिद्ध झाले. मात्र दहशतवादी न्यू यॉर्क, लंडन किंवा माद्रिदसारख्या कोणत्याही शहरावर सहज हल्ला करू शकतात या भीतीने अनेक तज्ज्ञांची पाठ अद्यापी सोडलेली नाही. 'अकल्पनीय असे काहीही घडू शकते', या अंदाजाचे नियमच जणू बदलून गेले. एखादा युद्धपिपासू देश किंवा दहशतवादी संघटना अण्वस्त्रांचे बटण नेमके कुठे दाबेल याबद्दलचा नेमका अंदाज वर्तवणे कोणाही शास्त्रज्ञाला कठीण आहे. मात्र तो घडवून आणला जाऊ शकतो, याबद्दल कोणाच्याही मनात शंका उरली नव्हती. प्रश्न होता; तो फक्त असे केव्हा करण्यात येईल हाच! हॉर्वर्ड विद्यापीठातील एक प्राध्यापक आणि 'आण्विक दहशतवाद'विषयक एका पुस्तकाचे लेखक ग्रॅहॅम ॲलिसन यांच्या मतानुसार आगामी दहा वर्षांत अशा हल्ल्यांची शक्यता ५० टक्क्यांहून जास्त असेल. न्यू यॉर्क किंवा वॉशिंग्टन शहरात आता आपण वास्तव्य करून राहण्याची शक्यता कोणताही सुज्ञ माणूस करू शकणार नाही, कारण या शहरांवर कधीही दहशतवाद्यांचे हल्ले होऊ शकतात. असे 'मॅथ्यू बन' हे गृहस्थ म्हणतात. तेही हॉवर्ड विद्यापीठात 'अण्वस्त्रविरोधी कार्यक्रम' या विषयातील तज्ज्ञ म्हणून काम करतात. अमेरिकेचे माजी संरक्षणमंत्री विल्यम पॅरी यांनीही हीच भीती व्यक्त केली असून त्यांच्या मते, तर असा हल्ला चालू दशकाच्या उत्तरार्धातच केव्हाही होऊ शकतो.

अमेरिकेत चोरट्या मार्गाने अण्वस्त्र आणणे फारसे कठीण नाही, असे या संदर्भातील अनेक तज्ज्ञांचे मत आहे. जगातील अनेक महत्त्वाच्या बंदरातून दर वर्षी सुमारे वीस कोटी मालवाहू जहाजे जा-ये करत असतात, त्यांच्यापैकी कोणत्याही जहाजावर कोणाच्याही नजरेस पडणार नाही, अशा बेताने एखाद्या

छोट्याशा टेबलाच्या आकाराची अण्वस्त्र बनविण्याची यंत्रणा आणणे सहज शक्य आहे. हिरोशिमावर टाकण्यात आलेल्या अणूबॉम्बचे वजन ५०० किलोग्रॅम एवढे होते. असा कच्च्या स्वरूपाचा बॉम्ब एखाद्या डिलीव्हरी व्हॅनच्या चोरट्या कप्प्यात लपवून आणता येतो. असा स्फोट मॅनहॅटनच्या भरवस्तीत आणि नेहमीच्या कामाच्या वेळेत करण्यात आलाच, तर त्याच्या पाऊण मैल परिघात जे-जे काही असेल ते सर्वकाही नष्ट होऊ शकते : स्फोटानंतर लागणाऱ्या आगीच्या भक्ष्यस्थानी पडलेल्या इमारतीतून बाहेर पडणाऱ्या धुरामुळेच केवळ पाच लाख नागरिक तत्क्षणी यमसदनी जाऊ शकतात, त्या भागात लागलेल्या आगीमुळे, कोसळणाऱ्या इमारतींमुळे आणि किरणोत्सर्जनाचा प्रादुर्भाव झाल्याने लाखो नागरिक काही काळाच्या अवधीतच मरणपंथाला लागू शकतात. दळणवळण साधनांचा कोळसा झालेला असेल, तर रुग्णालये आणि तात्काळ सेवा देणाऱ्या यंत्रणांवर ताण पडलेला असेल.

असा स्फोट खरोखरीच झाला, तर त्याचे धागेदोरे थेट अब्दुल करीम खान याच्यापर्यंत जाऊन भिडणार आहेत. कारण प्रथम पाकिस्तानसाठी आणि नंतरच्या काळात जगातील जो कोणी देश सर्वात जास्त बोली लावेल, त्याच्यासाठी अणूबॉम्ब बनविण्यात तो गेली तीन दशके खटपटी करण्यात गुंतला होता. एक देशभक्त या नात्याने त्याने अण्वस्त्रनिर्मितीच्या दिशेने आपली वाटचाल सुरू केली होती. त्याला 'भारत' या पाकिस्तानच्या कट्टर शत्रूच्या विरोधात तो वापरायचा होता. पाकिस्तानसाठी अण्वस्त्र भांडार विकसित केल्यानंतर त्याने आपला मोर्चा जगातील अत्यंत छळवादी म्हणून कुख्यात असलेल्या देशांकडे वळवला, त्याने त्याआधीच संपूर्ण जगात आपल्या मदतनिसांचे जाळेच निर्माण केले होते, त्यांच्या साहाय्याने त्याने सदर देशांना अण्वस्त्रांची गुप्त माहिती विकायला सुरुवात केली. जगातील सर्व मुस्लिमांवर होणाऱ्या काही प्रमाणातील खऱ्या आणि बऱ्याचशा काल्पनिक अन्यायांच्या विरोधात लढणारा आपण 'एक धर्मयोद्धा' असल्याचा बुरखाही त्याने पांघरला. या सर्व प्रवासात त्याचे रूपांतर एका अत्यंत अहंमन्य, बेमुर्वतखोर आणि भ्रष्टाचारी, पण त्याचवेळी एका ताकदवार अशा नेत्यात झाले. त्याच्यावर कोणाचाही अंकुश राहिला नाही. या सर्व परिस्थितीचा फायदा घेत, त्याने काळ्या बाजाराच्या माध्यमातून अल्पावधीतच अमाप माया गोळा केली.

खानच्या या कारवायांना अखेर काही प्रमाणात पायबंद बसला, मात्र त्या वेळी बराच उशीर झाला होता. जगातील आण्विक संतुलन बिघडवून टाकण्याची आणि त्यापूर्वी कोणीही केली नसेल, अशी ऐतिहासिक कसबगिरी त्याने करून दाखवली. भारत आणि पाकिस्तान यांच्यातील संभाव्य अण्वस्त्र शक्तिप्रदर्शनापासून

ते इराण आणि उत्तर कोरिया या देशांशी निर्माण झालेल्या आंतरराष्ट्रीय पेचप्रसंगापर्यंत खानच्या कारवायांचे धागेदोरे गुंतले होते. खान याने पेरलेल्या विषवल्लीचा आकार पाहिला, तरी एखाद्याला भोवळ येईल आणि त्याने ज्या सहजतेने अणूतंत्रज्ञानाची विक्री केली, त्यावर नुसती नजर टाकली तरी आपण अचंबित झाल्याशिवाय राहणार नाही. खान याने जणू अण्वस्त्रांचा 'वॉल-मार्ट'च उघडला होता. त्याने अणूबॉम्बसाठी आवश्यक असलेल्या ब्ल्यू-प्रिंटस, अणूबॉम्बसाठी लागणाऱ्या 'फिसिल मटेरियल' तयार करताना अत्यावश्यक ठरणारे 'सेंट्रिफ्युजेस' आणि त्याचे सुट्टे भाग विकण्याचे जणू दुकानच मांडले. या सर्वाला पूरक असे मनुष्यबळ तो पुरवायला लागला. या सर्वांचा उपयोग करून अगदी छोटासा देशही स्वत:चे अण्वस्त्र स्वत:च बनवू शकणार होता. त्यापूर्वी एखादा अण्वस्त्रसंपन्न बडा देश आपल्या मर्जीतील देशाला ते देत असे, आणि तसे करताना या कानाची खबर त्या कानाला होणार नाही, याची पुरेपूर काळजीही घेत असे. खान आणि त्याच्या सहकाऱ्यांनी या जुन्या अण्वस्त्र देवाण-घेवाणीचे पुरे प्रारूपच खिळखिळे करून टाकले. त्या काळात अस्तित्वात असलेले 'आंतरराष्ट्रीय अण्वस्त्रबंदीचे नियम' आणि त्या संदर्भात असलेली मानसिकता या पुढील काळात कुचकामी ठरणार असल्याचे या एका माणसाने सिद्ध करून दाखवले. या पुढील काळात पैसा आणि इच्छाशक्ती असणारा कोणताही निर्दय देश किंवा एखादी माथेफिरू व्यक्तीही अण्वस्त्र प्राप्त करू शकते, हे विदारक वास्तव त्यानेच जगापुढे आणले.

अमेरिका आणि युरोपात एकामागोमाग एक सत्तेवर येणाऱ्या सरकारांना वाकुल्या दाखवत खानने हे सारे घडवून आणले. त्याच्या कारवायांचे हे एक वैशिष्ट्यच म्हणावे लागेल. त्याच्या या कारवायांबद्दल पाकिस्तानचे सरकार आणि लष्करी नेते यांना किती माहिती होती, या मुद्याचा वाद अद्यापी सुटलेला नाही. मात्र या पाकिस्तानी शास्त्रज्ञाचे काय-काय उद्योग सुरू आहेत, याची माहिती अनेक आंतरराष्ट्रीय गुप्तचर संघटनांनी वेळोवेळी देऊनही त्याकडे सोईस्करपणे काणाडोळा करण्यात आला. खानच्या या कारवायांचा पद्धतशीरपणे मागोवा घेतल्यानंतर त्याला आळा घालण्याची संधी अनेकवेळा चालून आली होती, मात्र प्रत्येक वेळी व्यूहात्मक पेचप्रसंगाचे कारण पुढे करून त्याबाबत चालढकल करण्यात आली, खानला या क्षणी हात लावला तर विभागीय अशांतता निर्माण होईल, असे कारणही त्या वेळी पुढे करण्यात आले. परिणामत: खानला रान मोकळे झाले आणि त्याचा अण्वस्त्र बाजार प्रत्यही फुलतच गेला.

खान याने युरेनियम समृद्धीकरण तंत्राच्या अतिगोपनीय स्वरूपाच्या योजना चोरल्या असून त्या आपल्या मायदेशी म्हणजे पाकिस्तानला नेल्या आहेत, अशी

माहिती डच सरकारने 'सीएआय'ला दिल्यानंतरच अमेरिकेला या सर्व प्रकाराबद्दल प्रथम जाग आली. अण्वस्त्र निर्मिती प्रक्रियेशी निगडित असलेले तंत्रज्ञान संपादन करण्यासाठी खानने युरोपातील काही देश आणि उत्तर अमेरिकेतील काही पुरवठादारांशी संपर्क साधण्यासाठी आपले जाळे विणण्यास सुरुवात केल्याचे समजल्यावर मात्र सीआयए त्याच्यावर बारकाईने पाळत ठेवू लागली. आणि पाकिस्तान आपले अण्वस्त्र कोठार उभारत असताना ते स्वस्थपणे बघत राहिले. पाकिस्तान आणि खान यांच्या कारवायांची बित्तंबातमी सीआयएला मिळत असली तरी त्या देशात अंधारात काय चाललंय, हे ओळखण्यात तिला अपयशच आले. खान आपल्या उद्दिष्टपूर्तीसाठी ज्या आंतरराष्ट्रीय काळ्या बाजाराचा आश्रय आतापर्यंत घेत होता, त्याच काळ्या बाजाराचा उपयोग करून तो आपले तंत्रज्ञान जास्तीतजास्त बोली लावणाऱ्या देशाला विकत होता, पण ही गोष्टही सीआयएसारख्या बलाढ्य संघटनेच्या लक्षात आली नाही.

सुमार दर्जाचे तंत्रज्ञान अवगत असलेला एक शास्त्रज्ञ आपली राक्षसी महत्त्वाकांक्षा पूर्ण करण्यासाठी काय-काय करतो, द्वितीय अणुयुगाचा एक महत्त्वाचा भागीदार कसा बनतो, पाकिस्तानसारख्या एका सर्वस्वी कमकुवत देशाला अण्वस्त्र सज्ज देशांच्या पंक्तीत कसे नेऊन ठेवतो आणि जगातील अत्यंत अस्थिर देशांना आपले अण्वस्त्र तंत्रज्ञान विकताना कोणाचाही मुलाहिजा कसा ठेवत नाही, याची कहाणी सांगण्यासाठी हे पुस्तक लिहिले आहे. यात खान याचा उदय आणि ऱ्हास यांचेही वर्णन केले आहे. खानच्या विश्वसंहारक कारस्थानांना वेळीच आळा घालणे अमेरिकेला सहज शक्य होते, पण तसे का घडले नाही, या मुद्याचाही इथे सांगोपांग विचार करण्यात आला आहे. शेवटी ओली हिनोनेन आणि त्याची निग्रही महिला-पुरुषांचा समावेश असलेली टीम खानच्या पडद्याआडून चालणाऱ्या कारवायांपासून ते इराणच्या गुप्तपणे चाललेल्या अणूकार्यक्रमापर्यंत तसेच लिबियाने सर्वांना अंधारात ठेवून साठवलेल्या अणूकार्यक्रमाच्या कागदपत्रांपर्यंत कशी पोहोचते, याचा लेखाजोखाही या पुस्तकाद्वारे घेण्याचा प्रयत्न केला आहे. युद्धग्रस्त इराकने मोडीत काढलेला आपला अण्वस्त्र कार्यक्रम आणि दक्षिण अफ्रिकेतील अण्वस्त्रांचा गुप्त कारखाना यांचाही मागोवा, हे पुस्तक घेते. शीतयुद्ध संपल्यावर हे जग तुलनेने शांत होते, ते सर्वसंहारक विनाशाच्या तोंडावर पुन्हा आणून ठेवण्यात खानला ज्यांनी मदत केली त्या लिखित कागदपत्रांचा उपयोग या पुस्तकात पुरावे म्हणून केला आहे. खानच्या घातक बाजाराचा सर्वप्रथम भांडाफोड झाला, तो पाकिस्तान आणि काही युरोपीय देशांच्या राजधान्यांच्या शहरातच. हिनोनेन याच्या सहकाऱ्यांना गुप्तहेरगिरीच्या कामाचा फारसा अनुभव नव्हता. नकाशावर अद्याप ज्यांचा उल्लेखही नाही, अशा काही देशांना या मंडळींना भेट देणे भाग

पडले. त्यांना काही अडथळ्यांचा सामनाही करावा लागला. या प्रवासात त्यांना घनदाट अशा जंगलातून फिरावे लागले, खानच्या अनेक पूर्व सहकाऱ्यांनी अर्धसत्यावर आधारित माहिती दिली. त्यातून नेमकी आपल्याला हवी असलेली माहिती शोधून काढण्याचे जिकिरीचे कामही त्यांना करावे लागले. त्यांनी दिलेल्या कागदपत्रांत खोटी बँक अकाउंटस आणि काही अनाकलनीय कागदपत्रांचाही समावेश होता. बाटलीत बंद असलेल्या अण्वस्त्राच्या राक्षसाला खानने मोकळे सोडले होते, त्याला पुन्हा बाटलीत बंदिस्त करण्याची जबाबदारी या टीमलाच पार पाडायची होती. कारण तसे झाले तरच आपले रात्री झोपेतून दचकून जागे होणे आणि छातीत धडकणे थांबणार होते!

◆

एक सुहास्यवदन माणूस

वसंत ऋतू संपत आला असतानाची ती एक प्रसन्न आणि उबदार सकाळ होती. ॲम्स्टरडॅमच्या सुप्रसिद्ध कालव्यांना कोवळ्या सूर्यकिरणांमुळे एक वेगळीच झळाळी आली होती. प्रयोगशाळेच्या प्रवेशद्वारापाशी उभ्या असलेल्या त्या माणसाच्या व्यक्तिमत्त्वातून आत्मविश्वास ओसंडून वाहत होता. सुमारे सहा फूट उंची असलेला तो ३६ वर्षीय माणूस एक पाकिस्तानी नागरिक होता. रूंद भालप्रदेश, बारीक कापलेले काळे केस आणि गुबगुबीत चेहरा यामुळे त्याचे व्यक्तिमत्त्व खुलून दिसत होते. त्याने पाश्चात्त्य सूट परिधान केलेला असला, तरी आपल्या टायचे एक टोक कंबरेवरील पट्ट्यात खोचल्याने तो काहिसा अवघडल्यासारखा वाटत होता. तो थोडेसे डच आणि उत्कृष्ट जर्मन बोलत होता. अर्थात त्याच्या बोलण्यातून त्याची मातृभाषा असलेल्या उर्दूचा प्रभाव लपून राहत नव्हता. तो येथे असलेल्या 'फिजिक्स डायनॅमिक लॅबोरेटरी'त मेटॅलार्जिस्ट म्हणून नव्याने काम करण्यासाठी १ मे, १९७२ रोजी दाखल झाला होता. येथील 'मेकॅनिकल सायन्स' विभागात तो पुढची तीन वर्षे काम करणार होता. शहरात आल्यावर लगेचच त्याला लॅबच्या कार्यालयात पाचारण करण्यात आले होते.

या माणसाने गेली सुमारे दहा वर्षे युरोपात वास्तव्य केले होते, इकडे एखाद्याचे साधे स्मितहास्यही समोरच्या व्यक्तीला जिंकून घेऊ शकते हे त्याला पुरते ठाऊक होते, म्हणूनच आताही त्याच्या चेहऱ्यावर हास्य होते. कार्यालयात शिरल्यावर एका भल्या मोठ्या टेबलामागे बसलेल्या त्याच्या नव्या सहकाऱ्याने त्याच्याकडे मान वर करून पाहिले, तेव्हा तर त्याच्या चेहऱ्यावरचे हास्य अधिकच रूंदावले. कार्यालयातील खोलीत बसलेल्या त्या माणसाचे नाव होते, फ्रिट्स वीरमान. 'तुझ्या नव्या सहकाऱ्याचे व्यक्तिमत्त्व चांगलेच प्रभावी असेल, तो परदेशी असून त्याने 'डॉक्टरेट' संपादन केली आहे, तसेच त्याने अभ्यासपूर्ण अशी बरीच पुस्तकेही लिहिली आहेत' असे वीरमानला सांगण्यात आले होते.

त्यामुळे खोलीत शिरलेल्या व्यक्तीकडे तो आश्चर्याने पाहतच राहिला. वीरमान हा त्या प्रयोगशाळेतील तरुण छायाचित्रकार होता. आलेल्या पाहुण्याची शुभ्र दंतपंक्ती, त्याचे ते हास्य आणि गव्हाळ कांती पाहून तो चांगलाच भारावून गेला. तो उभा राहिला आणि त्याने आपला हात पुढे केला.

'मी फ्रिट्स वीरमान, एफडीओत तुझे स्वागत करतो,' तो डच भाषेत म्हणाला.

'मी अब्दुल कादीर खान, तुला भेटून आनंद झाला,' ती व्यक्ती म्हणाली.

वीरमान हा त्या प्रयोगशाळेतील एक छायाचित्रकार होता, त्याचे इतर सर्व सहकारी उच्चविद्याविभूषित होते, त्याच्या तुलनेत वीरमान हा पदवीधारक असला तरी एक कनिष्ठ कर्मचारीच होता. प्रयोगशाळेतील हुद्यांच्या उतरंडीत वीरमान खूपच खालच्या स्तरावर होता. त्या प्रयोगशाळेत तसे मानण्याचा जणू रिवाजच होता आणि एकूणच डच समाजाचीही तीच भावना होती. त्याच्याकडे नेहमी दुर्लक्षच होत असे आणि तेही त्याच्या जणू अंगवळणी पडले होते. या पार्श्वभूमीवर खानचे वागणे त्याला वेगळे आणि अनपेक्षित वाटले. पहिल्या दिवसापासूनच खान त्याला एखाद्या भोळ्याभाबड्या मित्रासारखा वाटला, तो कोणाशीही भेदभावाने वागत नव्हता, तो त्या संकुलातील कर्मचारी आणि ते करत असलेल्या सर्वच कामात स्वारस्य दाखवू लागला.

त्या पहिल्या दिवसापासूनच दोघेही एकाच मोठ्या टेबलावर समोरासमोर नि:संकोचपणे बसू लागले. ज्या-ज्या वेळी वीरमान प्रयोगशाळेतील यंत्र विभागात जाऊन तेथील यंत्रात होणारे किंवा करण्यात येणारे बदल छायाचित्रांच्या माध्यमातून टिपण्यास जात असे, त्या-त्या वेळी खान त्याच्या मागोमाग तिथे हजर होत असे आणि त्याला अनेक प्रश्न विचारून भंडावून सोडत असे. खान वीरमानच्या छायाचित्रांची वारंवार प्रशंसा करत असे, तो त्याच्या छायाचित्रांची तुलना अभिजात चित्रांशी करत असे आणि त्यांच्या काही जादा प्रती उपलब्ध होऊ शकतील का, अशी विचारणाही करत असे. वीरमानला हे सारेच जरा विचित्र वाटत असे, पण तो खानच्या मिठ्ठास बोलण्यावर खूश होत असे आणि त्याच्या मागण्या पूर्ण करत असे. नंतर तर खान याने सर्व छायाचित्रे आपल्यालाच काढायला आवडतील, असे त्याला सांगितले आणि वीरमानने त्याला एक वापरलेला कॅमेरा खरेदी करूनही दिला. खान दाखवत असलेले प्रत्येक गोष्टीतील औत्सुक्य लक्षात घेता, त्याला मदत करण्यात आपले काहीतरी चुकतेय असे वीरमानला कधीच वाटले नाही.

या प्रयोगशाळेत खान योगायोगानेच आला होता. वर्षभरापूर्वीच त्याने बेल्जियममधील लूवाँच्या कॅथॉलिक विद्यापीठातून 'मेटालर्जी' विषयातून डॉक्टरेट संपादन केली होती, आणि त्यानंतर पाकिस्तानमधील बहुतेक विद्यापीठांसह अनेक ठिकाणी अर्ज केले होते. 'मिश्र धातूंच्या संशोधन आणि विकसन क्षेत्रात' त्याला विशेष स्वारस्य होते आणि त्या विषयासंबंधी नोकरी देणाऱ्या कोणत्याही कंपनीत काम करण्याची

त्याची तयारी होती. त्याचे दिवंगत वडील पाकिस्तानात एक शिक्षक होते आणि त्यांच्या स्मरणार्थ मायदेशी परतून तो विषय तिथे जाऊन शिकविण्याचे मनसुबे तो रचत होता.

मात्र ज्या 'एफडीओ'त त्याची आता वर्णी लागली होती, ती काही साधीसुधी कंपनी नव्हती. अणुऊर्जा क्षेत्रात अत्यंत कळीच्या समजल्या जाणाऱ्या 'सेंट्रिफ्युजेस' या घटक यंत्राचे डिझाइन आणि निर्मिती करण्यासाठी ब्रिटन, पश्चिम जर्मनी आणि नेदरलँड यांनी एकत्र येऊन उभारलेल्या युरेन्को या कारखान्याची ती स्वतंत्र अशी प्रयोगशाळा होती. तिचे डच भाषेतील नाव 'फेरेनीज मशिन फॅब्रिकेन' असे असले, तरी ती 'एफडीओ' म्हणूनच सर्वपरिचित होती. त्या काळात तरी अमेरिका आणि युरोपातील सर्वच नागरी अणुप्रकल्पांना समृद्ध युरेनियम पुरविणाऱ्या उद्योगांत 'वेस्टिंग हाउस' आणि 'जनरल इलेक्ट्रिक' या दोन कंपन्यांची मक्तेदारी होती. त्याच सुमारास जागतिक पातळीवर नागरी अणुऊर्जा उद्योगाची भरभराट होत होती. त्यावर अमेरिकेचे नियंत्रण राहावे, या उद्देशाने त्या देशाचे तत्कालिन अध्यक्ष रिचर्ड एम निक्सन यांनी १९७१मध्ये एक आदेश जारी करून सुरक्षेच्यादृष्टीने अत्यंत महत्त्वाचे असलेले समृद्ध युरेनियमचे तंत्रज्ञान, मित्र राष्ट्रांसह कोणालाही देता येणार नाही, असे जाहीर केले. अमेरिकेची ही मक्तेदारी मोडून काढण्यासाठी जगातील अनेक देशांनी स्वतःचा अणूकार्यक्रम राबवायला सुरुवात केली, निक्सन यांच्या या कृतीचा एक भयानक दुष्परिणामही झाला, तो म्हणजे जगातील अनेक युद्धखोर देशांना अण्वस्त्र तंत्रज्ञान मिळविण्याचा मार्ग आयताच खुला करून मिळाला.

युरेनियम समृद्धीकरणाच्या संपूर्ण प्रक्रियेत 'अल्ट्रासेंट्रिफ्युजेस' हे यंत्र अत्यंत महत्त्वाची भूमिका पार पाडते, समृद्ध युरेनियममध्ये गॅस सोडणे, हे तिचे काम असते. युरेन्कोच्या तिन्ही संस्थापक देशात सुरू असलेल्या अणुऊर्जा प्रकल्पांत वीज निर्मितीसाठी लागणाऱ्या इंधनासाठी 'युरेन्कोने' हे सेंट्रिफ्युजेस तयार केले होते. परंतु हेच तंत्रज्ञान वापरून अण्वस्त्र तयार होत असल्याने ते कडेकोट बंदोबस्तात ठेवण्यात आले होते.

एकाकी असलेला वीरमान आणि खान यांच्यातील मैत्री झपाट्याने वाढू लागली. उन्हाळ्याच्या दिवसांत दुपारच्या भोजनाच्या सुट्टीत हे दोन्ही मित्र ॲम्स्टरडॅमच्या कालव्यांच्या किनाऱ्यावर फेरफटका मारायला जात असत. पुलांच्या कठड्यांवर रेललेल्या रस्त्यांवर स्वच्छंदपणे भटकणाऱ्या युवतींकडे निरखून पाहण्याचा दोघांनाही जणू छंदच जडला होता. खानचे तरुणपण काहीशा पुराणमतवादी पाकिस्तानमध्ये गेले होते. त्याच्या दृष्टीने ॲम्स्टरडॅममधील हे वातावरण फारच नवलाईचे होते. गांजासेवनासारख्या व्यसनाला आणि कायदेशीर वेश्याव्यवसायाला त्या काळात ॲम्स्टरडॅममध्ये ऊत आला होता. युरोपमधील ते एक सर्वांत 'हॉट' पर्यटन केंद्र बनले होते. जर्मनीत शिकलेल्या खानलाही हे संमोहित वातावरण काहीसे धक्कादायक वाटत होते. खानचे लग्न काही महिन्यांपूर्वीच झाले असले,

तरीही इथल्या बिनधास्त बायका आकर्षक वाटत होत्या. काहीवेळा तर तो एखाद्या तरुणीचा पाठलाग करत रस्त्याच्या एका टोकापासून दुसऱ्या टोकापर्यंत जात असे. बायकांच्या बाबतीत खान जरी अंतर ठेवून वावरत असला, तरी त्याची ही बायकांविषयीची ओढ त्याला एखाद्या वेळी चांगल्याच अडचणीत आणू शकते, अशी भीती वीरमानला वाटत असे.

त्यांची आठवड्याची सुट्टी मात्र फारशी रोमांचकारक नसे. अशा सुट्टीत दोघेही सायकली काढून नेदरलँडच्या डोंगरदऱ्यात फिरायला जात. त्या देशाच्या अशा भागात कालव्यांचे जाळे विणलेले आहे, त्यातून वाट काढत जाणाऱ्या रस्त्यांवरून भटकंती करायलाही दोघांना आवडायचे. दोघेही जण वाटेत एखादे शीतपेय किंवा चिज घ्यायला थांबायचे. खान दारू किंवा धुम्रपान करायला नम्रपणे नकार द्यायचा आणि ते वीरमानला मान्यही व्हायचे, मात्र तो आपल्या जन्माने डच असलेल्या पत्नीला म्हणजे हेनीला आपल्या बरोबर का आणत नाही, याचे त्याला राहून-राहून आश्चर्य वाटायचे. त्या मागचे खरे कारण असे होते की, खानने जरी आपल्या आयुष्यातील दहा वर्षे युरोपात घालवली असली तरीही त्याच्यावर बालपणापासून झालेल्या मुस्लीम धर्माच्या संस्काराच्या पगड्यातून तो अद्यापी बाहेर पडू शकला नव्हता.

खानचा जन्म २७ एप्रिल, १९३६ रोजी त्याकाळी ब्रिटिश अमलाखाली असलेल्या भारतातील भोपाळ संस्थानात एका मुस्लीम कुटुंबात झाला. त्यानंतर सुमारे ५० वर्षांनी याच भोपाळ शहरात युनियन कार्बाइडच्या कारखान्यात झालेल्या वायुगळतीत १८,००० नागरिकांचा बळी गेला होता. खानचा जन्म झाला त्या वेळी मात्र हे शहर अत्यंत 'शांत' ठिकाण म्हणून ओळखले जायचे. गेली अनेक शतके तिथे हिंदू आणि मुस्लीम गुण्यागोविंदाने राहत होते. खान हा सात भावंडांपैकी एक. त्याचे वडील अब्दुल गफूर खान हे भारताच्या मध्य प्रांतात एक शिक्षक होते. सेवानिवृत्तीनंतर त्यांनी आपला सगळा वेळ 'मुस्लीम लीग' या राजकीय पक्षासाठी दिला होता. या पक्षाची स्थापना ब्रिटिश भारतातील मुस्लीम नागरिकांच्या हक्कांसाठी झाली असली, तरी भारताची विभागणी करून मुस्लिमांसाठी स्वतंत्र देश देण्याच्या मागणीमागे या पक्षाचाच हात होता. आपल्या वडिलांचा दयाळू स्वभाव आणि त्यांची नम्रता या गुणांचे गोडवे गातच खान लहानाचा मोठा झाला होता. माणसाच्या जीवनात करुणेला अनन्यसाधारण महत्त्व असल्याचे ते आपल्याला नेहमी सांगायचे, त्यांच्याच सांगण्यावरून आपण लहानपणी पक्ष्यांची शिकार करणे सोडून दिले होते. जीवनात करुणेला महत्त्व असते, हेही त्यांनी

आपल्या मनावर बिंबवले होते, ही आठवण खान नंतरच्या काळात नेहमी सांगायचा. मात्र त्याच वेळी खानने मुस्लिमांच्या स्वतंत्र राज्याची जोरदार मागणी आणि हिंदूंचा द्वेष हे गुणही त्यांच्याकडून जणू वारसा हक्काने मिळवले होते.

खानच्या जन्मानंतर लगेचच त्याची आई जुलेखा हिने एका ज्योतिष्याची भेट घेऊन आपल्या नवजात मुलाचे भविष्य जाणून घेतले होते. 'हा मुलगा तुमच्या कुटुंबाला भाग्यदायी ठरणार आहे, तो अत्यंत नशिबवान आहे, त्याच्या हातून मोठी कामगिरी पार पडणार आहे. तो आपल्या देशासाठी अत्यंत महत्त्वाची जबाबदारी पार पाडणार असून त्यामुळे तो मोठा नावलौकिक प्राप्त करणार आहे.' त्या ज्योतिष्याने तिला सांगितले होते.

भविष्य जरी बाजूला ठेवले, तरी खानचे बालपण हे त्या काळातील वैशिष्ट्यपूर्ण अशा भारतीय ब्रिटिश वातावरणात गेले. त्याला वरच्या वर्गात लगेचच प्रवेश मिळावा या दृष्टीने त्याच्या आई-वडिलांनी प्रयत्नांची पराकाष्ठा केली, त्यासाठीच त्याची जन्मतारीख मुद्दामच चुकीची नोंदवली आणि त्याला एकदम वरच्या वर्गात प्रवेश मिळवून दिला. वर्गात तो कधीही गुणवान म्हणून ओळखला जात नसला, तरी त्याची प्रगती चांगली होती. मात्र त्याला अभ्यासापेक्षा मासेमारी आणि हॉकीविषयीच जास्त आकर्षण वाटत असे.

अर्थात धार्मिकबाबतीत मात्र तो अतिशय काटेकोरपणे वागत असे. त्यांच्या घराशेजारी एक मशीद होती, तिथे तो आपले वडील आणि आपल्या चार भावांसमवेत नियमितपणे जात असे. दक्षिण आशियातील 'काफिरांचा' १६व्या शतकात ज्या मोगलांनी नाश केला आणि त्यांची भूमी पादाक्रांत करून त्या ठिकाणी आपली सत्ता स्थापन केली, अशा सम्राटांचा इतिहास हा त्याच्या आवडीचा विषय होता. शेवटी ब्रिटिशांनी १९व्या शतकात या सम्राटांचा पराभव करून त्यांची सत्ता उलथवून लावली आणि त्यांना आपले मांडलिक केले. या घटनेने हे सत्ताधीश एकदम अल्पसंख्यांकात गेले, शक्तिहीन आणि लाचार झाले, आपली भाषा, आपली संस्कृती आणि आपले स्वत्व कसे टिकवून ठेवायचे हाच त्यांच्यापुढे एक मोठा गंभीर प्रश्न उभा राहिला.

ब्रिटिशांनी मोगल साम्राज्याचा पाडाव केल्यामुळे येथील मुस्लिमांच्या आत्मसन्मानावर जबरदस्त आघात झाला, तशातच भारतीय उपखंडावर आलेली ब्रिटिशांची नवी राजवट उपखंडावरील बहुसंख्य हिंदूंना झुकते माप देत आहे, अशा समजुतीने त्यांच्यातील अस्वस्थता झपाट्याने वाढू लागली आणि मुस्लिमांना स्वतंत्र राष्ट्र मिळालेच पाहिजे, ही मागणी जोर धरू लागली. त्या आगीत तेल ओतणाऱ्या काही घटनाही घडू लागल्या होत्या. १४ ऑगस्ट, १९४७ रोजी पाकिस्तानची निर्मिती झाली, त्याचबरोबर मुस्लिमांचे नव्या देशाच्या दिशेने प्रचंड

प्रमाणात स्थलांतर होऊ लागले. कोणताही नवा देश निर्माण होताना किंवा प्राचीन देशाचे अनैसर्गिकपद्धतीने तुकडे होताना जे घडते, ते याही बाबतीत घडले. इथेही पाकिस्तानची निर्मिती करताना तर्कशास्त्राचे नियम धाब्यावर बसवण्यात आले. अखंड असा एक भूप्रदेश पाकिस्तानच्या वाट्याला आला नाही. त्याचे पूर्व आणि पश्चिम असे दोन तुकड्यात विभाजन झाले. भारताला दुसऱ्या दिवशी स्वातंत्र्य मिळाले आणि उर्वरित भागाचा कब्जाही भारताने घेतला. फाळणीनंतर भारतात अभूतपूर्व अशा जातीय दंगली पेटल्या, आपल्या नव्या देशाकडे जाण्याचा प्रयत्न करणाऱ्या लाखो मुस्लिमांची खुलेआम कत्तल करण्यात आली. खान त्या वेळी अकरा वर्षांचा होता, फाळणीनंतरच्या हिंसाचाराची ही दृश्ये त्याच्या मनात एखाद्या अणकुचीदार बाणासारखी खोलवर रूतून बसली. त्या भीषण अशा काळातही भोपाळ तुलनेने शांत असल्याने भयभीत मुस्लिमांचे ते आश्रयस्थान बनले. हे स्थलांतरित मुस्लीम आपल्यावर हिंदूंनी केलेल्या अत्याचाराच्या कहाण्या सांगत होते. या जातीय दंगलीत ठार झालेल्या मुस्लिमांच्या मृतदेहांनी ओसंडून वाहणाऱ्या रेल्वे गाड्या आपण पाहिल्याचे खान नंतरच्या काळात अनेकदा सांगत असे. खानच्या दोन भावांनी फाळणी झाल्या झाल्याच नव्याने अस्तित्वात आलेल्या पश्चिम पाकिस्तानकडे पलायन केले आणि गजबजलेल्या कराची बंदराचा आश्रय घेतला. त्यांचा आणखी एक भाऊ आणि बहीण १९५०मध्ये त्याला जाऊन मिळाले. कोणत्याही परिस्थितीत आपण जबरदस्तीने आपले मूळ घर सोडायचे नाही, असा निर्धार खान याच्या वडिलांनी केला होता आणि त्यांनी खानलाही भावंडांकडे कराचीला जायची परवानगी स्पष्ट शब्दांत नाकारली. मात्र स्वतंत्र भारतात आपल्या मुलाला भवितव्य नाही असे त्यांना वाटू लागले, भारतातील मुस्लिमांना सापत्नभावाची वागणूक मिळत असल्याचा त्यांचा ग्रह झाला आणि अखेर त्यांनी त्याला पाकिस्तानला जायची परवानगी दिली. खानने त्यांचा निरोप घेतला आणि त्याने तिकडे जाण्यासाठी ट्रेन पकडली, तेव्हा तो १६वर्षांचा होता.

मात्र मानसिकदृष्ट्या खऱ्या अर्थाने त्याने 'भारत' कधीच सोडला नव्हता, फाळणीचे त्याच्या डोक्यावर बसलेले भूत कधीच उतरले नाही, भारतातील शेवटच्या काही वर्षांत त्याच्या मनावर उमटलेले ओरखडे शेवटपर्यंत त्याचा पाठलाग करणार होते. त्याच्या मनात भारताविषयी एक प्रकारची उपजत भीती निर्माण झाली होती, आणि त्याच्या वैयक्तिक तसेच व्यावसायिक जीवनाच्या व्याख्याही ती बदलून टाकणार होती. एक मुस्लीम म्हणून आपल्याला भारतात मिळालेल्या दुजाभावाच्या वागणुकीचा तो नंतरच्या काळातही आठवणीने उल्लेख करत असे, आपल्या तारुण्याचा प्रारंभच मुळी त्या वातावरणात झाल्याचे सांगत असे आणि आपण त्यातून कसे लवकर बाहेर पडलो, हे सांगताना तो पाकिस्तानाच्या

वाटेवरचे अनुभवही कथन करत असे –

'मी त्या वेळी एकटाच होतो, नशिबाने त्या वेळी माझ्याबरोबर प्रवास करणाऱ्यांमध्ये अनेक मुस्लीम कुटुंबेही होती. या कुटुंबाना भारतीय पोलीस आणि रेल्वेचे अधिकारी यांच्याकडून मिळणारी वागणूक अत्यंत निर्दयी, लज्जास्पद आणि अवमानकारक अशा स्वरूपाची होती. ते आमची सतत अवहेलना करत, त्यांचे ते वर्तन माझ्या स्मरणात कायमचे घर करून राहिले आहे. या गरीब कुटुंबांकडे असलेली प्रत्येक मौल्यवान चिज ते हिसकावून घ्यायचे.' मुंगी शिरायलाही जागा नसलेल्या डब्यात खान एका कोपऱ्यात अंग चोरून बसला होता. आपल्या सर्व वस्तू त्याने छातीशी घट्ट धरून ठेवल्या होत्या. या डब्यांतून प्रवास करणाऱ्या पुरुषांच्या मनात सक्तीने परागंदा व्हावे लागल्याचा असंतोष खदखदत होता, खानच्याभोवती असहाय्य महिलांचा गराडाच पडला होता. आक्रंदन करणाऱ्या आपल्या मुलांना गप्प करण्याचा प्रयत्न त्या करत होत्या. खानजवळ फार मौल्यवान अशा वस्तू नव्हत्या, त्याला अत्यंत प्रिय असलेली मुघल इतिहासाची काही पुस्तके आणि पदवीधर झाल्यावर त्याच्या भावाने त्याला दिलेले एक सोन्याचे पेन एवढ्याच गोष्टी त्याच्यापाशी होत्या, तरीही आपण भारतीय अधिकाऱ्यांपासून सुरक्षित नाही, असेच त्याला वाटत होते. संपूर्ण प्रवासभर पोलीस सर्वच प्रवाशांची अगदी कसून तपासणी करत होते, त्यांच्या हाताला जे लागत होते, ते हस्तगत करत होते. एका सहप्रवाशाच्या सामानाच्या गठड्यामागे लपून खान हे सारे पाहत होता. प्रवासाच्या शेवटच्या टप्प्यात खानची पाळी आली. या मुलाच्या खिशात काहीतरी चमकत असल्याचे पोलिसाला जाणवले, त्याने आपला गलेलठ्ठ हात त्याच्यात कोंबला आणि त्याचे ते पेन खेचून काढले. खानच्या अंगात विरोध करण्याएवढे बळही नव्हते. आपल्या डोळ्यांदेखत झालेली आपल्या एकमेव मौल्यवान वस्तूची चोरी, आणि आपली हतबलता यामुळे मनातल्या मनात तो शरमिंदा झाला. त्यावेळेपर्यंत झालेल्या लाखो नागरिकांच्या कत्तलींच्या तुलनेत ही घटना तशी किरकोळच म्हणावी लागेल, मात्र खानच्या आयुष्यातील तो क्षण आमूलाग्र असा बदल करणारा होता. त्या क्षणामुळे भारतीयांकडे बघण्याची त्याची दृष्टी एकदा बदलली ती कायमस्वरूपीच. त्यात पुढे काडीचाही बदल झाला नाही. पुढे जेव्हा कधी संधी मिळेल, तेव्हा तो आपल्या विश्वासघातकी शेजारी देशावर टीका करण्याची संधी सोडत नसे. पुढे त्याने वेळोवेळी 'मी ती घटना आयुष्यात कधीही विसरू शकणार नाही' या वाक्याचा पुनरुच्चार केला. या ट्रेनला पाकिस्तानची सीमा ओलांडायची परवानगी नव्हती, त्यामुळे सीमेपलीकडचा सुमारे पाच मैलांचा वाळवंटी प्रदेश त्याच्यासह सर्वांनाच पायी करावा लागणार होता. खानने डब्याच्या बाहेर पाऊल टाकले

आणि समोर पसरलेल्या विस्तीर्ण वाळवंटाकडे एक नजर टाकली, त्याचवेळी त्याच्याबरोबरीचे प्रवासीही उतरत होते, सर्वप्रथम पुरुष मग बायका आणि त्यांच्यामागोमाग मुले असे एकेक करून पायउतार होत होते. भुसभुशीत आणि फसव्या वाळूची पायवाट काहीकाळ तुडवल्यावर खानने आपले बूट काढले आणि तो अनवाणीच चालू लागला. वाट चढणीची होती, ती पार करून दुसऱ्या बाजूला पोहोचेपर्यंत त्याची चांगलीच दमछाक झाली आणि घशाला कोरड पडली. तिथे पोहोचल्यावर त्याच्या दृष्टीला प्रथमच पाकिस्तानचा झेंडा फडकत असल्याचा दिसला. त्या झेंड्याच्या हिरव्या पार्श्वभूमीवर पांढरा चांदतारा उठून दिसत होता. त्याने वाळूतच फतकल मारली आणि बरोबर आणलेल्या तंदुरी रोटीचा आणि मटणाचा आस्वाद घेतला. नेहमीचे अन्न असूनही त्याला एवढी चव असते, याचा तो आज प्रथमच अनुभव घेत होता.

खानचे दोन्ही मोठे भाऊ कराचीला राहत होते, त्यांच्याकडे जाण्याएवढेच तिकिटाचे पैसे त्याच्यापाशी होते. तो तिकडे ट्रेनने जाणार होता. काही महिन्यांनी त्यांची आईही कराचीला आली. भारतातील मुस्लिमांविरुद्ध अत्याचार अद्यापी सुरूच आहेत, मात्र तुमच्या वडिलांनी हिंदूंविरुद्ध हार मानायला नकार दिला असून ते भोपाळही सोडायला तयार नाहीत, असे तिने त्यांना सांगितले. खानच्या वडिलांचे भोपाळ येथेच निधन झाले, त्याआधीच त्यांच्या सर्वांत धाकट्या मुलाने म्हणजे खान याने कराचीच्या 'डी.जे. सायन्स कॉलेज'मध्ये आपले नाव दाखल केले होते.

पाकिस्तानच्या निर्मितीनंतरही सुमारे दशकभर त्या देशाची आर्थिक परिस्थिती फारशी चांगली नव्हती, तो देश त्या वेळीही दारिद्र्यात खितपत पडला होता. किमान प्रगतीसाठी आवश्यक असलेल्या उद्योग, शाळा आणि आर्थिक संस्था या सुविधांचीही तिथे वानवा होती. त्या तुलनेत भारताची आर्थिक स्थिती झपाट्याने होत होती, त्याची असूया वाटणारे पाकिस्तानी नागरिक यासाठी भारतालाच दोषी धरत होते. फाळणीच्या वेळी त्या देशाने इंग्रजांनी निर्माण केलेली संपत्ती आपल्याकडेच ठेवली, असा त्यांचा आरोप असायचा. वादग्रस्त काश्मिरच्या प्रश्नावरून भारताशी झालेल्या १९४८च्या युद्धात पाकिस्तानला दारुण पराभवाचा सामना करावा लागला. त्याच दरम्यान भारताची लष्करी ताकदही जोमाने वाढत होती आणि पाकिस्तान या सर्व प्रकाराकडे हतबल आणि भयभीत होऊन फक्त पाहण्यापलीकडे काहीही करू शकत नव्हता. पाकिस्तानचा कब्जा घेण्याची मनिषा भारत उराशी बाळगून आहे अशा आशयाच्या अफवाही त्या देशात मोठ्या प्रमाणात पद्धतशीरपणे पसरविण्यात येत होत्या. त्या दिवसांत एका मित्राशी बोलताना खान म्हणाला होता, 'हिंदू हे उपद्रवी आणि बदमाश आहेत, पाकिस्तानला नेस्तनाबूत करून त्यांना अखंड भारताची निर्मिती करायची आहे.'

खानने १९५७मध्ये महाविद्यालयीन पदवी प्राप्त केली आणि त्याला पहिलीच नोकरी मिळाली; ती कराचीतील सरकारच्या वजन आणि मापे विभागातील निरीक्षकाची! या नोकरीत आपण कायम राहिलो, तर इथेच खितपत पडू आणि आपल्याला काहीच भवितव्य उरणार नाही; याची त्याला लगेचच जाणीव झाली आणि या विचाराने तो अत्यंत अस्वस्थही झाला. पाकिस्तानच्या साक्षरतेचे प्रमाण केवळ १६ टक्के एवढे कमी होते आणि त्या वेळी त्या देशात दर्जेदार अशी पुरेशी विद्यापीठेही नव्हती. आपल्या देशात जर चांगल्या शिक्षण संस्था नसतील, तर हुशार विद्यार्थ्यांना उच्च शिक्षण प्राप्त करून घेण्यासाठी परदेशी पाठविण्याचे धोरण त्या काळी सर्वच विकसनशील देश राबवत असत. १९६१मध्ये खानला सरकारी अनुदान मिळाले. त्याने लागलीच पश्चिम जर्मनीच्या डुसेलडॉर्फ शहराकडे जाण्यासाठी विमानाचे तिकीट काढले. तिथे जाऊन जर्मन भाषा शिकण्याचा आणि एखाद्या तंत्रविज्ञानविषयक विद्यापीठात प्रवेश घेण्याचा त्याचा विचार होता.

जर्मनीला निघण्यापूर्वी त्याचा एक मित्र पुन्हा एकदा त्याला एका ज्योतिषाकडे घेऊन गेला. जरी खान स्वत:ला विज्ञानवादी समजत असला, तरी इतर अनेक पाकिस्तानी नागरिकांप्रमाणेच त्यालाही या प्राचीन कलेविषयी गूढ असे आकर्षण होते. त्या म्हाताऱ्या ज्योतिषाने खानचा हात क्षणभर हातात घेतला आणि तो काहीतरी पुटपुटू लागला. काही क्षणांतच तो म्हणाला, 'अजूनही तू इथेच? तुला इथे पाहून मला आश्चर्य वाटते, तू तर एव्हाना परदेशात असायला हवा होतास.' पुढील भविष्यवाणी वर्तवताना खान तो लवकरच पाकिस्तान सोडणार असून परदेशातील त्याचे शिक्षण सुरुवातीच्या काळात काहीसे खडतर जाणार असल्याचे त्याने सांगितले. तू परदेशात एका मुलीच्या प्रेमात पडणार आहेस, तसेच तू अद्वितीय असे यश संपादन करूनच पाकिस्तानात परत येणार आहेस,' त्याने असेही सांगितले की, 'इथे पाकिस्तानात तू तुझ्या क्षेत्रात एकमेवाद्वितीय अशी कामगिरी करणार असून त्यामुळे तुझ्या नावलौकिकात भर पडणार आहे.'

त्या भविष्यवाणीला वेगळेच काहीतरी महत्त्व आहे, हे खानला जाणवले. जर्मनीचा व्हिसा मिळविताना काही अडचणी आल्याने त्याचे तिकडे जायचे वेळापत्रक काहीसे बिघडले. खानच्या मित्राने त्या ज्योतिष्याला आधीच काही पढवून ठेवले होते की काय हे माहीत नाही, मात्र खानने आपल्या उज्ज्वल भवितव्यासाठी त्याचा पुरेपूर वापर करायचे ठरवले. वैज्ञानिक दृष्टिकोन असलेली व्यक्तीही अशा भविष्यवाणींवर विश्वास ठेवते, विशेषत: महान उद्दिष्टं साध्य करण्याच्या त्यांच्या निर्धाराला ती पुष्टी देणारी असेल तर....

एक अपघातजन्य संधी

ॲम्स्टरडॅमच्या प्रयोगशाळेत ए.क्यू. खान याने पहिले पाऊल टाकण्याच्या सुमारे वीस वर्षे आधीच अमेरिकेचे तेव्हाचे अध्यक्ष ड्वाइट डी. आयसेनहॉवर यांनी आपल्या देशाच्या अभेद्य आणि कडेकोट बंदोबस्तात असलेली आण्विक रहस्ये जगासमोर आणण्याचा ऐतिहासिक निर्णय घेतला. त्यामुळेच अणू तंत्रज्ञानाची दारे सर्वांनाच सताड खुली करून मिळाली आणि त्याचाच परिणाम म्हणून तथाकथित 'शांततेसाठी अणुऊर्जा' आणि त्याचे काळेकुट्ट दुष्परिणाम यांच्यात असलेली एक प्रकारची भ्रामक दरी नष्ट करण्याची संधी शेवटी काही जणांकडे आयतीच चालून आली. खान हा त्यापैकी एक.

शीतयुद्धाने गांभीर्याची परिसीमा गाठली होती आणि १९५०मध्ये अशा काही घटना घडल्या की, आयसेनहॉवर यांनी आपल्या अण्वस्त्रांच्या कोठारात मोठ्या प्रमाणात वाढ करण्याचा निर्णय केला. सोव्हिएट रशियाकडून अण्वस्त्रांचा हल्ला झालाच त्याला तोंड देण्यासाठी त्यांनी ही तयारी चालवली होती. रशियाने आपल्या पहिल्या अणूबॉम्बची चाचणी १९४९मध्येच केल्याचे उघडकीस आले होते आणि त्यामुळे अमेरिकेच्या या क्षेत्रातील मक्तेदारीला जबरदस्त धक्का बसला होता. ब्रिटिशांनी आपली पहिली अणू चाचणी १९५२मध्ये केली. पुढच्याच वर्षी रशियाने आपल्या आणखी एका थर्मो-न्यूक्लियर बॉम्बची यशस्वी चाचणी करून सर्वांनाच आश्चर्याचा आणखी एक धक्का दिला. ब्रिटिश किंवा अमेरिकेच्या अण्वस्त्र कोठारात अशा प्रकारचा बॉम्ब नाही, असा निष्कर्ष या क्षेत्रातील विश्लेषकांनी काढताच सर्वच जण चिंतातुर झाले. याचा परिणाम म्हणूनच आयसेनहॉवरनी अमेरिकेच्या आण्विक क्षमतेचा विस्तार करण्याचा निर्णय केला. पण अध्यक्षांपुढील खरे आव्हान वेगळेच होते. अमेरिकेच्या जनतेने प्रलयंकारी अशा आण्विक महायुद्धाचा धसका घेतला होता. त्यामुळे तिचा या निर्णयाला पाठिंबा मिळणे दुरापास्तच होते. म्हणून आपल्या या निर्णयाची शब्दरचना

जनतेला पटेल अशीच करणे आयसेनहॉवर यांना आवश्यक होते. त्यांनी आपला अणूकार्यक्रम ऊर्जा तयार करण्यासाठीच असल्याचे जाहीर करून प्रशासनाचा मार्ग सोपा करून टाकला. ८ डिसेंबर, १८५३ रोजी आयसेनहॉवर यांचे संयुक्त राष्ट्रसंघापुढे याच विषयावर भाषण होणार होते, त्यासाठी ते न्यू यॉर्ककडे रवानाही झाले, मात्र तोवर त्यांच्या या भाषणाच्या मसुद्याची प्रक्रिया सुरूच होती.

त्यांनी आपल्या भाषणाच्या प्रारंभीच अमेरिका आणि रशिया यांच्या अण्वस्त्र कोठारांच्या संहारक क्षमतेवर भर दिला. संपूर्ण दुसऱ्या महायुद्धात एकूण जेवढा दारूगोळा वापरण्यात आला होता; तेवढा साठा सध्या केवळ अमेरिकेकडे असल्याची आठवण त्यांनी उपस्थितांना करून दिली. अणूचा शांततापूर्ण कारणांसाठी वापर करण्यास बळकटी देणे; हाच दोन्ही परस्पर देशांतील विनाश थांबविण्याचा एकमेव उपाय असल्याचेही ते म्हणाले. नव्याने अस्तित्वात आलेल्या 'आंतरराष्ट्रीय अणुऊर्जा आयोगा'ला (आयएईए) अमेरिका, रशिया आणि ब्रिटन हे विद्यमान अण्वस्त्रधारी देश आपल्याकडील युरेनियम आणि फिसिल मटेरियल देण्यास तयार आहेत, असा प्रस्तावही त्यांनी मांडला. सदर आयोग 'मार्शल प्लॅन' म्हणून परिचित असलेल्या योजनेच्या धर्तीवर एक योजना तयार करून शांततापूर्ण अणूकार्यक्रम राबविण्यास प्रोत्साहन देईल; असे जाहीर करून त्यांनी या आपल्या नव्या प्रस्तावाचे 'शांततेसाठी अणू' असे नामाभिधानही केले. या त्यांच्या संकल्पनेचे आश्चर्यकारक उत्साहात स्वागत झाले, राष्ट्रसंघाच्या सदस्यांनी टाळ्यांचा प्रचंड कडकडाट करून त्याला दाद दिली आणि लागलीच संपूर्ण जगानेही त्याला पोहोच पावती दिली.

मात्र लवकरच अस्तित्वात येणाऱ्या आयएईएच्या स्थापनेचा प्रस्ताव काहीसा भ्रामक आणि संदिग्धच असणार आहे, याची तिथे हजर असलेल्यांपैकी फारच थोड्या जणांना कल्पना होती. संयुक्त राष्ट्रांना उद्देशून करायच्या आयसेनहॉवर यांच्या भाषणाचा अंतिम मसुदा तयार होत असतानाच अमेरिकेच्या अणुऊर्जा आयोगाच्या एका भौतिकशास्त्रज्ञाने 'व्हाइट हाउस'कडे एक मेमो रवाना केला. हा मेमो तयार करणाऱ्याचे नाव होते, रोनाल्ड आय. 'स्पियर्स आयोगा'च्या परराष्ट्रविषयक घडामोडींचा तो एक तरुण विशेषज्ञ होता. अणुऊर्जेवर नियंत्रण ठेवून तिला नागरी उपयोगासाठी प्रोत्साहन देणारी एक एजन्सी संयुक्त राष्ट्रसंघाच्या धर्तीवर उभारण्यात यावी आणि ती संयुक्त राष्ट्रसंघाशी संलग्न असावी, असे त्यात सुचविण्यात आले होते. तसेच तिचे कामही अमेरिकेच्या अणुऊर्जा आयोगाप्रमाणेच चालावे असेही त्यात नमूद करण्यात आले होते. आयसेनहॉवर यांच्या भाषणाच्या अंतिम मसुद्यात या संकल्पनेचा समावेश करण्यात आला. अशा प्रकारच्या एजन्सीची स्थापना कशी करायची, तसेच ती अस्तित्वात आल्यावर तिचे नेमके

परिणाम काय होतील, यावर काहीही विचार न करता तो मसुदा आयसेनहॉवर यांनी राष्ट्रसंघासमोर वाचून दाखविला. या प्रस्तावाला आंतरराष्ट्रीय पातळीवर उदंड प्रतिसाद मिळाला खरा, पण अशी एजन्सी प्रत्यक्षात कशी अस्तित्वात आणायची याबाबत आयसेनहॉवर प्रशासनच बुचकळ्यात पडले. या प्रस्तावातील तरतुदींनुसार नागरी आणि लष्करी अणूकार्यक्रम समांतर चालणार होते आणि जवळपास ते परस्परांपासून वेगळे करता येणार नव्हते. याचाच अर्थ असा की, आयसेनहॉवर यांनी हा प्रस्ताव मांडून शांततेसाठी असलेली अणुऊर्जा आणि अस्त्रांसाठी वापरण्यात येणारी अणुऊर्जा यांच्यातील फरकच नाहीसा केला होता. या दोन्ही प्रकारच्या ऊर्जांचा वापर करण्याची कोणतीही मार्गदर्शक तत्त्वे तयार नसताना, आयसेनहॉवर यांनी जणू एरवी बाटलीत बंद असलेल्या एका राक्षसाला मोकळे रान उपलब्ध करून दिले होते.

या भाषणानंतर काही दिवसांनीच स्पियर्स आपल्या वॉशिंग्टनमधील कार्यालयात बसलेला असतानाच अमेरिकेचे परराष्ट्रमंत्री जॉन फोस्टर यांच्या कार्यालयातून त्याला फोन आला. फोनवरील व्यक्तीने सांगितले की, एका आंतरराष्ट्रीय एजन्सीविषयी काही संकल्पना स्पियर्स यांच्या मनात सध्या रूजत आहेत, मात्र अशा एजन्सीविषयी त्यांची नेमकी काय कल्पना आहे किंवा ती प्रत्यक्षात कशी उतरणार या बाबत डुल्स काहीसे गोंधळात पडले आहेत. त्यानंतरची सलग तीन वर्षे स्पियर्स यांनी कष्ट घेऊन 'आयएईए' स्थापन करण्यासाठी आवश्यक असलेला मसुदा तयार करण्यात खर्च केली. शांततापूर्ण अणूकार्यक्रमाचा दुरुपयोग होऊन तो अण्वस्त्र निर्मितीकडे वळवला जाऊ नये म्हणून या संघटनेची स्वतंत्र अशी गुप्तचर यंत्रणा असावी, असे या योजनेच्या प्राथमिक मसुद्यात सुचविण्यात आले होते. मात्र आयसेनहॉवर यांच्या प्रशासनातील काही ताकदवार शक्तींचा आणि काँग्रेसमधील काही सदस्यांचा संयुक्त राष्ट्रसंघावर विश्वास नव्हता, त्यामुळे कोणत्याही आंतरराष्ट्रीय संघटनेकडे निरंकुश अधिकार देण्यास ते फारसे अनुकूल नव्हते. या संदर्भात बोलताना स्पियर्स यांनी सांगितले की, 'त्यांच्या मनात 'यूएन'विषयी प्रचंड प्रमाणात नाराजी होती, या संघटनेला अधिकार देणे म्हणजे अमेरिकेच्या सार्वभौमत्वावर हल्ला करण्यासारखे आहे, असे काही जणांचे मत होते. 'शेवटी आयएईएच्या अधिकारात मोठ्या प्रमाणात कपात केली नाही, तर आमच्याकडून या कराराला अंतिम मंजुरी मिळण्याची शक्यताच नाही, असा निर्वाणीचा इशारा काँग्रेसच्या सदस्यांनी दिला. आयएईसारख्या संघटनेला स्वत:चा गुप्तचर विभाग सुरू करू देणे म्हणजे तिला कोठेही मुक्त संचार करू देण्यासारखे होते, असेही त्यांचे मत पडल्याने सर्वांत आधी ती तरतूद रद्दबातल करण्यात आली. 'आयएईए'ची स्थापना १९५७मध्ये झाली आणि तिचे मुख्यालय व्हिएन्ना येथे ठेवण्यात आले,

मात्र अगदी सुरुवातीपासूनच या कमकुवत संघटनेकडे अण्वस्त्र प्रसारणाला पायबंद घालण्याएवढी ताकद आहे काय, अशी विचारणा करण्यात येऊ लागली. इकडे एकीकडे आयएईए आकार घेत असतानाच दुसरीकडे मात्र अमेरिकेने इराण, इस्रायल, भारत, पाकिस्तान आणि दक्षिण अफ्रिका या सारख्या अनेक देशांना तेही स्वत:च्या करदात्यांच्या खिशाला चाट लावून छोट्या आकाराच्या अणुभट्ट्या सवलतीच्या दरात विकायला सुरुवातही केली होती.

अमेरिकेचा या क्षेत्रातील प्रभाव कमी करण्याच्या प्रयत्नांचा एक भाग म्हणून रशियानेही स्वत:ची मित्र राष्ट्रे असलेल्या देशांना अणूतंत्रज्ञाची खिरापत वाटायला सुरुवात केली होती. या सर्व व्यवहाराचा धोका तातडीने लक्षात यायला लागला. अणूतंत्रज्ञानाच्या प्रसारामुळे काही छोटे देशही आता लहान आकाराची अण्वस्त्रे तयार करण्याची क्षमता विकसित करू लागले आहेत, अशा आशयाचा इशारा सीआयए आणि अमेरिकेच्या इतर गुप्तचर संघटनांनी या आधीच दिला होता. या संघटनांनी हे इशारे आपल्या १९५०च्या उत्तरार्धात आणि १९६०च्या पूर्वार्धात जमा केलेल्या अतिशय गोपनीय माहितीच्या अहवालाचा हवाला देऊन सादर केले होते. काही देश आपल्या 'नागरी अणूकार्यक्रम' मागील दाराने लष्कराच्या हवाली करतील अशी भीतीही या गोपनीय अहवालात व्यक्त करण्यात आली होती. अणूबॉम्ब तयार करणाऱ्यांच्या यादीत सीआयएने फ्रान्स, चीन, पश्चिम जर्मनी, जपान, स्वीडन आणि इस्रायल यांचा समावेश केला होता. अण्वस्त्र तयार करण्याच्या बाबतीत हे देश आघाडीवर असून त्यांच्या या समूहात येत्या काही वर्षांतच भारत आणि पाकिस्तान हेही लवकरच सामील होणार असेही या अहवालात नमूद करण्यात आले होते. शांततापूर्ण अणुऊर्जा कार्यक्रम आणि त्याचा अण्वस्त्र निर्मितीसाठी व्हावयाचा संभाव्य वापर यांच्यातील तथाकथित सीमारेषा म्हणजे एक मृगजळ असल्याचे हळूहळू सिद्ध होऊ लागले होते. या सर्वाचे उत्तम उदाहरण म्हणजे अणूकार्यक्रमांतर्गत वापरण्यात येणारी सेंट्रिफ्युजेस ही यंत्रणा. निमुळत्या आकाराचे आणि सुमारे सहा फूट उंची असलेले हे सिलिंडर ॲम्स्टरडॅमच्या एफडीओने विकसित केले होते. ए.क्यू. खान १९७२मध्ये ज्या वेळी त्या संस्थेत रूजू झाला, त्या सुमाराचीच ही गोष्ट. नागरी अणुभट्ट्यांसाठी याच यंत्रात तयार केलेले इंधन वापरण्यात येणार होते. त्यातच काही किरकोळ बदल केले की, अण्वस्त्र बनविण्यासाठीही त्याचा वापर होणार होता.

'सेंट्रिफ्युजेस'चे उपयोग अनेक आहेत. साध्या घरगुती वापराच्या वॉशिंग मशिनमध्येही हेच तंत्रज्ञान वापरण्यात येते. याला 'सेंट्रिफ्युगल यंत्र' असे म्हणतात.

या यंत्राचा आस मशिनच्या मधोमध फिरतो आणि ओल्या व जड कपड्यातील हलका मळ बाहेर काढतो. त्यासाठी त्याला सतत घुसळण्याची प्रक्रिया पार पाडावी लागते. कोणत्याही चांगल्या वॉशिंग मशिनचा वेग प्रती सेकंद पंधरा आवर्तने एवढा असतो. युरेनियमच्या समृद्धीकरणासाठी जी 'सेंट्रिफ्युजेस यंत्रणा' वापरली जाते, तिच्या आवर्तनाचा वेग वॉशिंग मशिनपेक्षा किमान १००पट जास्त असावा लागतो. हा वेग ध्वनीच्या वेगाच्या जवळ जाणारा आहे. मात्र दोन्ही यंत्रणांतील मूळ संकल्पनेत फारसा फरक नसतो. नैसर्गिक युरेनियममध्ये सापडणाऱ्या 'आयसोटोप' या घटकापासून अनावश्यक द्रव्ये बाजूला काढली की, समृद्ध युरेनियम हाती लागते. या समृद्ध युरेनियमला 'यू-२३५ आयसोटोप' असे म्हणतात. त्याची किंमत काही लाख डॉलरच्या घरात जाते. यू-२३५चे दोन भागात सहजपणे विघटन होऊन त्यातून होणाऱ्या स्फोटातून ऊर्जा तयार होत असल्याने त्याला जोरदार मागणी असते.

मात्र युरेनियमच्या समृद्धीकरणासाठी केवळ एकच 'सेंट्रिफ्युज' असून भागत नाही, त्यासाठी सहा फूट लांबीचे हजारो पाइप जोडून एक लांबच लांब लाइन तयार केली जाते, तिला 'कास्केड' असे म्हणतात. सर्वसाधारणपणे एका कास्केडमध्ये १६४ सेंट्रिफ्युजेस असतात. एखाद्या शाळेच्या वर्गातही कमीतकमी पाच कास्केड लपूनछपून एकत्र आणून त्यापासून एक छोटासा अणूबॉम्ब तयार करणे सहज शक्य असते. मात्र अणूकार्यक्रम राबविण्यासाठी अक्षरश: हजारो कास्केडची आवश्यकता असते आणि या संपूर्ण यंत्रणेसाठी किमान एखाद्या फुटबॉलच्या मैदानाएवढी जागा लागू शकते.

युरेनियमच्या समृद्धीकरणाची प्रक्रिया साधारणपणे अशी असते – पहिल्या सेंट्रिफ्युजमध्ये घालण्यात आलेले नैसर्गिक युरेनियम एका सेंट्रिफ्युजेसकडून पुढच्या सेंट्रिफ्युजेसकडे पाठविले जाते, पुढे-पुढे जाण्याच्या मार्गातच ते शुद्ध होत जाते. ही प्रक्रिया सुरू असतानाच यू-२३५ या द्रव्याची गुणवत्ता वाढत जाते. आणि सरतेशेवटी अत्यंत दुर्मीळ आणि अत्यंत महागडे 'यू-२३५' नावाचे समृद्ध युरेनियम तयार होते. सेंट्रिफ्युजेस महिनोन्महिने चालू राहू शकतात, आणि काही औद्योगिक अणुभट्ट्या तर कधी थांबतच नाहीत. म्हणून त्यांच्यासाठी कमालीची काटेकोर यंत्रणा वापरून त्यांचा समतोल बिघडणार नाही, याची काळजी घ्यावी लागते.

समृद्ध युरेनियमची यू-२३५मधील मात्रा तीन टक्क्यांनी जरी वाढली तरी ते अणुभट्टी सुरू ठेवण्याइतपत पुरेसे ठरू शकते. आधुनिक तंत्रज्ञानाचा कोणताही प्रकार असो, त्या सर्वांत एक समान असा धागा आपल्याला सापडतो, तो म्हणजे त्याचा नागरी किंवा लष्करी वापर करताना येणाऱ्या अडचणी अगदीच किरकोळ

स्वरूपाच्या असतात. त्यांचा वापर कशासाठीही केला तरी त्यातील फरक हा अगदीच नगण्य असतो. यू-२३५चे समृद्धीकरण करताना थोडेसे जरी कष्ट घेतले तरी त्याची स्फोटक क्षमता नव्वद टक्क्यांपर्यंत वाढू शकते. ही टक्केवारी अणूबॉम्ब तयार करताना कमालीची कार्यक्षम ठरते. या अंतिम उत्पादनाला 'उच्चतम समृद्ध युरेनियम' (हायली एनरिच युरेनियम किंवा एचईयू) या नावाने ओळखतात आणि अमेरिकनने हेच स्फोटक वापरून ६ ऑगस्ट, १९४५ रोजी जपानवर बॉम्ब टाकून तिथे अग्निप्रलय घडवून आणला होता. 'ॲटम फॉर पीस' या कार्यक्रमांतर्गत जे देश शांततेसाठी अणूचा वापर करतील त्या देशांना समान प्रमाणात समृद्ध युरेनियम देण्याचे आश्वासन अमेरिकेने दिले असले, तरी त्याची निर्मिती करण्याची मक्तेदारी त्याच देशांकडे होती. या इंधनासाठी अमेरिकेवर अवलंबून राहण्याच्या असहाय्यतेवर मात करण्यासाठी १९७०मध्ये ब्रिटन, पश्चिम जर्मनी आणि नेदरलँडने वेगळा विचार सुरू केला. या विचारातूनच 'युरेन्को'ची स्थापना झाली आणि काही कालावधीतच तो प्रकल्प युरोपातील सर्वांत मोठा प्रकल्प म्हणून नावारूपास आला. या तिन्ही देशांतील नागरी अणुभट्ट्यांना लागणाऱ्या इंधनाचा पुरवठा अविरतपणे आणि कोणावरही अवलंबून न राहता होत राहावा, हा या मागचा प्रमुख हेतू होता. जर्मन सीमेच्या उत्तरेस नेदरलँडस्थित अशा 'आल्मेलो' या डोंगरकपारीतील निसर्गरम्य अशा छोट्याशा गावात एका विस्तीर्ण पठारावर त्यांनी हा प्रकल्प उभारला होता. या प्रकल्पात अत्यंत प्रगत असे 'सेंट्रिफ्युज तंत्रज्ञान' वापरायचा निर्धार या तिन्ही देशांनी केला होता. त्यामुळे कोणता देश असे तंत्रज्ञान सर्वांच्या आधी आणतो यासाठी त्यांच्यातच अहमहमिका सुरू झाली. जरी आल्मेलोची उभारणी केवळ आणि केवळच नागरी अणुभट्ट्यांसाठी झाली असली तरीही तिथे कडक सुरक्षा व्यवस्था ठेवण्यात आली होती. संपूर्ण प्रकल्पाभोवती काटेरी तारांचे कुंपण घालण्यात आले होते. तिथे साधा प्रवेश करायचा असला तरी सुरक्षा व्यवस्थेच्या चक्रव्यूहातून जावे लागत असे. एखाद्या प्रतिस्पर्धी उद्योजकाकडून तेथील प्रगत तंत्रज्ञान चोरीस जाण्याची शक्यता होतीच, पण हे तंत्रज्ञान एखाद्या माथेफिरूच्या हाती लागून, त्याचा उपयोग अण्वस्त्र निर्मितीसाठी होण्याचीही भीती होती, आणि तो धोका खऱ्या अर्थाने गंभीर स्वरूपाचा होता.

जर्मनी आणि ब्रिटन या आपल्या भागीदारांशी असलेली स्पर्धा लक्षात घेऊन डचांनी मुसंडी मारण्याचे ठरविले, ते आणि त्यांचे 'एफडीओ'सारखे सहकंत्राटदार जोमाने काम करू लागले होते. प्रगत सेंट्रिफ्युजेसचे प्रारूप बनवताना कोणत्याही स्वरूपाची उणीव त्यात राहू नये यासाठी ते जीवाचे रान करत होते. याच त्यांच्या मोहिमेचा एक भाग म्हणून त्यांनी उच्च विद्याविभूषित अशा इंजिनिअरांची आणि

शास्त्रज्ञांची जोरदारपणे भरती सुरू केली होती. एफडीओ युरेन्कोची सर्वांत मोठी कंत्राटदार कंपनी असल्याने तिथे तरुण रक्ताला चांगलाच वाव होता. मात्र याचा एक वाईट परिणामही झाला, नव्या शास्त्रज्ञांची घाईने भरती करण्याच्या नादात एफडीओचे आपल्या सुरक्षा यंत्रणेकडे अक्षम्य असे दुर्लक्ष झाले.

पाकिस्तानातील त्या ज्योतिष्याने खानला सांगितलेले भविष्य जणू खरे ठरत होते. कराचीपासून सुरू झालेला त्याचा 'एफडीओ' या नव्या कार्यालयापर्यंतचा प्रवास फारच खडतर होता. १९६१मध्ये तो डुसेलडॉर्फला पोहोचला, तेव्हा त्याच्या लक्षात आले की, जर्मन भाषेवर प्रभुत्व मिळवणे त्याला वाटले होते; तेवढे सोपे नव्हते. त्यातच त्याला घरच्या आठवणी सतावू लागल्या आणि त्याचे नैराश्य वाढायलाच लागले. १९६२च्या जानेवारीच्या आधी कित्येक महिने त्याने कोणतीही सुट्टी न घेता मेहनतीने अभ्यास केला होता. त्यानंतर त्याने घेतलेल्या प्रदीर्घ सुट्टीत 'द हेग'ला भेट दिली. हेग शहरात फिरताना तो रस्त्यावरची गर्दी न्याहाळत होता, तेव्हा तिथे एकट्याच असलेल्या एका महिलेकडे तो आकर्षित झाला. तिच्याजवळ जाण्याचे धाडस करून त्याने तिला पाकिस्तानला टपाल पाठवायचे असेल तर किती खर्च येईल, अशी विचारणा अडखळत्या जर्मनीत केली. आपल्याला टपालाविषयी काहीच माहिती नाही, मात्र पाकिस्तानबाबत थोडीशी माहिती असल्याचे तिने निखळपणे सांगितले. हे संभाषण असेच सुरू राहावे, यासाठी खानचा आटापिटा चालू होता, पण या बिनधास्त आणि काहीशा थोराड वाटणाऱ्या माणसापासून सुटका करून घ्यावी, असे तिला बिलकूल वाटले नाही. आपले नाव 'हेन्द्रीना' असल्याचे तिने सांगितले, मात्र सर्व जण आपल्याला 'हेन्नी' या नावानेच ओळखतात असेही ती म्हणाली. आपण आपल्या आई-वडिलांसोबत ॲम्स्टरडॅमला राहात असून एका दिवसाच्या सहलीसाठी हेगला आल्याची माहितीही तिने खानला दिली.

एका डच स्थलांतरित जोडप्याच्या पोटी हेन्नी रेटेरिंकचा जन्म झाला. तिचे बहुतेक सर्व बालपण उत्तर ऱ्होडेशियात गेले असले, तरी तिच्यापाशी ब्रिटिश पासपोर्ट होता. ती आपल्या आई-वडिलांबरोबर काही वर्षांपूर्वीच हॉलंडला आली होती. ती स्वत: डच नागरिक नसली तरी तिने डच आणि जर्मन भाषा अवगत करून घेतल्या होत्या. रस्त्याच्या कडेला असलेल्या एका कॅफेकडे जाण्यापूर्वी खान आणि तिने काही वेळ गप्पा मारल्या. या देशात आणि शहरात आपण दोघेही नवखे आहोत, हे त्यांच्या लक्षात आले. एकमेकांचा निरोप घेण्यापूर्वी दोघांनीही आपापले पत्ते एकमेकांना दिले आणि भविष्यात संपर्क ठेवण्याचेही

ठरवले. हा देखणा तरुण पुन्हा आपल्याशी संपर्क करील अशी हेन्रीला खातरी वाटत नव्हती. या संदर्भात बोलताना ती एकदा म्हणाली होती 'तुम्हाला खरं सांगायचे तर या सर्वाची परिणती नेमकी कशात होते, याची मला काहीच कल्पना नव्हती, माझ्या दृष्टीने तो एक एकाकी तरुण होता आणि तो फारच 'होमसिक' झाला होता.'

मात्र त्यानंतरही तो लिहित होता आणि ती त्याला प्रतिसादही देत होती. याच काळात कधीतरी हेन्रीने एक अत्यंत अनपेक्षित असे पाऊल उचलले आणि त्याला भेटायला डुसेलडॉर्फला गेली. तेथील शिक्षण संपवून तो लवकरच बर्लिन विद्यापीठात जाणार होता आणि तिथे विज्ञानाच्या अध्ययनास प्रारंभ करणार होता. काही महिन्यांतच दोघांमधील नाते अधिकच घट्ट झाले आणि त्याच्या जवळपास राहता यावे म्हणून तिने बर्लिनमध्येच एका कंपनीत सेक्रेटरीपदाची नोकरी स्वीकारली. त्यांचा वाङ्निश्चय १९६३च्या प्रारंभी झाला आणि दोन्ही बाजूंच्या पक्षांनी त्यांच्या या निर्णयाचे स्वागत केले. या नातेसंबंधांबद्दल बोलताना हेन्री सांगते, 'माझ्या आई-वडिलांचा किंवा खानच्या आईचा आम्हाला विरोध नव्हताच. अनेक देशांत वास्तव्य केल्याने आणि अनेक लोकांशी संबंध आल्याने माझ्या आई-वडिलांचा दृष्टिकोन व्यापक झाला होता. याचा अर्थ आमच्यात गैरसमज नव्हतेच असा नाही, पण आम्ही ते मनमोकळेपणाने सोडविले.'

पदवी अभ्यासक्रम पूर्ण करण्यासाठी खानने आपली बदली त्याच वर्षीच्या सप्टेंबर महिन्यात नेदरलँडच्या डेल्फ तंत्र विद्यापीठात करून घेतली. या विद्यापीठाचे विज्ञान आणि अभियांत्रिकी विभाग चांगलेच नावाजलेले होते. खुद्द डेल्फ हे शहर अतिशय सुंदर होते. मध्ययुगात वसविण्यात आलेले हे शहर म्हणजे कालवे आणि काळ्या दगडांच्या पायवाटा यांचा मनोहारी मिलाफ होता. या शहराच्या ऐतिहासिक 'सिटी हॉल'मध्ये आपण विवाहबद्ध व्हावे, अशी हेन्रीची इच्छा होती, मात्र ते दोघेही परदेशी असल्याचे कारण देऊन तेथील अधिकाऱ्यांनी त्यास नकार दिला. त्या ऐवजी 'द हेग'मधील पाकिस्तानच्या दूतावासात एका छोटेखानी सोहळ्यात हा समारंभ करण्यात आला. खानच्या आप्तेष्टांना हॉलंडसारख्या दूर देशी येणे अशक्य होते, म्हणून तेथील राजदूतांनीच खानसाठी साक्षीदाराची भूमिका बजावली. नवविवाहितांच्या सन्मानार्थ दूतावासानेच चहापानाचा कार्यक्रम आयोजित केला होता, तर हेन्रीच्या घरच्यांनी स्वागत समारंभाचे आयोजन केले होते. हा विवाह झाला त्या वेळी खान सत्तावीस वर्षांचा, तर हेन्री एकवीस वर्षांची होती.

या दोघांनीही लवकरच आपापले स्वतंत्र जग निर्माण केले. वयाच्या सहाव्या वर्षापर्यंत हेन्री ऱ्होडेशियात राहिल्याने ती नेदरलँडमध्ये कधीच रमू शकली नाही. हे लग्न होईपर्यंत खान याने दोन वर्षे युरोपात काढली होती, बर्लिनमधील

त्याच्या कामगिरीवर तेथील अधिकारी खूश झाल्यानेच त्याला डेल्फमध्ये उच्च शिक्षणाची संधी मिळाली होती. मात्र तरीही त्याला तिथे घरच्यासारखे वाटत नव्हते. खान हा त्या काळात शांत स्वभावाचा होता आणि आपल्या अभ्यासात गढून गेलेला असायचा, असे त्यावेळचे त्याचे काही सहाध्यायी सांगतात. आपल्या बायकोच्या हातात हात घालून शहराच्या विविध भागांत भटकत राहायला त्याला नेहमीच आवडायचे, आणि अशावेळी कोणी त्याच्याविरुद्ध वांशिक स्वरूपाचे टोमणे मारले, तरी तो त्याकडे दुर्लक्ष करायचा असेही ते सांगतात. प्रथम त्याला आपला अभ्यासक्रम पूर्ण करून पदवी संपादन करायची असून युरोपमध्येच स्थायिक व्हायचे आहे, असे जणू सर्वांनी गृहीतच धरले होते. 'तो एक अत्यंत गंभीर असा विद्यार्थी होता, ज्याला 'खुशालचेंडू' म्हणतात तसा तो मुळीच नव्हता.' अशी आठवण त्या काळात त्याच्याबरोबर शिकणारा एक डच विद्यार्थी हेन्क स्लेबोज सांगतो.

खान त्या काळात आपल्या अभ्यासात इतका गुंतला होता की, त्याला राजकारणात लक्ष द्यायला फुरसतही नव्हती. परंतु १९६५मध्ये पाकिस्तानातील राजकीय आणि सामाजिक परिस्थिती इतकी रसातळाला गेली होती की, त्याकडे काणाडोळा करणे खानला शक्यच नव्हते. भारताचाच एक भाग असलेला काश्मीर प्रांत हिसकावून घेण्यासाठी पाकिस्तानने १९४८मध्ये त्या देशाशी युद्ध केले होते आणि त्यात सपाटून मारही खाल्ला होता, त्याचीच पुनरावृत्ती १९६५मध्ये झाली. याही वेळी पाकिस्तानने त्याच्या परीने जय्यत तयारी करून भारताशी सर्वंकष युद्धाला तोंड फोडले होते, मात्र पूर्वी प्रमाणेच त्याची डाळ शिजू शकली नाही. पाकिस्तानने काश्मिरच्या संदर्भात घेतलेल्या युद्धखोर धोरणावर सर्वच जगातून टीकेची झोड उठविण्यात आली. त्याच सुमारास डेल्फ विद्यापीठातील एका प्राध्यापकांनी पाकिस्तानचा निषेध करणारा एक माहितीपट तिथे दाखविला. हा माहितीपट पाहिल्यावर तर खानच्या अंगाचा तिळपापड झाला, त्याने सदर प्राध्यापकांना पत्रांवर पत्रे लिहिली आणि आपल्या देशाचे प्रतिकूल चित्र जगासमोर आणले जात असल्याचा आरोप केला. त्याने काही स्थानिक दैनिकांनाही पत्रे पाठवून आपल्या देशाचे एकांगी चित्र जगासमोर आणले जात असल्याची टीका केली.

काश्मीर युद्धात झालेला आपल्या देशाचा पराभव खानच्या अगदी जिव्हारी लागला, त्यामुळे तो भारताचा अधिकच दुस्वास करू लागला आणि त्याच्या पुढील आयुष्यात ज्या काही घटना घडणार होत्या, त्याबद्दलच्या पूर्वसूचना त्याच्या वर्तनातून आधीच जाणवायला लागल्या. हेन्नीने आता पाकिस्तानला भेट द्यायची वेळ आली आहे असे त्याला वाटू लागले, आणि पुढील वर्षीच त्याने तसा निर्णयही घेऊन टाकला. ती त्या देशात प्रथमच जाणार होती. त्याच्या या

निर्णयामागे दोन हेतू होते, एकतर त्याला हेन्नी आणि आपले कुटुंबीय यांची ओळख करून द्यायची होती आणि दुसरे म्हणजे आपल्याला पाकिस्तानाला कायमस्वरूपी परत जाता येईल का, याची चाचपणी करायची होती. सुरुवातीला, खान आणि हेन्नी यांनी परंपरागत मुस्लीम रिती-रिवाजांनुसार आणि इमामांच्या साक्षीने पाकिस्तानात पुन्हा एकदा विवाहबद्ध व्हावे, अशी त्याच्या आईची आणि भावजयांची इच्छा होती, मात्र खानने ही कल्पना धुडकावून लावताच हेन्नीने सुटकेचा निःश्वास टाकला. आता तुम्हाला मूल कधी होणार? हे प्रश्न हेन्नीचे नातेवाईक तिला वारंवार विचारत असत. त्यांची ही भुणभुण तिला सहन होत नसे, काहीवेळा तर तिला काहीसे नैराश्यही येत असे, मात्र ती तसे दाखवत नसे. आपल्याला मूल होणार की नाही, ही शंका तिला ग्रासून टाकत असे. त्यासाठी ती औषधोपचारही करून घेत होती. मात्र ही गोष्ट तिने त्यांच्यापासून लपवून ठेवली होती.

खान मात्र कराचीला परतल्यामुळे भलताच खूश होता, त्या मोठ्या कुटुंबात त्याचे दिवस मजेत चालले होते. त्याच्या आईला तर त्याला कुठे ठेवू आणि कुठे नको असे होऊन गेले होते. त्याला लहानपणापासून आवडणाऱ्या खाद्यपदार्थांची तिने घरात अक्षरशः रेलचेल केली होती. त्यांचे घर पक्वान्ने आणि सामिष पदार्थांच्या वासाने नुसते भरून गेले होते. आणि अशा या वातावरणातच खानचा पाकिस्तानात परत येऊन कायमस्वरूपी वास्तव्य करण्याचा निर्धार पक्का होत होता. तांत्रिकदृष्ट्या पाकिस्तान अद्यापी मागासलेला आहे याची त्याला जाणीव होती, म्हणूनच येथे परतून देशाच्या प्रगतीत मोलाची भर घालण्याचा आपला इरादा असल्याचे त्याने एकदा हेन्नीला विश्वासात घेऊन सांगून टाकले. मात्र त्याने कराचीच्या एका पोलादाच्या कारखान्यात नोकरीसाठी अर्ज करताच त्याला तेथून नकार देण्यात आला, तुमच्यापाशी पुरेशी शैक्षणिक पात्रता नाही, हे कारण त्याला देण्यात आल्यावर तर तो एकदम दिङ्मूढच झाला. अशा अवस्थेतच तो हेन्नीला घेऊन पुन्हा एकदा डेल्फला परतला. तिथे त्याने 'मेटालर्जी' विषयातील मास्टर्स ही डीग्री मिळवली. त्याच्या जोरावरच त्या विषयातील शिष्यवृत्ती मिळवून तो बेल्जियमच्या ल्यूवेन विद्यापीठात दाखल झाला.

ल्यूवेनमध्ये घालविलेले दिवस त्याच्या आयुष्याला एक वेगळीच दिशा देणारे ठरणार होते. कराचीत झालेला अपमान तो विसरू शकत नव्हता, त्याच आवेगात त्याने आता 'युरोपीय' बनण्याचा निर्धार केला. विद्यार्थी म्हणून खान हा 'चमकदार' या श्रेणीत कधीच मोडणारा नव्हता. म्हणूनच तो आपल्या विषयातील डॉक्टरेट संपादन करण्यासाठी जीव तोडून मेहनत करत होता. आपले हे उद्दिष्ट साध्य करण्यासाठी तो त्याचे मार्गदर्शक आणि मेटालर्जी विषयातील तज्ज्ञांवर

आपल्या अभ्यासाने ठसा उमटवत होता. एकदा तो आणि त्याचे गुरू, प्राध्यापक मार्टिन ब्रेबर्स, भौतिक मेटालर्जी या विषयावरील एका पुस्तकाचे संपादन करत होते. या पुस्तकात जगातील नामवंत शास्त्रज्ञांचे योगदान असावे, यासाठी खान याने त्याचा अत्यंत यशस्वीपणे पाठपुरावा केला होता. दरम्यानच्या काळात खानच्या संसाराला बहर येत होता. १९६८मध्ये हेन्नीला आपल्या शारीरिक कमतरतांवर मात करण्यात यश आले आणि त्या दोघांना मुलगी झाली, त्यांनी तिचे नाव 'दिना' असे ठेवले. पाकिस्तानी कुटुंबात मुलाचे महत्त्व हेन्नीला कळून चुकले होते, म्हणूनच दोन वर्षांनी ती जेव्हा पुन्हा गरोदर राहिली तेव्हा तिने खानला 'आता मुलगा अपेक्षित आहे का?' असा प्रश्न विचारला. त्यावर उत्तर देताना त्याने अशा गोष्टींनी आपल्याला फारसा फरक पडत नाही असे उत्तर दिले. यापुढे मुलगा किंवा मुलगी यांच्यापैकी काहीही झाले, तरी आपण दोन मुलांवरच थांबायचे असा निर्णय त्यांनी केला. तो आपल्या दिवसाचा बराचसा वेळ प्रयोगशाळेतच घालवत असे, मात्र घरी लवकर पोहोचून रात्रीचा स्वयंपाक करण्याची जबाबदारीही तो पार पाडत असे. तो स्वत:ला उत्तम आचारी समजत असल्याने लग्नानंतर त्याने ही कामगिरी आनंदाने पत्करली होती.

त्याच्या कामाच्या ठिकाणी जेव्हा कधी पाकिस्तानचा विषय निघे तेव्हा तो भरभरून बोलत असे. त्याला देशाचा अभिमान वाटायचा, कधीकधी तर भारतासारखे शेजारी किंवा पाश्चात्त्य देश पाकिस्तानला योग्य वागणूक देत नसल्याची तो तक्रारही करायचा, पण आपल्याला त्याच्यात कधीही 'आततायी राष्ट्रवादी' आढळला नाही, असे त्या वेळी ब्रेबर्स म्हणत असत. 'त्याचा एकूण परिस्थितीकडे पाहण्याचा दृष्टिकोन व्यापक होता, तो कोणत्याही देशात सहजतेने राहू शकला असता आणि मला वाटते, तो तेच करण्याच्या प्रयत्नात होता.' खानच्या आत कोठेतरी तो 'आततायी राष्ट्रवादी' तेव्हाही दबा धरून बसलेला असणार, मात्र त्याने त्या वेळी तरी आपले डोके वर काढले नव्हते आणि ब्रेबर्स यांचे निरीक्षणही लवकरच चुकणार होते.

खानने नव्या देशांशी, तेथील वातावरणाशी जुळवून घेण्याचे खूप प्रयत्न केले, मात्र असे असूनही त्याला आपल्या भूतकाळाला पूर्णपणे गाडणे कधीच जमले नाही. त्याच्या दृष्टीने 'पाकिस्तान' हे केवळ इतिहासाचे एक पान किंवा एखादे सहज विसरून जावे असे प्रकरण नव्हतेच, तो म्हणजे त्याच्यासाठी एक रक्तरंजित असा अध्याय होता. १९७१मध्ये त्याच्या 'मेटालर्जी' या विषयावरील प्रबंधाचे काम पूर्ण होत असतानाच दूरचित्रवाणीवरून दाखविण्यात येणारी दृश्ये त्याला व्यथित करत होती, ती हिंसक दृश्ये पाहून त्याचे त्याच्या अभ्यासाकडे दुर्लक्ष होत असे. भारताची फाळणी झाल्यावर पाकिस्तानचे पूर्व आणि पश्चिम

असे दोन भागात विभाजन करण्यात आले होते. त्या देशाच्या राजधानीचे शहर असलेले 'इस्लामाबाद' हे शहर पश्चिमेकडे होते, त्यामुळे पूर्वेकडील नागरिकांच्या मनात सतत आपल्याला डावलले जातेय, अशी भावना वाढीस लागली होती. अशा कृत्रिम विभाजनामुळे दोन्हीकडील राजकीय अवस्था बिकट झाली होती आणि ती दिवसेंदिवस चिघळत होती. त्याच दरम्यान पूर्व भागात विभाजनवादी मुस्लीम तत्त्वे जोर धरू लागली होती. या सर्वांचा एकदाचा सोक्षमोक्ष लावण्याच्या हेतूने लष्कराने तिथे जोरदार कारवाईस सुरुवात केली. पूर्व आणि पश्चिम या पाकिस्तानच्या दोन्ही विभागांच्या मधोमध भारत येत असल्याने परिस्थिती अधिकच जटील झाली होती. त्या वर्षाच्या उत्तरार्धात पाकिस्तानच्या लष्कराने पूर्व विभागात जोरदार मुसंडी मारली. त्याचा परिणाम म्हणून तिथे हिंसक कारवायांचा कडेलोट झाला, त्यात हजारो पूर्व पाकिस्तानी नागरिक ठार झाले, तर लाखो बेघर नागरिकांनी जवळच्या भारतात आश्रय घेतला. याच बेघर नागरिकांनी भारतातच आपला तळ तयार केला आणि तेथूनच पाकिस्तानच्या लष्कराविरुद्ध प्रत्युत्तरादाखल हल्ले करायला त्यांनी सुरुवात केली. हे हल्ले परतवून लावण्यासाठी जेव्हा पाकिस्तानच्या लष्कराने प्रतिहल्ले करण्याची तयारी केली, तेव्हा त्याला त्याच्या सर्वार्थाने दसपट मोठ्या असलेल्या शेजाऱ्याचा म्हणजे भारताचा पुन्हा एकदा सामना करावा लागला. पाकिस्तानला पुन्हा एकदा भारताशी सर्वंकष युद्धाला तोंड द्यावे लागले. भारतीय सैन्याने केवळ संख्येच्या बळावरच नाहीतर व्यूहात्मक चतुराईने पाकिस्तानचा अत्यंत लाजिरवाणा पराभव केला. परिणाम व्हायचा तोच झाला, पाकिस्तानच्या लष्कराने त्या वर्षीच्या डिसेंबर महिन्यात शरणागती पत्करली. भारताने पाकिस्तानशी शस्त्रसंधी करण्याची तयारी दर्शवली, मात्र त्याच वेळी अनेक अटीही लादल्या, पाकिस्तानच्या दृष्टीने त्यापैकी सर्वांत नामुश्कीची अट होती, ती म्हणजे त्याने पूर्व विभागापासून कायमची फारकत घेण्याची. ती मान्य करण्याशिवाय पाकिस्तानपुढे पर्यायच नव्हता आणि त्यातूनच बांगलादेश या नव्या देशाची निर्मिती झाली.

भारताचे सैनिक आपल्या सैनिकांना लाथाबुक्क्यांनी अक्षरश: तुडवत असल्याची दृश्ये खान दूरचित्रवाणीवर पाहत होता. ती दृश्ये त्याच्या डोळ्यांसमोरून हलत नव्हती. त्यांनी जेव्हा भारतीयांसमोर गुडघे टेकले, तेव्हा तो धाय मोकलून रडला. त्याच्या बालपणीच्या स्मृती पुन्हा जागृत झाल्या, त्याने अल्लाकडे प्रार्थना केली आणि आपल्या देशाचे रक्षण करण्याची विनंती केली. पाकिस्तान या एकमेव मुस्लीम देशाला भारत नामोहरम करत असून तेथील नागरिकांचा निर्वंश करण्याचा त्या देशाने चंग बांधला असल्याच्या खानच्या समजुतीला या घटनांमुळे जणू पुष्टीच मिळाली. आपली जर मदत होणार असेल तर ती आपण करायला हवी,

मात्र आपल्या देशावर अशी लज्जास्पद वेळ येऊ देता कामा नये, अशी प्रतिज्ञाच त्याने त्या वेळी मनातल्या मनात केली. त्यानंतर कित्येक वर्षांनी लिहिलेल्या त्याच्या चरित्रात त्या वेळच्या भावना काहीशा अतिरंजित शब्दांत मांडताना लेखक म्हणतो, 'पाकिस्तानला भविष्यात अशा असहाय्य वेदनांचा सामना कदापी करावा लागू नये, याचाच तो त्या वेळी सतत विचार करत असे.'

१९७१च्या युद्धाने खानच्या विचारसरणीतच बदल घडवून आणला. त्याने 'युरोपीय नागरिक' बनण्याची कल्पना सोडून दिली आणि त्याचे रूपांतर 'एक देशभक्त पाकिस्तानी' असे झाले. त्याने मनोमन तसा निर्णयच करून टाकला. डॉक्टरेटचा अभ्यासक्रम पूर्ण झाल्या-झाल्या त्याने आपल्या देशात नोकरी मिळविण्यासाठी अर्ज करण्याचा सपाटा लावला, त्याने असे अर्ज केलेल्या ठिकाणांत पाकिस्तानातील पोलाद उद्योगापासून ते सरकारी खाती आणि शैक्षणिक संस्थांचा समावेश होता. मात्र कोणतेही सबळ कारण न दाखवता त्याच्या बहुतेक सर्वच अर्जांना वाटाण्याच्या अक्षता लावण्यात आल्या. त्यामुळे तो पुरता नाउमेद झाला आणि काहीसा गोंधळूनही गेला. पदरी दोन मुले आणि बायको असताना त्याला पाकिस्तानमधून काहीतरी संधी चालून येईल, याची वाट पाहत बसणे परवडण्यासारखे नव्हते, म्हणूनच काहीशा नाराजीने त्याने युरोपातील उद्योग आणि विद्यापीठांतही नोकरीसाठी प्रयत्न सुरू केले. पण तिकडूनही त्याला नकारघंटाच ऐकाव्या लागल्या.

तो १९७१चा वसंत ऋतू होता. खान, त्याचा मित्र आणि सहाध्यायी हेन्क स्लोबोज याच्याशी गप्पा मारत बसला होता. खानवर त्याच्या कुटुंबाची जबाबदारी होती आणि दैनंदिन खर्चाची तोंडमिळवणी करताना त्याची पुरती दमछाक होत होती. ॲम्स्टरडॅमच्या एफडीओ या उच्च तंत्रज्ञानाचे संशोधन करणाऱ्या एका संस्थेत एक जागा रिकामी असल्याचे आपण ऐकले आहे, असे स्लोबाजने त्याला सांगितले. ही संस्था डच सरकारसाठी सेंट्रिफ्युजेसचे प्रारूप विकसित करत आहे अशी माहितीही त्याने खानला दिली. अतिगतिमान अशा कोणत्याही धातूची स्वतःभोवती चक्राकार फिरताना होणारी झिज कशी टाळता येईल आणि त्यावर कोणत्या उपाययोजना करता येतील, याच विषयात खान याने संशोधन करून डॉक्टरेटही संपादन केली असल्याने या जागेसाठी जणू तो नैसर्गिक दावेदार ठरत होता. त्याने तातडीने एफडीओकडे आपला अर्ज पाठवून दिला. आणि सोबत ब्रेबर्सचे एक प्रभावशाली असे शिफारसपत्रही जोडले. काही दिवसांतच त्याला उत्तर आले, त्याला तिथे नोकरी मिळाली होतीच, पण ताबडतोब हजर राहण्याचा सल्लाही देण्यात आला होता. नेदरलँड म्हणजे काही पाकिस्तान नव्हते आणि खानवर त्याचा देश वाचविण्याची जबाबदारीही नव्हती, मात्र ही नोकरी मिळाल्यास

तो आपल्या कुटुंबाचे पालनपोषण करू शकणार होता.

खानला कदाचित एफडीओमध्ये नोकरी मिळू शकली नसती, निदान ज्या जागेसाठी त्याने अर्ज केला होता; ती नोकरी तरी त्याला सहजासहजी मिळू शकली नसती, कारण या संस्थेत आणि त्यातही विशेष करून सेंट्रिफ्युजेस विभागात काम करणाऱ्या प्रत्येकाचा पूर्वेतिहास काटेकोरपणे तपासण्यात यावा असा कडक नियम युरेन्कोच्या संस्थापक देशांनी केला होता आणि त्याची अंमलबजावणीही होत होती. युरेन्को जो प्रकल्प राबवित होती, तिचे स्वरूप अत्यंत गोपनीय असे होते आणि युरेन्कोच्या ब्रिटन, डच आणि जर्मन या देशांतील संशोधकांव्यतिरिक्त ते कोणालाही समजू नये असे त्यांचे धोरण होते. बरे हे कडक नियम फक्त उच्चपदस्थ अधिकाऱ्यांनाच लागू होते अशातलाही भाग नव्हता, एफडीओत कोणत्याही पदावर आणि कोणत्याही खात्यातील कर्मचाऱ्याची पार्श्वभूमी कठोर निकष लावून तपासून पाहण्यात येत असे. शिवाय युरेन्कोच्या तिन्ही सदस्य देशांच्या आढावा समितीने हिरवा कंदील दाखविल्याखेरीज कर्मचाऱ्याची नियुक्ती होत नसे. पण खानचे सुदैव असे की, त्याने अर्ज दाखल केला तेव्हा युरेन्कोला कर्मचारी भरतीची अत्यंत घाई झाली होती, त्यामुळे त्याच्या अर्जाची छाननीही प्रशासकीय गोंधळात झाली, त्याचा पूर्वेतिहास फारशा गांभीर्याने तपासण्यात आलाच नाही, एवढेच नाहीतर त्याचा अर्जही आढावा समितीकडे पाठविण्यात आला नाही. त्याला युरेन्कोच्या सुरक्षा यंत्रणेकडून खऱ्या अर्थाने 'ना हरकत पत्र' मिळालेच नाही आणि मिळाले ते केवळ एक औपचारिकतेचा भाग म्हणूनच. जेव्हा त्याचा अर्ज डच सरकारकडे छाननीसाठी पाठविण्यात आला तेव्हा तो संस्थेतील सेंट्रिफ्युजेस विभागात काम करणार नसल्याचे विशेषत्वाने नमूद करण्यात आले होते. साहजिकच काही विशेष 'प्रतिबंधित' विभाग वगळता तो कोठेही मुक्तपणे संचार करू शकणार होता. याच अर्जाला जोडून एफडीओने संबंधित मंत्रालयाला असेही कळवले की, खान याची पत्नी डच असून त्यानेही डच सरकारकडे नागरिकत्वासाठी अर्ज दाखल केला आहे. या सर्वांचा परिणाम असेल किंवा डच सरकारमधील प्रशासकीय गोंधळाचा हा परिपाक असेल किंवा खानने जी खोटी माहिती दिली होती त्याचा उपयोग झाला असेल, पण खानला ती नोकरी मिळाली. खान आपल्या कामाच्या दरम्यान 'प्रतिबंधित' क्षेत्र वगळता कोठेही संचार करू शकतो, असे सरकारने कळविण्यापूर्वीच तो आपल्या 'कामाला' लागलाही होता.

मुस्लिमांची युती

दि*नांक २४ जानेवारी, १९७२. पाकिस्तानचे* नेते झुल्फिकार अली भुट्टो एका ब्रिटिशकालीन हवेली बाहेर उभारण्यात आलेल्या शामियान्याखाली उभे होते. त्यानंतर केवळ पाचच दिवसांनी त्यांची पाकिस्तानच्या लष्कराकडून देशाच्या अध्यक्षपदी नियुक्ती होणार होती. त्यांच्या समोरच्या रांगा पाकिस्तानच्या अतिशय उच्च पदस्थ लष्करी अधिकाऱ्यांनी आणि शास्त्रज्ञांनी भरून गेल्या होत्या. इस्लामाबाद या राजधानीच्या शहरापासून सुमारे २५० किलोमीटर अंतरावर वसलेल्या मुल्तान या शहरात हे सर्व जमले होते. भारताच्या सीमेपासून जवळच असलेले हे शहर लष्करीदृष्ट्या महत्त्वाचे मानले जाते. भुट्टो आणि तिथे जमलेल्या सर्वांनाच कमालीची गोपनियता बाळगून विशेष विमानांनी पाचारण करण्यात आले होते. भुट्टो यांच्या एकूण नाट्यमय जीवनशैलीचे तेथील वातावरणावर प्रतिबिंब पडल्याचे जाणवत होते. जमलेल्या सर्वांच्या मनातील देशभक्तीला त्यांचे शब्द चेतवित होते.

आपल्या देशाचा स्वत:चा असा अणूबॉम्ब असावा, आपणही आपल्या शेजारी असलेल्या शत्रूराष्ट्राच्या पंक्तीत जाऊन बसावे, असे स्वप्न हा नवा नेता गेली अनेक वर्षे उराशी बाळगून होता. देशापासून तुटून निघालेल्या पूर्व पाकिस्तानातून 'बांगला देश' या नव्या देशाची नुकतीच निर्मिती झाली होती. भुट्टोंना या लाजिरवाण्या प्रसंगाची पुनरावृत्ती टाळायची होती, तसा त्यांनी जणू निर्धारच केला होता. कारण बांगला देशाच्या निर्मितीमुळेच त्यांच्या गळ्यात अध्यक्षपदाची माळ पडली होती आणि ती त्यांना सहजासहजी गमवायची नव्हती. १९६०च्या दशकातच त्यांनी आपल्या मनातील 'इस्लामी बॉम्ब'ची कल्पना आपल्या सहकाऱ्यांकडे बोलून दाखवली होती, त्या वेळी ते पाकिस्तानचे ऊर्जामंत्री होते. त्यानंतर १९६७मध्ये लिहिलेल्या आत्मचरित्रातही त्यांनी इस्लामी बॉम्बच्या कल्पनेचा केवळ पुनरुच्चारच नाही, तर समर्थनही केले होते. त्यांनी असे म्हटले होते : 'सद्यकालातील सर्व युद्धे सर्वंकष स्वरूपाची झाली आहेत, 'सर्वंकष युद्ध' या संकल्पनेवरच सर्व

युरोपियन देश आपली रणनीती ठरवत आहेत, यापुढे पाकिस्तावर युद्ध लादले गेलेच तर तेही याच स्वरूपाचे असेल असे आपण गृहीत धरून चालले पाहिजे, म्हणूनच आपण आपली भविष्यकालीन युद्धनिती ठरवित असताना कशाचीही कमतरता ठेवता कामा नये आणि त्यासाठीच आपल्यापाशी 'अणूबॉम्ब' असणे आवश्यक आहे.' पाकिस्तानने अणूबॉम्ब तयार केला, तर त्याच्या खर्चाचा ताण पारंपरिक युद्ध सामग्रीच्या निर्मितीवर पडेल, असे कारण पुढे करत तत्कालिन लष्करी अधिकाऱ्यांनी भुट्टो यांची कल्पना फेटाळून लावली होती. पण सत्तेवर आरूढ होताच त्यांनी आपल्या या कल्पनेचा जोरदार पुरस्कार करण्याचे ठरवले.

मुल्तानमधील त्या शामियान्यात त्यांनी आपल्या भाषणाला भारदस्तपणे सुरुवात केली. त्याच भारदस्त आवाजात त्यांनी भारताने केलेल्या नामुश्कीपूर्ण पराभवाचे वर्णन केले आणि शेवटी आपली गेलेली पत परत मिळविण्याचा निर्धार व्यक्त केला. लष्करीदृष्ट्या आपल्यापेक्षा वरचढ असलेल्या भारतावर वचक ठेवायचा असेल तर अणूबॉम्बला पर्याय नाही, आपण ही कल्पना प्रथम मांडली तेव्हा ती सर्वांनीच धुडकावून लावली होती, याची आठवण उपस्थितांना करून देऊन; आता मात्र ती वेळ आली आहे, असे प्रतिपादन त्यांनी केले. एका लाजिरवाण्या पराभवानंतर देशाने अध्यक्षपद आपल्या हाती दिले असून देशाचे भवितव्य उज्ज्वल करण्याची जबाबदारी आपल्यावर आहे,असे सांगून त्यांनी पाकिस्तानची संरक्षण सिद्धता वाढविण्यासाठी आपण अणूबॉम्ब सज्ज असलेच पाहिजे असे ठासून सांगितले. हे भाषण करताना भुट्टोंचा आवाज क्षणोक्षणी वाढत होता. शेवटी त्या काहीशा भारावलेल्या श्रोत्यांकडे पाहून त्यांनी आवाहन केले – 'येथे आज उपस्थित असलेले तुम्ही सर्व जण 'तो' – अणूबॉम्ब – माझ्यासाठी आणि पाकिस्तानसाठी बनविणार आहात.'

भुट्टो यांनी केलेल्या मागणीचे गांभीर्य, त्याची व्यापकता आणि संभाव्य धोकेही या सर्वांचीच पुरती जाणीव असलेले काही जण त्या शामियान्यात उपस्थित होते. त्यांच्यापैकी अब्दुस सलाम यांनी इटलीमध्ये भौतिक विज्ञानाच्या क्षेत्रात मोलाचे काम केले होते आणि अण्वस्त्र निर्मिती करताना येणाऱ्या अनेक अडचणींची त्यांना पूर्णपणे माहिती होती. व्हिएन्नातील 'आंतरराष्ट्रीय अणुऊर्जा संघटने'त (आयएईए) एका वरिष्ठ पदावर काम करून नुकतेच पाकिस्तानात परतलेले मुनिरखान यांनाही अणूतंत्रज्ञान प्राप्त करताना येणाऱ्या अडथळ्यांची कल्पना होती. पाकिस्तानाचा अणुऊर्जा आयोग ज्यांनी उभारला ते आय. जे. उस्मानीही तिथे हजर होते. अण्वस्त्र उभारणीसाठी आवश्यक असलेले तंत्रज्ञान आणि कौशल्य आपल्यापाशी नाही, हे माहीत असलेल्या उस्मानी यांनी भुट्टोंनी अणूबॉम्बचा दुराग्रह सोडून द्यावा यासाठी अनेकवार प्रयत्न केले होते.

मात्र कटू पूर्वानुभव आणि नैराश्य यांच्या पोटी जन्माला येणाऱ्या अतिउत्साहाला

आवरणे कोणालाच जमत नाही आणि नेमका या गोष्टीचाच अनुभव त्या शामियान्यात येत होता. तिथे जमलेल्या कनिष्ठ अधिकाऱ्यांवर आणि नवख्या शास्त्रज्ञांवर भुट्टोंच्या भावनिक आवाहनाने जणू गारूड घातले होते. पाकिस्तान या नव्याने जन्मलेल्या देशाच्या इतिहासात एक नवा अध्याय सुरू होत असून त्या क्षणाचे आपण एक साक्षीदार असल्याच्या भावनेने अनेकांच्या डोळ्यांत अश्रू तरळत होते. त्या ठिकाणी उपस्थित असलेल्या मान्यवर लष्करी अधिकाऱ्यांना आणि शास्त्रज्ञांना भुट्टो हे एखाद्या देवदूतासारखे भासत होते, कारण एका पराभूत राष्ट्राचे ते केवळ सांत्वनच करत नव्हते, तर एका जेत्या देशाला शिक्षा देण्याची भाषा करत होते. भुट्टो यांचे आवाहन कल्पनातीत आणि धोकादायकही होते आणि याची जाणीव असूनही ते स्वीकारण्याची अनेकांची तयारी होती. या घटनेचे वर्णन भुट्टोंचे तेव्हाचे माध्यम सचिव खालिद हसन यांनी नंतर कित्येक वर्षांनी केले आहे. ते म्हणतात, 'त्या वेळी भुट्टो यांचा करिश्माच अजब होता, त्यांनी आपल्या भाषणाने सर्वांनाच हलवून टाकले. टाळ्यांच्या गजरात त्यांनी त्या नेत्याचे अभिवादन केले. भुट्टो यांच्यावर आमचा पूर्ण विश्वास आहे आणि ते म्हणतील ते करण्याची आमची तयारी आहे, अशा शब्दांत सर्वच जण आपल्या नेत्याला आश्वस्त करत होते.'

नंतर त्यांनी एखाद्या प्रोटेस्टंट पंथाच्या धर्मगुरूच्या थाटात चर्चमध्ये जमलेल्या भक्तांकडे एक कटाक्ष टाकला आणि आवेशात पण एक प्रकारच्या आर्जवी सुरात विचारावे त्याप्रमाणे उपस्थितांना प्रश्न विचारला, 'तुम्ही मला 'तो' अणूबॉम्ब देऊ शकाल?'

'हो-हो नक्कीच आम्ही तुमची इच्छा पूर्ण करू,' त्यांनी एका सुरात उत्तर दिले.

'या सर्वाला किती वेळ लागेल?' भुट्टो यांनी पृच्छा केली.

या प्रश्नामागचे प्रखर वास्तव सर्वच जण जाणून होते, त्यामुळेच तिथे एक प्रकारची विचित्र शांतता पसरली. अणूबॉम्बचे नारे देणे, ही एक वेगळी गोष्ट होती आणि अत्यंत किचकट अशा आधुनिक तंत्रज्ञानाला वश करून घेऊन तो प्रत्यक्षात आणणे ही सर्वस्वी वेगळी बाब होती. त्या शामियान्यात कुजबुज सुरू झाली, दबक्या आवाजात शंका विचारल्या जाऊ लागल्या. भुट्टो यांनी दिलेल्या आवाहनावर गांभीर्याने विचार करणाऱ्यांनी असा 'बॉम्ब' तयार करण्यासाठी लागणारे वैज्ञानिक आणि तांत्रिक ज्ञान आपल्यापाशी मुळात आहे काय, अशी विचारणा केली, तर काही जणांनी आपली उपलब्ध सामुग्री आधीच अपुरी असताना अशा प्रकारचा महाकाय प्रकल्प आपल्याला आर्थिकदृष्ट्या परवडण्यासारखा आहे काय? या मूळ प्रश्नालाच हात घातला. अमेरिकेच्या कृपेने त्या वेळी पाकिस्तानच्या रावळपिंडी या शहरात एकमेव अणुप्रकल्प होता, तोही अणुभट्टीच्या

स्वरूपात. आपल्या 'शांततेसाठी अणू' या योजनेंतर्गत तो अमेरिकेकडूनच उभारण्यात आला होता. दुसरी एक अणुभट्टी कॅनडा उभारून देत होती, पण तो प्रकल्प उभारतानाच कॅनडाने त्यावर 'आयएईए'चे नियंत्रण असेल अशी पूर्वअट लादली होती. अण्वस्त्र तयार करायचे असेल तर त्यासाठी हजारोंनी प्रशिक्षित तंत्रज्ञ आणि त्या बरोबरच जगातील अत्याधुनिक तंत्रज्ञान हाताशी असणे गरजेचेच होते. शून्यातून त्याची सुरुवात करायची ठरविल्यास त्यासाठी अब्जावधी डॉलर्स लागणार होते आणि त्याला वेळही खूपच लागणार होता.

मुल्तानमध्ये जमलेल्यांपैकी काही वरिष्ठ अधिकारी असे होते, जे भुट्टो यांना हा प्रचंड आकाराचा प्रकल्प किती वेळखाऊपणाचा तसेच आर्थिकदृष्ट्या अव्यवहार्य आहे, हे पटवून देऊ शकले असते. अशा प्रकारचा प्रकल्प उभारण्यासाठी लागणारी पायाभूत वैज्ञानिक यंत्रणा आणि पैसा या दोन्ही बाबतीत आपली बाजू लंगडी आहे, हे सांगणारेही तिथे जमलेल्यात होते. पण त्याआधीच भावनेने तर्कशास्त्रावर मात केली होती. अचानक एक माणूस आपल्या जाग्यावरून ताडकन उठला आणि त्याने भुट्टो यांचे आव्हान स्वीकारले.

'हे केवळ पाच वर्षांत आपल्याला पूर्ण करता येणे शक्य आहे,' तो म्हणाला.

'तीन वर्षे! मला तो केवळ तीन वर्षांत तयार करून हवाय,' भुट्टोंनी त्याला प्रतिआव्हान दिले.

तेवढ्यात सिद्दिक ए. बट नावाचा तरुण भौतिकतज्ज्ञ ओरडला, 'होय, तुमची मागणी फक्त तीन वर्षांत पूर्ण करता येणे शक्य आहे.'

त्या दोघांकडे मोठ्या अभिमानाने स्मित करून पाहात ते प्रेक्षकांकडे वळले आणि त्यांनी आश्वासन दिले की, या प्रकल्पाला लागणारा पैसा आणि तंत्रज्ञान मिळविण्यासाठी आपण अख्खे जग पालथे घालू, पण कोणत्याही परिस्थितीत आपले स्वप्न प्रत्यक्षात आणू. त्यानंतरचा घटनाक्रम वेगाने घडत गेला. उस्मानी यांची पाकिस्तानच्या अणुऊर्जा आयोगाच्या अधिकारीपदावरून हकालपट्टी करण्यात आली आणि त्यांच्या जागी मुनिरखान यांची नियुक्ती झाली. सलाम यांनी अण्वस्त्रसज्जतेच्या एकूण कार्यक्रमालाच तीव्र विरोध दर्शविला आणि देश सोडणे पसंत केले. १९७४मध्ये ते लंडनच्या इंपिरियल कॉलेजमध्ये रूजू झाले, त्यानंतर त्यांनी इटलीच्या त्रिस्त येथील 'इन्टरनॅशनल सेंटर फॉर थिओरेटिकल फिजिक्स'मध्ये भरीव काम केले आणि त्यांच्या या कामाची पावती म्हणून त्यांना १९९७मध्ये भौतिकशास्त्राचे नोबेल पारितोषिक देऊन गौरविण्यात आले.

भुट्टो यांना त्यांच्या बॉम्बच्या निर्मितीसाठी लाखो डॉलर्सची आवश्यकता होती,

पण त्यांचा देश गरीब होता, म्हणूनच मुल्तानमधील बैठकीनंतर त्यांनी वीस देशांचा झंझावाती दौरा केला. या त्यांच्या दौऱ्यात प्रामुख्याने मध्य पूर्वेकडील देशांचा समावेश होता. याच दौऱ्यादरम्यान त्यांनी इराण, सौदी अरेबिया आणि इजिप्त या देशांनाही धावत्या भेटी दिल्या. या दौऱ्यात पाकिस्तानच्या या नेत्याने आपल्या मित्र देशांकडे आर्थिक मदतीची मागणी केली. या वेळी त्याच्यासोबत असलेले हसन यांनी म्हटले आहे की, 'भुट्टो जणू 'इस्लाम बचाव'चा नारा देत फिरत होते.' या दौऱ्यात त्यांनी भेट घेतलेल्या नेत्यांत लिबियाचे अध्यक्ष कर्नल मोअम्मर गडाफी यांचा समावेश होता. याच क्रांतीकारी नेत्याने १९६९मध्ये आपल्या देशात लष्करी बंड घडवून आणून वयाच्या सत्ताविसाव्या वर्षी सत्ता काबीज केली होती आणि देशात अत्यंत कठोर अशी हुकूमशाही राजवट प्रस्थापित केली होती. उत्तर अफ्रिकेतील विस्तीर्ण वाळवंटातील या नेत्याच्या डोळ्यांत गुर्मी आणि राक्षसी महत्त्वाकांक्षा यांची झाक सतत दिसायची. तेल विक्रीच्या पैशांतून तो आंतरराष्ट्रीय दहशतवादाला बेगुमानपणे खतपाणी घालत होता. लिबियाला प्रादेशिक महासत्ता बनवणे, हे त्याचे स्वप्न होते. चीनकडून बॉम्ब खरेदी करण्याचा त्याने याआधीही प्रयत्न केला होता, पण त्यात त्याला यश आले नव्हते. भुट्टोंच्या प्रस्तावाने तो काहीसा उत्तेजित झाला.

अर्थात भुट्टोंच्या प्रस्तावात स्वारस्य असलेला तो काही एकटाच नेता नव्हता, पाकिस्तानमध्ये तयार होणाऱ्या या बॉम्बला संपूर्ण मुस्लीम जगताकडून व्यापक पाठिंबा होता. तेलसंपन्न पण राजकीयदृष्ट्या अत्यंत अस्थिर अशा अरब जगात अणूबॉम्ब तयार होण्याची कल्पना पाश्चात्त्य आणि त्यातही विशेष करून इस्रायलच्या पचनी पडण्यासारखी नाही, या वास्तवाचे भान त्या भागातील नेत्यांना होते. मात्र पाकिस्तानने अणूबॉम्ब केल्यास त्याकडे वेगळ्या नजरेने पाहिले जाण्याची शक्यता होती. कारण त्या देशाचा शेजारी असलेला शक्तिशाली भारत आधीच अण्वस्त्रसज्ज होता, त्याला तोंड देण्यासाठीच पाकिस्तान आपला स्वत:चा अणूबॉम्ब करत आहे, असे त्याचे समर्थन होऊ शकले असते. कदाचित त्यामुळेही या बॉम्बला आंतरराष्ट्रीय विरोध कमी होण्याची एक शक्यता होती. मात्र असा बॉम्ब तयार होऊ नये यासाठी प्रचंड दबाव येणार हे गृहीतच धरण्यात आले होते. त्याच वेळी भारत वगळता पाकिस्तानला अन्य कोणत्याही देशापासून हल्ल्याचा धोका नव्हता, म्हणूनच त्या देशाने बचावात्मक पवित्रा घेणेही समर्थनीय ठरणार होते.

भुट्टोंना मदतीसाठी फार वेळ वाट पाहावी लागली नाही. १९७३मध्ये आंतरराष्ट्रीय बाजारपेठेत तेलाचे भाव अक्षरश: गगनाला भिडले. या अचानक मिळालेल्या संधीचा भुट्टो यांनी नेमका फायदा घेण्याचे ठरविले. आणि त्यासाठी एका 'इस्लामिक शिखर परिषदे'चे आयोजन केले. खरे तर ही परिषद म्हणजे एक प्रकारचा बुरखाच होता.

या परिषदेसाठी त्यांनी लाहोर हे आपल्या देशातील ऐतिहासिक आणि निसर्गसंपन्न शहर निवडले. लाहोरचा विटा आणि चुन्याचे बांधकाम असलेला किल्ला भारतीय उपखंडावर एकेकाळी निरंकुश सत्ता गाजविलेल्या मोगल साम्राज्याच्या गतवैभवाची आठवण करून देणारा होता. या परिषदेसाठी सुमारे सदतीस मुस्लीम देशांचे प्रमुख हजर होते, काही जणांच्या दृष्टीने तर ही परिषद म्हणजे एका नव्या युगाची नांदीच होती. त्याच्या काही महिने आधीच झालेल्या युद्धात आपल्या नव्या तंत्रज्ञाच्या जोरावर अरबांनी इस्रायलला खडे चारून आपले यशस्वी शक्तिप्रदर्शन करून दाखवले होते. आणि उपस्थितांपैकी बऱ्याच देशांच्या नेत्यांचे नव्याने सापडलेल्या तेल भांडारांमुळे खिसेही गरम झाले होते. पाकिस्तानकडे तेलाचे साठे नव्हते, पण भुट्टोंनी या नव्या खेळात आपल्या देशासाठी एका वेगळ्याच भूमिकेची आधीच निवड करून ठेवली होती. जगभरातील ज्यू आणि त्यांचे पाश्चात्त्य पाठीराखे यांना अद्दल घडविण्यासाठी श्रीमंत अरब देशांनी पुढाकार घ्यावा आणि हा लढा लढणाऱ्या गरीब देशांना मदत करावी असा प्रस्ताव त्यांनी या व्यासपीठावरून मांडला. जागतिक महासत्तांचा मुकाबला करावयाचा असेल, तर आपला देश त्यात आघाडीवर असेल आणि तो तसा करणे हे आपले एक स्वप्न आहे, असेही त्यांनी या वेळी सांगितले. मात्र त्यासाठी आधी आपल्या देशाला अण्वस्त्रसज्ज व्हावे लागेल, अशी पुष्टीही त्यांनी जोडली.

परिषदेला उद्देशून ते म्हणाले, 'पाश्चात्त्यांच्या सहानुभूतीच्या बळावर इस्रायलने चांगलेच बाळसे धरले आहे, हिंसाचाराच्या जोरावर त्याची झपाट्याने वाढ होत आहे आणि आक्रमक भूमिकेतून तो आपले हातपाय पसरत चालला आहे. इस्रायलच्या बाजूने आतापर्यंत झुकणारे हे पारडे आपल्या बाजूला झुकवायचे असेल, तर तेलातून मिळणारा पैसा आणि आपली लष्करी ताकद पणाला लावण्यासाठी हीच वेळ योग्य आहे. असे झाले तर इस्लामी राष्ट्रांच्या दृष्टीने ती एक नवी पहाट असेल.'

पाकिस्तानच्या अणूबॉम्बचे स्वप्न प्रत्यक्षात आणायचे असेल, तर लिबियाला गोंजारले पाहिजे याची पुरी कल्पना असलेल्या भुट्टोंनी गडाफींचा विशेष उल्लेख आपल्या भाषणात केला. आपल्या प्रेक्षकांना नाट्यपूर्ण धक्के देणे, हे या दोन्ही नेत्यांचे वैशिष्ट्य असले तरी त्याच्यातील विसंगतीही ठळकपणे नजरेत भरणारी अशीच होती. भुट्टोंचा जन्म एका खानदानी घराण्यात झाला होता, कॅलिफोर्नियातील बर्कले विद्यापीठातून त्यांनी पदवी घेतली होती आणि ऑक्सफर्ड विद्यापीठात त्यांनी कायद्याचा अभ्यास केला होता. याउलट गडाफी यांचा जन्म एका गरीब बदायुं कुटुंबात झाला होता, लिबियाच्या राजाला लष्कराच्या मदतीने त्यांनी पदच्युत केले होते आणि १९६९च्या केवळ पाच वर्षे आधी त्यांनी 'कर्नल' या

पदापर्यंत मजल मारली होती. लिबियाच्या या सर्वशक्तिमान नेत्याच्या आणि आपल्या नव्या मित्राच्या गौरवार्थ भुट्टोंनी पाकिस्तानच्या सर्वांत मोठ्या क्रिकेट मैदानाचे नाव 'गडाफी स्टेडियम' असे ठेवले. कॅनडाच्या मदतीने उभारण्यात येत असलेल्या कराचीतील अणुभट्टीचे काम पुरे होत आले होते, तिचे आणि आपल्या लष्करी सामर्थ्याचे दर्शन घडवून आणण्यासाठी भुट्टोंनी एका खास सहलीचे आयोजन केले होते. भुट्टोंचे हे प्रणयाराधन फलद्रूप झाले.

त्यांच्या अणूबॉम्बला मदत करायला गडाफी तयार झाले. 'कराचीच्या शिखर परिषदेदरम्यान गडाफी आणि आपल्यात चर्चेच्या अनेक फेऱ्या झाल्या आणि त्यात प्रामुख्याने अण्वस्त्रावरच भर देण्यात आला होता. अणूबॉम्ब तयार करण्यासाठी जेवढे पैसे लागतील ते देण्याची आपली तयारी आहे, मात्र त्या बदल्यात लिबियालाही अणूबॉम्ब तयार करण्यास पाकिस्तानने मदत करावी अशी अपेक्षा गडाफीने व्यक्त केली होती.' पाकिस्तानचे एक माजी राजनैतिक अधिकारी आणि पत्रकार मोहंमद बेग यांनी ही माहिती लिहून ठेवली आहे. त्यानंतर दोन महिन्यांच्या आतच पाकिस्तानला लागोपाठ दोन कुरियर मिळाली, प्रत्येकात दहा कोटी डॉलर एवढी रक्कम होती. पाकिस्तान आपल्या देशाला सुरक्षा कवच पुरवायला तयार असेल, तर त्याला वाट्टेल तेवढा पैसा देण्याची आपली तयारी आहे, असे सौदी अरेबियाचे राजे फैजल यांनीही म्हटल्याचे त्या वेळी बोलले जात होते. राजे फैजल यांनी दाखविलेल्या या 'औदार्याची' परतफेड म्हणून भुट्टोंनी तातडीने ब्रिटिशकालीन लियालपूर या शहराचे नामांतर 'फैजलाबाद' असे केले.

पाकिस्तानच्या अणूबॉम्बला अरब देशांनी पाठिंबा देणे, या घटनेला अनेक पदर होते. पहिल्या अणुयुगाचे त्यावर सावट होते. या घटनेच्या आधीचे जग दोन छावण्यांत विभागलेले होते. त्यातील एक छावणी अण्वस्त्रसज्ज तर दुसरी त्यापासून वंचित होती. कोणाही मुस्लीम देशाकडे बॉम्ब नव्हता आणि पाश्चात्त्य राष्ट्रे तसेच इस्रायलच्या मनात दरारा निर्माण करायचा असेल, तर आपल्यापाशीही अणूबॉम्ब असणे आवश्यक आहे, असे काही अरब देशांना मनोमन वाटू लागले होते. काही देशांना जागतिक पातळीवर आपणही तुल्यबळ आहोत, हे सिद्ध करण्यासाठीच या बॉम्बची गरज भासत होती. भुट्टोंच्या एकूण मनोभूमिकेशी हे दोन्ही विचार सुसंगत होते हे नक्की, मात्र त्यांच्या मनावर खरे ओझे होते, ते भारताच्या अणुसज्जतेचे. पारंपरिक युद्ध सामग्रीच्या साहाय्याने भारताशी मुकाबला करणे शक्य नाही, हे तोवर त्यांना कळून चुकले होते, म्हणूनच त्यांनी अणूबॉम्बचा पर्याय निवडला होता. अर्थात पाकिस्तानातील अनेकांना हा युक्तिवाद पटला नव्हता. काही ज्येष्ठ लष्करी अधिकाऱ्यांनी तर आपल्या देशाने अण्वस्त्रांची कास धरावी यालाच उघडपणे विरोध केला. पारंपरिक लष्करी दलांनिशी आपण

भारताचा मुकाबला करू शकतो, अशी त्यांची खातरी होती. त्यांच्या या दाव्यात किती तथ्य आहे, हे नुकत्याच झालेल्या युद्धादरम्यान उघड झाले होते आणि लाहोरच्या शिखर परिषदेनंतर तर या दावेदारांचे आवाजच बंद करण्यात आले.

१८ मे, १९७४ पाकिस्तानच्या सीमेपासून सुमारे १०० किलोमीटर अंतरावर भारताने आपल्या अणूबॉम्बची चाचणी केली, साधारणपणे हिरोशिमावर टाकण्यात आलेल्या बॉम्बएवढी त्याची क्षमता होती. राजस्थानमधील जमीन या स्फोटाने हादरून गेली. जमिनीच्या पोटात सुमारे ३५० फूट खोलीवर करण्यात आलेला हा स्फोट प्रत्यक्ष पाहण्यासाठी भारताच्या तत्कालीन पंतप्रधान इंदिरा गांधी हजर होत्या. स्फोटानंतर राजधानी नवी दिल्ली येथे एका ओळीचा संदेश रवाना करण्यात आला. संदेशात म्हटले होते, 'द बुद्ध इज स्माइलिंग' (आणि 'बुद्धाने स्मितहास्य' केले.) इंदिराजींनी मात्र या स्फोटाचे वर्णन तो एक केवळ 'शांततेसाठी करण्यात आलेला स्फोट होता.' अशा शब्दांत केले. मात्र या वैज्ञानिक भाषेतील खुलाशानंतरही जागतिक पातळीवर निषेधाचा सूर उमटायचा तो उमटलाच, शिवाय पाकिस्तानच्या पोटातही भीतीचा गोळाच आला.

अणू तंत्रज्ञानाची नागरी आणि लष्करी अशी सरळ आणि सोपी विभागणी करता येते, या तोपर्यंतच्या गोड गैरसमजाला भारताच्या चाचणीमुळे उभा छेद गेला. त्या वेळपर्यंत तरी जगातील 'ब्रिटन', 'चीन', 'फ्रान्स', 'सोव्हिएट रशिया' आणि 'अमेरिका' या पाचच देशांकडे अणूबॉम्ब होता. १९७५पर्यंत जगातील पंधरा किंवा वीस देशांकडे अण्वस्त्रे असतील, असे भाकित अमेरिकेचे तेव्हाचे अध्यक्ष जॉन एफ. केनेडी यांनी १९६३मध्ये केले होते. अण्वस्त्र निर्मितीत येणाऱ्या तांत्रिक आणि राजकीय अडथळ्यांमुळे ते काही प्रत्यक्षात खरे ठरले नव्हते. अण्वस्त्र प्रचाराला आळा घालण्यासाठी अण्वस्त्रबंदी करार 'एनपीटी' ही यंत्रणा प्रामुख्याने कार्यरत होती. या यंत्रणेचा जन्म १९७०मध्ये तथाकथित 'ग्रँड बार्गेन' या मोहिमेतून झाला होता आणि अण्वस्त्रांच्या बेबंद प्रसारास आळा घालणे, हे तिचे प्रमुख उद्दिष्ट होते. या पाचही देशांना अण्वस्त्रे बाळगण्याची परवानगी एनपीटीने दिली होती, मात्र भविष्यात परस्परांशी वाटाघाटी करून त्यात कपात करण्याची सूचनाही तिने दिली होती. या अण्वस्त्रबंदी कराराचा कोणाही इतर देशांनी भंग करू नये म्हणून त्यांना बदल्यात ऊर्जा निर्मिती आणि वैज्ञानिक तसेच वैद्यकीय संशोधन क्षेत्रात अणूतंत्रज्ञान वापरण्याची परवानगी देण्यात आली होती. भारताने आपली अणुचाचणी करेपर्यंतच्या काळात सत्तरहून अधिक देशांनी अण्वस्त्रबंदी करारावर स्वाक्षरी केली होती. ही स्वाक्षरी करणाऱ्या

देशांत इराण आणि बहुतांश अरब राष्ट्रे तसेच ब्रिटन, रशिया आणि अमेरिका यांचा समावेश होता. चीन आणि फ्रान्स या देशांनी या करारावर सही करण्यास नकार दिला. भारत, पाकिस्तान आणि इस्रायल या देशांनीही सही करायचे टाळले. यात आणखीही काही अशा देशांचा समावेश होता, ज्यांचा स्वतःचा अणूबॉम्ब असावा अशी महत्त्वाकांक्षा होती. या बहुतेक सर्वच देशांकडे आधीच अणूबॉम्ब असावा, अशी शंका घेण्यास जागा होती. भारताच्या चाचणीमुळे या कराराचे महत्त्वच धोक्यात आले होते आणि वॉशिंग्टनमधील आपत्कालीन परिस्थितीवर निर्णय करणारे धुरीण त्या देशाला कठोर इशारा द्यावा, तसेच त्याच्यावर नव्याने आर्थिक निर्बंध लादण्यात यावे, अशी मागणी करत होते. आंतरराष्ट्रीय नियम धाब्यावर बसवून भारतासारखे जे देश आपला अण्वस्त्र कार्यक्रम राबवितात ते निर्दोष सुटू नयेत, तसेच त्यांना योग्य असा धडा शिकवण्यात यावा, याबाबत त्यांच्यात दुमत नव्हते. पण अध्यक्ष रिचर्ड एम. निक्सन आणि त्यांचे शक्तिशाली परराष्ट्रमंत्री हेन्री किसिंजर या दोघांनीही भारतावर निर्बंध घालण्यास नकार देण्याबरोबरच कठोर इशारा देण्याची मागणीही फेटाळून लावली. सदर इशाऱ्याचा प्राथमिक मसुदा तयार करणारे डेनिस कुक्स यांनी लिहून ठेवले आहे की, 'किसिंजर यांनी जणू भारतावर निर्बंध न लादण्याचा निर्धारच केला होता, अशा तऱ्हेने भारतावर जाहीरपणे ताशेरे ओढण्याने काहीही साध्य होणार नाही, उलट भविष्यकाळात त्याचा दुष्परिणामच होईल आणि भारताच्या पुढच्या अणूकार्यक्रमावर आपले नियंत्रण राहणार नाही.' असे या दोघांचेही मत होते. किसिंजर यांचे हे मत म्हणजे, भविष्यात जे देश आपला अण्वस्त्र कार्यक्रम अनिर्बंधपणे राबविणार होते, त्यांना पायबंद घालण्याच्या मार्गातील पहिला आणि एक मोठा अडथळा ठरणार होते. या सर्व प्रकरणाचा दोष काही अंशी 'ॲटम फॉर पीस' या कार्यक्रमाला देण्यात आला. या कार्यक्रमांतर्गतच भारतीय शास्त्रज्ञांना आण्विक क्षमतेची माहिती देण्यात आली होती. १९७०च्या सुमारास भारतीय अणुऊर्जा आयोगाचे अध्यक्ष झालेल्या होमी सेठना यांनी आयसेनहॉवर यांच्या कार्यक्रमाचे वर्णन करताना म्हटले होते की, 'सुरुवातीचा सहकार्याचाच करार हाच आम्हाला उपयोगी ठरला, त्याच्या भक्कम पायावर आम्ही आमचा अणूकार्यक्रम उभारू शकलो.'

चीनला धाकात ठेवणे हाच जरी भारताच्या अणूबॉम्बचा प्रमुख उद्देश असला, तरी त्यामुळे पाकिस्तानची पाचावर धारण बसली, तेथील अधिकाऱ्यांनी भुट्टोंना बजावून सांगितले की, आम्ही भारताच्या दादागिरीला घाबरता कामा नये किंवा त्या देशाकडून होणाऱ्या ब्लॅकमेलिंगलाही भीक घालता कामा नये. भारताच्या चाचणीमुळे भुट्टो यांचा मार्गच जणू मोकळा झाला, ज्या काही लष्करी अधिकाऱ्यांच्या मनात शंका होत्या त्या दूर झाल्या, आणि शेवटी ए.क्यू. खान यांच्या पाकिस्तानातील

पुनरागमनाचे दरवाजे खुले झाले. मात्र त्यांच्या आगमनाने 'मुल्तान प्रकल्पा'चे महत्त्व वाढले असले तरी त्याचवेळी आंतरराष्ट्रीय समुदायाचा अण्वस्त्र बंदीचा निर्धार आणखीनच पक्का झाला. त्याच सुमारास कॅनडाने कराचीत बांधलेली अणुभट्टी कार्यान्वित झाली होती, याच अणुभट्टीतील वापरलेल्या अणूइंधनाच्या साहाय्याने पाकिस्तान आपला अणूकार्यक्रम पुढे सरकवित होता. त्याआधी भारतही हीच पद्धत अवलंबत होता. पाकिस्तान असे काहीतरी करणार असे गृहीत धरूनच ब्रिटनने त्या देशाला आधीपासूनच अणूतंत्रज्ञान देणे थांबविले होते. अशाच प्रकारचा प्रकल्प पाकिस्तानला फ्रान्सकडूनही अपेक्षित होता, पण फ्रान्सने त्यावर अचानकपणे फेरविचार सुरू केला. पाकिस्तानने जरी अण्वस्त्रबंदी करारावर सह्या केलेल्या नसल्या तरीसुद्धा कराचीतील प्रकल्पाची काटेकोर तपासणी 'आंतरराष्ट्रीय अणुऊर्जा आयोगा'मार्फत करण्यात यावी, अशी मागणी त्या देशाने केली. पाकिस्तानने ती फेटाळून लावल्यावर कॅनडाने त्या देशाला अणुभट्टीचे सुट्टे भाग आणि ती पूर्णपणे कार्यान्वित होण्यासाठी आवश्यक असलेले युरेनियम इंधन पाठवणे थांबवले. तरीही पाकिस्तान आणि इतर संभाव्य अण्वस्त्रसज्ज बनण्याची तयारी करणाऱ्या देशांवर सर्वंकष निर्बंध लादण्यावर मर्यादा पडत होत्या. भारत आणि पाकिस्तान यांनी अण्वस्त्रबंदी करारावर सह्या न केल्याने आयएईएचा हात दगडाखाली सापडला होता. तिचा या देशांवर अधिकारच चालणार नव्हता. तशातच अशा देशांना अण्वस्त्र निर्यात करण्यास मज्जाव करण्याचेही अधिकार या संघटनेकडे नसल्याने ती या देशांचा अण्वस्त्र कार्यक्रम रोखण्यासही असमर्थ होती.

या जगात कधीतरी 'अण्वस्त्र युग' सुरू होईल, असे भाकित जर्मन लेखक रॉबर्ट युंग याने केले होते. भारतीय अणुचाचणीने युंग यांची भविष्यवाणी आता जणू प्रत्यक्षात उतरत होती, तिला एकप्रकारचा अधिकृत दर्जाच मिळाला होता. या नव्या युगात आता केवळ पाच देशांची मक्तेदारी उरणार नव्हती, तर त्यात भारत आणि इस्रायलच्या बरोबरीने कदाचित पाकिस्तानचाही समावेश होणार होता. 'हा मानवसंहारी शाप कसा आणि कोणी थांबवायचा?' या प्रश्नाचे उत्तर कोणापाशीच नव्हते. भारताने अण्वस्त्र चाचणी करण्यापूर्वीच काही देशांनी अशा काही घटकांची यादी तयार करायला सुरुवात केली होती, ज्यांचा वापर करून अण्वस्त्र बनविता येणे शक्य होते. त्यांनी अशा घटकांच्या निर्यातीवर कडक निर्बंधही लादले होते. ज्या देशांनी अण्वस्त्रबंदी करारावर सही केलेली नाही किंवा आयएईच्या संभाव्य धोक्यांविषयीच्या नियमांचा स्वीकार केलेला नाही, अशा देशांना होणारी अणुसामग्री विकण्यास या नियंत्रणांमुळे पायबंद बसण्याची एक शक्यता होती. मात्र मुळात अण्वस्त्रप्रसाराविषयी फारशी तमा न बाळगणारे देश आपण या तंत्रज्ञानाची खरेदीच मुळी नागरी वापरासाठी करत असल्याचे ठामपणे

सांगत असल्याने ही यादी तयार करणाऱ्या देशांचा हेतू कागदावरच राहिला आणि त्यांची अंमलबजावणी दुरापास्तच राहिली. मात्र तरीही भारताच्या चाचणीनंतर एका महिन्याच्या आत व्हिएन्नात पंधरा देश एका आपत्कालीन बैठकीसाठी एकत्र आले आणि त्यांनी निर्बंध असलेल्या अणू घटकांच्या यादीला अंतिम रूप दिले. कोणत्याही स्वरूपाच्या आंतरराष्ट्रीय मुद्यावर सहमती होण्यास खूप वेळ लागतो, मात्र या बाबतीत असे घडले नाही. व्हिएन्नातील बैठकीनंतर दोनच महिन्यांनी या देशांनी अत्यंत कडक नियंत्रणाखाली येणाऱ्या सामग्रीच्या आणि तंत्रज्ञानाच्या दोन याद्या एकाच वेळी प्रसिद्ध केल्या. सदर यादीतील वस्तू खरेदी केल्यास निर्बंधांचा भंग होणार होता; म्हणून या यादीला 'ट्रिगर लिस्ट' असे नाव देण्यात आले. मात्र या यादीचा स्वीकार करायचा की नाही, याचे स्वातंत्र्य प्रत्येक देशाला देण्यात आल्याने ती फारशी परिणामकारक ठरू शकली नाही.

हे नवे निर्बंध आणि सक्तीची छाननी यांच्या एकत्रीकरणामुळे आपल्याला आपला 'अणूबॉम्ब' तयार करणे कठीण जाणार आहे, हे भुट्टोंनी वेळीच ओळखले. पाकिस्तानला अण्वस्त्रसिद्धतेच्या मार्गापासून दूर ठेवण्याची खरेतर ही वेळ योग्य होती. अर्थात काही तज्ज्ञांच्या मते या आधीच उशीर झाला होता, कारण भारताने एकदा अणुस्फोट घडवून आणल्यावर पाकिस्तानपुढे आपल्या शेजाऱ्याला बॉम्बचे उत्तर बॉम्बनेच देण्याखेरीज दुसरा पर्याय उरला नव्हता. पाकिस्तानला भारताशी बरोबरी करायची होती आणि त्याला त्यापासून रोखणे कठीण झाले होते. त्यापेक्षा भारताचा एकाच वेळी आंतरराष्ट्रीय पातळीवरून अत्यंत कडक शब्दांत निषेध करणे आणि त्याचवेळी अण्वस्त्रनिर्मितीशी निगडित असलेल्या तंत्रज्ञानाची निर्यात रोखणे, हा उपाय उचित ठरला असता. त्यामुळे निदान पाकिस्तानचा अण्वस्त्र कार्यक्रम लांबणीवर तरी पडला असता. पण तसे होणे शक्य नव्हते, कारण पूर्वीपेक्षा अधिक बलवान अशा ताकदींनी सर्व नियंत्रणांवर ताबा मिळवला होता, पाकिस्तानातही आणि अमेरिकेतही!

भारताने जेव्हा अणुचाचणी केली त्याच सुमारास पाकिस्ताननेही त्या दिशेने वाटचाल सुरू केली आहे; याची कल्पना अमेरिकेला होती, हे नि:संशय खरे होते. मुल्तान येथे भुट्टोंनी केलेल्या भाषणाचा अहवाल सीआयएने आपल्या सरकारकडे पाठवला होता, तसेच ती पाकिस्तानच्या अंतर्गत चालणाऱ्या वैज्ञानिक हालचालींवर लक्ष ठेवून होती. हे प्रयत्न अमेरिकेत शिकलेल्या आणि त्या देशातील काही अमेरिकन हितसंबंधितांशी गुप्तपणे संपर्क ठेवून असलेल्या शास्त्रज्ञांच्या मदतीने सुरू होते. फ्रेंच बनावटीची फेरप्रक्रिया यंत्रणा पाकिस्तानला

दिली जाऊ नये, यासाठी त्या देशावर राजनैतिक दबाव आणण्याचे प्रयत्न अमेरिकेच्या परराष्ट्रखात्यामार्फत चालू होते. अमेरिकेच्या सरकारमध्ये पाकिस्तानच्या अणूकार्यक्रमाविषयी बॉब गालुची एवढी इतर कोणालाच माहिती नव्हती आणि तो थांबविण्याची तातडीही त्यालाच तीव्रतेने जाणवली होती. मात्र या गोष्टीला आता फारच उशीर झाला आहे, असे मानणाऱ्यांपैकी जे काही जण होते, त्यांपैकी तोही एक होता. १९७४च्या पूर्वार्धात ब्रॅंडिस विद्यापीठातून त्याने राज्यशास्त्र विषयातील डॉक्टरेट मिळवल्यानंतर अमेरिकेच्या 'शस्त्रात्र नियंत्रण आणि नि:शस्त्रीकरण संघटने'त तो रूजू झाला होता. १९६१मध्ये संपूर्ण जगातील अण्वस्त्रांवर देखरेख ठेवण्यासाठी ही संघटना स्थापन करण्यात आली होती. अमेरिकेचा व्हिएतनाममधील सहभाग या विषयावर तो एक दस्तावेज तयार करण्यात गुंतला होता, मात्र त्याचवेळी भारताच्या अणुस्फोटानंतर त्याला प्रत्युत्तर देण्यासाठी पाकिस्तान किती वेगाने पुढे जातो, याच्या विश्लेषणाचे कामही त्याच्यावर सोपविण्यात आले होते. व्हिएतनाममध्ये दारुण पराभव पत्करावा लागल्याने अमेरिकेने आपला तेथील गाशा नुकताच गुंडाळला होता. 'या युद्धाचा, विद्यार्थी या नात्याने, नैराश्यग्रस्त आणि सचिंत अशा पाकिस्तानी नागरिकांचे मनोधैर्य वाढवायचे असेल आणि त्याच्या जोडीने आपले स्थानही मजबूत करायचे असेल, तर अणूबॉम्बला पर्याय नाही.' या भुट्टो यांच्या विचारामागचे तर्कशास्त्र त्याला समजण्यासारखे होते. चीन आणि भारत यांच्यामध्ये येणाऱ्या पाकिस्तानचे एक 'बफर स्टेट' म्हणून एक आगळेवेगळे महत्त्व होते, त्या देशाला एक व्यूहात्मक मूल्यही होते. त्यामुळे आंतरराष्ट्रीय समुदाय त्याच्याविरुद्ध काही शिक्षात्मक कारवाई करील, असेही त्याला वाटत नव्हते.

२२ जानेवारी, १९७५ रोजी गालुचीने आपल्या विश्लेषणाच्या आधारावर एक गोपनीय अहवाल तयार केला आणि तो अहवाल एखाद्या प्रेषिताच्या भविष्यवाणीप्रमाणे खराही ठरला. आंतरराष्ट्रीय समुदायाचे निर्बंध पाकिस्तान बासनात गुंडाळून ठेवेल आणि त्यांच्याकडे फारसे लक्ष न देता आपला अणूकार्यक्रम पुढे दामटत राहील, असे त्याने त्या अहवालात नमूद केले होते. हा कार्यक्रम लांबणीवर टाकायचा असेल, तर त्यासाठी एकत्रितपणे प्रयत्न करण्याची गरज आहे, हे त्याला सीआयएचे गुप्त अहवाल आणि परराष्ट्रखात्याची कागदपत्रे वाचल्यावर खातरीशीरपणे पटले. उपलब्ध पुराव्यांनी दाखविलेल्या निर्देशांनुसार पाकिस्तान स्फोटक द्रव्यांसाठी प्लुटोनियमचा वापर करणार असून, पर्याय म्हणून तो देश समृद्ध युरेनियमसाठी सेंट्रिफ्युजेसच्या वाट्याला जाणार नाही, अशी त्याची खातरी पटली, त्यानुसार इस्लामाबादला प्लुटोनियमशी निगडित तंत्रज्ञान न देण्यावर आंतरराष्ट्रीय राजनीतिज्ञांनी दबाव आणण्यावर लक्ष केंद्रीत करावे

असा सल्ला गालुचीने दिला.

अणूबॉम्ब तयार करण्याचे दोन मार्ग उपलब्ध आहेत. अमेरिकेने हिरोशिमावर जो बॉम्ब टाकला होता, त्याच्या मध्यवर्ती स्फोटक सामग्रीसाठी समृद्ध युरेनियमचा वापर करण्यात आला होता, तर त्यानंतर तीन दिवसांनी नागासाकीला उद्ध्वस्त करणाऱ्या बॉम्बमध्ये प्लुटोनियमचा वापर झाला होता. या दोन्ही प्रणालींमध्ये त्यांचे असे काही अंगभूत फायदे आणि तोटेही होते. प्लुटोनियम हे तुलनेने कमी गुंतागुंतीचे समजण्यात येते, मात्र त्याच्याही काही गोष्टी समजावून घ्याव्या लागतात. उदाहरणार्थ, त्याच्यापासून तयार होणाऱ्या भट्टीचा आकार, लांबी-रूंदी तसेच त्याचे पाणी आणि ऊर्जा यांच्या स्रोताशी असलेले संबंध कसे असतात इत्यादी,इत्यादी. शिवाय प्लुटोनियमवर फेरप्रक्रिया करताना बाहेर पडणारा वायू चटकन ओळखता येतो. दुसरीकडे सेंट्रिफ्युजेसद्वारा युरेनियम समृद्ध करण्याची प्रक्रिया सहजपणे गुप्त ठेवता येते. जर एखाद्याला अण्वस्त्रांचे कोठारच तयार करायचे नसेल आणि छोट्या प्रमाणात अण्वस्त्र तयार करायचे असेल, तर त्याला शाळेचा छोटासा जिम्नाशियमचा हॉलदेखील पुरेसा ठरू शकेल. युरेनियमच्या समृद्धीकरण प्रक्रियेतून पर्यावरणघातक असे कोणतेही वायू ऊत्सर्जित होत नाहीत आणि त्यासाठी वीजही अत्यल्प लागते. या प्रणालीचा तोटा एकच, तो म्हणजे युरेनियमच्या समृद्धीकरणावर हातखंडा प्राप्त होण्यासाठी अनेक वर्षे खर्च करावी लागतात,आणि ज्या देशांकडे कमालीचे तांत्रिक कौशल्य आहे, त्यांनाही ही किमया लगेचच साधते असे नाही. १९७४च्या मध्यास पाकिस्तानसाठी प्लुटोनियम हाच मार्ग खातरीशीर ठरला. कॅनडाने उभारलेली अणुभट्टी कार्यरत झाली होती आणि या भट्टीतून वापरून बाहेर पडलेल्या इंधनातून प्लुटोनियम बाहेर काढण्यासाठी आवश्यक असलेले तंत्रज्ञान मिळविण्यासाठी फ्रान्स आणि इतर देशांशी पाकिस्तानच्या वाटाघाटी सुरू होत्या. हे वापरलेले इंधन हेच अण्वस्त्र निर्मितीचे पुढचे पाऊल होते. अत्यंत विश्वासार्ह सूत्रांकडून माहिती मिळाल्यानंतर गालुचीने निष्कर्ष काढला की, पाकिस्तान आता नजिकच्या भविष्यकाळात आपला अणूबॉम्ब नक्कीच तयार करणार.

गालुचीने तयार केलेल्या अहवालात नमूद केले होते की, 'सध्यातरी पाकिस्तानला आपल्या अणुउद्योगाची चिंता वाटत नाही, मात्र त्याचा विस्तार कसा करायचा आणि विस्तारानंतर त्याची क्षमता कशी वाढवायची; हीच त्या देशासमोरची खरी समस्या आहे. कराचीच्या अणुभट्टीतील वापरलेल्या इंधनाचे रूपांतर अण्वस्त्रांसाठी लागणाऱ्या इंधनात करायचे तंत्रज्ञान जर फ्रान्स आणि बेल्जियमने दिले तर मोठा धोका संभवू शकतो', असा इशारा त्याने दिला. तो पुढे म्हणतो, 'पाकिस्तानने आपली अणुसज्जता वाढविण्याचा निर्धार पक्का केला आहे, तो कदाचित लवकरात लवकर म्हणजे १९८०पर्यंत तडिस जाऊ शकतो. पाश्चात्त्य राष्ट्रांकडून

त्याला दिले जाणारे तंत्रज्ञान अडवले; तरच पाकिस्तानला पायबंद बसू शकतो.'

भारताने आधी अणुस्फोट केल्याने स्वत:चाही अणूबॉम्ब तयार करण्यासाठी पाकिस्तानच्या हातात आयतेच कोलीत मिळाले आहे, आता तर त्या देशाला कांगावा करण्याची चांगलीच संधीही मिळाली आहे आणि त्याने अणूबॉम्ब तयार केलाच, तर तुलनेने त्याच्या विरोधात जागतिक निषेधाचा सूरही कमी तीव्रतेचा असणार आहे, असेही गालुचीने लिहून ठेवले आहे. तो पुढे म्हणतो, 'सद्य:स्थितीत पाकिस्तानला अंतर्गत अशांततेचा सामना करावा लागत आहे, जर असा स्फोट घडवून आणला, तर तेथील नागरिक एकोपा दाखवून सरकारच्या पाठीशी उभे राहतील आणि आता आपला देशही भारताचा मुकाबला करू शकेल, असे त्यांना वाटेल. 'थोडक्यात पाकिस्तानी नागरिक आता अण्वस्त्रसज्ज होण्यास तयार आहेत, मात्र त्याचवेळी राजकीय अडथळे कायम राहिले, तर त्यांना हा कार्यक्रम राबविताना काही कठीण प्रसंगांना तोंड द्यावे लागेल.'

एखादा अपवाद वगळता गालुचीचे सर्व सांगणे सत्यात उतरले. नेदरलँडमधील एका प्रयोगशाळेत एक अनामिक शास्त्रज्ञ त्याच दरम्यान घुटमळत होता, भारताला धडा शिकविण्याच्या ध्यासाने त्याला पछाडलेले होते, सेंट्रिफ्युजेसच्या अत्याधुनिक यंत्रांशी त्याची झटापट चालली होती, त्याचे नाव होते, अब्दुल कादिर खान आणि गालुची त्याच्याबाबत पूर्णपणे अनभिज्ञ होता.

स्वगृही पुनरागमन

आ*पल्या वयाची अडतीस वर्षे पूर्ण केल्यावर* डॉ. अब्दुल कादिर खान 'एफडीओ'साठी एका मधल्या फळीचे शास्त्रज्ञ या नात्याने काम करत होते. त्यांनी शैक्षणिक जीवनात प्राप्त केलेल्या सैद्धान्तिक संकल्पनांचा वापर ते आता प्रत्यक्षात 'अल्ट्रासेंट्रिफ्युजेस'च्या विकासासाठी करत होते. सुरक्षा प्रतिबंधांचा त्यांना कधीच अडथळा आला नाही आणि ॲम्स्टरडॅममधील एफडीओची प्रयोगशाळा आणि शहराबाहेर असलेला 'अल्मेलो प्रकल्प' यांच्या दरम्यान ते सहजपणे जा-ये करत होते. मात्र एकीकडे एक तर्कनिष्ठ शास्त्रज्ञ म्हणून परिपक्व होत असतानाच दुसरीकडे ते आपला हिंसाचारमय भूतकाळ विसरू शकत नव्हते. तुझा भविष्यकाळ उज्ज्वल असून तो तुझी वाट पाहत आहे, हे कधीतरी एका ज्योतिष्याने वर्तवलेले शब्द ते अद्यापी विसरू शकलेले नव्हते. आणि आपल्या मायदेशी परत जाण्याची आसही त्यांनी सोडून दिलेली नव्हती. भारताने अणुस्फोट केल्याच्या बातमीने त्यांच्यातील देशभक्त खवळून उठला होता, आणि त्यांनी पाकिस्तानला कधी ना कधी आपण परत जाणारच हा निश्चय हेन्रीशी विवाह करण्यापूर्वीच बोलून दाखविलाही होता. ॲम्स्टरडॅममधील विस्तीर्ण अशा एफडीओच्या संकुलात एके दिवशी दोन पाकिस्तानी अणुशास्त्रज्ञांनी प्रवेश केला आणि त्या क्षणी खान यांच्यासाठी नियतीने संधीचे दरवाजे खुले केले.

पाकिस्तानच्या अणूकार्यक्रमासंदर्भात अमेरिका आणि युरोप हे दोघे सचिंत असतानाही ते शास्त्रज्ञ त्यांच्या देशाच्या अणुऊर्जा आयोगाचे प्रतिनिधी या नात्याने युरोपमधील अनेक आण्विक प्रकल्पांना भेट देत होते. खानने त्यांच्या या दौऱ्याविषयी ऐकले आणि लगेचच त्यांची एका कॅफेटेरियात भेट घेतली. प्रयोगशाळेतील पांढरा कोट घातलेली एक व्यक्ती आपल्याला अचानक भेटते आणि एकदम उर्दू भाषेत संभाषण सुरू करते, यावर त्या दोघांचाही क्षणभर विश्वास बसेना. युरोपमधील एका अत्यंत आधुनिक अशा सेंट्रिफ्युज प्रकल्पात ती कामही करते आणि ती

पाकिस्तानी आहे हे कळल्यावर तर त्यांच्या आश्चर्याला पारावारच उरला नाही. हे दोघे शास्त्रज्ञ कदाचित आपला मायदेशी परतण्याचा मार्ग खुला करतील, या आशेवर असलेल्या खान यांनी त्यांच्यावर आपली छाप टाकायला सुरुवात केली. एफडीओने 'सेंट्रिफ्युज विकास कार्यक्रमा'त आपल्यावर टाकलेली जबाबदारी आणि आपली शैक्षणिक पार्श्वभूमी मोठ्या आत्मविश्वासाने सांगत त्यांनी मूळ मुद्याला हात घातला. पाकिस्तानने जर आपला स्वत:चा अणूबॉम्ब लवकरात लवकर विकसित केला नाही, तर त्या देशाचे भारताच्या हातून होणारे मरण अटळ आहे, हे त्यांनी त्या पाहुण्या शास्त्रज्ञांना पटवून दिले. आपल्याला आपल्या देशाचे रक्षण करण्यासाठी अणूबॉम्ब तयार करायचा असून त्यासाठीच मायदेशी परतायचे आहे, या उप्पर आपला इतर काहीही हेतू नाही किंवा आपल्याला इतर काहीही नको, असेही त्यांनी त्या दोघांच्या मनावर ठसवले.

या आर्जवाचा फारसा उपयोग झाला नाही. त्या दोन शास्त्रज्ञांपैकी सिब्तीन बुखारी यांनी उलट खान यांनाच सुनावले की, पाकिस्तानात तुमच्या गुणांचे चीज होणार नाही, पाकिस्तानची अण्वस्त्र बनविण्याची क्षमता आहे की नाही, याबाबत आपल्याच मनात शंका आहे, तुम्हाला या देशात चांगली आणि सुरक्षित अशी नोकरी आहे, तुम्ही 'युरोपीय' म्हणूनच राहण्यात तुमचे हित आहे, तुमच्या बुद्धिमत्तेची पाकिस्तानात मुळीच कदर होणार नाही, मग साधी नोकरी मिळण्याची तर गोष्टच दूर राहिली. खान यांचा या त्यांच्या उत्तराने पुन्हा एकदा तेजोभंग झाला, आपण पुन्हा एकदा चांगलेच तोंडघशी पडलो असे त्यांना वाटले. त्यांना त्यांचाच देश झिडकारत होता. ते स्वत:ला देशभक्त शास्त्रज्ञ मानत असूनही! काहीही न बोलता ते त्या कॅफेटेरियातून बाहेर पडले.

एवढे सर्व झाल्यावरही खान यांनी आपला हट्ट सहजासहजी सोडायचा नाही असा निश्चय केला. याप्रसंगाबाबत त्यांनी नंतर लिहून ठेवले आहे की, भुट्टोंच्या महत्त्वाकांक्षी गुप्त आण्विक कार्यक्रमाविषयी त्या वेळी तरी आपल्याला मुळीच कल्पना नव्हती, मात्र आपल्या देशात एक छोट्या आकाराचा अणू प्रकल्प राबविण्यात येत आहे हे आपल्याला ठाऊक होते आणि त्यात बुखारी हे एक अधिकारी होते. कोणत्याही परिस्थितीत आपली योजना गुंडाळून ठेवायची नाही असे ठरवून त्यांनी एका वेगळ्याच मार्गाचा अवलंब करण्याचे ठरविले. त्या ऑगस्टमध्ये थेट भुट्टो यांनाच त्यांनी एक पत्र लिहून आपले आण्विक क्षेत्रातील योगदान आणि यश यांची माहिती दिली, तसेच आपल्या देशाची सेवा करण्याची आपली इच्छा असल्याचेही त्यांनी कळविले. आपण युरेनियम समृद्धी क्षेत्रातील तज्ज्ञ असून युरोपियन समुदायाच्या अत्याधुनिक अणू प्रकल्पात काम करतो, तसेच आपले आंतरराष्ट्रीय स्तरावर अनेक निबंधही प्रकाशित झाल्याचे त्यांनी त्या पत्रात नमूद केले. त्यांच्या

या पत्रालाही केराची टोपली दाखविण्यात आली. १७ सप्टेंबर रोजी त्यांनी पुन्हा एक पत्र लिहून देशासाठी काम करण्याची आपली तयारी असल्याचे कळविले.

योगायोगाने या दुसऱ्या पत्रावर भुट्टोंची नजर पडली. आपल्या स्वप्नातील आण्विक प्रकल्पाचे काम फारच रखडत चालल्याचे पाहून कदाचित ते उतावीळ झाले असण्याची शक्यता असावी. अण्वस्त्र प्रसाराबद्दल जागतिक पातळीवर नव्याने चिंता व्यक्त केली जाऊ लागल्याने फ्रान्सही प्लुटोनियम योजनेत महत्त्वाचा ठरणारा फेरप्रक्रिया प्रकल्प पाकिस्तानला द्यायला चालढकल करू लागला. अशी सारी कारणे असली तरीही पाकिस्तानचा अणू इतिहास नव्याने लिहिला जाणार होता. भुट्टोंनी खान यांच्याविषयीची इत्थंभूत माहिती आणि ते करत असलेले दावे यांची विश्वासार्हता पडताळून पाहण्याचे आदेश दिले. खान यांच्या त्या पत्रावर टीपण्णी लिहिताना भुट्टो यांनी म्हटले आहे की, 'हा माणूस काहीतरी तर्कसंगत बोलतो आहे असे वाटते. हे गृहस्थ सांगतात ते जर खरेच असेल, तर ते आपल्याला उपयोगी ठरू शकतील.' खान यांची त्यांच्या विषयातील पारंगतता आणि त्यांचे हेतू तपासून पाहण्याचे काम 'द हेग'मधील पाकिस्तानी दूतावासावर सोपविण्यात आले. या संदर्भात त्या दूतावासातील एक अधिकारी खलिद हसन याने लिहून ठेवले आहे की, 'सर्व प्रकारची वेडी माणसे असे काहीतरी लिहितच असतात, भुट्टोंनी हे नवे पात्र कोण आहे, ते आम्हाला शोधायला सांगितले.'

खान जे काही सांगत आहेत, ते खरे असून आणि ज्या संशोधन केंद्रात ते काम करतात ते आण्विक क्षेत्रातील एक अग्रगण्य केंद्र आहे, अशी माहिती सुमारे एका महिन्यानंतर सरकारला कळविण्यात आली. त्यानंतर भुट्टोंनी पुढचे पाऊल उचलले, त्यांनी हॉलंडचे पाकिस्तानी राजदूत जे. जी. खरास यांच्यामार्फत खान यांना निरोप पाठवून पाकिस्तानात यायचे निमंत्रण दिले आणि आपले प्रमुख लष्करी सल्लागार मेजर जनरल इम्तियाज अली यांना भेटावयास सांगितले.

अनेक वर्षांची नकारघंटा ऐकल्यावर अखेर खान यांना आपले काम निवडण्याची आणि भवितव्य निश्चित करण्याची संधी मिळाली. सुमारे दशकभर ज्या ठिकाणी त्यांनी काम केले होते, ते ठिकाण सोडताना त्यांच्या मनात आंतरिक संघर्ष मुळीच नव्हता किंवा आपल्या बायका मुलांना सर्वस्वी अनोळखी अशा देशात नेताना त्यांना कोणत्याही स्वरूपाची पश्चात्तापाची भावना त्रास देत नव्हती.

पाकिस्तानात एकदा गेल्यानंतर आपण अन्य कुठेही जाणार नाही, हे त्यांनी ओळखले होते. आपली नियती आपल्या हाताजवळ येऊन पोहोचली आहे, त्यामुळे आता पाकिस्तानात जाताना पूर्ण तयारीनेच जावे लागणार हेही त्यांना मनोमन पटले होते. खरेतर अगदी त्या क्षणी पाकिस्तानला जावे असे त्यांना वाटत होते, पण तिथे पूर्ण तयारीने जायचे म्हणजे नेमके काय करायचे याबद्दल

त्यांनी काही निश्चित आराखडे बांधले होते. आपले तेथील यश खुंटा मारून बळकट करायचे असेल, जर केवळ तिथे शास्त्रीय माहिती देऊन भागणार नव्हते, तर आपण संभाव्यपणे अमलात आणायच्या तांत्रिक योजनांनी सज्ज असले पाहिजे, हे देखील त्यांना उमजले होते. पाकिस्तानला अत्यंत उपयोगी ठरेल अशा एका योजनेवर सध्या आपण काम करत आहोत, त्यामुळे पाकिस्तानला परत जाणे काही दिवसांसाठी लांबणीवर टाकावे लागणार आहे, असे त्यांनी त्या राजदूताला कळवून टाकले. एफडीओला कोणत्याही प्रकारचा संशय येऊ न देता त्यांनी आणि त्यांच्या कुटुंबाने या पूर्वी पाकिस्तानला तीनदा भेट दिली होती. त्याच सुमारास विशेषत: दक्षिण आशियातील अण्वस्त्र प्रसारामुळे चिंतेचे वातावरण निर्माण झाले होते, त्यामुळे कुटुंबाला मागे ठेवून त्यांनी एकट्याने पाकिस्तानला जाण्याने एफडीओत निष्कारणच संशयाचे धुके तयार झाले असते. एफडीओतील जबाबदारी पार पाडल्यावर डिसेंबरमध्ये आपण सहकुटुंब पाकिस्तानला जाऊ शकू, तोपर्यंत ही भेट पुढे ढकलावी, अशी मागणी त्यांनी राजदूतांकडे केली, त्यांनी ती पाकिस्तानला पाठविल्यावर लगेचच मान्य करण्यात आली.

पण खान यांनी दिलेले परतीचे आश्वासन आणि त्यांच्या पूर्वानुभवाची सत्यासत्यता पडताळून पाहिल्यावर भुट्टोंनी लागलीच दोन छोट्या आकाराचे अणुप्रकल्प उभारण्याचे आदेश दिले. युरेनियमच्या समृद्धीकरणाची नेमकी प्रक्रिया काय असते, हे इतर शास्त्रज्ञांनी शिकावे, हा त्या मागील हेतू होता. अण्वस्त्र निर्मितीत समृद्ध युरेनियमची भूमिका अटळ आणि अत्यंत महत्त्वाची असते, हे या ठिकाणी लक्षात घेतले पाहिजे. या मार्गदर्शी प्रकल्पाची जबाबदारी त्या देशातील एक ज्येष्ठ शास्त्रज्ञ सुलतान बशिरउद्दिन मोहंमद यांच्यावर सोपविण्यात आली, हेच मोहमद पुढे जाऊन अण्वस्त्र प्रसारबंदीच्या क्षेत्रात मोलाची भर टाकणार होते. इकडे युरोपात ज्या तीन देशांनी एकत्र येऊन युरेन्कोची स्थापना केली होती, तेच देश सहकार्याबरोबरच परस्परांशी स्पर्धाही करत होते. अलमेलोत तयार होणाऱ्या महाकाय आकाराच्या सेंट्रिफ्युजेसचे अधिकार आपल्याच पदरात पाडून त्याच्या साहाय्याने घरगुती अणुउद्योगास चालना देण्याचा त्या मागे त्यांचा हेतू होता. या शर्यतीमुळे युरेन्कोतील डच शास्त्रज्ञ आणि अभियंते यांच्यावरील कामाचा ताण प्रचंड प्रमाणात वाढला आणि आपोआपच माहितीची देवाणघेवाण खुलेआमपणाने सुरू झाली. सुरक्षिततेची चिंता करणे मागे पडले. खान यांना कमी दर्जाची सुरक्षा देण्यात आल्याने प्रकल्पातील अत्यंत संवेदनाशील पैलूंपासून त्यांना दूर ठेवण्यात आले होते, परंतु या गोंधळात ते नकळतच खेचले गेले. त्यामुळे अलमेलोच्या जवळपास प्रत्येक विभागात ते मुक्तपणे संचार करू लागले आणि समृद्धीकरणाच्या प्रत्येक टप्प्याचे काम कसे चालते, हे जवळून पाहू

लागले. त्यांच्या कामाचा एक भाग म्हणून ते नव्या सेंट्रिफ्युजेसना लागणाऱ्या विशेष धातूंचे डिझाइन्स करू लागले. या कामामुळेच त्यांचा युरेन्कोला सुट्या भागांचा आणि इतर सामग्रीचा पुरवठा करणाऱ्या बाहेरील कंत्राटदारांशी संपर्क आला.

'जी-२' या नावाने परिचित असलेल्या आणि जर्मन शास्त्रज्ञांनी विकसित केलेल्या यंत्रणेचा वापर करून डच सेंट्रिफ्युजेस अधिक बळकट करण्याचा निर्णय त्या देशाने १९७४च्या हिवाळ्यात केला. अलमेलोत काम करणाऱ्या डच अभियंत्यांना या नव्या यंत्रणेतील गुंतागुंत शिकून घ्यायची होती, पण त्याची डिझाइन्स आणि निर्मितीतील बारकावे जर्मन भाषेत होते. जर्मन आणि डच या दोन्ही भाषा अवगत असलेल्या त्या संघटनेतील काही मोजक्या शास्त्रज्ञांत खान यांचा समावेश होता, त्यामुळे अशा कागदपत्रांचे भाषांतर करणाऱ्यांच्या यादीत त्यांच्या नावाचा समावेश करण्यात आला. याच कागदपत्रात युरोपातील अत्याधुनिक सेंट्रिफ्युजची माहिती होती. हीच संधी त्यांना आतापर्यंत चकवत होती आणि म्हणूनच ते भुट्टोंना भेटायला जात नव्हते.

एखाद्याला हेवा वाटावा अशी कामगिरी आपल्यावर पाकिस्तानात परत गेल्यावर टाकण्यात येईल, या आशेनेच ते युरोपात आले होते. आणि इथे आल्यापासूनच मिळेल ते ज्ञान पदरात पाडून घेत होते. त्यांच्या या मोहिमेला खरेतर 'हेरगिरी' म्हणता येणार नाही, पण त्यांच्या या अध्ययनाला संशयास्पद अंत:स्थ हेतूंची जोड होती, हे नक्की. एफडीओत काम करताना त्यांनी सेंट्रिफ्युजची विस्तृत माहिती मिळवलीच शिवाय युरेनियमच्या समृद्धीकरणाचा प्रकल्प उभारताना कोणत्या गोष्टींची गरज असते, हेही जाणून घेतले. एवढेच नाहीतर सेंट्रिफ्युजच्या सुट्या भागांची त्यांनी कधीतरी काढलेली निरुपद्रवी छायाचित्रेही पुढे बेजोड कामगिरी बजावणार होती. आणि आता परतीच्या प्रवासाची तयारी चालू असतानाच त्यांच्यापुढे ज्ञानात मोलाची भर घालण्याची संधी चालून आली होती. या संधीचा वापर करून ते सेंट्रिफ्युजचे बारकावे समजून घेत होते.

जर्मन भाषेतील कागदपत्रांचे चांगले जाडजूड असे बारा खंड होते. त्यातील माहिती अत्यंत संवेदनाशील असल्याने अलमेलोच्याच एका स्वतंत्र विभागात ते ठेवण्यात आले होते. या विभागाला 'ब्रेन बॉक्स' असे म्हणत. जर्मनीकडून आलेल्या काही नव्या फायलींमध्ये संपूर्ण प्रकल्पाचीच माहिती संग्रहित केलेली होती, त्यामुळे ब्रेन बॉक्सची संवेदनशीलता अधिकच तीव्र बनली होती. त्या प्रकल्पातील बऱ्याच संवेदनशील भागात खान यांना मुक्तपणे संचार करण्याची परवानगी होती, अर्थात ब्रेन बॉक्समध्ये जाऊन काम करणे सोडाच तिथे त्यांना साधा प्रवेश करण्याची मुभाही सुरक्षा यंत्रणेने त्यापूर्वी कधीच दिली नव्हती. मात्र १९७४च्या ऑक्टोबर महिन्यात तिथे ठेवण्यात आलेल्या जर्मन भाषेतील गोपनीय माहितीच्या भाषांतरासाठी त्याच

विभागात त्यांची रवानगी करण्यात आली. अशा संवेदनशील भागात त्यांना काम करावे लागते, त्यांची इत्थंभूत माहिती डच सरकारच्या अर्थखात्याला देणे बंधनकारक असते. प्रकल्पाच्या सुरक्षा यंत्रणेने खान यांच्या प्रामाणिकपणाबद्दल अशी ग्वाही त्या खात्याला देणे अपेक्षित होते. मात्र खान यांनी त्या विभागात प्रवेश केल्यावर तथाकथित सुरक्षा यंत्रणाही एक 'मिथक' आहे, हे त्यांना कळून चुकले. ब्रेन बॉक्सचे सर्व दरवाजे आणि सर्व कपाटे सदोदित बंद ठेवण्यात यावी, असा सुरक्षा यंत्रणेचा जणू हुकूमच होता. ज्यांना तातडीची निकड असेल, अशा काही मोजक्या व्यक्तींसाठीच हा विभाग खुला करावा, असेही त्या यंत्रणेला अपेक्षित होते. अर्थात त्यांनीही त्यासाठी योग्य अशी परवानगी घेणे आवश्यक असायचे. परंतु तेथील वास्तव काही वेगळेच होते. एखाद्या महाविद्यालयाला शोभेल, असे खेळीमेळीचे वातावरण आणि अत्यंत गोपनीय माहितीचे मुक्तपणे आदानप्रदान तिथे चालायचे. एकूणच त्या प्रकल्पात नेमकी कोणत्या देशाशी सुसंगत अशी 'कार्य संस्कृती' असावी याबद्दल एफडीओच्या तीनही सदस्य राष्ट्रांचे ठोस असे धोरण नव्हते. या सर्वांचा परिणाम असा झाला की, तिथे काम करणाऱ्या कोणावरही, अगदी संशयास्पदपणे वावरणाऱ्या व्यक्तीवरही कोणाचेच नियंत्रण उरले नाही. त्या तथाकथित ब्रेन बॉक्सची अवस्थाही फारशी वेगळी नव्हती. एकतर तिला स्वतंत्र असा कॅफेटेरिया नव्हता किंवा वेगळे स्वच्छतागृहही नव्हते, त्यामुळे तेथील कर्मचाऱ्यांना मुख्य इमारतीतीलच सुविधांचा वापर करावा लागे. एकदा आत शिरकाव मिळाल्यावर खान यांनी जणू तेथील वातावरणाचा ताबाच घेतला. त्यांच्याशी पूर्वी व्यवहार केलेले अनेक अभियंते त्यांना तिथे भेटले. त्यातील एकाने तर त्यांना संपूर्ण ब्रेन बॉक्स फिरवून दाखवला. या छोट्याशा सफरीनंतर त्यांच्याकडे जर्मन भाषेतील बारा खंडांपैकी दोन खंड सुपूर्द करण्यात आले. त्यात प्रामुख्याने जर्मन सेंट्रिफ्युजची माहिती होती. अलमेलोतील अभियंत्यांना यंत्रे उभारण्याची घाई असल्याने त्या खंडांचे शक्यतो तातडीने भाषांतर करावे, असे खान यांना सुचविण्यात आले. पाकिस्तानला परतण्यास ते आतुर झाले होते, त्यासाठी त्यांनी त्या खंडांच्या भाषांतरासाठी सलग बारा दिवस काम केले, मात्र त्याचवेळी ते त्या सामग्रीच्या उर्दू भाषेतही चोरून नोंदी करत होते. खान आपल्याकामात अत्यंत व्यग्र आहेत, असे त्यांच्याकडे पाहणाऱ्या कोणालाही वाटले असते. वस्तुत: त्यांचे काम एखाद्या गुप्तहेराप्रमाणेच चालले होते आणि त्यांना त्याची पूर्ण जाणीव होती. हीच सामग्री वापरून ते पाकिस्तानात अण्वस्त्र कार्यक्रम राबविणार होते. खान यांच्यापाशी एक छोटीशी नोंदवही होती, टेबलावर काम करताना किंवा इतरत्र फिरतानाही ते त्या वहीत कशाच्यातरी नोंदी करत असायचे. समजा त्यांना कोणी विचारलेच तर ही घरच्यांसाठी लिहिलेली पत्रे आहेत, असे सांगून ते वेळ मारून न्यायचे. त्यांची पारदर्शक सौहार्दता आणि मोकळा स्वभाव यामुळे प्रश्नकर्ता गप्पच व्हायचा.

खान यांचे हे चौर्यकर्म खुद्द डचांनीच सोपे करून टाकले होते, असे म्हणायला पाहिजे. ब्रेन बॉक्समध्ये काम करणाऱ्याला केवळ एकच टायपिस्ट वापरायची परवानगी होती. मात्र खान यांना त्याच्या भाषांतराचे कागद एफडीओच्या मुख्य कार्यालयात नेण्याची मुभा देण्यात आली होती. तेथील सेक्रेटरीच्या मदतीने ते आपला मजकूर 'टाईप' करून घेत असत. या दुर्लभ संधीचा खान यांनी व्यवस्थित फायदा करून घेतला. आपल्या बायकोला डच भाषा अधिक चांगली येते; असे कारण सांगून ते ही गोपनीय कागदपत्रे घेऊन घरीही जात आणि या कागदपत्रांच्या बरोबरच मूळ कागदपत्रेही घेऊन जात असत. या व्यवस्थेमुळे सुरक्षिततेविषयीच्या सर्व नियमांची पायमल्ली होत होती आणि खान यांना स्वत:चे अण्वस्त्र उत्पादन आराखडे बनविण्याची संधीही मिळत होती.

दिना आणि आयेशा या आपल्या दोन मुलींचा सांभाळ करणारा, पत्नीबरोबर संसार करणारा, ॲम्स्टरडॅमच्या झ्वानेनबर्ग या उपनगरात राहून रोज जा-ये करणारा एक मध्यम दर्जाचा शास्त्रज्ञ या पलीकडे खान यांची अन्य कोणतीही ओळख त्यांच्या सहकाऱ्यांना नव्हती. या माणसाच्या मनात काहीतरी काळेबेरे आहे,असा संशयही कोणी घेतला नसता.

त्यांचा ॲमस्टॅले मार्गावरील ७१ क्रमांकाचा बंगला दिसायला साधासुधा पण व्यवस्थित ठेवण्यात आलेला दिसायचा. खान यांचे बहुतेक शेजारी एफडीओमध्येच कामाला होते आणि त्यांच्यापैकी अनेक जणांनी खान यांच्याप्रमाणे आपलीही जागा एफडीओकडून भाड्याने घेतली होती. रिया होलाब्रॉन्डस ही खान यांच्या घरापासून दोन-तीन बंगले सोडून राहायची. तिच्या निरीक्षणाप्रमाणे खान यांच्या घरी कोणाचे फारसे येणे-जाणे नसायचे. श्रीमती खान शेजारच्या शाळेतील काही प्रासंगिक कार्यक्रमांना हजर राहायच्या, मात्र त्या डच नागरिक नसल्याने स्थानिक पातळीवरील सामाजिक वर्तुळात त्यांचे फारसे स्वागत होत नसे. 'माझ्या आठवणीप्रमाणे मी फक्त एकदाच त्यांच्या घरी गेले होते, खान दिवसातून एकदाच घरी यायचे आणि आल्यावर लगेचच किचनचा ताबा घ्यायचे,' असे होलाब्रॉन्डस सांगतात. 'एखाद्या पुरुषाला स्वयंपाक करताना पाहणे; ही माझ्या दृष्टीने नवलाईची बाब होती, ते कधीही आपणहून बोलत नसत त्यामुळे मी कधी काही बोलण्याचा प्रश्नच आला नाही.'

'चिकन फ्राय' ही खान यांची खासियत होती आणि फ्रिट्स वीरमान या डिशवर खूश असायचा. हा डच ब्रह्मचारी आणि खान ॲम्स्टरडॅममध्ये एकाच टेबलावर काम करायचे आणि त्यांची मैत्रीही बराच काळ टिकली. खान यांना एफडीओत नोकरी लागल्यानंतरही ते कधीतरी आपापल्या सायकली काढून फिरायला जायचे आणि वीरमानही त्यांच्याकडे अधूनमधून जेवायला असायचा. ऑक्टोबरमधील अशाच एका सायंकाळी खान कुटुंबियांसमवेत गप्पा मारत

बसला असताना त्याची नजर कोपऱ्यात पडलेल्या निळ्या कागदांच्या गठ्ठ्यावर पडली. त्याला वाटले की, हा रंग तर आपल्याला ओळखीचा वाटतो आहे. जेवण झाल्यावर हेन्नी आणि खान साफसफाई करण्यात गुंतल्याची संधी साधून वीरमान त्या टेबलाच्या अधिक जवळ गेला. त्याला जे काही दिसले ते अवाक करणारे होते. 'अल्ट्रा सेंट्रिफ्युजेसचे ते गोपनीय आराखडे होते, ते एफडीओच्या अग्निप्रतिबंधक कपाटात किंवा अन्य अशाच ठिकाणी असायला हवे होते. ते अब्दुलला कशाकरिता हवे आहेत तेच मला कळेना, पण मी त्याला त्याबद्दल काहीच विचारले नाही,' असे वीरमानने पुढे म्हटले आहे.

हा प्रकार पाहूनही जरासुद्धा विचलित न होता वीरमान तिथे काही वेळ बसला, कॉफीचे घुटके घेत-घेत त्याने त्यांच्याशी गप्पाही मारल्या. अलमेलोतील एका अत्यंत महत्त्वाच्या कामगिरीत खान सध्या गुंतला आहे; हे त्याला माहीत होते, मात्र ही गोपनीय स्वरूपाची कागदपत्रे त्याच्याकडे कशी आली, हे काही केल्या त्याला कळेना. रात्री दहाच्या सुमारास खान यांनी त्याला रेल्वे स्थानकावर सोडेपर्यंत वीरमानच्या मनातील बेचैनी गेली नाही. ॲम्स्टरडॅममधील आपल्या अपार्टमेंटमध्ये पोहोचेपर्यंत या स्फोटक माहितीचे नेमके काय करायचे याबद्दल त्याला काहीच सुचत नव्हते. मग या नव्याने उद्भवलेल्या परिस्थितीत त्याने गेल्या दोन वर्षांतील घटनांचा आढावा घेतला. आपल्याकडून खान यांनी छायाचित्रे घेणे त्या वेळी वाटले होते तेवढे निरागस आणि निरुपद्रवी नव्हते, हेही त्याच्या लक्षात आले. खान यांनी त्या वेळी केवळ हौसेखातर महागडा कॅमेरा घेतला नसावा तसेच ते आपल्यावर अथकपणे कॅमेऱ्याचा 'शटरस्पीड' आणि त्याचे लायटिंग या संदर्भात जो प्रश्नांचा भडिमार करायचे त्याही मागे काहीतरी कुटील डाव असला पाहिजे असेही त्याला वाटून गेले. परंतु प्रयोगशाळेतील अधिकाऱ्यांच्या उतरंडीनुसार वीरमान हा केवळ एक छायाचित्रकार होता आणि म्हणूनच तो खान यांच्यासारख्या वरिष्ठ शास्त्रज्ञाबद्दल काहीही बोलू शकत नव्हता. तशातच वीरमान हा जातीचा भटक्या होता, त्यामुळे त्याला एक साथीदार गमवायचा नव्हता. कदाचित या सर्व भानगडीतून काहीच निष्पन्न होणार नाही, असेही त्याला वाटले आणि त्याने तो नाद सोडून दिला.

खान यांनी ऑक्टोबरच्या शेवटच्या आठवड्यात भाषांतराचे काम संपवले आणि ते ॲम्स्टरडॅममध्ये आपल्या मुख्य कामावर रूजू झाले. वीरमानने आपल्याला आलेल्या शंकेविषयी कोणाशीही वाच्यता केली नाही, मात्र केवळ काळजीपोटी तो या आपल्या मित्राच्या पाळतीवर राहू लागला. काही आठवड्यांनंतर तर तो

त्या गोपनीय कागदांना विसरूनही गेला. तोपर्यंत खान यांनी त्या कागदपत्रांच्या प्रतींना आपल्या घरी नेऊन एका गुप्त ठिकाणी लपवून ठेवले होते. मात्र आपल्याला पाकिस्तानला जाऊन तिथे पंतप्रधानांच्या लष्करी सल्लागाराला भेटायचे आहे, हे ते विसरले नाहीत.

त्या वर्षीच्या डिसेंबरच्या मध्यास खान आपली नेहमीची सुट्टी घेऊन पाकिस्तानला गेले. कराचीतील आपल्या घरी बायको-मुलांना ठेवून त्यांनी इस्लामाबाद गाठले. त्यांना तिथे पंतप्रधानांच्या लष्करी सल्लागारांना भेटायचे होते. पंतप्रधानांच्या कार्यालयात वावरताना त्यांनी 'करिम' या सांकेतिक नावाचा वापर करावा, असे त्यांना सांगण्यात आले. त्यावरूनच सदर बैठक साधारण स्वरूपाची नव्हती, हे लक्षात येते. सुरक्षा कक्षाच्या चाचण्यातून बाहेर पडल्यावर त्यांना एका प्रशस्त आणि औपचारिक तोंडवळा असलेल्या कार्यालयात नेण्यात आले, याच ठिकाणी त्यांची आणि जनरल अली यांची भेट होणे अपेक्षित होते. जेव्हा अली यांचे शेजारच्या दरवाज्यातून आगमन झाले, तेव्हा त्यांच्या समवेत आणखीही एक भारदस्त व्यक्ती होती, तिला पाहून खान चकित झाले. ती व्यक्ती म्हणजेच पाकिस्तानचे पंतप्रधान झुल्फिकार अली भुट्टो होते. ताडकन उठून खान यांनी त्यांच्याशी हस्तांदोलन केले. खान यांनी आपल्याबरोबर आराखडे आणि छायाचित्रे यांचे जणू भांडारच आणले होते, पाकिस्तानातच थांबून खान यांनी अण्वस्त्र प्रकल्प राबवावा अशी सूचना पंतप्रधानांनी केली; तर त्यासाठी खान एका पायावर तयार होते.

अजिबात वेळ न दवडता खान यांनी आपल्या योजना भुट्टोंसमोर मांडल्या. अण्वस्त्रांसाठी पाकिस्तान जर प्लुटोनियमवर अवलंबून राहिला, तर त्यात पाश्चात्त्य देश ढवळाढवळ करणारच, हा मुद्दा त्यांनी हिरिरीने मांडला. त्याऐवजी युरेनियम समृद्धीकरणाचा प्रकल्प उभारल्यास कमी वेळात, अल्पखर्चात आणि संपूर्ण गुप्तता राखून आपले उद्दिष्ट साध्य करता येईल. सध्या आपण फ्रान्सकडून फेरप्रक्रिया प्रकल्प खरेदी करण्याच्या तयारीत असून त्याकडे साऱ्या जगाचे लक्ष आहे, ते टाळण्यासाठी आपण कच्चे इंधन आणि यंत्रसामग्री कोणाच्याही लक्षात येणार नाही, अशा रितीने परदेशातून खरेदी करू शकतो. पंतप्रधानांच्या सुसज्ज कार्यालयात बसून खान यांनी त्यांना मोठ्या आश्वासक शब्दांत सांगितले की, आगामी पाच वर्षांच्या कालावधीत आपण अण्वस्त्रसज्ज होण्याइतपत युरेनियमचे समृद्धीकरण करू शकतो. अण्वस्त्रसज्जतेसाठी भुट्टोंनी मुल्तानमध्ये पाच वर्षांची अंतिम मुदत दिली होती, त्यामुळे खान यांनी दिलेले वेळापत्रक पाहून ते भारावूनच गेले.

तरीही भुट्टो खान यांच्या प्रस्तावाबद्दल काहीसे साशंक होते. त्यांनी अनेक देशांनी राबविलेल्या अणूकार्यक्रमांचा पुरेसा अभ्यास केला होता, जगातील काही मोजक्याच देशांना युरेनियमच्या समृद्धीकरणात हातखंडा मिळविण्यात यश आले

आहे, हे त्यांना पुरते माहीत होते. तसेच ज्या देशांना हे जमले आहे व होते, त्यांनाही त्यासाठी प्रचंड पैसा आणि वेळ खर्च करावा लागला होता, हेही त्यांना कळून चुकले होते. असे असले तरी फ्रान्सबरोबर सुरू आलेल्या वाटाघाटींना अमेरिकेकडून होऊ शकणारा संभाव्य विरोध आणि आपल्याच देशातील शास्त्रज्ञांकडून होत असलेली दिरंगाई लक्षात घेऊन भुट्टोंनी खान यांच्या प्रस्तावाचा गांभीर्याने विचार करायचे मनोमन ठरविले. अणूबॉम्बचे उद्दिष्ट गाठण्यासाठी एकाचवेळी दोन मार्गांचा अवलंब करणे, कधीही अधिक चांगले असा विचार त्यांनी केला. त्यामुळे साऱ्या जगाचे लक्ष पाकिस्तानच्या प्लुटोनियम कार्यक्रमाकडे वेधलेले असतानाच दुसरीकडे गुपचूपपणे युरेनियमच्या समृद्धीकरणाचा कार्यक्रमही राबविता आला असता, आणि ही सर्वांनाच अंधारात ठेवणारी व्यूहनीती भुट्टोंना चांगलीच भावली. काही दिवसांतच खान पुन्हा इस्लामाबादला आले आणि त्यांनी आपल्या निरीक्षणांचा अहवाल भुट्टोंना सादर केला. प्लुटोनियमचा पर्याय आपल्याला अशक्यप्राय वाटतो असा दावा करून त्यांनी सांगितले की, या क्षेत्रातील आपली कामगिरी मुळीच समाधानकारक नाही. हे सगळे ऐकल्यावर भुट्टो आपल्याला इथेच थांबण्यास आणि आपण प्रस्तावित केलेला कार्यक्रम राबविण्यास सांगतील अशी खान यांची अपेक्षा होती, त्याऐवजी खानने परत आपल्या कामावर रूजू व्हावे आणि अण्वस्त्र प्रकल्पासाठी लागणाऱ्या सामग्रीचा आणि तंत्रज्ञानाचा कोणालाही थांगपत्ता लागू न देता खरेदी करण्यासाठी नेटवर्क तयार करावे असे सूचित केले. भुट्टोंनी त्यांना आश्वासनही दिले की, एकदा ही कामगिरी यशस्वी झाली की, त्यांना पाकिस्तानात परत येऊन मोकळेपणाने येथील अण्वस्त्र कार्यक्रमाचे नेतृत्व करता येईल. या कामासाठी खान यांच्यावर कोणतीही कालमर्यादा घालून दिलेली नव्हती. ते एकदम उत्तेजित झाले. ज्या संधीची आपण इतके दिवस वाट पाहात होतो, ती आपल्या दारात येऊन ठेपल्याचे त्यांनी नंतर आपल्या चरित्र लेखकाला सांगितले. त्यानंतरच्या काही काळातच खान यांनी गुप्तहेरांच्या कार्यपद्धतीची धावती माहिती करून घेतली. दूतावासातील एका सदस्याचा टेलिफोन क्रमांक त्यांना देण्यात आला आणि अत्यंत मोजक्या शब्दांत आपले म्हणणे कसे मांडावे याचे धडे देण्यात आले. अशा प्रकारची सामग्री पुरविणाऱ्या कंत्राटदारांची यादी त्यांना देण्यात येईल, मात्र प्रत्यक्ष खरेदी संबंधित देशातील पाकिस्तानच्या दूतावासातील ठरावीक व्यक्तीच करील, कारण या व्यवहारात काही अडथळे आल्यास त्यांना मिळणाऱ्या राजनैतिक संरक्षणाचा फायदा घेता येईल, असेही त्यांना सांगण्यात आले. त्याच काळात खान यांनी शास्त्रज्ञांना असलेली लक्ष्मण रेषा ओलांडली आणि ते पूर्णवेळ गुप्तहेर म्हणून काम करायला लागले. या त्यांच्या कृतीमुळे अणू तंत्रज्ञानाच्या काळ्या बाजाराचा पाया घातला गेला आणि

या व्यापाराची व्याप्ती त्यापुढील भविष्यकाळात एवढी वाढली की, तिच्यावर कोणाचेही नियंत्रण उरले नाही.

जानेवारीच्या सुरुवातीसच खान ॲम्स्टरडॅमला परतले. नेहमीच्या सवयीप्रमाणे त्यांनी आपल्या सहकाऱ्यांसाठी पाकिस्तानहून मिठाया आणि त्यांच्या डेक्सटॉपसाठी छोटे गालिचे आणले होते. मात्र या वेळी परतलेले खान काही वेगळे होतेच, शिवाय परतण्याचे त्यांचे हेतूही वेगळे होते. वीरमानला आपल्या या सहकाऱ्यातील सूक्ष्म बदल लागलीच जाणवले, खान आता जास्तीतजास्त वेळ फोनवर बोलण्यात व्यतीत करताहेत, तसेच ज्या भाषेत ते संभाषण करतात ती भाषा उर्दू असावी आणि कार्यालयीन वेळेतही ते काही भेटींचे निमित्त सांगून अचानक गायब होतात, याबाबी त्याच्या नजरेतून सुटल्या नाहीत. खानना एकदा त्याने काही फिल्मरोल्स एका पाकिटात घालून ते सिलबंद करतानाही पाहिले. दुसऱ्या एका प्रसंगी खान यांनी त्यालाच एफडीओतील सेंट्रिफ्युजच्या काही सुट्ट्या भागांची छायाचित्रे काढण्यास सांगितले. त्याच वर्षीच्या वसंत ऋतूत त्याने खान यांच्या घराला भेट दिली, तेव्हा त्याला तिथे सेंट्रिफ्युजचे काही भाग प्रत्यक्षातच पाहायला मिळाले. मागच्या खेपेसही वीरमानला तिथे काही संशयास्पद कागदपत्रे आढळून होती आणि तो त्या वेळी गप्प बसला होता, आता मात्र त्याला राहवले नाही, त्याने खानना सरळच पृच्छा केली की, या सुट्टया भागांचे तुम्ही काय करणार आहात, त्यांनी त्याला 'काळजीचे काहीही कारण नाही, हे सर्व भाग आपल्याला एफडीओच्या कचऱ्यात सापडले असून ते आपण स्मृतीचिन्हे म्हणून आपल्याबरोबर नेणार आहोत,' असे सांगून गप्प केले.

खान यांच्या या स्पष्टीकरणानंतरही वीरमानच्या मनातील संशयकल्लोळाचे वादळ काही शमले नाही, उलट खान यांनी त्यांच्या निवासस्थानी आयोजित केलेल्या पार्टीच्या वेळी ते अधिकच तीव्र झाले. खान यांच्या घरासमोर दूतावासाची विशेष नंबरप्लेट असलेली एक गाडी उभी असल्याचे त्याला दिसले. आत गेल्यावर त्याने पाहिले की, खान हे इतर दोघांबरोबरच्या चर्चेत आकंठ बुडालेले आहेत. वीरमानला पाहून खान चटकन त्याच्यापाशी आले आणि त्यांनी त्या दोघांशी त्याची ओळख करून दिली. ते दोघेही 'द हेग'मधील पाकिस्तानी दूतावासातील अधिकारी होते.

त्याच दरम्यान कधीतरी खान पाकिस्तानमधील सौंदर्यस्थळांविषयी बढाया मारत असताना वीरमानने आपल्याला त्या देशाला भेट द्यायला आवडेल, असे सांगितले. दोन आठवड्यांनीच खाननी त्याला पाकिस्तान भेटीचे निमंत्रण दिले. आपले या संदर्भात तेथील सरकारशी बोलणे झाले असून तुला त्यांच्यातर्फे विमान प्रवासाचा खर्च आणि लाहोरमध्ये निवासव्यवस्था पुरविण्यात येईल, असे

सांगण्यासही ते विसरले नाहीत.

घाईघाईने त्यांना थांबवत तो म्हणाला, 'माझा आणि तुमच्या सरकारचा काहीही संबंध नाही, मला तिथे जायचेच असेल, तर मी एकट्याने आणि स्वतंत्रपणे जाईन.'

आमच्या सरकारने तुझ्यासाठी प्रायोजित केलेल्या दौऱ्यात काहीही वावगे नाही, असे खान यांनी सांगूनही वीरमानने त्यांना नकार दिला. मात्र त्याचवेळी त्यांच्या या संशयास्पद वर्तनाविषयी वरिष्ठांशी बोलावे का? हा प्रश्न त्याला सतावू लागला. पण पुन्हा एकदा आपलेच काहीतरी चुकतेय या जाणिवेने त्याने आणखी काही काळ थांबण्याचा निर्णय केला. शिवाय त्याचवेळी त्याला दुसऱ्याच एका भीतीने ग्रासले होते, त्याची आणि खान यांची मैत्री सर्वश्रुत होती, त्याने खान यांना अनेक कामांत न कळत का होईना, पण मदतही केली होती, जर या सर्व प्रकरणात खान दोषी ठरले तर आपलीही त्यातून सुटका नाही, हे त्याला कळून चुकले होते. खान यांच्या पापातील एक भागीदार अशीच आपली संभावना होईल, या भीतीने तो गप्प राहिला. आणि त्याचे हे गप्प राहणेच महागात पडले. खानना वेळीच थांबवण्याची एक संधी त्याच्यापाशी होती, पण त्याला आता बराच उशीर झाला होता, खान यांनी तोपर्यंत आपल्या खऱ्या मोहिमेला सुरुवातही केली होती.

पाकिस्तानची पाइपलाइन

वी*रमानने खान यांच्या घरी भेट दिली तेव्हा तिथे* उपस्थित असलेल्या दोघांपैकी एकाचे नाव होते, सिद्दिक ए. बट. ब्रसेल्स. येथील पाकिस्तानी दूतावासात त्याची नोंद 'विज्ञान आणि तंत्रज्ञान अधिकारी' अशी करण्यात आली होती. पाकिस्तानच्या अणूकार्यक्रमाचा सुरुवातीपासूनचा एक खंदा समर्थक अशी त्याची ख्याती होती. १९७२मध्ये जेव्हा भुट्टोंनी मुल्तान येथे सर्वप्रथम आपला आण्विक कार्यक्रम जाहीर केला, तेव्हा त्यांच्यासमोरच्या गर्दीतून उठून या युद्धखोर उद्दिष्टाला उत्साहात जोरदार पाठिंबा देणारा बट हाच पहिला अधिकारी होता. नंतरही त्याने या कार्यक्रमाला जे योगदान दिले, ते प्रयोगशाळेच्या माध्यमातून नाहीतर अण्वस्त्रांसाठी लागणाऱ्या सामग्रीच्या तस्करीतून. पाकिस्तान अणुऊर्जा आयोगामार्फत चालवण्यात येणाऱ्या प्रकल्पाची जबाबदारी त्याच्यावर टाकण्यात आली होती आणि त्याचे हे उपद्व्याप त्यासाठीच चालले होते. १९७४च्या सप्टेंबरमध्ये खान यांनी भुट्टो यांच्या चरणी आपली सेवा रूजू करण्याचे जाहीर केल्यावर आणि त्यांचे परत येणे निश्चित झाल्यावर, त्याची पूर्वतयारी म्हणून बटच्या कार्यकक्षेची व्याप्ती वाढवण्यात आली आणि युरेनियम समृद्धीसाठी लागणाऱ्या सामग्रीच्या खरेदीसाठी संपूर्ण जग फिरण्याची परवानगी देण्यात आली.

१९७४मध्ये खान पाकिस्तानात असताना त्यांना बटचे नाव आणि संपर्क साधण्यासाठी पत्त्यांची यादी देण्यात आली. ॲम्स्टरडॅममध्ये पोहोचताच त्यांनी या तरुण भौतिकतज्ज्ञाशी तातडीने संपर्क करून भेट ठरवून टाकली. दोघेही शास्त्रज्ञ होते आणि पाकिस्तानी अणूबॉम्बची गरज दोघांनाही वाटत असल्याने त्यांचे सूर लागलीच जुळले. भेटीनंतरच्या पहिल्याच आठवड्यात दोघांतही मैत्रीचे गाढ संबंध निर्माण झाले. पुढेही ते इतके प्रदीर्घ काळ टिकले की, जवळच्यांनी या जोडगोळीला 'पाकिस्तानी पाइपलाइन' हे टोपणनाव देऊन टाकले. बट याच्याबरोबर बैठक ठरवताना किंवा त्याला एखादा संदेश पाठवताना खान एका

सुरक्षित टेलिफोन नंबरचा वापर करीत, एफडीओच्या कार्यालयातूनच बहुधा हे संभाषण चाले, ते वीरमानच्या कानांवरही पडत असे, मात्र त्यातील बराचसा भाग उर्दूत असल्याने ते त्याच्या आकलनाबाहेर असायचे. सेंट्रिफ्युजच्या सुट्या भागांची किंवा समृद्धीकरणाच्या तंत्राची माहिती बरीचशी गुंतागुंतीची असे, अशा वेळी खान त्या पत्रांच्या चक्क प्रती काढायचे; ते एक तर त्या घरी पाठवायचे किंवा कोणाचेही लक्ष वेधणार नाही, अशा गर्दीच्या ठिकाणी कोणाकडेतरी हस्तांतरित करायचे. 'सेंट्रिफ्युज प्रक्रिये'त वापरायचा अत्यंत कमी जाडीचा पत्रा विकसित करण्याचे काम युरेन्कोत चालले असताना त्या टीमबरोबर काम करण्याची संधी खान यांना मिळाली, त्या संपूर्ण प्रक्रियेच्या प्रती काढून त्या बटच्या स्वाधीन करण्यात आल्या. सेंट्रिफ्युजेस प्रकल्पासाठी आवश्यक असलेल्या बहुतेक सर्व यंत्रांची आणि कच्च्या मालाची यादी खान यांनी भुट्टोंकडे पोहोचती केली, त्याच्या सोबतीला युरेन्कोला पुरवठा करणाऱ्या नेदरलॅन्ड, जर्मनी आणि इतर देशांची यादीही जोडली. हे सर्व पार पडले; तेव्हा भुट्टो आणि त्यांच्या झालेल्या पहिल्या भेटीला फक्त सहा महिने झाले होते.

राजनैतिक अधिकारी, चोरटे दलाल आणि बोगस कंपन्यांच्या मध्यस्थीने सामग्रीची खरेदी करून ती पाकिस्तानला पाठवण्याची कामगिरी बट पार पाडत असे. जसजसा खान यांच्याकडून येणाऱ्या माहितीचा ओघ वाढत चालला तसतशी खरेदीची व्याप्तीही वाढत होती. त्यानंतर बटने आणखी एक यादी तयार केली. परदेशातील ज्या पाकिस्तानी नागरिकांना वैज्ञानिक पार्श्वभूमी असून जे युरोप तसेच कॅनडा आणि अमेरिकेतील अतिसंवेदनशील मानण्यात येणाऱ्या अण्वस्त्र प्रकल्पात विनासायास प्रवेश मिळवू शकतात अशांची ती यादी होती. १९६०मध्ये यातील बऱ्याच बुद्धिवान युवकांना पाकिस्ताननेच परदेशात अणुविज्ञानाच्या प्रशिक्षणासाठी पाठवले होते. या सर्वांनी एकत्र येऊन पाकिस्तानच्या मोजक्या दूतावासांत आपल्या देशातील गोपनीय प्रकल्पांसाठी अणू साहित्याच्या खरेदीची मिनी कार्यालये सुरू केली आणि पुढे जे संपूर्ण जगात 'ग्रे मार्केट' म्हणून 'नावारूपास' आले, त्याचे जणू उद्‌घाटनच केले. अण्वस्त्र कार्यक्रमाला लागणाऱ्या सर्व वस्तूंची यादी करायची आणि ती केवळ नागरी वापरासाठीच आहेत, असे भासवणारी लेबले त्यांना चिकवटवून संभाव्य विक्रेत्यांच्या तसेच विविध देशांच्या निर्यात अधिकाऱ्यांच्या डोळ्यांत धूळ फेकायची अशी त्यांची सर्वसाधारण 'मोडस ऑपरेंडी' होती. उदाहरणार्थ, सेंट्रिफ्युजेसला लागणारे 'फ्रिक्वेन्सी इन्व्हरटर्स' खरेदी करायचे आणि ते कापड गिरण्यांसाठी आहेत असे भासवायचे, आणि दोन्ही ठिकाणी लागणारी ही यंत्रणा एकच असल्याने त्याचा आपल्या मूळ उद्दिष्टांसाठी फायदा करून घ्यायचा.

पाकिस्तानकडून काही विशिष्टच वस्तूंची खरेदी केली जात असल्याने त्याचे बिंग बाहेर येण्याची शक्यता वाढली आणि एकूण योजनाच उघडी पडते की काय, अशी भीतीही निर्माण झाली. १९७५च्या उन्हाळ्यात बटने दोन वेगवेगळ्या कंपन्यांची निवड केली आणि त्यांच्या बुरख्याआडून सेंट्रिफ्युजेसच्या मध्यवर्ती यंत्रणेतील चाकांसाठी वापरावयाच्या धातूंची खरेदी केली. या धातूच्या विक्रीवर बरेच निर्बंध होते. हा होता, अतिशय बळकट ॲल्युनियम धातू. या धातूची निर्मिती नेदरलॅन्डमधील काही ठरावीकच कंपन्या करीत असत आणि तो प्रामुख्याने युरेन्कोलाच पुरविला जायचा. बटने निवडलेल्या कंपन्यांनी नेमक्या या कंपन्यांकडेच आपली मागणी नोंदवली. डच कंपन्यांच्या नजरेतून हा 'योगायोग' सुटू शकला नाही. एफडीओला लागणारा धातू आणि या कंपन्यांनी मागणी केलेला धातू यात साम्य असल्याचे त्यांच्या लक्षात येताच, त्यांनी ही मागणी नम्रपणे फेटाळून लावली. एकदा कार्यरत झालेले सेंट्रिफ्युजेस कायमस्वरूपी गतिमान ठेवण्यासाठी सातत्याने वीज पुरवठा करू शकणाऱ्या ट्रान्सफॉर्मर्सची आवश्यकता असते, खानांच्या यादीत त्यांचाही समावेश होता, या मागणीतीलही तपशील संशयास्पद असल्याने आणि त्यात काहीतरी काळेबेरे असल्याचे वाटल्याने तिलाही कचऱ्याची टोपली दाखविण्यात आली. या दोन्ही घटनांची माहिती सीआयए आणि युरोपीय गुप्तचर संघटनांकडे पोहोचविण्यात आली. आण्विक मालाची खरेदी पाकिस्तानकडून होत असल्याची पूर्वकल्पना अमेरिकेला आधीपासूनच होती, मात्र त्यांनी त्याचा चुकीचा अन्वयार्थ लावला. पाकिस्तानची ही खरेदी केवळ नागरी कार्यक्रमासाठीच आहे अशा भ्रमात ते राहिले. आपल्याजवळच्या प्लुटोनियमपासून अण्वस्त्र इंधन बनविण्यासाठी पाकिस्तान फ्रेंच बनावटीची फेरप्रक्रिया यंत्रणा खरेदी करण्याच्या खटाटोपात होता. ही माहिती उजेडात येताच अमेरिकेने दोन्ही देशांतील या कराराला खिळ घालण्यास सुरुवात केली. मात्र भुट्टोंची दुसरी एक खेळी ओळखण्यास अमेरिका आणि त्याचे मित्र पूर्णपणे अपयशी ठरले. नव्यानेच भरती झालेल्या आपल्या ए.क्यू. खान यांच्या बुद्धिमत्तेच्या जोरावर भुट्टो समांतर असा वेगळाच एक कार्यक्रम राबवित होते. युरेनियमच्या समृद्धीकरणाचे तंत्रज्ञान जगातील काही मोजक्याच देशांच्या पोलादी मुठीत सुरक्षित आहे, या काहीशा अज्ञानमूलक समजुतीला या देशांच्या गुप्तचर संघटना आणि तज्ज्ञ कवटाळून बसले होते आणि भुट्टो हेच तंत्रज्ञान अन्य मार्गानेही खरेदी करू शकतात, या शक्यतेबद्दल ते पूर्णपणे गाफील राहिले. 'पाकिस्तान' असे काही करू शकेल; हे वेळीच ओळखण्यात त्यांना आलेल्या अपयशाचाच फायदा त्या देशाला आपले अंतिम उद्दिष्ट साध्य करण्यासाठी झाला.

कोणत्याही देशाच्या अशा प्रकारच्या खरेदीला रोखून धरण्याचे अधिकृत

सर्वाधिकार खरेतर 'आंतरराष्ट्रीय अणुऊर्जा आयोगा'ला (आयएईए) बहाल करण्यात आले आहेत, मात्र काही अमेरिकन तज्ज्ञांच्या मते हे काम त्या संघटनेला जमण्यासारखे नव्हते. परिणामस्वरूप म्हणून आण्विक तंत्रज्ञाच्या निर्यातीस रोखून धरावे यासाठी अमेरिकेने युरोपीय सरकारांवर दबाव आणण्यास प्रारंभ केला, पण अनेक सरकारांनी त्याला जुमानलेच नाही. 'आण्विक तंत्रज्ञान' हे नागरी किंवा लष्करी अशा दोन्ही कारणांसाठी वापरण्यात येते आणि ते 'दुहेरी तंत्रज्ञान' या प्रकारात मोडते. अशा तंत्रज्ञानाची निर्यात थांबविण्याच्या प्रयत्नात अमेरिका होती. अमेरिकेशी अनेक क्षेत्रात लागेबांधे असलेल्या ब्रिटन आणि डचांनी ही मागणी तात्काळ मान्य केली. अण्वस्त्र प्रसारबंदीपेक्षा अमेरिकेला स्वत:च्या हितसंबंधांची जपणूक करण्यातच जास्त स्वारस्य असावे, असा संशय आल्याने जर्मनी आणि स्वित्झर्लंड यांनी या मागणीकडे काणाडोळा केला. दुसऱ्या महायुद्धानंतर केवळ तीस वर्षांच्या आतच जर्मनीने आपली आर्थिक व्यवस्था भरभक्कम केली होती. या बळाच्या जोरावरच अणुऊर्जेत स्वावलंबन मिळावे म्हणून त्या देशाने प्रचंड आर्थिक गुंतवणूक केली होती. जर्मनीने अण्वस्त्र प्रसारबंदी करारावर सही केली होती खरी, पण याच कराराकडे आपले आण्विक सामर्थ्य वाढविण्याचे एक साधन म्हणूनच त्या देशातील शासनकर्ते आणि उद्योगपती पाहात होते. जेव्हा अण्वस्त्र करार बंदीवर सही न करणाऱ्या ब्राझिलला आठ अणुभट्ट्या, एक 'युरेनियम समृद्धीकरण प्रकल्प' आणि एक 'प्लुटोनियम फेरप्रक्रिया संयंत्र' विकण्याचा प्रयत्न जर्मनीने केला तेव्हा अमेरिकेने त्याला तीव्र आक्षेप घेतला, शेवटी जर्मनीला ही निर्यात रोखून धरावी लागली. या सर्व व्यवहारात जर्मनीचे लक्षावधी डॉलर्स पाण्यात गेले होते, हा कडवटपणा त्यांच्या गाठीशी होताच, शिवाय अमेरिका आपल्या 'वेस्टिंग हाउस' आणि 'जनरल इलेक्ट्रिक' या महाकाय उद्योगांचेच हित जपण्यातच मग्न आहे, अशीही त्याची समजूत झाली होती.

अण्वस्त्रबंदीबाबत जर्मनीचा उदासिन दृष्टिकोन आणि अमेरिकेबद्दलची सर्वसाधारण नाराजी याचा बटने पुरेपूर उपयोग करून घेतला. त्याला आपल्या कार्यक्रमासाठी जणू सुपीक जमीनच मिळाली. ५३२ सेंट्रिफ्युजेस बांधण्यास पुरेल एवढे मिश्र पोलाद त्याने जर्मनीकडून यशस्वीपणे खरेदी केले. निर्बंधित वस्तूंच्या यादीत या पोलादाचा समावेश नव्हता, जर्मन पुरवठादार रोशलिंगने ही मागणी पूर्ण केली आणि पाकिस्तानला रवानाही केली. याच संदर्भातील आणखी एक घटना. सेंट्रिफ्युजेस तयार करण्याच्या कामी उपयोगी ठरणारी खास लेथ यंत्रे पाहण्यासाठी एका ब्रिटिश तंत्रज्ञाने जर्मनीच्या ऱ्हाईनखोऱ्यातील एका प्रकल्पाला भेट दिली. या यंत्रांची जुळणी करून ती युरेन्कोला पाठवायची होती. अलमेलात काम करणारा हा तंत्रज्ञ प्रकल्पाच्या जुळणी विभागात सहज म्हणून फिरताना त्याच्या दृष्टीस

आणखीही काही लेथ यंत्रे पडली. युरेन्कोने मागवलेल्या यंत्रांशी त्यांचे काहीतरी साधर्म्य असल्याचे त्याला आढळून आले. ही सर्व यंत्रे कोणासाठी आहेत; असे त्याने विचारताच; ती पाकिस्तानातील एका कंपनीला पाठवायची आहेत, असे उत्तर त्याला मिळाले. सदर तंत्रज्ञाने ही माहिती युरेन्कोचा भागीदार असलेल्या 'ब्रिटिश न्यूक्लिअर फ्युएल लिमिटेड' या कंपनीला लगेचच कळवून टाकली. हा सर्वच प्रकार चिंताजनक असल्याचे ब्रिटिशांनी जर्मनीला कळवताच, यामुळे कोणत्याही निर्यात निर्बंधांचा भंग आम्ही केलेला नाही, असे प्रत्युत्तर त्यांना मिळाले. त्यानंतर पाकिस्तानच्या खरेदी यादीवर बारीक नजर ठेवण्यापलीकडे ब्रिटिश काहीही करू शकले नाहीत.

या 'पाकिस्तानी पाइपलाइन'ला जर्मनीत यश मिळाले खरे, पण त्यांच्या समोरचे अडथळे काही संपत नव्हते. कारण आता पाकिस्तानकडून होणाऱ्या अणूतंत्रज्ञानाशी निगडित अशा कोणत्याही खरेदीवर नेदरलॅन्ड बारीक लक्ष ठेवू लागले. खानने दिलेल्या यादीतील काही खास सुट्टे भाग केवळ नेदरलॅन्डकडेच उपलब्ध होते. त्यामुळे त्या देशाचे मन वळविण्यासाठी बट आणि त्याचे साथीदार प्रयत्नांची शिकस्त करत होते. त्यांच्या या सातत्यपूर्ण प्रयत्नांची परिणिती भलत्याच आणि अनपेक्षित अशा गोष्टीत झाली. नेदरलॅन्डच्या बाजारपेठेत धोक्याची घंटा वाजली, पाकिस्तानचा एकूणच प्रकल्प धुळीस मिळतो की काय, त्याहून वाईट म्हणजे खुद्द खान यांची रवानगी तुरुंगात होतेय की काय, अशी शक्यता निर्माण झाली. सरतेशेवटी खान या आपत्तीतून थोडक्यात वाचले खरे, पण त्यांची दुहेरी भूमिका जगासमोर उघडी पडलीच.

खान यांच्या या दुर्गतीला आणि त्यांचा दुटप्पीपणा वेशीवर टांगला जायला एका प्रकारे तेच कारणीभूत ठरले, कारण युरेन्कोसाठी धातूचा विशेष पत्रा विकसित करायला त्यांचाच हातभार लागला होता. १९७५च्या सप्टेंबरमध्ये बटने अशा पत्र्याची निर्मिती करणाऱ्या एका उद्योगाकडे अमाप अशी मागणी नोंदवली. या कारखानदाराचे नावही बटला खान यांनीच दिले होते. इतर मागण्यांच्या बाबतीत घडले त्याचीच इथेही पुनरावृत्ती झाली. युरेन्कोतील पत्र्याची आणि या पत्र्याची वैशिष्ट्ये समान असल्याचे तेथील अधिकाऱ्यांच्या लक्षात येण्यास उशीर लागला नाही. या कंपनीने नेदरलॅन्डमधील शाखेला सावध केले, या सर्व प्रकारामागे खान यांचाच हात असल्याचे सिद्ध करण्यासाठी त्यांनी घटनांची एक साखळीच तयार करायला सुरुवात केली.

पाकिस्तानने यापूर्वीही संवेदनशील स्वरूपाची खरेदी केली होतीच, पण अशा घटना प्रत्यही घडतच असतात, असे मानून त्याकडे कोणीही फारसे लक्ष दिले नव्हते. मात्र केवळ युरेन्कोसाठीच बनविण्यात आलेल्या खास पत्र्याची

मागणी कोणाकडूनतरी झाल्याने 'एफडीओ'च्या मनात शंकेची पाल चुकचुकली. असा धातू एफडीओच्या अत्यंत दुर्गम भागातच तयार होतो, या सगळ्याची माहिती फारच थोड्या लोकांना असते. म्हणूनच अशी मागणी करणाऱ्याला एफडीओची अंतर्गत माहिती असलीच पाहिजे, या निष्कर्षाला हे अधिकारी पोहोचले. या 'घुसखोर' व्यक्तीचा शोध घेण्याच्या प्रयत्नांचा एक भाग म्हणून एफडीओच्या सुरक्षा अधिकाऱ्यांनी विशेष पत्रा तयार करण्याच्या एकूण प्रक्रियेचाच मागोवा घेतला. त्यातून एफडीओच्या शास्त्रज्ञांनी तयार केलेल्या आणि फारशा गोपनीय नसलेल्या यादीलाही वगळण्यात आले नव्हते. यादीतील नावे वाचत असताना सुरक्षा कर्मचारी एका नावापाशी थबकले, ते नाव होते, ए.क्यू. खान. एका पाकिस्तानी राजनैतिक अधिकाऱ्याने केलेल्या मागण्यांची यादी आणि त्याच देशाच्या एका शास्त्रज्ञाचे एफडीओत असणे, हा सकृतदर्शनी तरी योगायोगच असावा आणि काही अधिकाऱ्यांना तसे वाटलेही, पण याच घटनेचा संदर्भ देऊन काही जणांनी एफडीओच्या प्रयोगशाळेत कोणातरी पाकिस्तान्याने घुसखोरी केली असल्याचा ठाम विश्वास व्यक्त केला. चिंताग्रस्त अवस्थेतच त्यांनी 'बीव्हीडी' या सरकारी डच गुप्तचर संस्थेकडे धाव घेतली.

मैत्रीपूर्ण स्वभाव आणि सौजन्य यांच्या आधारावर खान यांना एक प्रकारचे संरक्षण प्राप्त झाले होते. साहजिकच त्यांच्या कारवायांकडे त्यांच्या वरिष्ठांचे दुर्लक्ष व्हायचे, या गोष्टींचा नेमका फायदा घेत ते सर्व माहिती बटकडे पाठवत होते. आणि हा प्रकार कित्येक महिने बिनबोभाट सुरू होता. जेव्हा बीव्हीडीने आपली शोध मोहीम सुरू केली तेव्हा अनेक धक्कादायक प्रकरणे त्यांच्या समोर उघडी पडली. आण्विक कार्यक्रमासाठी लागणाऱ्या विशिष्ट पत्र्याचे डिझाइन तयार होत असताना त्या प्रक्रियेत त्यांचा सहभाग असणे हे तर धोकादायक होतेच, पण ते तर हिमनगाचे एक टोक होते. त्यांनी एफडीओत सुमारे तीन वर्षे काम केले होते. या कालावधीत त्यांचा अत्यंत संवेदनशील अशा माहितीशी संबंध आला होता, त्यात जर्मन भाषेतील गोपनीय मजकुराच्या डचमधील भाषांतराचाही समावेश होता. या सर्व प्रकारामुळे भविष्यात होऊ शकणाऱ्या नुकसानीची गणना करणे अशक्यच होते, क्षणाचाही विलंब न लावता त्यांच्यावर पाळत ठेवण्याचे काम सुरू झाले.

त्याच वर्षाच्या ऑक्टोबरमध्ये पश्चिम जर्मनीत आण्विक उद्योजकांनी एका प्रदर्शनाचे आयोजन केले होते आणि खान त्याला त्यांच्या कार्यालयाचे प्रतिनिधी या नात्याने हजर राहणार होते. अर्थातच या औद्योगिक दौऱ्याची आखणी कित्येक दिवस आधी झाली होती. आपल्यासमोर काहीतरी भलते वाढून ठेवले आहे याचा वास जरी त्यांना आला तर ते परस्पर पाकिस्तानला पळ काढतील

आणि त्यांची नेदरलॅन्ड तसेच डच या देशांच्या न्यायकक्षेतून आपोआप सुटका होईल या भीतीने त्यांना पश्चिम जर्मनीत जाऊ द्यावे किंवा नाही यावर बीव्हीडी आणि युरेन्को यांच्यात बराच खल झाला. पण हे कारण गृहीत धरून त्यांना परवानगी नाकारणेही काही कमी धोक्याचे नव्हते, कारण खान यांनी एफडीओच्या सेंट्रिफ्युज कार्यक्रमाचे नेमके किती नुकसान केले आहे याचा कोणालाही अंदाज करता येत नव्हता. सरते शेवटी बीव्हीडीच्या सतर्क पाळतीखाली त्यांना प्रदर्शनास जाऊ देण्याचे ठरविण्यात आले.

त्या प्रदर्शनात खान अगदी हरवून गेल्यासारखे वावरत होते. तिथे ते जमलेल्या विविध देशांच्या अभियंत्यांशी गप्पा मारत होते, त्या देशांची प्रसिद्धीपत्रके गोळा करत होते. हे सारे चालू असताना बीव्हीडीचे दोन कर्मचारी त्यांच्यावर बहिरी ससाण्याप्रमाणे नजर ठेवून होते. ज्या अभियंत्यांशी खान यांच्या गप्पा झाल्या होत्या त्यांना हे कर्मचारी नंतर गाठत होते, आणि त्या गप्पांचा तपशील जाणून घेत होते. या गप्पांदरम्यान खान त्यांच्याकडून अण्वस्त्र निर्मिती संदर्भातील गोपनीय माहिती काढून घेत होते, एफडीओतील त्यांच्या कामाचा आणि या माहितीचा अर्थाअर्थी काहीच संबंध नव्हता. या सर्व घटनांमुळे जवळपास एका गोष्टीवर नक्कीच शिक्कामोर्तब झाले, ती म्हणजे खान यांचे खायचे दात आणि दाखवायचे दात वेगळे होते, ते दाखवतात तसे एक निरुपद्रवी आणि निरागस मेटालर्जिस्ट नक्कीच नव्हते, तर आणखी बरेच काही होते.

खान ॲम्स्टरडॅमला परत आले तेव्हा त्यांना त्यांच्या सभोवती ज्या नाट्यपूर्ण घटना घडत होत्या याची य:किंचितही कल्पना नव्हती, या नाटकाचा शेवट झाला तर आपण जगासमोर उघडे पडू हा इशाराही त्यांना मिळालेला नव्हता किंवा त्यामुळे पाकिस्तानच्या अणूकार्यक्रमाचा जन्माआधीच मृत्यू होईल, असे त्यांना स्वप्नातही वाटले नाही. युरेन्कोच्या डच शाखेची जबाबदारी त्या देशाच्या अर्थखात्याकडे होती, म्हणूनच बीव्हीडीने खान यांच्या विशेष धातू संशोधन प्रक्रियेतील सहभाग आणि त्यांच्या प्रदर्शनातील हालचाली याविषयीचा सविस्तर अहवाल त्या खात्याला सादर केला. या अहवालाच्या निष्कर्षात खान यांच्याविरुद्ध थेट हेरगिरी केल्याचे सिद्ध करणारा ठोस पुरावा नव्हता, मात्र त्यावर निर्णायक आणि पाकिस्तानचे भवितव्य बदलू शकेल, अशी जोरदार चर्चा मात्र झाली. सुरक्षा दल आणि मंत्रालयाच्या एका गटाचे म्हणणे होते की, खान यांना किमान शिक्षा मिळावी म्हणून त्यांची उचलबांगडी करून एफडीओत येण्यास मज्जाव करावा तर त्यांच्यातील जहाल गटाचे मत होते की, खान यांच्याविरुद्ध हेरगिरीचा गुन्हा दाखल करून त्यांना अटक करण्यात यावी. युरेन्कोतील एका गटाने तर या दोन्ही पर्यायांना विरोध केला, खान यांच्याबद्दल जमा झालेल्या पुराव्यांतून

कोणताही ठोस निष्कर्ष काढता येणार नाही, या सर्वच घटनांकडे केवळ एक योगायोगांची मालिका या दृष्टीनेच पाहिले जाईल, असा युक्तिवाद या गटाने केला. खान यांना कठोर शासन करण्यास तर त्यांनी जोरदार विरोधच दर्शवला. हा सारा प्रकार दडपणेच योग्य ठरेल, कारण तो उघडकीस आला तर जगभर आपली नाचक्की होईल, असा इशारा देऊन त्यांनी खान यांना दुसऱ्या एखाद्या खात्यात काम द्यावे आणि ते पुन्हा असे उपद्व्याप करणार नाहीत याची काळजी घेण्यात यावी, असे सुचवले. ही शेवटची सूचना बऱ्याच जणांना पटण्यासारखी होती आणि त्याला कारणही तसेच होते. त्याच सुमारास डच सरकार उच्च तंत्रज्ञानावर आधारित असा आण्विक उद्योग विकसित करत होते, त्यांच्याच एखाद्या कारखान्यातील अतिसुरक्षा असलेल्या विभागात एक अनोळखी माणूस शिरकाव करून हेरगिरी करतो, ही बाब उघड झाली असती, तर तो संपूर्ण डोलाराच कोलमडला असता आणि डचांना त्यापासून होणारे आर्थिक नुकसान परवडण्यासारखे नव्हते. डचांचे अर्थमंत्री रूड लुबर्स हे खान यांच्या अटकेचा आग्रह धरणाऱ्यांत आघाडीवर होते, हेच लुबर्स पुढे त्या देशाचे पंतप्रधानही झाले. पुढे कधीतरी बोलताना लुबर्स यांनी या बैठकीविषयी सांगितले की, त्या वेळी आमच्यामध्ये जी चर्चा झाली, त्यात प्रामुख्याने आर्थिक हितसंबंधांवरच भर होता, आर्थिक अपरिहार्यता आणि सुरक्षाविषयक चिंता यांच्यातील तो संघर्ष होता. देशाचा 'अर्थमंत्री' हे माझे पद होते आणि त्याची काळजी घेणे, हे माझे कर्तव्य होते. खान यांना हेरगिरीच्या आणि अण्वस्त्र प्रसाराच्या आरोपाखाली अटक केली जावी, असा आग्रह परराष्ट्रखात्याने धरला होता, मात्र आम्ही ते करू शकलो नाही.

खान यांना अटक करण्याचा निग्रहपूर्वक आग्रह धरणाऱ्यांत तर 'बीव्हीडी' आघाडीवर होती. तिने या अटकेसाठी अभेद्य असा सापळा रचला. त्यांनी त्यासाठी दोन पथके तयार केली. त्यांपैकी एक पथक खान कार्यालयात येताच क्षणी त्यांना ताब्यात घेणार होते, तर दुसरे पथक त्यांच्या निवासस्थानी जाऊन त्यांच्या घरातील चोरून आणलेल्या कागदपत्रांचा शोध घेण्यास सज्ज होते. मोहिमेस सुरुवात करण्यापूर्वी बीव्हीडीच्या एका एजंटाने नेदरलॅन्डमधील सीआयएच्या स्थानक प्रमुखाशी संपर्क साधला आणि त्याला आण्विक कार्यक्रमाच्या अतिगोपनीय अशा माहितीपर्यंत पोहोचलेल्या तसेच सकृतदर्शनी गुप्तहेर वाटणाऱ्या एका पाकिस्तानी व्यक्तीचा सुगावा लागल्याचा अहवाल सादर केला. त्या काळी डच आणि अमेरिकन गुप्तचर विभाग परस्परांना विस्तृतपणे सहकार्य करत असत, त्यामुळे अशा माहितीच्या देवाण-घेवाणीत नवे असे काहीच नव्हते. शेवटी त्या काळातही अण्वस्त्र बंदीसंदर्भात सर्वांत जास्त कोल्हेकुई अमेरिकाच करत असे, त्यामुळे खान यांची आंतरराष्ट्रीय

पातळीवर झडती घेण्याची वेळ आल्यास त्या देशालाही सामील करून घेणे, केव्हाही चतुरपणाचेच ठरले असते. खानना अटक करण्याच्याबाबतीत अमेरिकेचा पाठिंबा मिळेल, असे 'बीव्हीडी' गृहीत धरून चालली होती, पण सीआयएच्या प्रतिसादाने तिला आश्चर्यचकित केले. त्या संघटनेने सांगितले की, हे सर्व प्रकरण प्रथम आपल्याला आपल्या लँग्ले, व्हर्जिनीया येथील मुख्यालयाच्या कानावर घालावे लागेल, तोपर्यंत ही अटक थांबवून ठेवा.

१९७५च्या नोव्हेंबरमध्ये खुद्द 'सीआयए' ही संघटनाच अनेक कारणांनी संकटग्रस्त झाली होती. त्या काळी काही जागतिक नेत्यांच्या हत्यांचा कट उघडकीस आला होता, त्यातील काही हत्या यशस्वीही झाल्या होत्या, १९६८मध्ये रशियाने झेकोस्लोव्हाकियाचा ताबा घेतला होता, १९७३मध्ये अरब आणि इस्त्रायल यांच्यातील युद्धास तोंड फुटले होते आणि या सर्व घटनांची पूर्वकल्पना देण्यात संघटनेचे प्रमुख विल्यम कोल्बी यांना अपयश आले होते, आणि या आगळिकीमुळे त्यांची हकालपट्टीही झाली होती. कोल्बी यांच्या जागी जॉर्ज एच. डब्लू. बुश यांची नियुक्ती झाली होती. हेच अधिकारी नंतरच्या काळात अमेरिकेचे अध्यक्ष होणार होते. नव्या पदाची सूत्रे घेतल्यानंतर लगेचच त्यांना काँग्रेसमध्ये प्रभावी अशा चर्चा कमिटीच्या हल्ल्याचा सामना करावा लागला होता. खान नावाच्या पाकिस्तानी गुप्तहेराच्या अटकेला पाठिंबा द्यावा की नाही, यावर सीआयएमध्येही चर्चा झाली, त्या काळीतरी पाकिस्तानला दुखवणे अमेरिकेला परवडण्यासारखे नव्हते, त्या देशाशी असलेले संबंध लक्षात घेऊन खान यांना मोकळे ठेवण्यात यावे असे या चर्चेदरम्यान निश्चित करण्यात आले. काही दिवसांनी सीआयएने नेदरलॅन्डच्या अधिकाऱ्याला कळवून टाकले की, खान हे जर खरोखरच गुप्तहेर असतील तर युरोपमधील आणखी कोणाशी त्यांचे लागेबांधे आहेत ते शोधण्यासाठी त्यांना अटक न करणेच योग्य ठरेल असे आमच्या ज्येष्ठ अधिकाऱ्यांचे मत आहे. खान यांनी भविष्यकाळात आणखी काही खरेदी केल्याचे आमच्या निदर्शनास आल्यास त्याची खबर आम्ही तुम्हाला देऊ असे शहाजोगपणाचे आश्वासन द्यायलाही सीआयए विसरली नाही. रशिया आणि मध्य पूर्वेकडील मोहिमांना अपयश आल्यामुळे सीआयएचे तोंड आधीच पोळले होते, आणखी कोणताही धोका पत्करायची तिची सध्यातरी तयारी नव्हती. म्हणूनच तिने बीव्हीडीला सबुरीचा सल्ला दिला.

खान यांच्यासंबंधी अंतिम निर्णय घेण्यासाठी जेव्हा डच अधिकारी पुन्हा जमले तेव्हा ल्युबेर यांनी अमेरिकेच्या निर्णयाची माहिती दिली, या निर्णयामुळे सुरक्षाव्यवस्थेचा समतोल अमेरिकेने बिघडवला आहे, अशी तक्रारही त्यांनी

केली. अमेरिकेने होकार दिला असता, तर बीव्हीडीने पुढाकार घेऊन खान यांना अटक केली असती. त्याऐवजी तो पाकिस्तानी शास्त्रज्ञ आता उजळमाथ्याने फिरणार होता. असे असले तरी खान यांच्या संशयास्पद वर्तनाबद्दल गाफील राहून चालणार नव्हते. खान हे एक युद्धखोर वैज्ञानिक आहेत; हे एव्हाना बऱ्याच जणांना कळून चुकले होते, त्यांच्याशी मुकाबला करण्यासाठी डचांनी एक वेगळीच योजना आखली, या योजनेनुसार खान यांनी एफडीओचा अंतर्भाग किती पोखरला आहे, हे निश्चित होईपर्यंत त्यांना त्यांच्या सध्याच्या पदावरून दुसरीकडे हलवावे असे ठरले. नोव्हेंबरमध्ये त्यांना एक छोटीशी पदोन्नती देण्यात आली आणि तुम्हाला यापुढे एफडीओच्या दुसऱ्या एका खात्यात काम करावे लागेल असे सांगण्यात आले, तसेच या नव्या कामाचे स्वरूप लक्षात घेता यापुढे तुम्हाला अलमेलोला भेट देण्याचीही गरज नाही, हेही त्यांच्या कानांवर घालण्यात आले. या तोडग्यामुळे डचांना आपली आर्थिक उद्दिष्टे कायम राखण्यात आणि त्याचवेळी अमेरिकेला समाधानी ठेवण्यात यश आल्याचे लुबर्स आणि सीआयएच्या एका माजी विभागीय प्रमुखाने नंतर म्हटले आहे. हे दोघेही तेव्हा पाकिस्तानच्या अणूकार्यक्रमावर बारकाईने लक्ष ठेवून होते. वस्तुत: पाकिस्तानच्या अणूकार्यक्रमाचे भांडे अत्यंत योग्य वेळी फुटल्याने अमेरिकेला आनंदाच्या उकळ्या फुटत होत्या. त्या पूर्वी काही आठवडे आधीच पाकिस्तान अणुऊर्जा आयोगात काम करणाऱ्या आणि अमेरिकेला माहिती पुरविणाऱ्या एका पाकिस्तानी शास्त्रज्ञाचा बुरखा फाडून त्याला अटक करण्यात आली होती. अशा महत्त्वाच्या क्षणी पाकिस्तानचा अणूकार्यक्रम आपल्या डोळ्यांआड जाईल, अशी भीती 'सीआयए'ला वाटत होती. सीआयएच्या या माजी अधिकाऱ्याने पुढे म्हटले आहे की, 'आमच्यासाठी काम करणाऱ्या एका पाकिस्तान्याला कराचीत अटक झाली होती, पुन्हा नव्याने हेरगिरीचे जाळे तयार करण्यासंदर्भात आम्ही काहीसे निराशावादी झालो होतो, त्यामुळेच खानना अटक न करण्याचा आम्ही डचांना दिलेला सल्ला तर्कसंगतच होता, आम्ही आमचे जाळे पुन्हा उभारत होतो आणि आम्हाला बऱ्याच गोष्टी जाणून घ्यायच्या होत्या.'

खान यांच्या अटकेस मज्जाव करणे, याचा अर्थ अमेरिकेला त्या देशाच्या अणूकार्यक्रमाविषयी पुरेशी माहिती होती असा होतो, आणि अमेरिकेने मनात आणले असते, तर नुकतेच बाळसे धरणारा तो कार्यक्रम थांबविणेही त्याला शक्य होते. अर्थात सीआयएच्या अगदी उच्चपदस्थांनी हा निर्णय घेतला असला तरी त्यालाही काही मर्यादा होत्या, आणि म्हणूनच तो त्या संघटनेच्या संस्कृतीनुसार समजण्यासारखा होता. कारण 'सीआयए' ही फक्त गुप्त स्वरूपाची

माहिती गोळा करून ती आपल्या देशाच्या लोकप्रतिनिधींकडे सुपूर्द करणारी एक संघटना आहे, तिची जबाबदारी एवढीच. कायदे करणे हे तिचे काम नाही. मात्र काही विद्यमान आणि माजी सरकारी अण्वस्त्रतज्ज्ञ 'थांबा आणि वाट पाहा!' या तत्कालिन धोरणासंदर्भात प्रश्नचिन्ह उपस्थित करतात. खान यांनी आपला कार्यक्रम सुरू करण्याआधीच त्यांना रोखले असते, तर काय झाले असते? त्यांनी सेंट्रिफ्युजचे डिझाइन आपल्याकडे ठेवले आणि पाकिस्तानात एखाद्या विजयी वीराप्रमाणे पदार्पण केले, त्यांना त्याच वेळीच अटक झाली असती, तर पाकिस्तानला ते तंत्रज्ञान निदान तेव्हातरी मिळाले नसते, त्या देशाचा अणूकार्यक्रम काही वर्षांसाठीच नाहीतर कदाचित काही दशकांसाठी तरी लांबणीवर पडला असता.

'ती आमची पहिली ऐतिहासिक चूक होती.' असे अध्यक्ष बिल क्लिंटन आणि नंतर जॉर्ज डब्ल्यू. बुश यांच्या कारकिर्दीत अमेरिकेच्या परराष्ट्रखात्यातील अण्वस्त्र प्रसारबंदी आणि शस्त्रास्त्र नियंत्रण विभागाचे उपमंत्री रॉबर्ट आइनहॉन यांनी नंतर कधीतरी म्हटले आहे.

खान या सर्व प्रकरणातून थोडक्यात बचावले खरे, मात्र हे कसे घडले यावर नेमका प्रकाश टाकणारा ठोस पुरावा अद्यापी सापडलेला नाही. आपल्या कामाच्या स्वरूपात अचानकपणे करण्यात आलेल्या बदलामुळे त्यांना आपण नक्कीच संकटात सापडलो असल्याची सूचना मिळाली असणार असा निष्कर्ष त्यांच्या बदललेल्या वर्तनावरून काढता येतो. त्यांनी त्यांच्या कार्यकालात चोरलेल्या सामग्रीचा साठा नेमका किती होता, याचा अंदाज अद्यापी कोणालाही करता आला नसला तरी एक गोष्ट नक्की, जगातील सर्वांत अत्याधुनिक सेंट्रिफ्युज उभारण्यासाठी आवश्यक असलेली बहुतेक सर्व सामग्री लंपास करण्यात ते यशस्वी झाले होते आणि त्याहूनही महत्त्वाचे म्हणजे, ही सर्व सामग्री युरेन्कोला पुरवणाऱ्या कंत्राटदारांची यादीही त्यांनी गोळा केली होती.

आपल्यावर कधीकाळी गुप्तहेराची भूमिका वठविण्याची वेळ येईल, हे कदाचित त्यांच्या ध्यानीमनीही नसेल, मात्र पहिली संधी चालून येताच त्यांनी हेरगिरीच्या क्षेत्रात मोठ्या उत्साहात उडी घेतली. ते एक प्रज्ञावान शास्त्रज्ञ होते, हे खरेच, पण योग्य वेळी आणि योग्य ठिकाणी जणू नियतीनेच नियुक्त केलेला तो एक राक्षसी महत्त्वाकांक्षेने पछाडलेला माणूसही होता. हा माणूस भारताबद्दल असलेल्या द्वेषाने वेडापिसा झाला होता, पराकोटीच्या राष्ट्रवादाने आणि बेबंदपणे वाढणाऱ्या त्याच्यातील अहंभावाने तो उन्मत झाला होता. मुल्तान शहरातील त्या ऐतिहासिक मेळाव्यात भुट्टोंनी पाकिस्तानी बॉम्बचा सैद्धान्तिक पाया घातला होता खरा, पण त्याला मूर्त रूप देण्याचे काम खान यांनीच केले. आपल्या या

उद्दिष्टपूर्तीसाठी मिळालेल्या प्रत्येक संधीचा ते फायदा घेत गेले. अनेक वर्षे उराशी बाळगलेली महानायकाची भूमिका आता त्यांना पार पाडायची होती.

आपण नेहमीच्या पाकिस्तान यात्रेवर निघालो आहोत, असे सहकाऱ्यांना सांगून ते निघाले. 'हिरोशिमा' आणि 'नागासाकी' हे शब्द त्यांनी आपल्या बोलण्यातून कधीच हद्दपार केले होते.

आताही त्यांना अणूबॉम्बच बनवायचा होता.

पण तो पाकिस्तानसाठी!

ते निघाले तेव्हा डचांच्या तुरूंगाचे दरवाजे त्यांच्यासाठी उघडतच होते, कदाचित याची त्यांना कल्पनाही नसेल. एक गोष्ट मात्र नक्की झाली होती, आपण पुन्हा कधीही 'एफडीओ'च्या दरवाज्यात पाऊल टाकायचे नाही, हे त्यांनी ठरवून टाकले होते.

अगदी कायमचे!

दुटप्पीपणाचा कळस

सिनेटर *ग्लेन यांच्या वॉशिंग्टनमधील कार्यालयात* बाहेरच्या कक्षात लिओनार्ड वेस उभा होता. तो ग्लेन यांच्या कर्मचाऱ्यांशी गप्पा मारत होता आणि त्याच वेळी ग्लेन यांची वाटही पाहात होता. ग्लेन यांनी अवकाशक्षेत्रात अनेक धाडसी मोहिमा केल्या होत्या आणि त्यामुळेच त्यांचा राजकीय पटलावरही प्रवेश झाला होता. एक्केचाळीस वर्षीय वेस मेरीलॅन्ड विद्यापीठात 'अॅप्लाइड मॅथामॅटिक्स' आणि 'इलेक्ट्रिकल इंजिनिअरिंग' या विषयांचा प्राध्यापक होता. तरीही तो ग्लेन यांच्या कार्यालयात एका वेगळ्याच हेतूने आला होता. एका इंजिनिअरिंग संस्थेने प्रायोजित केलेल्या 'फेलोशिप' अंतर्गत त्याला ग्लेन यांच्या कार्यालयात काम करायचे होते. आपल्या विज्ञान आणि इंजिनिअरिंगच्या पार्श्वभूमीचा वापर करून त्याला व्यापक दृष्टिकोनातून अमेरिकेच्या धोरण प्रक्रियेत सहभागी व्हायचे होते. १९७५च्या डिसेंबरमधील ती दुपार असली तरी, हवेत एक प्रकारचा थंडावा होता. त्याच दरम्यान ए.क्यू. खान पाकिस्तानातील आपल्या घराकडे निघाले होते. खान यांच्याप्रमाणेच वेसला कल्पनाही नव्हती की, आपण एका सर्वस्वी नव्या कारकिर्दीला सुरुवात करणार आहोत. त्याला हेही माहीत नव्हते की, अण्वस्त्रांचा प्रसार थांबवण्यासाठीच आपले यापुढचे आयुष्य खर्ची पडणार आहे.

वेस उंच आणि सडपातळ होता. पळण्याची शर्यत जेव्हा फारशी लोकप्रिय नव्हती, तेव्हापासून तो त्यात भाग घेत होता. ब्रूकलीनमधील एका उदारमतवादी ज्यू कुटुंबात तो लहानाचा मोठा झाला होता. आई-वडील आणि दोन भावंडे असा वेसचा परिवार होता. हा संसार चालवण्यासाठी त्याच्या वडिलांनी अनेक कारखान्यात नोकऱ्या केल्या होत्या. रशियातून स्थलांतर झालेल्या या कुटुंबाने स्वत:च्या हिमतीवर शिक्षण प्राप्त केले होते. लिओनाडो हा सर्वांत मोठा, आपल्या आई-वडिलांना उपसावे लागलेले काबाडकष्ट आणि दुसऱ्या महायुद्धापासून मिळालेले धडे त्याने धीराने पचवले होते. नाझींच्या ताब्यात असलेल्या युरोपीय

ज्यूंची दुरवस्था आणि फॅसिझमशी दोन हात करण्याची आवश्यकता हे त्यांच्या जेवणाच्या टेबलावरील बोलण्याचे नेहमीचे विषय असत. मॅक्स वेस यांचे बरेचसे नातेवाईक अद्यापी रशियातच होते, तशातच 'हॉलोकॉस्ट'च्या पाशवी अत्याचाराच्या बातम्या सतत कानांवर पडत होत्या, त्यामुळे मॅक्सच्या काळजाला घरे पडायची. म्हणूनच त्यांची सारी भिस्त लिओवर होती, जगाच्या दुसऱ्या टोकाला घडणाऱ्या घटनांवरच त्याचा दृष्टिकोन तयार होत होता.

दुसरे महायुद्ध अंतिम टप्प्यात असतानाच हिरोशिमा आणि नागासाकी ही शहरे उद्ध्वस्त करण्यात आली होती. आधीच हॉलोकॉस्टने निर्माण केलेल्या भीतीनंतर या स्फोटांनी तर अमेरिकन नागरिकांची पुरती गाळण उडाली होती. अणूबॉम्बस्फोटाच्या विध्वंसक वास्तवाने मित्रदेशांच्या विजयाला गालबोट लागले अशी वेसची भावना होती. १२ ऑगस्ट, १९४५ रोजी 'सीबीसी नभोवाणी'चा निवेदक जणू वेसच्याच भावना जगासमोर मांडत होता. 'जेत्यांच्याच मनात भीती आणि अनिश्चितता मागे ठेवून युद्धाचा शेवट होण्याची अशा प्रकारची घटना इतिहासात क्वचितच घडली असेल, या विजयानंतरचे भविष्य संदिग्ध आहे, तर जगणे बेभरवशाचे झाले आहे.' त्यानंतर दोनच दिवसांनी 'न्यू यॉर्कर' मासिकाने प्रसिद्ध केलेल्या एका कार्टूनमध्ये पहिला सर्वशक्तिमान अणूबॉम्ब दाखवण्यात आला होता आणि असा बॉम्ब तयार झालाच, तर तो संपूर्ण जगाचा घास घेतल्याशिवाय राहणार नाही, असे भाकितही केले होते. अण्वस्त्रप्रसारबंदीच्या चर्चेने आता जगातील बुद्धिवंत आणि लोकप्रिय प्रसारमाध्यमांच्या शब्दकोशातही प्रवेश केला होता. जॉन डब्लू. कॅम्पबेलने १९४७मध्ये लिहिलेल्या 'द ॲटोमिक स्टोरी' या पुस्तकाच्या मुखपृष्ठावर ओबडधोबड अण्वस्त्र बनविणाऱ्या दोघा वेडसर शास्त्रज्ञांचे कार्टून प्रसिद्ध केले होते. या कार्टूनखालच्या ओळीत म्हटले होते, 'एखाद्या गुहेत किंवा विराण तुरुंगातही आता अण्वस्त्र बनवले जाईल.' नव्या अणुयुगातील अमेरिकन पिढीसाठी ही भीती कायमची पाठराखण करणारी ठरत होती. कोणत्याही क्षणी अमेरिकेवर अणूबॉम्ब पडू शकतो, या भीतीने आम्हाला ग्रासले आहे, अशी कबुली दोन-तृतीयांश अमेरिकन नागरिकांनी जनमत चाचण्या घेणाऱ्या संस्थांकडे दिली. घराघरांभोवती बॉम्बहल्ल्यांपासून संरक्षण देणारे शेल्टर्स उभारण्यात आले, शाळांमध्ये हल्ल्यांपासून बचाव करण्याच्या कवायतींचा सराव वाढला. अशा या नैराश्यजन्य परिस्थितीतही काही जणांनी विनोद शोधण्याचा प्रयत्न केला. बॉब होपने या भीतीचीही खिल्ली उडवली. १९४६च्या 'व्हॅलेंटाइन डे'च्या दिवशी बोलताना तो म्हणाला, 'आता प्रेमकाव्यात नवा ट्रेन्ड सुरू होत आहे. यापुढे मैत्रिणीला द्यावयाच्या गुलाबाचा रंगही ठरला आहे, तो रंग असेल किरमिजी. आता मी माझ्या मैत्रिणीला विचारणार आहे हे प्रिये माझी होशील का, फार

काळासाठी नाही, फक्त आपल्यावर बॉम्ब पडून आपण नष्ट होईपर्यंतच.'

दुसऱ्या महायुद्धाच्या भीषण दाहकतेचा अनुभव कथन करणारी जॉन हेर्से लिखित 'हिरोशिमा' आणि एरिक मारिया रेमाक लिखित 'ऑल क्वाइट ऑन वेस्टर्न फ्रंट' ही झोप उडवणारी दोन पुस्तके तरुण वेसने माध्यमिक शाळेतच वाचली होती, आणि त्यामुळे युद्धाची एक काळीकुट्ट प्रतिमा त्याच्या मनावर उमटली होती. निरागस नागरिक आणि सैनिकांचा बळी घेणारे युद्ध हे अक्षम्यच असते, रक्तपिपासू युद्धखोर नेत्यांना अखेर जनतेचे तळतळाटच भोगावे लागतात असे त्याचे मत बनले होते. त्याने तासन्‌तास खर्च करून युद्धाच्या दूरगामी परिणामांचा अभ्यास केला, तेव्हा अमेरिकेच्या युद्धोत्तर धोरणांमुळे रशियाकडून आपल्यावर कधीतरी का होईना हल्ला होणे अटळ आहे, या निष्कर्षाप्रत तो आला. १९४८मध्ये त्याने हेन्री वॉलास यांच्या अध्यक्षीय प्रचारात भाग घेतला होता. महाविद्यालयात जायची वेळ आल्यावर त्याने पब्लिक स्कूल परवडत नाही म्हणून अमेरिकेच्या मुक्त विद्यापीठात प्रवेश केला, सिटी विद्यापीठातून पदवी प्राप्त केल्यावर डॉक्टरेट मिळविण्यासाठी तो जॉन हॉपकिन विद्यापीठात गेला, आणि नंतर त्याची पत्नी सॅन्डी हिला वॉशिंग्टनमध्ये नोकरी मिळाल्यावर तो मेरीलॅन्ड विद्यापीठात दाखल झाला. एकीकडे संशोधन आणि अध्यापन यांच्याकडे लक्ष केंद्रित करत असतानाच तो राजकारणातही सक्रिय होता. व्हिएतनाम युद्धविरोधातील निदर्शन असोत किंवा दोन महासत्तांतील अण्वस्त्रांना झालेला विरोध असो, या सर्वांत तो मोठ्या हिरिरीने भाग घेत असे.

शास्त्रज्ञांनी आपल्या ज्ञानाचा उपयोग करून अमेरिकेच्या धोरण प्रक्रियेत योगदान करावे या उद्देशाने काही विद्यापीठे विद्यार्थ्यांना फेलोशिप प्रदान करतात, अशीच एक फेलोशिप वेसलाही मिळाली. ज्या कोणा सिनेटरला किंवा काँग्रेस सदस्याला इच्छा असेल, त्याच्याकडे काम करण्याचा पर्याय वेसला देण्यात आला होता. त्याची आणि लिबरल डेमोक्रॅट पक्षाची मते जुळणारी होती. साहजिकच त्याचा ओढा त्या पक्षाकडेच होता. मात्र दिसेल त्या उघड्या दारातून आत घुसणाऱ्यांपैकी तो नव्हता. आपल्या ज्ञानाचा योग्य उपयोग करील, अशाच नेत्याबरोबर काम करण्याची त्याची इच्छा होती. म्हणूनच नवख्या आणि बुजुर्ग राजकीय नेत्यांना तो समान सूत्र ठेवूनच भेटला. चांगल्या कामाची अपेक्षा असेल तर सिनेटर किंवा काँग्रेसमन यांनी आपल्याला वैयक्तिक पातळीवरच भेट द्यावी असा आग्रहही त्याने धरला. सुरुवातीला सिनेटर वॉल्टर मॉन्डेल आणि सिनेटर ह्युबर्ट हंफ्रे या महान नेत्यांना भेटण्याचा वेसने प्रयत्न केला, पण ते त्यांच्या कामात आकंठ बुडालेले असल्याने त्याला निराश व्हावे लागले. न्यू यॉर्कच्या फटकळ म्हणून ख्यात असलेल्या प्रतिनिधी बेला अब्झुक यांनाही तो भेटला,

मात्र स्वत:च्याच कर्मचाऱ्यांना देत असलेली वागणूक पाहून तो भांबावून गेला आणि त्यांचा नाद त्याने सोडला. सरतेशेवटी कोणीतरी त्याला ओहियोचे सिनेटर आणि अमेरिकेचे खरेखुरे हिरो जॉन ग्लेन यांना जाऊन भेटायला सांगितले.

ग्लेन हे त्या देशाच्या अवकाश कार्यक्रमाचे अध्वर्यू होते. एका ठरावीक वयात बहुतेक अमेरिकन नागरिकांच्या मनात अशा विजयी वीरांबद्दल आदरयुक्त आठवणींचा साठा जपून ठेवलेला असतो, वेसच्या मनातही तो होता. १९६२च्या फेब्रुवारी महिन्यात ग्लेन यांनी पृथ्वीला प्रदक्षिणा घालणाऱ्या पहिल्या यानाचे नेतृत्व केले होते. यान सुटण्याआधी त्यांना काही वेळ पावसामुळे ताटकळत बसून राहावे लागले होते, या सर्व घटना आपण दूरचित्रवाणीवरील बातम्यात पाहिल्याचे वेसला आठवत होते. यान सुटण्यास विलंब झाल्यामुळे मनावर ताण आला होता का? या प्रश्नाला उत्तर देताना ग्लेन यांनी माझ्या धर्माने मला सांभाळले असे उत्तर दिले, त्यांच्या या उत्तराने आपण काहीसे निराश झालो होतो, असेही त्याला आठवले. आपल्या प्रसिद्धीच्या भांडवलावर ओहयो या घरच्या मतदारसंघातून ग्लेन यांनी सिनेटरपदासाठी निवडणूक लढवली होती. 'वॉटरगेट प्रकरणा'चा तो काळ म्हणजे कळसाध्याय होता, अमेरिकन नागरिकांच्या मनात त्या उन्हाळ्याच्या प्रतिमा अजूनही पुसल्या गेलेल्या नव्हत्या. व्हाइट हाउसच्या दक्षिणेकडील हिरवळीवर अमेरिकेचे अध्यक्ष रिचर्ड एम. निक्सन राष्ट्राला शेवटचा सलाम करायला आले होते. अध्यक्षपदावर असताना एखाद्या नेत्याने राजीनामा देण्याची त्या देशातील ही पहिलीच घटना होती. 'वॉटरगेट बेबीज' या नावाने कुख्यात ठरलेल्या डेमोक्रॅटिक पक्षाच्या सिनेटरांविषयी नागरिकांच्या मनात असंतोष धगधगत होता आणि नेमका याच सार्वत्रिक नाराजीचा फायदा ग्लेन यांना मिळाला होता.

नंतर कधीतरी बोलताना वेस म्हणाला होता, 'माझ्या राजकीय विचारसरणीत जॉन ग्लेन फिट बसत नव्हते, ते पुराणमतवादी तर मी उदारमतवादी डेमोक्रॅट होतो. त्यामुळे हा विशिष्ट माणूस आपल्याला भावलाय किंवा याच्याबरोबर आपल्याला काम करायचे आहे, हा विचार त्या पहिल्या मिटिंगच्या वेळी माझ्या मनात नव्हताच, पण ते प्रसिद्ध होते आणि मला त्यांच्याविषयी कुतूहल होते.'

जेव्हा वेस त्यांच्या कार्यालयात गेला तेव्हा त्याला तेथील टेबलापलीकडे बसलेला माणूस एकदम आनंदी, खेळकर आणि तरतरीत वाटला. विशेष म्हणजे ग्लेन यांनी वेसच्या वैज्ञानिक संशोधनात स्वारस्य दाखवले आणि राजकीय प्रक्रियेत विज्ञान महत्त्वाची भूमिका बजावू शकेल, यावर आपला विश्वास असल्याचे सांगितले. वॉशिंग्टनमध्ये तुला काय करायला आवडेल, या प्रश्नाला उत्तर देताना वेसने एक लांबलचक यादीच बाहेर काढली. त्याला स्वारस्य असलेल्या विषयात ऊर्जेपासून शस्त्रास्त्र नियंत्रण आणि पर्यावरणापासून आरोग्य सेवा इत्यादींचा समावेश होता.

'जर तू इथे आलास, तर या सर्वच क्षेत्रात तुला काम करता येईल,' ग्लेन यांनी त्याला आश्वासक शब्दांत सांगितले.

कोणतीही वैयक्तिक महत्त्वाकांक्षा न बाळगता वेस वॉशिंग्टनला आला होता, मात्र विद्यमान परिस्थितीत बदल करणे, हे आपले कर्तव्य आहे यावर त्याचा ठाम विश्वास होता. ग्लेन यांनी दिलेला खुला प्रस्ताव धुडकावून लावणे त्याला प्रशस्त वाटले नाही. ग्लेन नव्यानेच निवडून आले असल्याने त्यांचा कर्मचारिवर्ग फार मोठा नव्हता, याचाच अर्थ नव्याने तिथे कामाला येणाऱ्या कोणालाही भरपूर संधी उपलब्ध होत्या, त्याला असंख्य विषयांचा सखोल अभ्यास करण्याची मुभा मिळणार होती. तरीही हे काम प्रत्यक्ष स्वीकारण्यापूर्वी वेस घरी गेला आणि त्याने आपली बायको सॅन्डी आणि जवळच्या मित्रांशी या कामासंदर्भात सविस्तर चर्चा केली. त्यातील एक मैत्रीण डाव्या विचारांकडे झुकणारी होती, अनेक सामाजिक चळवळींशी तिचा संबंध होता. 'जर तू दुसऱ्या एखाद्या लिबरल नेत्याबरोबर गेलास, तर त्याचे मतदार तुझ्या कामाची दखल घेतीलच असा काही भरवसा देता येणार नाही, ते त्यांच्या पद्धतीने मतदान करतील. पण ग्लेनसाठी काम केल्याचा दुहेरी फायदा होईल, तू त्याच्या मतदारांवर आपला प्रभाव टाकशीलच, पण खुद्द त्यांनाही तू अनपेक्षित अशा स्थानावर नेऊन ठेवशील,' अशा स्पष्ट शब्दांत तिने आपले मत मांडले. तिच्या प्रतिपादनातील तर्काचा स्वीकार करत वेसने ग्लेन यांच्या कार्यालयातील काम करण्याचे ठरविले. १९७६च्या जानेवारीत तो तिथे रूजू झाला. त्याच वर्षी शस्त्रास्त्र नियंत्रणाच्या मुद्याने पुन्हा एकदा जोरदार मुसंडी मारली आणि त्याचा परिणाम म्हणून ग्लेन यांच्याप्रमाणेच राजकारणात नवख्या असलेल्या वेसचे आयुष्यही पुरते बदलून गेले.

काही आठवड्यांच्या आतच एकूण अणू संदर्भातील प्रश्नात वेस पुरता गुंतून पडला. त्याच्या दोन वर्षे आधीच भारताने अण्वस्त्र चाचणी केली होती, त्या स्फोटानंतर इतर देशांच्या अणूकार्यक्रमांबद्दल अमेरिकेच्या काँग्रेसला वाटणाऱ्या चिंतेबाबतच प्रश्नचिन्ह उभे राहिले होते. दक्षिण आशियातील वाढत्या अण्वस्त्रस्पर्धेला आळा घालण्यात अध्यक्ष फोर्ड यांचे प्रशासन कुचकामी ठरत असल्याची टीका सर्वदूर होत होती. संपूर्ण जगात वाढत चाललेली अण्वस्त्र स्पर्धा रोखण्याच्या प्रश्नावर ग्लेन विशेषकरून चिंताग्रस्त झाले होते. या स्पर्धेला वेळीच पायबंद घालण्यासाठी अमेरिकेने कठोर पावले उचलली पाहिजेत असे त्यांचे ठाम मत बनले होते. आणि त्यांनी वेसवरच ती जबाबदारी सोपवली. तसेच या संपूर्ण प्रश्नाचा बारकाईने अभ्यास करून आवश्यकता वाटल्यास त्या विषयीचा कायदा करण्यासाठी मसुदा तयार कर, असे त्याला आदेशही दिले.

सर्वप्रथम वेसने आपल्या सुरक्षाविषयक संचाराच्या कक्षा वाढवून घेतल्या. एका मान्यवर विद्यापीठातील प्राध्यापक या नात्याने तो नौदल विभाग आणि इतर सरकारी

अधिकाऱ्यांशी कधीतरी चर्चा करत असे, साहजिकच त्याला काही प्रमाणात गोपनीय माहितीपर्यंत पोहोचण्याइतपत मुभा आधीच मिळाली होती. पण जर त्याला 'अण्वस्त्र विरोधी कायद्याचा मसुदा' तयार करण्यात पुढाकार घ्यायचा असेल, तर त्याला बऱ्याच मर्यादांचा सामना करावा लागला असता. सर्वप्रथम अण्वस्त्र कार्यक्रमाचे सार्वत्रिक आणि सार्वकालिक परिणाम हे समजावून घ्यावे लागले असते, याचाच अर्थ सीआयए, इलेक्ट्रॉनिक्स गुप्तहेर, राष्ट्रीय सुरक्षा एजन्सी आणि इतर सरकारी यंत्रणांनी जी गोपनीय माहिती गोळा केली असेल तिच्या मुळापर्यंत जाऊन अभ्यास करावा लागला असता. त्याच्या सध्याच्या सुरक्षा कक्षेत वाढ करण्यात येऊन तिला 'क्यू' दर्जा देण्यात आला. या नव्या दर्जामुळे तो अणू संदर्भातील अत्यंत अप्राप्य अशा गोपनीय माहितीपर्यंत पोहोचू शकणार होता. नंतर काही काळातच त्याला आणखी वरचा दर्जा बहाल करण्यात आला. ज्याला 'कंपार्टमेंटलाइज्ड' या नावाने ओळखले जाते अशा भागात तो आता लिलया फिरू शकणार होता. काही विशिष्ट देशांच्या अणूकार्यक्रमांची अतिगोपनीय माहिती या विभागात शिस्तवार लावून ठेवण्यात आली होती. या दर्जामुळेच अमेरिकन गुप्तचर यंत्रणांच्या अत्यंत वरिष्ठ अधिकाऱ्याचे ब्रिफिंगही त्याच्यापर्यंत पोहोचणार होते.

सिनेटर ग्लेन यांच्याकडे कामाला लागल्यापासून काही आठवड्यांच्या आतच तो कॅपिटल बिल्डिंगच्या चकरा मारू लागला. तिथे एक फक्त चौथ्या मजल्यावर थांबणारी लिफ्ट होती, निवडक अधिकाऱ्यांसाठी राखीव असलेल्या या विशेष लिफ्टचा तो वापर करू लागला. तिथे सिनेटच्या गुप्तचर यंत्रणेने कमालीचा सुरक्षित असा तपासणी कक्ष विकसित केला होता. ज्यांना 'क्यू' दर्जाचा संचार परवाना होता, त्यांच्यासाठी एक विशेष पुस्तकालयही उपलब्ध करण्यात आले होते. लिफ्टमधून बाहेर पडल्यावर वेस त्या इमारतीच्या स्वागतकक्षात गेला. तिथे त्याने आपली ब्रिफकेस ठेवली आणि लगेचच त्याला जवळच्याच एका 'ॲन्टिरूम'मध्ये नेण्यात आले. खिडक्या नसलेल्या या खोलीत एका छोट्याशा टेबलापाशी तो स्थानापन्न झाला. एका क्लार्कने गोपनीय कागदपत्रे वेसच्या स्वाधीन केली, ती मिळाल्यावर एका कागदावर सही करून वेसने त्याची पावती दिली. तेथील नियम अत्यंत कडक होते, वेसने केलेल्या नोंदींची नंतर आपोआप वर्गवारी झाली आणि त्यांची रवानगी वेगवेगळ्या लिफाफ्यात करण्यात आली.

अमेरिकेच्या अणूकार्यक्रमाची रहस्ये जसजशी वेससमोर उलगडत गेली, तसतशी एक गोष्ट त्याला प्रकर्षाने जाणवत गेली, ती म्हणजे सीआयएच्या ब्रिफिंगमधून मिळणारी माहिती बऱ्याचदा परस्परविरोधी आणि संदिग्ध वाटायची, तिच्यामुळे तुमच्या ज्ञानात फार काही भर पडते आहे, असे कधी अनुभवासच येत नसे. या संदर्भातील आपले निरीक्षण नोंदवताना वेस म्हणतो, 'ते तुम्हाला ब्रिफिंग तर द्यायचे,

पण ते देताना ते इतक्या भराभर बोलायचे की, तुम्हाला त्याच्या नोंदी करणे अशक्यप्राय होऊन जायचे, ते तुम्हाला सत्यच सांगायचे पण ती माहिती ते तुमच्या तोंडावर फेकत आहेत, असे सारखे वाटायचे. त्यांनी सावकाश बोलावे यासाठी मी खूप प्रयत्न केले. पण त्यांचे 'ब्रिफिंग' म्हणजे एक खेळच असायचा. हा सर्वच प्रकार तिरस्करणीय असायचा, मात्र मी नामोहरम न होता माझे लक्ष्यवेधी प्रश्न विचारणे थांबवले नाही. शिवाय खरी समस्या वेगळीच होती, मी जे प्रश्न उपस्थित करायचो त्यांना एकतर समाधानकारक उत्तरे मिळायचीच नाहीत, आणि जी मिळायची ती गोंधळ वाढविणारी असायची. याच प्रश्नासंदर्भात मला माझ्या इतर स्रोतांकडून जे कळायचे त्याचा आणि या उत्तरांचा काडीमात्र संबंध नसायचा. मी एक शास्त्रज्ञ आहे, हे कळेपर्यंत मला ते संकुचितपणाची वागणूक द्यायचे. काँग्रेसच्या प्रतिनिधीला माहिती देणे म्हणजे, कपाळमोक्ष करून घेणे अशीच त्यांची भावना असायची, इथे मी गृहपाठ करूनच येतो हे कळेपर्यंत त्या परिस्थितीत बदल झाला नव्हता, त्यानंतर मात्र त्यांनी शहाजोगपणाचा आव आणणे सोडून दिले.'

अण्वस्त्र प्रसाराचा प्रश्न सरासरी नागरिक सोडाच, पण खुद्द काँग्रेसला वाटतो तेवढा सोपा नाही, तो प्रचंड गुंतागुंतीचा आणि अत्यंत जटिल आहे, या निष्कर्षाप्रत तो आला. मात्र त्यापूर्वी त्याने डझनावारी ब्रिफिंगचा अभ्यास केला होता आणि अगणित कागदपत्रांचे वाचन केले होते. जागतिक पातळीवर आमूलाग्र बदल घडवून आणण्याची क्षमता असलेल्या तंत्रज्ञानाची निर्यात रोखण्यात अमेरिकेतील तरतुदी आणि तिच्या मित्रराष्ट्रांचे कायदे तोकडे पडत होते. अण्वस्त्र प्रसाराची ही धमकी निष्प्रभ करण्यासाठी अमेरिकेला एका नव्या कायद्याची गरज होतीच, पण त्याची परिणामकारक अंमलबजावणी होणेही तितकेच आवश्यक होते.

गुप्तचर संघटनांनी गोळा केलेली प्राथमिक माहिती आणि सीआयएने केलेले 'ब्रिफिंग' यांच्यातून एका देशाचे नाव वारंवार पुढे येत होते, तो देश स्वत:चा अणूबॉम्ब तयार करण्याच्या प्रयत्नात असून त्याचा पाठपुरावा होण्याची गरजही या माहितीद्वारे सूचित केली जात होती. वस्तुत: या आधीच पाकिस्तानने अणूबॉम्बचा मार्ग चोखाळायला सुरुवात केली आहे, याबाबत अमेरिकेच्या गुप्तचर संघटनांत एकमत झाले होते. अर्थात पाकिस्तानचा हा डाव कळायला गुप्तचर संघटनांनी जास्त डोके खाजविण्याची गरजच नव्हती, आपल्या देशाला अणूबॉम्बची आवश्यकता आहे, अशी घोषणा पाकिस्तानचे अध्यक्ष पंतप्रधान झुल्फिकार अली भुट्टो यांनी कित्येक वर्षे आधीच केली होती, आणि भारताच्या अणुचाचणीनंतर तर त्यांना चेवच चढला होता. लष्कराने अध्यक्षपदाची माळ घालण्यापूर्वीच 'भारत या आमच्या शत्रूराष्ट्राला सडेतोड उत्तर देण्यासाठी पाकिस्तान वाटेल तो त्याग करील,' अशी दर्पोक्ती भुट्टोंनी केली होती. त्यांनी पुढे एके ठिकाणी लिहून

ठेवले आहे, 'भारत जर अणूबॉम्ब बनवणार असेल, तर आमच्यापुढे दुसरा पर्यायच उरणार नाही, प्रसंगी आम्ही पालापाचोळा आणि गवत खाऊन राहू उपासमार सहन करू, पण अण्वस्त्र प्राप्तीला कोणी विरोध केला, तर तो हाणून पाडू.'

दुसऱ्याही अनेक ठिकाणीही या प्रकारच्या धमक्या अस्तित्वात होत्याच. पाकिस्तानने आपल्याकडून फेरप्रक्रिया यंत्रणा खरेदी करावी, असे एकीकडे फ्रान्सचे प्रयत्न सुरू होतेच, तर दुसरीकडे हेच तंत्रज्ञान दक्षिण कोरियालाही विकण्याच्या तयारीत हा देश होता. जर्मनी तर संपूर्ण अणू इंधन प्रक्रिया ब्राझिलला देण्याच्या प्रयत्नात होता. दक्षिण कोरिया आणि इराण यांच्यापाशी अणूबॉम्बचे प्रारूप तयार असल्याचा संशय व्यक्त केला जात होता. १९५०च्या मध्यासच इस्रायलने आपले अण्वस्त्र कोठार भरण्यासाठी फ्रेंच तंत्रज्ञान वापरल्याचा पुरावा अमेरिकेकडे होता. आगामी काही वर्षांतच जगातील बारा ते पंधरा देश अण्वस्त्रसंपन्न होतील, असे भाकित अमेरिकेचे दिवंगत माजी अध्यक्ष केनेडी यांनी काही वर्षांपूर्वी केले होते, आणि ते सत्यात उतरेल अशी परिस्थिती निर्माण झाली होती.

१९५७मध्ये इराणचे शाह मोहंमद रेझा पहलवी अमेरिकेचा पाठिंबा असलेली राजकीय बंडाळी करून इराणचे सत्ताधीश झाले. याच बंडाळीत त्यांनी इराणमध्ये त्या देशात लोकशाही मार्गाने सत्तेवर आलेले सरकार उलथवून टाकले होते. त्यानंतर चारच वर्षांनी त्यांनी अमेरिकेचे अध्यक्ष आयसेनहॉवर यांच्या प्रशासनाबरोबर अणू सहकार्याचा करार केला होता. त्या पुढची अनेक वर्षे अमेरिका आणि युरोपातील अनेक नावाजलेल्या विद्यापीठांतून हजारो इराणी शास्त्रज्ञ आणि विद्यार्थी अणू भौतिक विज्ञानाचे अध्ययन करत होते. १९६०मध्ये 'शांततेसाठी अणू' या योजनेंतर्गत अमेरिकेने इराणला पाच मेगावॅट क्षमतेची एक अणुभट्टी देण्याचे मान्य केले. ही अणुभट्टी १९७६मध्ये कार्यरत झाली, आणि त्यानंतर तीन वर्षांनी इराणने नव्या अण्वस्त्रबंदी करारावर सही केली, त्यामुळे इराणला आपला संपूर्ण क्षमतेचा अणू उद्योग सुरू करण्याचा मार्ग मोकळा झाला. अणुऊर्जेसाठी इराणला आणखी काही अणुभट्ट्यांची गरज होती आणि त्यासाठी त्याने अमेरिका, फ्रान्स आणि जर्मनीशी वाटाघाटी सुरू केल्या होत्या. हा सर्व व्यवहार अब्जावधी डॉलर्सच्या घरात जाणारा होता. इराणच्या शाहंचे खरे उद्दिष्ट अण्वस्त्र निर्माण करणे हेच आहे अशा आशयाच्या बातम्या १९७४च्या मध्यास काही अमेरिकन आणि युरोपीय दैनिकांनी प्रसिद्ध केल्यावर मात्र सर्वत्र चिंतेचे सावट पसरले. इराणी पॅरिसमधील दूतावासाने हे वृत्त एका पत्रकाद्वारे लागलीच फेटाळून लावले. इराणच्या शाहंनी तर 'आम्ही सोडाच पण या विभागातील सर्वच देशांनी अण्वस्त्र

निर्मिती आणि त्याच्या साठ्यापासून स्वतःला दूर ठेवले पाहिजे,' अशी शहाजोगपणाची सूचना केली, मात्र त्याचा फारसा उपयोग झाला नाही, भीती कायम राहिली.

पर्शियाच्या आखातातील राजकीय घटनांवर देखरेख ठेवण्यासाठी अमेरिकेला इराण आणि त्याचे सर्वेसर्वा शाह यांच्यावर अवलंबून राहावे लागत असे. मॉस्कोहून परतताना अध्यक्ष रिचर्ड निक्सन आणि परराष्ट्रमंत्री हेन्री किसिंजर इराणची राजधानी तेहरान येथे थांबल्यानंतर तर दोन्ही देशांतील संबंध अधिकच बळकट झाले. या भेटीत निक्सन यांनी तर शाह यांच्यावर युद्ध सामग्रीची खैरातच केली. त्यांनी देऊ केलेल्या या सामानाच्या यादीत अमेरिकेच्या इराणमधील लष्करी सल्लागारांच्या संख्येत वाढ करण्याबरोबरच अब्जावधी डॉलर्स किमतीच्या शस्त्रांचाही समावेश होता. यात एफ-१६ या अमेरिकन बनावटीची लढाऊ जेट्स, तब्बल १४ हजार मिसाइल्स, चार विनाशिका आणि तीन पाणबुड्या इत्यादींचा भरणा होता. व्हिएतनाममध्ये अमेरिकेचे आणि पर्यायाने निक्सन प्रशासनाचे पानिपत झाले होते. आपण काहीतरी भरीव कामगिरी केल्याचे त्यांना आपल्या देशवासियांना दाखवायचे होते आणि त्या अपरिहार्यतेपोटीच ते इराणला खूश करत होते. इराण सोडतानाचे त्यांचे शाह यांना उद्देशून काढलेले शेवटचे शब्द होते – 'प्रोटेक्ट मी!'

पण या अध्यक्षांना कोणीही वाचवू शकत नव्हते. वॉटरगेट प्रकरण त्यांच्या अंगावर पूर्णपणे शेकले होते. ९ ऑगस्ट, १९७४ रोजी निक्सन यांना राजीनामा द्यावा लागला आणि मिशिगन राज्याचे माजी काँग्रेस प्रतिनिधी जेराल्ड फोर्ड यांची त्यांच्या जागी वर्णी लागली. फोर्ड यांचीही नियुक्ती वर्षभर आधीच झाली होती. कारण एका लाचखोरीच्या प्रकरणात अडकल्यामुळे आधीचे उपाध्यक्ष स्पायरो ॲन्यू यांच्या राजीनाम्यानंतर ती जागा खाली झाली होती. परराष्ट्र धोरण या विषयात फोर्ड पूर्णपणे अननुभवी होते. म्हणून त्यांनी किसिंजर यांनाच परराष्ट्रपदी राहू दिले, शिवाय व्हाइट हाउसच्या राष्ट्रीय सुरक्षा सल्लागारपदाचा अतिरिक्त भारही त्यांच्यावर सोपवला. या दोन्ही जबाबदाऱ्या किसिंजर यांनी निक्सन यांच्याही कार्यकालात पार पाडल्या होत्या. निक्सन यांच्या प्रशासनातील वरपासून अगदी खालपर्यंत सर्वच जणांवर वॉटरगेट प्रकरणाचे शिंतोडे उडाले होते. त्यामुळे फोर्ड यांच्या अंगावर स्वतःच्या नेतृत्वाखालील नवे प्रशासन निवडण्याची जबाबदारी येऊन पडली होती. त्यांनी ब्रसेल्सस्थित 'नाटो'चे राजदूत डोनाल्ड रम्सफिल्ड यांची मंत्रिमंडळाच्या प्रमुखपदी निवड केली. 'वॉटरगेट प्रकरण' खदखदत होते, तेव्हा रम्सफिल्ड त्याच्यापासून दूर होते आणि त्यामुळेच कदाचित तुलनेने 'स्वच्छ' तसेच वादातीतही होते. रम्सफिल्ड यांनी आपला सहकारी म्हणून ३३ वर्षीय माजी मदतनीस डिक चेनी यांना निवडले.

येल शहरातील एका ख्यातनाम दानशूर व्यक्तीला लिन व्हिन्सेन्ट या चेनी यांच्या मैत्रिणीने साकडे घातल्यावर त्यांच्या पदरात येल विद्यापीठाची शिष्यवृत्ती

पडली होती, मात्र व्योमिंगमध्ये लहानाचा मोठा झालेल्या चेनी यांनी शिष्यवृत्तीची तिन्ही वर्षे पत्ते कुटण्यात आणि फुटबॉल संघाबरोबर भटकण्यात वाया घालवली. ज्या न्यू हेवन शहरात ते राहात होते, तिथून त्यांची अक्षरश: हकालपट्टी करण्यात आली. घरी परतल्यावर १९६४मध्ये त्यांनी व्हिनसेन्टशी विवाह केला आणि वर्षभरानंतर त्यांनी व्योमिंग विद्यापीठाची पदवी मिळवली. १९६८मध्ये विस्कॉनसिन विद्यापीठातून मास्टर्सची पदवी प्राप्त केल्यावर एक फेलोशिप मिळवून ते वॉशिंग्टनला गेले आणि त्यांनी इलीनॉइस राज्याचे तेव्हाचे एक प्रभावी काँग्रेस नेते रम्सफिल्ड यांची भेट घेतली. रम्सफिल्ड यांनी त्यांना मदतनिस म्हणून कामावर घेतले आणि शेवटी फोर्ड प्रशासनात आपल्या खात्याचा उपमंत्री केले. याच पदावर काम करत असताना कोणत्याही विषयाच्या तपशिलात जाणारा नेता अशी त्यांची ख्याती झाली. त्यांच्या या काहीशा विक्षिप्त वाटणाऱ्या कार्यपद्धतीचे अनेक किस्से आहेत, एकदा तर त्यांनी व्हाइट हाउसमध्ये जेवणाच्या टेबलावर नेहमीची मिठाची भांडी न वापरता, त्याऐवजी त्यासाठी बश्या आणि छोटेसे गंमतीदार चमचे का वापरले जातात असा प्रश्न केला होता.

चेनी हे रम्सफिल्ड यांचे एकनिष्ठ सहकारी होते, याच त्यांच्या वेगळ्या स्वभावामुळे त्यांना गुप्तचर संघटनांनी 'बॅकसीट' हे टोपणनाव बहाल केले होते. चेनींना हाताशी धरून रम्सफिल्ड यांनी व्हाइट हाउसची 'साफसफाई' सुरू केली. त्यांनी अजिबात वेळ न दवडता जागतिक सत्ताकेंद्र असलेल्या त्या इमारतीचा ताबा घेतला. उपाध्यक्ष असतानाच्या आपल्या काळातील फोर्ड यांनी आपल्या मर्जीतील ज्यांना तिथे आणून बसवले होते, त्यांना आधी रम्सफिल्ड यांनी बाजूला काढले. १९७५ उजाडेपर्यंत त्यांनी उपाध्यक्ष आणि न्यू यॉर्कचे माजी गव्हर्नर नेल्सन रॉकफेलर यांचे महत्त्व कमी करत आणले. रम्सफिल्ड यांच्या मते रॉकफेलर हे 'अतिउदारमतवादी' होते, त्याचबरोबर किसिंजर यांचे रशियाप्रती असलेले बोटचेपे धोरण रम्सफिल्ड आणि चेनी यांच्या पठडीत बसणारे नव्हते.

त्या काळात किसिंजर यांच्याकडे परराष्ट्रखाते आणि व्हाइट हाउसचे राष्ट्रीय सुरक्षा सल्लागारपद अशी दोन पदे होती, त्यांच्या आधाराने त्यांनी देशाच्या परराष्ट्र धोरणावर आपला अनन्यसाधारण पगडा बसवला होता. आपल्या या अतिउच्च पदाच्या माध्यमातून ते शाह यांना वश करू पाहात होते आणि त्याच प्रयत्नांचा एक भाग म्हणून ते इराणला अक्षरश: अब्जावधी डॉलर किमतीची युद्ध सामग्री विकण्याच्या तयारीत होते. इराणला वाट्टेल तेवढ्या अणुभट्ट्या उभारून देण्याचीही त्यांची तयारी होती. १९७५च्या एप्रिलमध्ये किसिंजर यांनी एक परिपत्रक जारी केले. आपण इराणला देऊ शकतो, अशा आण्विक साहित्याची जंत्रीच त्यांनी त्यात मांडली होती. आपल्या खात्याच्या प्रशासकीय धोरणानुसार ते इराणला सहा ते आठ अणुभट्ट्या

देणार होतेच, शिवाय अमेरिकन बनावटीचा एक फेरप्रक्रिया प्रकल्पही विकत घेण्याची संधी देणार होते. याच प्रकल्पाच्या माध्यमातून इराण अणुभट्ट्यातील टाकाऊ इंधनापासून प्लुटोनियम वेगळे काढू शकणार होते.

इराणची तेलाधारित अर्थव्यवस्था झपाट्याने वाढत होती. 'ऑर्गनायझेशन ऑफ पेट्रोल एक्स्पोर्टिंग कंट्रीज'ने (ओपेक) कच्च्या तेलाच्या दरात चौपट वाढ केल्यानंतर तर इराणचा एकूण वार्षिक उत्पादनाचा वेग ४२ टक्क्यांवर पोहोचला. इराण त्या काळात दर दिवशी सहा कोटी बॅरल तेलाचा उपसा करत होता, पण शाहनी त्या साठ्यांपैकी बहुतेक सर्व तेल परदेशांनाच विकण्याला प्राधान्य दिले, आपल्याला आपल्या नैसर्गिक ऊर्जास्त्रोतांचे रक्षण करायचे आहे, असा युक्तिवाद करत त्यांनी वीजनिर्मितीसाठी इराणला वीसपेक्षाही जास्त अणूभट्ट्यांची गरज असल्याचे ठाम प्रतिपादन केले. 'इराणच्या तेल उत्पादनात येत्या १५ वर्षांत तीव्र स्वरूपाची घट होण्याची शक्यता असून, ती गृहीत धरता त्या देशाला आजपासूनच पर्यायी व्यवस्था केली पाहिजे,' अशा आशयाचे धोरणात्मक निवेदन फोर्ड प्रशासनाने जाहीर केले होते, इराणच्या अणूप्रकल्प उभारण्याच्या निर्धाराला सदर निवेदनाने जणू पाठबळच मिळाले. अमेरिकेत ज्या अणुऊर्जा उत्पादन क्षेत्रात काम करणाऱ्या खासगी कंपन्या होत्या, त्यात 'वेस्टिंग हाउस' आणि 'जनरल इलेक्ट्रिक' या महाकाय उद्योगांचा समावेश होता. शाह यांच्या या उधळपट्टीत आपल्यालाही वाटा मिळावा, यासाठी त्या आतुर झाल्या होत्या. जागतिक बाजारपेठेतील अणू तंत्रज्ञान निर्यातीत एकट्या अमेरिकेचा ७० टक्के एवढा सहभाग आणि त्या अनुषंगाने प्रभावही होता. पण इराणमध्ये त्या देशाला पश्चिम जर्मनी आणि फ्रान्सशी स्पर्धा करावी लागणार होती.

इराणशी करावयाचा हा व्यवहार अब्जावधी डॉलर्सचा होता आणि या व्यवहारात युरोपीय देशांशी स्पर्धा करणे जीवघेणेपणाचे होते, त्यामुळे फेरप्रक्रिया तंत्रज्ञानाच्या निर्यात धोरणाला मधाचे बोट लावल्यावाचून फोर्ड प्रशासनाला गत्यंतर नव्हते. अणुभट्ट्यांतून वाया जाणाऱ्या इंधनापासून प्लुटोनियम तयार करणारे फेरप्रक्रिया तंत्रज्ञान निर्यात करण्यास अमेरिकेने आधीच्या वाटाघाटीत नकार दिला होता, कारण हेच प्लुटोनियम अण्वस्त्रांसाठी वापरले जाण्याची शक्यता होती. अण्वस्त्रांचा प्रसार थांबवण्याबाबतचे कारण तसे सबळ आणि तर्कसंगतच होते. दहा लाख लोकवस्तीच्या शहराला ऊर्जेचा पुरवठा करू शकणाऱ्या प्रकल्पातून त्याच आकारमानाच्या शहराचा संपूर्ण विध्वंस होईल, एवढे प्लुटोनियम बाहेर पडते. अशा एका प्रकल्पातून वर्षाला साधारणपणे ५०० पौंड वजनाचे प्लुटोनियम तयार होते, आणि त्याच्या वापरातून अनेक शहरे बेचिराख होऊ शकतात. मात्र वाया गेलेल्या इंधनाचा फेरवापर करायचा असेल, तर त्यासाठी अत्यंत क्लिष्ट अशा प्रक्रियेतून जावे लागते. वस्तुत: एकीकडे अमेरिका इराणला अणुभट्ट्या बांधून द्यायची तयारी दर्शवत होती, तर त्याचवेळी

फेरप्रक्रिया करू शकणारी यंत्रणा द्यायला फ्रान्सला विरोध करत होती आणि त्यासाठी अण्वस्त्र प्रसाराचा बागुलबुवा उभा करत होती, अमेरिकेच्या या दुटप्पी धोरणाने फ्रान्स संतप्त झाले होते.

किसिंजर यांनी आपल्या नेहमीच्या सवयीनुसार अर्थातच या साऱ्या प्रकाराची सारवासारव केली. नंतर कधीतरी त्यांनी म्हटले आहे, 'इराण हा आमचा मित्र देश होता, त्यामुळे तो अणूबॉम्ब बनवेल असे आम्हाला वाटत नव्हते आणि त्याबद्दल आम्हाला चिंताही करण्याचे कारण नव्हते. अण्वस्त्रप्रसाराचा मुद्दा त्या वेळी चर्चेस आल्याचे मला आठवत नाही. फ्रान्स आणि इराण हेही मित्र देश होते, तसेच त्यांच्यातील व्यवहारही व्यापारी स्वरूपाचा होता. भविष्यात कधीतरी अण्वस्त्रांकडे वळण्याचा त्यांचा विचार आहे किंवा कसे याची विचारणा आम्ही केली नाही.' मात्र त्यांच्याच प्रशासनाच्या इतर काही सदस्यांच्या आठवणी काही वेगळेच सांगत होत्या. या संदर्भात बोलताना इराणमधील अमेरिकी दूतावासातील एक उपप्रमुख चार्ल्स नास यांनी म्हटले आहे की, 'या व्यवहाराचा अण्वस्त्रबंदीवर प्रभाव पडेल, अशी भीती त्या वेळी काही अणुतज्ज्ञांनी व्यक्त केली होती, मात्र त्या व्यवहाराच्या अटीही आकर्षक होत्या आणि इराणशी मैत्रीपूर्ण संबंध असणेही तितकेच महत्त्वाचे होते.'

जानेवारी, १९७६मध्ये ब्रिटनचे ऊर्जामंत्री टोनी बेन यांनी इराणमध्ये जाऊन शाह यांची भेट घेतली आणि त्या देशाच्या आण्विक महत्त्वाकांक्षांसंदर्भात प्रदीर्घ चर्चा केली, तेव्हा त्यांच्या एक गोष्ट लक्षात आली की, इराणचा अणुउद्योग खुद्द त्यांच्या देशाच्या अणुउद्योगापेक्षा कितीतरी पटींनी मोठा आहे. या वेळी बोलताना शाह यांनी त्यांना सांगितले की, अमेरिकेकडून आम्हाला प्लुटोनियम फेरप्रक्रिया तंत्रज्ञान मिळणार आहेच, शिवाय युरेनियम समृद्धीकरणासाठी आम्ही सेंट्रिफ्युजच्या शोधात आहोत. ब्रिटन आणि अमेरिकेने हे तंत्रज्ञान दिले नाहीतर ते विकण्याची जर्मन आणि फ्रान्सची तयारी आहे, याची आम्हाला पूर्ण खातरी आहे. जर शाह यांना तसे करण्यात यश आले, तर प्लुटोनियम आणि समृद्ध युरेनियमच्या साहाय्याने अण्वस्त्र बनविण्याची पात्रता ते मिळवू शकणार होते. अशा सर्व चिंताजनक परिस्थितीतही अमेरिकेला इराणशी सौदा करायचा होता, त्याच्या या निर्णयाचे प्रतिबिंब बेन यांनी तब्बल तीस वर्षांनी केलेल्या एका संवादावर पडल्याचे आढळून येते. ते म्हणतात, 'त्या काळात घडलेल्या काही घटना आज आठवल्या की, माझे मलाच आश्चर्य वाटते, आज आपण जी चर्चा करतो आहोत, त्या पार्श्वभूमीवर तर अमेरिकेने त्या काळी घेतलेल्या काही निर्णयांमुळे माझी मतीच गुंग होते, इराण त्या काळी महाकाय आकाराचा अणू उद्योग वाढवत होता, आपली क्षमताही बळकट करत होता, पण त्यात काही वावगे आहे, असे अमेरिकेला वाटलेही नाही. कारण त्या काळी शाहांकडे ते एक ताकदवान मित्र

या नात्याने पाहात होते, खरे तर अमेरिकेनेच आपल्या हातांनी शाह यांना राजमुकुट परिधान करवला होता. यापेक्षा अमेरिकेच्या दुटप्पीपणाचे सूर्यप्रकाशाइतके ढळढळीत उदाहरण क्वचितच सापडेल.'

इराणशी झालेल्या अणू कराराचे खरे शिल्पकार किसिंजर असले तरी, त्यांचे अधिकार आपल्याकडे खेचण्यात रम्सफिल्ड आणि चेनी यांना चांगलेच यश आले. १९७५च्या हिवाळ्यात किसिंजर यांच्याकडील राष्ट्रीय सुरक्षा सल्लागारपद काढून घेण्यात यावे, यासाठी दोघांनीही फोर्ड यांना गळ घालून ती मान्य करून घेतली, त्यामुळे किसिंजर यांच्याकडे केवळ परराष्ट्र खातेच उरले, त्यांच्या अधिकारात एकदम कपात झाली. फोर्ड यांनी संरक्षणमंत्री जेम्स श्लेसिंगर यांनाही डच्चू देऊन त्यांच्या जागी रम्सफिल्ड यांचीच नियुक्ती केली. चेनींना बढती मिळून त्यांना रम्सफिल्ड यांची जागा मिळाली आणि ते व्हाइट हाउसचे प्रमुख बनले. बिजिंगमध्ये अमेरिकेचे संपर्क अधिकारी असलेल्या जॉर्ज डब्ल्यू. बुश यांना परत बोलावून त्यांच्यावर सीआयएच्या प्रमुखपदाची जबाबदारी सोपविण्यात आली.

अमेरिकेच्या लष्करी ताकदीवर रम्सफिल्ड यांचा गाढा विश्वास होता, मात्र अमेरिकेच्या लष्कराचा संपूर्ण जगावर जो वरचश्मा आहे तो कमकुवत करणारे शस्त्रास्त्र नियंत्रण करार, तसेच इतर काही समझोते याबाबत ते काहीसे उदासिन आणि साशंक होते. परिणामत: आपण जर इराणला अणू तंत्रज्ञान विकणार असू तर आपला त्या प्रदेशातील प्रभाव वाढलाच पाहिजे, असे आग्रही प्रतिपादन त्यांनी केले; या भूमिकेमुळे चेनी, पॉल वुल्फोविझ, खुद्द किसिंजर आणि प्रशासनातील उच्चपदस्थ अधिकारी इत्यादी त्यांच्याशी सहमत झाले. अमेरिकेच्या शस्त्रास्त्र नियंत्रण संघटनेचा अण्वस्त्र प्रसारबंदीविषयक एक खास विभाग होता. काँग्रेसतर्फे वुल्फोविझ या तरुण कार्यकर्त्याची त्या विभागावर नेमणूक करण्यात आली होती आणि अण्वस्त्रप्रसारबंदीची जबाबदारी त्याच्यावरच सोपवण्यात आली होती. रम्सफिल्ड, चेनी आणि वुल्फोविझ यांनी संमती दिल्यावर फोर्ड यांनी स्वत:च्या सहीचा एक अध्यादेश जारी करून इराणला जे काही हवे आहे, ते विकण्याचा अधिकार या सर्वांना बहाल केला. ही घटना १९७५च्या जानेवारी महिन्यात घडली. मात्र याच घटनेने अमेरिकेच्या आतापर्यंतच्या अण्वस्त्रबंदी धोरणाने नाट्यमय वळण घेतले.

केवळ एका अपघातापोटीच अध्यक्षपदावर गेलेल्या फोर्ड यांनी १९७६ची अध्यक्षीय निवडणूक लढविण्याचे ठरविले, त्यांना फारच कमी जनाधार होता. 'वॉटरगेट प्रकरणी' आपण निक्सन यांना माफ केल्याचा मुद्दा पुढे करून त्यांनी रिपब्लिकन पक्षाच्या काही घटकांचा अनुनय केला खरा, पण त्यांच्या याच कृतीने डेमोक्रॅट चिडले. रिपब्लिकन पक्षाच्या नामांकनाच्या शर्यतीत कॅलिफोर्नियाचे गव्हर्नर रोनाल्ड रेगन यांनी त्यांना मागे टाकले. जॉर्जिया राज्याचे लोकप्रिय गव्हर्नर आणि

डेमोक्रॅटिक पक्षाचे संभाव्य उमेदवार जिमी कार्टर यांच्याशीही फोर्ड यांना सामना करावा लागला. अमेरिकन नौदलाच्या एका पाणबुडीवर अधिकारी या नात्याने काम करताना कार्टर यांनी अण्वस्त्रप्रसारबंदी हा आपल्या प्रचाराचा मुख्य मुद्दा बनवला होता. याच मुद्यावरून फोर्डना इराणला द्यावयाच्या सामग्रीसंदर्भात बचावात्मक पवित्रा घ्यावा लागला होता. निवडणुकीच्या बरोबर एक महिना आधी फोर्ड यांनी पुन्हा एकदा पलटी मारली आणि 'जेव्हा तंत्रज्ञान विक्रीचा प्रश्न येतो तेव्हा त्याच्यापेक्षा आर्थिक मुद्दा महत्त्वाचा ठरतो या निष्कर्षाप्रत मी आलो आहे,' असे जाहीर करून टाकले. युरेनियमच्या समृद्धीकरणासाठी योगदान ठरेल, अशा कोणत्याही तंत्रज्ञानाच्या निर्यातीस आपण बंदी घालणार आहोत, असेही ते म्हणाले. फोर्ड यांच्या या अचानक झालेल्या हृदयपरिवर्तनाला केवळ काही राजकारण हेच कारण नव्हते-अणूबॉम्ब विकसित करण्यासाठी इराण तंत्रज्ञान विकत घेत असल्याचा सुगावा सीआयएला १९७६च्या सुरुवातीसच लागला होता....

फोर्ड यांनी इराणच्या तावडीतून आपली सुटका करून घेतली का? या प्रश्नाने नंतर कधीच डोके वर काढले नाही, आणि कदाचित त्यांच्या सुदैवाने याचा खुलासा करण्याची संधीही त्यांना मिळाली नाही, कारण ते कार्टर यांच्याकडून पराभूत झाले होते. फेरप्रक्रिया तंत्रज्ञानाच्या विक्रीवर फोर्ड यांनी घातलेली बंदी आपण कायम ठेवू असे आश्वासन कार्टर यांनीही दिले असले, तरी त्यांनी आपल्या इराणच्या भेटीत बरोबरच्या आपल्या सर्व सहकाऱ्यांना आश्चर्याचा धक्काच दिला. १९७७च्या शेवटी त्यांनी इराणला भेट दिली, शाह यांना त्यांनी सांगितले की, फेरप्रक्रिया यंत्रणेसह तुम्हाला लागेल ते तंत्रज्ञान तुम्ही आमच्याकडून खरेदी करू शकता. खरे तर इराण त्या काळी एका राजकीय वावटळीच्या तडाख्यात सापडला होता. त्या देशात अयातोल्ला रुहोल्ला खोमेनी नावाचा कट्टर धर्मांध नेता उदयास येत होता. त्याला दहशतवादी आणि इतर धर्मद्वेष्ट्या इस्लामी अनुनयांचा पाठिंबा होता. इराणमधील राजकीय परिस्थिती अत्यंत दोलायमान झाली होती, शाह यांचे सरकार कोणत्याही क्षणी उलथून पडेल, अशी अवस्था झाली होती... आणि तरीही कार्टर-शाह करार अबाधित राहिला होता.

इकडे कॅपिटल हिलवर वेस यांना वेगळीच चिंता लागून राहिली होती. ही चिंता होती इराणला द्यावयाच्या संभाव्य अणू सामग्रीच्या विक्रीची. या कल्पनेला नव्या डेमोक्रॅटिक प्रशासनाने सोडचिठ्ठी द्यावी, आणि प्रसंगी त्यासाठी पाठपुरावा करावा असा घोषा त्यांनी सिनेटर ग्लेन यांच्याकडे लावला होता. राष्ट्रीय सुरक्षेचा विचार केला तर मुळात मध्य पूर्वेत एवढ्या मोठ्या संख्येने अणुभट्ट्यांना परवानगी देणे हीच 'ज्वालाग्राही कल्पना' आहे असा युक्तिवाद वेस यांनी केला. आपल्या या मुद्याचे स्पष्टीकरण देताना नंतर त्यांनी नमूद केले आहे की, 'हे तंत्रज्ञान विकण्यापासून

आपण जर फ्रेंचांना आणि जर्मन्यांना रोखू शकलो नसतो हे खरे आहे, पण आपणही त्यात का सहभागी व्हावे ही गोष्ट मात्र मला अनाकलनीय होती.'

इराणला आपण किमान सहा अब्ज डॉलरचे अणू तंत्रज्ञान विकण्यात यशस्वी होऊ अशी अशा बाळगणाऱ्या वेस्टिंग हाउसने इराणमध्ये या महत्त्वाच्या व्यापारी सौद्याच्या पूर्वतयारीसाठी आपले सुमारे १०० कर्मचारी आधीच तैनात केले होते. 'वेस्टिंग हाउस' आणि 'जनरल इलेक्ट्रिक' हे दोन्ही उद्योग सदर कंत्राट आपल्या पदरात पडावे म्हणून वॉशिंग्टन येथे आपापली प्रभावास्त्रे वापरीत होते. ड्वाईट पोर्टर हे अमेरिकेचे इराणी दूतावासातील माजी राजदूत होते, ते शाह यांचे जवळचे मित्रही मानले जात, वेस्टिंग हाउसचे मुख्य लॉबिस्ट या नात्याने हे कंत्राट वेस्टिंग हाउसलाच मिळावे यासाठी त्यांनी काँग्रेसला लकडा लावला होता. इराणशी हा सौदा झाला तर आपल्याला भौगोलिक आणि राजकीयदृष्ट्या एका बळकट मित्राची साथ मिळेल तसेच दोन्ही देशांतील संबंध आणखीनच दृढ होतील, असा युक्तिवादही त्यांनी केला. अण्वस्त्रप्रसाराला विरोध ग्लेन यांचाच असणार याची पुरती जाण पोर्टरना होतीच आणि म्हणून त्यांनी वेस यांचाच वापर करण्याची खेळी केली. इराणमध्ये विसांहून अधिक अणुभट्ट्या उभारण्याची शाह यांची योजना असून त्यासाठी त्यांना प्रचंड प्रमाणातील वाया जाणाऱ्या इंधनावर फेरप्रक्रिया करू शकणाऱ्या फार मोठ्या यंत्रणेची गरज भासेल, हा मुद्दा त्यांनी वेसना अनेक वेळा पटवून देण्याचा प्रयत्न केला. पण वेस त्यांना बधले नाहीत, एकदा का आपण इराणला ही यंत्रणा दिली की, तो देश आपल्यालाच अणू तंत्रज्ञानाकडे आणि विशेषत: फेरप्रक्रिया प्रकल्पाकडे फिरकूही देणार नाही या भूमिकेला ते चिकटून राहिले.

आपणही अण्वस्त्रसज्ज असावे, अशी मनिषा बाळगणाऱ्या जगातील प्रत्येक देशाला तंत्रज्ञान आणि सामग्री संपादन करण्यासाठी या ना त्या कारणासाठी दुसऱ्या देशावर अवलंबून राहावेच लागते. अणू तंत्रज्ञानाचा ज्या रशिया आणि अमेरिका दोन देशांनी सर्वप्रथम पाया घातला, या दोन देशांपैकी अमेरिकेने अणू तंत्रज्ञानाच्या देवाणघेवाणीबाबत जेव्हा-जेव्हा प्रश्न आला तेव्हा-तेव्हा दुटप्पी भूमिका पार पाडण्याचे काम सातत्याने केले. दुसरे महायुद्ध संपल्यावर आपला एक मित्र देश या नात्याने अण्वस्त्र कोठार उभारण्यासाठी ब्रिटनला सर्वतोपरी साह्य केले, मात्र त्याचवेळी पुरेसा विश्वासपात्र नसल्याचा ठपका ठेवत हेच तंत्रज्ञान फ्रान्सला नाकारले. यावर कडी म्हणून की काय माहीत नाही, पण याच अमेरिकेने इस्रायलला अण्वस्त्रे बनविण्यासाठी काय वाटेल ती मदत करून आपल्या या दुटप्पी धोरणाचे जणू जगापुढे उघडेवाघडे प्रदर्शन केले.

१९५६मध्ये इस्रायलने आपल्या देशातील नेबाव वाळवंटाजवळच्या एका दुर्गम अशा 'डिमोना' नावाच्या खेड्यात प्लुटोनियम संचलित अणुभट्टी उभारण्यासाठी फ्रान्सशी गुपचूप हातमिळवणी केली. हा प्रकल्प अवाढव्य आकाराचा होता. तो उभारण्यासाठी इस्रायल आणि फ्रान्स यांचे मिळून तब्बल १,५०० कर्मचारी राबत होते, याच प्रकल्पाखाली भूमिगत असा जो एक मजला बांधण्यात आला होता त्याचेच क्षेत्रफळ १४ चौरस मैल इतके होते. या प्रकल्पाचे बांधकाम सुरू झाल्यानंतर काही दिवसांनीच अमेरिकेच्या गुप्त टेहळणी विमानाने त्याचा शोध लावला आणि आयसेनहॉवर प्रशासनाने इस्रायलला याचा जाब विचारला. सुरुवातीला इस्रायलने अमेरिकेच्या ताकास तूर लावू दिला नाही, पण नंतर मात्र त्या ठिकाणी एका कापडगिरणीचे काम सुरू असल्याची बतावणी करून पाहिली, सरतेशेवटी ती एक मेटालर्जी संशोधनाची कार्यशाळा आहे, असे सांगून त्यावर पडदा टाकण्याचा प्रयत्न केला. डिमोना संकुल ही एक अणुभट्टी असून इस्रायलच्या अण्वस्त्र निर्मिती उद्योगाचाच तो एक भाग असल्याचे १९६०च्या दरम्यान सीआयएने शोधून काढलेच. इस्रायलने शेवटी ती एक अणुभट्टी असल्याची कबुली दिली, मात्र तिचा उपयोग केवळ नागरी कारणांसाठी असल्याचा दावाही केला.

मध्य पूर्वेतील अण्वस्त्रांना नेहमीच विरोध करणारे जॉन एफ. केनेडी यांनी १९६१मध्ये अमेरिकेच्या अध्यक्षपदाची सूत्रे हाती घेताक्षणी इस्रायलला तंबीच दिली आणि डिमोना संकुलाची अमेरिकेच्या पथकाला पाहाणी करू द्यावी, असे सुचविले. या पथकाच्या भेटीनंतर जारी केलेल्या अहवालात नमूद करण्यात आले होते की, 'या प्रकल्पासंदर्भात इस्रायलने कोणत्याही प्रकारची लपवाछपवी केलेली नाही, त्यांनी दावा केल्याप्रमाणे ती एक नागरी उपयोगासाठी उभारण्यात आलेली अणुभट्टीच आहे आणि या पथकासमवेत जे वैज्ञानिक होते त्यांचेही पूर्ण समाधान झाले आहे.' पण वस्तुस्थिती वेगळीच होती, या पथकाला किंवा त्यानंतर ज्या इतर सहा पथकांनी भेट दिली त्यांना संकुलातील अत्यंत महत्त्वाचे भाग दाखवण्यात आलेच नव्हते. अण्वस्त्र निर्मितीचे काम खोलवर बांधण्यात आलेल्या भूमिगत प्रयोगशाळेत बिनबोभाटपणे सुरू होते, तिथपर्यंत पोहोचायला फक्त लिफ्टस होत्या आणि त्या सर्व भेटींदरम्यान बाहेरच्यांसाठी झाकून ठेवण्यात आल्या होत्या.

तरीही त्या दशकाच्या शेवटी-शेवटी इस्रायल डिमोना येथे अण्वस्त्रेच बनवित आहे या निष्कर्षाप्रत सीआयए आलीच, तसेच ही बाब जगासमोर आली तर अरब देश गप्प बसणार नाहीत, ते इस्रायलवर प्रतिहल्ला करतील आणि त्यामुळे तो संपूर्ण प्रदेश बेचिराख होण्यास वेळ लागणार नाही अशी भीतीही व्यक्त केली जाऊ लागली. १९६९च्या पहिल्या महिन्यात निक्सन प्रशासन सत्तेवर आले, त्यानंतर लगेचच इस्रायलला आपला आण्विक कार्यक्रम स्थगित करण्यास भाग

पाडावे असा लकडा ज्येष्ठ अधिकाऱ्यांनी निक्सन यांच्याकडे लावला, आणि स्थैर्यासाठी तसे करणे आवश्यक आहे, हे त्यांना पटवून दिले. मात्र त्या वर्षाच्या शेवटी निक्सन यांनी इस्रायलच्या पंतप्रधान गोल्डा मायर यांच्याशी एक करार केला. 'जोपर्यंत इस्रायल अणुस्फोट घडवून आणत नाही किंवा इतर कोणत्याही मार्गाने त्याची जाहिरात करत नाही, तोपर्यंत अमेरिका आपल्या मित्र देशावर सदर प्रकल्प गुंडाळून ठेवण्यासंदर्भात कोणत्याही प्रकारचा दबाव आणणार नाही,' असे आश्वासन त्यात देण्यात आले होते. तेव्हापासून इस्रायलचा अणूबॉम्ब हे एक 'उघड गुपित' राहिले आहे, इस्रायलच्या प्रसारमाध्यमांनी तर त्याला 'इस्रायलची आण्विक संदिग्धता' असे काहीसे टीकात्मक टोपणनाव दिले.

अण्वस्त्र प्रसाराबाबत अमेरिकेने स्वत:च्या सोयीनुसार जी लवचिक भूमिका घेतली होती, तिचा सर्वांत जास्त फायदा इस्रायल आणि इराण यांनी करून घेतला. अमेरिकेने हे दोन देश सोडून इतरांसाठी वेगवेगळे नियम लावले होते. एकीकडे इराण आणि इस्रायल हे आपले तथाकथित मित्र देश जे काही उपद्व्याप करतात त्याकडे सोईस्करपणे डोळेझाक करायची किंवा त्यांना अब्जावधी डॉलर किमतीची अणुसामग्री द्यायची, तर दुसरीकडे भारत आणि पाकिस्तान यांची बेभरवश्याचे साथीदार अशी गणना करून त्यांच्यासाठी अशा विक्रीची नाकेबंदी करायची.

'भारत' आणि 'पाकिस्तान' यांना द्यावयाच्या सामग्रीला मर्यादा घालण्याची तरतूद असलेल्या कायद्याचा मसुदा तयार करण्यात वेस यांनी महत्त्वाची कामगिरी पार पाडली, हा मसुदा त्यांनी ग्लेन यांच्यातर्फेच तयार केला होता. अमेरिकेच्या कायदा प्रक्रियेत शिरकाव करण्यासाठी हा मसुदा वेस यांच्यासाठी देवासारखा धावून आला. त्यामुळे त्यांना मिसौरीचे डेमोक्रॅट सिनेटर स्टुअर्ट सिमिंग्टन आणि न्यू यॉर्कच्या रिपब्लिकन पक्षाचे सिनेटर जेकब जेवीटस यांच्या कर्मचाऱ्यांबरोबर काम करण्याची संधी मिळाली. कोणत्याही देशाला आण्विक सामग्री विकण्यावर बंदी लादण्यात यावी, अशी चर्चा त्या वेळी अमेरिकेच्या दोन्ही सभागृहात सुरू होती, मात्र ही कल्पनाच मुळी अतिमहत्त्वाकांक्षी असल्याचे सांगत ती सोडून देण्यात आली. त्या ऐवजी समृद्धीकरण तंत्रज्ञान आहे तसेच गोपनीय ठेवण्याच्या उद्देशाने प्लुटोनियम आणि फेरप्रक्रियेवर अधिक लक्ष केंद्रित करणारा कायदा संबंधित कर्मचाऱ्यांनी तयार केला. हा कायदा नंतर 'सिमिंग्टन दुरुस्ती' (Symington amendment) या नावाने अस्तित्वात आला. ज्या देशांना अमेरिकेची आण्विक किंवा लष्करी मदत हवी असेल त्यांनी आंतरराष्ट्रीय अणुउर्जा आयोगाला (आयएईए) आपल्या लष्करी आस्थापनांची नियमित पाहणी करू दिली पाहिजे अशी अट त्या कायद्यात होती. परकीय मदत कायद्यांतर्गत ही दुरुस्ती मे, १९७६मध्ये स्वीकारण्यात आली. या कायद्याची पायमल्ली कोणता देश करतो ते पाहाणे आणि त्याच्यावर

योग्य ती कारवाई करणे याची जबाबदारी व्हाइट हाउसवर टाकण्यात आली. आपल्यावर कोणीही बंधने आणणे, विशेषत: परराष्ट्रखात्याने बंधने आणून आपले हात बांधून ठेवणे व्हाइट हाउसला फारसे आवडत नसे, म्हणून या नव्या जबाबदारीचे तिथे फारश्या उत्साहात स्वागत झाले नाही.

या कायद्यामुळे काँग्रेसच्या अण्वस्त्र प्रसारविषयक एकूणच धोरणाला 'यू-टर्न' मिळाला. जो देश अणूचा वापर शांततेसाठी करील त्याला प्रोत्साहन द्यायचे धोरण अमेरिकेने १९५०पासून 'आपल्या शांततेसाठी अणू' या कार्यक्रमाद्वारे अवलंबिले होते. मात्र भारताची अणू चाचणी आणि पाकिस्तानचे मनसुबे पाहून या दृष्टिकोनात बदल झाला होता. 'सिमिंग्टन दुरुस्ती' म्हणजे अण्वस्त्रबंदी करार पायदळी तुडविणाऱ्या देशांविरुद्ध कारवाई करण्याच्या दृष्टीने अमेरिकन काँग्रेसने उचललेले पहिले पाऊल होते. भारत आणि पाकिस्तान जरी यांच्या अणूकार्यक्रमांच्या चिंतेपोटीच या दुरुस्तीचा जन्म झाला असला, तरी त्याचा जास्त फटका पाकिस्तानलाच बसण्याची शक्यता होती. कारण भारताच्या अण्वस्त्र यंत्रणा आधीपासूनच तयार होत्या; शिवाय त्या देशाने आपली चाचणी दोन वर्षे आधीच केली होती. दुसरीकडे पाकिस्तानचा अणूकार्यक्रम अद्यापी पहिल्या पायरीवरच होता, आणि त्याचवेळी या नव्या कायद्यामुळे आमच्या कायदेशीर अणुभट्टीवर गदा येणार आहे असा कांगावाही त्या देशातील राजनैतिक अधिकारी तसेच राजकीय नेत्यांनी सुरू केला होता.

ही दुरुस्ती मंजूर झाल्याच्या दुसऱ्या दिवशी म्हणजे १२ मे, १९७६ रोजी परराष्ट्रमंत्री हेन्री किसिंजर यांनी अण्वस्त्र प्रसाराचा मुद्दा आणि पाकिस्तानच्या भविष्यातल्या रणनीतिची चर्चा करण्यासाठी आपल्या खात्यात ज्येष्ठ अधिकाऱ्यांची एक बैठक निमंत्रित केली. पाकिस्तानने अण्वस्त्रबंदी करारावर सही करावी आणि आयएईएला त्याच्या अणू आस्थापनांची पाहणी करण्याची संधी द्यावी अशी एक सूचना या वेळी मांडण्यात आली. तसे केल्यास सिमिंग्टन कायद्याची पायमल्ली न करताही तो देश फ्रान्सकडून अणू प्रकल्प खरेदी करू शकला असता. पाकिस्तान विश्वासपात्र नसला तरीही एक मित्र होता आणि अण्वस्त्रबंदी करारावर सही करण्यासाठी त्याच्यावर दबाव आणल्यास आपण पुन्हा एकटे पाडले जात आहोत असे त्याला वाटेल, ही भावना किसिंजर यांच्या दृष्टीने त्रासदायक होती. 'भारतीय जे करू इच्छित नाहीत, ते पाकिस्तानला करायला लावणे हे काहीसे असंस्कृतपणाचे आहे, असे मला वाटते,' इति किसिंजर.

'पाकिस्तानच्या प्रकल्पाला कोणताही आर्थिक पाया नाही,' असे सांगून परराष्ट्रखात्याच्या अण्वस्त्रविरोधी विभागाचे एक अधिकारी रेजिनाल्ड बार्थोलोम पुढे म्हणाले, 'त्या देशाला सध्यातरी फेरप्रक्रिया केलेले इंधन नको आहे, आणि भविष्यात ते जेव्हा लागेल तेव्हा त्याचा आपण अन्य मार्गांनी विचार करू शकतो.'

'मग त्यांना फेरप्रक्रिया यंत्रणा कशाला हवीय?' किसिंजरनी विचारले.

'अण्वस्त्र निर्मितीच्या स्थितीत आपणही असावे असे त्यांना वाटते आणि फेरप्रक्रिया यंत्रणा ती स्थिती त्यांना उपलब्ध करून देईल,' बार्थोलोम उत्तरले.

भारताला प्रत्युत्तर देण्यासाठीच पाकिस्तानने स्वत:चा अणूकार्यक्रम सुरू केला आहे याबद्दल शंका घेण्याचे काहीच कारण नाही असे या वेळी किसिंजरना सांगण्यात आले. भुट्टो यांचीही अण्वस्त्र विकसित करण्याची आकांक्षा आहे असा इशारा शाह यांनी अमेरिकेला दिल्याची माहिती परराष्ट्रखात्याचे सहाय्यक उपमंत्री आल्फ्रेड आर्थरटन यांनी या वेळी दिली. चिंतेच्या सुरात त्यांनी अशी पुष्टीही जोडली की, सीआयएच्या नव्या अहवालानुसार पाकिस्तानला अण्वस्त्रसज्जतेच्या मार्गात येणारे अडथळे दूर करण्यासाठी लिबियाने मदतीचा हात पुढे केला आहे, मात्र या मदतीच्या बदल्यात त्या देशानेही आपल्या अणूकार्यक्रमाला सहकार्य करावे, अशी अपेक्षा व्यक्त केली आहे.

या बैठकीनंतर, दोन महिन्यांनी म्हणजे ८ ऑगस्ट रोजी किसिंजर भुट्टो यांच्याशी दोन हात करायला पाकिस्तानला रवाना झाले. त्या आधी ते १९७१मध्ये तिथे गेले होते, त्या वेळी ते अध्यक्ष निक्सन यांच्या सोबत होते, चीनशी राजकीय संबंध पुन: प्रस्थापित करून परतीच्या वाटेवर असताना त्या दोघांनी पाकिस्तानला धावती भेट दिली होती. त्या वेळची ती भेट गुप्त ठेवल्याबद्दल त्यांनी भुट्टोंचे आभार मानले. नंतर मात्र या ताज्या भेटीच्या वेळी त्या आनंदाचा मागमूसही नव्हता. पाकिस्तानच्या आण्विक महत्त्वाकांक्षांमुळे या भागात अणू युद्धाचा धोका निर्माण झाल्याचे त्यांना जाणवले होते. आणि त्या दिशेने जाण्यापासून रोखण्याच्या उद्देशानेच ते आता आले होते. फेरप्रक्रिया प्रकल्प सुरूच ठेवण्यासंदर्भात जर भुट्टो आग्रहीच राहिले तर अमेरिकेला सिमिंग्टन कायद्याचा बडगा दाखवावा लागेल आणि त्या देशाला दिली जाणारी मदत बंद होईल, असे किसिंजर यांनी आपल्या दौऱ्याबरोबर आलेल्या पत्रकारांशी 'ऑफ द रेकॉर्ड' वार्तालापात सांगितले. तसेच जर पाकिस्तानने आपला अण्वस्त्रांचा पिच्छा करणे सोडले, तर त्या देशाला प्रोत्साहन म्हणून मिसाइल्स, रॉकेटस आणि तोफांनी सज्ज असलेली कोर्सएअर बनावटीची ११० ए-७ जातीची लढाऊ जेट देण्याची आपली तयारी आहे असेही ते म्हणाले. भारताविरुद्ध कारवाई करण्यासाठी पाकिस्तानने आपली परंपरागत युद्धसामग्री वापरावी आणि अण्वस्त्रासारख्या घातक मार्गाचा अवलंब करू नये, तसेच त्यासाठी अमेरिकेने रदबदली करावी अशी सूचना सीआयएच्या नेतृत्वाखालील काही प्रशासकीय अधिकाऱ्यांनी केली.

किसिंजर यांच्याशी झालेल्या या भेटीची आठवण पुढे डायरीत लिहिताना भुट्टो म्हणतात, 'पाकिस्तानला केवळ अणुऊर्जेसाठीच फेरप्रक्रिया प्रकल्प हवाय असे सांगून तुम्ही आमच्या गुप्तहेर यंत्रणांचा अपमान करू नका असे त्यांनी मला

सांगितले. त्यावर पाकिस्तानला असलेल्या ऊर्जा तुटवड्याच्या मुद्यावरून आम्ही तुमच्या गुप्तहेर संघटनांचा अपमान करणार नाही, पण आमच्या या सौजन्याची दाद म्हणून तुम्हीही पाकिस्तानच्या प्रकल्पाची चर्चा एकदम थांबवली पाहिजे, असे मी त्यांनाही सुनावले.'

अमेरिकेच्या अधिकाऱ्यांनी केलेल्या अंदाजानुसार पाकिस्तानी या नेत्याला आपल्याला दुजाभावाची वागणूक मिळत असून दबावही टाकला जात आहे असे वाटू लागले. नंतर आपला संताप व्यक्त करण्यासाठी ते उद्गारले, 'जर ख्रिश्चन, ज्यू, हिंदू आणि कम्युनिस्टांकडे अणूबॉम्ब असू शकतो, तर केवळ आम्हालाच का वगळण्यात येत आहे?' इस्रायलने संशयास्पदरित्या आपला अणूबॉम्ब तयार करून अरब देशांच्या सैन्यशक्तीवर आधीच कुरघोडी केली होती, आणि ती रोखण्यात अमेरिकेने कुचराई केली होती. अण्वस्त्र प्रसाराबाबतच्या अमेरिकेच्या या सातत्यहीन धोरणामुळे काही मुस्लीम देशांत नाराजीची तीव्र लाट तयार होत होती, याच भावनेचे भांडवल करून भुट्टोंनी पाकिस्तानच्या अण्वस्त्र कार्यक्रमाला आर्थिक मदत करा, असे आव्हान लिबिया आणि सौदी देशांना केले होते. तसे झाल्यास भारत, पाश्चात्त्य देश आणि इस्रायल यांच्याहीपेक्षा उच्च प्रतिचा बॉम्बसाठा करून आपण त्यांचा मुकाबला करू शकतो, असेही ते म्हणाले होते.

पाकिस्तानने स्वेच्छेने आपला अणूकार्यक्रम स्थगित करावा यासाठी किसिंजर यांचे प्रयत्न निष्फळ ठरल्यामुळे खुद्द अमेरिका आणि त्याचे मित्रदेश यांच्यात चिंतेचे वातावरण निर्माण झाले, आणि ते भुट्टोंच्या मनसुब्यांचे खच्चीकरण करण्यासाठी अन्य पर्यायांचा विचार करू लागले. एकूणच अण्वस्त्रबंदी प्रसाराच्या दृष्टीने हे वाढते आव्हान गुंतागुंतीचे, तसेच विलक्षण गंभीर स्वरूपाचे होते, त्यामुळेच सिनेटर ग्लेन यांच्या कार्यालयाला रामराम ठोकावा आणि पुन्हा मेरीलॅन्ड विद्यापीठाकडे वळावे, हा लेन वेसच्या मनातील विचार बळावत चालला. १९७६च्या शेवटाला ग्लेन यांनी सिनेटच्या सरकारी व्यवहार उपसमितीचे अध्यक्षपद स्वीकारले आणि वेसला व्हाइट हाउस कर्मचारी उपसमितीचे उपाध्यक्षपद सांभाळण्याची विनंती केली. अण्वस्त्रप्रसार हा विषय या उपसमितीच्या कक्षेत येत होता. अमेरिका आणि संपूर्ण जगाच्या दृष्टीने हा विषय महत्त्वाचा आहे, असे मानणाऱ्या वेसने या प्रस्तावाला मान्यता दिली, कारण या पदाचा वापर करून आपण काहीतरी प्रभावी कामगिरी करू असे त्यांना मनापासून वाटत होते. अणू तंत्रज्ञानाचा फैलाव करणाऱ्या लोकांना, कंपन्यांना आणि सरकारांना आपण जगापुढे उघडे करणार असा त्याचा निर्धार होता, निदान पुढचे एक वर्ष तरी ते आपण करू असे त्याला वाटत होते.

कहुटाच्या मार्गावर

खा*न पाकिस्तानात परतले, तेव्हा तेथील अण्वस्त्र कार्यक्रम* संकटात सापडला होता. सुट्टे भाग आणि इंधनाचे घटक यांची निर्यात बंद करून कॅनडाने पाकिस्तानच्या अणुभट्टीचे जणू कंबरडेच मोडले होते. तशातच आंतरराष्ट्रीय दबाव येत असल्याचे पाहून त्या देशाशी झालेला फेरप्रक्रिया प्रकल्पही देण्यासंबंधीचा करार मोडण्याच्या विचारात ते होते, असे झाल्यास पाकिस्तानला प्लुटोनियमचा विकास करणे अवघड होऊन बसणार होते. आपल्या ध्येयसिद्धीसाठी परदेशात अनेक वर्षे घालविलेल्या खान यांच्या स्वागतासाठी पायघड्या घातल्या गेल्या. त्याचवेळी पाकिस्तानच्या अणूकार्यक्रमाची फारच मोठ्या प्रमाणावर पिछेहाट होत होती.

१९७५ साल संपत आले तेव्हा काही बनावट कंपन्यांच्या मध्यस्थीतून युरेनियमच्या समृद्धीकरणासाठी आवश्यक असलेली सामग्री आधीच येऊन पडली होती, इतर काही सामग्री येण्याच्या वाटेवर होती. खान यांनी आपल्या कुटुंबाला पुन्हा एकदा कराचीतील आपल्या घरी काही दिवसांसाठी स्थिरस्थावर केले, आणि त्यांनी इस्लामाबादपासून काही किलोमिटर अंतरावर असलेल्या खेड्यातील गोदामाच्या चकरा मारण्यास सुरुवात केली. याच गोदामात युरेनियम शुद्धीकरणाची सामग्री ठेवण्यात आली होती. आपण केलेल्या सूचनाबरहुकूम तेथील कर्मचाऱ्यांनी सेंट्रिफ्युजचा सांगाडा तयार केला असेल, अशी त्यांची अपेक्षा होती, पण सामानाची खोकी नुसतीच उघडी करून ठेवल्याचे पाहून त्यांचा काहीसा भ्रमनिरास झाला. नंतर आपल्या चरित्रकाराशी बोलताना त्यांनी 'आपण तो सारा प्रकार पाहून कमालीचे निराश झालो होतो आणि आपला पुन्हा ॲम्स्टरडॅमला परतण्याचा विचार सुरू झाला होता,' असे म्हटल्याचे आढळते. मात्र त्यात वरकरणी तरी फारसे तथ्य नसावे. कारण तिथे परतल्यावर आपल्यापुढे काय वाढून ठेवले असावे आणि आपल्याला कोणत्या मुश्किलींचा सामना करावा लागणार याची त्यांना पूर्ण कल्पना असणार.

भुट्टो त्या काळात शाह यांच्या समवेत एका दौऱ्यावर होते, ते परतल्यावर आपल्याला त्यांनी तातडीने बोलावून घेतले, असा दावा नंतर खान यांनी केला. मात्र तोही काहीसा पटण्यासारखा नाही. पाकिस्तानच्या अणूकार्यक्रमातील त्रुटी आपण त्यांच्या लक्षात आणून दिल्या आणि आपला परत नेदरलॅन्डला परत जाण्याचा निर्णयही त्यांच्या कानांवर घातला. आपले हे मत ऐकल्यावर भुट्टोंनी खान यांच्या देशभक्तीची वारेमाप स्तुती केली आणि त्यांना पाकिस्तानातच राहाण्याचा आग्रह केला. पण कोणताही निर्णय घेण्यापूर्वी आपण आपल्या पत्नीशी चर्चा करू असे त्यांनी पंतप्रधानांना ऐकवले. आपल्या कोणत्याही कृतीला उदात्ततेचा मुलामा देताना किंचितही संकोच न बाळगणाऱ्या खान यांनी नंतर असे म्हटले आहे की, दुसऱ्याच दिवशी आपण पुन्हा एकदा भुट्टोंची गाठ घेतली आणि आपला मायदेशीच थांबण्याचा विचार असल्याचे सांगितले. हे ऐकताच भुट्टोंनी समोरच्या टेबलावर आपली मूठ आपटली आणि ते म्हणाले, 'आता मी त्या हिंदू अक्करमाशांकडे पाहूनच घेतो.' युरोपमध्ये अनेक वर्षे काढल्यामुळे पाकिस्तानातील सुस्तावलेल्या नोकरशाहीचा सामना करताना खान यांना जडच जात होते, अशा पद्धतीने काम करण्यासाठी जी एक पूर्वतयारी लागते, त्याबद्दल ते पूर्णपणे अनभिज्ञ होते. सिहालातील पथदर्शी प्रकल्प पूर्ण करणे, आणि तो कार्यरत करणे इत्यादी बाबी पाकिस्तान अणुऊर्जा आयोगाच्या छत्राखाली चालणार होत्या आणि त्याच्या दैनंदिन प्रगतीचा अहवाल आपल्याला मुनिरखान या आपल्याशी कोणत्याही प्रकारचा संबंध नसलेल्या प्रमुखाला द्यायचा आहे, हे कळल्यावर तर खान खडबडून जागे झाले. आपला नवा बॉस केवळ उच्च पदवीधर असून तो वैज्ञानिक आणि बौद्धिकदृष्ट्याही आपल्यापेक्षा हीन दर्जाचा आहे, त्यामुळे प्रकल्प पूर्ण झाल्यावर जे संभाव्य देदीप्यमान यश आपल्याला मिळणार आहे, त्याचा वाटा मुनिरखानना देता कामा नये, याची पक्की खूणगाठ त्यांनी बांधली. या नव्या नोकरीत आपल्याला दरमहा केवळ तीन हजार रुपये (अंदाजे ३०० डॉलर्स) वेतनापोटी मिळणार आहेत, हे कळल्यावर तर त्यांना धक्काच बसला, कारण एफडीओत याच्या दसपट वेतन त्यांना मिळायचे. या वेतनाचा आकडा ऐकल्यावर तर ते अधिकच चिंताग्रस्त झाले, याचा अर्थ असा नव्हता की, नेदरलॅन्डमध्ये खान कुटुंबीय मोठ्या डामडौलात राहात होते, पण स्वत:च्याच देशात एखाद्या भिकाऱ्यासारखे राहाण्याची कल्पनाच त्यांना सहन होईना. ब्रिटिश राजवटीमुळे पाकिस्तानात सामाजिक वर्गवारीला असाधारण महत्त्व प्राप्त झाले होते. एखाद्याचे शिक्षण किंवा त्याने केलेली अतुलनीय कामगिरी यापेक्षा तो कोणत्या वर्गातून आला आहे, यालाच काही जण पाकिस्तानात अद्यापी महत्त्व देत होते, आणि खान हे तर एका सामान्य शिक्षकाच्या कुटुंबातून आले होते.

आपण पाकिस्तानातच थांबू असा शब्द त्यांनी भुट्टोंना दिला होता खरा, पण पीएईसीच्या देखरेखीखालील इतर अणू प्रकल्पांच्या दौऱ्यानंतर त्यांच्या चिंता अधिकच वाढल्या. युरोपकडून खरेदी केलेली उपकरणे आणि आपल्याला अपेक्षित असलेल्या वस्तू यांची गुणवत्ता तसेच त्यांची संख्या यांच्यात बरीच तफावत असल्याचे त्यांना आढळून आले. या सर्वांवर कडी करणारी गोष्ट म्हणजे त्यांनी स्वत:चा मानलेला पथदर्शी समृद्धीकरण प्रकल्पही ना सुरू झाला होता ना तो सुरू करण्यासाठी आवश्यक असलेला सुसूत्र असा कार्यक्रम अस्तित्वात होता. समृद्धीकरण प्रकल्प सुरू न होण्यासाठी अनेक घटक कारणीभूत होते. पाकिस्तानच्या पहिल्या अणूबॉम्बसाठी मुनिरखान यांनी आपले संपूर्ण लक्ष प्लुटोनियमच्या वापरावरच केंद्रित केले होते, शिवाय फ्रान्स आपल्याशी करार करून फेरप्रक्रिया यंत्रणा देईल, या आशेवर ते अजूनही दिवस काढत होते. याचा अर्थ ते अगदीच निष्काळजी होते असा नाही, तर त्यांना भेडसावणारे प्रश्नच वेगळ्या प्रकारचे होते. एकतर ज्या मार्गांचा अवलंब करून पाकिस्तानचे शासक अणुतंत्रज्ञान आपल्याकडे खेचण्याचा प्रयत्न करत होते, तो मार्ग त्यांना फारसा रूचला नव्हता. आणि आपल्या देशाच्या विश्वासघातकी कृत्याचे जगात प्रतिसाद कसे उमटतील या प्रश्नानेही ते अस्वस्थ झाले होते. १९५८मध्ये ते व्हिएन्नात गेले आणि आयएईत रूजू झाले. या संघटनेची स्थापना त्या आधी एक वर्ष झाली होती. आयएईए आणि त्याची कार्यक्रमपत्रिका यांच्याविषयी त्यांच्या मनात अतिशय आदराची भावना होती. ते त्यानंतर बरीच वर्षे पाकिस्तानला परत गेले नव्हते, १९७२मध्ये ते परतले आणि मुल्तान येथे झालेल्या परिषदेस उपस्थित राहिले. मुनिरखान यांच्या अभ्यासावर फिदा झालेल्या भुट्टोंनी त्यांना देशातच राहाण्याचा आग्रह केला आणि पाकिस्तानच्या अणुऊर्जा आयोगाचे प्रमुखपद स्वीकारण्याची त्यांना विनंती केली. मुनिरखान यांच्या आधी या पदावर आय. एच. उस्मानी होते. पण भुट्टो यांची अणूबॉम्ब बनवण्याची महत्त्वाकांक्षा त्यांना फारशी आवडली नाही. व्हिएन्नामधील कामाचा खान यांना चांगलाच अनुभव होता. पाकिस्तान किंवा अन्य कोणत्याही देशाला संवेदनशील सामग्री आनंदाने पुरविणारे देश आणि काही कंपन्या त्यांना ठाऊक होत्या, पण त्याचबरोबर अशी कळीची उपकरणे हस्तगत करायची असतील तर अनेक बोगस कंपन्या, खोटी कागदपत्रे आणि नामुश्की टाळण्यासाठी करावयाच्या उचापती यांचाही या खरेदीत समावेश असतो हेही त्यांना ठाऊक होते, त्यांच्या दृष्टीने ही बाब अस्वस्थताजनक होती. अत्यावश्यक असले तरी असत्य बोलण्याचा त्यांना अत्यंतिक तिटकारा होता. या त्यांच्या गुणांमुळे सिद्दीक ए. बट यांची जागा घेण्यास त्यांनी नकार दिला, परिणामत: अणूसामग्री खरेदी करण्याचे काम त्यांच्याकडून काढून घेण्यात येऊन

ते लष्कराच्या ताब्यात देण्यात आले.

भुट्टोंनी १९७४मध्येच सुरू करण्याचा आदेश दिलेला अणू समृद्धीकरणाचा प्रकल्प सुरू होण्यास दिरंगाई होत असल्याचे लक्षात आल्यावर खान आणि मुनिरखान यांच्यात थोडीशी बाचाबाची झाली. त्याचे स्पष्टीकरण देताना मुनिरनी सांगितले की, पीएईसीसमोर प्राधान्यक्रमाने करावी अशी अनेक कामे पडून आहेत, त्यामुळे युरेनियमच्या प्रकल्पाला काही दिवस वाट पाहावी लागेल. खरे तर मुनिरखान यांना तो कायमचा बासनात गुंडाळला गेला असता, तर हवेच होते. खान यांना मात्र हे अस्वीकारार्ह वाटत होते. आपल्यापेक्षा खालच्या दर्जाच्या व्यक्तीचा गुलाम होणे त्यांना पसंत नव्हते, आणि सर्वांत महत्त्वाचे म्हणजे पाकिस्तानच्या अणूकार्यक्रमात त्यांना पिछाडीवरही राहायचे नव्हते. म्हणून ए.क्यू. खानंनी आपल्या कारकिर्दीत पुन्हा एकदा मोठी जोखीम पत्करायचा निर्णय केला. हा निर्णय होता आपल्या नव्या विरोधकांना चक्क बाजूला सारायचे आणि समृद्धीकरण प्रकल्पाचे सर्व नियंत्रण वैयक्तिक पातळीवर आपल्या हातात घ्यायचे. हे सर्व घडत असतानाच त्यांनी एफडीओचा राजीनामा दिला होता. त्यामुळे हा नवा जुगार अंगाशी आला तर आपण पुरते जाळ्यात अडकूच, शिवाय पाकिस्तानातही आपली किंमत राहाणार नाही, याची त्यांना खातरी होती. आपल्या या कटाची फलनिष्पत्ती नेमकी काय असेल, याचा एक शास्त्रज्ञ या नात्याने त्यांना काहीच अंदाज बांधता येत नव्हता, त्यामुळे भुट्टोंना झालेली हातघाई आणि आपला धूर्तपणा यावरच भरवसा ठेवण्याचे त्यांनी ठरवले.

असंतोषाची बीजे पेरणे हा खान यांच्या एकूण योजनेतील पहिला टप्पा होता. त्यानुसार त्यांनी पंतप्रधानांच्या लष्करी सल्लागाराचे कान फुंकायला सुरुवात केली. अण्वस्त्र निर्मितीची वाढ खुंटण्यास आपल्यातीलच काही मंडळींचा हात आहे, त्यासाठी ते समृद्धीकरण प्रकल्पाची प्रगती हेतूत: रोखून धरत आहेत. पंतप्रधानांनी आपल्यावर टाकलेली जबाबदारी यशस्वी होऊ नये, यासाठी पीएईसी आणि तिचे पदाधिकारी माहिती, तसेच साधने देताना कुचराई करत असून केवळ त्यांच्या या अडेलतट्टूपणामुळे भुट्टोंची निराशा होऊ नये असे आपल्याला वाटते, अशी बेछूट आरोपांची फैरच त्यांनी त्या सल्लागारावर केली. खान यांची ही तक्रार सदर सल्लागाराने अगदी इमानेइतबारे भुट्टोंच्या कानावर घातली. क्षणाचाही विलंब न लावता भुट्टोंनी खान यांना पाचारण केले.

आणि याच क्षणाने राक्षसी महत्त्वाकांक्षेने पछाडलेल्या एका शास्त्रज्ञाचे आयुष्य आमूलाग्र बदलून गेले.

पंतप्रधान कार्यालयात भुट्टो यांच्या समोर बसून त्यांनी गरळ ओकायला सुरुवात केली. त्यांनी थेट मुनिरखान आणि पीएसीई यांच्यावरच कडाडून हल्ला

चढवत सांगितले की, या लोकांनीच अण्वस्त्र कार्यक्रमाच्या प्रगती संदर्भात तुमची दिशाभूल केली आहे. समृद्धीकरणाचा कार्यक्रम सुरू करण्यास नकार देऊन ते थांबले नाहीत, तर फ्रान्सने दिलेला प्लुटोनियम प्रकल्पही त्यांनी रोखून धरला आहे, त्यामुळे तो मोडीत गेल्यात जमा आहे. आपल्या विरोधकांची चोरटे आणि खोटारडे अशा शेलक्या शब्दांत संभावना करून त्यांनी ही परिस्थिती बदलली नाहीतर बॉम्ब तयार करणे आपल्याच्याने होणार नाही, अशी गर्भित धमकीही दिली. त्याही पुढे जाऊन त्यांनी युक्तिवाद केला की, 'तुम्हाला जर खरोखरच हा बॉम्ब हवा असेल, तर माझी या बुरसटलेल्या नोकरशाहीतून मुक्तता करा. मी पीएसीई किंवा मुनिरखानसारख्या सर्वस्वी नालायक माणसाबरोबर काम करू शकत नाही. त्याने आतापर्यंत कोणत्याही वैज्ञानिक संशोधनात भाग घेतलेला नाही, त्यांच्या नावावर अद्यापी एकही संशोधन अहवाल जमा झालेला नाही. तो पाकिस्तानचा शत्रू आहे. साहेब, मला या माणसापासून पूर्णपणे बाजूला करा, मला माझे काम स्वतंत्रपणे करू द्या, मी माझ्या कामाचा अहवाल इतर कोणाकडेही न देता फक्त तुमच्या कडेच सादर करणार आहे.'

युरेनियमच्या समृद्धीकरणासाठी अत्याधुनिक यंत्रणेची गरज असल्याचे प्रतिपादन करून खानने सध्या पाकिस्तानात असलेल्या यंत्रणेच्या दुर्दशेचे वर्णन केले. त्यांनी बॉम्ब बनवण्यासाठी आपल्याला खुल्या बाजारातूनच उपकरणे आणि तंत्रज्ञान खरेदी करावे लागेल, असेही सांगितले. खानांच्या या एकूण योजनेचा खरा धाडसी आणि जोखमीचा भाग पुढेच होता. ते भुट्टोंना म्हणाले की, जर तुमचे स्वप्न प्रत्यक्षात यायचे असेल, तर तंत्रज्ञान तसेच यंत्रणा खरेदी करण्यासाठी पाकिस्तानने आपले युरोपातील नेटवर्क वापरायचे पूर्ण स्वातंत्र्य मला दिले पाहिजे.

'या साऱ्या कामांसाठी प्रचंड प्रमाणात पैसा ओतावा लागणार आहे,' ते पंतप्रधानांना सांगत होते.' हा पैसा खर्च करताना कोणाचीही ढवळाढवळ मला चालणार नाही. या व्यवहारातील अनेक जण रोख रक्कमच पसंत करतात हेही आपण विसरून चालणार नाही. मी यापूर्वीही त्यांच्याशी अशासारखे अनेक सौदे केल्याने मला त्यांची खडान्खडा माहिती आहे.'

या प्रस्तावाचा सांगोपांग विचार करण्याचे आश्वासन भुट्टोंनी त्यांना दिले. ते मुनिरखानना गेली अनेक वर्षे ओळखत होते. मुनिरखान यांच्याविषयी त्यांच्या मनात आपुलकी होती आणि आदरही होता. या नव्यानेच दाखल झालेल्या, काहीशा उद्दाम आणि गर्विष्ठ माणसावर विश्वास ठेवायला ते मनापासून तयार नव्हते, पण त्याचवेळी ते बॉम्बसाठी उतावीळही झाले होते, म्हणूनच खान यांची जोखीम अंगावर घ्यायची त्यांची तयारी होती. काही दिवसांतच भुट्टोंच्या लष्करी सल्लागाराचा

खानना फोन आला. पंतप्रधानांनी तुमचा प्रस्ताव स्वीकारला असून तुमच्या सर्व मागण्या त्यांनी मान्य केल्या आहेत. त्यानुसार खान यांच्याकडे समृद्धीकरणाची सर्व सूत्रे देण्यात आली होती. आता ते अणुऊर्जा आयोगाच्या कक्षेबाहेरही काम करू शकणार होते, त्यांना हवा तेवढा आणि हवा तसा पैसा खर्च करण्याची परवानगी होती आणि तो करताना कोणीही आडकाठी घेऊ शकणार नव्हते. दुसरीकडे आपले डावपेच वापरण्यात भुट्टोंनाही कधी कमीपणा वाटला नाही. आपला मतलब साधण्यासाठी त्यांनी या दोन्ही खानांना परस्पर विरोधात उभे करून त्यांचाच वापर करण्याचे ठरवले. एकाला त्यांनी गुप्तपणे युरेनियमच्या समृद्धीकरणाचे आपले स्वप्न पूर्ण करण्याच्या कामाला जुंपले, तर दुसऱ्यावर त्यांनी प्लुटोनियम उत्पादन करणाऱ्या पथकाच्या नेतृत्वाची जबाबदारी सोपवली. ज्या प्रकारे अमेरिकेच्या शास्त्रज्ञांनी त्यांच्या मॅनहॅटन प्रकल्पांतर्गत एकाच वेळी प्लुटोनियम आणि समृद्ध युरेनियमचा वापर करून दोन बॉम्ब तयार केले होते, हे दोन्ही खान तसेच काहीसे करतील, अशी आशा भुट्टोंना वाटत होती. त्यांना त्यांच्या वेगवेगळ्या मार्गांनी जाऊ देण्यात भुट्टोंचा दुहेरी फायदा होणार होता.

३१ जुलै, १९७६. समृद्धीकरण कार्यक्रमाची स्थापना झाल्याच्या गोपनीय कागदावर भुट्टो सही करतात. या कार्यक्रमाचे सांकेतिक नाव, 'प्रोजेक्ट ७०६.' प्रमुख ए.क्यू. खान. यांनी आपला अहवाल थेट पंतप्रधानांकडे द्यायचा. हा प्रकल्प कार्यान्वित होईपर्यंत खान यांना, ते मागतील तेवढे पैसे देण्याचे अर्थमंत्री गुलाम इशाख खान यांना पंतप्रधानांचे आदेश. लष्कराच्या 'स्पेशल वर्क्स ग्रुप'च्या साहाय्याने पथदर्शी समृद्धीकरण प्रकल्प उभारण्याची सेनाप्रमुख जनरल झिया-उल-हक यांना सूचना. आता खान यांचे स्वप्न पूर्णतेच्या मार्गावर येत होते. जुगाराच्या एका खेळात त्यांनी बाजी मारली होती, आश्वासनपूर्तीचे काम आता त्यांना पार पाडायचे होते, याचाच दुसरा अर्थ त्यांना आता पुढचे पत्ते टाकायचे होते, पुढचीही खेळी जिंकायची होती.

भुट्टोंना दिलेली आश्वासने पूर्ण करायची असतील, तर खान यांना सामग्री आणि मनुष्यबळ यांची निकडीने गरज होती. ही कुमक त्यांना बाहेरून आणावी लागणार होती, त्यांना त्याची घाईही होती. अर्थातच कोणताही अण्वस्त्रसज्ज देश ही त्यांची मागणी हसत-खेळत मान्य करणार नव्हता, विशेषत्वाने एखाद्या मुस्लीम देशाच्या बाबतीत तर तो दहा वेळा विचार करणार होता. खानना या बाबतीत धूर्तपणा तर करावा लागणार होताच, शिवाय सावधगिरीही बाळगावी लागणार होती. पण या सर्वांवर आपण कुरघोडी करू शकतो, असा त्यांचा आत्मविश्वास होता.

युरेनियमच्या समृद्धीकरणाचा प्रकल्प उभा करायला साधारणत: काही वर्षे किंवा काही दशकेही लागतात. प्रकल्प उभारणीची प्रक्रिया संगतवार अशा टप्प्या-टप्प्यांनीच पार पाडावी लागते. सर्वप्रथम एक छोटे संयंत्र उभारून तिथे मोजक्या सेंट्रिफ्युजेसची चाचणी घ्यावी लागते, नंतर युरेनियमला वायुरूप देऊन ते यंत्रांच्या साहाय्याने घुसळावे लागते, आणि या सर्व आटापिट्यांनंतरच समृद्ध युरेनियम हाती लागते. किचकट संशोधन, सूक्ष्म अवलोकन आणि त्याच्या विस्तृत चाचण्या या घटकांचा प्रत्येक टप्प्यात समावेश असतो. तशा प्रकारचा वेळ आणि संयम खान यांना परवडण्यासारखा नव्हता, हे सर्व टप्पे टाळून आपल्या उद्दिष्टापर्यंत जाण्यासाठी त्यांच्या डोक्यात एक पूर्णपणे भिन्न असा मार्ग तयार होता. सेंट्रिफ्युजचा प्रारूप आराखडा तयार होईपर्यंत वाट पाहत थांबायची त्यांची तयारी नव्हती, कारण त्यामुळे सेंट्रिफ्युजचा पथदर्शी प्रकल्प अडखळून पडला असता. त्यांना सर्व गोष्टी एकाच वेळी घडवून आणायच्या होत्या. भुट्टोंकडून हिरवा कंदील मिळाल्यानंतर काही आठवड्यांच्या आतच सिहाला येथे पथदर्शी प्रकल्पाचे काम सुरू झाले आणि त्याच वेळी पूर्ण क्षमतेच्या समृद्धीकरण प्रकल्पासाठी सुयोग्य अशा जागेसाठी शोध मोहीमही राबवण्यात येऊ लागली, या मोठ्या प्रकल्पात एकाचवेळी १००० सेंट्रिफ्युजेसचे काम चालणार होते. वर्षाकाठी कित्येक अणूबॉम्ब तयार होऊ शकतील, इतके अतिउच्च दर्जाचे समृद्ध युरेनियम या प्रकल्पातून बाहेर पडणार होते. खान यांची ही खेळी अत्यंत धाडसी होती, इथे एखाद्याही क्षुल्लक चुकीचे परिणाम भयंकर स्वरूपाचे असण्याची शक्यता होती, पण खान यांचा त्यांनी युरोपातून चोरलेल्या तंत्रज्ञानावर गाढा विश्वास होता, त्यांना जे पाहिजे ते मिळवून देणाऱ्या पाकिस्तानी पाइपलाइनवर तसेच अण्वस्त्र सामग्री आपखुशीने विकणाऱ्या लोकांच्या क्षमतेबद्दल त्यांना खातरी होती. तंत्रज्ञान आणि उपकरणांच्या खरेदीबरोबरच सरकारी पैश्यांतून ते जगातील अत्यंत बुद्धिमान अशा शास्त्रज्ञांची सेवा घेणार होते, परदेशात स्थायिक झालेल्या पाकिस्तानी तज्ज्ञांना पाचारण करणार होते, मात्र हे सारे करताना ते एकच काळजी घेणार होते. पाकिस्तान अणुऊर्जा आयोगाशी दुरन्वयानेही संबंधित असलेल्या कुणालाही ते या प्रकल्पाच्या आसपासही फिरकू देणार नव्हते.

खानना स्वगृही परतून आता सात महिने झाले होते. त्यांनी आपल्या वयाची चाळिशी नुकतीच गाठली होती. या अल्पावधीतच स्वत:चे असे एक प्रभावी वर्तुळ त्यांनी निर्माण केले होते, शिवाय फक्त त्यांच्याशीच इमानदार राहतील अशा लोकांची त्यांनी एक फौजच तयार केली होती. आपल्या या मोहिमेपासून नोकरशाहीला चार हात दूर ठेवण्याबरोबरच त्यांनी आणखीही एक महत्त्वाची गोष्ट साध्य केली होती, भुट्टोंचे मन जिंकण्यात तर ते यशस्वी झाले होतेच, पण

त्यांनी अर्थमंत्री गुलामखान आणि लष्करप्रमुख जनरल झिया यांच्यावरही गारूड घातले होते. गुलामखान आणि झिया हे भुट्टोंच्या निकटच्या वर्तुळातील अत्यंत प्रभावी अधिकारी मानले जायचे. पुढे खान यांच्या नोकरीला मुदतवाढ देण्याचा प्रश्न निर्माण झाला तेव्हा झियांचीच मदत झाली, प्रत्येक वेळी झियांचा वरदहस्त त्यांना लाभला, एक प्रकारचे सुरक्षाकवच त्यांना मिळाले. पाकिस्तानच्या राजकीय इतिहासावर धावती नजर टाकली तरी एक गोष्ट प्रकर्षाने जाणवते, त्या देशाच्या सत्तेवर राजकीय नेते येतात आणि जातात, पण तिथे कायमस्वरूपी, निरंकुश सत्ता असते ती फक्त लष्कराचीच.

आपण केवळ प्रज्ञावंत शास्त्रज्ञच नाही, तर या देशाचे तारणहारही आहोत. अशी प्रतिमा खान यांना पाकिस्तानात तयार करायची होती. केवळ समृद्ध युरेनियम प्रकल्प स्थापन करून त्यांचे समाधान होणार नव्हते, त्यांना स्वत:लाही प्रस्थापित करायचे होते. त्यासाठी ते वैज्ञानिक म्हणून मिळालेले ज्ञान आणि नेदरलॅन्डमधून चोरलेली माहिती यांचा जास्तीतजास्त फायदा करून घेणार होते, त्याचा चाणाक्षपणे वापर करणार होते. आणि अल्पावधीतच हे सारे काही साध्य करण्यासाठी एक शक्ती त्यांच्यामागे होती, त्यांची राक्षसी महत्त्वाकांक्षा.

समृद्धीकरण प्रकल्पाची जबाबदारी आणि तो पूर्ण करण्यासाठी स्वत:वरच लादलेली अंतिम मुदत यांचा परिणाम म्हणून सामग्रीचा पुरवठा आणि तंत्रज्ञानाची आवक या घटकांनी खान यांच्या मार्गात अडचणींचे डोंगर उभे केले. त्यांनी निर्धारित केलेल्या वेळापत्रकानुसार काम पूर्ण करणे, हे एखाद्या प्रगत औद्योगिक राष्ट्राच्याही आवाक्याबाहेरचे होते. तशातच पाकिस्तान औद्योगिकदृष्ट्या कित्येक योजने पिछाडीवर होता, तिथे अगदी मामुली स्वरूपांच्या वस्तूंचीही निर्मिती होण्याची वानवा होती, त्यामुळे स्वयंपूर्णतेच्या बळावर अण्वस्त्र तयार करणे, ही जवळपास अशक्यप्राय गोष्ट होती. साक्षरतेची अवस्था दयनीय होती, तर असे कोणतेही दर्जेदार विद्यापीठ नव्हते, जिथून गुणवंत शास्त्रज्ञ आणि अभियंत्यांची मोठ्या प्रमाणात अपेक्षा करावी. आपल्या प्रकल्पाच्या बाल्यावस्थेचे वर्णन करताना खान म्हणतात, 'काम तर डोंगराएवढे होते आणि ते सिद्धीस जाण्यासाठी आवश्यक असलेली साधने दृष्टिपथात नव्हती, ज्याच्या भरवशावर आम्ही प्रारंभ करावा, अशी कोणतीही पुढारलेली वैज्ञानिक पायाभूत सुविधा उपलब्ध नव्हती. आम्हाला अगदी पाया घालण्यापासूनच सुरुवात करायची होती, पण इच्छा असेल तर मार्ग सापडतो, अशी म्हणच आहे. आमचा मार्ग म्हणजे अनेक अडथळे असलेला एक उंचच उंच असा जिना होता, तो पार करायला उशीर हा

लागतोच. विशेषत: तुम्ही जेव्हा जगातील अत्यंत जटिल आणि अत्याधुनिक अशा तंत्रज्ञानाशी सामना करता, तेव्हा परिस्थिती आणखीनच बिकट होते. आम्ही अतिशय धाडसाने पावले टाकली, आम्ही एकाच वेळी अनेक गोष्टी सुरू केल्या.'

मुख्य प्रकल्पासाठी योग्य जागा मिळवणे हा एक कळीचा मुद्दा होता, ही जागा मिळवताना खान यांच्या समोर तीन प्रमुख हेतू होते, आपल्याला प्रकल्पस्थळी सहजपणे जा-ये करता आली पाहिजे, त्याचवेळी सत्ताकेंद्राशीही आपला संपर्क राहिला पाहिजे, आणि सर्वांत मुख्य म्हणजे प्रकल्पाच्या सान्निध्यात कोणाचीही, विशेषत: नोकरशहांची घुसखोरी टाळता आली पाहिजे. सरतेशेवटी अशी एक जागा त्यांना सापडली. इस्लामाबादच्या आग्नेयेस 'कहुटा' या अपरिचित गावाजवळ सुमारे १०० एकर जागा होती, तीच प्रकल्पासाठी निवडण्यात आली. घनदाट जंगलाने व्यापलेली ती जागा खान यांना अतिशय योग्य वाटली. कोणत्याही हमरस्त्यापासून ती दूर होतीच, पण त्याचवेळी इस्लामाबादपासूनही ती कमी अंतरावर होती. फाजिल औत्सुक्य दाखवणाऱ्यांना दूर ठेवण्यासाठी या प्रकल्पाला अभियांत्रिकी संशोधन प्रयोगशाळा 'इंजिनिअरिंग रिसर्च लॅबोरटरी' असे निरुपद्रवी नाव देण्यात आले.

'बाहेरच्या नागरिकांना आकर्षण वाटावे असे त्या जागेत काहीच नव्हते, त्यामुळे सुरक्षेचा प्रश्न फारसा गंभीर नव्हता. पण त्याचवेळी ती राजधानीपासून एवढी जवळ होती की, आम्हाला प्रकल्पासंदर्भात कोणताही निर्णय घेऊन त्याची तातडीने अंमलबजावणी करणेही सोपे जाणार होते,' या जागेचे समर्थन करताना खाननी नंतर म्हटले होते.

कहुटाची निवड अर्थातच एकमुखी झाली नाही. ही जागा पाकिस्तानच्या पश्चिम भागात, भारताच्या सीमेनजीक होती. अशा स्वरूपाचा कोणताही संवेदनशील प्रकल्प भारताची अण्वस्त्रे आणि विमाने यांच्या कक्षेत असता कामा नये असा युक्तिवाद काही लष्करी अधिकाऱ्यांनी केला. सदर प्रकल्प बलुचिस्तानसारख्या वाळवंटी शहरात नेणे खान यांना परवडणारे नव्हते. अशा प्रतिकूल ठिकाणी प्रकल्पासाठी उत्तम अभियंत्यांची तसेच शास्त्रज्ञांची भरती करणे त्यांना अवघड गेले असते, शिवाय त्याहूनही महत्त्वाची बाब म्हणजे ते इस्लामाबाद या सत्ताकेंद्रापासून दूर राहिले असते. या वादात शेवटी खान यांचाच विजय झाला. प्रकल्पाची पायाभरणी १९७६च्या डिसेंबर महिन्यात झाली.

सुरुवातीच्या त्या धकाधकीच्या दिवसांत बायको आणि मुलींकडे लक्ष देण्याइतका वेळ खान यांच्याकडे नव्हता. दोन्ही मुलींचे वय त्या वेळी पाच आणि सात असे होते. इस्लामाबादच्या मध्यमवर्गीयांची वस्ती असलेल्या भागातील शालिमार रोडवरील एका छोट्याशा बंगल्यात ते राहात होते. इस्लामाबादचे शहर नियोजन

त्याआधी सुमारे दहा वर्षांपूर्वी करण्यात आले होते. ते करताना आधुनिक दृष्टी ठेवल्याने रुंद गल्ल्या, आकर्षक पांढऱ्या सरकारी इमारती आणि आधुनिक गृहसंकुले हे त्याचे वैशिष्ट्य बनले होते. 'इस्लामाबाद हे शहर खऱ्या पाकिस्तानपासून दहा मैल अंतरावर आहे,' हा त्या काळात परदेशी राजनैतिक अधिकाऱ्यांचा आवडता विनोद होता. ॲम्स्टरडॅमच्या उपनगराची सवय असलेल्या हेन्नी आणि तिच्या मुलींना हे सर्व वातावरणच नवखे होते. अशा अनोळखी जागेत राहाण्याची त्यांची मानसिक तयारी अद्यापी झाली नव्हती.

हेन्नीने अनेकदा पाकिस्तानवाऱ्या केल्या होत्या. आपल्या नवऱ्याचा इथेच राहाण्याचा ठाम निर्धारही तिने फार पूर्वीच ओळखला होता, मात्र पाकिस्तानातील आपल्या भल्यामोठ्या घरातील गर्दीची आणि तेथील गोंधळाच्या वातावरणाची तिला सवय नव्हती. नवऱ्याबरोबर दिलेल्या त्या छोट्या भेटींदरम्यान तिची तशी तयारीही झाली नव्हती. कराचीचे सदोदित गजबजलेले रस्ते म्हणजे भिकारी, फेरीवाले, टक लावून पाहणारे पादचारी, मोडक्या रिक्षांचे गबाळे चालक आणि काही अगम्य वस्तूंचे विक्रेते, यांनी भरलेले एक जंगलच असायचे. त्या तुलनेत शांत आणि कमी गर्दीचे रस्ते, व्यवस्थित बांधलेली घरे, पूर्ण वाढ झालेली झाडे आणि फुलांनी डवरलेली झुडपे यांचा भरणा असलेल्या इस्लामाबादने तिला बराच दिलासा दिला. तिला आपल्या पतीच्या कामाचे स्वरूप माहीत होते. त्या कामाचे गांभीर्य आणि गोपनीयता यांचीही तिला जाणीव होती. एखाद्या कुटुंबाशी मैत्री केल्यास आपला एकांतवास काही प्रमाणात कमी होईल असे जरी तिला वाटत असले, तरी तिला पुरवण्यात आलेल्या सुरक्षा व्यवस्थेत ते बसत नव्हते. भारत आणि इतर काही शत्रूराष्ट्रे यांच्यापासून पाकिस्तानला वाचवण्यासाठी आपण करत असलेल्या प्रयत्नांची माहिती खान तिला रात्री उशीरा फोनवरून देत असत, त्यासाठी आपल्याला कोणकोणत्या आव्हानांचा सामना करावा लागतो हेही तिच्या कानांवर घालत असत. हे संभाषणच तिचा विरंगुळा बनला होता. त्यानंतरच्या काळात हेन्नीने मौन राखणेच पसंत केले. ते इतक्या टोकाला गेले की, आपण एका परदेशी शास्त्रज्ञाशी विवाहबद्ध आहोत, हे ती नाकारायला लागली. या संदर्भात कोणी अगदी खोदून विचारलेच तर ती 'खान हे पाकिस्तानातील एक सर्वसामान्य आडनाव आहे,' असे सांगून सुटका करून घेत असे.

एकीकडे कहुटाचे बांधकाम सुरू असतानाच खान रावळपिंडीच्या लष्करी मुख्यालयातील एका तात्पुरत्या कार्यालयातून प्रोजेक्ट ७०६वर काम करत असत. 'सत्तेची आभूषणे' त्यांना याआधीच मिळायला लागली होती. दररोज रात्री उशीरा ते घरी जायला निघत, तेव्हा त्यांच्या दिमतीला शोफर संचालित गाडी आणि सुरक्षिततेसाठी सशस्त्र सैनिकांचा ताफा देण्यात येत असे. समृद्धीकरण प्रकल्पाची

प्रगती होताना ते बारीकसारीक तपशिलात जात. कागदाचा साधा कपटाही आपल्या नजरेखालून गेला पाहिजे, खरेदी करावयाच्या प्रत्येक वस्तूसाठी आपली मंजुरी घेतली गेली पाहिजे, नव्याने भरती होणारा प्रत्येक जण खान यांचा माणूस म्हणूनच ओळखला गेला पाहिजे, असे अनेक कडक दंडक त्यांनी घालून दिले होते. त्यांचे पालन खान यांची कारकीर्द संपुष्टात येईपर्यंत होत असे.

खान यांच्याबरोबर सुमारे दोन दशके काम केलेल्या, त्यांच्या कार्यपद्धतीची स्तुती आणि निंदाही एकाच दमात करणाऱ्या एका अभियंत्याने नंतर सांगितले की, 'त्यांनी सर्वच गोष्टींचे केंद्रीकरण केले होते, त्यांनी आढावा घेतल्याशिवाय काहीही प्रकल्पाच्या बाहेर जात नसे.' केवळ आपल्या अप्रूपतेच्या आणि गुणांच्या बळावर त्यांना सर्वांवर सत्ता गाजवायची असे. खान हे काही आइनस्टाइन नव्हते, खऱ्या अर्थाने ते प्रतिभावंतही नव्हते, मात्र आपला कार्यभाग कसा साधायचा याचे उत्तम गणित त्यांना जमले होते, हे नक्की.

ऑपरेशन 'बटर फॅक्टरी'

ॲम्स्टरडॅम सोडण्यापूर्वीच आपल्याला भविष्यात एफडीओ आणि युरेन्कोच्या तज्ज्ञांकडून आणखीही काही माहितीची गरज भासेल याची जाणीव खान यांना झाली होती, म्हणून त्यांनी या प्रकल्पांच्या खरेदी खात्यातील हलक्या दर्जाची कामे करण्यासाठी दोन पाकिस्तानी हेरांना कोणताही थांगपत्ता लागू न देता काम देण्याची व्यवस्था केली होती. प्रकल्पाच्या ढिसाळ सुरक्षा यंत्रणेचा वापर करून खान यांनी एफडीओच्या अंतर्गत भागापर्यंत लिलया प्रवेश मिळवला होता. कदाचित याच ढिसाळ व्यवस्थेचा किंवा प्रयोगशाळेपासून लांब असण्याचा फायदा घेऊन हे दोन्ही हेर एफडीओत काम करत राहिले. विशेष म्हणजे खान यांची गच्छंती झाल्यानंतरही या दोघांना नोकरी गमवावी लागली नव्हती किंवा त्यांची विशेष तपासणीही झाली नव्हती. आपल्या कामाच्या ठिकाणाहूनच ते खान यांना आवश्यक वाटणारी सर्व माहिती पुरवत राहिले. पण त्यांची पोहोच मर्यादित होती. त्यांच्यावर सर्वस्वी अवलंबून राहाणे; खान यांना परवडण्यासारखे नव्हते. ही पोकळी भरून काढण्यासाठी ते एफडीओतील आपले जुने मित्र, युरेन्कोचे बाहेरचे पुरवठादार आणि किमान एका असामान्य अशा स्रोताकडे वळले.

१९७६च्या मे महिन्यात खान यांना जाणवले की, आपल्याला एफडीओतून आणखी काही वस्तूंची गरज आहे आणि आपण त्या तेथील कार्यालयातच ठेवून आलो आहोत. त्याच सुमारास हेन्नी ॲम्स्टरडॅमला जाण्याचा बेत करत होती. तेथील उरलेले सामान घेऊन ती परतणार होती. एफडीओच्या कार्यालयातील आपली काही खासगी कागदपत्रे आणि वस्तू घेऊन येण्यास खान यांनी तिला सांगितले. त्यांनी फ्रिटस वीरमानला लिहिलेले एक पत्र तिच्याजवळ दिले. आपण काही वस्तू विसरलो असून त्या हेन्नीला देण्याची व्यवस्था कर, असे त्यात लिहिले होते. पण खान यांच्या कारवाया आणि त्यांचे अचानक गायब होणे, या प्रकारांनी वीरमानची झोप आधीच उडाली होती. आता खानसाठी काहीही केले

तर आपण उघड्यावर येऊ आणि आपली थेट तुरुंगातच रवानगी होईल, या भीतीने तो ग्रस्त झाला होता. ॲम्स्टरडॅमला पोहोचल्यावर हेन्नीने त्याला फोन केला तेव्हा आपण कामात अतिशय गर्क असून तुला काहीच मदत करू शकत नाही, असे सांगून त्याने फोन ठेवला. त्यानंतरही हेन्नीने त्याच्याशी संपर्क साधण्याचा दोन-तीन वेळा प्रयत्न केला, पण तो बधला नाही. शेवटी तर त्याने 'माझ्या माहितीनुसार तुला या कार्यालयात येता येणार नाही आणि कोणत्याही कागदपत्रांना हातही लावता येणार नाही,' या शब्दांत तिला उडवून लावले.

खान यांच्या मोहिमेच्या दृष्टीने ॲम्स्टरडॅम येथून अपेक्षित असलेली माहिती अतिशय महत्त्वाची होती, पण जेव्हा हेन्नी हात हलवत परत आली तेव्हा त्यांना अन्य मार्गांचा अवलंब करणे अनिवार्य ठरले, म्हणून त्यांनी वीरमानसाठी आपल्या हेतूंविषयी कोणताही आडपडदा न ठेवता एक पत्रच लिहिले. या पत्रात ते लिहितात 'मला माझ्या कामात मदत कर अशी मी तुला विनंती करत आहे. आमच्या संशोधनासाठी मला तुझ्याकडून पुढील माहितीची गरज आहे.' त्यानंतर सदर पत्रात नमूद केलेल्या यादीत खान यांनी संवेदनशील मानण्यात येणाऱ्या खास सेंट्रिफ्युजच्या काही सुट्या भागांचा उल्लेख केला होता. ते पुढे म्हणतात 'फ्रिट्स, हे सर्वकाही मला तातडीने हवे आहे, ते मिळाले नाहीतर आमचे संशोधन ठप्प होईल. ही सारी सामग्री तू मला त्वरित पाठवशील, अशी माझी खातरी आहे. मी मागितलेल्या या गोष्टी किरकोळ स्वरूपाच्या आहेत आणि त्या तू मला पाठवशील अशी आशा मला वाटते.' याच पत्रात खान यांनी त्याला एफडीओतील एका माजी सहकार्याच्या संपर्कात राहण्याची विनंती केली असून उभयतांना पाकिस्तान भेटीचे निमंत्रणही दिले आहे. 'तुम्ही दोघांनीही माझ्या देशाला भेट द्यावी, यात तुम्हा दोघांचा फायदाच असेल, सुट्टीची मजा घेतानाच तुम्ही थोडे पैसेही कमावू शकाल.' वीरमानला त्यांनी केलेल्या विनंतीत वरवर पाहता भोळेपणा दिसत असला, तरी त्यांना वाटत असलेली भीती काही लपून राहिलेली नाही, कारण याच पत्रात त्यांनी उत्तर पाठवताना योग्य ती काळजी घ्यावी असे सुचवले आहे. पत्राचे उत्तर आपल्या नावे न पाठवता ते हेन्नीच्या किंवा आपल्या मुलींच्या नावावर पाठवावे, तसेच उत्तराच्या पाकिटावर तुझे नाव किंवा पत्ता असणार नाही, याची खबरदारी घ्यावी असे म्हटले आहे.

आपला हा माजी सहकारी औद्योगिक हेरगिरीत अडकला असून आता आपण गप्प राहिलो, तर या चिखलात खेचले जाऊ अशी चिंता वीरमानला भेडसावू लागली होती. म्हणून त्याने खान यांचे शेवटचे पत्र एफडीओतील आपल्या प्रमुख अधिकाऱ्याला दाखवले. पत्राचे गांभीर्य या अधिकाऱ्याने लागलीच ओळखले आणि त्याने बीव्हीडीला तातडीने सावध केले. त्या नंतर काही

दिवसांतच घडलेली गोष्ट, वीरमान आपल्या घरी टीव्ही पाहात बसलेला असताना सुरक्षा पोलीस खात्याच्या दोन कर्मचाऱ्यांनी त्याचा दरवाजा ठोठावला. त्यांनी आपली ओळखपत्रे दाखवली आणि वीरमानने आपल्या अधिकाऱ्याला दिलेल्या पत्राची प्रत त्याच्यासमोर ठेवली. पोलिसांनी त्याची रात्रभर उलटतपासणी घेतली, त्यात वीरमानने आपले आणि खान यांचे संबंध कसे होते, याचे सविस्तर वर्णन केले. आपण त्यांच्यासाठी छायाचित्रे कशी काढली, त्यांच्या घरी आपली आणि एका पाकिस्तानी राजनैतिक अधिकाऱ्याची भेट कशी झाली, खान यांच्या घरातील गोपनीय कागदपत्रे आपल्या नजरेस कशी पडली, इत्यादी सर्व माहिती दिली. नंतर पाकिस्तानी दूतावासाशी निगडित असलेल्या अधिकाऱ्यांच्या छायाचित्रांचा एक संचच त्या गुप्तहेरांनी वीरमानसमोर टाकला. खान यांच्या घरी भेटलेल्या दोघांच्या छायाचित्रांचा त्यात समावेश होता, वीरमान ते दाखवू शकला असता, पण तसे केल्यास आपल्याला काय धोका आहे, याची त्याला कल्पना होती म्हणून तो गप्प राहिला.

ते दोघे गेल्यावर वीरमानची अवस्था बिकट झाली. तो घाबराघुबरा झाला, या दोघांना नेमके काय हवे होते, याचा त्याला अंदाजच येईना. खान यांच्या अनामिक सहकाऱ्यांकडून त्याला अप्रत्यक्षपणे इशाराच मिळाला होता. त्याने नकळत का होईना खान यांना मदत केली होती आणि त्याबद्दल बीव्हीडी आपल्यावर ठपका ठेवील अशी भीती त्याला वाटत होती, तीच नेमकी खरी ठरण्याची शक्यता होती.

खान यांनी अत्यंत गोपनीय अशा सेंट्रिफ्युजचे डिझाइन चोरल्याच्या आरोपाचा समावेश असलेला, वीरमानच्या मुलाखतीवर आधारित असा एक सविस्तर अहवाल बीव्हीडीने तयार केला. हा अहवाल अनेक अधिकाऱ्यांच्या आणि डच सरकारच्या इतर खात्यांतून फिरणार असल्याने धोक्याची घंटा वाजवण्याची कोणाचीच तयारी नव्हती. खान यांच्या कारवायांचा संपूर्ण तपास करण्याऐवजी सरकारने या सर्वांकडे दुर्लक्ष केले. तंत्रज्ञान आणि आनुषंगिक साह्य हस्तगत करण्याचे खान यांचे प्रयत्न सुरूच होते, पण त्या बाबतीतही सावधगिरीचे उपाय करणे सरकारने टाळले. खान यांनी डच सरकारच्या अण्वस्त्र खजिन्यावर दिवसाढवळ्या दरोडा टाकला होता, आणि त्याची डच सरकारला माहिती असूनही त्याने योग्य ती पावले उचलली नाहीत, हे जगासमोर येणे त्यांना लज्जास्पद वाटले. डच सरकारने याकडे डोळेझाक केली आणि खान पुन्हा एकदा मोकाट सुटले.

सरकारच्या या कृतिशून्यतेमुळे युरेन्कोशी संबंधित असलेल्या इतरांचे चांगलेच फावले. खान यांच्या मिनतवाऱ्यांपुढे ते नमले, अगदी स्वखुशीने पाकिस्तानी पाइपलाइनला हवी ती उपकरणे विकण्यास त्यांच्यापैकी काही बहाद्दर पुढे सरसावले,

काही जणांनी तर चक्क पाकिस्तानची वारी करून बांधकामव्यवस्थेतील प्रकल्पाची पाहाणी करून टाकली. खान यांचे निमंत्रण स्वीकारणाऱ्यात लिवेन विद्यापीठातील त्यांचे माजी मार्गदर्शक मार्टिन ब्रेबर्स यांचा समावेश होता. आपल्या शिष्याच्या कामगिरीने ते भारावून गेले. त्यावर स्तुतीसुमने उधळताना नंतर कधीतरी ते म्हणाले होते, 'खान यांचे नियोजन आणि संघटना उत्तम आहे, आपल्याला योग्य वाटतील ती माणसे ते निवडू शकत होते. त्यांना माणसांची चांगलीच पारख होती. भरघोस वेतन देऊन त्यांनी निवडक लोकांना धरून ठेवले होते. चांगली उपकरणे विकणाऱ्या कंपन्या त्यांना ठाऊक होत्या. परदेशातीलही अनेकांशी त्यांचा संपर्क होता. एवढेच काय, त्यांना अनेक भाषा अवगत होत्या, हे भाषाकौशल्य आणि आपल्या आकर्षक व्यक्तिमत्त्वाच्या बळावर ते काहीही खरेदी करू शकत होते. ही किमया इतर कोणाही पाकिस्तानी माणसाला साध्य झाली नव्हती.'

खान यांच्या खरेदीसत्राला उधाण येत होते आणि त्यांचा युरोपमधील अव्वल क्रमांकाचा एजंट सिद्दिक बट त्या क्षेत्रात आपली कुशाग्र बुद्धिमत्ता पाजळायला सिद्ध झाला होता. अनेक देशांची कुचकामी निर्यात धोरणे आणि आधाशी उद्योजक यांच्या सहकार्याने बटने राजनैतिक अधिकाऱ्यांचे एक वर्तुळ तयार केले. पाकिस्तानच्या सेंट्रिफ्युज कार्यक्रमाला लागणारी संवेदनशील उपकरणे तो या वर्तुळाच्या माध्यमाद्वारे खरेदी करू लागला. काही वेळा ही उपकरणे कोणासाठी आहेत, हे लपवून ठेवण्याचे काम या वर्तुळाकडे सोपवण्यात आले होते. यासाठी ते बनावट कंपन्या आणि खोटी कागदपत्रे यांचा आधार घेत. इतर वेळी तर ते ही उपकरणे नागरी अणूकार्यक्रमासाठी आहेत, असे ठोकून देत. निर्यातीवर देखरेख करणाऱ्या बड्या अधिकाऱ्यांना लक्ष्य करण्यात बट यशस्वी झाला होता. अणू सामग्रीचे नियम लागू न होणाऱ्या मोठ्या मालाच्या साठ्यात तो हवी ती उपकरणे बेमालूमपणे घुसडत असे. त्यामुळे त्याला कस्टम आणि कायदा अंमलबजावणी अधिकाऱ्यांच्या डोळ्यांत धूळ फेकणे सहज जमत असे आणि त्याचा माल योग्य ठिकाणी सुकरपणे पोहोचतही असे.

मात्र खान यांच्या यादीतील काही उपकरणे केवळ अण्वस्त्रांसाठीच उपयोगी पडू शकतील, अशी असत. सेंट्रिफ्युजेसमध्ये 'हेक्झाफ्ल्युरॉइड' नावाचा वायू भरण्यासाठी पाइप्स आणि व्हॅक्यूम व्हॉल्वचा समावेश असलेली एक यंत्रणा असते, कहुटाच्या प्रकल्पासाठी लागणारी ही यंत्रणा नागरी अणूकार्यक्रमाच्या नियमांत बसत नव्हती, तसेच ती कशाच्याही बुरख्याखाली लपवणेही अशक्य

होते. बटने त्याच्या दोन सहकाऱ्यांसह 'कोरा इंजिनिअर्स' या स्विस कंपनीशी संपर्क साधला आणि त्यांना काय पाहिजे ते सांगितले. या यंत्रणेचे डिझाइन करून ती बांधून द्यायची तयारी कंपनीच्या अभियंत्यांनी दर्शवली खरी, पण खरेदीसाठी गेलेल्यांनाच आपल्याला तांत्रिकदृष्ट्या नेमके काय हवे ते सांगता येईना. सरतेशेवटी खान आणि त्यांचे सहकारी शास्त्रज्ञ स्वित्झर्लंडला गेले. कंपनीच्या प्रतिनिधींना भेटून त्यांनी आपल्या मागणीचे तपशील तिथे दिले. खान भेटून गेल्यावर 'कोरा'ने स्विस सरकारशी संपर्क करून या यंत्रणेचे सुट्टे भाग, निर्यात निर्बंध यादीत येत नाहीत, याची खातरी करून घेतली. यामुळे ते निर्यात करण्याचा कंपनीचा मार्ग सुकर होणार होता. त्याच्या कित्येक महिन्यांनंतर ही आधुनिक यंत्रणा तयार झाली. हजारो टन वजनाची ही यंत्रसामग्री पाकिस्तानला वाहून नेण्यासाठी सी-१३० बनावटीची तीन महाकाय मालवाहू विमाने मुक्रर करण्यात आली. या विक्रीचे समर्थन करताना 'कोरा'चे एक कार्यकारी अधिकारी रूडॉल्फ वाल्टी यांनी कंपनीने कोणत्याही नियमांचा भंग झाला नसल्याचा दावा केला. त्यानंतर बीबीसी-टीव्हीला त्यांनी सांगितले की, 'आम्ही पिस्तुले आणि तोफा बनविण्याचा उद्योग करत नाही, बॉम्ब बनविण्याचा प्रश्न तर दूरच राहिला. आम्हाला अण्वस्त्रे कशी तयार करतात हेच मुळात माहीत नाही, त्यामुळे ते बनविण्याच्या कोणत्याही प्रक्रियेशी आमचा संबंध येत नाही.'

खान यांच्या युरोप वाऱ्यानंतर वाढतच गेल्या. संभाव्य सामग्री विक्रेत्यांच्या मनात येणाऱ्या तांत्रिक शंकांचे निरसन करणे किंवा अनुत्सुक विक्रेत्याला विविध आमिषे दाखवून राजी करणे, ही कामेही त्यांना करावी लागत. १९७६च्या नोव्हेंबरमध्ये ते पुन्हा एकदा जर्मनीला पोहोचले. 'हेंज मेबुस' नावाच्या एका जर्मन नागरिकाने चालविलेल्या इंजिनिअरिंग फर्मशी त्यांना वाटाघाटी करावयाच्या होत्या. सेंट्रिफ्युजमध्ये वापरण्यात येणाऱ्या 'युरेनियम हेक्झोफ्ल्युरॉइड' या वायूचा एक घटक म्हणून पितवायू महत्त्वाची कामगिरी बजावत असतो, हा वायू तयार करण्यासाठी एका कारखान्याची उभारणी करणे आवश्यक होते. मेबुस यांच्या कंपनीचे नाव होते, 'सीइसी काल्तहॉफ.' या कंपनीने ही जबाबदारी स्वीकारली होती. खान यांचे वर्तुळ आणि मेबुस यांच्यातील हा पहिला व्यवहार होता. हाच मेबुस पुढच्या काळात खान यांचा मोठा सहकारी ठरणार होता. पण त्याच्यापर्यंत पोहोचण्यासाठी खान यांनी ज्या मध्यस्थांचा उपयोग केला होता, ते सारे जण त्यांचे जुने मित्रच होते. या मित्रांपैकी एकाचे नाव होते, हेन्क स्लेबोज, डेल्फ विद्यापीठात शिकताना स्लेबोज आणि खान यांची मैत्री झाली होती. एफडीओत नोकरी करत असताना स्लेबोज यानेच खान यांना सावधगिरीच्या सूचना दिल्या होत्या. डेल्फ विद्यापीठातून पदवी घेतल्यानंतर स्लेबोज डच नौदलात नोकरी

करत होता. या नौदलाच्या पाणबुड्यांना लागणारे सुट्टे भाग विनासायास मिळवण्याची त्याच्यावर प्रमुख जबाबदारी टाकण्यात आली होती. नेदरलॅन्डमधील अनेक कंपन्यांशी याच दरम्यान त्याचा संपर्क झाला होता, या सर्व कंपन्यांची त्याला इत्थंभूत माहिती होती. या माहितीच्या आधारावर त्याने स्वत:चे असे ज्ञानभांडार विकसित केले होते. १९७४मध्ये खान यांची एफडीओतील नोकरी सुरू झाली, त्यानंतर दोनच वर्षांनी स्लेबोज एका वेल्डिंग फर्मचा संचालक बनला, या फर्मचे युरेन्कोशी घनिष्ठ संबंध होते. खान आणि स्लेबोज यांच्या मैत्रीला नव्याने उजाळा मिळाला तो याच काळात.

खान पाकिस्तानला परतल्यावर स्लेबोजने स्वत:चा उद्योग सुरू केला आणि पाकिस्तानला भेट दिली, पाकिस्तानच्या चोरट्या अणू सामग्री खरेदीला उधाण आले होते. सेंट्रिफ्युजसाठी लागणाऱ्या कठीण पोलादाच्या ६५०० ट्युबची मागणी पूर्ण करण्याची विनंती खान यांनी त्याला केली आणि त्याने ती मान्यही करून टाकली. मायदेशी परतल्यावर स्लेबोजने व्हान डूर्न ट्रान्समिस 'डीव्हीटी' या कंपनीत एक छोटीशी ऑर्डर नोंदवली. या ऑर्डरमध्ये काहीतरी काळेबेरे असल्याच्या संशयावरून नेदरलॅन्डच्या अर्थखात्याने त्याच्या चौकशीसाठी आपल्या एका अधिकाऱ्याला त्या कंपनीत पाठवले. पाकिस्तानच्या सेंट्रिफ्युज प्रकल्पासाठीच या ट्युब्स पाठविण्यात येणार असल्याची कबुली डीव्हीटीने दिली आणि सरकारने त्याच्या निर्यात परवान्यास नकार दिला. एवढी मोठी ऑर्डर सुखासुखी हातची जाऊ देणे कंपनीला परवडण्यासारखे नव्हते, म्हणून तिने सरकारच्या या बंदीच्या निर्णयाला आव्हान दिले. ट्युबसच्या निर्यातीला रोखण्याचे समर्थन होईल, असा कोणताही ठोस नियम सरकारला सापडला नाही. अखेर २ नोव्हेंबर, १९७६ रोजी ३०० ट्युब असलेला पहिला हप्ता पाकिस्तानकडे रवाना झाला. या ट्युब्सच्या गुणवत्तेवर खान एवढे खूश झाले की, त्यांनी १९७७च्या जानेवारीत नेदरलॅन्डला धावती भेट दिली आणि उर्वरित ६५०० ट्युब्स पाठविण्याचा कंपनीकडे जोरदार आग्रह धरला. व्हॅन डूर्न कंपनीने खान यांची गरज भागविण्याचे विनाविलंब मान्य केले, मात्र मागणी पूर्ण करण्यासाठी तिला किमान तीन वर्षांचा अवधी हवा होता.

पाकिस्तानकडून मिळणाऱ्या पैशांतून स्लेबोज कोट्याधीश झाला. खान आणि त्याच्यातील मैत्रीला नवा बहर आला, त्या पुढील काळातही स्लेबोज पाकिस्तानला अत्यंत महत्त्वाची आणि संवेदनशील अणू सामग्री पुरवत राहिला. बेताची उंची, सडपातळ अंगकाठी मात्र लष्करी दिमाख बाळगणाऱ्या स्लेबोजने नंतरही आपल्या आणि खान यांच्यातील मैत्रीविषयी बढाया मारण्याची संधी सोडली नाही. 'मी त्यांना हव्या त्या गोष्टी पुरवत होतो, त्यात इलेक्ट्रॉनिक वस्तूंपासून बांधकामाच्या साहित्याचा समावेश असायचा. ज्या वस्तूंच्या विक्रीवर

कोणत्याही स्वरूपाचे निर्बंध नव्हते, त्या सर्वच मी त्यांना देत राहिलो.' आपण जी सामग्री पाकिस्तानला पाठवत होतो; ती त्या देशाच्या अण्वस्त्र कार्यक्रमासाठी जात होती याची आपल्याला पूर्ण कल्पना होती; असा कबुलीजबाबही त्याने दिला आहे. पुढे जाऊन तर त्याने पाकिस्तानच्या अण्वस्त्र कार्यक्रमाची भलावण केली आहे. आणि ही भलावण करतानाही त्याच्या बोलण्यात एक प्रकारच्या गर्वाची भावना दिसायची. त्याच्या म्हणण्यानुसार भारताच्या लष्करी सामर्थ्याशी स्पर्धा करण्यासाठी पाकिस्तानने स्वतःचा अण्वस्त्र कार्यक्रम राबविण्यात गैर असे काहीच नाही, पाकिस्तानला ते करण्याचा अधिकारच आहे. मात्र एकीकडे त्याच्या या बढाया सुरू असल्या तरी तो या सर्व व्यवहाराची चौकशी होऊ नये याचीही काळजी घेत होता असे दिसते. आणि म्हणूनच की काय, त्याने या सर्वच सौदेबाजीला 'ऑपरेशन बटर फॅक्टरी' हे सांकेतिक नाव दिले होते.

'हाग.' युरोपमधील बर्फाच्छादित ॲलिव्हर पर्वत रांगांच्या कुशीत वसलेले एक टुमदार स्विस खेडे. चॉकलेटच्या आकर्षक बॉक्सवरील चित्रात चपखलपणे बसावे असे. छोटी-छोटी घरे आणि त्यांच्या सभोवारच्या बागबगीच्यांनी वेढलेले. ऱ्हाईन नदीच्या खोऱ्यात वसलेल्या या खेड्याचे १९६०च्या दशकापर्यंत असेच विलोभनीय दृश्य दिसायचे. नंतरच्या काळात मात्र हे चित्र बदलत गेले. ऱ्हाईनच्या जोडनद्यांच्या काठांवर छोटे गृहप्रकल्प निर्माण होऊ लागले. उच्च तंत्रज्ञानावर आधारित उद्योगांना स्वित्झर्लंडच्या सरकारने या भागात निमंत्रण देऊन पाचारण केले. या उद्योगांमध्ये 'व्हॅक्यूम' तंत्रज्ञानात विशेष असलेल्या कंपन्यांचा भरणा मोठा होता. तो पुढील काळात एवढा वाढला की, या खोऱ्याला 'व्हॅक्यूम व्हॅली' या टोपणनावानेच ओळखले जाऊ लागले.

दुसऱ्या महायुद्धाच्या समाप्तीनंतर स्वित्झर्लंडलाही स्वतःची अण्वस्त्रे असावीत अशी स्वप्ने पडायला लागली. १९७०च्या दशकात त्या चिमुकल्या देशाने तो नाद सोडला. मात्र इतर देशांना व्यापारी तत्त्वावर अणू तंत्रज्ञान निर्यात करणारा देश अशी त्याची ख्याती झाली. या उद्योगातील अनेक बड्या आणि तेजीत असलेल्या कंपन्यांनी व्हॅक्यूम व्हॅलीत आपले बस्तान बसवले. याच व्हॅलीत बटचा 'कोरा' उद्योग समूहाशी संबंध आला आणि याच ठिकाणी कोराची स्पर्धक असलेल्या 'व्हाक्कूम अपाराट टेक्निक' हा उद्योग आणि खान यांची गाठ पडली. 'व्हॅट' या तिच्या आद्याक्षरांनी सुपरिचित असलेली ही कंपनी सेंट्रिफ्युजमध्ये वायू सोडणाऱ्या, अत्यंत महत्त्वाच्या 'हॅक्यूम व्हॉल्व'ची निर्मिती करत असे. या उपकरणाचा शोध लावणाऱ्या स्विस अभियंत्याचे नाव होते, फ्रेडरीक टिनार

आणि तोच व्हॅटच्या निर्यात विक्री विभागाचा प्रमुख होता.

कहुटासाठी खान यांना अशा प्रकारच्या लाखो डॉलर किमतीच्या व्हॉल्वची आवश्यकता होती, आणि ते खरेदी करण्याच्या वेळी त्यांना सर्वप्रथम आठवण झाली ती आपल्या जुन्या मित्राची – टिनारची. खान हागला गेल्यावर त्यांनी आपला हेतू लपवला नाही, आपण पाकिस्तानमध्ये उभारत असलेल्या सेंट्रिफ्युज प्रकल्पासाठी या व्हॉल्वचा अविरत पुरवठा करू शकेल, अशा उद्योगाच्या आपण शोधात आहोत, असे त्यांनी टिनारला सांगून टाकले. खान आणि टिनार यांच्या देशांतील अंतर खूप होते, पण त्याची पर्वा न करता हा व्यवहार करायला टिनार आणि व्हॅट दोघेही अत्यंत उत्सुक होते. औद्योगिक सभ्यतेचा एक भाग म्हणून या स्विस कंपनीने राजधानी बर्न येथे संपर्क करून या व्यवहाराची छाननी केली. उत्तरादाखल प्रशासकीय अधिकाऱ्यांनी व्हॅटला निर्यात नियमांची यादी पाठवली, सोबतच 'आयएईए' आणि 'झांगेर कमिटी'ची नियमावलीही पाठवली, अणू सामग्री निर्यात करणाऱ्या काही देशांनी या कमिटीची स्थापना केली होती. अणू उद्योगाशी निगडित आणि निर्यातीस बंदी असलेल्या सर्व भागांची यादीच या दोन्ही संघटनांनी तयार केली होती, पण यातील विरोधाभास असा की, व्हॅक्यूम व्हॉल्वसारख्या काही सुट्ट्या भागांना या यादीतून वगळण्यात आले होते. हा फरक करण्यामागचे स्विस सरकारचे तर्कशास्त्रही अजब होते. त्यांच्या मते अणू विघटनाच्या प्रत्यक्ष प्रक्रियेशी या व्हॉल्वचा थेट संबंध येत नाही, म्हणून त्याला या यादीतून वगळण्यात आले आहे. मात्र वस्तुस्थिती काही वेगळेच सांगते. ही यादी तयार करणाऱ्यांपैकी काही देशांना स्वत:साठी व्यापारी पळवाटा मोकळ्या ठेवायच्या होत्या. त्या सर्वांनी संगनमत करून हा संदिग्ध पोटनियम त्यात घुसवला होता.

खान आणि टिनार यांच्यातील या वाटाघाटी पुढे कित्येक महिने सुरूच होत्या. वाटाघाटीत सहभागी होण्यासाठी खान आपल्या सहकाऱ्यांसह वारंवार स्वित्झर्लंडला यायचे. इस्लाम तत्त्वांनुसार जेवणात पोर्क आणि दारू त्यांना वर्ज्य होती, ही वेगळी भोजनव्यवस्था करताना टिनारची पुरती दमछाक होत असे. सरतेशेवटी खान यांना आपल्या घरीच जेवायला बोलावणे त्याला सोईस्कर वाटू लागले. 'त्यांच्यातील मैत्री व्यावसायिक स्वरूपाची होती, त्यात वैयक्तिक असे काहीच नव्हते,' असा खुलासा सोंजा हास, या टिनारच्या मुलीने कित्येक वर्षांनंतर केला होता.

टिनारच्या घरी चालणाऱ्या या खासगी भोजनांची कदाचित इतरही कारणे असू शकतील. 'टिनार' त्या गावातील एक प्रतिष्ठित नागरिक होता. गावातील अनेक सामाजिक कार्यांत त्याचा सक्रिय सहभाग असे. त्याच्या तिन्ही मुली ज्या शाळेत जात त्या शाळेच्या मंडळाचा तो सदस्य होता. त्या दिवसांत हे संपूर्ण

खोरेच तसे एकाकी होते, गावात नवीन आलेली व्यक्ती चटकन लक्ष वेधून घेत असे. आपल्या व्यवसायात दुसऱ्याने नाक खुपसलेले कोणाही स्विस नागरिकाला आवडत नाही, टिनारचेही तसेच होते. तशातच तो एका परदेशी व्यक्तीला अणुसामग्री विकत होता, आणि म्हणूनच कदाचित त्याला आपल्या कारभारात कोणाची फारशी ढवळाढवळ आवडत नसावी. अर्थातच त्याच्या या एकलकोंडेपणाचा आणि तो जे काही विकत होता त्याचा अर्थाअर्थी काहीच संबंध नव्हता, आपल्या या व्यवसायाची तो कारणमीमांसाही देत असे. पण ती दुबळी होती. तो म्हणायचा, 'एखादा केवळ पिस्तूल तयार करतो, याचा अर्थ तो खुनी ठरतो असा होत नाही. आम्ही सेंट्रिफ्युज उभारायला मदत केली, याचा अर्थ आम्ही बॉम्ब तयार करतो असा होत नाही.'

एकीकडे *खान यांच्या नेटवर्कने जोरदार मुसंडी मारली होती,* पण त्याच वेळी त्यांच्या आश्रयदात्याच्या भाग्यसूर्याला ग्रहण ग्रासू लागले होते. १९७७च्या मार्च ते मे या महिन्यांदरम्यान पाकिस्तानात लोकक्षोभ उसळू लागला होता. मार्चमध्ये त्या देशात झालेल्या सार्वत्रिक निवडणुकांनंतर भुट्टो पुन्हा सत्तेवर आले असले तरी त्यासाठीच्या मतदानात मोठ्या प्रमाणात गैरप्रकार झाल्याचा संशय व्यक्त होत होता. भुट्टोंच्या नेतृत्वाबद्दल तेथील धार्मिक पक्ष कधीच समाधानी नव्हते. त्यांनी आपल्या शिस्तबद्ध कार्यकर्त्यांना भुट्टो यांच्या विरोधात पेटवले, नागरिक आणि पोलीस यांच्यातील चकमकीत 'न भूतो न भविष्यती' असा हिंसाचार झाला. ही परिस्थिती आटोक्यात आणण्यासाठी जर्जर झालेल्या भुट्टोंनी 'पाकिस्तान नॅशनल अलायन्स' या कडव्या उजव्या विचारसरणीच्या पक्षाशी फेरवाटाघाटी करण्याची तयारी दर्शवली. या पक्षावर 'जमाते इस्लामी' या कट्टरपंथीय संघटनेचा प्रभाव होता. मात्र हा समझोता कधीच होणार नव्हता. कारण दुसऱ्याच दिवशी लष्कराच्या तिन्ही दलांचे प्रमुख 'झिया उल हक' यांनी लष्कराला भुट्टो आणि त्यांच्या सर्व मंत्र्यांना अटक करण्याचे आदेश दिले, देशात 'मार्शल लॉ' जारी केला आणि राज्यघटना स्थगित केली. संपूर्ण देश विनाशाच्या उंबरठ्यावर येऊन ठेपल्याने लष्कराला हस्तक्षेप करावा लागला, या शब्दांत झियांनी आपल्या कृत्याचे समर्थन केले. आपल्याला सत्तेचा मोह नाही, ऑक्टोबरमध्ये पुन्हा निवडणुका होतील, असे आश्वासनही त्यांनी दिले.

किसिंजर यांनीच सुडापोटी हा उठाव घडवून आणला, अशी भुट्टो यांची धारणा झाली होती. त्यांना पुढे फाशीची शिक्षा झाली. त्या आधी सुमारे अठरा महिने ते तुरुंगात होते. या काळात त्यांनी लिहिलेल्या आठवणीत याचा उल्लेख आहे.

१९७६च्या ऑगस्ट महिन्यात अमेरिकेचे परराष्ट्रमंत्री हेन्री किसिंजर यांनी आपल्याला भेटून पाकिस्तानने अण्वस्त्राचा आग्रह सोडून द्यावा, अशी विनंती केली होती. मात्र आपण ती फेटाळून लावल्याने अपमानित झालेल्या या नेत्याने आपल्याविरुद्धचा हा उठाव सूत्रबद्धरित्या घडवून आणला होता, असा निष्कर्ष भुट्टो यांनी काढला आहे. भुट्टोंनी अनेक प्रश्नासंदर्भात घेतलेल्या आडमुठ्या धोरणांमुळे अमेरिका त्यांच्यावर नाराज होती, ही बाब खरीच आहे. मात्र त्यांची सत्ता उलथवून टाकण्यामागे तिचा हात होता, हा आरोप सिद्ध करण्याजोगा पुरावा उपलब्ध नाही. तरीही या संशयाचे पुरते निराकारण अद्यापी झालेले नाही. भुट्टो यांनी केलेल्या आरोपाचे समर्थन त्यांचे काही पाठीराखे आणि 'आयएसआय' ही लष्करी गुप्तहेर संघटना अजूनही करते.

झिया यांच्या नव्या लष्करी राजवटीकडून नव्या धोरणाची अपेक्षा ठेवण्यातच अमेरिकेने चूक केली होती, तिला या नव्या नेत्याची पारख करताच आली नाही. उठावानंतर दोनच दिवसांनी अमेरिकेचे राजदूत जोसेफ ने यांनी झिया यांची भेट घेतली, तेव्हा 'पाकिस्तानने आपली अण्वस्त्रविषयक भूमिका बदललेली नाही, आमचा अण्वस्त्र विकास कार्यक्रम सुरूच राहील,' असे त्यांना सांगण्यात आले. लष्करातील एक उगवता तारा म्हणून पुढे येण्याच्या काळात आणि नंतर लष्करप्रमुख पदावर आरूढ होतानाही झियांनी अमेरिकेच्या लष्करी अधिकाऱ्यांची आणि गुप्तचर संघटनांची यथेच्छ मदत घेतली होती, मात्र ते कट्टर राष्ट्रवादी आणि एक धर्मांध मुस्लीम होते. ब्रिटिश आमदानीत त्यांचे वडील एक सरकारी नोकर होते. तेही वृत्तीने धर्मपरायण होते. झिया १९४७च्या फाळणी दरम्यान त्याच आमदानीतील लष्करात एक तरुण कॅप्टन होते. भारताच्या उत्तर भागातून पाकिस्तानात निर्वासितांना घेऊन जाणाऱ्या रेल्वेवर देखरेख ठेवण्याचे काम त्यांच्यावर सोपविण्यात आले होते. त्या दुःस्वप्नसदृश आठवणी अजूनही त्यांच्या मनात ताज्या होत्या. या आठ दिवसांच्या प्रवासात त्यांना रेल्वेच्या दुतर्फा सडत पडलेल्या छिन्नविछिन्न मृतदेहांखेरीज अन्य काहीच दिसले नव्हते. या आठवणी सांगताना त्यांनी म्हटले आहे, 'आमच्यावर चोहोबाजूंनी गोळीबार सुरूच होता, आम्ही लाहोरला पोहोचेपर्यंत संपूर्ण देश भाजून निघाला होता. हिंदू आणि मुस्लिमांचे हाल तर कुत्राही खाणार नाही असे झाले होते.' आपल्या नव्या देशात त्यांनी पुन्हा एकदा लष्करात प्रवेश केला आणि शेवटी ते 'जनरल' या पदापर्यंत पोहोचले, मात्र याच प्रवासात त्यांची धर्मांधताही वाढत गेली. 'इस्लाम' हा त्यांच्यासाठी केवळ एक धर्म नव्हता, तर देशावर राज्य करण्यासाठीची ती एक 'राजकीय चौकट' होती. त्यांना पाकिस्तान आणि इस्रायल यांची तुलना करायला आवडायचे, 'यहुदी धर्म नसेल, तर जसा इस्रायल कोलमडून पडेल, तसाच इस्लाम नसेल तर पाकिस्तानही नष्ट होईल', असे ते नेहमी म्हणायचे. आणि आपल्या

देशाच्या अण्वस्त्र महत्त्वाकांक्षेपासून त्यांना दूर जायचे नव्हते. कहुटातील प्रकल्प उभारणी सुरू असतानाच त्यांनी खान यांच्याशी संबंध वाढवायला सुरुवात केली होती. सत्तेवर येताच त्यांनी खान यांना आपल्या कह्यात घेतले, आणि तुम्ही अण्वस्त्र निर्मितीचा पाठपुरावा जोमाने करा, असे आश्वासन दिले.

पण जोमाने पाठपुरावा करणे म्हणजे केवळ सामग्री आणि तंत्रज्ञान प्राप्त करणे नव्हे, तर अगदी सुरुवातीपासून प्रशिक्षित शास्त्रज्ञ आणि तंत्रज्ञांची भक्कम फळी तयार करणे. या प्रक्रियेचे निरीक्षण नोंदवताना खान यांनीच नमूद केले आहे की, 'जो देश शिवणकामाच्या साध्या सुया बनवू शकत नव्हता, चांगली आणि टिकाऊ सायकल तयार करू शकत नव्हता किंवा साधे पक्के रस्तेही बांधू शकत नव्हता; तो देश एका अत्यंत नव्या आणि क्लिष्ट तंत्रज्ञानाची कास धरू पाहत होता.' परंतु खान यांना हवा असलेला प्रशिक्षित वर्ग पाकिस्तानबाहेर तयार होऊन वाट पाहत होता, फक्त खान यांनी त्यांना गळ घालून मायदेशी बोलावणेच काय ते बाकी होते. पाकिस्तान सरकारच्या प्रोत्साहनावरूनच खान यांच्यासारखे शेकडो तरुण युरोप आणि उत्तर अमेरिकेतील विद्यापीठांत शिक्षण घेत होते. आपल्या 'शांततेसाठी अणू' या कार्यक्रमांतर्गतच अमेरिकेने सुमारे शंभर तरुणांना अणू विज्ञानाचे प्रशिक्षण देऊन तयार केले होते. मात्र पाकिस्तानात अशा शास्त्रज्ञांना नोकरीच्या संधी फारश्या उपलब्ध नव्हत्या याची जाणीव खानना होती, म्हणून त्यांच्यापैकी अनेक जण अद्यापी परदेशातच राहात होते. कहुटाच्या प्रकल्पामुळे आपल्या देशातीलच तंत्रज्ञान क्षेत्रात काम करण्याच्या प्रचंड संधी त्यांच्या समोर उभ्या राहिल्या. फक्त कुराणाची एक प्रत आणि राष्ट्रभक्तीचे आव्हान एवढ्या भांडवलावर खान यांनी त्यांच्या गरजेनुसार शास्त्रज्ञ, तंत्रज्ञ आणि अभियंत्यांना भुरळ घालून मायदेशी बोलावण्यास सुरुवात केली.

ही नोकर भरती प्रामुख्याने छोट्या वर्तमानपत्रातील जाहिरातींच्या माध्यमांतून होत असे, त्यांचा रोखही परदेशस्थित पाकिस्तानी नागरिकांकडेच असे. पाकिस्तानी नागरिकांना त्यातून या नोकऱ्यांची माहिती दिली जाई. या जाहिरातींवर पाकिस्तानच्या दूतावासांचे नियंत्रण असे. त्याच्या प्रतिसादातून येणाऱ्या नोकरवर्गाला खान यांचा कार्यक्रम आाणि पाकिस्तान अणुऊर्जा आयोगात संधी मिळे. या जाहिरातींचे नमुने कॅनडाच्या काही वर्तमानपत्रात पाह्यला मिळायचे. उदाहरणार्थ, जाहिरातीत केवळ चंद्राची हिरवी कोर दाखवलेली असे, पाकिस्तान आता आव्हानात्मक वैज्ञानिक क्षेत्रात उतरत असून त्या ठिकाणी काम करण्यासाठी पाकिस्तानी वंशाच्या अभियंत्यांनी आणि शास्त्रज्ञांनी मायदेशी परतावे आणि आपल्या ज्ञानाचा उपयोग देशासाठी करावा, असे त्यात म्हटलेले असे. या नव्या प्रकल्पांचा अण्वस्त्रांशी दुरन्वयानेही संबंध नाही, असे त्यात सूचित केलेले असायचे. कॅनडाची राजधानी 'ओटावा'

येथील पाकिस्तानी दूतावासात हे अर्ज स्वीकारण्यात येत असत. विषयातील प्रावीण्यानुसार उमेदवारांची विभागणी करून, त्यातील भौतिकशास्त्र किंवा आण्विकशास्त्र या विषयातील पारंगतांनाच फक्त अर्ज दिले जाऊन, त्यांना अण्वस्त्रात वापरल्या जाणाऱ्या युरेनियम २३५ आणि प्लुटोनियम २४९ या धातूंची माहिती विचारली जात असे. या मुद्यावर ज्या कोणाची मुलाखत व्हायची, त्याला या नोकरीमागचा उद्देश पूर्णपणे समजायचा. मात्र सर्वोत्तम उमेदवार ऊर्जा आयोगाकडे जाणार नाहीत, याचीही खान काळजी घ्यायचे. निवडप्रक्रियेत ते हस्तक्षेप करून, एखादा पाकिस्तानात पुनरागमन झालेला शास्त्रज्ञ किती बदल घडवू शकतो, ते स्वत:चा दाखला देऊन उमेदवारांना पटवून द्यायचे. १९७७मध्ये अब्दुल अजिज़ खान या कॅनडातील मितभाषी इलेक्ट्रिकल अभियंत्याला लिहिलेल्या पत्रात खान यांनी त्यांच्या देशभक्तीला पुकारल्याचे दिसते, याच पत्रात 'तुम्हाला देशहिताच्या एका प्रकल्पात महत्त्वाची भूमिका पार पाडायची आहे,' असे म्हटले आहे. अजिज़ खान यांनी कॅनडाचे नागरिकत्व स्वीकारले होते, त्यांना तो देश सोडायचा नव्हता, शिवाय या प्रस्तावात त्यांना काहीतरी काळंबेरं आहे असे वाटले, त्यांनी सदर प्रस्ताव नाकारला. मात्र सुट्टीच्या काळात पाकिस्तानात येऊन सेंट्रिफ्युज कार्यक्रमातील कर्मचाऱ्यांना प्रशिक्षण देण्याचे मान्य केले. कॅनडाच्या सरकारच्या नजरेला ही गोष्ट पडू नये, यासाठी त्यांनी पहिल्या वर्गाचे तिकीट आणि मोठ्या रकमेचे मानधन नाकारले.

१९७८च्या नोव्हेंबरमध्ये अजिज़ खान पाकिस्तानला गेले, या दौऱ्यात त्यांनी कहुटा आणि इतर छोट्या प्रकल्पांची पाहाणी केली, कायमस्वरूपी परतलेल्या काही मोजक्या शास्त्रज्ञांशी आणि तंत्रज्ञांशी चर्चा केली. सेंट्रिफ्युज आणि इतर तांत्रिक यंत्रणेतील जोरदार प्रगतीने उत्साहित झालेल्या खान यांनी आपल्या या सहकाऱ्यांचे वर्णन 'रात्रंदिवस काम करणारे अवलिये' अशा शब्दांत केले. पण पुनरागमन झालेल्या प्रत्येकाला कामाचा हा बोजा पेलवत नसे. एक शास्त्रज्ञ लंडनहून सपत्नीक आला होता. त्याच्या बायकोला येथील वातावरणाशी जुळवून घेणे अवघड जात होते, त्याने यातून आपली सुटका व्हावी म्हणून चक्क ए.क्यू. खान यांच्याशीच कडाक्याचे भांडण केले. १९७९मध्ये कॅनडातील एका पत्रमित्राला ते लिहितात, 'लोक इथे राहायला तयार होत नाहीत, हे या देशाचे दुर्दैव आहे, जो कोणी परत जातो, तो फिरून इकडे येतच नाही.' मुनिरखान यांच्याशी सातत्याने सुरू असलेल्या भांडणाचा संदर्भ देऊन त्यांनी म्हटले आहे की, काही जण मी हे काम सक्तीने सोडावे यासाठी प्रयत्नशील आहेत, पण ते पूर्ण होईपर्यंत सोडणार नाही, अशी मी प्रतिज्ञा केली आहे.

सेंट्रिफ्युजचे काम अगदी सुरुवातीपासून करण्यासाठी जे पूर्ण ज्ञान लागते ते

पुरवणे आयात केलेल्या सर्वच तज्ज्ञांना जमत नव्हते, म्हणून खान यांनी युरोपातील समान हेतू असलेल्या अभियंत्यांना आणि युरेन्कोच्या दिवसांतील आपल्या विक्रेत्यांना पाकिस्तानात येऊन कहुटातील 'स्थानिक मुलांना' प्रशिक्षण देण्याचे आवाहन केले. हे अभ्यागत मध्य आशिया, चीन, जपान, नेदरलॅन्डपासून जर्मनी आणि स्वित्झर्लंड या देशांतून आले. अचानकपणे सुरू झालेला मदतीचा हा प्रपात पाश्चात्त्य गुप्तहेर संघटनांच्या नजरेतून सुटला नाही, पण पाकिस्तानची बॉम्बच्या दिशेने सुरू झालेली ही घोडदौड थांबवण्यासाठी, किमानपक्षी तिला रोखण्यासाठी, कोणीही जागचे हलले नाही.

कृतिप्रवण गुप्तवार्ता

एक *सुंदरसा स्विमिंग पूल, एक प्रायव्हेट* क्लब हाउस आणि त्याच्या सभोवती उंचच उंच भिंत... इत्यादी सुविधांनी सुसज्ज असा इस्लामाबादमधील अमेरिकी दूतावास, हिरव्यागार ३२ एकरांच्या विस्तीर्ण भूखंडावर वसला आहे. सदर दूतावासात राजनैतिक अधिकारी, कार्यालय प्रमुख, काही संमिश्र गुप्तहेर, मदतनीस असे सुमारे १५० कर्मचारी काम करतात. 'सीआयए' या अमेरिकन गुप्तहेर संघटनेचे कार्यालय या इमारतीच्या तिसऱ्या मजल्यावर एका बंदिस्त जागेत आहे. काही पेपर श्रेडर, एक व्हॉल्ट आणि फायलींची कुलूपबंद कपाटे इत्यादींनी हे कार्यालय खच्चून भरलेले असते. इमारतीवर हल्ला होऊन वीज गेल्यास महत्त्वाची कागदपत्रे जाळून नष्ट करण्यासाठी खबरदारीचा उपाय म्हणून गॅसवर चालणारी एक शेगडी कायम स्वरूपी येथे ठेवण्यात आली आहे. सीआयएचे पाकिस्तानातील जाळे नियंत्रित करणारे तीन ते चार पूर्णवेळ हेर साधारणत: इथेच मुक्काम करतात. १९६० आणि १९७० या दशकांत रशिया आणि चीन यांच्या मध्यपूर्वेकडील कारवायांवर पाळत ठेवण्याचे काम येथूनच चालायचे. एका अर्थाने सीआयए स्वत:च्या स्वार्थासाठी पाकिस्तानचा वापर करून घेत होती. या कानाचे त्या कानाला न कळता अमेरिकेची यू-२० ही विमाने पेशावर या वायव्य सरहद्द प्रांताची राजधानी असलेल्या शहरातून उड्डाणे घेत होती, तौलनिकदृष्ट्या अमेरिकनांना पाकिस्तानच्या शहरांतून मोकळ्या वातावरणात फिरता येत होते, आयएसआय या नावाने सगळीकडे ओळखल्या जाणाऱ्या पाकिस्तानी गुप्तहेर संघटनेशीही या अमेरिकनांचे मैत्रीपूर्ण संबंध असायचे.

भारताच्या अणुस्फोटानंतर आता पाकिस्तानही त्याच मार्गाने जात असल्याच्या बातम्या पसरू लागताच अमेरिकेतील राज्यकर्ते चिंताग्रस्त झाले, त्या वेळी या अफवांचा खरे-खोटेपणा तपासून पाहाण्यासाठी सीआयएने हालचाली सुरू केल्या. तिने आपल्या खास ओळखीच्या माणसांकरवी आपल्याला मिळालेल्या 'संचार

स्वातंत्र्या'चा वापर करून पहिल्या टप्प्यातच उल्लेखनीय यश मिळवले, पाकिस्तान अणुऊर्जा आयोगाच्या कार्यालयात तसेच इतर भागांतही आपले कर्मचारी घुसवून ती आपले हेतू साध्य करत होतो. तिच्या या प्रयत्नांना यशही चांगले मिळत होते. त्यामुळेच चीनचे अणू अभियंते पाकिस्तानच्या विविध अण्वस्त्रे आणि पारंपरिक शस्त्रास्त्रे कारखान्यांना कधी भेट देतात, लिबियाचे नागरी विमान पैश्यांच्या थैल्या घेऊन या देशाच्या आंतरराष्ट्रीय विमानतळावर नेमके कधी उतरले इत्यादी माहिती सीआयएला फारसा वेळ खर्च न करता कळली. इस्लामी बॉम्बची आपली महत्त्वाकांक्षा फलद्रूप करण्यासाठी कर्नल गडाफी पाकिस्तानला मदत करत आहेत हेही त्यांना कळले आणि त्यांनी ही बाब अमेरिकेतील आपल्या प्रमुख राजकर्त्यांच्या कानावर घातली. याच दरम्यान म्हणजे १९७५च्या मे महिन्यात आयएसआयने पीएइसीच्या एका कर्मचाऱ्याला अटक केल्यावर सीआयएच्या या प्रयत्नांना काहीशी खिळ बसली, मात्र अटक झालेल्या कर्मचाऱ्याचा पाकिस्तानने सीआयएशी संबंध न जोडल्याने या अमेरिकन गुप्तहेर संघटनेच्या कारवाया पुढेही सुरूच राहिल्या.

१९७६च्या सुरुवातीला ए.क्यू. खान इस्लामाबादमधील सीआयएच्या रडारवर सर्वप्रथम आले. जेव्हा खान एफडीओच्या कामावर पुन्हा हजर झाले नाहीत तेव्हा डचांच्या सुरक्षा सेवांना खान यांच्या वर्तनाबद्दल संशय आला. खान यांनी निश्चितपणे पळ काढला असल्याचे त्यांनी गृहीत धरले आणि सीआयएच्या नेदरलॅन्ड कार्यालयातील प्रमुखांच्या कानावर ही गोष्ट घातली. ही माहिती सीआयएच्या सर्व कार्यालयांतून फिरून पुन्हा इस्लामाबादच्या दूतावासात आली. या सर्व प्रकरणात खान हे फारच खालच्या फळीतील खेळाडू असावेत असे गृहीत धरून सीआयए आणि त्यांच्या वॉशिंग्टनमधील सहकाऱ्यांनी दुर्लक्ष केले.

इस्लामाबादपासून जवळच असलेल्या कहुटा येथे प्रचंड आकाराच्या भूखंडावर मोठे बांधकाम चालू झाल्याचे काही सूत्रांनी सीआयएच्या प्रमुखाला कळवले. पाकिस्तानच्या अण्वस्त्रासाठी तिथे युरेनियम समृद्धीकरणाचे काम सुरू असल्याचेही या खबऱ्यांनी सीआयएच्या अमेरिकेतील मुख्यालयाला कळवून टाकले. सीआयएने आपल्या टेहळणी विमानांचा रोख त्या काहीशा निर्मनुष्य भागाकडे वळवला, हजारो किलोमीटर अंतरावरून पाठवण्यात आलेली छायाचित्रे इतकी स्पष्ट होती की, ती पाहून सीआयएमधील विश्लेषक चकित झाले. एका विस्तीर्ण प्रदेशात चालू असलेले ते बांधकाम त्यांना सुस्पष्ट दिसत होते. सेंट्रिफ्युज यंत्रणेशी संबंधित सामग्रीचा पाकिस्तानकडे सुरू झालेला ओघ आणि हा इशारा लक्षात घेऊन त्या देशात काहीतरी शिजते आहे, हे निर्देशित होत होते. पण युरेनियमचे समृद्धीकरण करण्याजोगा तांत्रिक आणि वैज्ञानिक पाया तयार करणे, त्या देशाला

जमणार नाही याची सीआयएच्या लँग्लेत बसलेल्या विश्लेषकांची पक्की खातरी झाली होती, म्हणून त्यांनी आपल्या इस्लामाबादमधील सहकाऱ्यांना कहुटातील बांधकामावर लक्ष केंद्रित करा, असे आदेश दिले.

१९७६मधील निवडणुकांनी जिमी कार्टर यांना अमेरिकेच्या अध्यक्षपदी बसवले. कार्टर यांनी अण्वस्त्र प्रसाराचा धोका फार पूर्वीच ओळखला होता. या आपत्तीला रोखण्यासाठी सध्याचे कायदे कुचकामी आहेत, याचीही त्यांना जाणीव होती आणि वेळप्रसंगी नवा कायदा यावा यासाठी ते डेमोक्रॅटिक पक्षाच्यावतीने लढा देत होते. कार्टर प्रशासनातील एक सिनेट सदस्य जॉन ग्लेन हे पूर्वाश्रमी एक अवकाशतज्ज्ञ होते. जेव्हा कधी वैज्ञानिक मुद्दा चर्चेला येई, तेव्हा ते आपल्या इतर सहकाऱ्यांपेक्षा जास्त अधिकारवाणीने बोलत. मात्र अचूक माहितीसाठी ते आपला घरचा वैज्ञानिक लेन वेस याच्यावर अवलंबून राहात आणि म्हणूनच त्यांनी त्याच्यावर १९७७च्या हिवाळ्यात अण्वस्त्र प्रसारबंदीविषयक नव्या कायद्याचा मसुदा तयार करण्याची जबाबदारी टाकली.

ग्लेन फ्रान्सने पाकिस्तानला फेरप्रक्रिया प्रकल्प देण्याच्या विरोधात होते. हा विरोध कळविण्यासाठी आणि फ्रेंच शास्त्रज्ञांचे मन वळविण्यासाठी वेसनी त्याच वर्षीच्या मे महिन्यात त्या देशाला भेट दिली होती. या दौऱ्यात त्यांनी फ्रेंच अणू संघटनेचे संचालक आणि एक जगद्विख्यात भौतिकशास्त्रज्ञ बर्ट्रांड गोल्डस्मिथ यांची भेट घेतली, आणि ही भेट अत्यंत महत्त्वाची होती. ग्लेन यांना वाटणारे चिंतेचे मुद्दे सांगून संपण्यापूर्वीच 'फ्रान्स पाकिस्तानला असे कोणतेही तंत्रज्ञान देणार नाही,' असे आश्वासन गोल्डस्मिथ यांनी त्याला दिले. हे ऐकून वेस आश्चर्यचकित झाले आणि ते थोडासा सुखावलेही. पण त्याचा हा आनंद क्षणभंगुर ठरला, कारण 'दुर्दैवाने या व्यवहारात गुंतलेल्या एका फ्रेंच उद्योगाने या प्रकल्पाची 'ब्लू-प्रिंट' पाकिस्तानला आधीच दिली आहे.' अशी माहिती त्यांनी दिली. हे कागद परत मिळवणे आता अशक्य आहे,' असेही ते म्हणाले.

या सर्वांचा नेमका काय परिणाम होईल, याचा वेस यांनी क्षणभर विचार केला. या व्यवहारामुळे आधीच झालेल्या नुकसानीचा विचार करत त्यांनी गोल्डस्मिथना विचारले की, 'एकदा फेरप्रक्रिया सुरू झाली की, पाकिस्तान अणूबॉम्ब तयार करणार हे नक्की, हे करण्यापासून त्यांना कसे रोखता येईल?'

'प्लुटोनियम' तयार करण्यासाठी प्रथम किरणोत्सर्जी अशा फेरप्रक्रियापूर्व इंधनाचे विभाजन करावे लागते. या कामासाठी एका विशेष प्रकारच्या उपकरणाची आवश्यकता असते, ज्याला 'चॉपर' असे संबोधले जाते. त्या तरुण शास्त्रज्ञाला आश्वस्त करीत गोल्डस्मिथ उद्गारले, 'अजूनही फ्रान्सने हे उपकरण पाकिस्तानच्या ताब्यात दिलेले नाही.'

फ्रान्सने दिलेल्या आराखड्याचा वापर करून पाकिस्तान फेरप्रक्रिया सुरू करू शकतो, पण त्यांना चॉपर मिळवण्यासाठी अन्य स्रोतांचा शोध करावा लागेल आणि त्यात कालोपव्ययही खूप होईल. गोल्डस्मिथ यांच्या या गौप्यस्फोटाने वेसना काहीसा दिलासा मिळाला, पण त्याच वेळी त्यांच्या मनात अनेक शंका-कुशंकाची दाटीवाटी सुरू झाली : 'फेरप्रक्रिया प्रकल्प' हा पाकिस्तानच्या अणूकार्यक्रमाचा खराखुरा केंद्रबिंदू आहे का? प्लुटोनियमचा आग्रह खरा की, तीही एक धूळफेक आहे? फ्रान्स आणि पाकिस्तान यांच्यातील हा सौदा रोखण्याचा प्रयत्न म्हणून अमेरिका एकीकडे आपल्या अमूल्य अशा राजनैतिक भांडवल आणि गोपनीय स्रोतांचा वापर करत असतानाच तो देश आपल्या अण्वस्त्र विकासासाठी अन्य पर्याय शोधत नसेल, याची खातरी काय? प्रत्येक प्रश्नाकडे अपारंपरिक दृष्टिकोनातून पाहाण्याची शास्त्रज्ञ वेसना एक सवयच लागली होती. कोणत्याही समस्येचे मूल्यमापन करताना ते वस्तुनिष्ठतेवर भर देत आणि त्याच्या अंतिम परिणामांपर्यंत जात, परिणाम सिद्धतेसाठी साचेबंद विचार करणे, ते नेहमीच टाळत. कोणत्याही समस्येकडे ते राजकीय नेता किंवा एखादा गुप्तहेर यांच्यापेक्षा वेगळ्या दृष्टिकोनातून पाहत.

गेल्या वर्षभरात हाती आलेले सीआयएचे अहवाल आणि गुप्तचर संघटनांनी दिलेली माहिती यांचा अभ्यास केल्यावर वेस यांना पुरते कळून चुकले होते की, पाकिस्तानने एका पातळीपर्यंत युरेनियम समृद्धीकरणात नक्कीच यश मिळवले आहे. ते असाही विचार करू लागले की, फेरप्रक्रिया प्रकल्प मिळविणे हाच जगाच्या डोळ्यात धूळ फेकण्याचा पाकिस्तानचा एक डाव असू शकेल आणि युरेनियम समृद्धीकरण हा त्याचा अण्वस्त्र प्राप्तीचा खरा मार्ग असू शकेल. दरम्यान, परदेश साहाय्य कायद्यातील दुरुस्तीवर शेवटचा हात फिरवण्यासाठी ते वॉशिंग्टनकडे रवाना झाले. आयएइएचे सुरक्षाविषयक निर्बंध धाब्यावर बसवून किंवा त्यांचे पालन करूनही जो देश अणू फेरप्रक्रिया विकतो किंवा विकत घेतो, त्याच्यावर सर्वंकष निर्बंध लादले जाण्याची तरतूद या कायद्यात केली होती. याचाच अर्थ कोणालाही न जुमानता फ्रान्स आणि पाकिस्तान यांनी फेरप्रक्रियेचा करार पुढे रेटला असता, तर त्यांना अमेरिकेच्या निर्बंधांना सामोरे जावे लागले असते. ऑगस्ट, १९७७मध्ये मंजूर झालेली आणि कार्टर यांच्या स्वाक्षरीने कायद्यात रूपांतर झालेली ही दुरुस्ती 'ग्लेन दुरुस्ती' या नावाने प्रसिद्ध आहे.

पाकिस्तान जसजसा अणू सामग्री खरेदीचे नेटवर्क विस्तारत होता, तसतशी वेसला वाटणारी काळजीही वाढत होती. त्या देशाच्या समृद्धीकरण प्रयत्नांकडेही दुर्लक्ष होत आहे, ही बाब तर त्यांना खटकत होतीच. सीआयए, गुप्तचर संघटना आणि राष्ट्रीय सुरक्षा विभागाकडून मागविण्यात आलेल्या अहवालांचा अभ्यास

केल्यावर वेस यांच्या मनात हळूहळू एक स्पष्ट चित्र आकार घेऊ लागले. पाकिस्तानच्या अणूकार्यक्रमाचा आवाका अविश्वसनीय म्हणावा एवढा अजस्त्र स्वरूपाचा होता, पाकिस्तानने अण्वस्त्राचा स्फोट केलाच तर त्यामुळे होणाऱ्या विध्वसांची कोणी कल्पनाही करू शकणार नाही. धोक्याची घंटा याआधीच वाजायला सुरुवात व्हायला पाहिजे, असे वेसना वाटत होते आणि ती अद्याप का वाजत नाही, या प्रश्नाचे उत्तर त्यांच्यापाशीच नव्हते.

वेस यांचे संशोधन कार्य सुरू असतानाच्या काळात कधीतरी ए.क्यू. खान या नावाशी त्यांचा संबंध आला. हे गृहस्थ युरोपमधील एका प्रगत सेंट्रिफ्युज प्रकल्पात असून ते पाकिस्तानच्या अण्वस्त्र धारण कार्यक्रमात महत्त्वाची भूमिका पार पाडत आहेत, अशी माहिती त्यांना सीआयएच्या प्रवक्त्याकडून किंवा विश्लेषकाच्या अहवालातून समजली होती. खान यांच्या दूरध्वनीवरून होणाऱ्या संभाषणावर एनएसएची पाळत होती, अशाच एका संभाषणात त्यांनी विशिष्ट प्रकारच्या एका उपकरणाविषयी चर्चाही केली होती. स्विस आणि जर्मनीत जाऊन त्यांनी संबंधित देशांतील उच्च तंत्रज्ञानावर आधारित अशा ज्या उद्योगांशी संपर्क केला होता, त्यांची नोंदही करून ठेवण्यात आली होती. साधारणपणे गुप्तचरखात्याच्या नोंदींमध्ये अशा व्यक्तींचा उल्लेख सर्रासपणे आढळतो, मात्र खान यांचा संबंध पाकिस्तानच्या समृद्धीकरणाच्या कार्यक्रमाशी थेट पोहोचत असल्याचे आढळून आल्याने ते नाव वेस यांच्या मनात घट्टपणे रूजले होते. या संदर्भात बोलताना वेस यांनी म्हटले आहे की, 'खान यांच्याविषयी गोपनीय माहिती उपलब्ध होती, त्यांच्यावर त्यात काही हेत्वारोपही करण्यात आले होते, त्यांनी इंग्लंडहून इन्व्हर्टर्स, अतिघन स्वरूपाचे पोलाद, स्विस वॉल्वस अशी अनेक उपकरणे आयात केली होती आणि त्यांचा वापर कशासाठी केला जातो, हेही सर्वांना ठाऊक होते. या सर्व घडामोडींत खान यांचा सहभाग होता याचीही संबंधितांना कल्पना होती, पण आपण त्या वेळी काहीच केले नाही.'

'कृतिप्रवण गुप्तवार्ता' (ॲक्शनेबल इंटेलिजन्स) या सदराखाली येणाऱ्या प्रत्येक व्यक्तिविषयी हवी ती माहिती मागविण्याचा अधिकार आपल्याला आहे, 'कृतिप्रवण गुप्तवार्ता' हा आरोपच मुळी भक्कम पुराव्यावर आधारित असतो. खान आणि पर्यायाने पाकिस्ताननेही अमेरिकन कायद्यातील 'सिमिंग्टन दुरुस्ती'चा भंग केला होता, या सर्व बाबी लक्षात घेऊन फोर्ड प्रशासनाने पाकिस्तानची मदत एक वर्ष आधीच तोडायला हवी होती, असे वेस यांना वाटत होते. म्हणून त्यांनी आपले सिनेटर ग्लेन यांच्यावरील वजन वापरले आणि कार्टर प्रशासनापर्यंत आपले म्हणणे जाईल अशी व्यवस्था केली, अमेरिकेकडून पाकिस्तानला देण्यात येणारी काही प्रमाणात आर्थिक आणि लष्करी मदत पूर्णपणे बंद केली जावी

अशी त्यांची मागणी होती. ही मागणी वेस यांनी १९७७च्या नोव्हेंबर महिन्यात केली होती. पाकिस्तानच्या अणूकार्यक्रमामुळे स्वत: कार्टरही चिंतित झाले होते, मात्र झिया यांनी उठाव करून भुट्टोंना पदच्युत करण्याच्या घटनेने ते जास्त संतप्त झाले होते. परिणामत: तात्पुरत्या काळासाठी का होईना, अमेरिका आणि पाकिस्तान यांच्यातील संबंध तणावपूर्ण झाले होते.

त्याच वर्षाच्या प्रारंभी अण्वस्त्र बंदी करार 'एनपीटी' या नावाने सर्वज्ञात असलेल्या कराराचा मसुदा वेस यांनी तयार केला होता, जे देश त्या काळी युरेनियम समृद्धीकरणाचे किंवा फेरप्रक्रियेचे प्रकल्प राबवित होते, त्यांना त्यांच्या या कृतीपासून परावृत्त करण्याची आणि त्यासाठी अमेरिकेकडून होणारी मदत बंद करण्याची तरतूद या कायद्यात करण्यात आली होती. मात्र केवळ एखाद्या कायद्याचा बडगा उचलला म्हणून कोणताही देश आपला अणूकार्यक्रम बासनात गुंडाळेल, असे मानण्याइतके वेस भोळे नव्हते. तरीही त्यामुळे एखाद्या देशाचा अण्वस्त्रसज्जतेकडे जाण्याचा वेग त्यामुळे कमी होऊ शकतो, निदान अमेरिकेला त्या देशाबाबतच्या धोरणाबद्दल फेरविचार करता येतो, असे त्यांना नक्कीच वाटत होते. कदाचित अमेरिकेने असा कोणता तरी ठोस पवित्रा घेतला, तर आंतरराष्ट्रीय समुदायही पुढे येऊन संबंधित देशाविरुद्ध कारवाई करताना संकोच करणार नाही, अशीही वेस यांची अटकळ होती. प्रत्येक देशाला स्वत:चा अणूबॉम्ब असावा असे वाटण्यामागे काही महत्त्वाची पण लपलेली कारणे असतात, राजकीय आणि सुरक्षाविषयक हितसंबंधही यामागे असतात, अण्वस्त्रप्रसाराला खऱ्या अर्थाने आळा घालायचा असेल, तर या मुद्यांची उत्तरे शोधली पाहिजेत असे त्यांना मनापासून वाटत होते.

एनपीटी कायद्याच्या यशाबद्दल त्यांच्या मनात काहीशी संदिग्धता असली तरी ग्लेन यांच्याबाबत आपण योग्य निर्णय केला याबद्दल ते समाधानी होते, म्हणूनच मेरीलॅन्ड विद्यापीठाच्या नोकरीचा त्यांनी राजीनामा दिला आणि ओहिओच्या या सिनेटरसाठी पूर्णवेळ काम करण्याचे ठरवले. त्यानंतरच्या वर्षात जगाला एका वेगळ्याच वेस यांचे दर्शन होणार होते. अण्वस्त्रप्रसाराच्या विरोधात अधिकारवाणीने बोलणारे सिनेटमधील एक प्रभावी अधिकारी म्हणून ते गाजणार होतेच, पण त्याहूनही अत्यंत महत्त्वाची भूमिका ते पार पाडणार होते. ए.क्यू. खान नावाच्या एका असूयाग्रस्त शास्त्रज्ञाचा ते पिच्छा पुरवणार होते.

सिनेटर ग्लेन यांच्या कार्यालयात बसून वेस जे काम करत होते, तशाच प्रकारचे काम करण्यात आणखी एक व्यक्ती मग्न होती. युरोपमधून आपल्या

अणूकार्यक्रमासाठी पाकिस्तान अण्वस्त्र निर्मितीच्या उद्देशाने सामुग्री खरेदी करत होता आणि तिला आता अक्षरश: उधाण आले होते आणि ही माहिती संकलन करण्याचे काम करणाऱ्या माणसाचे नाव होते, बॉब गालुची. शस्त्रास्त्र नियंत्रण आणि नि:शस्त्रीकरण खात्याची नोकरी सोडून ते परराष्ट्रखात्यात रूजू झाले होते. या खात्याच्या अंतर्गत येणाऱ्या 'ब्यूरो ऑफ इंटेलिजन्स ॲन्ड रिसर्च' (आयएनआर)मध्ये ते विभाग प्रमुख होते. 'आयएनआर' म्हणून ओळखला जाणारा हा विभाग सीआयए किंवा एनएसए यांच्या तुलनेत अगदीच किरकोळ आकाराचा होता, आणि तिथे काम करणारे गुप्तहेर नव्हते. त्याऐवजी अमेरिकेच्या विविध गुप्तचर संघटनांकडून येणाऱ्या गोपनीय माहितीच्या आधारे वॉशिंग्टनमधील राजनैतिक अधिकाऱ्यांसाठी तसेच परदेशस्थित राजदूतांसाठी मार्गदर्शक तत्त्वे आणि धोरणे तयार करणे, याची जबाबदारी आयएनआरकडे देण्यात आली होती. गालुची यांची अण्वस्त्र प्रसार ही खासियत होती, आणि त्यांनी तसेच त्यांच्या विश्लेषकांनी आपले संपूर्ण लक्ष भारत आणि पाकिस्तान यांच्यावर केंद्रित केले होते.

या दोन्ही देशांचा विचार केला, तर जागतिक चिंता निर्माण करण्याच्या संदर्भात पाकिस्तानने भारताला मागे टाकले होते. १ जानेवारी, १९७८ रोजी कार्टर यांनी भारताला दोन दिवसांची भेट दिली. सर्वसाधारणपणे भारत भेटीवर आलेले अमेरिकेचे अध्यक्ष शेजारीच असलेल्या पाकिस्तानला भेट देतात, असा एक अलिखित पायंडा आहे, पण पाकिस्तानला न भेटण्याचा निर्णय करून कार्टर यांनी झिया यांना एक प्रकारचा चकवा दिला. कार्टर एवढ्यावरच थांबले नाहीत. त्यांनी भारताचे तत्कालीन पंतप्रधान मोरारजी देसाई यांच्याशी द्विपक्षीय करारही केला. या करारात भारत आणि अमेरिका यांनी आपापल्या अण्वस्त्रसाठ्यात टप्प्याटप्प्याने कपात करणे आणि अंतिमत: संपूर्णपणे नि:शस्त्रीकरण करणे, या तरतुदींचा समावेश होता. या दौऱ्याने झिया पुरेसे दुखावले गेले होतेच, तशातच कार्टर यांनी भारताच्या मानवी हक्क अधिकारांच्या पालनांचे आणि लोकशाही मूल्यांचे तोंड भरून कौतुक केले, त्यामुळे तर झिया यांच्या नाकाला मिरच्याच झोंबल्या. कार्टर यांचा हा दौरा आणि देसाई यांचा अण्वस्त्राला असलेला विरोध यामुळे गालुचींच्याच भाषेत सांगायचे झाले तर, 'भारताचा अण्वस्त्र कार्यक्रम 'शीतपेटी'त जाऊन बसला.'

भारत आणि अमेरिका यांच्यातील या कराराची प्रगती खरोखरच योग्य अशा वाटेने सुरू होती, पण पाकिस्तानच्या सहकार्याने तिला पाठबळ मिळाले असते. जर पाकिस्तानने आपली अणुचाचणी केली असती, तर मग भारतालाही गप्प राहाणे शक्य नव्हते, त्याला आपल्या अण्वस्त्र कार्यक्रमाला पुन्हा उजाळा द्यावा लागला असता. भारताचा दौरा आटोपून मायदेशी परतताना कार्टर पॅरिसला गेले.

तिथे त्यांनी फ्रान्सचे अध्यक्ष जिस्कार्द डी एस्टाईंग यांना भेटून त्यांच्याशी पाकिस्तानच्या आण्विक कार्यक्रमाबद्दल चिंता व्यक्त केली. पाकिस्तानला आपला देश फेरप्रक्रिया संयंत्र देण्याच्या विचारात नसल्याचे फ्रान्सच्या या नेत्याने त्या आधीच खासगीत मान्य केले होते, मात्र कार्टर यांना त्याची जाहीर आणि औपचारिक घोषणा हवी होती. हा निर्णय अधिकृतपणे जाहीर करण्यास डी-एस्टिंग तयार झाले, मात्र अमेरिकेने त्यासाठी आपल्यावर दबाव आणला असे चित्र त्यांना उभे करायचे नव्हते. सहा महिन्यांनंतर पाकिस्तानशी झालेला आण्विक करार रद्दबातल झाल्याचे फ्रान्स अणुधोरण मंडळाने जाहीर केले.

फ्रान्स असा काही निर्णय करणार अशी पाकिस्तानने अटकळ बांधली होतीच, त्यामुळे त्याचे त्यांना फारसे आश्चर्य वाटले नाही, तरीही त्यांच्या अण्वस्त्र कार्यक्रमाची काहीशी पिछेहाट झालीच. फ्रान्सकडून असे काहीतरी होण्याची शक्यता गृहीत धरून पाकिस्तान सरकारने आपली बहुतेक सर्व साधनसामग्री ए.क्यू. खान आणि त्यांच्या समृद्धीकरण प्रयत्नांना जणू अर्पण केली होती. पाकिस्तानच्या या बदललेल्या भूमिकेवर सीआयए आपल्या युरोपभर पसरलेल्या नेटवर्कच्या माध्यमाद्वारे लक्ष ठेवून होतीच. हे नवे गोपनीय अहवाल वाचताना गालुची यांना वाटणाऱ्या काळजीत सातत्याने भरच पडत होती. विशेषत: या ए.क्यू. खान नावाच्या इसमाच्या कारवाया तीव्र चिंता निर्माण करणाऱ्या होत्या. 'त्यांचे अस्तित्व सर्वत्र दिसत होते, पण ते नक्की काय करताहेत याची सीआयएला माहिती होती का? कदाचित नाही. पण खान काहीतरी अतर्क्य करताहेत, हे अगदी स्वच्छ दिसत होते. त्यांना योग्य रितीने हाताळण्याजोगा पुरावा माझ्या मते आमच्यापाशी होता.'

अण्वस्त्राच्या दिशेने सुरू असलेली मार्गक्रमणा रोखण्याची कार्टर प्रशासनाची इच्छा असली, तरी तिचे हात दगडाखाली होते. पाकिस्तानी नेमके काय करत आहेत, हे सिद्ध करण्याजोगा भरभक्कम आणि स्वीकारार्ह पुरावा सीआयए आणि एनएसए यांच्या नेतृत्वाखालील गुप्तचर संघटनांनी गोळा केला होता. पाकिस्तानकडून होऊ शकणाऱ्या संभाव्य धोक्याची कल्पना काँग्रेसलाही होती आणि त्या देशावर निर्बंध लागू करावे, असे कार्टरना गंभीरपणे वाटत होते. पण पाकिस्तानला खऱ्या अर्थाने रोखायचे असेल, तर अमेरिकेने स्वत:चे निर्यात नियम काटेकोर करण्याबरोबरच आपल्या दोस्त देशांनाही तसे करावयास लावणे आवश्यक होते. आणि जर या प्रयत्नांना अपयश आले, तर पाकिस्तानविरुद्ध कठोर कारवाई करण्यास अमेरिकन सरकारमधील काही जण सज्जच होऊन बसले होते.

१९८७च्या मध्यास अमेरिकेच्या परराष्ट्रखात्याने एका कार्यकारी गटाची बैठक निमंत्रित केली, खान आणि त्यांच्या नेटवर्कला आवर घालून पाकिस्तानचे अण्वस्त्र सिद्धतेकडे जाण्याचे बेत उधळून लावण्यासाठी मार्ग शोधणे हा या

बैठकीचा प्रमुख उद्देश होता, 'मात्र मांजराच्या गळ्यात ही घंटा बांधायची कशी,' हा कळीचा मुद्दा होता. झिया यांच्याबरोबरचे संबंध भयानक स्वरूपाचे होते, त्यामुळे अशा प्रकारच्या प्रयत्नांना त्यांच्याकडून राजकीय पाठिंबा मिळण्याची आशा करण्यात अर्थच नव्हता. पाकिस्तानला रोखण्यासाठीच्या विविध पर्यायांचा विचार सुरू असताना परराष्ट्रमंत्री सायरस व्हान्स यांनी अनपेक्षितपणे सर्वांनाच अवाक् करणारी कल्पना पुढे आणली. कहुटामध्ये सुरू असलेल्या बांधकामाच्या ठिकाणी हवाई हल्ला केला तर त्याचे फायदे आणि तोटे किती होतील, अशी विचारणा करून त्यांनी या योजनेची रूपरेषा तयार करण्याची उपस्थित राजनैतिक अधिकाऱ्यांना सूचना केली. अशा साहसी कारवाईची आपण नुसती माहिती जरी विचारली तरी त्याचे परिणाम काय होतील, याची कल्पना असल्याने त्यांनी एका खासगी पत्रकाद्वारे ही विनंती संबंधितांपर्यंत पोहोचवली आणि याचा सुगावा कोणास लागल्यास संभाव्य असलेली नाचक्की टाळण्याची खबरदारी घेतली. सहकाऱ्यांनी केलेल्या सूचनांचा आढावा घेतल्यावर त्यांनीच ही योजना सोडून दिली. या योजनेमुळे अनेक राजकीय धोके संभवत होते, दक्षिण आशियात कदाचित त्यामुळे युद्धाची ठिणगीही पडली असती. कमालीची गोपनीयता बाळगूनही तिची माहिती पाकिस्तानपर्यंत गेलीच. कहुटातील संकुलाच्या परिघात फ्रेंच बनावटीची विमानभेदी अण्वस्त्रे पेरून त्या देशाने अमेरिकेला प्रत्युत्तर देण्याचा प्रयत्न केला.

पाकिस्तानला रोखण्याच्या अनेक पर्यायांमध्ये खान यांची हत्या घडवून आणण्याबाबतही चर्चा झाली. 'खान या माणसाला कोणीच का थांबवत नाही, याचे आमच्यापैकी अनेकजणांना राहून-राहून आश्चर्य वाटायचे, हे काम आम्हीच करायची गरज नव्हती, ते कोणीही केले असते,' गालुची यांनी असे म्हटले आहे. याही पर्यायाला अर्थातच गुंडाळून ठेवण्यात आले, मात्र त्या बैठकीस उपस्थित असलेल्या एका ज्येष्ठ अधिकाऱ्याने सदर निर्णयाची अंमलबजावणी न केल्याचा पश्चात्ताप व्यक्त केलाच. तो म्हणाला, 'खानला एखाद्या गल्लीत गाठून त्याच्या डोक्यात गोळी घुसवणे, हाच सर्वोत्तम मार्ग होता.'

पाकिस्तानने आतापर्यंत अण्वस्त्र निर्मितीच्या क्षेत्रात किती पल्ला गाठला आहे आणि सदर प्रकल्पाचे कच्चे दुवे कोणते आहेत, याचा आढावा घेण्याची रटाळवाणी कामगिरीही या गटावर सोपविण्यात आली होती. यासाठी कॅलिफोर्निया राज्यातील बर्कले शहरात असलेली लॉरेन्स लिव्हरमोअर नॅशनल लॅबोरेटरी आणि सीआयए यांची मदत घेण्याचे गालुची यांनी ठरवले. 'शीतयुद्धा'ची तीव्रता वाढत गेली, तसा अण्वस्त्र प्रसाराचा धोकाही वाढत गेला. या धोक्याची तीव्रता कमी करण्याच्या उपायांपैकी एक म्हणून सीआयएने या लॅबमधील शस्त्रांचे डिझाइनर्स आणि तिथे काम करणाऱ्या इतरांची मदत घेण्याचे ठरवले. या

गरजेतूनच 'झेड डिव्हिजन' या गटाची निर्मिती झाली. केवळ अणू शास्त्रज्ञच तयार करू शकतील, असे इतर देशांचे अणूकार्यक्रम आणि त्या देशांची अणू क्षमता यांच्या अत्यंत अवघड अशा तांत्रिक अंगांचा अभ्यास करून त्याचा तपशिलवार अहवाल विविध गुप्तचर यंत्रणा आणि परराष्ट्रखात्याला देणे, हे या गटाचे मुख्य काम होते. काळाच्या बदलत्या गरजांनुसार या प्रयोगशाळेवरील अपेक्षांचे ओझे वाढत गेले, 'झेड डिव्हिजन'ची व्याप्तीही वाढली, विशिष्ट प्रदेश आणि देश यांच्या अणूकार्यक्रमांचे मूल्यमापन करण्यासाठी स्वतंत्र टीम्स तयार करण्यात आल्या. लिव्हरमोअरच्या प्रयोगशाळेत असलेल्या तांत्रिक माहितीचा उपयोग करून घेण्याची परवानगी सीआयए आणि सरकारच्या इतर संबंधित विभागांना देण्यात आली, पण अमेरिका वगळून इतर देशांचे मूल्यमापन करताना तज्ज्ञांचे आडाखे चुकू लागले. बऱ्याच वेळा लिव्हरमोअर आणि सीआयएच्या तज्ज्ञांचे मतभेद होऊ लागले.

त्याच वर्षीच्या एप्रिलमध्ये 'झेड डिव्हिजन'मधील शास्त्रज्ञांना आणि सीआयएमधील ज्येष्ठ विश्लेषकांना गालुचींच्या गटाने एकत्र आणले. गोपनियता राखण्यासाठी या बैठकीचे आयोजन परराष्ट्रखात्याच्या इमारतीत सातव्या मजल्यावर करण्यात आले. ही बैठक मात्र फारशी वादग्रस्त ठरली नाही. उलट युरेनियमच्या समृद्धीकरणासाठी आवश्यक असलेले क्लिष्ट तंत्रज्ञान आत्मसात करण्यासाठी, आणि त्या ज्ञानाचा यशस्वीपणे वापर करण्यासाठी पाकिस्तानला काही दशके लागतील या मुद्यावर दोन्ही गटांत एकमत झाले. एकदा ही सहमती झाल्यावर पाकिस्तानकडून अण्वस्त्रांचा धोका नाही, हा सहज सोपा निष्कर्षही काढण्यात आला. पाकिस्तान हा एक मागासलेला देश असून त्याने युरोपमधून कितीही उच्च कोटीचे तंत्रज्ञान आयात केले तरी फारसा फरक पडत नाही, याबद्दलही या तज्ज्ञांना खातरी वाटत होती. कोणत्याही देशाच्या क्षमतांचे मूल्यमापन करताना स्वत:चे श्रेष्ठत्व अधोरेखित करण्याची अमेरिकेला जी खोड आहे, त्याचेच प्रत्यंतर या बैठकीत आले. कारण त्यानंतर गालुचींशी बोलताना एक अधिकारी छद्मीपणे उद्गारला, 'ते पाकिस्तानी सेंट्रिफ्युजचा पाठपुरावा करताहेत याचा खरे तर तुम्हाला आनंद व्हायला हवा, कारण 'सेंट्रिफ्युजेस' कशाशी खातात हेच त्यांना ठाऊक नाही.'

अमेरिकेच्या या तज्ज्ञांच्या तथाकथित मूल्यमापनाचा फुगा १९७९च्या सुरुवातीपासूनच फुटायला लागला. 'करोना' बनावटीचे एक टेहळणी विमान भारतीय उपखंडावर घिरट्या घालत असताना त्याने टिपलेली छायाचित्रे धक्कादायक होती. कहुटाच्या सुमारे पन्नास एकर परिसरात जोरदार बांधकाम सुरू होते, संपूर्ण परिसर विमानविरोधी क्षेपणास्त्रांनी वेढला होता. छायाचित्रांतून दिसणारी ही प्रगती विस्मयजनक होती. केवळ या बांधकामाचा आकार पाहूनच गालुचींना आपल्या

तज्ज्ञांची मते पुन्हा एकदा तपासून पाहावीत, असे वाटू लागले. प्रचंड आकाराचे बांधकाम करण्यात तर पाकिस्तानने यश मिळवले होते, हे तर या छायाचित्रांवरून स्पष्ट झाले होते. प्रश्न असा होता की, तिथे बसविण्यात येणारे सेंट्रिफ्युजेस पूर्ण क्षमतेने काम करतील, अशी कोणीतरी हमी दिल्याखेरीज हे सर्व होऊ शकेल काय? तांत्रिक आव्हानांचा सामना करण्याची पाकिस्तानची क्षमता नाही हा गोड गैरसमज सोडायला कोणीही तज्ज्ञ तयार नव्हता, आणि आपल्याला केवळ त्या देशाच्या अपयशावर अवलंबून राहता कामा नये असे गालुचींना वाटू लागले. फक्त सद्य:परिस्थिती आपल्याला अनुकूल नाही, हे त्यांना कळून चुकले होते.

एक अण्वस्त्रांचा तबेला

'**क**हुटा' *येथील बांधकामाची प्रगती योग्यपद्धतीने होत* असली, तरी समृद्धीकरणाचा आत्मा असलेल्या सेंट्रिफ्युजेसचे प्रारूप मिळवताना खान यांच्या टीमला बरेच कष्ट घ्यावे लागत होते. आतापर्यंत झालेल्या कामावर पकड पक्की ठेवण्याबरोबरच नैराश्यामुळे मानसिक संतुलन बिघडणार नाही, याचीही त्यांना काळजी घ्यावी लागत होती. सिहाला येथील एका कार्यशाळेत सिलेंडरची चाचणी चालायची, त्याच्या आवाजामुळे डोके फुटायची वेळ यायची. त्या आवाजापासून तंत्रज्ञांची काही काळासाठी तरी सुटका करणे, हेही एक आव्हानात्मक काम होते. या सिलेंडर चाचणीतून आपल्याला नेमकी समस्या काय आहे ते कळले असून, त्याचे उत्तरही सापडले आहे, असा दावा ते काही अभियंत्यांना करू लागले होते. सेंट्रिफ्युजेसची स्वत:भोवती फिरण्याची गती प्रकाशवेगाच्या दुप्पट असल्याने त्यांना अविरत आणि सातत्यपूर्ण दाबाच्या वीज पुरवठ्याची गरज असायची. या पुरवठ्यात किंचितही बदल झाला की, सर्वच यंत्रांचे संतुलन बिघडायचे आणि जीवघेण्या अपघाताची शक्यता निर्माण व्हायची. वीज पुरवठ्यातील चढउतारांचे मूळ वर्षभरापूर्वी एका जर्मन कंपनीकडून खरेदी केलेल्या इन्व्हर्टरमध्ये असल्याचे आढळून आले. ही सर्वच यंत्रसामग्री हलक्या प्रतीची असून तिची रदबदली करून अधिक चांगल्या दर्जाची यंत्रणा आयात करणे, हाच एक उपाय आहे असे त्या अभियंत्यांनी खान यांना सांगितले. खान यांनी ही कामगिरी सिद्दिक बटवर सोपवली. खान यांनी युरेन्कोत असताना तयार केलेल्या यादीनुसार एका डच कंपनीशी त्याने संपर्क केला, पण तिथे त्याला नकारघंटाच ऐकायला मिळाली.

पाकिस्तानी पाइपलाइन चालू ठेवताना बटने नेहमीच आपल्या पाकिस्तानी मित्रांकरवी तंत्रसामग्रीची मागणी नोंदवून स्वत:ची कातडी वाचवण्याचे धोरण अवलंबले होते. मात्र 'इन्व्हर्टर्स' घेण्यासाठी दबाव वाढू लागताच त्याने आपल्या नेहमीच्या वर्तुळाबाहेरच्या व्यक्तीची निवड केली. त्याने निवड केलेल्या माणसाचे

नाव होते, अब्दुस सलाम, मूळ भारतीय वंशाच्या आणि आता ब्रिटिश नागरिकत्व मिळवलेल्या सलामचा लंडनच्या उत्तर भागात इलेक्ट्रॉनिक्स वस्तूंचा छोटासा व्यवसाय होता. बटच्या विनंतीवरून सलामने पिटर ग्रिफिन या ब्रिटिश अभियंत्याबरोबर भागीदारी करून एका नव्या कंपनीची स्थापना केली आणि 'इमर्सन इलेक्ट्रिक' या कंपनीकडे उच्च गुणवत्ताप्राप्त इन्व्हर्टर्सची मागणी केली. मूळची अमेरिकन असलेली ही कंपनीच अमेरिका आणि ब्रिटनच्या अणू प्रकल्पांना यंत्रसामग्री पुरवत होती. आपली खरेदी कोणाच्या नजरेत भरू नये यासाठी बट आणि ग्रिफिन यांनी सुरुवातीला छोट्या मागण्या नोंदवण्यावरच भर दिला. हे इन्व्हर्टर्स पाकिस्तानातील एका कापड कारखान्याला हवे आहेत, असे त्यांनी इमर्सन कंपनीला सांगितले. इमर्सनने ही मागणी मान्य केली आणि मालाचा पहिला हप्ता रवाना होण्यापूर्वीच बटने आणखी साठ इन्व्हर्टर्सची मागणी केली.

ब्रिटिश निर्यात कायद्यानुसार इन्व्हर्टर्सच्या निर्यातीला बंदी नाही आणि १९७८च्या उन्हाळ्यात 'नुक्लिओनिक्स वीक' या साप्ताहिकात एक लेख प्रसिद्ध झाला नसता, तर सर्व सामग्री बिनदिक्कतपणे पाकिस्तानला पोहोचलीही असती. ब्रिटिश सरकार आणि सरकारबाह्य अणू तज्ज्ञांसाठी सदर साप्ताहिक विशेषत्वाने प्रकाशित केले जाते. 'इमर्सन इन्व्हर्टर्स' हे ब्रिटिश तंत्रज्ञानाचा भाग असून पाकिस्तान त्याचा वापर आपल्या अण्वस्त्रांसाठी करत आहे, असा गौप्यस्फोट या लेखात करण्यात आला होता. या लेखाचे मूलस्रोत कोठे होते, हे कधीच उघड झाले नाही. पण पाकिस्तानला कमी दर्जाचे इन्व्हर्टर्स पुरवून स्वत:चा व्यवसाय गमावणाऱ्या जर्मन उद्योजकानेच ही माहिती पुरवल्याचा आरोप खान यांनी नंतर केला.

या लेखाचे मूळ कोठेही असले, तरी एक गोष्ट निश्चितपणे घडली, ब्रिटिश संसदेतील मजूर पक्षाचे सदस्य आणि नि:शस्त्रीकरणाचे खंदे पुरस्कर्ते फ्रान अलाउन यांचे त्याकडे लक्ष गेले. त्यांच्या कर्मचाऱ्यांनी देशाच्या निर्यात अधिकाऱ्यांकडे चौकशी केल्यावर कळले की, 'इमर्सन कंपनी' पाकिस्तानमधील एका कापड कारखान्याला इन्व्हर्टर्स विकत आहे. या विक्रीने कोणत्याही कायद्याचा भंग होत नसला, तरी अलाउन यांनी संसदेच्या कनिष्ठ सभागृहात याच्या विरोधात आवाज उठवला, त्यांनी या व्यवहारावर आणि ब्रिटनच्या कुचकामी निर्यात धोरणावर कडाडून टीका केली. 'युरेनियम समृद्धीकरण प्रकल्पासाठी उपयुक्त ठरणाऱ्या 'इन्व्हर्टर्सचा इमर्सन इलेक्ट्रिक कंपनी' फार मोठ्या प्रमाणात पाकिस्तानला पुरवठा करीत आहे आणि हेच इन्व्हर्टर्स सेंट्रिफ्युजला गती देण्याचे काम करतात याची ब्रिटिश सरकारला थोडीतरी कल्पना आहे काय?' त्यांनी सभागृहाला प्रश्न केला. आपल्या या विधानाचा खुलासा करताना अलाउन यांनी सांगितले की, ब्रिटिश अणुऊर्जा प्राधिकरणात वापरल्या जाणाऱ्या आणि या इन्व्हर्टर्समध्ये बरेच साम्य

होते, त्यामुळे ते खरोखरच एखाद्या कापड कारखान्यासाठी जात आहेत का अशी आपल्याला शंका आली. एवढा खेळखंडोबा होऊनही इमर्सनच्या अधिकाऱ्यांनी आपण कोणत्याही कायद्याचा भंग केलेला नाही असा युक्तिवाद केलाच आणि तीस इनव्हर्टर्स असलेले जहाज रवाना केले.

या लोकक्षोभाने सर्व प्रकरणाची तातडीने चौकशी करणे सरकारला अनिवार्य झाले. चौकशीअंती या व्यवहारात कोणत्याही कायद्याचे उल्लंघन झालेले नाही, असा निष्कर्ष निर्यात अधिकाऱ्यांनी काढला. तरीही आपण अप्रत्यक्षपणे का होईना पाकिस्तानच्या अण्वस्त्र कार्यक्रमाला हातभार लावतो आहोत असे चित्र ब्रिटिश सरकारला निर्माण व्हायला नको होते, म्हणून पाकिस्तानच्या मूळ यादीत घाईघाईने उच्च दाबाच्या इन्व्हर्टर्सचा समावेश करण्यात आला आणि तो माल घेऊन जाणाऱ्या दुसऱ्या जहाजाला रोखून धरण्यात आले. या संदर्भात बोलताना ब्रिटनचे ऊर्जामंत्री टोनी बेन यांनी सांगितले की, हे इन्व्हर्टर्स पाकिस्तानच्या अण्वस्त्रांसाठी जात होते हे निश्चित झाले होते, आणि त्यावर ब्रिटिश सरकारने अतिविलंबाने आणि अतिअल्प कारवाई केल्याचे दिसते.

ब्रिटनकडून विनासायास आलेले तीस इन्व्हर्टर्स खान यांना अपुरे पडत होते. कॅनडात राहणारे पाकिस्तानी अणू अभियंते अब्दुल अजिज़ खान यांना लिहिलेल्या पत्रात खान यांनी तक्रार केली आहे की, माझ्या अभियंत्यांना इन्व्हर्टर्स कमी पडत आहेत, आणि लवकरात लवकर दुसरा पुरवठादार मिळाला नाही, तर सध्या कामाला जो वेग आला आहे त्यात व्यत्यय येतोय की काय, अशी चिंता मला वाटत आहे. 'कामाचा वेग समाधानकारक आहे, पण त्याचबरोबर नैराश्यही वाढते आहे, हे म्हणजे एखाद्याने लग्नासाठी तीस वर्षे थांबावे आणि त्याला नंतर काही तासही कळ काढता येऊ नये तसे झाले आहे. आता काम प्रगतीपथावर आहे. तुम्हाला आशेचा किरणही दिसतो आहे, आता आणखी वाट पाहणे अवघड जात आहे. आम्हाला आमचे काम उद्यावर ढकलायचे नाही, तर ते आजच पूर्ण करायचे आहे आणि त्यासाठी लागणारी सर्व मदत आम्हाला तातडीने हवी आहे.'

अजिज़ खानना लिहिलेल्या या पत्रांतून त्या वेळी पाकिस्तानातील गुपचूपपणे चाललेल्या सेंट्रिफ्युज कार्यक्रमात किती गोंधळाची परिस्थिती होती, याचे दर्शन होते. या वेळपर्यंत हा कार्यक्रम एका महत्त्वाच्या टप्प्यावर आला होता हेही लक्षात घेतले पाहिजे. कहुटाचा प्रकल्प सुरू करून तो कार्यरत ठेवण्यासाठी लागणारी सामग्री पाठवता येऊ नये यासाठी अमेरिका आणि त्याचे ब्रिटनसारखे मित्रदेश आपापले निर्यात निर्बंध अधिक काटेकोर करत होते. तिला प्रत्युत्तर देण्यासाठी खान यांनी पाश्चात्त्य देश आणि अमेरिका यांना दूर सारले, आणि

रशिया व चीन यांची कास धरली. या नव्या मित्रांशी ते पत्राद्वारे संपर्क ठेवून असत आणि आपले हे हेतू साध्य होण्यासाठी ते बऱ्याचदा ही पत्रे लिहिण्यासाठी अवघड अशा सांकेतिक भाषेचा आश्रयही घेत असत. त्यांनी या संदर्भात रशियाला लिहिलेल्या अशाच एका पत्रातील मजकूर मासलेवाईक म्हणता येईल. ते लिहितात, 'आता धरण बांधून पूर्ण झाले आहे, एका आठवड्यापूर्वी आम्ही त्यात पाणी सोडले असून ते आता भरत आले आहे. धरणाचा परिसर आता नयनरम्य झाला आहे. सध्या आम्ही काही माशांच्या शोधात असून त्यांची माहिती मिळवत आहोत. आम्ही ते या जलाशयात सोडणार असून त्यानंतर आमचे मित्र तिथे गळ लावून मासे पकडण्याचा आनंद लुटू शकतील. आगामी हिवाळ्यापर्यंत या पाण्यात रशियन बदके असतील अशी अशा आम्ही बाळगून आहोत.' फेब्रुवारी, १९७९ रोजी लिहिलेल्या पत्रात त्यांनी माहिती दिली आहे की, प्रयोगशाळा आणि प्रशासकीय इमारतीचे काम पूर्ण झाले असून एप्रिलपर्यंत अभियंते आणि तंत्रज्ञांची पहिली तुकडी कहुटाला पोहोचावी अशी आमची अपेक्षा आहे.

हा पत्रव्यवहार चालू असतानाच्या काळातच खान इस्लामाबादच्या अत्यंत उच्चभ्रू समजण्यात येणाऱ्या मार्गाला रोड भागात नवे घर बांधत होते, रशियाला लिहिलेल्या काही पत्रांतून या त्यांच्या वैयक्तिक जीवनाचे पडसाद उमटल्याचे दिसतात. कहुटातील अडचणींप्रमाणेच घरच्या कटकटींचा उल्लेखही त्यांनी या पत्रांतून केल्याचे आढळून येते. खान यांची वाढलेली प्रतिष्ठा आणि त्याचबरोबर सुधारलेली सांपत्तिक स्थिती यांचे हे नवे घर म्हणजे एक प्रतीक होते. पण तीही त्यांच्यासाठी एक डोकेदुखी ठरली होती. या संदर्भात ते म्हणतात, 'घराचे बांधकाम सुरूच आहे, हे फक्त एक दोन महिन्यांचे काम आहे असे कंत्राटदार सांगत आहेत. आता ते शेवटचा हात फिरवण्याच्या टप्प्यात आले असून रंगकामाला सुरुवात झाली आहे. बाथरूममधील सर्व साधने बसवून झाली आहेत, आता दरवाजे बसविण्याचे काम सुरू आहे. १ एप्रिल रोजी तुम्ही नव्या घराच्या स्विमिंग पूलची मजा अनुभवू शकाल असा शब्द मी माझ्या मुलींना दिला आहे.'

ब्रिटिश इन्व्हर्टर्समुळे निर्माण झालेल्या वादळाचे परिणाम खान यांच्या सेंट्रिफ्युज कार्यक्रमाबरोबरच इतरही काही घटकांवर झाले. न्युक्लिओनिस विकलीतील लेख आणि अलाउन यांचा ब्रिटनच्या संसदेतील शाब्दिक हल्ला यामुळे अनेक युरोपीय देशांच्या प्रसारमाध्यमांचे लक्ष याकडे खेचले गेले. या सर्व वादग्रस्त प्रकरणाचे वार्तांकन करण्यासाठी विविध संघटनांनी आपापल्या शोध पत्रकारांना मुक्रर केले. खान यांच्या कारवायांच्या पाळामुळांशी जाऊन त्याचे तपशीलवार वृत्तांकन करण्याचे काम त्यांच्यावर सोपवण्यात आले होते. पाकिस्तानचा एकूणच अणूकार्यक्रम आणि तो प्रत्यक्षात आणण्यासाठी त्या देशाने राबविलेल्या विविध

मोहिमा या विषयीच्या बातम्याही त्यांना प्रसिद्ध करायच्या होत्या. पाकिस्तानला परत आल्यावर खानने आपल्या हालचाली प्रकाशझोतांपासून दूर ठेवण्यात बऱ्यापैकी यश मिळवले होते, पण २८ मार्च, १९७९ रोजी त्यांच्या या प्रयत्नांचा धुव्वा उडाला. युरेन्को समूहाबरोबर काम करत असताना सेंट्रिफ्युज तंत्रज्ञानापर्यंत पोहोचण्याएवढी मजल खान यांनी मारली होती आणि हे तंत्रज्ञान त्यांनी आपल्या देशाच्या अण्वस्त्र कार्यक्रमासाठी चोरले होते, अशा आशयाचा एक खळबळजनक कार्यक्रम त्याच वेळी इवायतेस दाउश फर्नसेहेन या दूरचित्रवाणीने प्रसारित केला. 'आज खान हे पाकिस्तानातील अशाच एका प्रकल्पाचे संचालक आहेत,' असेही त्याने म्हटले होते. त्यानंतर खान यांच्या कारवायांवर जास्तीतजास्त प्रकाश टाकणाऱ्या टीव्ही कार्यक्रमांचा आणि शोध बातम्यांचा भडिमार सुरू झाला. पाकिस्तानच्या अण्वस्त्र भांडाराला शिगोशिग भरून टाकण्याचा खान यांचा डाव होता, त्यासाठी त्यांनी हेरगिरी तर केलीच, शिवाय चौर्यकर्मही केले असे आरोप या कार्यक्रमांत करण्यात आले होते. खान यांच्या गैरकृत्यांमुळे डच सरकार आणि युरेन्को कधी ना कधी अडचणीत येणार हे रूड ल्युबर्स यांनी कित्येक वर्षांपूर्वी केलेले भविष्य प्रत्यक्षात येत होते. या गौप्यस्फोटानंतर डच सरकार आणि युरेन्को दोघेही खडबडून जागे झाले, आणि त्यांनी एफडीओत त्या वेळी नक्की काय घडले होते, अशी विचारणा जर्मन आणि ब्रिटन या आपल्या भागीदारांकडे केली : एका पाकिस्तानी शास्त्रज्ञाचे हात अत्यंत संवेदनशील अशा सेंट्रिफ्युज तंत्रज्ञानापर्यंत पोहोचलेच कसे, त्याला त्या विषयी नेमकी किती माहिती आहे या आणि अशा प्रश्नांचा भडिमार त्यांनी एकमेकांवर सुरू केला, लवकरच या प्रकरणावर पडदा पडेल या आशेने ते एकमेकांवर आरोप प्रत्यारोप करत राहिले, पण हे वादळ सहजासहजी संपायचे नव्हते आणि त्याची झळ खान यांच्या खासगी जीवनालाही बसणार होती.

खान यांना आता पाकिस्तानात परतून सुमारे तीन वर्षांचा कालावधी लोटला होता, कहुटातील प्रकल्प पूर्ण होण्याच्या मार्गावर होता, आंतरराष्ट्रीय पातळीवर त्यांची संभावना तर एक 'चोर' अशीच झाली होती, निदान आपल्या देशात तरी आपल्याला राष्ट्रीय 'हिरो' म्हणून ओळखले जावे, असे त्यांना वाटू लागले होते. ज्याने आपले कुटुंब, सहकारी आणि आपला परिसर यांच्यावर पूर्ण नियंत्रण ठेवण्यात यश मिळवले आहे, असे आपण एक महान शास्त्रज्ञ आणि नेते आहोत, असे त्यांना स्वत:लाच वाटू लागले होते. प्रसारमाध्यमांनी केलेल्या गौप्यस्फोटांमुळे त्यांची स्वत:ची प्रतिमा आणि त्यांचा सेंट्रिफ्युज कार्यक्रम हे काहीसे काळवंडले होते, त्यामुळे त्यांनी त्या बातम्या आणि दूरचित्रवार्ता यांच्या विरोधात जोरदार मोहीम उघडली, 'पाश्चात्त्य देशांनी अशा प्रकारच्या बातम्या

प्रसृत करून केवळ आपलीच नाहीतर संपूर्ण मुस्लीम जगाची निंदानालस्ती चालवली आहे, एखादे मुस्लीम राष्ट्र अणूबॉम्ब तयार करू शकते, या कल्पनेलाच त्यांना सुरूंग लावायचा आहे आणि या साऱ्याचा केवळ आपणच नाहीतर संपूर्ण पाकिस्तान बळीचा बकरा ठरला आहे,' असा कांगावा ते ज्याच्या त्याच्याकडे करू लागले. डेर स्पिगेल या जर्मन नियतकालिकाने एक लेख प्रसिद्ध केल्यावर तर त्यांच्या संतापाचा कडेलोटच झाला, या लेखाचा सार्वजनिक समाचार घेताना त्यांनी अक्षरश: आगपाखड केली आहे. ते म्हणतात, 'सौ बिल्ले खाके बिल्ली चले हज को,' या अमेरिकन आणि ब्रिटिशांच्या दांभिक प्रवृत्तीलाच मी आव्हान देतो. लाखोंच्या संख्येने ठासून भरलेल्या अण्वस्त्र भांडाराचे आपणच परमेश्वर नियुक्त रखवालदार आहोत, असा त्यांचा गैरसमज आहे काय आणि आपल्या मर्जीनुसार स्फोट घडवून आणण्याचा अधिकार देवाने फक्त आपल्यालाच बहाल केलाय, अशी त्यांची समजूत आहे काय? आम्ही जर एखादा छोटासा प्रकल्प सुरू केला तर त्याच्याविरुद्ध हाकाटी करणे, हे तर आपले अंगिकृत व्रतच आहे हे पत्रकार मानूनच चालले आहेत, एक लहानसा कार्यक्रम राबवणारे आम्ही त्यांच्यादृष्टीने सैतान आणि नराधम ठरत आहोत आणि ते आमच्याविरुद्ध बनावट आणि बदनामकारक मजकूर छापत सुटले आहेत.'

मात्र खान यांची खरी खदखद त्यांच्या जाहीर पत्रव्यवहारापुरतीच मर्यादित राहिल्याचे दिसते. मित्रांना पाठवलेल्या खासगी पत्रात त्यांनी ज्यू धर्मीयांनाही आपल्या क्लेशदात्यांच्या यादीत समाविष्ट केले असून त्यांच्यावरही टीकेची झोड उठवली असल्याचे दिसते. अशाच एका पत्रात आपल्या या भूमिकेचे जोरदार समर्थन करताना त्यांनी म्हटले आहे की, 'अमेरिकन आणि ज्यू अधिकाऱ्यांनी माझे आणि माझ्या इतर काही सहकाऱ्यांचे नाव टीव्हीवरून जाहीर करून आमच्या प्रकल्पाचे स्थैर्य धोक्यात आणले आहे, पण देवाच्या भरवश्यावर आम्ही आमचे काम करत राहणार आहोत. आमचे सर्व साहित्य रोखून ठेवण्यात आले आहे, प्रत्येक ठिकाणी विलंब केला जात आहे. ब्रिटन आणि अमेरिका यांच्याकडून आम्ही जे साहित्य मागवले होते, तेही थांबवण्यात आले आहे. आता आम्हालाच काहीतरी करायला पाहिजे.' या सर्व संकटांना त्यांनी मुनिरखान आणि पीएईसी यांनाही जबाबदार धरले आहे, ते म्हणतात, 'एका बाजूला अवघे जग हात धुऊन आमच्या पाठीमागे लागले आहे, तर दुसरीकडे आमच्या घरातीलच काही शत्रू आम्हाला नष्ट करण्यासाठी टपले आहेत. अर्थात जगाच्या या टोकापासून त्या टोकापर्यंत आम्ही सर्वांची झोप उडवली आहे, ही काही कमी समाधानाची गोष्ट नाही.'

बाहेरचा दबाव असूनही दिलेल्या वेळेत समृद्ध युरेनियम पुरविण्याचे आश्वासन खान यांनी दिले होते. आपल्याविषयी झालेल्या प्रतिकूल जाहिरातबाजीतही त्यांना

जमेची बाजू दिसली. या संदर्भात आपला भावी चरित्रकार झहीद मलिक याला त्यांनी सांगितले आहे की, पाकिस्तानच्या अणुप्रसार कार्यक्रमाची प्रसारमाध्यमांच्या हल्ल्यामुळे चांगलीच जाहिरात झाली. या आधी अल्मेलो प्रकल्पाला ज्यांनी यंत्रणा आणि इतर सामग्री विकली होती, त्यांच्यापैकी अनेक जणांनी आमच्याशी संपर्क साधला, अगदी खऱ्या शब्दांत सांगायचे तर ते अक्षरश: भिकेचा कटोरा घेऊन आमच्यापाशी आले, आणि काहीही करून आमची सामग्री घ्या अशी विनवणी करू लागले. 'पाश्चात्त्य लोक पैशासाठी प्रसंगी आपल्या आईलाही विकतील,' या वाक्प्रचाराचा खरा अर्थ त्या वेळी मला समजला.

पाकिस्तानला थांबवण्याची वेळ अखेर आली आहे, असा निर्धार आता अमेरिकतील अधिकारी करू लागले, त्याच सुमारास माजी पंतप्रधान भुट्टोंना ठरल्यानुसार ४ एप्रिल रोजी फासावर चढवायला इकडे जनरल झियाही आतुर झाले, हे दोन्ही निर्णय होण्यात प्रसारमाध्यमांचा मोठा वाटा होता. आपल्या विरोधकांच्या हत्या घडवून आणण्याचा कट केल्याचा आरोप त्यांच्यावर ठेवण्यात आला होता. हा कटच मुळी अंतर्गत राजकीय विरोधाभासांनी भरला असल्याचे आंतरराष्ट्रीय विधीतज्ज्ञांचे मत होते. या फाशीमुळे अध्यक्ष कार्टर कमालीचे संतप्त झाले होते. एका जर्मन टीव्हीने खान यांच्याविषयी एक कार्यक्रम प्रसिद्ध केल्यावर आणि भुट्टोंच्या फाशीची अंमलबजावणी झाल्याच्या दोन दिवसांनंतर, म्हणजे ६ एप्रिलला कार्टरनी पाकिस्तानवर आर्थिक निर्बंध लागू केले. आधीच्या करारानुसार त्या देशाला अमेरिकेकडून १९७९ या वर्षासाठी ४० दशलक्ष तर त्यापुढील वर्षासाठी ४५ दशलक्ष डॉलर्स द्यावयाचे होते, म्हणजे रक्कम तशी फार मोठी नव्हती, पण त्यामुळे जाणारा प्रतीकात्मक संदेश परिणामकारक होता. या संदर्भात परराष्ट्रखात्याचे प्रवक्ते टॉम रेस्टॉन यांनी म्हटले आहे की, 'जे देश आंतरराष्ट्रीय सुरक्षा नियमांचे उल्लंघन करून आपल्या अण्वस्त्रांसाठी सामग्री खरेदी करतात, त्यांचा विकासात्मक निधी अमेरिकेच्या कायद्यानुसार थांबवण्यात येतो. युरेनियमच्या समृद्धीकरणासाठी पाकिस्तान सेंट्रिफ्युज विकसित करत आहे अशी आमची माहिती आहे. या कार्यक्रमाचे दीर्घकालीन परिणाम पाहिले तर असे लक्षात येते की, या तंत्रज्ञानाचा त्या देशाकडून अण्वस्त्र निर्मितीसाठी वापर केला जाऊ शकतो. आमच्या कायद्यानुसार आम्ही पाकिस्तानला देण्यात येणाऱ्या विकासात्मक निधीत मोठ्या प्रमाणात कपात केली आहे.

अमेरिकेच्या दृष्टीने ही कपात कमी असली तरी पाकिस्तानात त्यामुळे मोठा गहजब झाला, हा केवळ त्यांच्या अर्थव्यवस्थेवरील हल्ला नव्हता तर झिया यांचा अपमान होता. आम्ही इस्लामी बॉम्ब तयार करत असून तो इस्रायल विरोधात वापरला जाणार असल्याच्या गैरसमजातून अमेरिकेने पाकिस्तानला वेगळे काढले

आहे असा दावा त्या देशाच्या परराष्ट्रमंत्रालयाने नंतर केला. आमच्या देशाचा अणूकार्यक्रम शांततापूर्णच असून ऊर्जानिर्मिती हाच त्याचा एकमेव उद्देश आहे, हे पालुपद या अधिकाऱ्यांनी सुरूच ठेवले होते. या कोलाहलयुक्त वातावरणात पाकिस्तानने अमेरिकेत नियुक्त केलेल्या एका राजनैतिक अधिकाऱ्याने नंतर कबुली दिली की, आमच्या अण्वस्त्र कार्यक्रमासंदर्भात मौनच पाळण्याचे आदेश त्या वेळी आम्हाला देण्यात आले होते. त्याने पुढे म्हटले होते की, 'आमच्यापैकी ज्यांना पाकिस्तानात नेमके काय चाललेय याची कल्पना होती, त्या सर्वांनाच गोपनियता पाळण्याचे आदेश देण्यात आले होते. या बाबत आम्ही अमेरिकेच्याच काय पण इतर राजनैतिक अधिकाऱ्यांशी चकार शब्द काढता कामा नये अशी त्यांची अपेक्षा होती.' हा राजनैतिक अधिकारी १९९०च्या दशकात निवृत्त झाला, त्यापूर्वी त्याने त्याच्या देशात अनेक पदे भूषवली.

जागतिक बँकेने यापुढे पाकिस्तानला कोणत्याही स्वरूपाचे कर्ज देऊ नये यासाठी अमेरिकेने आपले वजन खर्च केले. पाकिस्तानवर सौम्य स्वरूपाचे निर्बंध लादण्यास इतर काही देश राजी झाले, मात्र अशा रितीने एकदम कठोर पावले उचलल्यास त्याचे दुष्परिणाम होतील, अशी शंका काही अधिकाऱ्यांनी व्यक्त केल्याने पाकिस्तानला गोडीगुलाबीने कसे समजावता येईल, याबाबतही त्या वेळी विचार होऊ लागला. याच नीतिचा एक भाग म्हणून त्या देशाला एफ-१६ बनावटीची लढाऊ जेट देण्याची तयारी अमेरिकेच्या संरक्षणखात्याने दर्शवली. अर्थात त्याआधी त्याने आपल्या अणूकार्यक्रमाचा त्याग करावा आणि विद्यमान अणूकेंद्रे खातरी करून घेण्यासाठी बाह्यजगाला उपलब्ध करून द्यावीत, अशी अट घातली. भारताशी स्पर्धा करण्यासाठी पाकिस्तानकडे जर सक्षम पारंपरिक पायदळ आणि हवाई दल असेल, तर तो अण्वस्त्रांच्या वाटेला जाणार नाही, असा विचार या प्रस्तावाच्या मागे होता. नुकसानभरपाईचा असाच एक प्रस्ताव या आधीही किसिंजर यांनी पाकिस्तानला दिला होता, त्या प्रस्तावाप्रमाणेच हा प्रस्तावही त्या देशाला भुलवू शकला नाही.

पाकिस्तानचे मन वळविण्यासाठी राजनैतिक प्रयत्नही सुरू होते. त्या वर्षीच्या उन्हाळ्यात कार्टर यांनी अण्वस्त्र प्रसारबंदीचे विशेष दूत म्हणून जेरार्ड स्मिथ यांची नियुक्ती केली. अमेरिका आणि रशिया यांच्यातील पहिल्या धोरणात्मक शस्त्रास्त्र नियंत्रण करारानुसार किंवा 'सॉल्ट-१'नुसार झालेल्या वाटाघाटींच्या वेळी स्मिथ यांनी मोठी मदत केली होती आणि आता ते शस्त्रास्त्र नियंत्रण आणि नि:शस्त्रीकरण संघटनेचे प्रमुख होते. पाकिस्तानच्या अणूकार्यक्रमामुळे निर्माण

झालेल्या धोक्याची कल्पना देण्यासाठी त्यांना युरोपला पाठविण्यात आले आणि त्यांच्याबरोबर होते, बॉब गालुची. लंडन आणि पॅरिस येथील बैठकांत भाग घेतल्यावर ते दोघेही २५ जून रोजी व्हिएन्नाकडे रवाना झाले. त्यांचे तिथे पोहोचणे आणि त्याच वेळी तिथे आयएईएच्या गव्हर्नर मंडळाची बैठक असणे, हा एक प्रकारचा योगायोगच म्हणावा लागेल. या बैठकीला जगभरातील हजारो राजनैतिक अधिकारी हजर राहणार होते, ही बैठक म्हणजे जगभरातून आलेल्या हजारो राजनैतिक अधिकाऱ्यांचा जणू एक मेळावाच होता. कदाचित या बैठकीत अमेरिकेच्या भूमिकेला पाठिंबा मिळाला असता. स्मिथ आणि गालुची यांना आपल्या देशाची भूमिका या बैठकीला उपस्थित असलेले आयएईएचे महासंचालक सिग्वार्ड एकलुंड यांच्यासमोर मांडायची होती आणि अमेरिकेने पाकिस्तानला एकटे पाडण्यासाठी केलेल्या कारवाईला पाठिंबा मिळवायचा होता. एआयईएच्या अणू तंत्रज्ञानसज्ज सदस्य देशांनीही पाकिस्तानला मदत करू नये, अशी अमेरिकेची इच्छा असून तिचा सर्व सदस्य देशांनी आदर करावा, यासाठी ते एकलुंड यांना गळ घालणार होते. एकलुंड हे एक विचारवंत स्विडिश अणुशास्त्रज्ञ होते आणि आयएईएचा कारभार गेली अठरा वर्षे ते सांभाळत होते. या काळात अण्वस्त्रांचा प्रसार ज्या झपाट्याने होत गेला ते पाहून ते चिंताग्रस्त नक्कीच झाले होते, तरीही कोणताही निर्णय हातघाईवर येऊन करायचा नाही असे त्यांचे धोरण होते.

दुसऱ्या दिवशी सकाळी स्मिथ आणि गालुची हे दोघेही एकलुंड यांना भेटायला एआयईएच्या मुख्यालयात गेले. डॅन्युब नदीच्या तीरावर उभ्या असलेल्या या इमारतीच्या २७व्या मजल्यावर ते थेट पोहोचले. आता जी माहिती तुम्हाला मिळणार आहे ती अत्यंत गोपनीय असल्याचे सांगून स्मिथ यांनी पुढची माहिती गालुची यांना द्यावयास सांगितली. या सर्व माहितीच्या तपशिलावर गालुची यांची चांगलीच पकड होती आणि ते या गोपनीयतेचे महत्त्वही जाणत होते. मात्र इथे त्यांना तारेवरची कसरत करायची होती, एकीकडे पाकिस्तानपासून निर्माण झालेल्या धोक्याची तीव्रता एकलुंड यांना पटवून देतानाच दुसरीकडे अमेरिकेचे गुप्तचर विभाग ज्या पद्धतींचा अवलंब करून हा प्रश्न हाताळीत होता, त्याच्यात बाधा येईल अशा कोणत्याही माहितीची वाच्यता त्यांना करायची नव्हती. हे संतुलन राखणे हीच एक कसोटी होती, यापूर्वी बऱ्याच वेळा असे घडले आहे की, गुप्तचर संघटनांनी गोळा केलेली माहिती आणि त्याचा अधिकाऱ्यांकरवी होणारा वापर यांच्या तपशिलात फरक पडल्याने मोठे गैरसमज निर्माण झाले आहेत. अमेरिकेने पाकिस्तानविषयक गोळा केलेल्या माहितीला आधीच एक मोठी कात्री लावण्यात आली होती. मात्र पाकिस्तानने आपला अणूकार्यक्रम अद्यापी सोडलेला नाही. अण्वस्त्रासाठी लागणारे प्लुटोनियम मिळविण्याचे त्याचे प्रयत्न सुरूच

आहेत आणि तो त्यासाठी वापरून झालेल्या इंधनाचा फेरवापर करीत आहे इत्यादी माहिती गालुचींनी एकलुंडना दिली. त्यांनी एकलुंडना पुढे सांगितले की, युरेनियमच्या समृद्धीकरणाची प्रक्रिया सध्या पाकिस्तानात जोरात सुरू असून तीच एक मोठ्या चिंतेचे कारण बनली आहे. आपल्या या माहितीच्या पुष्ट्यर्थ त्यांनी नुकत्याच प्रसिद्ध झालेल्या काही बातम्यांचा संदर्भ दिला. त्यांनी एकलुंड यांना पाकिस्तानच्या प्रगतीची जुजबी, पण भीतिदायक रूपरेषा दिली. कहुटा येथे अतिशय गोपनीयता बाळगून सुरू असलेल्या बांधकामाचा बाहेरचा भाग पूर्णतेच्या मार्गावर असल्याचे त्यांनी एकलुंडना सांगितले. आयएईएच्या प्रमुखांना या उप्परही काही शंका असतील, तर त्यांचे समाधान करण्यासाठी ते पुढे म्हणाले की, कहुटात तयार होणाऱ्या युरेनियमचा वापर करून पाकिस्तान आपला अण्वस्त्र कार्यक्रम राबविणार असल्याचे भरभक्कम पुरावे अमेरिकेच्या गुप्तचरखात्याकडे असून कहुटा येथून मिळणाऱ्या युरेनियमवरच पाकिस्तान आपला अणूबॉम्ब तयार करत आहे.

अणुस्फोटासाठी आवश्यक असलेले इंधन तयार करण्यासाठी प्लुटोनियमची फेरप्रक्रिया करणे गरजेचे असते. त्यासाठी लागणारी यंत्रणा फ्रान्सने पाकिस्तानला दिली नसल्याची खातरी एकलुंडना होती, त्यामुळे गालुची यांच्या निवेदनातील त्या भागापुरते तरी ते निश्चिंत होते. युरेनियमच्या समृद्धीकरणाच्या प्रगतीमुळे मात्र ते खडबडून जागे झाले. 'सेंट्रिफ्युज तयार करण्याइतपत तंत्रज्ञान पाकिस्तानकडे आहे का?' त्यांनी त्या दोघा अमेरिकन अधिकाऱ्यांकडे विचारणा केली.

पाकिस्तानच्या खरेदी यादीतील गुंतागुंत आणि व्याप्ती पाहता एक गोष्ट निदर्शनास येते ती म्हणजे तो देश सेंट्रिफ्युज विकसनासंदर्भात चांगलीच प्रगती करत आहे आणि लवकरच तो आण्विक दर्जाचे युरेनियम तयार करील, असे गालुची यांनी सांगितले. पाकिस्तानच्या आण्विक संस्थांच्या चिकाटीबद्दल सीआयए आणि लिव्हरमोर या संघटना नेहमीच बेफिकीरपणा आणि त्या देशाच्या समृद्धीकरणाच्या हातोटी संदर्भात एकूणच औदासिन्य दाखवित. या सगळ्या पार्श्वभूमीवर गालुची यांचे हे मूल्यमापन म्हणजे एक नाट्यमय प्रकटीकरण होते.

पाकिस्तानने अद्यापी अण्वस्त्र बंदी करारावर (एनपीटी) सही न केल्याने एआयईए त्या देशाच्या अंतर्गत कारभारात हस्तक्षेप करू शकत नव्हती, त्यामुळे एकलुंड द्विधा मन:स्थितीत पडले. कराचीत कार्यरत असलेली कॅनडाने दिलेली अणुभट्टी आणि अमेरिकेने दिलेली छोटी प्रायोगिक तत्त्वावरची अणुभट्टी एआयईएच्या सुरक्षा कक्षेत येत होती, कहुटा आणि त्या देशातील इतर बहुतेक सर्व महत्त्वाच्या अणू संघटना मात्र तिच्या मर्यादेबाहेर होत्या, त्यामुळे त्यांचे निरीक्षण करून मूल्यमापन करणे एआयईए अधिकाऱ्यांच्या आवाक्याबाहेर होते. स्थापनेनंतरच्या चोवीस वर्षांनंतरही

एआयईए ही जागतिक अण्वस्त्र रखवालदार संघटना अद्याप सदस्य देशांच्या स्वेच्छाकबुलीवर आणि अमेरिका तसेच इतर देश आपल्या अण्वस्त्र कार्यक्रमाबद्दल जे काही सांगतील त्यावरच विसंबून होती. प्रसिद्ध झालेल्या बातम्यांचा संदर्भ देऊन आपण पाकिस्तानकडून खुलासा मागितला होता, तेव्हा त्या देशाने आपण नियमबाह्य असे काहीही केलेले नाही. तसेच आपण कोणत्याही प्रकारे अण्वस्त्र तयार करण्याच्या फंदात पडलेलो नाही असे कळविल्याचे एकलुंड यांनी त्या दोघांना सांगितले. पाकिस्तानकडून आलेले ताजे पत्र त्यांनी स्मिथ यांच्या हातात दिले.

अमेरिकेने सादर केलेल्या माहितीमुळे एकलुंडना पाकिस्तानच्या सच्चेपणाबद्दलच शंका येऊ लागली. परिस्थिती अत्यंत गंभीर असल्याचे त्यांनी मान्य केले, मात्र पाकिस्तानला रोखून धरण्यात आपण किंवा एआयईए असमर्थ असल्याची कबुली त्यांनी दिली. 'या सर्व माहितीला व्यापक प्रसिद्धी दिली तर कदाचित पाकिस्तानला थोडासा तरी वचक बसण्याची शक्यता आहे, त्यामुळे इतर जबाबदार देश पुरेसा दबाव आणून पाकिस्तानचा आण्विक कार्यक्रम बंद पाडतील अशी आपल्याला आशा आहे.' ते स्मिथ आणि गालुचींना उद्देशून म्हणाले.

त्यावर स्मिथ म्हणाले की, भविष्यात कदाचित या उपायांचा उपयोग होऊ शकेल, पण सध्यातरी अमेरिका धोरणात्मक गोपनीयता आणि निर्बंध यांनाच प्राधान्य देणार आहे.

'तुम्ही दिलेल्या माहितीच्या आधारे मी संघटनेच्या सदस्यांशी आणि माझ्या कर्मचारी वर्गाशी चर्चा करू शकतो काय?' एकलुंडनी विचारले.

'नाही, दुर्दैवाने या वेळी तरी नाही,' असे उत्तर देऊन स्मिथ यांनी सांगितले की, आपण आणि गालुची आणखी काही दिवस व्हिएन्नात थांबणार आहोत, आम्ही या विषयावर वॉशिंग्टनशी बोलू, कदाचित त्यांच्या परवानगीने तुम्ही तुमच्या निवडक सहकाऱ्यांशी या विषयावर चर्चा करू शकता.

संत्रस्त झालेले एकलुंड दुसरा सबंध दिवस या इशाऱ्यावरच विचार करत होते. पाकिस्तान आयएइएला जे काही सांगत होता आणि त्याचवेळी अमेरिका जे दावे करत होती, त्यातील परस्परविरोधाने एक प्रकारची दरी निर्माण केली होती आणि तीच आयएइएची कायमस्वरूपी समस्या ठरणार होती. अणुऊर्जेच्या शांततामय वापरास प्रोत्साहन देण्याच्या हेतूने या संघटनेची स्थापना झाली असली तरी जागतिक अणुऊर्जेच्या वापरावर लक्ष ठेवणारा रखवालदार ही भूमिका पार पाडायला ती असमर्थ ठरत होती. कारण ना तिच्याकडे तपासाची यंत्रणा होती ना अंमलबजावणीचे अधिकार होते. संघटनेच्या एकूण सर्वच्या सर्व सदस्यांपैकी निवडक ३५जणांच्या गव्हर्नर मंडळाचे तिच्यावर नियंत्रण होते, त्यामुळे तिच्या अधिकारात वाढ करणे हीच एक समस्या बनली होती. आयएईएला अधिक

प्रभावी करण्यासाठी काही देशांची आपले सार्वभौम अधिकार सोडण्याची तयारी होती आणि काही देश तसे करायला सरळ सरळ विरोध करत होते. भारत, पाकिस्तान आणि इस्त्रायल हे या संघटनेचे सदस्य तर होतेच पण त्यांनी एनपीटीवर स्वाक्षरीही केली नव्हती आणि त्याचवेळी स्वत:चा अणूकार्यक्रमही राबवित होते.

पहिल्या बैठकीनंतर आणखी एक बैठक घेण्यात यावी अशी विनंती एकलुंड यांनी स्मिथ आणि गालुची यांना केली. ही सर्व परिस्थिती अतिशय खतरनाक आहे याची जाणीव आयएईएच्या प्रमुखांना झाली आणि ते पाकिस्तानला आळा घालण्यासाठीच्या रणनीतिचा विचार करू लागले. त्यांच्या कार्यालयाच्या बाहेर असलेल्या परिषदकक्षात बसून गप्पा करत असताना त्यांनी स्मिथना सांगितले की, काही तेलसंपन्न मित्रराष्ट्रांचा पाठिंबा असल्याने आर्थिक किंवा लष्करी निर्बंधांचा पाकिस्तानवर फारसा परिणाम होणार नाही. 'पाकिस्तानवर निर्बंध लादल्यास मुस्लीम राष्ट्रे एकजुटीने त्याच्या पाठीशी उभी राहतील आणि याच संधीचा फायदा उठवत लिबियासारखे देश त्याच्या प्रकल्पाला आर्थिक मदत करतील आणि मध्य पूर्वेत आपला अण्वस्त्र कार्यक्रम राबवतील. 'युद्धखोर देशांना वठणीवर आणण्यासाठी संयुक्त राष्ट्रांच्या सुरक्षा समितीचे व्यासपीठ वापरणे हा एक उपाय होता, पण तिथे यश मिळण्याची शक्यता कमीच असल्याचे एकलुंड यांनी सांगितले. पाकिस्तानविरुद्ध जमा झालेल्या पुराव्यास व्यापक प्रसिद्धी दिली तरच त्यांना थांबवणे शक्य होऊ शकेल या आपल्या मागणीचा त्यांनी या वेळी पुनरुच्चार केला.

स्मिथ यांनी ही सूचना पुन्हा फेटाळून लावली. ते म्हणाले, 'मला वाटते आपल्यापाशी अद्यापी थोडा वेळ आहे, येत्या किमान दोन-तीन वर्षांत तरी पाकिस्तान अण्वस्त्रांचा स्फोट करणार नाही असे मला वाटते.'

'तुम्ही म्हणताय तो कालावधी काही फार मोठा नाही. पाकिस्तानला जेवढी मुदत मिळेल तेवढेच त्याला थांबवणे आपल्याला कठीण जाणार आहे,' एकलुंड उद्गारले.

घड्याळाचे काटे वेगाने पुढे सरकत होते. जर राजनैतिक प्रयत्नांना अपयश आलेच, तर कहुटा आणि पाकिस्तानातील इतर अणूकार्यक्रमांच्या जागांवर विमान हल्ला करण्याची तयारी पेन्टागॉनमधील लष्करी अधिकाऱ्यांनी सुरूही केली होती. पाकिस्तानला नमवण्याचा शेवटचा उपाय म्हणून स्मिथ लष्करी हल्ल्याची आपल्या अखत्यारीत तयारी करत आहेत, अशा आशयाची बातमी १२ ऑगस्ट, १९७९च्या 'न्यू यॉर्क टाइम्स'ने प्रसिद्ध केली. या बातमीनंतर पाकिस्तान एखादा बॉम्ब हल्ला झाल्यासारखे हादरले. त्यामुळे आमचा पाकिस्तानवर लष्करी कारवाई करण्याचा कोणताही हेतू नाही, अशा स्पष्ट शब्दांत अमेरिकेला हे वृत्त फेटाळून लावावे लागले. मात्र पाकिस्तानचा अण्वस्त्र कार्यक्रम धोकादायक असून त्याचा

बिमोड करण्यासाठी लष्करी कारवाई हाच पर्याय आहे, असे मानणारा अमेरिका हा काही एकमेव देश नव्हता. इस्रायलला जागतिक नकाशावरून पुसून टाकण्यासाठी अरब देश आसुसले असून पाकिस्तानचा 'इस्लामिक बॉम्ब' त्यासाठीच आहे, अशी भीती त्या देशाला वाटत होती, म्हणूनच तो अशा गुप्त हवाई हल्ल्याची शक्यता चाचपडून पाहत होता. अर्थात दोन्ही देशांचे लक्ष्य एकच होते.

पाकिस्तानच्या वाढत्या धोक्यावर चर्चा करण्यासाठी अमेरिकेच्या परराष्ट्रखात्याच्या इमारतीच्या सातव्या मजल्यावरील एका सुरक्षित दालनात १३ सप्टेंबर रोजी ज्येष्ठ अमेरिकन अधिकाऱ्यांची एक बैठक झाली. सदर बैठकीला उपस्थित असलेल्यांमध्ये कार्टर यांच्या अण्वस्त्र बंदी विषयक सल्लागार मंडळाचे सदस्य आणि अध्यक्ष फोर्ड यांचे राष्ट्रीय सुरक्षा सल्लागार लेफ्टनंट जनरल ब्रेंट स्कोक्रॉफ्ट, शस्त्रास्त्र नियंत्रण आणि नि:शस्त्रीकरण संघटनेचे संचालक जनरल जॉर्ज सिनियस, एनआरआय आणि इतर गुप्तचर संघटनांचे विश्लेषक यांचा समावेश होता. या बैठकीत सारेच जण सडेतोडपणे बोलले आणि चर्चेचा निष्कर्ष 'गोपनिय' या सदरात टाकण्यात आला. सतत दोन दिवस चाललेल्या या बैठकीदरम्यान पाकिस्तानच्या समृद्धीकरण प्रकल्पाचे धोके किती भयानक आहेत याची सर्वांनाच जाणीव झाली. युरेन्कोच्या आराखड्यांची खान यांनी केलेली चोरी आणि त्यांनी युरोपात चालवलेल्या खरेदीसत्राचा या बैठकीत फेरआढावा घेण्यात आला. काही युरोपीय देश सहकार्य करत असले तरी काही बनावट महामंडळे आणि इतर काही मार्गांनी पाकिस्तानला संवेदनशील सामग्रीचा पुरवठा सुरूच होता. निर्यात नियंत्रण नियमात कठोरता आणली, तर कदाचित या पुरवठ्याची गती कमी होऊ शकेल, मात्र तो पूर्णपणे थांबणार नव्हता. राजकीय हेतूंनी प्रेरित होऊन पाकिस्तान एखाद्या सुधारित बॉम्बचा स्फोट घडवून आणेल, असे काही सदस्यांना वाटत असले तरी प्रत्यक्ष अण्वस्त्र निर्मितीपासून तो देश अनेक वर्षे पिछाडीवर आहे याबद्दल जमलेल्या सर्वांचेच एकमत झाले. बंडाळी करून सत्तेवर आलेल्या झियांना नोव्हेंबरमध्ये होणारी निवडणूक जिंकायची होती आणि अण्वस्त्रांच्या स्फोटाद्वारे शक्तिप्रदर्शन करून त्यांना आपले इप्सित साध्य करायचे होते.

'इस्रायल' हा अण्वस्त्रसज्ज देश आहे असा एक परंपरागत समज आहे, त्या देशाने मात्र आपल्या कार्यक्रमाबाबत अधिकृत धोरण म्हणून संदिग्धताच बाळगण्यावर भर दिल्याचे दिसून येते. त्याच्यावर कोणीही अण्वस्त्र हल्ला तर तो ज्यूंचा चिमुकलासा देश क्षणार्धात बेचिराख झाला असता. त्या देशातील काही तळघरांत अण्वस्त्रे तयार आहेत, ही धमकी शत्रूंना चार हात लांब ठेवायला पुरेशी होती. पण पाकिस्तानचा मामला वेगळा होता, १९७४मध्ये भारताने केलेल्या अण्वस्त्र चाचणीमुळे पाकिस्तानचे प्राधान्यक्रम बदलले होते. या स्फोटाने पाकिस्तानला

थेट आव्हान दिले होते, तो त्यांच्या दृष्टीने राष्ट्रीय अस्मितेचा प्रश्न बनला होता. शिवाय भारताला जरब बसविण्याची गरजही त्या स्फोटाने निर्माण झाली होती. त्यातच भारताची पारंपरिक सशस्त्र दले शत्रू राष्ट्रापेक्षा कित्येक पटींनी जास्त शक्तिशाली होती.

'एखाद्या रेल्वेचे ब्रेक निकामी व्हावेत, ती रुळांवरून घसरत खाली जातच राहावी, तशी आज पाकिस्तानची अवस्था झाली आहे, आणि तिला कोणी थांबवू शकेल असे मला वाटत नाही,' शस्त्रास्त्र नियंत्रण संघटनेचे उपसंचालक चार्लस व्हॅन डोरेन यांना या चर्चेत भाग घेताना सांगितले.

या समस्येवर तोडगा कोणाचकडे नव्हता. ठोस असे काही करण्यासाठी आता बराच उशीर झाला आहे, पाकिस्तानच्या अणूकार्यक्रमाला खिळ घालणे हाच एकमेव उपाय असू शकतो, या डोरेन यांच्या म्हणण्याशी काही जणांनी सहमती दर्शवली. तर वॉशिंग्टनने त्या देशाला कणखर अशी सुरक्षा हमी दिली, तर भारत विरोधात त्याला अण्वस्त्राची गरज भासणार नाही, असा युक्तिवाद इतरांनी केला.

याच परिषद कक्षात सुमारे महिन्यानंतर झालेल्या बैठकीवरही या आव्हानाचे सावट पडले होते. त्याच वर्षी ऑक्टोबर महिन्यात अमेरिकेचे परराष्ट्रमंत्री सायरस व्हान्स आणि पाकिस्तानचे परराष्ट्रमंत्री आगा शाही यांची भेट झाली, या भेटीत दोन्ही नेत्यांनी परस्पर देशातील बिघडत चाललेल्या संबंधांवर चर्चा केली. अमेरिकेच्या निर्बंधांमुळे पाकिस्तानची अर्थव्यवस्था ढासळत चालली होती, आणि नोव्हेंबरमध्ये त्यांच्या मायदेशी होणाऱ्या निवडणुकांपूर्वी त्यात काहीतरी सवलत मिळावी यासाठी शाही उतावीळ झाले होते. या निर्बंधांमुळे आमच्या देशाचे स्थैर्य धोक्यात आले असून, आमच्या अणू संस्थांवर अमेरिका हल्ला करणार असल्याच्या भीतीने जनरल झिया आणि लष्कर चिंताग्रस्त झाले आहे. तुमच्यावर हल्ला करण्याची आमची कोणतीही योजना नाही, असे आश्वासन देऊन व्हॅन यांनी जोपर्यंत पाकिस्तान आपल्या अणू कार्यक्रमाला पूर्णपणे सोडचिठ्ठी देत नाही तोवर आम्ही आर्थिक आणि लष्करी निर्बंधांचा फेरविचार करू शकत नाही, असे ठणकावून सांगितले. पाकिस्तान अण्वस्त्र तयार करत असल्याची कबुली देण्याचे शाही यांनी टाळले, मात्र भारताचे मोठे लष्कर आणि त्याची अण्वस्त्रे यांच्यापासून आम्हाला आमचे संरक्षण करणे गरजेचे आहे असे ते म्हणाले. एखाद्या 'नाटो' सदस्य देशावर बाहेरच्या कोणी हल्ला केला, तर त्याच्या संरक्षणाची हमी अमेरिका घेते तशीच हमी तुम्ही आम्हाला द्याल का? अशी विचारणा त्यांनी व्हान्स यांच्याकडे केली. अशी हमी मिळाल्यास आम्हाला भारताविषयी वाटणारी भीती काही प्रमाणात तरी कमी होईल आणि आपोआपच आम्हाला अण्वस्त्रांची

गरजही भासणार नाही असा युक्तिवाद त्यांनी या वेळी केला. त्यांना उत्तर देताना व्हॅन्स यांनी सांगितले की, 'अमेरिकेला पाकिस्तानच्या मैत्रीविषयी आदरच आहे आणि भविष्यात दोन्ही देशांतील संबंध सुधारतील अशी आम्हाला आशाही आहे, मात्र नाटो सदस्यांना देण्यात येणारी हमी आम्ही इतर कोणालाही देऊ शकत नाही.'

या बैठकीला गालुचीही हजर होते. त्यांनी या तिढ्याबाबत आपल्या सहकाऱ्यांशी चर्चा केली, पाकिस्तानला थांबविण्याचे प्रयत्न फारसे सफल होणार नाहीत याबद्दल तिथे उपस्थित असलेल्या सर्वांचेच एकमत झाले. या समस्या निवारणार्थ पुढे आलेले दोन्ही पर्याय पचनी पडण्यासारखे नव्हते. पाकिस्तानवर लष्करी हल्ला केला आणि यशस्वी झाला तर मुस्लीम देश पेटून उठले असते. नाटोसदृश्य हमी दिली तर त्या देशाच्या रक्षणासाठी अमेरिकेला बांधिल राहावे लागले असते. अगदी भारताने हल्ला केला तरी त्याला पाकिस्तानच्या बाजूने उभे राहावे लागले असते. सामान्य अमेरिकन नागरिकाचे काहीही हितसंबंध पाकिस्तानात गुंतलेले नसल्याने अशा हल्ल्याचे समर्थन होऊ शकले नसते त्यामुळे हाही पर्याय निरुपयोगी ठरणार होता. भारत हा जगातील सर्वांत मोठी लोकशाही असलेला देश होता, अमेरिकी प्रशासन त्या देशाबरोबरचे संबंध पुन्हा एकदा सुधारण्याच्या प्रयत्नात होते, अशावेळी युद्ध तर सोडाच त्याची गंधवार्ताही भारताला येणे अमेरिकेला परवडण्याजोगे नव्हते.

परराष्ट्रखात्यातील इतर कोणाहीपेक्षा पाकिस्तानविषयी सर्वांत अधिक माहिती गालुचींना आतापावेतो झाली होती. पाकिस्तानला दिलेल्या अनेक भेटींपैकी एका भेटीत त्यांनी झियांना दाखविण्यासाठी उपग्रहांनी काढलेली काही छायाचित्रे नेली. या छायाचित्रांकडे काहीसे टवाळखोरपणे पाहत तो नेता म्हणाला, 'मला तरी यात काही तबेल्यांव्यतिरिक्त अन्य काहीही दिसत नाही.' पण स्वत:च्या डोळ्यांनी तो 'तबेला' पाहण्यास गालुची उत्सुक होते. आपल्याबरोबर चलण्यासाठी त्यांनी आपल्या दूतावासातील राजकीय अधिकारी मार्क ग्रॉसमन यांना राजी केले. त्याच दरम्यान ग्रॉसमन यांची तेथील नोकरीची मुदत संपत आली होती, साहजिकच अशा भेटींमुळे काही राजकीय वादळ उठले असते, तरी आणि त्यांची हकालपट्टी झाली असती, तरी त्यांना फारशी काळजी करण्याचे कारण नव्हते. आणखी एका गुप्तचर विभागाच्या अधिकाऱ्याला बरोबर घेऊन ते कहुटातील संकुलाच्या परिसरात आले. 'या परिसरातील एका टेकडीवर आम्हाला सहलीला जायचे आहे तेथील रखवालदाराला ग्रॉसमननी सांगितले आणि आत प्रवेश मिळवला. संकुलाच्या परिसरात शिरल्याबरोबर त्यांना काही अर्धवट अवस्थेतील बांधकामे दिसली, कोणीही सावध होण्यापूर्वी त्यांनी काही छायाचित्रे काढली आणि ते लागलीच

तेथून सटकले. या तथाकथित सहलीविषयी पाकिस्तान्यांना नंतर कळले पण त्यांनी काहीही कारवाई केली नाही. गालुची-ग्रॉसमन भेटीच्या प्रसंगानंतर एका आठवड्यातच एका फ्रेंच राजदूताने याच घटनेची पुनरावृत्ती करण्याचा प्रयत्न केला, मात्र या वेळी पाकिस्तानी सावध झाले होते, त्यांनी त्या राजदूताला आणि त्याच्या ड्रायव्हरला बेदम चोप दिला.

एका फ्रेंच माणसाला मारहाण झाल्याचे जेव्हा झियांना कळले, तेव्हा एका ब्रिटिश पत्रकाराला ते म्हणाले, 'खरे तर मार खाणारा अमेरिकन अक्करमाशा असता, तर मला जास्त आवडले असते.'

'बुरा मत देखो!'

२१ *नोव्हेंबर, १९७९. पाकिस्तानच्या तैनाती फौजांचे* शहर म्हणून ओळखल्या जाणाऱ्या रावळपिंडीतील नागरिक जागे झाले, तेच मुळी एक सर्वस्वी अद्‌भुतजन्य असे दृश्य पाहात. बसेस, मोटारी आणि रिक्षा यांनी वाहतुकीची कोंडी झालेल्या रस्त्यांवरून त्यांच्या देशाचे सर्वेसर्वा जनरल झिया चक्क एका सायकलीवरून फेरफटका मारताना त्यांनी पाहिले. शरीर रक्षकांच्या गराड्यात राहून झिया एकीकडे आपल्या देशवासियांना पर्यायी आणि प्रदूषणमुक्त वाहनांचे महत्त्व पटवून देत असतानाच नभोवाणीने एक धक्कादायक वृत्त प्रसृत केले. इस्लाममध्ये सर्वांत पवित्र मानल्या जाणाऱ्या मक्केतील मशिदीचा ताबा काही धर्मविद्रोही व्यक्तींनी घेतल्याचे त्यात म्हटले होते. सौदीच्या राष्ट्रीय सैन्य दलाने मशिदीला वेढा घातला होता, पण घुसखोरांनी मशिदीतून केलेल्या अंदाधुंद गोळीबारानंतर तिथे रक्ताचे पाट वाहू लागले होते. ही बातमी आली तेव्हा झिया एका स्थानिक बाजारपेठेच्या परिसरात फिरत होते. सौदीतील नाट्य अद्याप पूर्णपणे उलगडले नव्हते, त्यामुळे संतप्त झालेल्या नागरिकांनी त्यांनाच घेरले आणि प्रश्नांचा भडिमार सुरू केला. खरे तर या बातमीला अद्यापी अधिकृत दुजोरा मिळाला नव्हता, पण झियांनी अमेरिकेवरील राग काढण्याची संधी इथेही सोडली नाही. ज्या अत्यंत पवित्र अशा ठिकाणी मुस्लिमेतर नागरिकांना पूर्णपणे मज्जाव आहे, त्या ठिकाणी घुसण्याचे धाडस फक्त अमेरिकाच करू शकते आणि या हल्ल्यामागे तिचाच हात आहे, असे सांगून त्यांनी उपस्थितांना भडकावून दिले.

अमेरिकाविरोधी भावनांनी मुस्लीम आधीच तापले होते, त्यातच इराणमध्ये तीन आठवड्यांपूर्वी घडलेल्या घटनांनी ठिणगी पडली होती. ४ नोव्हेंबर रोजी अतिरेकी इराणी विद्यार्थ्यांनी तेहरानमधील अमेरिकी दूतावासावर हल्ला करून राजनैतिक अधिकारी, लष्करी कर्मचारी आणि इतर काही जण अशा ६६ जणांना ओलिस ठेवले होते. १९५३मध्ये इराणात लष्करी उठाव होऊन लोकनियुक्त

पंतप्रधान मोहंमद मोसादे यांची सत्ता उलथवून त्यांच्या ठिकाणी शाह मोहंमद रेझा पेहलवी यांची नियुक्ती करण्यात आली होती. या सर्व कारस्थानामागे अमेरिका आणि ब्रिटन हे देश होते. सीआयए आणि ब्रिटिश गुप्तचर यंत्रणांनीच हा उठाव घडवून आणला होता, कारण त्यांना इराणमधील तेलसाठ्यांवर स्वत:चे नियंत्रण प्रस्थापित करायचे होते. तशात मोसादी यांनी तेलसाठ्यांचे राष्ट्रीयीकरण केल्याने या देशांच्या हाती आयतेच कोलीत मिळाले. शाह यांच्या कारकिर्दीत अमेरिका इराणच्या प्रत्येक अंतर्गत कारभारात ढवळाढवळ करीत होती. शाह हे अमेरिकाधार्जिणे असल्याने त्यांच्याविषयी त्या देशात सार्वत्रिक संतापाची भावना कायमस्वरूपीच होती. हे कृत्य त्या विद्यार्थ्यांनी धार्मिक नेत्यांच्या चिथावणीवरून केले होते. शाह यांच्या कारकिर्दीला बरोबर सव्वीस वर्षे उलटल्यानंतर अमेरिकेच्या दूतावासाचा विद्यार्थ्यांनी ताबा घेण्याची ही घटना घडली होती. अमेरिकेच्या दृष्टीने तो एक प्रकारचा प्रतिहल्लाच होता, याच घटनेनंतर आंतरराष्ट्रीय संघर्ष वाढतच गेला. अरब देशांच्या राजधान्यांची शहरे अमेरिका विरोधी निदर्शकांनी ओसंडून वाहू लागली. अमेरिका मुर्दाबादच्या घोषणांनी सगळ्या वातावरणाचा ताबा घेतला होता. या सुमारास इराणमध्ये आयतउल्ला खोमेनी यांचा राजकीय पटलावर उदय होत होता. इस्लामच्या दृष्टीने जी व्यक्ती किंवा जी कृती प्रतिकूल असेल, ती नष्टच करायला हवी, असे त्यांचे तत्त्वज्ञान होते. त्यासाठी त्यांनी धर्माचा आधार घेतला, धर्मासाठी हिंसाचार आणि दहशतवाद वर्ज्य नाही, असे ते सांगू लागले. काळा फेटा आणि भारावून टाकणारे व्यक्तिमत्त्व यांच्या बळावर जेव्हा 'अमेरिका मुर्दाबाद'च्या घोषणा ते देत, तेव्हा त्यांच्या श्रोत्यांतील तरुणांचा उन्माद भडकून उठत असे. खोमेनी यांच्या राजकीय प्रवचनांवर आक्षेप घेण्याची कोणाचीही हिंमत होत नसे. ते आपल्या प्रवचनातून सांगायचे, 'इस्लाम म्हणतो : जे-जे काही चांगले आहे, ते-ते सर्व तलवारीच्या जोरावरच टिकून आहे. तलवार नसेल तर कोणीही आज्ञाधारक होऊ शकत नाही. तलवार हीच स्वर्गाची किल्ली आहे आणि जो धर्मासाठी बलिदान करील, त्याच्यासाठीच हे कुलूप उघडले जाईल.'

झियांच्या आरोपांना पोषक असे वातावरणच पाकिस्तानच्या रस्त्यांवर तयार झाले होते आणि अक्षरश: काही मिनिटांच्या कालावधीतच हजारो नागरिकांच्या जमावाने तेथून काही मैल अंतरावर असलेल्या अमेरिकेच्या दूतावासाकडे कूच केले. जमाव पुढे सरकत होता आणि प्रत्येक चौकागणिक तो बेभान आणि हिंस्र होत चालला होता. जमाव दूतावासाच्यानजीक पोहोचला आणि त्याला कायदे-आझम विद्यापीठाचे विद्यार्थी येऊन मिळाले. काही दिवसांपूर्वीच अतिरेकी विद्यार्थ्यांनी या विद्यापीठाच्या विद्यार्थी संघटनांचा ताबा घेतला होता, तेथील धर्मनिरपेक्षतावादी प्राध्यापकांचा छळवाद सुरू केला होता आणि बुरखा परिधान न करणाऱ्या

विद्यार्थिनींच्या विरोधात धाकदपटशाचे धोरण अवलंबिले होते.

इस्लामाबादेतील अमेरिकी दूतावासाच्या परिसरात येताच, हा जमाव पराकोटीचा आक्रमक बनला आणि त्यांच्या बेभानपणाचे पर्यवसान दूतावासालाच वेढा घालण्यात झाले. जमावातील काही तरुणांनी इमारती भोवतालच्या भिंतीला खिंडार पाडून आत प्रवेश केला आणि मुख्य इमारत पेटवून दिली. इमारतीच्या पहाऱ्यावर असलेल्या काही मरीन विभागाच्या सैनिकांनी ताबडतोब शरणागती पत्करली आणि ते मागे फिरले. हा हिंसाचार भडकतच जात असल्याचे पाहून दूतावासात अडकून पडलेल्या अमेरिकन आणि पाकिस्तानी अशा १३९ कर्मचाऱ्यांनी इमारतीच्या तिसऱ्या मजल्यावर जाऊन तेथील सुरक्षा कक्षात आश्रय घेतला.

इमारतीच्या परिसरात चालू असलेल्या दंग्याचा समाचार घेण्यासाठी स्टिफन क्रावले हा २९ वर्षीय मरीन गच्चीवर गेला. सुमारे सात फूट उंचीचा हा तरुण जमावाच्या सहजच लक्ष्यस्थानी पडला. जमावातील एकाने त्याच्या डोक्यावर नेम धरून गोळी झाडली. त्याच्या बरोबरच्या इतर सैनिकांनी त्याला तिसऱ्या मजल्यावरील सुरक्षा कक्षात आणले, तिथे फ्रान फिल्डस या कार्यालयीन परिचारिकेने त्याच्या चेहऱ्यावर ऑक्सिजनचा मास्क लावला आणि क्षणार्धात त्याचा चेहरा रक्ताने माखून निघाला. स्टिफनला बाहेर हलविण्याची संधी मिळालीच तर त्याला रक्त कमी पडू नये म्हणून कर्मचाऱ्यांनी रक्तदानासाठी रांगा लावल्या.

राजदूत आर्थर हॅमेल आणि सीआयएचे स्थानीय प्रमुख जॉन रेगन यांनी पाकिस्तान सरकारशी दूरध्वनीवरून संपर्क केला आणि आपल्या मदतीसाठी सैन्य पाठविण्याची विनंती केली. त्यानंतर काही वेळातच एक पाकिस्तानी हेलिकॉप्टरने इमारतीच्या सभोवती घिरट्या घातल्या, पण इमारतीतून बाहेर पडणाऱ्या धुराने त्यांना खालचे काहीच दिसेनासे झाले. तेथून पाकिस्तानचे सैन्य केवळ अर्ध्या तासाच्या अंतरावर बरॅकमध्ये स्वस्थ बसून होते, पण दूतावासात मदत येण्याची कोणतीही चिन्हे दिसेनात. ही दंगल होऊन पाच तास लोटले, दूतावासाच्या इमारतीचा कोळसा झाला होता, दंगेखोर पांगू लागले, पण मदत काही पोहोचली नाही. दरम्यानच्या काळात क्रॉवले आणखी एक अमेरिकन एअरमॅन ब्रायन इलिस आणि दोन पाकिस्तानी कर्मचारी मृत्युमुखी पडले. दूतावासाच्या संरक्षकभिंतीच्या आतील सातही इमारती बेचिराख झाल्या होत्या. या सर्व प्रकाराने संतप्त होण्याऐवजी वॉशिंग्टनने मौन पाळणेच पसंत केले. अध्यक्ष कार्टर यांच्यापासून ते अगदी खालच्या स्तरावरील अधिकाऱ्यांनी इराणमधील ओलिसांच्याच प्रश्नाचा जणू ध्यास घेतला होता. पाकिस्तानात जे काही घडले, त्याचा निषेध करण्याऐवजी कार्टर यांनी तर झियांना दूरध्वनी करून मदतीचा हात दिल्याबद्दल त्यांचे आभारच मानले. वास्तविक मक्केवरील हल्ला एका धर्मांध आणि नैराश्यग्रस्त मुस्लीम

विद्यार्थ्यांने आणि त्याच्या काही मूलतत्त्ववादी अनुयायांनी घडवून आणला होता. मक्केवरील या हल्ल्याला अमेरिकाच जबाबदार असल्याच्या झिया यांच्या दाव्याला कोणीही आव्हान दिले नाही. इस्लामाबाद येथील अमेरिकी दूतावासावरील हल्ल्याला आमच्या लष्कराने तत्परतेने प्रत्युत्तर दिले, असे वॉशिंग्टनमधील पाकिस्तानचा राजदूत बरळला तरी त्यालाही कोणी विरोध दर्शवला नाही. मात्र त्याच वेळेला अमेरिकेच्या परराष्ट्रखात्याच्या पडद्यामागच्या हालचाली सुरू झाल्या होत्या. त्यांनी पाकिस्तानच्या दूतावासातील अनावश्यक कर्मचाऱ्यांना माघारी बोलावले. एक प्रचंड मोठे हत्याकांड थोडक्यात टळले याची पुरती जाणीव मागे राहिलेल्या राजनैतिक अधिकाऱ्यांना आणि सीआयएच्या कर्मचाऱ्यांना होती, मात्र आपल्याच देशाच्या नेतृत्वाने दाखवलेल्या उदासिनतेमुळे ते काहीसे दुखावले गेले.

पाकिस्तानात तसेच एकूणच इस्लामी जगतात इस्लामी मूलतत्त्ववादी आपले बस्तान बसवू पाहत होते. आपल्याला अमेरिका आव्हान देत असल्याची पुसटशी जरी शंका झियांना आली तर ते इस्लामिक मूलतत्त्ववाद्यांच्या कंपूत जातील अशी भीती कार्टर आणि त्यांच्या प्रशासनाला वाटत होती. लष्करी उठाव करून दोनच वर्षांपूर्वी झिया सत्तेवर आले होते, पुन्हा संधी मिळाल्यास आपण पाकिस्तानात 'विश्वासार्ह अशी मुस्लीम व्यवस्था' लागू करू असे आश्वासन देऊन ते पुन्हा सत्तारूढ झाले होते. चौर्यकर्म करणाऱ्याचे हात तोडणे आणि व्यभिचारी नागरिकाला जाहीररित्या फटके मारणे या दोन शिक्षा त्यांनी निवडणुकीपूर्वीच अमलात आणायला सुरुवात केली होती. या दोन्ही शिक्षा शरियत कायद्यात परंपरेने मान्यता पावलेल्या होत्या. अमेरिका आणि इस्रायलविरोधी विखारी प्रचार साहित्य असलेला अभ्यासक्रम शिकविण्याचे आदेश त्यांनी देशभरातील हजारो मदरशांना देऊन टाकले.

झिया यांची निवड झाल्यावर ते आपल्या धार्मिक दहशतवादाला कितपत खतपाणी घालू शकतात या प्रश्नाचे विश्लेषण अमेरिकेच्या परराष्ट्रखात्याच्या गुप्तचर विभागाने तयार केले आणि अशी परिस्थिती निर्माण झाल्यास प्रादेशिक समतोल साधण्यासाठी झिया अण्वस्त्रवापराचा धोका कितपत निर्माण करतील, या प्रश्नांचा सविस्तर ऊहापोह त्यात केला. इस्लाममध्ये धर्मासाठी दहशतवादाचे समर्थन करण्यात आले आहे, असा कुराणामधील काही भागांचा अर्थ काढला जाऊ शकतो. त्याचाच आधार घेऊन अण्वस्त्र हेच त्या लढ्यातील अंतिम हत्यार आहे, असे झिया आणि त्यांचे सहकारी मानू लागले. अमेरिकन परराष्ट्रखात्याच्या या विश्लेषणात म्हटले आहे की, 'या संकल्पनेमुळे अण्वस्त्र म्हणजे वचक निर्माण करायचे एक साधन आहे, असे राजकीय धुरीण मानू लागले होते. भीषण साधनाचा वापर झाल्यास शत्रूचा आत्मविश्वास खच्ची होऊन त्याचा दारुण पराभव होऊ शकतो.' याच संदर्भात एक अधिकारी म्हणतो की, 'अण्वस्त्रे ही

आधुनिक दहशतवादाची साधने आहेत आणि त्याचा वापर करून शत्रूला नेस्तनाबूत करण्याचा आदेशच इस्लामने आम्हाला दिला आहे. 'कधी काळी अत्यंत विस्कळीत वाटणारे हे अस्त्र आता आढ्यताखोर धर्मांधांच्या हातात गेले होते.'

एकीकडे कार्टर आणि त्यांचे सहाय्यक इराणमधील ओलिसांच्या समस्येवर ताबा मिळविण्याचा प्रयत्न करत असतानाच ख्रिसमसच्या पूर्वसंध्येला आणखी एक महत्त्वपूर्ण घटना घडत होती. त्या वेळी अफगाणिस्तानची राजधानी असलेल्या काबुलच्या आंतरराष्ट्रीय विमानतळावर सैनिकांनी भरलेले रशियन विमान उतरत होते. ख्रिसमसची सकाळ उजाडली, तेव्हा रशियन रणगाडे तात्पुरते पूल वापरून अफगाणिस्तानच्या उत्तरेकडील नद्या पार करत होते आणि त्याचवेळी त्या देशाचे पायदळ संपूर्ण देशातील रस्ते पादाक्रांत करीत होते. अफगाणिस्तानात सोव्हिएट सैन्य तैनात होत असल्याचे सीआयए पाहत होती आणि आता आक्रमण अटळ असल्याचा इशारा त्या संघटनेने आपल्या देशाला आधीच देऊन टाकला होता. मात्र अध्यक्ष कार्टर यांचे राष्ट्रीय सुरक्षा सल्लागार बिनिव ब्रेझनस्की यांचा या आक्रमणाकडे पाहण्याचा दृष्टिकोन वेगळा होता. अफगाणिस्तानात आपणच उभ्या केलेल्या कठपुतली राजवटीला सावरून धरण्यासाठी रशियाने हवालदिल होऊन हे पाऊल उचलले होते आणि ब्रेझन्स्की त्याच्याकडे एक इष्टापत्ती म्हणून पाहत होते. त्यांच्या मते रशियाशी अप्रत्यक्षपणे सामना करायला हीच वेळ योग्य होती. अफगाणिस्तान सरकारने महिलांना शिक्षण देणे, ठरवून विवाह करणे आणि हुंडा पद्धत मोडीत काढणे, इत्यादी इस्लामविरोधी प्रथा लादण्यास सुरुवात केली होती. या वर्तनामुळे अनेक धर्मनिष्ठ मुस्लीम संतप्त झाले होते. अमेरिकेची ज्यांच्यावर भिस्त होती, त्यांच्यात प्रामुख्याने अशाच बंडखोर मुस्लिमांचा भरणा होता.

रशियाने आक्रमण करण्यापूर्वी सुमारे सहा महिने आधी कार्टरनी या असंघटित अफगाण बंडखोरांच्या कार्यक्रमाला गुप्तपणे मदत करून त्याच्यावर एक प्रकारचे शिक्कामोर्तब केले होते. आता तर रशियाने अफगाणिस्तानवर आक्रमण केले होते, अशा परिस्थितीत रशियाशी संघर्ष टाळून या संधीचे फायदा कसा घेता येईल, या विचारात ब्रेझन्स्की होते. रशियन आक्रमणाला तोंड देऊन अफगाण बंडखोरांना आपले अस्तित्व अबाधित कसे ठेवता येईल, या विषयीची रूपरेषा असलेले एक पत्र त्यांनी ख्रिसमसच्या दुसऱ्या दिवशी कार्टरना लिहिले. बंडखोरांना द्यावयाच्या आर्थिक मदतीपैकी काही भाग अमेरिकेला आपल्या खजिन्यातून उचलावा लागणार होता, पण ब्रेझन्स्की यांनी सौदी अरेबिया आणि पाकिस्तान यांसारख्या मुस्लीम देशांकडूनही अतिरिक्त मदत घ्यावी, असा प्रस्ताव ठेवला.

पाकिस्तानचे अफगाणिस्तानशी असलेले भौगोलिक सान्निध्य लक्षात घेता, त्या देशाचा समावेश या यादीत करणे आवश्यक बनले होते. अर्थात पाकिस्तानच्या आण्विक महत्त्वाकांक्षांना पायबंद घालण्याच्या धोरणावर कार्टर यांचीच छाप होती आणि या सूचनेचा स्वीकार केल्यास त्या धोरणालाच तिलांजली देण्यासारखे होणार होते. कार्टरना लिहिलेल्या पत्रात ते म्हणतात, 'माझ्या मनातील उद्दिष्टे प्रत्यक्षात आणायची असतील, तर पाकिस्तानला विश्वासातही घेतले पाहिजे आणि त्याचबरोबर त्याने अफगाण बंडखोरांना मदत करावी, यासाठी त्याच्यावर दबावही आणला पाहिजे. यासाठी आपल्या पाकिस्तानविषयक एकूण धोरणाचाच फेरविचार करावा लागेल, त्या देशाला अधिक हमी द्यावी लागेल, अधिक शस्त्रास्त्रे पुरवावी लागतील आणि काहीशी खेदाची बाब म्हणजे आपल्या अण्वस्त्रबंदी धोरणाचा दबाव आणून पाकिस्तानवर त्याचा अण्वस्त्र कार्यक्रम रद्द करण्याची सक्ती करता येणार नाही.'

आता कार्टर यांच्यावर एक ऐतिहासिक निर्णय घेण्याची वेळ आली होती. या निर्णयामुळे अमेरिकेच्या अणुविषयक धोरणाची समीकरणे बदलणार होतीच, त्याचबरोबर पाकिस्तानच्या अण्वस्त्र कार्यक्रमाचे अंतिम भवितव्यही निश्चित होणार होते. त्यांची अवस्था कात्रीत सापडल्यासारखी झाली होती, इराणमधील ओलिसांच्या तिढ्यामुळे खुद्द अमेरिकेत त्यांची राजकीय भूमिका शंकास्पद ठरत होती, तर जागतिक पातळीवर त्यांच्या देशाची प्रतिमा मलीन होत होती. त्यामुळे पाकिस्तानचा अण्वस्त्र कार्यक्रम थांबण्यापेक्षा रशियाच्या पराभवाला प्राधान्य दिले पाहिजे, हा ब्रेझन्स्की यांचा प्रस्ताव त्यांनी मान्य केला आणि दोन वर्षांपूर्वीच पाकिस्तानवर लादलेले निर्बंध मागे घेण्याचे ठरवले. पुढे जाऊन तर त्यांनी त्या देशासाठी ४०० दशलक्ष डॉलरची आर्थिक आणि लष्करी मदत जाहीर केली.

एक महिन्यानंतर म्हणजे २३ जानेवारी, १९८० रोजी काँग्रेसच्या संयुक्त सत्रात 'स्टेट ऑफ द युनियन' या आपल्या भाषणात कार्टर यांनी आपल्या निर्णयाचे समर्थन करताना सांगितले, 'आम्ही आमच्या जागतिक आणि प्रादेशिक पातळीवरील अण्वस्त्र समस्यांची हाताळणी करताना जशी काळजी घेतो तशीच काळजी आपल्याला भारत आणि पाकिस्तानच्या कार्यक्रमांबाबत घ्यावी लागेल. या दोन्ही देशांत अण्वस्त्रांची स्पर्धा होणार नाही, यासाठी आपल्याला प्राधान्य द्यावे लागेल. सोव्हिएटने अफगाणिस्तानवर आक्रमण केल्याने दक्षिण आशियातील सुरक्षा वातावरण बदलले आहे, संसदीय पातळीवर निर्णय करून पाकिस्तानला नव्याने मदत करणे त्यामुळे आवश्यक ठरले आहे. पण याचा अर्थ पाकिस्तान किंवा अन्य कोठेही अण्वस्त्र प्रसारबंदीसाठी आम्ही जी बांधिलकी स्वीकारली आहे, तिच्यात बाधा येईल असा होत नाही.'

कार्टर यांच्या सद्‌हेतूंबद्दल कोणालाच शंका नव्हती, मात्र पाकिस्तानकडून भविष्यात संभावणाऱ्या धोक्यांवर अमेरिकन सरकारच्या अल्पकालीन व्यूहनीतिने पुन्हा एकदा मात केली, त्यामुळे खान आणि त्यांच्या सहकाऱ्यांना आयतेच रान मोकळे झाले. चार वर्षांपूर्वी सीआयएचे संचालक एच.डब्ल्यू.डी. बुश यांच्या नेतृत्वाखालील पथकाने 'त्या' पाकिस्तानी शास्त्रज्ञाला डचांच्या तावडीतून पलायन करू दिले होते. समृद्धीकरण प्रकल्पासाठी त्याला तंत्रज्ञान आणि सामग्री गोळाही करून दिली होती. पाकिस्तान आपल्या अणू आघाडीवर नेमके काय करतो, यावर पाळत ठेवणे हाच यामागे सीआयएचा हेतू होता. आता रशियाच्या विरोधात पाकिस्तान जी काही मदत करील त्याच्या बदल्यात कार्टर आणि ब्रेझन्स्की त्या देशाच्या हाती जणू जामदारखान्याच्या किल्ल्याच देत होते. पाकिस्तानचा आण्विक कार्यक्रम थांबविण्याच्या उद्दिष्टाचा मात्र या सर्वांत बळी गेला होता आणि अण्वस्त्रप्रसाराच्या विरोधात जगाला उपदेशाचे डोस पाजणाऱ्या अमेरिकेचे नैतिक खच्चीकरण झाले होते.

या निर्णयामुळे अमेरिकेच्या अणूधोरणाचे दीर्घकालीन दुष्परिणाम होण्याबद्दल कोणाला शंका असेल, तर त्याने रोनाल्ड रेगन यांचे त्यावेळचे भाषण ऐकावयास हवे. कॅलिफोर्नियाचे माजी गव्हर्नर रेगन रिपब्लिकन पक्षातर्फे अध्यक्षपदासाठी कार्टर यांच्या विरोधात उभे होते. ३१ जानेवारी, १९८० रोजी फ्लोरिडा राज्यातील जॅक्सनव्हिले येथे प्रचारासाठी थांबले असता त्यांना कोणीतरी पाकिस्तानच्या आण्विक धोक्याविषयी त्यांचे मत विचारले असता ते उद्‌गारले, 'त्याच्याशी आमचे काही देणे घेणे आहे, असे आम्हाला वाटत नाही.'

इराणमधील ओलिसांची सुटका करण्यात किंवा अमेरिकेच्या अर्थव्यवस्थेची घसरगुंडी रोखण्यात कार्टरना अपयश आले होते, साहजिकच रेगननी त्यांचा पराभव करून अध्यक्षपद पटकावले. १९८१च्या जानेवारीत त्यांनी पद सांभाळताच इराणमधील ओलिसांची सुटका झाली. मात्र त्याचवेळी अफगाणस्थित रशियाच्या युद्धास नुकताच प्रारंभ झाला होता आणि नवनिर्वाचित अध्यक्षांनी अजिबात वेळ न दवडता पाकिस्तानच्या नव्या अण्वस्त्र धोरणाचे गळामिठी घालून स्वागत केले होते. पाकिस्तानला रशियाच्या विरोधात जोपर्यंत मदत पाहिजे तोपर्यंत ती द्यायची तसेच त्या वेळपर्यंत त्या देशाच्या अण्वस्त्र कार्यक्रमाच्या बाजूने उभे राहायचे असा निर्णय करण्यात आला. तसेच परस्परसंबंधात तुमचा अण्वस्त्र कार्यक्रम अडथळा ठरता कामा नये असे सांगितले. पुढची आठ वर्षे रशियाविरुद्धच्या युद्धात पाकिस्तान आपल्या बाजूने कसे राहील यावरच रेगन आणि त्यांच्या प्रशासनाने लक्ष केंद्रित केले, आणि त्याचवेळी पाकिस्तानही एका गोष्टीवर आपले लक्ष केंद्रित करत होता, आणि ती गोष्ट होती त्याचा अणूबॉम्ब....

अमेरिकेच्या 'ॲटम फॉर पीस' या कार्यक्रमाच्या अंतर्गत आंतरराष्ट्रीय अणुऊर्जा आयोगाची (आयएईए) स्थापना सुमारे तीस वर्षांपूर्वी झाली होती, या आयोगाच्या स्थापनेचे बीजारोपण अण्वस्त्र नियंत्रणाचे खंदे समर्थक रोनाल्ड स्पिअर्स यांनी केले होते. आयोगाच्या स्थापनेसाठी त्यांनीच पुढाकार घेतला होता आणि योगायोगाने रेगन प्रशासनाने पाकिस्तानच्या राजदूतपदी आता त्यांचीच निवड केली होती. नवा कार्यभार स्वीकारण्यापूर्वी ते परराष्ट्रखात्याच्या संशोधन आणि गुप्तचरखात्याचे प्रमुख होते. त्याच वेळी पाकिस्तानच्या लष्करातील काही अतिरेकी विचारसरणीचे अधिकारी अण्वस्त्रांकडे दहशतवाद्यांचे भावी हत्यार म्हणून पाहात असल्याचे नमूद करणाऱ्या अहवालाकडे त्यांचे लक्ष गेले होते. पण स्पिअर्स हे कर्तव्यकठोर परराष्ट्र विभागप्रमुख होते. अध्यक्षांच्या धोरणांची तंतोतंत अंमलबजावणी करणे, हे आपले कर्तव्य असल्याची पुरती जाणीव त्यांना होती, तसेच अफगाण युद्धाची न्यायान्यायता ठरविण्याच्या तुलनेत अण्वस्त्रप्रसाराचा मुद्दा आतातरी गौण आहे हेही ते जाणून होते. त्यानंतर अनेक वर्षांनी त्यांनी म्हटले आहे की, 'अण्वस्त्राच्या मुद्यावर कोणताही अवघड निर्णय करून आम्हाला पाकिस्तानच्या सहकार्यात बाधा आणायची नव्हती. प्रशासनाने अफगाणप्रश्न चिघळणार नाही, याची काळजी घेतानाच पाकिस्तानच्या अण्वस्त्र कार्यक्रमावरही नजर ठेवली होती. म्हणूनच माझ्या मते प्रशासनाचा हा निर्णय काहीसा संदिग्ध वाटला तरी प्राप्त परिस्थितीत तो व्यवहार्यच होता, असे म्हणावे लागेल. आम्हाला अडचणीचे ठरेल असे काहीही करू नका, असेच वॉशिंग्टनला सुचवायचे होते. पाकिस्तानने मात्र हा संदेश म्हणजे आपल्याला मिळालेला हिरवा कंदील आहे असा त्याचा सोईस्कर अर्थ लावला आणि आपला अणूकार्यक्रम राबवायला तो मोकळा झाला.'

त्यानंतरच्या सहा वर्षांसाठी पाकिस्तानला ३.२ अब्ज डॉलर्सची मदत सुचविणारी विनंती रेगन यांनी काँग्रेससमोर मांडली, तेव्हा या संदेशाला एक प्रकारची बळकटी मिळाली. त्या आधी कार्टरनी ४०० दशलक्ष डॉलरची मदत देऊ केली होती, त्या तुलनेत ही नवी वाढ विस्मयजनक आणि नाट्यपूर्ण होती असेच म्हणावे लागेल. आर्थिक आणि लष्करी अशा दोन स्वतंत्र भागात सदर रक्कम विभागली जाणार होती. रशियाने अफगाणिस्तानवर हल्ला केल्यापासून ज्या एफ-१६ बनावटीच्या लढाऊ विमानांच्या शोधात पाकिस्तान होता, ती याच मदतीअंतर्गत खरेदी करण्याचा पर्याय खुला ठेवण्यात आला होता. या योजनेला विरोध करणाऱ्या काँग्रेस सदस्यांमध्ये कॅलिफोर्निया राज्याचे सिनेटर ॲलन क्रॅनस्टन यांचा समावेश होता. पाकिस्तानच्या आण्विक महत्त्वाकांक्षांसंदर्भात सरकार आम्हाला अंधारात ठेवत आहे अशी त्यांची तक्रार होती.

क्रॅनस्टन यांच्याशी लेन वेस हेही सहमत होते, पण या पॅकेजच्या विरोधात आपल्या बॉसचे मन वळविण्यास ते असमर्थ होते. या प्रस्तावाबाबत सिनेटर ग्लेन यांनीही एखाद्या मूक योध्याचाच पवित्रा घेतला आणि ठरावाच्या बाजूने मतदान केले. त्यामुळे पाकिस्तानच्या दिशेने लष्करी आणि आर्थिक मदतीचा ओघ वळविण्याचा मार्ग खुला झाला. सरतेशेवटी एफ-१६ बनावटीची विमाने आणि इतर अत्याधुनिक शस्त्रास्त्रे यांचा समावेश आलेल्या पॅकेजला काँग्रेसने मंजुरी दिली. आतापर्यंत अमेरिकेने इतर कोणत्याही देशाला दिलेली ही सर्वांत मोठी मदत ठरावी. जर देशहिताच्या दृष्टीने सिमिंग्टन आणि ग्लेन दुरुस्त्या मागे घेणे अध्यक्षांना योग्य वाटत असेल तर तेही करण्याची मुभा या विधेयकाद्वारे देण्यात आली होती. या निर्णयामुळे पाकिस्तानच्या अण्वस्त्र निर्मितीच्या मार्गातील उरलेसुरले अडथळेही नाहीसे झाले.

अण्वस्त्र प्रसारबंदीसाठी वेस यांनी आतापर्यंत आपली बौद्धिक आणि भावनिक शक्ती प्रचंड प्रमाणात खर्च केली होती. पाकिस्तानवरील निर्बंध उठवून तसेच त्याच्या अण्वस्त्रविषयक लालसेकडे दुर्लक्ष करून आपण जागतिक अण्वस्त्रप्रसार बंदीचे प्रामाणिक पुरस्कर्ते आहोत या भूमिकेला छेद देत आहोत, याची त्यांना पूर्ण कल्पना होती. आपल्या भावना व्यक्त करताना ते म्हणाले होते, 'अफगाण बंडखोरांना पाठिंबा देऊन आणि पाकिस्तानविरुद्ध कारवाई करण्याचे नाकारून आम्ही आमची अण्वस्त्र प्रसारबंदीविषयक विश्वासार्हता गमावून बसलो होतो, आणि प्रत्येकबाबतीत ग्लेन यांचे मन वळविणे मला शक्य नव्हते.'

१९८२च्या डिसेंबर महिन्यात झियांनी रेगन यांची व्हाइट हाउसमध्ये जेव्हा भेट घेतली तेव्हा त्यांना आपल्या अणूकार्यक्रमाविषयी असलेल्या उरल्यासुरल्या शंकाचेही निरसन झाले. या कार्यक्रमाबाबत अमेरिका एवढी सहिष्णुता का दाखवते, याचाही त्यांना उलगडा झाला. या भेटीनंतर प्रसृत केलेल्या निवेदनात रेगन म्हणतात, 'मानवी हक्कांचे रक्षण, अफूची लागवड आणि अण्वस्त्र कार्यक्रम या विषयीच्या पाकिस्तानच्या भूमिकेबाबत आम्ही अद्यापी सचिंत आहोत, पण त्याचवेळी इस्लामाबादशी निकटचे संबंध ठेवण्यावरही आम्ही भर देत आहोत. आज या देशाच्या सीमेवर एक लाख रशियन सैन्य उभे आहे, त्यापासून पाकिस्तानला आणि पर्यायाने त्या संपूर्ण प्रदेशाला धोका निर्माण झाला आहे. पाकिस्तानला स्वतःचे तसेच स्वतःच्या स्वातंत्र्याचे आणि पर्यायाने त्या एकूणच प्रदेशाचे संरक्षण करण्याचा हक्क आहे आणि त्याला त्यासाठी सर्वतोपरी मदत करणे, हेच या नव्या धोरणाचे मूलतत्त्व आहे.'

आमच्या तीन मुद्यांचे काटेकोरपणे पालन केलेत, तर आम्ही तुमचा अणूकार्यक्रम अस्तित्वातच नाही असे धरून चालू, असे आश्वासन देऊन रेगन यांनी आपण

दिलेल्या आश्वासनाचे पालन केले. पाकिस्तानने अण्वस्त्रांची प्रत्यक्ष निर्मिती करू नये, दुसऱ्या कोणत्याही देशाला अण्वस्त्र तंत्रज्ञानाची विक्री करू नये, आणि आपल्या अणू प्रकल्पाच्या प्रगतीची जाहीर वाच्यता करून अमेरिकेला अडचणीत आणू नये, असे ते तीन मुद्दे होते. अमेरिकेला जोपर्यंत पाकिस्तान उपयुक्त आहे असे वाटत राहील, तोपर्यंतच या कराराचे अस्तित्व अबाधित राहील असे बोलले जाऊ लागले. एखादा देश अण्वस्त्र तयार करूनही काँग्रेसला सरळ-सरळ कसा गंडवतो, हे शोधताना प्रशासनाच्या वकिलांच्या नाकीनऊ आले.

पाकिस्तानच्या अण्वस्त्र कार्यक्रमाकडे डोळेझाक करण्याबरोबरच रशियाचा अफगाण भूमीवरच पाडाव करायचा या अट्टाहासापोटी अमेरिकेने जे निर्णय केले त्याचे परिणाम अमेरिकेवर बुमरँगसारखे उलटणार होते. जिहादसाठी प्रसंगी जीवाची बाजी लावण्याची तयारी असलेल्या आणि रशियाची हकालपट्टी करण्यास उत्सुक असलेल्या ताज्या दमाच्या इस्लामी लढवय्यांना अफगाणयुद्धाने आकर्षित केले होते. यामध्ये सौदी अरेबियातील एक धनाढ्य बांधकाम व्यावसायिकाच्या मुलाचा समावेश होता आणि त्या तरुणाचे नाव होते, ओसामा बिन लादेन. अफगाणला रशियाचा वेढा पडल्यानंतर दोन आठवड्यांच्या आत आपण तिथे पोहोचलो होतो, असा दावा बिन लादेनने केला होता, मात्र काही जणांच्या मते तो १९८२पर्यंत तिथे पोहोचलाही नव्हता. अर्थात या दाव्या-प्रतिदाव्यांकडे दुर्लक्ष केले तरी एक गोष्ट मात्र नक्की, युद्धास तोंड लागल्याच्या पहिल्या वर्षी बिन लादेनच्या कारवायांचा मुख्य तळ हा पाकिस्तानच्या पेशावर या शहरात होता, आणि हे शहर अफगाणिस्तान सीमेपासून काही अंतरावरच आहे. तिथे बसून तो सौदी अरेबिया आणि इतर इस्लामी देशांतील नागरिकांना सैन्यात भरती करून घेत असे, पैसे आणि इतर साधनांच्या आमिषाने तो त्यांना काबुलला पाठवत असे, तेथील रशियनांची हकालपट्टी करून, तिथे मुस्लीम मूलतत्त्ववाद्यांचे सरकार स्थापन करावयाचे आहे, असे सांगत असे. आधुनिक विचारसरणीचे मुस्लीम देश, इस्रायल आणि अमेरिका यांच्या मैत्रीपूर्ण संबंधांमुळे त्याच्या मनात अमेरिकाद्वेषाची विषवल्ली फोफावली होती, आणि त्यातूनच या अस्वस्थ आणि आक्रमक नेत्याने अफगाण युद्ध समाप्त होण्यापूर्वीच स्वत:ची नवी संघटना बांधायला सुरुवात केली होती. पाश्चात्त्य देशांचा आणि त्यातूनही प्रामुख्याने अमेरिकेचा पाडाव करणे हे या संघटनेचे मुख्य काम होते.

अमेरिकेचे लक्ष दुसरीकडे वळल्यावर पाकिस्तानचा अण्वस्त्र कार्यक्रम उल्लेखनीय वेगात सुरू झाला. १९८१पर्यंत कहुटातील समृद्धीकरण प्रकल्पाच्या

बाहेरच्या भिंती बांधून पूर्ण झाल्या होत्या आणि प्रचंड मोठ्या आकाराच्या हजारो सेंट्रिफ्युजसाठी लागणाऱ्या महाकाय हॉल उभारणीच्या कामात तंत्रज्ञ मग्न झाले होते. हा प्रकल्प देशाला अर्पण करण्याच्या ऐतिहासिक प्रसंगाला झिया जातीने हजर होते, खान यांच्याविषयी वाटणाऱ्या भावनांचे प्रतीक म्हणून त्यांनी या प्रकल्पाचे, 'डॉ. ए.क्यू. खान संशोधन प्रयोगशाळा' असे नामकरण केले. या सन्मानाने आणि प्रशंसेने खान यांना गगन ठेंगणे झाले. पाकिस्तानला परतल्यानंतर केवळ पाचच वर्षांच्या कालावधीत त्यांचा साम्राज्यविस्तार विज्ञानाच्या तटबंदी ओलांडून पलीकडे गेला होता. भुट्टोंच्या फाशीनंतर खान यांनी झियांशी मैत्रीपूर्ण संबंध प्रस्थापित करून स्वत:ला लाल फितीच्या कारभारापासून वाचवले होते. आपल्या स्वार्थासाठी वारा वाहील, तशी पाठ फिरवण्यात खान यांचा हातखंडा होता. भुट्टोंच्या राजवटीत तिला शोभेल असा सलवार कमीज परिधान करायला त्यांनी सुरुवात केली होती. त्या वेळी त्यांनी आपल्या पाश्चात्त्य वेशभूषेचा त्याग केला होता. पण झियांच्या राजकीय उदयानंतर ते पुन्हा एकदा पाश्चात्त्य कपड्यांकडे वळले, अतिशय नेटका असा सफारी सूट हा त्यांचा औपचारिक पेहेराव बनला. मात्र हे करतानाही त्यांनी आपण एकदम पाश्चात्त्य किंवा एकदम परंपरावादी दिसणार नाही, याची काळजी घेतली. मुस्लीम धर्मानुसार त्यांनी दारू आणि डुकराचे मांस यांना आपल्या आहारातून कटाक्षाने वगळले होते, आता त्यांच्याशी संवाद करताना किंवा त्यांच्या जाहीर संभाषणातही वारंवार 'अल्ला'चे नाव येऊ लागले, तसेच वेळ मिळेल तेव्हा अमेरिका आणि इस्रायल याचा खरपूस समाचार घेण्याची संधी ते सोडत नव्हते.

खान यांचे आतापर्यंतचे सारे कारभार एखाद्या बंदिस्त कोषात चालले असले, तरी त्यांनी हळूहळू पाकिस्तानातील वरिष्ठ पत्रकारांशी सूत जमवायला सुरुवात केली होती. अधूनमधून ते उर्दू पत्रकारांना भेटून आपल्या कामाच्या प्रगतीविषयी बोलत किंवा पाश्चात्त्य प्रसारमाध्यमांनी केलेल्या टीकेवर प्रतिक्रिया व्यक्त करत. मात्र पाकिस्तानच्या अण्वस्त्र कार्यक्रमाला नागरी अणूकार्यक्रमाचा मुलामा देण्यास ते कधीही विसरत नसत.

सततच्या परदेश वाऱ्या आणि अनियमित कामाचे तास यामुळे त्यांना घरी द्यायला वेळच उरत नसे. खान यांच्या पश्चात दोन्ही मुलींची वाढ व्यवस्थित होत होती, त्यातच त्यांच्या घरची परिस्थितीही झपाट्याने बदलत होती. परदेशी राजदूत आणि धनाढ्य पाकिस्तानी उद्योगपती यांचीच केवळ वस्ती असलेल्या मार्गाला रोडवरील एका आलिशान इमारतीत ते राहायला गेले होते. हे नवे घर शानदार तर होतेच शिवाय त्याच्या सभोवताली उंच दगडी संरक्षक भिंत आणि प्रवेशद्वारापाशी चोवीस तास रखवालदार तैनात करण्यात आला होता. भिंतीच्या

आत विविध फळांनी बहरलेली झाडे होती, त्यावर माकडांची वस्ती असायची, खान त्यांना स्वत: खाऊ-पिऊ घालायचे. मुलांना खेळायला आणि खान यांच्या व्यायामाकरिता एक स्विमिंग पूलही होता. घराच्या आतल्या बाजूला एका खोलीत खान यांची अभ्यासिका होती, तर एका भिंतीवर एक मोठे तैलचित्र होते. या चित्रात फाळणीची काही दृश्ये साकारण्यात आली होती, हे चित्र खान यांना नेहमीच त्यांच्या गतायुष्याच्या आठवणी करून देत असे.

हे सर्व असलेतरी खान यांचा कामाच्या ठिकाणी एककल्लीपणा हळूहळू वाढत चालला. मित्रांच्या संगतीत ते नेहमीचा प्रभाव टिकवून असायचे मात्र अनेक कर्मचाऱ्यांना त्यांच्या लहरीपणाचे चटके बसू लागले होते. त्यांना संतापजनक वाटेल, असे वर्तन जो कर्मचारी करी त्याची तातडीने गच्छंती अटळ असे, तर जो कोणी चांगले काम करी आणि आपल्या साहेबाची मर्जी राखी त्याला भरपूर पगारवाढ आणि नियमितपणे बोनस ठरलेला असे.

या वेळपर्यंत खान यांनी आपले प्रतिस्पर्धी मुनिरखान यांना मागे टाकले होते. प्लुटोनियम प्राप्तीच्या मार्गातील अडथळे वाढतच चालले होते, तर अण्वस्त्र प्राप्तीसाठी पाकिस्तानपुढे आता दुसरा पर्याय नाही, असे चित्र तयार होत होते. कहुटाच्या मुख्य प्रकल्पातील मोठाले हॉल जवळपास बांधून पूर्ण झाले होते आणि सेंट्रिफ्युजेस निर्मितीच्या कामाने विलक्षण गती घेतली होती. या विभागाकडून सेंट्रिफ्युजेसची निर्मिती प्रचंड मोठ्या प्रमाणात होणे अपेक्षित होते. सिहालातील कार्यशाळेत ५४ सेंट्रिफ्युजेसचा एक संच विनाअडथळा कार्यरत होता. काही किरकोळ अडचणींचे निवारण तेथील तंत्रज्ञ करीत होते. खान यांनी हिरवा कंदील दाखवताच ते या यंत्रांचे कहुटा येथे मोठ्या प्रमाणात उत्पादन करणार होते. पूरक कार्यशाळांतील कामही झपाट्याने प्रगती करत होते. पाकिस्तानच्या डेरा गाझी खान या शहरातील एकमेव खाणीत कच्चे युरेनियम मिळत असे, तिचे वार्षिक उत्पादन तीस मेट्रिक टन एवढे होते.या खाणीलगतच खान यांनी जर्मनीकडून खरेदी केलेल्या यंत्रांच्या साहाय्याने कच्च्या युरेनियमचे युरेनियम हेक्झाफ्लुरॉइडमध्ये रूपांतर करण्यात येत असे. हा प्रकल्पही पूर्णतेच्या वाटेवर होता. तो पूर्ण क्षमतेने कार्यरत झाल्यावर मिळणाऱ्या युरेनियम गॅसवर अक्षरश: हजारो सेंट्रिफ्युजेस चालू शकणार होते.

एकीकडे खान युरेनियम समृद्धीकरणावर आपले लक्ष केंद्रित करत होते, तर त्याचवेळी पाकिस्तान अणुऊर्जा आयोगातील शास्त्रज्ञांनी एका बनावट कंपनीच्या माध्यमातून अण्वस्त्रावर संशोधन करण्यासाठी दोन शक्तिशाली संगणक खरेदी केले होते. आयोगाची ही प्रगती पाहून खान चिंतेत पडले, देशाचा संपूर्ण अण्वस्त्र कार्यक्रम आपल्या नियंत्रणाखाली पाहिजे ही त्यांची वैयक्तिक महत्त्वाकांक्षा होती,

म्हणून त्यांनी स्पर्धात्मक अण्वस्त्र निर्मितीसाठी स्वतःचे असे वेगळे पथक कामाला लावले. त्यासाठी ते चीनकडून मिळवलेल्या आराखड्याचा उपयोग करणार होते.

खान यांच्याकडे चिनी बनावटीचे आराखडे आहेत, याची कल्पना १९८०च्या दशकाच्या आधीच अमेरिकेला आली होती. पाकिस्तानला अण्वस्त्र सामग्री पुरविण्यासंदर्भात जरी अमेरिका कडक निर्बंधांचा आग्रह धरीत नसली, तरी कहुटातील हालचालींवर आणि खान यांच्या दौऱ्यांवर सीआयए, ब्रिटिशांची एमआय-६ या गुप्तचर संघटना सातत्याने बारीक नजर ठेवून होत्या. पाकिस्तानबाहेर होणाऱ्या विविध परिषदांदरम्यान हे गुप्तचर खान यांच्याशी संपर्क साधण्याचा प्रयत्न करीत, पण त्यांना त्यात यश कधीच मिळू शकले नाही, उलट खान पाश्चात्त्य गुप्तचर संघटनांच्या अकार्यक्षमतेची मित्रांबरोबरच्या गप्पात खिल्लीच उडवत. ते अशाच एका दौऱ्यात असताना एमआय-६च्या कर्मचाऱ्यांना त्यांच्या हॉटेल रूममध्ये घुसण्याची संधी मिळाली आणि झडतीच्या दरम्यान एका सूटकेसमध्ये चिनी बनावटीचे अणूबॉम्बचे आराखडे आढळून आले. एमआय-६ने त्या सर्वांची छायाचित्रे काढली आणि ती लंडनला रवाना केली. १९६६मध्ये चीनने जो बॉम्बस्फोट घडवून आणला होता त्याचेच हे आराखडे असल्याचा निष्कर्ष तेथील अणुशास्त्रज्ञांनी काढला.

रेगनना अडचणीचे ठरेल असे काहीही न करण्याचे झियांनी दिलेले आश्वासन आता मोडीत निघाले होते, त्याचा जाब विचारण्यासाठी रेगन यांनी आपले फिरते दूत व्हरनॉन वॉल्टर्स यांना पाकिस्तानला रवाना केले, रेगन यांच्याकडे रूजू होण्यापूर्वी ते सीआयएचे उपसंचालक होते. पाकिस्तानचे अध्यक्ष झिया आणि मुनिरखान यांच्या सोबत अध्यक्षांच्याच कक्षात बसून वॉल्टर्स यांनी आराखड्यांच्या प्रती त्यांच्यासमोर ठेवल्या आणि ते त्या दोघांच्या प्रतिक्रियेची वाट पाहू लागले. 'हे माझ्यासमोर तुम्ही काय मांडले आहे, हे तर कोणीही रेखाटू शकतो. हे आहे तरी काय?' झियांनी विचारणा केली. मुनिरखान हेही चकित झाल्यासारखे वाटत होते. हे जे काही आहे ते तुम्हाला आधीच माहीत आहे, हे अणूबॉम्बचे आराखडे आहेत. अणूबॉम्ब बनवू नका किंवा रेगनना चिथावणी मिळेल असे काहीही करू नका, वॉल्टर्सनी त्या दोन्ही नेत्यांना तंबी दिली.

नागरी अणूकार्यक्रमाच्या बुरख्याआडून प्रत्यक्षात अण्वस्त्र कार्यक्रम राबविणारा पाकिस्तान हा काही एकमेव देश नव्हता आणि तसे करणारे पाकिस्तानचे दिवंगत अध्यक्ष झुल्फिकार अली भुट्टो हेही काही एकमेव नेते नव्हते. अण्वस्त्रांच्या आवश्यकतेचा घोषा जेव्हा १९७२मध्ये त्यांनी लावायला सुरुवात केली, त्याच

सुमारास सद्दाम हुसेननेही इराकमध्ये अण्वस्त्र निर्मितीचा छुपा कार्यक्रम हाती घेतला होता. हुसेन त्यावेळेला इराकमध्ये सत्तेवर आलेल्या 'रिव्होल्युशनरी कौन्सिल'चा उपप्रमुख आणि देशाचा उपाध्यक्षही होता. आपला अणूकार्यक्रम शांततेसाठीच आहे, हे आंतरराष्ट्रीय समुदायाला पटवून त्याचे मन वळवायचे असेल, तर त्यासाठी फार मोठा सत्याभास निर्माण करावा लागणार आहे. आंतरराष्ट्रीय अण्वस्त्रबंदी करारावर स्वाक्षरी करणाऱ्या देशात इराक आघाडीवर होता. साहजिकच जोपर्यंत तो अण्वस्त्रांच्या भानगडीत पडत नाही, तोवर तो शांततापूर्ण कामांसाठी कोणत्याही प्रकारची अणू सामग्री खरेदी करू शकत होता.

बगदादच्या वायव्येस सुमारे दहा मैलांवर असलेल्या वाळवंटी भागातील 'तुवैथा' नावाच्या खेड्यात इराणने आपली पहिली अणुभट्टी फ्रान्सच्या अणुउद्योगाच्या साहाय्याने उभारली होती. सद्दामने या अणुभट्टीला 'ओसिराक' असे नाव ठेवले होते. हा शब्द 'ओसिरास' म्हणजे इजिप्शियनांची मृत्यूची देवता आणि इराक यांच्या संयोगातून बनला होता. भारत आणि पाकिस्तान्यांप्रमाणेच या भट्टीत एकदा वापरून झालेल्या प्लुटोनियमवर फेरप्रक्रिया करून ते अण्वस्त्रांसाठी वापरण्याची इराकची योजना होती, पण याच प्रकल्पातून बाहेर पडणाऱ्या अत्यंत समृद्ध अशा युरेनियमचाही वापर करून अण्वस्त्रनिर्मिती करण्याचा एक पर्याय इराकपाशी उपलब्ध होता. आपण दिलेल्या अणुभट्टीचा वापर नागरी कामासाठी होईल, अशा समजुतीत फ्रेंच वावरत होते, मात्र इस्रायलला इराकच्या हेतूंविषयी पहिल्यापासूनच शंका होती. सदर प्रकल्पाचा वापर इराककडून लष्करी उद्देशांसाठीच होणार अशी त्याची अटकळ होती आणि ती त्याने फ्रान्सला वेळोवेळी कळविलीही होती. या अणुभट्टीच्या बुरख्याआडून सद्दामला प्राथमिक स्वरूपाचे का होईना अण्वस्त्र बनविता येऊ नये, यासाठी फ्रान्सने 'ओसिराक प्रकल्पा'ला कमी समृद्ध युरेनियम द्यावे यासाठी इस्रायल प्रयत्नशील होता, मात्र मूळ करारात बदल करण्यास इराकने नकार दिला. हा सनदशीर मार्ग अपयशी ठरल्यावर इस्रायल अन्य मार्गाकडे वळला.

'कमिटी टू सेफगार्ड दी इस्लामिक रिव्होल्यूशन' नावाची एक काल्पनिक संघटना इस्रायलने स्थापन केली. तुवैथा येथे काम करणाऱ्या शास्त्रज्ञांना आणि तंत्रज्ञांना ते या संघटनेमार्फत धमकीची पत्रे पाठवू लागले, अर्थात एवढ्यावर थांबतील तर ते इस्रायली कसले. पोर्ट ऑफ तुलाँ जवळील सिं सूं मेर येथे एका फ्रेंच अणुउद्योगातर्फे चालू असलेल्या एका हँगरवर ६ एप्रिल, १९७९ रोजी पहाटे शेकडो इस्रायली सैनिकांनी हल्ला केला आणि इराककडे लवकरच रवाना होणाऱ्या अणुभट्ट्यांचे सुट्टे भाग नष्ट केले. या घातपाताची जबाबदारी यापूर्वी कोणालाही माहीत नसलेल्या 'फ्रेंच इकॉलॉजिकल ग्रुप'वर टाकण्यात आली, मात्र

एकूण कारवाईतील सफाई पाहून हे 'मोसाद' या इस्रायली गुप्तचर संघटनेचेच काम असावे, असा संशय आला.

हे प्रकरण 'मोसाद' पुन्हा एकदा आपल्या हातात घेत आहे, असा संशय फ्रेंच गुप्तचर संघटनांना एक वर्षाच्या आत आला. इराकने आपल्या अणूकार्यक्रमावर याह्या अल मशाद या जन्माने इजिप्शियन पण रशियात तंत्रज्ञान घेतलेल्या अणू शास्त्रज्ञाची नियुक्ती केली. ओसिराकसाठी सुरू असलेल्या कामकाजाचा आढावा घेण्यासाठी मशादने १४ जून, १९८० रोजी फ्रान्सचा दौरा केला. पॅरिसच्या ज्या हॉटेलच्या रूममध्ये मशाद उतरला होता, त्या रूमच्या बाहेर 'डू नॉट डिस्टर्ब' अशी पाटी आदल्या रात्रीपासून लटकत असतानाही त्या दुपारी एक महिला सफाई कर्मचारी आत गेली, तेव्हा रक्ताच्या थारोळ्यात अस्ताव्यस्त पडलेला मशादचा मृतदेह तिला दिसला. त्याच्या अंगावर संपूर्ण कपडे होते आणि त्याला सळईचे प्रहार करून ठार करण्यात आले होते. नंतर जेव्हा पोलिसांनी झडती घेतली तेव्हा मशादची डायरी तेवढी गायब असल्याचे त्यांच्या लक्षात आले. मशादच्या बाथरूममध्ये जो टॉवेल पोलिसांना सापडला, त्यावर एका महिलेचा मेकअप पुसल्याच्या खुणा होत्या. या हत्येचा माग काढण्यासाठी पोलिसांना हा एकमेव पुरावा सापडला होता आणि त्यावरून एक गोष्ट स्पष्ट होत होती आणि ती म्हणजे एक वेश्या मशादचा पाठलाग करत आदल्या रात्री त्याच्या खोलीपर्यंत आली होती. शेवटी या वेश्येचा माग काढण्यात पोलिसांना यश आले, तिचे नाव होते, मारी क्लाउड मागाल. चौकशीच्या वेळी तिने सांगितले की, 'मशादने आपल्याला नकार दिला आणि तो आपल्या खोलीकडे निघून गेला. आपल्याला रूममधून आवाज ऐकू आले पण, त्या आवाजावरून आत काही हिंसक घटना घडत आहे, असे आपल्याला वाटले नाही.' या उलटतपासणीनंतर थोड्याच दिवसांनी आणखी काही माहिती संदर्भात पोलिसांनी मागालचा ठावठिकाणा शोधला, पण काही दिवसांपूर्वीच एका कारची धडक बसून ती ठार झाल्याचे त्यांना कळले.

मागालचा मृत्यू हा एक अपघात होता, अशी नोंद करून पोलिसांनी हे प्रकरण बंद केले खरे; पण मृत्यूपूर्वी तिला धमकीचे फोन यायचे अशी तक्रार तिच्या आईने नंतर केली. या दोन्ही हत्यांमागे इस्रायलचा हात असावा असा अंदाज फ्रेंच वृत्तपत्रांनी व्यक्त केला, पण त्या देशाने या आरोपाचे जोरदार खंडन केले. नंतर कधीतरी या सर्वच बाबींबद्दल तक्रार करताना इस्रायलच्या एका दूतावासातील अधिकाऱ्याने म्हटले आहे की, 'मध्य पूर्वेत आम्ही काही करू किंवा न करू दोष आम्हालाच दिला जायचा आणि अशा दोषारोपांची आम्हाला सवयच झाली होती.'

ओसिराकच्या अणुभट्ट्यांची नासधूस झाली आणि एक शास्त्रज्ञ कामी आला, तरीही तेथील कामात खंड पडला नव्हता. इराकमधीलही प्रकल्प पूर्ण होण्याच्या मार्गावर होता. अणू प्रकल्पाचा अंतिम टप्पा गाठण्याआधी समृद्ध युरेनियमचे दोनशे पौंड वजनाचे रॉड तयार केले जात होते. इराकच्या अणू प्रकल्पापर्यंत हे रॉड पोहोचू नयेत; यासाठी इस्रायलने प्रयत्नांची शर्थ केली, पण त्याचा फारसा उपयोग झाला नाही. अणुभट्टी सुरू झाल्यापासून एक वर्षाच्या आत इराकचे पहिले अण्वस्त्र तयार झालेले असेल, असे भाकित इस्रायलच्या गुप्तचर संघटनांनी वर्तवले होते.

दिनांक ७ जून, १९८१. इस्रायलच्या ताफ्यातील अमेरिकन बनावटीची एफ-१५ जातीची सहा आणि एफ-१६ जातीची आठ लढाऊ विमाने नेगेव वाळवंटातील एझिअन हवाई तळावरून तुवैथाच्या दिशेने झेपावली. अणुभट्ट्यांसाठी लागणारे सिमेंट आणि पोलादापासून बनविलेले प्रचंड आकाराचे कंटेनर नष्ट करता यावे, यासाठी एफ-१६ जातीच्या विमानाच्या काही इंधन टाक्या काढून टाकून त्या जागी दोन टनी बॉम्ब बसविण्यात आले होते. एफ-१६चा हा ताफा जॉर्डन, सौदी आणि इराकी हवाई मार्ग भेदून जाणार असल्याने त्याच्या संरक्षणासाठी एफ-१५ जातीची विमाने बरोबर देण्यात आली होती. कानठळ्या बसवणारा आवाज करत हा ताफा अक्षरश: बगदाद शहराच्या डोक्याला स्पर्श करत निघून गेला आणि काही क्षणातच बगदादकरांनी भयभीत करणारे स्फोट ऐकले. ते आवाज येत होते, तैवाथाकडून.

अचानक झालेल्या या हल्ल्याने ओसिराक बेचिराख झालाच; शिवाय या संकुलाशी संलग्न असलेल्या अनेक इमारतीही भुईसपाट झाल्या.

एक नाट्यपूर्ण घातपात असेच या कारवाईचे वर्णन करता येईल. या हल्ल्यामुळे इस्रायलला जागतिक निषेध आणि कदाचित इराकसह इतर काही अरब देशांकडून प्रत्युत्तराचा धोका संभवत होता, पण वाट्टेल ती किंमत मोजून इराकचा अणूकार्यक्रम बंद पाडायचा असा निर्धार इस्रायलींनी केला होता. या वेळी या हल्ल्याची जबाबदारी इस्रायलने झटकण्याचा प्रयत्नही केला नाही, उलट त्याचा कोणताही विरोधक अण्वस्त्र तयार करण्याचा फंदात पडलाच तर काय होऊ शकते, हे त्याला जगाला पटवून द्यायचे होते. हल्ल्यानंतर जारी केलेल्या सरकारी निवेदनात म्हटले आहे की, 'इराकच्या या अणुभट्टीच्या बांधकामाकडे गेली काही वर्षे आम्ही सचिंत होऊन नुसते बघत होतो. 'अणुभट्टी' या गोंडस नावाखाली हा प्रकल्प सुरू असला तरीही अंतिमत: तिथे अण्वस्त्रच तयार होणार हे आम्हाला आमच्या एका विश्वासार्ह माहीतगाराकडून कळले होते. ही अणुभट्टी पुढच्या महिन्यात तयार होणार होती आणि एकदा का तयार झालेल्या अणुभट्टीवर

आम्ही हल्ला केला असता, तर त्यापासून होणाऱ्या किरणोत्सर्गाचे परिणाम अख्ख्या इराकला आणि आजूबाजूच्या अरब देशांना भोगावे लागले असते. म्हणूनच हा हल्ला अणुभट्टी कार्यरत होण्यापूर्वी करण्यात आला.

उपग्रहांनी पाठविलेली छायाचित्रे आणि इतर माहिती यांचा १ जुलै रोजी आढावा घेतल्यानंतर अमेरिकेच्या गुप्तचर संघटनांनी असा निष्कर्ष काढला की, या हल्ल्यानंतर भविष्यात इराकचा अणूकार्यक्रम उभा राहील की नाही, अशी शंका येते. इराकला अणू पुरवठादारांनी कितीही मदत केली, तरी हे शक्य आहे असे वाटत नाही. तरीही इराकला अण्वस्त्रसज्ज देश बनविण्याचे ध्येय सद्दामने सोडलेले नाही, हे अमेरिका ओळखून होती. इस्रायलच्या हल्ल्यामुळे थोड्या अवधीत अण्वस्त्राचे साहित्य प्राप्त करण्याची इराकची क्षमता नष्ट झाली असली तरी भविष्यात कधीतरी तो देश आपली महत्त्वाकांक्षा पूर्ण करू शकतो, असा इशारा देणारा एक गोपनीय अहवाल सीआयएने १९८३मध्ये तयार केला होता. इराकने आपल्यासाठी नव्याने अणूकार्यक्रम तयार केल्याचे सीआयएच्या निदर्शनास आले नव्हते, मात्र तो देश परदेशांतून अणुसामग्री आणि तंत्रज्ञान प्राप्त करण्याच्या दिशेने पावले टाकत आहे, याकडे सीआयएच्या विश्लेषकांनी या अहवालात लक्ष वेधले होते. अणू सामग्रीची देवाणघेवाण करण्यासाठी इराक आणि पाकिस्तान परस्परांशी संपर्क साधून आहेत असा सीआयएचा अंदाज होता, मात्र त्याला बळकटी देण्याइतपत पुरावा ती गोळा करू शकली नाही.

ओसिराकनंतरच्या हल्ल्याचे लक्ष्य आता कहुटाच असणार या भीतीने खान यांना पछाडून टाकले आणि त्या प्रकल्पाच्या परिघावर विमानविरोधी बॅटऱ्या बसविण्याचा आग्रह त्यांनी धरला. कहुटात नेमके काय चालले आहे, अशी चिंतायुक्त विचारणा जेव्हा कधी केली जाई तेव्हा तिच्यावर खान यांचे उत्तर तयार असे. ते सांगत, 'इस्लामिक बॉम्ब हा ज्यू धर्मियांचा एक मानसिक खेळ आहे, तो त्यांनीच तयार केलेला एक बागुलबुवा आहे. आमचा त्याच्याशी काहीही संबंध नाही.'

गुन्हे आणि त्यांची पांघरुणे

पा*किस्तानचे खरेदी सत्र आता युरोपच्या सीमांपलीकडे* जाऊन पोहोचले. १९८०च्या जुलैमध्ये सरकारने दोन अधिकाऱ्यांना कॅनडाला पाठवले, मॉंट्रियलमधील दूतावासातील काही अंतर्गत बाबी त्यांना सोडवायच्या आहेत, असे त्यांच्याजवळच्या राजनैतिक व्हिसावर नमूद केले होते. कॅनडाच्या अधिकाऱ्यांनी जेव्हा या व्हिसांची तपासणी केली, तेव्हा हे दोघेही अधिकारी पाकिस्तान अणुऊर्जा आयोगासाठी काम करतात असे त्यांच्या लक्षात आल्याने त्यांचा संशय बळावला. १९७४मध्ये कॅनडाने दिलेल्या अणुभट्टीसाठीचे प्लुटोनियम वापरूनच भारताने आपला पहिला अणुस्फोट घडवून आणल्यानंतर पाकिस्तानलाही अण्वस्त्रांची स्वप्ने पडायला लागली होती आणि तेव्हापासूनच कॅनडाला काळजी वाटू लागली होती. म्हणूनच जेव्हा हे दोघे पाकिस्तानी मॉंट्रियलच्या 'क्विन एलिझाबेथ' हॉटेलात उतरले तेव्हापासूनच त्यांच्या प्रत्येक हालचालींवर पाळत ठेवण्यात आली.

आणि फक्त दोन दिवसांतच कॅनडाच्या संशयाला पुष्टी मिळाली. या दोघांही पाकिस्तान्यांना शहरातील दोन इलेक्ट्रॉनिक्स वस्तूंच्या दुकानात शिरताना रॉयल कॅनेडियन माउंटेड पोलिसांनी पाहिले. ही दोन्ही दुकाने पाकिस्तानी वंशाच्याच दोन नागरिकांची होती. या दुकानांतून त्यांनी 'जनरल इलेक्ट्रिक्स', 'वेस्टिंग हाउस', 'आरसीए' आणि 'मोटोरोला' या कंपन्यांनी उत्पादन केलेले सुट्टे भाग खरेदी केले, केवळ सेंट्रिफ्युजेस चालवण्यासाठी उपयोगी ठरतील, अशा उच्च दाबाच्या इन्व्हर्टरसह इतर काही सुट्ट्या भागांचा त्यात समावेश होता. यांपैकी बहुतेक मालाला निर्यात परवान्यांची आवश्यकता होती, पण या दुकानदारांनी त्याची फिकीर न करता माल तातडीने पाकिस्तानकडे पाठवण्याची तयारी केली. पोलिसांनी तातडीने हस्तक्षेप करून या मालाची तपासणी केली आणि हा माल जप्त झाल्याचे कळताच दोन्ही अधिकाऱ्यांनी राजनैतिक अधिकार वापरून आपल्या देशाला जाणारे पहिले विमान पकडले आणि तेथून पोबारा केला. या अधिकाऱ्यांना

पळून जाण्यात यश मिळाले असले, तरी दोन्ही दुकानदारांवर पोलिसांनी सतत पाळत ठेवली. अखेर सुमारे महिन्याभरानंतर त्यांच्या संयमाचे चिज झाले, पाकिस्तानकडे पाठविण्यासाठी तयार केलेली एकोणीस खोकी पोलिसांनी जप्त केली, त्यात प्रामुख्याने अत्याधुनिक इलेक्ट्रॉनिक्स वस्तूंचा समावेश होता. पोलिसांनी या संदर्भात मॉंट्रियलमध्ये काम करणाऱ्या एका अभियंत्याला आणि एका दुकानदाराला अटक केली. पोलिसांनी या दुकानांच्या नोंदवह्या तपासल्यावर इन्व्हर्टरचे दहा संच आधीच पाकिस्तानकडे रवाना झाल्याचे त्यांना आढळून आले. या नोंदींच्या आधारावर आणखी एका व्यक्तीला अटक झाली, त्याचे नाव होते, अब्दुल अजिज़ खान. अटक झालेल्या अभियंत्याच्या घराची झडती घेतल्यावर ए. क्यू. खान यांनी गेल्या वर्षभरात त्याला पाठवलेली पत्रे सापडली. मूळ उर्दू भाषेतील या पत्रांचे भाषांतर केल्यावर अधिकाऱ्यांना असे आढळून आले की, कहुटा आणि पाकिस्तानातील इतर अणू संस्थांच्या प्रगतीविषयी खान आणि कॅनडास्थित दोघे पाकिस्तानी नागरिक यांच्यात नेहमी चर्चा चालत असे, तसेच अब्दुल अझिझ खान अणूविषयक सर्व उपलब्ध छापील साहित्य त्यांना देत असे.

या मालाशी थेट संबंध आला नसल्याने अब्दुल अझिझ खानची सुटका चोवीस तासात झाली. मात्र कोठडीतून बाहेर पडल्याक्षणापासून पोलीस त्याच्या मागावर राहिले, प्रथम तो शहराच्या मध्यभागात असलेल्या काळोख्या रेल्वे स्थानकात गेला, तेथील लॉकर्सच्या रांगांत तो काही काळ घुटमळला, त्या आधी त्याने काही दुकानांना आणि तिकीट कार्यालयांना भेट दिली. किल्लीच्या साहाय्याने त्याने एक लॉकर उघडून एका ब्रिफकेसमधील कागदपत्रे बाहेर काढली. ती फाडून त्याचे तुकडे जवळच्या एका कचरापेटीत टाकले आणि तो स्थानकाबाहेर पडला. त्याच्या मागावर असलेल्या दोघांपैकी एकाने तिथे थांबून कचरापेटीतील कपटे गोळा केले, तर दुसऱ्याने त्याचा बसस्थानकापर्यंत पाठलाग केला. बसने तो विमानतळावर गेला, अटक करण्यासाठी पोलीस तिथे त्याची वाटच पाहत होते, त्याच्या खिशात त्यांना पाकिस्तानचे तिकीट सापडले.

अब्दुल अझिझ खानने फेकलेले कागदाचे कपटे पोलिसांनी व्यवस्थित रचले. एका अमेरिकन शास्त्रज्ञाने लिहिलेला युरेनियम समृद्धीकरणातील पुढारलेल्या तंत्रज्ञानाविषयीचा तो एक लेख होता. हा लेख विद्यापीठातील ग्रंथालयात उपलब्ध होता. आपल्याला या लेखातील आशयाविषयी किंवा पाकिस्तानच्या अणुउद्योगाविषयी काहीच माहिती नसल्याचा दावा अब्दुल अझिझ खानने केला. तरीही निर्यात निर्बंधांचा भंग केल्याचा आरोप त्याच्यावर ठेवण्यात आला. हे प्रकरण सुनावणीसाठी आल्यावरही त्याने आपला आणि पाकिस्तानच्या अणुउद्योगाचा काहीच संबंध नसल्याचा घोषा लावूनच धरला. एका मित्राच्या आग्रहावरून आपण पाकिस्तानातील

कापड आणि लोणी उद्योगांसाठी इन्व्हर्टर खरेदी केल्याचे त्याने या सुनावणी दरम्यान सांगितले. अब्दुल अझिझ खान आणि ए.क्यू. खान यांच्यातील पत्रव्यवहार हा निर्णायक पुरावा ठरू शकत नाही, असे सांगत न्यायालयाने त्याची सुटका केली, तसेच त्याने खरेदी केलेले इन्व्हर्टर औद्योगिक वापरासाठी असू शकतात असे मतही व्यक्त केले.

नागरी आणि लष्करी प्रकल्पांसाठी तंत्रज्ञानाचा एकाच वेळी होणारा वापर आणि संदिग्ध निर्यात कायदे यांच्यातील त्रुटींमुळे एखादा नागरिक गुन्हा करताना अगदी रंगेहाथ सापडला; तरी त्याच्यावरील आरोप सिद्ध करणे कसे अवघड असते, हेच या प्रकरणामुळे अधोरेखित होते. 'जेव्हा तुम्ही अणुऊर्जा सामग्रीविषयक प्रकरण हाताळता तेव्हा कधी-कधी स्वत:चेच हसे करून घेता.' अशी प्रतिक्रिया या खटल्याचे प्रमुख वकील जॅक विसमान यांनी व्यक्त केली. ज्या रेने गार्सिया नावाच्या सार्जंटने रॉयल कॅनेडियन माउंटेड पोलिसांसाठी हे प्रकरण धसास लावले तो म्हणतो, 'हा खटला म्हणजे एक 'फार्स'च होता.'

पाकिस्तानी पाइपलाइनच्या एका छोट्याशा भागाचे पोलिसांना अगदी ओझरते असे दर्शन झाले होते. मात्र तिला विविध प्रकारची सामग्री पुरविणाऱ्या यंत्रणांची व्याप्ती कितीतरी पटीने मोठी आहे, याची गुप्तहेरखात्याला माहिती होती. बनावट कंपन्या आणि मध्यस्थांच्या माध्यमातून पाकिस्तानने जगभर आपल्यासाठी खरेदीदारांचे जाळे कशा पद्धतीने विणले आहे, हे एमआय-६ या ब्रिटिश गुप्तचर संघटनेने खानच्या अटकेच्या गोपनीय सर्वेक्षणाद्वारे जाणून घेतले होते, खानला अटक झाली त्याच दरम्यान हे सर्वेक्षण झाल्याने पाकिस्तानच्या कारवायांवर प्रकाश पडण्यास अधिक मदत झाली होती. एमआय-६ ने आपल्या गोपनीय अहवालात म्हटले होते की, 'अण्वस्त्र उत्पादनासाठी आवश्यक असलेले गॅससंचालित सेंट्रिफ्युज आणि त्याला पूरक ठरणारे उच्च श्रेणीचे युरेनियम मिळविण्यासाठी पाकिस्तान सक्रियपणे कार्यरत असल्याची माहिती सर्वज्ञात आहे, तो देश स्वत:चा अणूबॉम्ब विकसित करत असल्याची बाबही लपून राहिलेली नाही. हा कार्यक्रम अमलात आणण्यासाठी लागणारी उपकरणे, सुट्टे भाग, सामग्री आणि सेवा पुरविणारे प्रभावी आणि सर्वव्याप्त असे जाळे त्या देशाने तयार केले आहे. या जाळ्याच्या माध्यमातून होणारी खरेदी नेहमीच लपूनछपून चालावी यात आश्चर्य वाटण्यासारखे काहीच नाही. 'अण्वस्त्र संबंधातील सामग्री पुरविण्यासाठी वेगवेगळ्या कंपन्या, संघटना आणि आघाड्या यांची संख्या पन्नासच्या घरात होती. या संघटनांत विख्यात कायदे आझम विद्यापीठाप्रमाणेच नॉर्दन ट्रेडर्स आणि पंजाब फर्टिलायझर कंपनी अशा वरकरणी अनिरुपद्रवी वाटणाऱ्या नावांच्या कंपन्यांचा समावेश आहे.

या पुरवठादारांनी स्वत:वरील कारवाई टाळण्यासाठी अनेक पळवाटा ठेवल्या

असल्या तरी त्यांना पायबंद घालण्याच्या संधीही विपुल होत्या. एका प्रकरणात अण्वस्त्र उभारणीसाठीच केवळ उपयोगी ठरू शकेल, असा एक विशिष्ट धातू पाकिस्तानला निर्यात करू पाहणाऱ्या एका अमेरिकन नागरिकावर ठपका ठेवण्यात आला होता. दुसऱ्या अशाच प्रकरणात पाकिस्तानचे अध्यक्ष झिया यांचा मित्र म्हणवून घेणाऱ्या एका निवृत्त लष्करी कर्नलवर पाकिस्तानला निर्बंधित उच्च तंत्रज्ञानावर आधारित सामग्री पाठविण्याचा आरोप ठेवण्यात आला होता. या दोन्ही प्रकरणी अमेरिकेने पाकिस्तानविरुद्ध साधा निषेधही नोंदवला नाही. असेच आणखी एक प्रकरण जरी धसास लागले असते, तरी पाकिस्तानच्या कृष्णकृत्यांचा पर्दाफाश झाला असता, मात्र अफगाण युद्धाच्या प्रारंभापासून अमेरिकेने ज्या 'काही विचारू नका, काही सांगू नका,' नीतिचा अवलंब केला होता, तीच आता नडायला लागली होती.

हे प्रकरण होते, एका रबरी नळीचे. दुसऱ्या महायुद्धादरम्यान रडार प्रक्षेपणासाठी ही 'क्रेटॉन' नावाची इंचभर लांबीची नलिका विकसित करण्यात आली होती. परंपरागत स्फोटकांच्या साहाय्याने अण्वस्त्रांचा स्फोट घडवून आणण्यासाठी ही नलिका महत्त्वाची भूमिका बजावत असे. अणुऊर्जा प्रकल्पात या नलिकेचा वापर मर्यादित असतो, अण्वस्त्र स्फोट प्रक्रियेत तिचे अनन्यसाधारण महत्त्व लक्षात घेता तिच्या निर्यातीसाठी सरकारचा अधिकृत परवाना अनिवार्य ठरायचा आणि तिच्या प्रत्येक वितरण व्यवहाराचा आढावा परराष्ट्रखात्याकडून घेतला जायचा.

१९८०च्या प्रारंभी पाकिस्तानचा अण्वस्त्र कार्यक्रम अत्यंत महत्त्वाच्या टप्प्यावर पोहोचला असतानाच या नलिकांचा त्यांना तुटवडा भासू लागला आणि त्या पुरवू शकणारा उद्योग अमेरिकेतच होता. केवळ लष्करी साहित्याची निर्मिती करणाऱ्या या मॅसेच्युसेट्सस्थित उद्योगाचे नाव होते, 'ईजी ॲन्ड जी कॉर्पोरेशन.' अर्थात या नलिकांचा पुरवठा करणे, हे एखाद्या जेम्स बाँड चित्रपटात दाखवतात तेवढे सोपे नव्हते. ही कामगिरी सिद्दीक बटने ह्युस्टनमध्ये राहणाऱ्या नजिर अहमद वैद या पाकिस्तानी नागरिकांवर सोपवली. बट काही दिवसांपूर्वीच युरोपमधील आपले बस्तान गुंडाळून मायदेशी परतला होता. तो आता अणुऊर्जा आयोगासाठी थेट काम करत होता. या बटच्या सांगण्यावरूनच वैदने अणुऊर्जा आयोगासाठी अनेक अनिर्बंधित अशा रसायनांची खरेदी केली होती. क्रेटॉन खरेदीसाठी वैदने १८ ऑक्टोबर, १९८३ रोजी मॅसेच्युसेट्स राज्यातील सालेम येथील 'ईजी ॲन्ड जी कॉर्पोरेशन'चे कार्यालय गाठले. आपली छाप पाडण्यासाठी त्याने पारंपरिक पाकिस्तानी वेश घातला होता. ह्युस्टन आणि पाकिस्तान यांच्या दरम्यान आपण आयात-निर्यातीचा व्यवसाय करतो, असे सांगून त्याने कायदे आझम विद्यापीठाच्या नावावर पन्नास क्रेटॉनची मागणी नोंदवली. या मागणीमुळे कंपनीचे

अधिकारी आश्चर्यचकित तर झालेच, शिवाय त्यांचा संशयही बळावला. या अत्याधुनिक यंत्रणेची मागणी इतक्या सहजपणे आतापर्यंत कोणीही केली नव्हती. व्यावसायिक अणुऊर्जा उद्योगांनाही दरवर्षी मोजकी क्रेटॉन लागायची, त्या तुलनेत वैदची मागणी अभूतपूर्व स्वरूपाची होती. सुमारे ४००० डॉलरच्या या व्यवहाराला निर्यात परवाना लागेल, असे त्याला सांगण्यात आले. तुम्ही सर्व कागदपत्रे आणि क्रेटॉन तयार ठेवा, मी काही दिवसांतच परत येतो, असे सांगून तो निघून गेला.

'क्रेटॉन'च्या मागणीचा आकार आणि त्याचा हा अनाहूत ग्राहक या गोष्टींमुळे संशयग्रस्त झालेल्या 'ईजी ॲन्ड जी कंपनी'ने 'फेडरल ब्युरो ऑफ इन्व्हेस्टिगेशन'शी (एफबीआय) संपर्क केला, पण हे प्रकरण या संघटनेच्या कार्यकक्षेत येत नसल्याने ते अमेरिकेच्या अबकारी सेवा विभागाकडे वळविण्यात आले. या व्यवहारातील संभाव्य धोक्याचा वास आल्याने अबकारी खात्यांअंतर्गत असलेल्या गुन्हे अन्वेषण शाखेने एका 'स्टिंग ऑपरेशन'ची आखणी केली. वैद पुन्हा संपर्क करीपर्यंत काहीच हालचाल न करण्याचे या शाखेतर्फे कंपनीला सांगण्यात आले. दहा दिवसांनंतर त्याने संपर्क साधून परवान्याबाबत विचारणा केल्यावर या साऱ्या प्रक्रियेला थोडा वेळ लागेल असे सांगण्यात आले. आधीच घायकुतीला आलेल्या वैदची या प्रकारामुळे थोडीशी घाबरगुंडी उडाली. त्याने लागलीच मागणी रद्द करून अन्य मार्गांची चाचपणी सुरू केली.

हे सावज आपल्या हातून निसटले, असे अबकारी खात्याला वाटत असतानाच वैदने पुन्हा एकदा डोके वर काढले, ह्युस्टनमधील एका छोट्या विद्युत भांडारात त्याने क्रेटॉनच्या मागणीचा प्रस्ताव नव्याने ठेवला. या मागणीची तरी पडताळणी होणार नाही, असे गृहीत धरून त्याने या वेळी वस्तूच्या नावाचा थेट उल्लेख टाळत क्रेटॉनचा केएन-२२ हा सूची क्रमांक वापरला. हे क्रेटॉन आपल्याला अमेरिकेतच वापरायचे असल्याचे त्याने नमूद केले. भांडाराचा मालक जेरी सायमन याने ही मागणी पूर्ण करण्यासाठी 'ईजी ॲन्ड जी'लाच गाठले, तेव्हा तुमची मागणी पूर्ण करण्यासाठी किमान सहा महिने थांबावे लागेल, असे सांगण्यात आले. ही बातमी सायमनने वैदकडे पोहोचवली. आपल्याला मध्यंतरीच्या काळात काही व्यावसायिक कामासाठी पाकिस्तानला जावे लागेल, परतल्यावर आपण क्रेटॉन ताब्यात घेतो, असे त्याने सायमनला कळवले.

एवढ्या अल्पकाळात पन्नास क्रेटॉनसाठी पुन्हा मागणी आल्यामुळे 'ईजी ॲन्ड जी'ला यात काहीतरी काळेबेरे असल्याचा संशय आला आणि त्यांनी तातडीने अबकारी खात्याला सावध केले. पुन्हा एकदा 'स्टिंग ऑपरेशन' करण्याचा निर्णय वॉशिंग्टनमध्ये घेण्यात आला. कंपनीचे अधिकारी सायमनला भेटले आणि त्यानेही सर्वतोपरी सहकार्य करण्याचे मान्य केले. १९८४च्या एप्रिलमध्ये

सर्व क्रेटॉन तयार झाले तेव्हा वैद पाकिस्तानातच होता. तयार झालेला माल आपल्या एका नातेवाइकाच्या फोटो कॉपिंग दुकानात पोहोचता करा, असे त्याने सायमनला कळवले. हा माल देणारा अबकारी खात्याचाच एक वेषांतर केलेला कर्मचारी होता, वैद परत येऊन माल ताब्यात घेईपर्यंत दुकानावर पाळत ठेवण्यात आली. क्रेटॉनचा व्यवहार देशांतर्गत झाल्यास त्यात बेकायदेशीर असे काहीच नसल्याने वैद ते प्रत्यक्ष परदेशी पाठवीपर्यंत अधिकाऱ्यांना वाट पाहणे अपरिहार्य होते. ह्युस्टनला परतल्यावर तीन दिवसांनी, म्हणजे २२ जून रोजी वैद सायमनच्या दुकानात पोहोचला आणि त्याने क्रेटॉन पाकिस्तानला पाठवण्याची व्यवस्था केली. या मालाच्या बिलावर क्रेटॉनचा उल्लेख '५० बल्बस/स्विचेस' असा करण्यात आला होता. नोकराचे वेषांतर केलेल्या अबकारी खात्याच्या कर्मचाऱ्याने क्रेटॉनचा खोका ताब्यात घेऊन आपल्या कार्यालयात पोहोचवला. खोक्यात क्रेटॉन आढळून आल्यावर अबकारी अधिकाऱ्यांनी ह्युस्टनला जाऊन वैदला अटक केली. पाकिस्तानच्या अणूकार्यक्रमाशी निगडित असलेल्या सिद्दिक बट आणि एक लष्करी जनरल यांना हे क्रेटॉन पोहोचते करण्यात येणार होते, अशी माहिती वैदच्या कार्यालयात सापडलेल्या टेलेक्स संदेशांवरून कळली. याच अणू प्रकल्पाच्यावतीने वैदने आणखीही काही वस्तूंची खरेदी केल्याचे इतर कागदपत्रांवरून अबकारी खात्याला समजले.

या प्रकरणाची सुनावणी सहा दिवसांनंतर एका फेडरल न्यायालयात झाली. सरकारची बाजू मांडताना वकील सॅम्युअल लोंगोरिया यांनी वैद हा सकृतदर्शनी पाकिस्तानचा गुप्तहेर असल्याचे निदर्शनास येते, तसेच सदर क्रेटॉनचा वापर थेट अण्वस्त्र स्फोटकांसाठी होत असल्याचे सांगितले. ते म्हणाले, 'अण्वस्त्र तंत्रज्ञान आत्मसात करण्यासाठीच हे क्रेटॉन निर्यात होणार होते, तसेच पाकिस्तानी सरकारच्या सांगण्यावरूनच श्रीयुत वैद हे काम करत होते असा दाट संशय आम्हाला येतो. या तक्रारीत झालेल्या आरोपांवरून अमेरिकेच्या निर्यात कायद्यांचा भंग झाला आहेच, शिवाय पाकिस्तानच्या अणूकार्यक्रमाची दिशा आणि स्वरूपाबद्दल परराष्ट्रखात्याने जी गंभीर चिंता व्यक्त केली होती, तिलाही यामुळे पुष्टी मिळत आहे.' पुढच्याच महिन्यात या प्रकरणाची सुनावणी झाली. ही खरेदी पाकिस्तानच्या अण्वस्त्र स्फोटांसाठी होती असे विशेषत्वाने नमूद करत ह्युस्टनच्या उच्च न्यायालयाने वैद आणि फोटोकॉपिंग दुकानातील इतर दोघांवर विना परवाना निर्यातीसाठी कट रचल्याचा आरोप ठेवला.

अण्वस्त्र निर्मितीसाठी प्रसंगी अमेरिकेच्या सर्व कायद्यांना धाब्यावर बसविण्याची पाकिस्तानची तयारी आणि हेतू असल्याचे या प्रकरणावरून सिद्ध होते. मात्र त्यानंतरच्या काही महिन्यांतच या प्रकरणाने वेगळेच वळण घेतले. या सर्व आरोपपत्राचे पुनर्लेखन करण्यास तसेच त्यातील अण्वस्त्राचे आणि वैद पाकिस्तानचा

गुप्तहेर असल्याचे संदर्भ वगळण्यास फेडरल वकील गूढरित्या तयार झाले. भरीस भर म्हणून की काय, या सर्व प्रकरणाविषयी कोणालाही प्रसारमाध्यमांशी वाच्यता करण्यास न्यायालयाने बंदी केली. ही बंदी आणि आरोपपत्र बदलण्याचा प्रयत्न – हे सर्वच एवढे अघटित होते की, खुद्द वैदचे वकीलही चक्रावून गेले. सरकारची ही कृती आपल्या आकलनापलीकडची आहे, मात्र पाकिस्तान अमेरिकेचा मित्र असल्यानेच आरोपपत्रातील बदल घडवून आणले असावेत, असा अंदाज वैदचे वकील विल्यम बर्ज यांनी व्यक्त केला. ते पुढे म्हणतात, 'हे प्रकरण पाकिस्तानसाठी अवघड जागचे दुखणे झाल्यानेच त्यांना प्रसिद्धी नको झाली असावी.'

आपल्यावरील सर्व गुन्ह्यांबद्दल एकदाच माफी मागण्यास वैद राजी झाला. तरीही त्याला किमान बारा वर्षांच्या कारावासाची शिक्षा होऊ शकली असती, पण न्यायाधीशांनी त्याला दोन वर्षांची साधी कैद आणि पाकिस्तानला हकालपट्टी करण्याची शिक्षा ठोठावली. क्रेटॉनची निर्यात भाबडेपणातूनही होऊ शकते, हा मुद्दा अधोरेखित करत न्यायाधीशांनी वैदला जणू सद्वर्तनाचे प्रशस्तीपत्रच बहाल केले. वैदच्या शिक्षेची सुनावणी करताना ते म्हणाले, 'हा गृहस्थ शत्रू राष्ट्राचा हेर म्हणून कोणत्याही पदावर काम करत नाही, असे आपले ठाम मत झाले आहे. कोणत्याही व्यावसायिक व्यवहारासाठी कालानुरूप जे काही करण्याची गरज असते, तेच तो करत होता. तो आपल्या ग्राहकाची मागणी पूर्ण करण्याच्या प्रयत्नात होता आणि त्यासाठी त्याने काही खोटी कागदपत्रे तयार केली असली तरी त्याच्या मनात कोणत्याही प्रकारचा दुष्ट हेतू नव्हता.'

पाकिस्तान सरकारचा फुगा तर फुटला होता, मात्र निकालपत्रातून या कृतीचा खरपूस समाचार घेणारे मुद्दे नोंदीतून गायब करण्यात आले होते. या लपवाछपवीचा फायदा उठवत पाकिस्तानच्या निरागसपणाची तळी रेगन प्रशासनाने पुन्हा उचलून धरली, आणि तो देश अण्वस्त्रांचा पाठपुरावा करत नसल्याचे आपले तुणतुणे चालूच ठेवले. याच संधीचा फायदा घेत पाकिस्तानच्या गुप्तहेरांमार्फत अफगाण योद्ध्यांना आर्थिक आणि लष्करी मदत पाठविण्याचा आपला हेतूही अमेरिकेने साध्य करून घेतला. या धूळफेकीने नागरिकांचे समाधान करून झाल्यावर रेगन यांनी झियांना एक अत्यंत गोपनीय पत्र पाठवून युरेनियमचे पाच टक्क्यांहून जास्त समृद्धीकरण न करण्याचा सल्ला दिला. कारण अशा युरेनियमचा उपयोग फक्त अणुऊर्जेसाठीच होऊ शकतो. रेगन या पत्रात झियांना इशारा देताना म्हणतात की, 'पाच टक्क्यांची मर्यादा ओलांडली जाण्याचा अर्थ पाकिस्तानने धोक्याच्या रेषेचा भंग केला आहे असा होईल आणि दोन्ही देशांतील संबंध कोलमडून पडतील.' झियांनी पत्रोत्तरात या मर्यादांचे पालन होईल असे आश्वासन दिले, आणि आमचा अणूकार्यक्रम निव्वळ नागरी हितांसाठीच असल्याची एक

लोणकढी थाप पुन्हा एकदा ठोकून दिली.

वैदचे प्रकरण म्हणजे पाकिस्तानच्या कृष्णकृत्यांची केवळ एक चुणूक होती. कहुटा संकुलाची उपग्रहाने टिपलेली छायाचित्रे, खरेदीची इतर प्रकरणे आणि खानच्या सामानात सापडलेले चिनी अण्वस्त्रांचे आराखडे यांच्या आधारे पाकिस्तानचे नेमके काय चालल्येय याचे जवळपास संपूर्ण चित्र सीआयएने उभे करून कर्तव्यदक्षतेने वॉशिंग्टनमधील लोकप्रतिनिधींना सादर केले. पाकिस्तानातील राजदूत स्पियर्स यांच्या जागी जाणारे नवे राजदूत डीन हिन्टन यांनी १९८४मध्ये अमेरिकेच्या गुप्तचरांनी केलेल्या गोपनीय मूल्यमापनाचे महत्त्व विशद केले आहे. १९८१पासून इस्लामाबादेत सीआयएच्या स्थानिक प्रमुखपदी कामावर असणाऱ्या हॉर्वर्ड हार्ट यांनी आपल्या कार्यकालात हे मूल्यमापन केले होते. आपली कारकीर्द संपवून ते अमेरिकेला परतत होते. तरुण असतानाच मरीनविभागाची नोकरी सोडून ते सीआयएमध्ये भरती झाले असले, तरी त्यांचे शस्त्रात्रांचे वेड कायम होते. अफगाण मुजाहिद्दीनना द्यावयाची शस्त्रे आणि प्रशिक्षण यावर देखरेख करण्यासाठी ते अत्यंत योग्य असे उमेदवार होते. त्याचबरोबर पाकिस्तानच्या आण्विक प्रयत्नांवरही त्यांची एखाद्या बहिरी ससाण्यासारखी नजर होती. त्यांच्याविषयी लिहिताना हिन्टन म्हणतात, 'पाकिस्तानच्या अण्वस्त्र कार्यक्रमासंबंधी त्यांनी गोळा केलेली माहिती जितकी आश्चर्यजनक आहे, तेवढीच बेचैन करणारी आहे. अध्यक्ष झियांनी आम्हाला दिलेल्या आश्वासनांच्या विपरीत जे काही त्यांच्या देशात पडद्याआड घडत होते, ते हार्ट आणि त्यांच्या सहकाऱ्यांनी उजेडात आणले नसते, तर मी अधिक शांतपणे झोपू शकलो असतो. 'जागतिक पातळीवर अण्वस्त्र प्रसारबंदीची वकिली करणारे अमेरिकेचे राजदूत रिचर्ड केनेडी यांनी तर पाकिस्तानच्या प्रसारमाध्यमांना दिलेल्या मुलाखतीत 'आमचा तुमच्याशी संघर्ष करण्याचा मुळीच हेतू नाही' अशी जाहीर हमीच देऊन टाकली. 'पाकिस्तानचा आण्विक कार्यक्रम पूर्णपणे ऊर्जा निर्मितीसाठीच समर्पित आहे, या अध्यक्ष झिया-उल-हक यांच्या निवेदनाचा आम्ही स्वीकार केला आहे,' ते पत्रकारांना म्हणाले.

पाकिस्तानने प्रत्यक्ष अण्वस्त्र चाचणी केली असती, तर रेगन प्रशासनाकडून त्याच्यावर सर्वंकष निर्बंध लादले गेले असते, मात्र तेवढे सोडून तो देश शक्य ते सर्वकाही करत होता. पाकिस्तानने अण्वस्त्र क्षेत्रात खूपच प्रगती केली आहे या पलीकडे अमेरिकेला काहीच माहिती नव्हती, त्यामुळे त्या देशाच्या राजनैतिक अधिकाऱ्यांच्या वर्षानुवर्षे मिळत असलेल्या इशाऱ्यांचा आमच्या अणूकार्यक्रमावर काहीच परिणाम झाला नाही, असे वक्तव्य पाकिस्तान अणुऊर्जा आयोगाचे प्रमुख मुनिरखान यांनी नंतर केले होते. अण्वस्त्र संदर्भातील पाकिस्तानची उक्ती

आणि अमेरिकेची उमज यांच्यातील दरी वाढतच चालली होती, तरीही पाकिस्तानची वक्तव्ये राजकीयदृष्ट्या व्यवहार्य असल्याने ती अमेरिका स्वीकारत गेली.

ए.क्यू. खान यांना कदाचित अमेरिकेने अप्रत्यक्षपणे पाठिंबा दिलाही असेल, मात्र त्याचवेळी निर्माण केलेल्या कायदेशीर समस्यांचा सामना त्यांना करावा लागत होता. युरेन्कोत असताना खान यांनी चोरी केल्याच्या बातम्या वारंवार प्रसिद्ध होत राहिल्याने शेवटी नाइलाजाने का होईना डच सरकारला आपणच कधी काळी गाढलेली मढी उकरून काढावी लागली. एफडीओ आणि युरेन्कोतील अधिकाऱ्यांना आणि कर्मचाऱ्यांना खान यांच्या कामाचे नेमके स्वरूप काय होते, याविषयीचे प्रश्न चौकशी अधिकाऱ्यांनी विचारले आणि डच तसेच जर्मन कंपन्यांकडून त्यांच्या नेटवर्कने जे अणुसंबंधित तंत्रज्ञान विकत घेतले होते त्याचे पुरावेही पडताळून पाहिले. ही चौकशी परिपूर्ण होती असे मुळीच म्हणता येणार नाही, मात्र त्यामुळे एफडीओ आणि युरेन्कोच्या सुरक्षा यंत्रणा किती गलथान आहेत हे जगासमोर आले आणि खान यांच्या दिशेने संशयाची सुई सरकू लागली. या संदर्भात एका डच अहवालात नमूद करण्यात आले आहे की, 'पुढील संशय सिद्ध करणारा निर्णायक पुरावा नसला, तरी डॉ. खान यांच्यामार्फत पाकिस्तान, गॅस संचालित सेंट्रिफ्युज तंत्रज्ञान मिळवण्यासाठी समर्थ बनत चालला होता, या प्रयत्नांना यश आले असते, तर त्या देशाच्या वेळेची बचत होणार होती. विश्वसनीय सूत्रांनी दिलेल्या माहितीनुसार अत्यंत कमी क्षमतेचा समृद्धीकरणाचा पथदर्शी प्रकल्प पाकिस्तानकडे आताच तयार आहे.'

गोपनीय स्वरूपाची माहिती चोरल्याचा आरोप सरकारी वकिलांनी खान यांच्याविरुद्ध १९८२मध्ये ठेवला. अगदी सुरुवातीपासूनच हे प्रकरण कमकुवत होते. एफडीओ आणि युरेन्को या कंपन्यांतून खान यांनी गोपनीय कागदपत्रे घेताना आपण पाहिले होते, असे फ्रिट्स वीरमानही छातीठोकपणे सांगू शकत नव्हते. कारण त्यांनी खान यांच्या घरचा दस्तावेज बारकाईने पाहिला नव्हता. त्याऐवजी खाननी पाकिस्तानला परतल्यावर सेंट्रिफ्युजच्या सुट्या भागांच्या गोपनीय माहितीसाठी जी दोन पत्रे लिहिली होती, त्यांच्या आधारावर हे आरोप निश्चित करण्यात आले होते. इस्लामाबादमधील पाकिस्तानी परराष्ट्र विभागामार्फत खान यांच्यावर समन्स बजावण्याचा प्रयत्न डच सरकारने करून पाहिला. खान जे काम करत आहेत, त्यामुळे त्यांच्या सुरक्षेचा प्रश्न महत्त्वाचा बनला असून ते बाहेरच्या देशात कोठेही प्रवास करू शकत नाहीत, असे कारण देत त्या सरकारने हे समन्स डच सरकारला परत पाठवले. पाकिस्तानच्या अण्वस्त्र कार्यक्रमामुळे खान

यांच्या सुरक्षेला धोका निर्माण झाला होता, ही बाब खरी असली तरी त्यांच्या इतर देशांच्या वाऱ्या मुळीच कमी झाल्या नव्हत्या. एवढेच नाहीतर मध्यंतरीच्या काळात त्यांनी सर्वांना अंधारात ठेवून एक-दोन वेळा नेदरलॅन्डला जाऊन आपल्या नातेवाइकांचीही भेट घेतली होती.

शेवटी खान यांच्या अनुपस्थितीत खटला सुरू करण्याचा निर्णय डचांनी घेतला. हे कामकाज १४ नोव्हेंबर, १९८३पासून सुरू होणार होते. नेदरलॅन्डमधील आपले एक पुरवठादार हेन्क स्लेबोज यांनी आपल्याला खटल्याच्या कामकाजाच्या बातम्या दाखवीपर्यंत त्याबद्दल किंवा आपल्यावरील आरोपांबद्दल काहीच कल्पना नव्हती, असा दावा खान यांनी नंतर केला होता. या आरोपांसंदर्भात किंवा खटल्याबाबतही आपल्याला अधिकृतपणे काहीच कळविण्यात आलेले नाही, सबब आपल्याला पुरेशी मुदत द्यावी, अशी मागणी करणारे पत्र त्यांनी डच सरकारला पाठवले. खान यांच्या विरोधानंतरही खटल्याचे काम सुरूच राहिले, आणि या प्रकरणात दोषी ठरवून खान यांना चार वर्षांच्या तुरुंगवासाची शिक्षा ठोठावण्यात आली.

पुढे आपल्या चरित्रकाराशी बोलताना खाननी हा संपूर्ण खटला म्हणजे एक बनवेगिरी होती, असा आरोप केला. ते म्हणतात, 'या न्यायालयात एकूण तीन न्यायाधिशांचे खंडपीठ होते, आणि त्याची प्रमुख एक ज्यू महिला होती, आणखी एक न्यायाधीशही ज्यूच होता. असे वाटत होते की, या संपूर्ण खटल्याचे प्रमुख हे इस्रायलचे पंतप्रधान असून निकालपत्र तेल अव्हिवमधून लिहिले गेले होते.'

अर्थात त्यांनी कितीही आकांडतांडव केले असले, तरी डचांनी फर्मावलेली शिक्षा हा खान यांच्या दृष्टीने एक जबरदस्त आघात होता. जगातील मूठभर अण्वस्त्रधारी देशांच्या पंक्तीत पाकिस्तानला बसविण्याची प्रज्ञा आणि क्षमता असलेला एक शास्त्रज्ञ अशी त्यांची स्वयंनिर्मित प्रतिमा होती आणि तिलाच आता तडा गेला होता. आपल्यावरील हा डाग पुसण्याचा त्यांनी चंगच बांधला, त्यासाठी त्यांनी नेदरलॅन्डमध्ये वकील नेमून शिक्षेविरुद्ध अपील केलेच, शिवाय आपले निर्दोषत्व सिद्ध करण्यासाठी खासगी पातळीवरही माहिती जमवायला सुरुवात केली. आपण वीरमानकडे मागितलेली माहिती साधारण नागरिकालाही उपलब्ध होऊ शकते, ती मिळविण्यात विशेष काहीच नाही, या त्यांच्या दाव्याला पुष्टी देणारा एक शैक्षणिक लेख त्यांना सापडला. मात्र अणुऊर्जा आयोगाच्या ग्रंथालयातून तो मिळवतानाच त्यांची अडवणूक झाली. ए.क्यू. खान यांच्या कारवायांमुळे सरकार अडचणीत आले असून अण्वस्त्र कार्यक्रमही धोक्यात आला आहे, म्हणून त्यांची सर्व प्रकारची मदत रोखून धरावी असे आदेश त्यांचे कट्टर विरोधक मुनिरखान यांनी देऊन ठेवले होते.

संतापाने फणफणतच खान त्या रात्री घरी परतले. मुनिरखान आणि त्यांचे

अणुऊर्जा आयोगातील सहकारी मत्सराच्या भावनेतून आपल्या सर्व योजना धुळीस मिळवत आहेत, असा आरोप करत त्यांनी शिव्यांचा भडिमार सुरू केला. आपल्या नवऱ्याला एवढा संतापलेला हेन्रीने कधीच पाहिला नव्हता. ती त्याला म्हणाली, 'तुझ्याबाबतीत असे काही घडेल याची मी कल्पनाही करू शकत नाही, मला वाटते गाशा गुंडाळून आपण परत हॉलंडला परतावे.' तिची ही सूचना फारच भोळीभाबडी होती. आपल्या नवऱ्याने ॲम्स्टरडॅममध्ये काय केले किंवा आता तो कहुटात नेमके काय करतोय याची पुरेशी माहिती तिला नसावी, याचेच ते द्योतक होते. हॉलंडला परतणे म्हणजे आपणहून तुरुंगात जाणे ठरेल याची खान यांना पूर्ण कल्पना होती, म्हणून आपल्या ख्यातीवरील डाग पुसण्यासाठी त्यांनी अन्य पर्यायांची कास धरण्याचे ठरवले.

पाकिस्तानने रेगन प्रशासनाला अण्वस्त्रबंदी संदर्भात दिलेल्या तिन्ही आश्वासनांचा कसा भंग होत आहे, हे विशद करणारे अतिगोपनीय अहवाल बॉब गालुची जुलै, १९८२च्या सुमारास लिहीत होते. त्या काळी ते अमेरिकेच्या परराष्ट्रखात्याशी संलग्न असलेल्या गुप्त माहिती आणि संशोधन विभागात काम करत होते. या अहवालाचा उल्लेख करताना नंतर काहीशा अभिमानाने ते उद्गारले होते, 'माझ्या आयुष्यातील सर्वोत्कृष्ट असे ते अहवाल होते. माझ्याकडून लिहिले गेलेले ते अस्सल दस्तावेज होते. मात्र एकदा रवाना झाल्यावर ते पुन्हा मला कधीच दिसले नाहीत.' दोन दशके उलटल्यावरही त्यांना त्या अहवालातील मुख्य मुद्दे अजूनही आठवतात. ते लिहितात की, '१९८१मध्ये ३.२ अब्ज डॉलरच्या मदतीस प्रशासनाने जेव्हा मंजुरी दिली, तेव्हा आखून दिलेल्या तिन्ही लक्ष्मण रेषांचे पाकिस्तान आणि तिच्या प्रशासनाने सरळ सरळ उल्लंघन केले होते. 'तुम्ही अण्वस्त्र निर्मिती करायची नाही, तुम्ही त्याविषयीचे तंत्रज्ञान अन्य कोणाही देशाला द्यायचे नाही आणि तुम्ही अमेरिकेचे अध्यक्ष अडचणीत येतील, असे काहीही करायचे नाही, अशा तीन अटी त्यांच्यावर लादल्या होत्या.' या तिन्ही अटींची पाकिस्तान सहजतेने आणि नियमितपणे पायमल्ली करत होता.

पुढच्याच वर्षी गालुची आणि त्यांच्या सहकारी कर्मचाऱ्यांनी एक तब्बल बारा पानी अहवाल तयार केला. पाकिस्तानचा अण्वस्त्र कार्यक्रम आणि त्यातील खान यांची भूमिका यांचे सडेतोड आणि तपशिलवार मूल्यमापन त्यात केले होते. अहवालाच्या पहिल्याच परिच्छेदात म्हटले आहे की, 'पाकिस्तान सक्रियपणे अण्वस्त्राचा मार्ग चोखाळत आहे, याचा नि:संदिग्ध पुरावा उपलब्ध आहे, राजनैतिक आणि देशांतर्गत लाभांसाठी झिया त्याची चाचणी घडवून आणू शकतात आणि

पाकिस्तानचेही नजिकचे उद्दिष्ट तेच आहे. मात्र भारत या आपल्या हाडवैरी देशाकडून होणाऱ्या संभाव्य आक्रमणाविरुद्ध कायमस्वरूपी दहशत निर्माण करणे हे पाकिस्तानचे अंतिम आणि खरे उद्दिष्ट आहे.' पाकिस्तानचे युरेनियम आणि प्लुटोनियम समृद्धीकरणाचे प्रकल्प सध्या अडचणीत असल्याचे नमूद करून, शेवटी मात्र ते कार्यरत होतील, असे भाकित या अहवालात वर्तवण्यात आले आहे. सेंट्रिफ्युजला गतिमान करण्यासाठी समृद्धीकरणाची सामग्री आंतरराष्ट्रीय मध्यस्थांच्या टोळ्या आणि बनावट कंपन्यांच्या माध्यमातून खरेदी करण्यापासून ते खान यांनी युरेन्कोतून चोरलेल्या आराखड्यांपर्यंत सर्व घटनांची तपशीलवार जंत्रीच सदर अहवालात देण्यात आली आहे. संशोधन आणि विकास या कामांसाठी कहुटाची जागा फारच तोकडी पडत होती आणि या संकुलात आयएइएला मज्जाव होता ही बाबही त्यात नमूद केली आहे. 'कहुटातील समृद्ध युरेनियमचा वापर सरतेशेवटी अण्वस्त्रासाठीच होणार होता, असा आमचा ठाम विश्वास आहे.' असे सांगून हा अहवाल म्हणतो की, आगामी एक ते दोन वर्षांत पाकिस्तानच्या पहिल्या अणूबॉम्बसाठी पुरेल एवढे अत्युच्च श्रेणीचे युरेनियम कहुटात तयार होईल आणि शेवटी दरवर्षी अनेक बॉम्बनिर्मितीची त्याची क्षमता असेल.

आता पाकिस्तानविरुद्धचे पुरावे अक्षरशः दुथडी भरून वाहू लागले होते. पाकिस्तान अण्वस्त्र निर्मितीच्या वाटेवर आहे, याची खातरजमा सीआयएने करून घेतली आणि तशी नोंद आपल्या अहवालात केली. या विश्लेषणात सीआयए म्हणते, 'स्वतःपाशी अण्वस्त्र असलेच पाहिजे या विचाराने झिया आणि त्यांच्या काही सहकाऱ्यांना पछाडले आहे, आणि त्याच्या निर्मितीसाठी लागणाऱ्या सामग्रीचे खरेदीसत्र अद्यापी सुरूच आहे या बद्दल आमच्या मनात मुळीच शंका नाही.'

पाकिस्तानचा हा खराखुरा चेहरा सीआयए आणि परराष्ट्रखात्याने रेगन प्रशासनाला सादर केला, मात्र अफगाणिस्तानमधून रशियाची हकालपट्टी करण्याचा एकमेव ध्यास घेतलेल्या या मंडळींनी त्याकडे साफ दुर्लक्ष केले.

भारताकडे अणूबॉम्ब तर होताच शिवाय त्या देशाची पारंपरिक सैन्य दलेही फारच मोठी होती. भारताला धाक दाखविणे हा तर पाकिस्तानच्या अण्वस्त्र कार्यक्रमाचा प्रधान हेतू होता, पण खरी भीती निर्माण करायची असेल, तर तुम्हाला तुमच्या अण्वस्त्राचे अस्तित्व सर्वांना जाणवू दिले पाहिजे. आम्हीही आता अण्वस्त्रसज्ज देश आहोत, हे भारताला जाणवू देण्यासाठी पाकिस्तानच्या गुप्तहेर विभागातील काही जण अशा आशयाच्या बातम्या मुद्दामच भारतात पसरू द्याव्या असा युक्तिवाद करत होते. आता आपल्या या कार्यक्रमाची थोडीशी फुशारकी मारायला हरकत नाही, असे झिया आणि लष्करी सल्लागारांनी ठरवले आणि या कामाचे प्रचारक म्हणून खान यांची निवड झाली. त्याच फेब्रुवारीत एका उर्दू

भाषक वर्तमानपत्राला दिलेल्या मुलाखतीत त्यांनी आपल्या कामाविषयी बढाई मारताना कशाचीही कसूर केली नाही. 'ईश्वर कृपेने युरेनियम प्रभावीपणे समृद्ध करणाऱ्या मोजक्या देशांच्या पंक्तीत आता आपला देश स्वाभिमानाने जाऊन बसला आहे.' पाकिस्तान आता अणूबॉम्ब तयार करू शकेल काय, या प्रश्नाच्या उत्तरात त्यांनी सांगितले की, 'थोडक्यात सांगायचे तर कठिणातील कठीण मोहीम यशस्वी करण्याची क्षमता असलेला प्रतिभावान आणि देशभक्त कर्मचारिवर्ग आपल्याकडे सज्ज आहे. अणूबॉम्ब कशाशी खातात हे सुमारे चाळीस वर्षांपूर्वी या देशात कोणालाच माहीत नव्हते. शिक्षणाचा प्रसार आजच्या इतका झाला नसल्याने अणूबॉम्बची गुंतागुंत कोणाला माहीत असणे तर दुरापास्तच होते, पण अमेरिकेच्या शास्त्रज्ञांनी आपल्यासाठी हे काम सुलभ करून टाकले. आता ४० वर्षांनंतर समृद्ध युरेनियम क्षेत्रातील मक्तेदारी आम्ही संपुष्टात आणली आहे, आणि तीही केवळ वीस वर्षांत. हे उद्दिष्ट गाठणे आता नक्कीच आपल्या आवाक्याबाहेर नाही.' दुसऱ्या दिवशी आणखी एका दैनिकातील लेखात खान यांनी त्याहीपुढे जाऊन सूचित केले की, अणूविरहित स्फोटकांच्या साहाय्यानेही प्रत्यक्ष चाचणी घेण्याची पाकिस्तानची क्षमता आहे.'

काही उच्चभ्रू सुशिक्षित पाकिस्तानी आणि परदेशी नागरिक यांचा मर्यादित वाचकवर्ग लाभल्याने त्या देशातील इंग्रजी वर्तमानपत्रांना तुलनेने स्वातंत्र्य होते. मात्र सर्वसामान्यांच्या हातात सहजपणे पडणाऱ्या उर्दू नियतकालिकांवर सरकारचे कडक नियंत्रण होते. उर्दू भाषेचा वापर पाकिस्तानप्रमाणेच भारताच्या काही भागातही होतो. त्यामुळे या दैनिकांचे वितरण आणि भारतातील त्याचा वाचकवर्ग, याबाबी लक्षात घेऊन पाकिस्तानच्या गुप्तचर संघटनांनी खान यांच्या मुलाखती आणि लेख केवळ इंग्रजी दैनिकांतूनच प्रकाशित होण्याची व्यवस्था केली. मात्र या बातम्या केवळ इंग्लिश भाषेपुरत्या मर्यादित न राहता त्या जगभर पसरतील, हा मुद्दा मात्र त्यांनी लक्षात घेतला नाही. जेव्हा खान यांचे अण्वस्त्रविषयक ठाम प्रतिपादन इतर देशांच्या राजधान्यांपर्यंत पोहोचले तेव्हा संतापाची एवढी मोठ्ठी लाट उसळली की, झियांना तातडीने पत्रकार परिषद बोलावून खुलासा करावा लागला. त्यांना आपल्या मित्रांना आणि विशेषत: अमेरिकेला उद्विग्न करून भावी मदतीवर पाणी सोडायचे किंवा रेगन प्रशासनाला अडचणीत आणायचेही नव्हते. आपल्याच एका ज्येष्ठ अणू शास्त्रज्ञाचा मुद्दा खोडून काढताना त्यांनी पत्रकारांना सांगितले की, 'शांततापूर्ण वापरासाठी पाकिस्तानने अगदी सौम्य स्वरूपाची समृद्धीकरण प्रक्रिया संशोधन आणि विकास यांच्या माध्यमाद्वारे प्राप्त केली आहे.'

पाकिस्तानने अण्वस्त्रांच्या दिशेने जोरदार मुसंडी मारली असल्याचे सत्य उपलब्ध होत असलेल्या ढिगभर पुराव्यांनी सिद्ध होत असल्याने अमेरिकेच्या

काही काँग्रेस सदस्यांचा झियांच्या नकारावर विश्वास बसत नव्हता. २० जून, १९८४ रोजी सिनेटर क्रॅन्स्टननी सभागृहाचा ताबा घेऊन जळजळीत आणि नेमक्या शब्दांत पाकिस्तान आणि रेगन प्रशासनावर शरसंधान केले. चीनने दिलेल्या आराखड्यांवर आधारित अण्वस्त्रे निर्माण करण्याची क्षमता पाकिस्तानने विकसित केली असून येत्या बारा ते पंधरा वर्षांत तो किमान डझनभर अण्वस्त्रे तयार करू शकतो, असा इशारा देऊन त्यांनी ही सर्व तयारी भारताविरुद्ध युद्ध पुकारण्यासाठीच आहे, असे सांगितले. प्रशासनाने दिलेल्या माहितीनुसारच आपण हे प्रतिपादन करत आहोत, अशी पुष्टीही त्यांनी जोडली. या प्रकल्पासाठी पाकिस्तानने गैरफायदा घेतल्याचे निदर्शनास आणून या सर्व संदर्भात रेगन प्रशासनास अंधारात ठेवण्यात आल्याचे यांनी प्रतिनिधींच्या लक्षात आणून दिले. या धोक्याविषयी इशारा देताना त्यांनी पुढे सांगितले की, 'सौदी अरेबिया, इराण आणि लिबियासारख्या मुस्लीम देशांना अणुतंत्रज्ञान पुरविणारे 'पाकिस्तान' हे केंद्र एक बनविण्याचा घाट खान आणि पाकिस्तानच्या इतर शास्त्रज्ञांनी घातला आहे.' क्रॅन्स्टननी सांगितले की, 'भारत आणि इस्रायलप्रमाणेच पाकिस्ताननेही उंबरठा ओलांडून अण्वस्त्रांच्या दिशेने कधी वाटचाल सुरू केली किंवा अल्पावधीत तो किती अण्वस्त्रे तयार करू शकतो, हे कदाचित आपल्याला कधीच सांगता येणार नाही. आणि आता महत्त्वाचा मुद्दा हा आहे की, त्यांना स्वत:चे अण्वस्त्र तयार करण्यासाठी जे काय हवे होते, ते त्यांना आता मिळाले आहे.'

अण्वस्त्र प्रसाराच्या कायद्यावर काम करणाऱ्या क्रॅन्स्टन यांच्या कर्मचाऱ्यांत लेन वेसयांचाही समावेश होता. ते क्रॅन्स्टनचे माहितीपूर्ण संभाषण ऐकत होते. त्यातले आरोप खरे आहेत, हे माहीत असूनही बारकाईने ऐकत होते. पाकिस्तानचा अणूकार्यक्रम आणि भारतीय उपखंडावरील संभाव्य अण्वस्त्र युद्धाच्या शक्यतेने ते सचिंत झाला होता. सीआयएनेच एका गोपनीय अहवालाद्वारे ही माहिती दिली होती. अमेरिकेने दिलेल्या एफ-१६ बनावटीच्या लढाऊ जेट विमानांची फेरबांधणी करून त्यावर अण्वस्त्रे बसविण्याच्या प्रयत्नात पाकिस्तान असून बॉम्ब टाकल्यावर निर्माण होणाऱ्या अग्निगोलापासून पळ काढण्यास आवश्यक ते प्रशिक्षण त्यांचे सैनिक घेत असल्याचे अमेरिकेच्या गुप्तहेर यंत्रणांना कळले होते. उलट इकडे जे काही घडतेय, त्याच्या अगदी विपरीत वृत्तांत सांगून परराष्ट्रखात्याचे ज्येष्ठ पदाधिकारी काँग्रेस सदस्यांची खासगीत आणि सार्वजनिक ठिकाणीही दिशाभूल करत होते. एफ-१६वर कोणत्याही प्रकारची बाह्य उपकरणे बसविता येत नाहीत, असा दावा लष्करी अधिकारी करत होते. अमेरिकेने दिलेल्या विमानांची फेरबांधणी

होत असून त्याच्या साहाय्याने पाकिस्तान भारतावर हल्ला करण्याची शक्यता असल्याचे कळल्यास रशियाने एकदम उचल खाल्ली असती, *त्यामुळे वर उल्लेख केलेली विसंगती महत्त्वपूर्ण ठरत होती.*

काँग्रेससमोर वास्तव चित्र उभे राहत नसल्याचे वेस जाणून असले तरी नेमके कोण खरे बोलत आहे, याची काहीच कल्पना त्याच्या करता येईना. अफगाणिस्तानात जोवर रशिया ठाण मांडून बसला आहे, तोवर पाकिस्तानच्या अण्वस्त्र कार्यक्रमाकडे दुर्लक्ष करण्याच्या प्रशासनाच्या धोरणात काडीमात्रही बदल करणे शक्य नाही, हे संसदेत तब्बल आठ वर्षे काम केल्यावर वेस यांना कळून चुकले होते. तरीही डोंगरासारखे वाढणारे असत्यालाप त्यांचे मन कुरतडत होते. या विषयी आपले मन मोकळे करताना ते म्हणाले होते, 'पाकिस्तान खुलेआम कायदे धाब्यावर बसवत आहे आणि अमेरिका त्याबाबत काहीच करत नाही, हे आपल्या हलगर्जीपणाचे एक ढळढळीत उदाहरण आहे. हा गुप्तचर यंत्रणांचा नाही, तर हा धोरणांचा पराभव आहे. जेव्हा कधी पाकिस्तानचा प्रश्न येतो, तेव्हा आपल्या सरकारची कार्यक्रम पत्रिका वेगळीच असते आणि म्हणूनच ते पाकिस्तानविरुद्ध काहीच करत नाहीत.'

ही धोरणात्मक विसंगती वॉशिंग्टनमधील आणखीही एकाच्या लक्षात आली होती. रिचर्ड बार्लो हे त्याचे नाव. सीआयएमध्ये विश्लेषकपदावर त्यांची नुकतीच नियुक्ती झाली होती. जगातील कोणकोणते देश अण्वस्त्र विकसित करत आहेत, याची राजनैतिक संवेदनशील माहिती गोळा करून त्यांच्यावर नजर ठेवणे, ही त्यांची मुख्य कामे होती. त्यांच्या रडारवर दररोज दिसणाऱ्या ठिपक्यात एक ठिपका पाकिस्तानचाही होता आणि या कामावर ते जरी नवखा असले तरी जेव्हा कधी पाकिस्तानचा विषय येई तेव्हा त्यांचे हे नवखेपण कोठल्या कोठे पळून जाई. अमेरिकन सरकारच्या अगदी नाकाखाली पाकिस्तान अण्वस्त्र तयार करत असल्याच्या कारवाया सिद्ध करण्यासाठी ते झटत होता. आणि संबंधित बातम्यांची कात्रणे, शैक्षणिक अहवाल आणि कबुलीजबाब वापरून त्याने पश्चिम वॉशिंग्टन विद्यापीठात प्रबंधही सादर केला होता. या तरुण शास्त्रज्ञाने त्या वेळी लिहीले होते, 'अशा भुयारी कारवायांना आळा घालण्यात सरकारला आलेले अपयश म्हणजे गुप्तहेर संघटनांच्या नाकर्तेपणाचे द्योतक असून त्यामुळे सदर संघटनेच्या क्षमतेचे जाहीर वाभाडेही निघाले आहेत. खरे पाहता हे यश पाकिस्तानचे नाहीच, तर ते आहे गोपनीय माहिती खरेदी करणाऱ्यांचे; त्याबद्दल गुप्तचर कर्मचाऱ्यांना काहीच दोष देता येणार नाही.

अण्वस्त्र संदिग्धतेचे मायाजाल

न्यूयॉर्क शहरातील एका शल्यविशारदाचा नातू असलेल्या रिचर्ड बार्लोने युवा वयातच आपल्या स्वतंत्र वृत्तीची चुणूक दाखवली होती. न्यू यॉर्कच्या अप्पर वेस्ट साइड भागातील उच्चभ्रूंच्या एथिकल कल्चरल स्कूलमधून १९७०मध्ये त्याने पदवी प्राप्त केल्यावर लगेचच थेट महाविद्यालयात भरती न होणारा त्याच्या वर्गातील तो पहिला विद्यार्थी होता. त्याऐवजी प्रथम एका निधी संकलन करणाऱ्या संस्थेसाठी आणि नंतर एका सायकल दुकानात सहाय्यक व्यवस्थापक म्हणून काम करायला त्याने प्राधान्य दिले. न्यू यॉर्क शहरातून बाहेर पडायचे हे त्याचे खरे ध्येय होते आणि म्हणूनच वॉशिंग्टन राज्याच्या बेलिंगहॅममधील वेस्टर्न वॉशिंग्टन विद्यापीठात तो दाखल झाला. आपल्या घराण्याची वैद्यकीय परंपरा बार्लोने सुरू ठेवावी, असा त्याच्या वडिलांचा आग्रह होता. यावर समझोता म्हणून बार्लोने विज्ञान विषयास प्राधान्य देऊन त्या शाखेत प्रवेश घेतला. या अभ्यासक्रमाशी त्याने भरपूर झटापट केली, पण शेवटी त्याने राज्यशास्त्र आणि आंतरराष्ट्रीय संबंध हे विषय निवडले आणि या दोन्ही विषयात तो एखाद्या ताऱ्यासारखा चमकू लागला.

१९७७मध्ये वॉशिंग्टन राज्यात अणुऊर्जा निर्मितीसाठी एकाचवेळी अनेक अणू संयंत्रे विकसित करून ती बसवायच्या प्रश्नावरून वादंग निर्माण झाला होता. या प्रसंगांनंतर बार्लोची नजर सर्वप्रथम अणुऊर्जेवर गेली. काँग्रेसच्या एका स्थानिक कार्यालयात त्याला कारकुनाची हंगामी नोकरी मिळाली, गोपनीय माहितीचे संकलन आणि अण्वस्त्र प्रसारबंदी धोरण या विषयात त्याला स्वारस्य असल्याने आपल्या पदाचा वापर करून त्याने एका ज्येष्ठ लष्करी गुप्तचर विभागाच्या अधिकाऱ्याशी संधान साधण्याचे धाडस केले. या ओळखीचा उपयोग तो त्याच्या प्रबंधासाठी करणार होता. या भेटीविषयी तो सांगतो, 'माझ्यासारख्या एखाद्या अपरिपक्व व्यक्तीचे प्रश्न ऐकून जनरल आश्चर्यचकित झाले, पण तरीही त्यांनी

मला पाकिस्तानविषयी अतिशय मनोरंजक आणि मौल्यवान माहिती दिली.'

या अनुभवाचा त्याच्या भावी आयुष्यावरच प्रभाव पडला. प्रत्येक गोष्टीकडे व्यावसायिक दृष्टीने पाहायचे, तसेच पारंपरिक साधनांचा वापर करून कोणत्याही मुद्याचा तळ गाठायचा हे गुण त्याच्या अंगात तेव्हापासूनच रूजले. त्याच्या प्रबंधाला 'अ' दर्जा मिळालाच, पण सर्वसाधारण काँग्रेस प्रतिनिधीला असते त्याच्या कैकपटीने अण्वस्त्राच्या धोक्याची माहिती सदर प्रबंधात मिळाल्याचे सर्वांना जाणवले. १९८०मध्ये पदवीधर झाल्यावर वॉशिंग्टनमधील मित्रांच्या साहाय्याने त्याला शस्त्रे नियंत्रण आणि नि:शस्त्रीकरण विभागात शिष्यवृत्ती मिळाली. अण्वस्त्रे, रसायनास्त्रे आणि जैविकास्त्रांच्या चाचण्या एकाच कराराद्वारे रशियाने बंद कराव्यात या उद्देशाने या विभागाची १९६१मध्ये स्थापना झाली होती. पण कालांतराने तिची व्याप्ती वाढून अण्वस्त्रबंदी कराराचाही तिच्यात समावेश करण्यात आला. बार्लो या विभागात दिवसा काम करायचा आणि रात्री जॉर्ज टाउन विद्यापीठाच्या पदवी प्रशालेत जायचा. या हंगामी नोकरीच्या काळात अण्वस्त्रप्रसारबंदी आणि पाकिस्तानविषयी त्याने एवढे ज्ञान संपादन केले होते की, त्याला लगेचच कायमस्वरूपी नोकरी मिळाली, तीही त्याच कार्यालयात. पण त्याचा नोकरीपूर्व सरावकाल संपण्यापूर्वीच तो विभाग रेगन यांच्या 'हिट-लिस्ट'वर गेला आणि बार्लो नोकरी गमावून बसला.

'आता पुढे काय?' हा प्रश्न पडला असतानाच आपल्या महाविद्यालयीन मैत्रिणीला सोबत घेऊन कनेक्टिकट जवळच्या एका छोट्या शहरात जायचा निर्णय त्याने केला. तिथे गेल्यावर त्याने चित्रविचित्र कामांचा झपाटाच लावला. घोड्यांची पागा साफ करणे किंवा सुपरमार्केटमध्ये खाटिककाम करणे, ही काही त्यातलीच! १९८३मध्ये लग्न करून तो परत बेलिंगहॅमला आला. स्वत:च्या प्रकृतीला अजिबात न मानवणारे म्हणजे जाहिरातींसाठी कॉपी लिहिण्याचे काम त्याने स्वीकारले. १९८४मध्ये याच ठिकाणी त्याला एक अनपेक्षित फोन आला, फोन करणाऱ्या व्यक्तीने आपण सीआयए या संघटनेसाठी नोकरभरती करतो आहोत असे सांगितले. दाराशी चालून आलेली ही संधी पाहून बार्लोने आनंदाने उडीच मारली, आणि 'तुम्ही सीआयएसाठी काम करू इच्छिता काय,' अशी विचारणा करणारे पत्र असलेला एक बंद लिफाफा काही दिवसांतच त्याच्या हाती पडला. त्यानंतरच्या अल्पावधीच्या अभ्यासक्रमात सीआयएचा भावी कर्मचारी या नात्याने त्याची गुणवत्ता पारखून घेण्यात आली. त्यानंतरच्या काळात बार्लो आणि सीआयएच्या अधिकाऱ्यांच्या बेलिंगहॅमच्या परिसरात, तसेच उपाहारगृहांत अनेक गुप्त बैठका झाल्या. नोकरीसाठी सीआयएच पसंत करण्यामागचे त्याचे हेतू आणि त्याच्या पार्श्वभूमीबाबत त्यांनी काही प्रश्न विचारले, बार्लोनेही त्यांची

मनमोकळी उत्तरे दिली. तो त्यांना म्हणाला, ‘अण्वस्त्रप्रसाराच्या गंभीर धोक्यामुळे चिंतित झालेला आपण एक देशभक्त नागरिक आहोत.’ शेवटी वॉशिंग्टनला नेऊन त्याच्या मानसिक आणि पॉलिग्राफ चाचण्या करण्यात आल्या. शेवटी १९८५मध्ये सीआयएने त्याला नोकरी दिली.

सीआयएच्या एजंटची भूमिका पार पाडण्यासाठी बार्लो हा अतिशय योग्य उमेदवार ठरावा असा होता. अंगाने सडसडीत तरीही पुरुषी व्यक्तिमत्त्व आणि कोणत्याही प्रसंगी आणि कोणत्याही व्यक्तीला आपल्या नर्मविनोदी शैलीच्या जोरावर हसतमुख ठेवण्याची कला त्याला चांगलीच अवगत झाली होती. या तरुणाने अंमलबजावणी संचालनात एक गुप्तहेर म्हणून प्रशिक्षण घ्यावे असे त्याच्या नव्या अधिकाऱ्याला वाटत होते. ‘डीओ’ या आद्याक्षरांनी परिचित असलेल्या या शाखेचे सदस्य सीआयएचा आत्मा समजले जायचे. एखाद्या दर्जेदार गुप्त मोहिमेच्या माध्यमातून इतर देशांची गुप्त माहिती गोळा करणे, ही येथील महिला आणि पुरुष कर्मचाऱ्यांची जबाबदारी होती. ही मंडळी ज्या ठिकाणी घटना घडत असे, त्या ठिकाणी बहुधा प्रत्यक्ष काम करत, त्यांच्या कामाचे विश्लेषण करणारे मात्र सीआयएच्या लँग्ले येथील प्रशस्त कार्यालयात बसून आपले कर्तव्य बजावत. कामांच्या या दोन तऱ्हांमुळे या दोन्ही गटांत एक प्रकारचे असूयेचे वातावरण तयार होत असे. मात्र अण्वस्त्र प्रसारबंदी हा बार्लोचा विशेष अभ्यासाचा भाग असल्याने त्याच्या कामाचे स्वरूप त्याला या दोन्ही आघाड्यांत शिरकाव करू देत असे. तो काम करत असलेला गुप्तचर विभाग हा सीआयएचीच माहिती विश्लेषण करणारी शाखा होती. परराष्ट्र धोरण आणि राष्ट्रीय सुरक्षा या अमेरिकेला नेहमीच भेडसावणाऱ्या समस्या होत्या. त्यांचा सामना करण्यासाठी अचूक, योग्य वेळेत आणि निरपेक्षपणे विश्लेषणात्मक माहिती त्या विभागाला देणे हे बार्लो आणि त्याच्या सहकाऱ्यांचे एक मिशन होते. पाकिस्तानने अण्वस्त्र प्रसारबंदीचा भंग केल्याने उद्‌भवलेल्या परिस्थितीची माहिती गोळा करणे हेच काम त्याच्यावर सर्वप्रथम सोपविण्यात आले. या विषयाशी त्याचा पूर्वपरिचय होताच, शिवाय त्याला त्याच्या महाविद्यालयीन अभ्यासाचाही उपयोग झाला. महाविद्यालयातील रसायन आणि भौतिकशास्त्र या विषयांशी त्याचा घनिष्ट संबंध आला होता. अण्वस्त्राची वैज्ञानिक बाजू समजून घेण्यासाठी त्याला राष्ट्रीय शस्त्रास्त्र प्रयोगशाळेत प्रशिक्षण प्राप्त करून त्यात कौशल्य मिळवायचे होते. या सर्व कामी त्याला पूर्वाभ्यासाची फारच मदत झाली. अमेरिकेच्या ताब्यातील अत्यंत गोपनीय माहिती पाहण्यासाठी कोणालाही सुरक्षा कवचाची आवश्यकता असते, बार्लोला तेही मिळाले होते. जगाच्या कानाकोपऱ्यातून येणाऱ्या संवेदनशील राजनैतिक आणि गुप्तचरखात्यांच्या अहवालांचे रितसर चर्वितचर्वण करून पाकिस्तानच्या

आण्विक क्षमतेविषयी अचूक मूल्यांकन करणे, हे त्याचे प्रमुख काम होते.

धारदार बुद्धिमत्ता आणि अण्वस्त्र प्रसार थांबविण्याचा समर्पित ध्यास या गुणांमुळे अणू व्यवहारासंबंधी मिळणारी प्रचंड माहिती आत्मसात करण्याची क्षमता त्याला प्राप्त झाली होती. त्यामुळे या विषयांचे सहजसुलभ असे अहवाल तो तयार करत असे. या त्याच्या कर्तव्यपरायणवृत्तीने अल्पावधीतच त्याचे वेगळेपण जाणवू लागले. ज्या ठिकाणी माहितीच्या भांडाराकडे निष्क्रियतेनेच पाहणाऱ्यांची संख्या जास्त होती, त्याच ठिकाणी तो एखाद्या उत्साही कार्यकर्त्यासारखा वावरत असे. बार्लो जेव्हा सीआयएमध्ये रूजू झाला तेव्हा तिच्या उपसंचालकपदी असलेले रिचर्ड केर म्हणतात, 'अभूतपूर्व असे कौशल्य घेऊनच तो येथे आला, तपशिलवार विश्लेषण हे त्याचे वैशिष्ट्य होते, अशा प्रकारच्या विश्लेषणाला आम्ही जणू विसरूनच गेलो होतो, त्यापेक्षा पूर्णत: वेगळी अशी ही त्याची गुणवत्ता होती.'

पाकिस्तानातून येणाऱ्या गुप्त माहितीचा ओघ थांबतच नव्हता, त्याचा अभ्यास करणाऱ्या इतरांप्रमाणेच त्या देशाचे हेतू आता बार्लोपासूनही लपून राहिलेले नव्हते. त्याचवेळी तो हेही जाणून चुकला होता की, या निर्णयापासून त्या देशाने देश माघार घेऊ नये यासाठी सर्वोच्च पातळीवर धोरणात्मक निर्णय करण्यात आला आहे. युरोप आणि पाकिस्तानातील राजनैतिक अधिकाऱ्यांनी तयार केलेले नवे अहवाल, तसेच काही जुन्या फायली चाळताना बार्लोला एक गोष्ट प्रकर्षाने जाणवली, ती म्हणजे पाकिस्तान आपल्या अण्वस्त्र निर्मितीच्या शेवटच्या टप्प्यात पोहोचल्याची खातरीलायक माहिती अमेरिकेकडे असून ही प्रक्रिया अशीच पुढे चालावी यासाठी अमेरिकेतीलच काही राजकीय धुरीण त्याला पाठिंबा देत आहेत. त्याच दरम्यान कहुटातील जगड्व्याळ समृद्धीकरण संकुलात सीआयएने इतक्या टोकापर्यंत घुसखोरी केली होती की, खान यांच्या समृद्धीकरण कक्षाचे आराखडेच त्यांना सहजरित्या गवसले होते. आता आपल्यापाशी किमान एक अण्वस्त्र तयार होईल, एवढा समृद्ध युरेनियमचा साठा तयार असल्याची बढाई मारणारे पत्र खान यांनी झियांकडे रवाना केल्याचे सीआयएला १० डिसेंबर, १९८४ रोजी कळले होते. अध्यक्ष रेगन यांनी घालून दिलेली ५ टक्के युरेनियम समृद्धीकरणाची मर्यादा पाकिस्तानने त्याआधीच पार केली होती. अण्वस्त्र निर्मितीसाठी युरेनियमचे ९३.५ टक्के समृद्धीकरण आवश्यक असते, ही पातळीही पाकिस्तानने गाठली असल्याचा अंदाज सीआयएने बांधला होता.

बार्लो चक्रावला. सार्वजनिक पातळीवर उपलब्ध असलेली माहिती आणि इकडून-तिकडून गोळा केलेले काही संदर्भ यांच्या आधारावरच त्याने आपला महाप्रबंध लिहिला होता, पण या घटनांमुळे तो क्षणार्धात निरुपयोगी ठरत होता. गोपनीय संदर्भ वगळलेली सरकारी माहिती आणि आपल्या नव्या प्रबंधातील काही भाग एकत्र करून

त्याने एक वेगळाच पेपर लिहिला. तो लोकांपर्यंत जावा आणि जाता-जाता आपले नावही व्हावे, असा दुहेरी उद्देश त्यामागे होता. एखाद्या शैक्षणिक नियतकालिकात तो प्रसिद्ध करण्याच्या हेतूने त्याने आपल्या वरिष्ठ अधिकाऱ्याची परवानगी मागितली, मात्र, 'तुझ्या या लेखनामुळे आमचे मित्र कमालीचे अवमानित होतील,' असे कारण देत त्यांनी या तरुण शास्त्रज्ञाचा हिरमोड केला.

पाकिस्तानचा अपमान करण्याची ही वेळ नव्हती. कारण त्या देशाच्या माध्यमातून अमेरिका अफगाणिस्तानवर मदतीची खैरात करत होती. आणि एका अंदाजानुसार रशियाशी सुरू असलेले छुपे युद्ध संपेपर्यंत ही मदतीची रक्कम ३ अब्ज डॉलर्सच्या घरात जाणार होती. पाकिस्तानच्या अणूकार्यक्रमाची माहिती गोळा करणे, हा १९७०नंतर त्या देशात गेलेल्या जवळपास प्रत्येक सीआयए स्थानक प्रमुखाचा जणू प्राधान्यक्रम बनला होता, मात्र आता शेजारी सुरू असलेल्या अफगाण युद्धाचे प्राधान्याने व्यवस्थापन करणे, ही एक नवीच जबाबदारी त्यांच्यावर सोपविण्यात आली होती. त्या काळात पाकिस्तानात काम केलेल्या पण आता सेवानिवृत्त झालेल्या सीआयएच्या एका ज्येष्ठ अधिकाऱ्याने या संदर्भात सांगितले की, पाकिस्तानच्या अणू प्रकरणावर आमच्या संघटनेचे बारकाईने लक्ष होते. कहुटासह ज्या संस्थांचा त्या देशातील इतर अणू संकुलाशी संबंध येई त्यांच्यावर पाळत ठेवण्यासाठी तेथीलच एका अण्वस्त्र तज्ज्ञाला फितूर करण्यात आले होते. मात्र त्या काळात पाकिस्तानात प्रत्यक्षात सुमारे डझनभर सीआयएचे अधिकारी कार्यरत असले, तरी ही विशिष्ट कामगिरी फक्त दोघांवरच सोपविण्यात आली होती. एका आकर्षक महिलेचा त्यात समावेश होता. पुरुष शास्त्रज्ञांकडून महत्त्वाची माहिती काढून घेणे, ही तिची खासियत होती. सीआयएने अत्यंत खोलवर मारलेली मुसंडी आणि गोळा केलेली माहिती इतकी अचूक होती की, पाकिस्तानचे परराष्ट्रमंत्री अमेरिकेच्या दौऱ्यावर असताना त्यांच्याच अण्वस्त्राचे तंतोतंत प्रतिरूप त्यांना तिच्याच आधारे दाखवता आले. कॅलिफोर्निया राज्यातील लिव्हरमोर येथे असलेल्या राष्ट्रीय आयुध प्रयोगशाळेतील शास्त्रज्ञांच्या साहाय्याने हे प्रतिरूप सीआयएने आपल्या कार्यालयासाठी बनवले होते. त्या ज्येष्ठ अधिकाऱ्याने पुढे सांगितले की, 'पाकिस्तानच्या बॉम्ब व्यतिरिक्त इतर कोणाच्याही बॉम्बची आम्हाला इतकी तंतोतंत माहिती नव्हती, अपवाद फक्त ब्रिटनचा. कारण त्यांनी आमच्याच साहाय्याने त्यांचा बॉम्ब विकसित केला होता. पाकिस्तानला त्यांच्याच बॉम्बचे प्रतिरूप दाखवून आम्ही आमचे वर्चस्व सिद्ध केले होते. आमच्या गोपनीय माहितीला भक्कम आधार होता आणि पाकिस्तान अण्वस्त्राच्या दिशेने चालला होता याबद्दल आमच्या मनात कोणतीही शंका नव्हती.'

दोन्ही बाजू उंदीर-मांजराच्या खेळात गर्क होत्या. तडजोडीच्या तत्त्वावरच

अण्वस्त्र प्रकल्पाचे भवितव्य अवलंबून आहे याची पाकिस्तानला कल्पना होती, पण अमेरिकेला जोवर आपली अफगाणिस्तानात गरज आहे, तोवर त्याला धोका नाही हेही तो जाणून होता. दुसऱ्या बाजूला पाकिस्तानच्या अणूकार्यक्रमाबाबत मिठाची गुळणी धरण्याचे अमेरिकेचे अधिकृत धोरण असले, तरी त्या संबंधीची जास्तीतजास्त माहिती गोळा करण्याचा सीआयएचा निर्धार होता.

१९८५च्या प्रारंभीच सीआयएचे स्थानीय प्रमुख हॉवर्ड हार्ट यांची बदली होऊन त्यांच्या जागी मिल्ट बियरडन यांची नियुक्ती झाली. राजनैतिक खेळांतील डावपेचांचे त्यांच्याइतके ज्ञान इतर कोणालाच नव्हते. हवाई दलात सेवा केल्यानंतर १९६४मध्ये बियरडननी सीआयएमध्ये प्रवेश केला. क्युबामध्ये अण्वस्त्र संघर्षानंतरच्या काळात गुप्तहेरांची जी पिढी तयार झाली, तिच्या सावलीत बियरडन लहानाचे मोठे झाले होते. शीतयुद्ध समाप्तीनंतर स्वप्रयत्नांमुळे जे अधिकारी वरच्या पदांवर गेले, त्यांच्या दृष्टीने अफगाणिस्तानचे छुपे युद्ध ही खरं तर एक लढाईच होती. अफगाणिस्तानात रशियाविरुद्ध लढणाऱ्या अरबांना अमेरिकेकडून पुरविल्या जाणाऱ्या मदतीत सातत्याने वाढ होत होती. तिच्यावर नजर ठेवण्यासाठी सीआयएचे संचालक विल्यम केसी यांनी बियरडन यांना खास करून पाकिस्तानला पाठवले होते. बियरडन यांच्या वडिलांनी यापूर्वी मॅनहॅटन प्रकल्पात काम केले असल्याने अण्वस्त्रांच्या मूलभूत संकल्पनेची आणि पाकिस्तानसारख्या देशाच्या हातात ती पडल्यावर संभवणाऱ्या धोक्यांची त्यांना जाणीव होती.

पाकिस्तानी परराष्ट्रमंत्र्यांसाठी झालेल्या अण्वस्त्र प्रारूपाच्या प्रदर्शनानंतर थोड्याच दिवसांनी अमेरिकन गुप्तहेरखात्याच्या ज्येष्ठ अधिकाऱ्यांचे एक शिष्टमंडळ इस्लामाबादला पोहोचले आणि रावळपिंडीतील 'आर्मी हाउस'मध्ये झियांनी आयोजित केलेल्या भोजनास बियरडन यांच्या समवेत ते गेले. झियांचे मुख्यालय अद्यापी याच इमारतीत होते. भोजनोत्तर चहापान सुरू असतानाच झियांनी एक नीतिकथा सांगायला सुरुवात केली. 'एकदा एक लाकूडतोड्या कहुटाच्या रस्त्यावरून जंगलाच्या दिशेने निघाला होता. वाटेत त्याला एक चकचकीत दगड आढळला. आपल्या कुऱ्हाडीच्या पात्याला धार काढण्यासाठी तो पाते त्या दगडावर घासत असतानाच एक चमत्कार झाला, एकाएकी तो दगड फुटला आणि त्याच्यात त्याला काही चमकणाऱ्या वस्तू दिसल्या. दगड घेऊन तो गावातील ज्येष्ठ नागरिकांकडे गेला, गावकऱ्यांनी तो त्यांच्या एका चिनी मित्राला दाखवला. तो पाहून चिनी एकदम ओरडला, अरे, हा तर एकदम उत्कृष्ट माल आहे.'

बियरडनना ही गोष्ट खूपच आवडली. आपण ठिकठिकाणी पेरून ठेवलेल्या चोरट्या श्रवणयंत्रांपैकी किमान एकाचा तरी सुगावा लागल्याचे ते समजून चुकले होते, मात्र चेहऱ्यावर तसे कोणतेही भाव दाखवण्याचे ते त्यांनी निर्धारपूर्वक

टाळले. फक्त ते गंमतीने एवढेच म्हणाले, 'चिन्यांचे काम संपले असेल तर तो दगड तुम्ही मला द्या. परीक्षणासाठी तो मला वॉशिंग्टनला पाठवायचा आहे.' बियरडन यांच्या या वाक्याला उपस्थितांनी खळाळून हसत दाद दिली.

पाकिस्तान आणि अण्वस्त्रांचा काडीचाही संबंध नाही, या भाकडकथेवर जोपर्यंत लोकांचा विश्वास होता, तोपर्यंत झियांच्या असल्या कथाकथनाला दाद देण्यास कोणाचीही हरकत असण्याचे कारण नव्हते. पाकिस्तानचा अणूकार्यक्रम नागरी स्वरूपाचा आहे, या प्रशासकीय विधानाला आव्हान देणारे काही काँग्रेस सदस्य अमेरिकेच्या लोकप्रतिनिधीगृहात होते. त्यामुळे पाकिस्तानच्या या कार्यक्रमाबाबत केवळ जनतेलाच नाही, तर या नेत्यांनाही अंधारात ठेवणे क्रमप्राप्त होते. त्यामुळे अमेरिकन प्रशासकीय सेवेत वेळोवेळी नव्याने येणाऱ्या अधिकाऱ्यांना पाकिस्तानचा अणूकार्यक्रम आणि इतर आनुषंगिक माहिती देतानाच सीआयए दुसरीकडे त्याची अणूबॉम्ब प्राप्तीसाठी सुरू असलेली धडपड, त्यासाठी अमेरिकेचे कायदे गुंडाळून ठेवून अण्वस्त्रांच्या सुट्ट्या भागांची अव्याहत खरेदी, इत्यादी गोष्टी काँग्रेसपासून लपवत होती. कारण एकदा का हा गौप्यस्फोट झाला असता, तर त्याच्या तीव्र प्रतिक्रिया उमटून पाकिस्तानला होणारी मदतच बंद झाली असती आणि अफगाणिस्तानातील प्रयत्नांवर पाणीच फिरले असते.

सरतेशेवटी, अगदी काही काळासाठी का होईना सत्य उजेडात आलेच. 'द न्यू यॉर्क टाइम्स'चे शोध पत्रकार सेमूर हर्ष यांनी २५ फेब्रुवारी, १९८५ रोजी पाकिस्तान सरकार आणि क्रेटॉन प्रकरण यांच्यातील परस्परसंबंधांवर प्रकाश टाकणारा एक लेख प्रसिद्ध करून सर्वत्र खळबळ उडवून दिली. एक पाकिस्तानी नागरिक वैद, त्याचे बट आणि पाकिस्तानच्या अणूकार्यक्रमाशी असलेले संबंध याबद्दलची सविस्तर माहिती या लेखात देण्यात आली होतीच. शिवाय वैद आणि पाकिस्तानी सरकार यांच्यातील लागेबांधे नष्ट करण्याच्या उद्देशाने फेडरल वकिलांनी केलेले उपद्व्याप आणि अण्वस्त्रांचे क्रेटॉन खरेदी व्यवहार यांच्यातील नाते इत्यादी बाबींवर या लेखात प्रकाश टाकण्यात आला होता. हे प्रकरण दाबून ठेवण्याच्या आरोपाचे विधीखात्याने जोरदार खंडन केले. आपला देश अणूबॉम्बच्या मागावर नाही असे प्रतिपादन पाकिस्तानच्या राजदूतांनी केले. हर्ष यांना या प्रकरणात 'महाघोटाळा' दिसत असला तरी वास्तवात हे सर्व प्रकरण म्हणजे नेहमीचा प्रशासकीय गोंधळ आणि फाजिल गोपनीयता यांचा परिपाक आहे अशी सारवासारव परराष्ट्रखात्याने केली.

अमेरिकन अण्वस्त्र विकत घेतानाच पाकिस्तान रंगेहाथ पकडला गेल्याचा पर्दाफाश

हर्षने केल्याने न्यू यॉर्कचे एक वजनदार काँग्रेस सदस्य स्टिफन सोलार्झ यांच्या अंगाचा तिळपापड झाला. भारत आणि पाकिस्तानविषयक सदन उपसमितीचे ते अध्यक्ष होते. अमेरिकेच्या तंत्रज्ञानाच्या वापरातून शस्त्रास्त्र स्पर्धा वाढण्याची संभाव्य भीती गृहीत धरून त्यांनी या प्रश्नावर सखोल चर्चा घडवून आणण्यासाठी त्यांच्याच उपसमितीसमोर एका सुनावणीचे आयोजन केले. पाकिस्तानची रसद तोडताना होणाऱ्या संभाव्य संघर्षाला तोंड देण्यास ते सज्ज होते, मात्र सोलार्झ यांच्या या पवित्र्यामुळे सीआयएतील ताठर धोरणाचा आग्रह धरणाऱ्या अधिकाऱ्यांच्या पोटात गोळा आला, कारण पाकिस्तान उघडे पडल्यास अफगाणिस्तानमधील त्यांचे सर्वच प्रयत्न खाईत लोटले जाणार होते. सोलार्झ यांनी नंतर म्हटले आहे, 'बेकायदेशीरपणे अमेरिकन तंत्रज्ञान विकत घेताना एका पाकिस्तानी हेराला रंगेहाथ पकडण्यात येऊनही पाकिस्तान अण्वस्त्र बनवत आहे या इशाऱ्याशी मी असहमती दर्शवली. पाकिस्तानचे अण्वस्त्र हा वास्तवात 'इस्लामिक बॉम्ब' असल्याचा युक्तिवाद करून तो इतर इस्लामिक देशांनाही देण्यात येईल, अशी भीती काही जण व्यक्त करत होते. ही भीती अतिशयोक्तिपूर्ण आहे, असे मला वाटले. मात्र या बॉम्बमुळे भारतीय उपखंडात अस्थैर्य निर्माण होईल, असा विचार माझ्या मनात चमकून गेला.'

सीआयए आणि काँग्रेसमधील त्यांचे काही मवाळ सहकारी यांनी लॉबिंग केल्यावर सोलार्झनी माघार घेतली. एका करारानुसार पाकिस्तानला दरवर्षी ६०० दशलक्ष डॉलर मदतीपोटी देणे अपेक्षित होते, आणि नेमक्या त्याचवेळी हा प्रस्ताव काँग्रेससमोर नूतनीकरणासाठी यायचा होता. पण अधिक जाचक अटी लादण्याबाबत सोलार्झ यांचा निर्धार पक्का होता. वापरलेल्या इंधनाचे फेरप्रक्रियेद्वारे प्लुटोनियम तयार करणारा किंवा युरेनियमचे समृद्धीकरण करणारा कोणताही देश गैरमार्गाने अमेरिकी तंत्रज्ञान घेताना आढळल्यास त्याच्यावर कडक निर्बंध लादण्यात यावे अशी त्यांची मागणी होती आणि पाकिस्तानलाही हाच नियम लागू करावा असे त्यांचे मत होते. त्या दृष्टीने घटनादुरुस्ती करण्याच्या तयारीला ते लागले होते. त्याच वेळी अण्वस्त्र प्रसारबंदी करारानुसार अपवादात्मक पाच देश वगळून इतर कोणीही अण्वस्त्र बाळगल्यास त्याची लष्करी आणि आर्थिक मदत घटनेद्वारे थांबवण्याचे प्रयत्न उत्तर डाकोटाचे डेमोक्रॅट सिनेटर लॅरी प्रेस्लर करत होते. पाकिस्तानच्या आण्विक कार्यक्रमाची सत्य बाजू मांडण्यात प्रशासन आणि सीआयएला अपयश आल्याने सोलार्झ यांच्याप्रमाणेच प्रेस्लरही निराश झाले होते. परराष्ट्र संपर्क विभागाचे सदस्य या नात्याने पाकिस्तानच्या अण्वस्त्र कार्यक्रमविषयी त्यांना मिळालेली सौम्य स्वरूपाची गोपनीय माहिती आणि अमेरिकेसह आंतरराष्ट्रीय प्रसारमाध्यमांचे दावे यांच्यात तीव्र विरोधाभास होता. या साऱ्या प्रकाराने वैतागलेले प्रेस्लर म्हणतात, 'खान यांचा आम्ही नावानिशी उल्लेख केला, पण त्यांच्या

कारवायांविषयीची तुमची माहितीच चुकीची असल्याचे आम्हाला सांगण्यात आले,' ते म्हणायचे, 'आम्ही न्यू यॉर्क टाइम्स किंवा बीबीसीच्या बातम्या विश्वासार्ह मानत नाही.' या सत्याच्या तळाशी जाणे एखाद्या सिनेटर किंवा काँग्रेस सदस्याला केवळ अशक्यच असते. मी म्हणायचो पाकिस्तान अण्वस्त्र बनवत आहे आणि मला एकच उत्तर सातत्याने मिळायचे, 'नाही, तुम्ही चुकताहात.'

सोलाझ्र आणि प्रेस्लर यांच्या दुरुस्त्या काँग्रेसने मंजूर केल्या आणि त्यांचे ८ ऑगस्ट रोजी कायद्यात रूपांतर झाले. मात्र या घटनेपूर्वी या कायद्यात एक महत्त्वाची त्रुटी राहून गेली, अमेरिकेच्या राष्ट्रीय हितासाठी कोणत्याही देशावरील निर्बंध शिथिल करण्याचे अधिकार अध्यक्षांना असले पाहिजेत ही तरतूद सोलाझ्र यांनी मान्य केली होती. यापूर्वीच्या कायद्यांप्रमाणेच हाही कायदा फारसा प्रभावी ठरू शकला नाही. पाकिस्तान आपल्यापाशी अण्वस्त्र नसल्याचा राग आळवत सुटला होता आणि रेगन ते मोठ्या उदार अंत:करणाने तो शब्दश: खरे मानून चालले होते. एवढेच नाहीतर पाकिस्तानने अमेरिकेच्या कोणत्याही कायद्याचा भंग केलेला नाही, असे दरवर्षी न चुकता ते शिफारसपत्रही देत होते. 'त्यांनी जवळपास अण्वस्त्र निर्मितीची प्रक्रिया पूर्ण करत आणली होती आणि आम्हाला ते माहितीही होते, त्यांना फक्त एक स्क्रू फिरवायचा होता आणि त्यांनी त्यावर फक्त B-O-M-B ही अक्षरे लिहायचीच बाकी ठेवली होती. 'पाकिस्तानला अखंडपणे मदत देण्याचे समर्थन करण्यासाठी परराष्ट्रखात्याचे वकील जी क्लिष्ट भाषा वापरीत तिचे रूपांतर बियरडन आपल्या बोलीभाषेत करत. पाकिस्तानला द्यावयाच्या मदतीसाठी परराष्ट्रखात्याच्या प्रमुख सल्लागारांसाठी सरकारी वकिलांनी तयार केलेला एक मेमो म्हणजे सरकारी क्लिष्ट भाषेचा मासलेवाईक नमुना ठरावा. त्यात असे म्हटले होते की, 'ताबा असणे आणि ताबा नसणे, यातील तफावत फारच निसटती आहे, आणि त्याचा अर्थ हवा तसा लावण्यास आपण सर्वच मोकळे आहोत. एखाद्या देशाने प्रत्यक्ष अण्वस्त्र तयार करण्यापूर्वी दोनच दिवस आधी आपले सर्व अणूकार्यक्रम स्थगित केले, तर त्याच्यापाशी अण्वस्त्रच नाही असे म्हणणे अयोग्य ठरेल आणि दुसऱ्या एखाद्या देशाने दोन वर्षे आधी आपले अणूकार्यक्रम स्थगित केले, तर त्याच्यापाशी अण्वस्त्र होते हे ठरविणे हेही अयोग्य ठरेल.' पाकिस्तानकडे अण्वस्त्र नाही असे शिफारसपत्र रेगन यांनी त्या देशाला द्यायचे ठरवले आणि नंतर तो अंदाज चुकून ते तोंडघशी पडू नयेत म्हणून हा आटापिटा चालला होता. कोणतेही शिफारसपत्र म्हणजे सत्याची हमी नसते, आणि जर अध्यक्ष सद्हेतूने वागत असतील, तर त्यांनी कायद्याचा भंग केला असे होत नाही, अशी पुष्टीही या वकिलांनी जोडली.

१९८५च्या डिसेंबर महिन्यात रिच बार्लो लँग्ले येथील सीआयएच्या मुख्यालयात बसून परराष्ट्र विभागाच्या काही फायली चाळताना कॅलिफोर्नियातील अर्नोल्ड आणि रोना मेंडल या जोडप्याने हाँगकाँगला सुमारे डझनभर अतिगतिमान कॅमेरे आणि तेवढेच विद्युतप्रवाहदर्शक निर्यात केल्याचे त्याच्या निदर्शनास आले. अण्वस्त्राच्या दाबमापनासाठी ही यंत्रणा वापरली जाते याची त्याला कल्पना होती, त्यामुळे विविध प्रकारे मिळालेली माहिती आणि सीआयएच्या अहवालांच्या साहाय्याने त्याने सदर निर्यातीचा मागोवा काढला. सरतेशेवटी पाकिस्तानच्या अण्वस्त्र कार्यक्रमासाठी ही निर्बंधित खरेदी करणाऱ्या एका बनावट दलालाचा पत्ता असलेली एक तार त्याला सापडली. गेले काही दिवस तो पाकिस्तानची तंत्रज्ञान खरेदी आणि त्याचा अणू प्रवास नित्यनेमाने पाहात होता आणि या प्रकरणाचे धागेदोरे मिळवण्यासाठी आपल्याला कुठवर मागे जावे लागेल, याचाही तो विचार करत होता. सीआयएच्या बहुतेक विश्लेषकांनी ही माहिती कार्यालयांतर्गतच नोंदून टाकली असती, मात्र बार्लोने स्वत:चा स्वतंत्र बाणा अद्यापी जपला होता. म्हणून न्याय आणि वाणिज्य खात्यांकडे या माहितीची देवाणघेवाण करण्याची असाधारण परवानगी त्याने मागितली. त्याच्या या प्रस्तावाने न्याय विभागाच्या वकिलांना आणि वाणिज्य खात्यातील निर्यात अधिकाऱ्यांना आश्चर्याचा धक्काच बसला, पण संबंधित दलाल, तंत्रज्ञान आणि पाकिस्तानचा आण्विक कार्यक्रम यांच्यातील परस्परसंबंधांचा पाढा बार्लोने वाचताच ते सहकार्य करण्यास उत्साहाने तयार झाले.

एफबीआय आणि अबकारी सेवा विभागाने या व्यवहाराची संयुक्तपणे तपास मोहीम सुरू केली, हाँगकाँगमधील एका बनावट उद्योगाच्या साहाय्याने मेंडल दांपत्याने १८ दशलक्ष डॉलर किमतीचे विद्युतप्रवाह दर्शक आणि अण्वस्त्र तंत्रज्ञानविषयक सामग्री जहाजाने पाकिस्तानला पाठवली होती. मेंडल यांच्याकडे वाणिज्यखात्याचे आवश्यक असे निर्यात परवानापत्र नव्हते. त्याऐवजी त्यांनी त्यासाठी केलेल्या अर्जाचा क्रमांक सर्व कागदपत्रांवर टाकला होता आणि त्यावर विसंबून बँका आणि जहाज मालकांनी नियोजित ठिकाणी माल रवाना केला होता. शेवटी मेंडलनी गुन्हा कबूल केला आणि त्यांना तुरुंगवासाची शिक्षा झाली. या सर्व भानगडीत लंडनमध्ये मुख्यालय असलेल्या 'बँक ऑफ क्रेडिट अँन्ड कॉमर्स इंटरनॅशनल' या छोट्याशा वित्त संस्थेची मदत झाली होती, याकडे कुणाचेच फारसे लक्ष गेले नाही.

हे यशस्वी ठरलेले छोटेसे तपासकाम गुप्तचर संघटनांमधील संघर्षाच्या सीमारेषा पुसण्यासाठी आणि अण्वस्त्र प्रसारबंदीविषयक व्यापक सरकारी धोरण निश्चित करण्यासाठी एक दृष्टीने महत्त्वाचे पाऊल ठरले. बार्लोच्या नेहमीच्या चौकटीबाहेर राहून काम करण्याच्या शैलीतून आणि सहकार्यातून संघटनेवर

उल्लेखनीय परिणाम होऊ शकतो हे सिद्ध झाले, आणि याच परिणामाच्या अंमलबजावणीतून एफबीआय, विधी खाते, परराष्ट्र खाते, सीमा शुल्क खाते आणि सीआयए यांच्या एकत्रीकरणातून एक नवा गट तयार झाला. 'आण्विक निर्यात नियमभंग गट' (न्यूक्लियर एक्स्पोर्ट व्हायोलेशन वर्किंग ग्रुप) असे नाव त्याला देण्यात आले आणि सीआयएचे प्रतिनिधी म्हणून बार्लोची त्यावर नियुक्ती झाली. पाकिस्तानला लागणाऱ्या एकूण अण्वस्त्र सामग्रीपैकी ९० टक्के सामग्री निर्यातीसाठी बेकायदेशीरपणे अमेरिकेतच खरेदी केली जाते, हे शोधून काढायला या गटाला फारसा वेळ लागला नाही. पाकिस्तानला ही सामग्री पाठवण्यासाठी कधी थेट मार्गाचा तर कधी बनावट संघटनांनी केलेल्या कूटमार्गाचा वापर होतो, हेही या गटाच्या त्वरित लक्षात आले.

पाकिस्तानच्या खरेदी प्रयत्नांना खिळ घालण्यासाठी या कार्यकारी गटाने एकदिलाने मोहीम राबविण्याचे ठरवले. या संभाव्य मोहिमेबद्दल गटातील परराष्ट्रखात्याच्या प्रतिनिधीने आपल्या मुख्यालयाला कळविले, तेव्हा समीप पूर्व आणि दक्षिण आशिया घडामोडीविषयक विभागात धोक्याची घंटा वाजली. अमेरिका पाकिस्तान मैत्री अबाधित ठेवण्याची जबाबदारी याच विभागाच्या अखत्यारीत येत असे. पाकिस्तान संदर्भात दाखल झालेल्या गुन्ह्यांची यादी एवढी मोठी होती की, त्या देशावर निर्बंध लादणे जवळपास अटळ होऊन बसले होते. अमेरिकेच्या दृष्टीने एखादा देश जरी बेकायदेशीरपणे वागला, तरी परराष्ट्रखात्यातील 'कॅच २२' या तरतुदीनुसार त्याच्याशी चांगले संबंध ठेवून राजकीय प्रभावही कायम राखता येतो. जेव्हा पाकिस्तानच्या अण्वस्त्र विकास कार्यक्रमाकडे काणाडोळा करण्याची वेळ आली तेव्हा परराष्ट्रखात्यातील तथाकथित बुजूर्ग विचारवंतांच्या मदतीला अमेरिकेचे संरक्षणखाते, अध्यक्षांचे निवासस्थान आणि बील कॅसी यांच्यासह अनेक जण धावून आले. विरोधकांनी मनोबल दाखविले असते, तर पाकिस्तानला वेळीच आळा घालणे सहज शक्य होते, त्यांच्याजवळ पुरेसे मताधिक्यही होते, मात्र शेवटी त्यांचे प्रयत्नच अपुरे पडले.

सीआयएमध्ये आपले स्थान आता निश्चित झाल्याची भावना बार्लोच्या मनात निर्माण झाली. पाकिस्तान आणि इतर काही बेमुर्वतखोर देशांचा समावेश असलेल्या अण्वस्त्र बुभुक्षितांच्या लांड्यालबाड्या शोधून काढण्याचे आव्हान तो नेहमीच पेलत असे. त्याच्या हेही लक्षात आले की, पाकिस्तानची अण्वस्त्रांच्या दिशेने सुरू असलेली वाटचाल रोखण्यापेक्षा रेगन प्रशासन अफगाणिस्तानमधून रशियाची हकालपट्टी करायला अधिक प्राधान्य देत आहे. फक्त प्रशासनाने कॉंग्रेससमोर आपली भूमिका स्पष्टपणे मांडावी आणि आपल्या निर्णयांमागचे तर्कशास्त्र समजावून द्यावे एवढीच त्याची इच्छा होती. 'तुम्ही दोन्ही डगरींवर एकाच वेळी पाय ठेवू शकत नाही, हे

व्हाइट हाउसने काँग्रेसला जाऊन सांगायला पाहिजे होते. रशियाशी आम्ही लढत राहणे तुम्हाला हवे असेल, तर कायद्यात तसा बदल करा असे त्यांनी काँग्रेसला सांगायला पाहिजे होते, पण तसे न करता प्रशासन काँग्रेसची फसगत करत राहिले. कारण प्रशासनाला पराभवाचा धोका पत्करायचा नव्हता. अण्वस्त्रधारण हा एक मोठा प्रश्न होता आणि काँग्रेसवर डेमोक्रॅटिक पक्षाचे प्राबल्य असल्याने प्रशासनाची हार होऊन परिणामी त्यांना झिया राजवटीशी असलेले आपले संबंध तोडावे लागले असते.' त्या वेळचे वर्णन करताना बार्लो असे सांगतात.

कार्यकारी गट चाचपडत होता, पण त्याचे काम थांबले नव्हते, त्यामुळे १९८६च्या अखेरीस निर्बंधित अमेरिकन तंत्रज्ञान विकत घेण्याची उबळ पाकिस्तानला पुन्हा एकदा आली तेव्हा इतर संघटनांच्या साहाय्याने आपल्याला काम करावे लागणार याची कल्पना बार्लोला आली. या वेळी सेंट्रिफ्युजेस निर्मितीला लागणाऱ्या विशेष प्रकारच्या पोलाद खरेदीसाठी एका कॅनडास्थित पाकिस्तान्याने पेनसिल्व्हानियातील कंपनीशी संपर्क केला. या एका दूरध्वनी संदेशाने हालचालींना एकदम वेग आला, अण्वस्त्रांशी निगडित महत्त्वाचे साहित्य खरेदी करू पाहणाऱ्या पाकिस्तानला थांबवण्यासाठी बार्लोला एक गोपनीय मोहीम राबवावी लागली.

घडले ते असे : १९८६च्या डिसेंबर महिन्यात अर्शद परवेझ या एका व्यक्तीने पेनसिल्व्हानिया राज्यातील रिडिंग शहरातील 'कार्पेंटर स्टील कार्पोरेशन'शी संपर्क करून आपल्याला पंचवीस टन विशेष लवचिक पोलाद खरेदी करायचे आहे असे सांगितले. त्याने मागितलेले वैशिष्ट्यपूर्ण पोलाद केवळ आण्विक कारणांसाठी वापरले जात असल्याने त्यावर अमेरिकेच्या निर्यात कायद्याचे नियंत्रण होते. कार्पेंटर कंपनीचे विक्री व्यवस्थापक आल्बर्ट टॉमले यांनी वॉशिंग्टनमधील ऊर्जाखात्याला या मागणीची कल्पना दिली, त्यांनी ही माहिती आण्विक निर्यात गटाकडे पाठवली. परवेझला अडकवण्यासाठी आणखी एक सापळा रचण्यात आला. या कंपनीच्या मदतीने अबकारीखात्याच्या एका कर्मचाऱ्याने विक्रेत्याचे सोंग घेतले, त्याच्या मदतीला बार्लो होताच. 'जॉन न्यू' नावाची ही भूमिका तो वठवणार होता आणि ती मनोवेधकपणे वठवण्यासाठी त्याच्यापाशी आवश्यक असा तंत्रज्ञानाचा उदंड साठा होता.

न्यू आणि परवेझ यांच्यात त्यानंतर अनेकदा दूरध्वनीवरून बातचित झाली, परवेझ ज्या टोरांटो शहरात आयात-निर्यातीचा व्यवसाय करीत होता, त्या शहरातील अनेक हॉटेल आणि उपाहारगृहांत त्यांच्या भेटीगाठीही झाल्या. परवेझ भलताच स्पष्टवक्ता निघाला. पाकिस्तानी लष्कराचे निवृत्त जनरल इनाम उल हक हे आपले पोलादाचे ग्राहक असल्याचे त्याने सांगितले. उल हकना याच प्रकारचे पोलाद का हवे, याची अनेक कारणे परवेझने दिली. पाकिस्तानच्या अंतरिक्ष कार्यक्रमासाठी

किंवा व्यापारी तत्त्वावरील टर्बाइन निर्मितीसाठी त्याची आवश्यकता असल्याचे त्याने वारंवार सांगितले. या पोकळ स्पष्टीकरणांचा बार्लो आणि त्याच्या साथीदारांवर काहीच परिणाम झाला नाही. पाकिस्तानच्या अणूकार्यक्रमासाठी आणि पर्यायाने अतिजलद सेंट्रिफ्युजेससाठी परवेझला हा धातू हवा आहे, असा त्याला दाट संशय आला. अत्यंत पातळ जाडीच्या चकत्या या पोलादापासून तयार करणे पाकिस्तानला शक्य होणार होते आणि याच चकत्यांचा वापर सेंट्रिफ्युजमध्ये होणार होता. एखादे ७४७ बनावटीचे जेट विमान जमिनीपासून १० फूट उंचीवर असताना त्याला जो एक वेग आणि तोल प्राप्त होतो, नेमकी तशाच प्रकारची क्षमता या चकत्यांमध्ये असणार होती. असे पोलाद मिळविण्याचे पाकिस्तानच्या दलालांचे प्रयत्न अमेरिकेच्या सरकारने याही पूर्वी असफल केले होते, अधिक कार्यक्षमतेचे सेंट्रिफ्युज तयार करण्याच्या हव्यासापोटी पाकिस्तानने जर या पोलादाचा हट्टच धरला असता, तर त्याच्या एकूण समृद्धीकरण प्रक्रियेवर प्रतिकूल परिणाम झाला असता.

कॅनडा आणि युरोपमधील खरेदीचक्रात उल हक गुंतला असल्याची माहिती सीआयएच्या हकविषयीच्या जाडजूड फायलीत होती. त्यामुळे त्याच्या नावाचा उल्लेख होताच पाकिस्तानचा या खरेदीशी संबंध आहे, यावर शिक्कामोर्तब झाले. या संदर्भात बार्लो यांनी अबकारी अधिकाऱ्यांना सांगितले की, 'हा माल कहुटातील खान यांच्या समृद्धीकरण प्रकल्पासाठी आहे यात काहीच शंका नाही, बाकी दिसत्येय ती सारी बनवाबनवी आहे.'

परवेझ आणि हक यांना प्रत्यक्ष कामगिरी करताना पकडणे, हे शोधपथकाचे उद्दिष्ट होते, मात्र याची चाहूल परराष्ट्रखात्याला लागली तर ते पाकिस्तानला सावध करण्याची शक्यता होती. ही माहिती बाहेर फुटण्याची संभाव्यता लक्षात आल्यानेच काळजीत पडलेल्या बार्लो आणि या प्रकरणात सामील झालेल्या अबकारी अधिकाऱ्याने परराष्ट्र विभागाच्या अण्वस्त्रबंदी शाखेचे संचालक आणि कार्यकारी गटाचे प्रमुख फ्रेड मॅकगोल्डरिक यांची भेट घेतली. हा तपास गुप्तच राहील, तसेच शेवटच्या मिनिटापर्यंत परराष्ट्रखात्याला आपण सांगणार नाही असे आश्वासन मॅकगोल्डरिकनी दिले.

टोरोंटोच्या ऑन्टॅरिओ तलावाच्या काठावर आलेल्या हार्बर कॅसल हॉटेलमध्ये परवेझला ९ जून, १९८७ रोजी धडा शिकविण्याचे ठरले. जॉनी वॉकर व्हिस्कीचे घोट घेता-घेता व्यवहाराची चर्चा करत परवेझ आणि न्यू एका टेबलापाशी बसले होते. काही वेळातच वाटाघाटी कंटाळवाण्या होऊ लागल्यानंतर दोघेही न्यूच्या खोलीत आर्थिक व्यवहार आणि माल देण्याची अंतिम तारीख निश्चित करण्यासाठी गेले. कार्पेंटर कंपनीने मालाची किंमत वाढवून सांगावी म्हणजे आपल्याला ४५,१८० डॉलर दलाली मिळेल असा आग्रह परवेझने धरला. जेव्हा न्यूने चुकवाचुकवी सुरू केली, तेव्हा परवेझ साखरपेरणी करू लागला. लवकरच

आपण वीस लाख डॉलर किमतीची आणखी अकरा जहाजे भरतील एवढ्या मालाची मागणी नोंदवणार असल्याचे तोंडी आश्वासन देऊन तो मोकळा झाला. अणूबॉम्बच्या स्फोटकांची तीव्रता वाढवण्यासाठी उपयुक्त ठरणारे आणि निर्बंधित असलेले बेरिलियम हे रसायनही आपण मागविणार आहोत, असे तो म्हणाला.

बोलता-बोलता परवेझ अचानक थांबला आणि काहीसा कावरा-बावरा होत म्हणाला, 'तू एखादा हेर तर नाहीस ना?'

या पाकिस्तान्याने आतापर्यंत कधीही असा संशय व्यक्त केला नव्हता आणि आता अचानकपणे हाती आलेले सावज सुटते की काय, या भीतीने न्यू थोडासा घाबरल्यागत झाला. परवेझने उपस्थित केलेल्या शंकेचे समाधान करताना तो म्हणाला, 'माझ्यासारख्या चश्मा वापरणाऱ्या आणि टक्कल पडलेल्यांना ते हेराची नोकरी देत नाहीत. सगळे हेर हे जेम्स बॉन्डसारखे दिसतात आणि त्यांच्या आवतीभोवती छान-छान पोरी असतात. हे तुला माहीत नाही काय?' हे ऐकल्यावर परवेझ थोडासा शांत झाला आणि आपल्या शेऱ्यामुळे दुखावल्या गेलेल्या न्यूचे सांत्वन करीत म्हणाला, 'कहुटाचा ग्राहक आता वाट बघतोय.'

हे दोघेही ज्या खोलीत बसले होते, त्याच्या पलीकडे दुसऱ्या एका खोलीत अबकारीखात्याचा एक कर्मचारी व्हिडीओ टेप लावून बसला होता. त्या यंत्रासाठी न्यूने परवेझने केलेल्या गौप्यस्फोटावर जोर देऊन तोच प्रश्न पुन्हा विचारला, 'हा माल कहुटालाच जाणार आहे ना?' परवेझने माल उतरविण्याचे शेवटचे ठिकाण कहुटाच आल्याचे सांगितले.

टोरोंटोत मुख्यालय असलेल्या 'बँक ऑफ क्रेडिट अॅन्ड कॉमर्स इंटरनॅशनल'मध्ये ४४७,४५० डॉलरचा ड्राफ्ट पोलाद व्यवहाराच्या प्राथमिक देण्यापोटी काढण्यात आला. योगायोगाची गोष्ट म्हणजे पाकिस्तानला अण्वस्त्रसाहित्य पाठविण्यासाठी मेंडल्सनी याच बँकेचा वापर केला होता. 'बी.सी.सी.आय.' या आद्याक्षरांनी परिचित असलेली ही खासगी बँक जगभरात पसरलेल्या आपल्या शाखांद्वारे पाकिस्तानच्या आण्विक खरेदीमोहिमेला वित्त पुरवठा करण्याची महत्त्वाची भूमिका पार पाडत होती.

आगा हसन अबेदी या एका पाकिस्तानी अर्थपुरवठादाराने या बँकेची स्थापना केली होती. तिच्या शाखांचे जाळे संपूर्ण मध्य पूर्व, युरोप, अफ्रिका आणि उत्तर अमेरिका या प्रदेशांत विस्तारले होते. अबेदीच्या अनेक भागीदारांमध्ये सौदी अरेबियाच्या गुप्तहेर विभागाचे प्रमुख कमाल अधम आणि अबुधाबीचे सत्ताधीश शेख जायेद अल नाह्यान यांचा समावेश होता. अबेदीने पाकिस्तानचे अध्यक्ष झियांशीही मैत्री जोपासली होती आणि पाकिस्तानचे माजी अध्यक्ष गुलाम इशाक खान यांचे नाव असलेल्या एका खासगी विज्ञान केंद्राला एक कोटी डॉलर देणगी स्वरूपात दिले होते. गंमतीचा भाग म्हणजे या केंद्राचे संचालक होते, ए.क्यू.

खान. या बँकेचे सीआयए, दहशतवादी अबू निदाल, मादक पदार्थांचे एक कोलंबियन केंद्र इत्यादी प्रमुख ग्राहक होते. शस्त्रास्त्रांचे काही व्यापारी आणि काही संशयास्पद उद्योगपतीही तिचे आश्रयदाते होते. अंतिमत: फ्लोरिडातील एका आर्थिक घोटाळ्याच्या प्रकरणामुळे या बँकेचा डोलारा कोसळला आणि या घोटाळ्याने संपूर्ण गुन्हेगारी जग हादरले होते.

इकडे टोरोंटोतील वाटाघाटींत एका करारानुसार परवेझने पेनसिल्व्हानियातील कारखान्याला भेट देऊन पाठवायच्या मालाच्या पहिल्या गठ्ठ्याचा अभ्यास करावा आणि तिथेच आपल्या दलालीचा पहिला हप्ता रोख पैशात घ्यावा असे ठरले. या पोलादाची पाहाणी करण्यासाठी आपण आपल्याबरोबर उल हकलाही आणतो, असे आश्वासन परवेझने दिले. उल हकसारख्या बड्या माशाला अटकेच्या जाळ्यात अडकवून पाकिस्तानच्या प्रगतीत कोलदांडा घालण्याच्या कल्पनेनेसुद्धा बार्लो आणि त्याचे पथक रोमांचित झाले. मात्र हा सापळा लावण्यापूर्वी त्यांना एक धोकादायक पाऊल उचलावे लागले. उल हकची अटक कोणत्याही स्वरूपाचा राजनैतिक वितंडवाद टाळून व्हावी यासाठीची परराष्ट्रखात्यांतर्गत वातावरणनिर्मिती मॅकगोल्डरिक करणार होते, पण त्याआधी अटकेचा निर्णय तुम्हाला कळवतो असे आश्वासन त्यांना बार्लोने दिले होते. प्रत्यक्ष घटनेच्या दोन दिवस आधी बार्लोने मॅकगोल्डरिकना सावध केले. त्यांनीही ही बातमी कडेकोट बंदोबस्तात राहील असे आश्वासन दिले. समीप पूर्व देशांतील घडामोडीचे सहसचिव रॉबर्ट पेक यांनी पाकिस्तानी सरकारला एक नोटिस पाठवून प्रलंबित अटक आणि दोघा संशयितांची ओळख कळवली. त्यामुळे ही बातमी आधीच फुटण्याची भीती किती सार्थ होती यावर शिक्कामोर्तब झाले.

या 'स्टिंग ऑपरेशन'च्या माहितीने सावध झालेला उल हक तेव्हा युरोपातून अमेरिकेला निघण्याच्या तयारीत होता. कमनशिबी परवेझ मात्र ठरलेल्या वेळी रिडिंगला पोहोचला. टोरोंटोला सोडण्यासाठी आलेल्या बायका मुलांसमोरच त्याला अटक झाली. उल हकची अनुपस्थिती म्हणजे बार्लोच्या पथकाला बसलेला एक जबरदस्त आघात होता. मुख्य सावज आणि त्याचे पाकिस्तानशी असलेले घट्ट लागेबांधे हे सारेच या पथकाच्या हातून निसटले होते. परवेझ आणि उल हक मंडळींचे संबंध थेट पाकिस्तानशी होते, मात्र ते खरेदी करू पाहात असलेले पोलाद लष्करी आणि अण्वस्त्रांसाठीच असल्याचे पुरावे जप्त केलेल्या कागदपत्रांत आढळल्याने झालेल्या नुकसानीची थोडीशी भरपाई झाली. सदर खरेदी ही पाकिस्तानच्या राष्ट्रीय हिताची असल्याचे विसरू नकोस अशा आशयाचे उल हकने परवेझला पाठवलेले पत्रही त्या कागदपत्रांमध्ये होते. परिणामत: हे प्रकरण बार्लोची विजयश्री ठरले आणि तो सीआयएचा हिरो झाला. वरिष्ठांनी त्याचे तोंडभरून कौतुक केलेच शिवाय सीआयएच्या अंतर्गत देण्यात येणाऱ्या 'सर्वोत्कृष्ट

यशपूर्ती सन्माना'साठी त्याचे नामांकनही झाले. 'मी सुविख्यात झालो, निदान या काळ्या आणि रहस्यमय जगात तरी,' बार्लो स्वत:लाच म्हणाला.

मात्र त्याचा हा अभिमानास्पद क्षण लवकरच एक वेगळे वळण घेणार होता.

१९८७च्या ग्रीष्म ऋतूत अनेक आपत्तीजनक घटना घडल्या आणि त्याची झळ अमेरिकेतील कित्येक संघटनांप्रमाणेच सीआयएलाही बसली, तिच्यात काही आमूलाग्र संघटनात्मक परिवर्तने झाली. इराणशी आपली निष्ठा असल्याचा दावा करणाऱ्या हिज्बूल या दहशतवादी संघटनेने लेबाननमध्ये ओलीस ठेवलेल्या अमेरिकन नागरिकांच्या सुटकेच्या बदल्यात रेगन प्रशासनाने इराणला शस्त्रास्त्रे दिल्याचा गौप्यस्फोट एका लेबनीज मासिकाने केला. या शस्त्रांच्या विक्रीतून मिळणारा पैसा बंडखोरांद्वारे निकाराग्वातील सॅन्डीनिस्टा यांचे लोकनियुक्त सरकार उलथून टाकण्यासाठी राखून ठेवण्यात आला होता. हा सर्व डाव प्रत्यक्षात आणण्यासाठी व्हाइट हाउसमध्ये तपशीलवार नियोजन झाले होते, आणि तसे करताना इराणशी असलेल्या शस्त्रबंदीसह अनेक कायदे गुंडाळून ठेवण्यात आले होते. या सर्वांतून निष्पन्न झालेल्या आणि 'इराण-कॉन्ट्रा' या नावाने प्रसिद्धीच्या झोतात आलेल्या प्रकरणाने अनेकांचे राजकीय आणि संघटनात्मक बळी घेतले. यामध्ये सीआयएचे बॉस विल्यम कॅसी यांचाही समावेश होता. दुर्दैवाने काँग्रेस समितीपुढील सुनावणीआधीच त्यांचे निधन झाले. त्यांच्या जागी आलेले विल्यम वेब्स्टर एक निष्कलंक चारित्र्याचे सेवानिवृत्त फेडरल न्यायाधीश होते. आणि सीआयएची एकात्मता पुनर्स्थापित करणे, हे त्यांच्यापुढील महत्त्वाचे आव्हान होते.

परवेझच्या अटकेनंतर वेब्स्टर यांच्या निर्धाराची पहिली कसोटी लागली. या सर्व प्रकरणाचे परिणाम कोणाकोणावर आणि कशा प्रकारे झाले याची गोपनीय माहिती सीआयए आणि परराष्ट्रखात्याने सरकारच्या परराष्ट्र घडामोडींविषयक उपसमितीला द्यावी, अशी मागणी काँग्रेस सदस्य सोलार्झ यांनी केली. आपण केलेल्या घटनादुरुस्तीचा पाकिस्तानने भंग केल्याचा त्यांना दाट संशय आला होता. जेव्हा कॅसी सीआयएचे प्रमुख होते, तेव्हा पाकिस्तानच्या अणूकार्यक्रमाची काँग्रेसला अधिकृत माहिती देण्याची जबाबदारी फक्त डेव्हिड आइनसेल या गृहस्थांवर सोपविण्यात आली होती, अण्वस्त्रप्रसारबंदी मोहिमेचे प्रमुख म्हणून कॅसी यांनीच त्यांना संघटनेत आणले होते. कोणतीही किंमत मोजून रशियाचा अफगाणिस्तानात पाडाव करायचा या कॅसींच्या दृढनिश्चयाला आइनसेल यांचा कणखर पाठिंबा होता. सेवानिवृत्त लष्करी जनरल असलेल्या आइनसेल यांची कार्यपद्धतीही अजबच होती. सीआयएमधील कोणाही सहकाऱ्याची मदत न घेता

ते आपल्या खात्याशी संबंधित सर्व माहिती देत आणि त्यांचे निवेदन वादातीत असे. सीआयए किंवा सरकारमधील कोणालाही स्पष्टीकरण देण्याची त्यांना गरजच पडत नसे. वेब्स्टर यांच्या नियुक्तीनंतर मात्र आइनसेल यांच्या स्वातंत्र्यावर थोडीफार नियंत्रणे आली. सोलाईझ यांची मागणी जेव्हा लँग्लेपर्यंत गेली तेव्हा या सेवानिवृत्त जनरलच्या मदतीसाठी बार्लोंची निवड झाली. बार्लो मात्र पद्धतशीरपणे वागणारे अधिकारी होते, आपल्या माहितीला मंजुरी मिळावी म्हणून ते सीआयए, परराष्ट्र खाते आणि इतर संबंधित विभागांशी चर्चा करण्यात अनेक दिवस खर्च करीत. पाकिस्तानच्या बेकायदेशीर खरेदीसत्राचे प्रतिबिंब आपल्या टिप्पणीत दिसले तर पाहिजे, पण त्याचवेळी संबंधित प्रकरणांच्या गोपनीय बाजूंचे रक्षणही झाले पाहिजे, असा त्यांचा कटाक्ष असे. 'अमेरिकन काँग्रेसशी मला काहीही देणे-घेणे नव्हते आणि कशाची भीतीही नव्हती, सीआयएच्या महाभियुक्तांनी मला सत्य असेल ते सांग असा कानमंत्र दिला होता आणि मी तेच करत होतो.' असे त्यांनी नंतर म्हटले आहे.

लोकप्रतिनिधीगृहाच्या मुख्य सभागृहाच्या शेजारच्या माहिती कक्षात होणाऱ्या कबुलीजबाबात ठरल्यानुसार सहभागी होण्यासाठी बार्लो आणि आइनसेल निघाले असताना दुसऱ्या एका सुनावणी कक्षाबाहेर बघ्यांची गर्दी पाहून ते अचंबित झाले. 'इराण-कॉन्ट्रा' प्रकरणाची चौकशी करणाऱ्या 'टॉवर आयोगा'समोर राष्ट्रीय सुरक्षा मंडळातील एक अधिकारी लेफ्टनंट कर्नल ऑलिव्हर नॉर्थ यांचा जबाब नोंदवून घेतला जात असल्याचे त्यांना कोणीतरी सांगितले.

बार्लो आणि आइनसेल यांच्या सोबतीला सीआयएच्या जनसंपर्क विभागातील एक महिला देण्यात आली होती. तिने फक्त 'मिशेल' या आपल्या पहिल्या नावाचाच उल्लेख केला. त्यांना त्या खोलीतील एका लांबलचक टेबल असलेल्या ठिकाणी बसविण्यात आल्यावर काही क्षणातच ती खोली सुमारे डझनभर काँग्रेस सदस्य आणि त्यांच्या मदतनिसांनी भरून गेली. पाकिस्तानकडून अमेरिकेच्या कायद्यांची वारंवार पायमल्ली होत असूनही त्या देशाची मदत काँग्रेसने रोखली नव्हती. परवेझच्या अटकेच्या बातम्यांनी देशांतर्गत दैनिकांची पाने ओसंडून वाहात होती, या सर्व प्रकारांमुळे काँग्रेसचे हसे झाले होते. त्यामुळेच या कक्षातील वातावरण काहीसे तणावपूर्ण असल्याचे बार्लोना जाणवले. पण त्यांना वाटणाऱ्या गंभीर काळजीचे कारण वेगळेच होते. इकडे निघण्यापूर्वी त्यांना डीक केरने बोलावून घेतले होते आणि काँग्रेसपासून पाकिस्तानच्या खरेदी कारवायांचे संपूर्ण चित्र लपवून ठेवण्यासाठी आइनसेल परराष्ट्रखात्याशी हातमिळवणी करत असल्याचे सांगितले होते.

सुनावणीदरम्यान अधिक वेळ न दवडता सोलाईझ एकदम मुद्यावरच आले. पोलाद प्रकरणाशी उल हकचा संबंध आणि परवेझला झालेली अटक या बाबींची माहिती साक्षीदारांनी द्यावी अशी त्यांनी मागणी केली. त्यांनी विचारले, 'हे दोघेही

पाकिस्तानचे मध्यस्थ आहेत काय?'

'मला त्याची खरोखरच माहिती नाही,' आइनसेल उत्तरले.

बार्लोने अचानक मान वळवली. आपल्याला कदाचित नीट ऐकू गेले नसावे, असे वाटल्याने त्यांनी आपल्या सहकाऱ्याकडे काहीसे गोंधळल्यागत पाहिले. परवेझ प्रकरणाच्या कित्येक दिवस आधीपासून उल हकच्या हालचालींविषयीची एक जाडजूड फाइल सीआयएच्या दप्तरात तयार होती आणि अण्वस्त्रविरोधी मोहिमेत आइनसेलपासून खालच्या स्तरावर गुंतलेल्या प्रत्येकाला उल हक आणि परवेझ हे खान यांच्यासाठी काम करतात याची कल्पना होती.

'पाकिस्तानचे मध्यस्थ काम करतात अशी अन्य काही प्रकरणे आहेत का?' सोलार्झनी विचारले.

'नाही,' आइनसेल म्हणाले.

हा धादांत खोटारडेपणा बार्लोसाठी धक्काच होता. सोलार्झ यांची नजर चुकवित त्याने आपल्या निवेदनाच्या मुद्यांवर नजर टाकली. पाकिस्तानने अमेरिकेच्या ज्या निर्यात कायद्यांचा भंग केला होता त्याची जंत्रीच त्यांच्यापाशी होती. आइनसेल यांच्याशी असहमती दर्शविण्यासाठी त्यांनी आपल्या मानेला जोरदार झटका दिला. आइनसेल यांच्या जबानीमुळे बसलेल्या धक्क्यातून सावरत असतानाच त्यांची पाळी आली. आधीच लिहून आणलेल्या मुद्यांचा संदर्भ देत आणि प्रत्येक मुद्दा ठासून मांडत ते म्हणाले पाकिस्तान सरकारच्यावतीने अमेरिकन तंत्रज्ञान खरेदी करण्याचे उद्योग परवेझ आणि इतर कित्येक जण करत असल्याच्या ढिगभर नोंदी सीआयए आणि तत्सम संघटनांच्या दप्तरात पडून आहेत. शिवाय पाकिस्तानच्या जगभर पसरलेल्या खरेदी यंत्रणेसाठी उल हक काम करत असल्याचेही असंख्य पुरावे उपलब्ध आहेत.

बार्लोच्या या बेधडक निवेदनामुळे आलेला संताप आवरत आइनसेल हस्तक्षेप करत म्हणाले की, रिचर्ड बार्लो अविश्वासार्ह अफवांचीच फेरउजळणी करताहेत.

'अशी किती प्रकरणे आहेत?' एका काँग्रेस सदस्याने विचारणा केली.

आइनसेलना संधी न देता बार्लो चटकन म्हणाला, 'शेकडो!'

सीआयएची संपर्क अधिकारी बार्लोकडे वळून काहीशा रागानेच म्हणाली, 'आजचा दिवस आणि आजचा खेळ आइनसेलचा आहे आणि त्यांना त्यांच्या पद्धतीने तो खेळू दे.'

सीआयए अधिकाऱ्यांच्या परस्परविरोधी कबुलीजबाबाने सुनावणीकक्षात उपस्थित असलेल्या रॉबर्ट पेक यांच्यासह सर्वच जण चक्रावून गेले. पेक आता सुनावणी कक्षाच्या मागील बाकांवर बसले होते. उल हकच्या प्रलंबित अटकेची सूचना त्यांनीच पाकिस्तानला दिली होती. ते त्या खोलीतून घाईघाईने बाहेर आले आणि

दुसऱ्या एका अधिकाऱ्याला पकडून म्हणाले, 'तो अक्करमाशा बार्लो त्यांना काय वाट्टेल ते सांगत सुटलाय, त्याला आवर घालण्याचे काम आता तुला करायचे आहे.' 'या सुनावणीत भाग घेण्यासाठी माझी आवश्यक ती तयारी झालेली नाही, तसेच आतापर्यंत जे झाले त्यामुळे झालेली हानी भरून काढणेही मला शक्य होणार नाही.' तो अधिकारी म्हणाला.

लँग्लेपर्यंतचा परतीचा प्रवास नि:शब्द शांततेत पार पडला. बार्लो आणि आइनसेल कार्यालयात पोहोचेपर्यंत सुनावणीच्या दरम्यान झालेल्या नाट्यपूर्ण घटनांची इत्थंभूत माहिती मुख्यालयात वणव्यासारखी पसरली होती. सुनावणी कक्षात संघटनांतर्गत विसंगतींचे जे लाजिरवाणे दर्शन झाले त्यामुळे सर्वच जण अस्वस्थ झाले होते आणि काँग्रेसचा कर्मचारिवर्ग या साऱ्याचे स्पष्टीकरण सीआयएकडून फोनवरून मागण्यात गढून गेला होता. या घटनेमुळे पाकिस्तानविषयक माहिती काँग्रेसपासून लपवून ठेवण्याचे जे धोरण सीआयएने पूर्वापारपासून अवलंबिले होते, ते आता उघडे पडून तिच्यातील संघटनात्मक तीव्र मतभेद चव्हाट्यावर आले होते. पाकिस्तानची अण्वस्त्र प्रगती झाकायची असेल तर अफगाणिस्तानातील विजय हाच एक रामबाण उपाय असल्याचे मानणाऱ्या केसी यांच्या गटात आइनसेल यांचाही समावेश होता. त्यांनी आणि त्यांच्या कंपूतील इतरेजनांनी तर बार्लोची तातडीने हकालपट्टी करावी अशी मागणी केली. मात्र सीआयएमध्येही बार्लोना पाठिंबा देणारा एक गट होताच, हा गट काँग्रेसपासून कोणतीही माहिती, विशेषत: सध्या सुरू असलेल्या 'इराण-कॉन्ट्रा' चौकशी प्रकरणातील माहिती लपविण्यास फारसा राजी नसायचा. सुनावणीचे संपूर्ण इतिवृत्त हाती येईतो आपण बार्लोविरुद्ध कोणतीही कारवाई करणार नाही, असा पवित्रा त्याच्या विभागप्रमुखानी घेतला. अर्थात इतिवृत्ताची अंतिम प्रत हाती यायला कित्येक दिवस लागणार होते.

पाकिस्तान आणि अफगाणिस्तानमधील गनिमांना युद्ध सामग्री पुरविण्याच्या प्रशासनाच्या प्रयत्नांना आळा घालण्याच्या नादात बार्लोच्याच प्रामाणिकपणाविषयी प्रश्नचिन्ह उभे राहिले. आणि एका रात्रीत तो हिरोचा झिरो झाला. 'इराण-कॉन्ट्रा' प्रकरणामुळे आधीच मलिन झालेल्या सीआयएकडे आणखी कोणतेही प्रकरण, मग ते अपघाती असो किंवा नसो, पचविण्याची ताकद नव्हती. सुनावणीच्या दुसऱ्या दिवशीच लँग्लेच्या वेगवेगळ्या कक्षांतून फिरत असताना विश्लेषक बसलेल्या एका खोलीच्या दारावर त्याला 'नो स्मोकिंग'ची पाटी आणि त्याच्याच खाली खरवडलेली बार्लो अशी अक्षरे दिसली. त्याच दिवशी सायंकाळी परराष्ट्रखात्यातून रॉबर्ट पेकचा फोन आला, त्यांनी बार्लोवर देशद्रोही असल्याचा आरोप केला होता.

सुनावणीचे इतिवृत्त मिळाल्यावर त्याच्या आढाव्याअंती बार्लोची हकालपट्टी समर्थनीय नसल्याचे ठरविण्यात आले. बार्लोनी आपल्याला मिळालेल्या आदेशांचे

पालन केले असून काँग्रेसला स्वत:च्या अधिकारकक्षेबाहेरचे किंवा अधिकृत मुद्यांव्यतिरिक्त काहीही सांगितलेले नाही, असा निर्वाळा त्याच्या ज्येष्ठ पर्यवेक्षकांनी दिला. मात्र हा वाद सहजासहजी मिटणार नव्हता. बार्लोनी आपली पायरी सांभाळली नाही, अशी ताठर भूमिका सीआयए आणि परराष्ट्रखात्यातील काही जणांनी घेतली. प्रसारबंदी कार्यकारिणीतर्फे सीआयएच्या अंतर्गत एक पत्रक फिरवण्यात आले, त्यानुसार बार्लोंच्या कार्यक्षेत्रात कपात करून पाकिस्तान हा विषय त्यांच्याकडून काढून घेण्यात आला होता.

या परस्पर विसंगत अनुभवांमुळे काहीशी घबराट झालेल्या आणि गोंधळलेल्या अवस्थेत त्यांनी डिक केर यांना गाठले, केर यांना तो शिष्याच्या जागी होता, सीआयएमध्ये आल्याक्षणापासून बार्लोंच्या बुद्धिमत्तेची चुणूक त्यांना दिसली होती. आपले कर्तव्य करत राहा असा सल्ला केरनी त्याला दिला खरा, पण आपले सीआयएतील दिवस आता संपत आल्याची भावना काही त्यांचा पिच्छा सोडेना. पाकिस्तानविषयक सत्यस्थिती काँग्रेसपासून नेहमीच लपवून ठेवली जायची त्यामुळे या साऱ्या प्रकरणात आपल्याला बळीचा बकरा केल्याचे त्याला जाणवत होते. खासगी आयुष्यातही या दडपणाची किंमत त्याला मोजावी लागली. सीआयएमध्ये नुकतीच रूजू झालेली त्याची पत्नी सिंडी आणि त्यांच्यातील खटके वाढायला लागले. संसार सांभाळण्यासाठी तो सीआयएला रामराम ठोकण्याचा विचार करू लागला. अबकारीखात्याने त्याला करबुडव्यांचा माग काढण्याचे काम देण्याची तयारी दर्शवली, सीआयएच्या धूसर आणि संदिग्ध कामांपेक्षा हे काम त्याला फारच मोकळेढाकळे वाटले. मात्र आपण काहीच चुकीचे वागलेलो नाही असे वाटल्याने त्याने सीआयएलाच चिकटून राहण्याचा निर्णय घेतला.

१७ डिसेंबर रोजी लवचिक पोलाद आणि बेरिलियम हे धातू पाकिस्तानला निर्यात केल्याबद्दल परवेझला दोषी ठरवण्यात आले. 'न्यू यॉर्क टाइम्स' आणि 'वॉशिंग्टन पोस्ट' यांसारख्या महत्त्वाच्या दैनिकांनी या बातमीचे मथळे केले. काँग्रेस सदस्यांना या निकालाकडे दुर्लक्ष करून चालणार नव्हते. एवढे होऊनही काँग्रेसने एक विसंवादी पाऊल उचललेच. पाकिस्तानला ४८० दशलक्ष डॉलरच्या अतिरिक्त मदतीचा कायदा तिने मंजूर केला. ही घटनाही दुर्लक्षून चालणार नव्हती आणि पुढच्या महिन्यात रेगननी सोलार्झ दुरुस्तीला प्रथमच मान्यता दिली, परवेझचा गुन्हा शाबित झाल्यानेच आपण हा निर्णय केल्याची मखलाशी करायला ते विसरले नाहीत. मात्र त्याचवेळी त्यांनी पाकिस्तानवरील निर्बंध शिथिल केले आणि ही कृती राष्ट्रहितासाठी असल्याचे समर्थन केले.

'मॅन ऑफ द इयर'

'**खा**न संशोधन प्रयोगशाळा'च्या परिसराचे रूपांतर आता अणू शहरात झाले होते. तिथे बांधण्यात आलेल्या खासगी शाळा, रुग्णालये आणि जागतिक स्तरावरचे क्रिकेट मैदान इत्यादी सोयी-सवलतींचा फायदा प्रयोगशाळेच्या परिसरातील हजारो नागरिकांना मिळत होता. 'केआरएल'च्या प्रचारासाठी तयार करण्यात आलेल्या व्हिडीओमध्ये क्रिकेट टीमची वारेमाप स्तुती करण्यात आली होती. या सर्वांवर खान यांची एकहाती सत्ता असायची, सहृदय आणि परोपकारी हुकूमशहा अशी प्रतिमा निर्माण करण्यात ते यशस्वी ठरत होते. एकीकडे अगदी क्षुल्लक खर्चाच्या तपशिलासाठी ते अडून बसत, तर त्याचवेळी दुसऱ्या एखाद्या व्यक्ती किंवा संस्थेसाठी बिनदिक्कतपणे हजारो डॉलर्स बक्षिसापोटी उधळून टाकत. कित्येक वर्षांपूर्वी भुट्टोंनी एक 'कोरा चेक' त्यांच्या हवाली केला होता. खाननी तो अद्यापी वटवला नव्हता, आज जे वैभव त्यांना लाभले होते त्याला कारणीभूत होता त्यांच्या स्वप्नातला प्रकल्प; कहुटा. या प्रकल्पासाठी ते ज्या काही वस्तू खरेदी करत त्याबद्दलची रितसर दलाली त्यांना नियमितपणे मिळत होती. त्या तुलनेत त्यांना मिळणारे सरकारी वेतन फारच किरकोळ होते. दलाली घेतानाही ते या गोष्टी कोणाच्या लक्षात येणार नाहीत याची काळजी घेत, शिवाय त्यांचा घासही तसा मोठा नव्हता, आणि पाकिस्तानसारख्या भ्रष्टाचाराने पोखरलेल्या देशात या प्रकारची व्यावसायिक देवाणघेवाण ही जणू त्या व्यवस्थेचाच एक भाग बनली होती.

कहुटातील प्रकल्पाला मिळालेली वैज्ञानिक यशस्विता हा एक चमत्कारच होता. युरेनियम समृद्धीकरण प्रक्रिया आत्मसात करण्यासाठी इतर देशांना कित्येक दशके परिश्रम करावे लागत, पण चोरलेले आराखडे आणि काळ्या बाजारातून घेतलेले तंत्रज्ञान यांच्या साहाय्याने खान यांनी अल्पावधीतच ही किमया साधली होती. मात्र या नाट्यमय फलनिष्पत्तीचे श्रेय खान यांच्या विद्वत्तेपेक्षाही त्यांच्यातील नेतृत्वगुणांनाच अधिक द्यावे लागेल. कारण कहुटातील प्रकल्प मार्गी लावण्यासाठी

त्यांनी आपल्या कौशल्याच्या आधारावर यंत्रसामग्रीचा संग्रह करण्याबरोबरच ती कार्यरत करण्यासाठी कुशल अभियंत्यांचे आणि तंत्रज्ञानांचे पथकही तयार केले. ८०च्या दशकाच्या मध्यापर्यंत कहुटाचा पसारा वाढतच गेला आणि मूळ संकुलात आणखी सुमारे डझनभर इमारतींची भर पडली. जर्मनी, स्वित्झर्लंड आणि इतर काही देशांतील शिथिल नियमांच्या कृपेने कहुटा संकल्पातील मजलेच्या मजले सेंट्रिफ्युजेसच्या यंत्रांनी आणि त्यांना जोडणाऱ्या अत्याधुनिक पाइप्सनी भरून गेले. दिमाखात उभ्या असलेल्या या चार मजली प्रयोगशाळेच्या इमारती स्विस आणि डचांनी विकलेल्या यंत्रसामग्रीने व्यापल्या होत्या. शत्रूच्या हल्ल्यापासून प्रयोगशाळेचे रक्षण करण्यासाठी पृष्ठभूमीच्या खाली चार मजली किरणोत्सर्गी 'रेड झोन' बांधण्यात आला होता. नागरी वसाहतींपासून दूर वसविण्यात आलेल्या कहुटाकडे टेहळणी करणाऱ्या उपग्रहाचे लक्ष जाईल असे स्वप्नातही कोणी आणू शकला नसता, पण ती जागाच आतापावेतो सर्वज्ञात झाली होती, इतकी की जवळून जाणाऱ्या बसचा चालकही तिथे क्षणभर थांबून 'ही बघा आमची बॉम्ब फॅक्टरी' असे प्रवाशांना आवर्जून सांगत असे.

१९८६च्या शेवटी-शेवटी पाकिस्तानच्या सीमेपासून फक्त शंभर मैल आत राजस्थानच्या वाळवंटात भारताने ४ लाख सैनिक आणि एक हजार तोफांच्या साहाय्याने त्या देशाच्या इतिहासातील सर्वांत मोठा लष्करी सराव केला. आक्रमक शैलीचे भारताचे नवे लष्करप्रमुख जनरल कृष्णस्वामी सुंदरजी यांनी या सरावाचे नाव 'ऑपरेशन ब्रास ट्रॅक' असे ठेवले होते, तरीही सीमेच्या पलीकडील लष्कराला तो एखाद्या सर्वंकष युद्धापेक्षा यःकिंचितही कमी वाटला नाही. झियांनी आपले यच्चयावत सैन्य राजस्थानच्या दिशेने पिटाळले आणि जानेवारीच्या मध्यास दोन्ही देशांचे सैनिक अगदी बंदुकीच्या टप्प्यात समोरासमोर ठाकले आणि जगातील पहिल्या संपूर्ण अणू युद्धाचे सावट सर्वत्र पसरले.

भारत पाकिस्तान सीमेवरील या युद्धजन्य परिस्थितीनंतर वॉशिंग्टनमध्ये घबराटीची भावना निर्माण झाली. भारतीय सैन्याने मुसंडी मारली असती तर ती रोखणे पाकिस्तानच्या तुलनेने छोट्या सैन्याला अवघड झाले असते, आणि सुंदरजींचा नेमका तोच हेतू असल्याचे अहवाल वॉशिंग्टनमध्ये धडकू लागले होते. भारताच्या चिथावणीने प्रादेशिक अस्थैर्य निर्माण होईल याची जाणीव सीआयए आणि अमेरिकेच्या संरक्षण विभागाला झाली. झियांची अवस्था एखाद्या कोपऱ्यात पडलेल्या नेत्यासारखी झाली होती. भारताला प्रत्युत्तर द्यायचे असल्यास त्यांच्यापाशी एकच पर्याय होता आणि तो म्हणजे अण्वस्त्रांचा हल्ला. आपल्या या धमकीची विश्वासार्हता नवी दिल्लीला पटवून द्यायची असेल तर आपल्यापाशीही अण्वस्त्र तयार असल्याचे सिद्ध करण्यावाचून त्यांना गत्यंतर नव्हते. त्यामुळे

अमेरिकेच्या गुप्तहेर संघटनांनी आपला मोर्चा पुन्हा एकदा खान यांच्याकडे वळविला.

दोन्ही देशांचे सैन्य नजरेला नजर भिडवून परस्परांसमोर ठाकले असतानाच २८ जानेवारी रोजी मुशाहिद हुसेन नावाचा एक पाकिस्तानी पत्रकार दुसरे एक भारतीय पत्रकार कुलदीप नय्यर यांना घेऊन खान यांच्या घरी उभे ठाकले. खांद्यावर पांढरा ऑस्ट्रेलियन पोपट आणि पायापाशी घुटमळणारे एक मांजर अशा अवस्थेत खान यांनी उभयतांचे स्वागत केले. आलेल्या पाहुण्यांना चहापाणी देऊन झाल्यावर खान यांनी आपल्या कहुटातील यशोगाथेबद्दल बढाया मारण्यास सुरुवात केली. कहुटाने उच्च श्रेणीचे युरेनियम तयार केले असून प्लुटोनियमची फेरप्रक्रिया करण्यावर इतर पाकिस्तानी शास्त्रज्ञांनी हातखंडा प्राप्त केला आहे असे त्यांनी सांगितले. पाकिस्तानकडे अण्वस्त्र तयार असून ते जगाला कळले पाहिजे असे सांगून ते म्हणाले, 'सीआयए आणि काही परदेशी वृत्तपत्रे आमचा अणूबॉम्ब तयार असल्याचे जे दावे किंवा अंदाज वर्तवत आहेत ते खरेच आहेत.' त्यापुढे जाऊन तर त्यांनी नय्यर यांच्याशी बोलताना उघड उघड धमकीच दिली. ते म्हणाले, 'पाकिस्तानला नाहीसे करणे सोडाच पण साधे गृहीतही धरणे आता कोणालाही शक्य नाही, आमचे इथले अस्तित्व अबाधित आहे आणि त्यालाच धोका निर्माण होतोय अशी शंका जरी आम्हाला आली तरी आम्ही अण्वस्त्राचा वापर करण्यास मागे पुढे पाहणार नाही हे सर्वांनीच लक्षात घ्यावे.'

आंतरराष्ट्रीय महत्त्वाची एक खळबळजनक अशी बातमी पदरात पाडून घेऊन नय्यर तेथून निघाले. आश्चर्याची बाब म्हणजे त्यांच्या या वादळजनक बातमीला वाट मोकळी करून द्यायला कोणतेही नियतकालिक पुढे येईना. भारतीय वृत्तपत्रात ही बातमी आधी प्रसिद्ध झाली तर केवळ एक प्रचारकी साहित्य म्हणून तिच्याकडे दुर्लक्ष होईल या भीतीने त्यांना ती परदेशी वृत्तपत्रात छापली जाणे गरजेचे वाटत होते. अनेक प्रकाशकांनी नकार दिल्यावर 'द लंडन ऑब्झर्वर' या प्रतिष्ठित दैनिकाने ती स्वीकारली. एक मार्चच्या अंकात ऑब्झर्वरने पहिल्या पानावर ती सविस्तरपणे छापली. पाकिस्तानकडे अणूबॉम्ब तयार असल्याची बढाई मारत खान यांनी म्हटले होते की, भारत किंवा अन्य कोणत्याही देशाने आम्हाला धोका निर्माण केल्यास त्याचा वापर आम्ही निश्चितपणे करू. खान यांची ही मुलाखत ऑब्झर्वरने अवतरणांसकट प्रकाशित केली होती. त्याच्या काही आठवडे आधीच कोणतीही अनुचित घटना न घडता 'ऑपरेशन ब्रासट्रॅक' मोहीम स्थगित आली होती. मात्र तोवर नय्यर यांच्या लेखाने खळबळ उडवून दिली होती. रेगन आपले प्रशासन अडचणीत आल्याने संतप्त झाले होते. पाकिस्तानच्या अणूकार्यक्रमाची व्याप्ती दुलर्क्षित करणे आणि प्रत्यक्ष त्या देशाच्या एका महत्त्वाच्या शास्त्रज्ञाने आपल्या कर्तृत्वाच्या बढाया आंतरराष्ट्रीय प्रसारमाध्यमांकडे

मारणे या दोन भिन्न गोष्टी होत्या. झिया राजवटीला लष्करी आणि आर्थिक अशी सर्वतोपरी मदत करण्याबरोबरच पाकिस्तानच्या अण्वस्त्र कार्यक्रमाला खतपाणी घालण्याच्या अमेरिकेच्या वृत्तीवर भारताचे तत्कालिन पंतप्रधान राजीव गांधी यांनी कडाडून हल्ला चढवला.

या सर्व घडामोडींमुळे देशाची विश्वासार्हता रसातळाला जाण्याची स्थिती निर्माण झाल्यावर पाकिस्तानला पश्चातबुद्धी झाली. सरकारने खान यांनाच एक पत्रक काढून आपल्या वक्तव्याचा गैरअर्थ लावण्यात आल्याचे त्यांच्याकडून वदवून घेतले. हुसेन यांनी आपल्या मैत्रीचा गैरफायदा घेत नय्यर यांना आपल्या घरी आणल्याचे ठाम प्रतिपादन खान यांनी या पत्रकाद्वारे केलेच, पण पुढे जाऊन त्यांनी असा दावाही केला की, आपण जे काही बोललो ते आपले वैयक्तिक मत होते आणि त्याला प्रसिद्धी मिळावी असा आपला मुळीच हेतू नव्हता. दरम्यान पाकिस्तानला अडचणीत आणून अमेरिकेशी असलेले आमचे संबंध बिघडविण्याच्या हेतूनेच भारतीय गुप्तचर यंत्रणांनी हा बनाव घडवून आणल्याची कोल्हेकुई त्या देशाच्या प्रसारमाध्यमांनी सुरू केली होतीच. भारताने या घटनेच्या समर्थनार्थ कहुटावर हल्ला केलाच तर खबरदारीचा उपाय म्हणून त्या परिसरातील सुरक्षा यंत्रणा कडक करण्यात आली. नय्यर यांच्यासारख्या भारतीय पत्रकाराची खान यांच्याशी भेट घालून देणाऱ्या मुशाहिद हुसेन यांच्या विरोधात देशद्रोहाचा खटला चालवावा अशा मागण्या होऊ लागल्या. सदर लेखातील हवा काढून घेण्याच्या प्रयत्नांचा एक भाग म्हणून 'नय्यर आणि खान यांच्यातील भेट फक्त काही वेळच चालली, ऑब्झरर्वरमध्ये प्रसिद्ध झालेल्या चर्चेइतका वेळच त्या दोघांना मिळाला नव्हता असेही पाकिस्तानी प्रसारमाध्यमांनी भासवण्याचा प्रयत्न केला. या मुद्याच्या पुष्ट्यर्थ पाकिस्तानात प्रसिद्ध झालेल्या अनेक लेखांत 'त्या' रात्री खान यांनी नय्यर यांच्या व्यतिरिक्त इतर अनेकांना आपल्या घरी बोलावले होते आणि त्यात ख्यातनाम जर्मन अभियंता हाइन्स मेब्यूस आणि दोघा पाकिस्तानी जनरलांचा समावेश होता असा उल्लेख करण्यात आला होता. मात्र खान यांना बेकायदेशीर तंत्रज्ञान पुरविणाऱ्या आंतरराष्ट्रीय टोळीतील मेब्यूस हा महत्त्वाचा भिडू होता याकडे या प्रसारमाध्यमांचे दुर्लक्ष झाले होते. सरतेशेवटी खान यांच्या इन्काराने अमेरिकेची इभ्रत वाचली आणि हा गाजावाजा एकदाचा थांबला. भारतावर 'शाब्दिक दरारा' निर्माण करण्याच्या हेतूनेच गुप्तहेर यंत्रणांनी माझ्याकरवी हे सारे घडवून आणले होते अशी कबुली नंतर खान यांनी एक राजनैतिक अधिकारी आणि पत्रकार हुसेन हक्कानी यांच्यापाशी दिली.

पाकिस्तानने 'अखेरचा स्क्रू' खरोखरच पिळला आहे का किंवा त्याने कामचलाऊ स्वरूपात का होईना अण्वस्त्र तयार केले आहे का इत्यादी प्रश्न म्हणजे खरेतर

नुसता शब्दच्छल आणि गैरसोयीचे सत्य लपविण्याचा एक प्रयत्न होता. कित्येक अण्वस्त्रांना पुरेल एवढे युरेनियम पाकिस्तानपाशी असून भारतातील काही संभाव्य ठिकाणे लक्ष्य करून त्याने काही चाचण्याही घेतल्याची माहिती अमेरिकन गुप्तचर यंत्रणांना होती. यापैकी कोणताही तर्क लावला तरी पाकिस्तानकडे अण्वस्त्र तयार आहे हे उघड गुपित होते. या संदर्भात दक्षिण आशियायी देशांचे विशेषज्ञ स्टिफन फिलिप कोहेन म्हणतात, '१९८५ ते ८७च्या दरम्यान मी जेव्हा परराष्ट्रखात्यात होतो तेव्हा पाकिस्तानच्या अणूकार्यक्रमाची संगतवार माहिती आमच्यापाशी भरपूर प्रमाणात होती, पण तेव्हा आमची अवस्था वाळूत डोके खुपसून बसलेल्या शहामृगासारखी झाली होती. मात्र एका अर्थाने ते अमेरिकेचे अधिकृत धोरण होते, अफगाणिस्तानात ठाण मांडून बसलेल्या रशियाचा पाडाव करण्याच्या दृष्टीने पाकिस्तान आम्हाला एवढा महत्त्वाचा वाटत होता की, त्याच्या सर्व कृत्यांबाबत आम्ही आमचे डोळे झाकले होते, कान बंद केले होते आणि तोंड मिटून ठेवले होते. आम्ही त्या देशाची अधूनमधून कानउघाडणी करत होतो, पण त्या सर्वांचे व्यर्थपणही आम्ही जाणून होतो.'

खान यांच्या यशामुळेच त्यांच्या नोकरीवर गदा येते की काय अशी परिस्थिती निर्माण झाली. एखाद्या अण्वस्त्र भांडाराला पुरेल एवढे समृद्ध युरेनियम कहुटात तयार होत होते, त्यामुळे खान यांच्यापाशी स्वत:ची कार्यकक्षा अधिक व्यापक करण्याइतका वेळ उपलब्ध होता. १९७०च्या दशकातच भुट्टोंनी पाकिस्तान अणुऊर्जा आयोगाचे अध्यक्ष मुनिरखान यांच्यावर अनेक जबाबदाऱ्या सोपवल्या होत्या. त्यात एकाच वेळी अण्वस्त्र निर्मितीबरोबरच ती वाहून नेण्यासाठी क्षेपणास्त्रे विकसित करण्याचाही समावेश होता. अणू इंधन तयार करण्यात आघाडी घेऊन मुनिरखान या आपल्या शत्रूवर मात केल्यानंतर ए.क्यू. खान यांना आता वेगळी स्वप्ने पडू लागली होती. त्यांनी आता स्वत:चे अण्वस्त्र तयार करण्याबरोबरच क्षेपणास्त्रही विकसित करून संपूर्ण अणूकार्यक्रमच आपल्या नियंत्रणाखाली आणण्याचा निर्धार केला होता. या उद्दिष्टपूर्तीसाठी ते चीनकडून मिळालेल्या आराखड्यांचा वापर करणार होते आणि त्यासाठी योग्य अशा अभियंत्यांच्या आणि इंधन तंत्रज्ञांच्या शोधात होते. 'तुमच्याकडे रोल्स राईस असू शकते, पण जर पेट्रोल नसेल तर ती चालूच शकणार नाही, तद्वतच तुम्ही युरेनियमचे समृद्धीकरण करू शकता, पण बॉम्ब आणि तो वाहून नेण्याची तुमची क्षमता नसेल तर तो जागचा हलूही शकणार नाही.' त्यांनी नंतर कधीतरी आपल्या एक सहकाऱ्याला हे सुनावले होते.

परदेशी दूरचित्रवाणी वाहिन्या आणि वृत्तपत्रांतून प्रत्यही प्रसिद्ध होणाऱ्या त्यांच्या कारनाम्यांमुळे खान परदेशात कुख्यात तर त्यांच्या देशात प्रसिद्धीच्या

शिखरावर पोहोचले होते. पाकिस्तानातील एका अत्यंत गोपनीय अशा कार्यक्रमाचा ते जणू सार्वजनिक चेहेराच बनले होते. पाकिस्तानी वृत्तपत्रे त्यांच्यावर स्तुतीसुमनांचा वर्षाव करीत होती, अर्थात काही पत्रकार खान यांची प्रतिमा जपण्यासाठी त्यांचेच पगारदार म्हणून काम करत होते ही गोष्ट अलाहिदा. ८०च्या शेवटी शेवटी तर एखाद्या उपाहारगृहात जाऊन खाणे आणि त्याचे बिल चुकते करणे ही देखील त्यांच्यासाठी एक महाकठिण गोष्ट झाली होती. धुळीने माखलेल्या आणि वाहनांची कोंडी झालेल्या रस्त्यांवरील भडक रंगांच्या मालमोटारींवर त्यांची छबी हमखासपणे दिसत असे. एका दैनिकाने तर १९८६चे 'संवत्सर पुरुष,' 'मॅन ऑफ द इयर' म्हणून त्यांची निवड केली. कौतुकाच्या भरात या दैनिकाने त्यांची तुलना थेट जीनांशीच केली. पाकिस्तानातील एक पत्रकार जहिद मलिक एवढा भारावून गेला की, त्याने खान यांच्याकडे चरित्र लिहिण्याची परवानगी मागितली आणि अर्थातच त्यांनी ती मोठ्या आनंदाने दिली.

पाकिस्तानच्या लष्करी आणि औद्योगिक वर्तुळात आता खान यांची उठबस नित्यनेमाने होऊ लागली, पाकिस्तानला भेट देणारे परदेशी मान्यवर पाहुणे आणि ज्येष्ठ सरकारी पदाधिकारी यांच्या बैठकांनाही त्यांची हजेरी आवश्यक मानली जाऊ लागली, त्यामुळे त्यांच्या जीवनशैलीत एक प्रकारचा सरंजामी सुस्तपणा येऊ लागला. हेन्नीने आपल्याला पूर्णपणे संसारात गाडून घेतले होते, दोन्ही मुलींचे संगोपन करणे आणि कधीतरी नेदरलॅन्डला जाऊन वयोवृद्ध आईवडिलांना भेटणे एवढेच काम तिला उरले होते. वैज्ञानिक संशोधन क्षेत्रात नव्याने घडणाऱ्या घटनांबद्दल स्वत:ला सतत सजग आणि सावध ठेवण्याची सवय खान यांनी पदवीचे शिक्षण घेत असल्यापासून जपली होती आणि ती आजही थोड्याफार फरकाने सुरूच होती. म्हणूनच त्यांनी धातूविज्ञान आणि सेंट्रिफ्युज विकास या विषयांवरील लेख वेगवेगळ्या नियतकालिकांतून लिहायला सुरुवात केली.

तरीही खान हे देशाच्या सर्वांत मोठ्या लष्करी मोहिमेतील एक महत्त्वाचे शास्त्रज्ञ होते आणि म्हणूनच आयएसआय या पाकिस्तानच्या सर्वशक्तिमान लष्करी संघटनेच्या दृष्टीने महत्त्वाचे आणि उपयुक्तही होते. कधी कधी खान यांची प्रतिमा जतन करण्यासाठी आयएसआय अविश्वसनीय वाटाव्या अशा टोकालाही जात असे. इस्रायल, भारत आणि पाकिस्तान या देशांत अणू तंत्रज्ञान कसे पसरत गेले याचे साद्यंत तपशील असलेले द इस्लामिक बॉम्ब नावाचे एक पुस्तक न्यू यॉर्कच्या एका प्रकाशकाने १९८०मध्ये प्रसिद्ध केले. स्टिव्हन विसमान आणि हर्बर्ट क्रोस्नी या दोन पत्रकारांनी अण्वस्त्र प्रसारासंबंधीच्या सर्व मुद्यांची मांडणी या पुस्तकात केली होती. या पुस्तकातील तीन प्रकरणांत केवळ पाकिस्तानचा अणूकार्यक्रम आणि खान याच्यावरील टीकास्त्र यांवरच भर दिला होता. पाकिस्तानला

स्वत:हून जे तंत्रज्ञान निर्माण करता येत नाही ते मिळविण्यासाठी खान यांनी युरेन्कोतून चोरलेले आराखडे आणि तंत्रज्ञान प्राप्तीसाठी आंतरराष्ट्रीय स्तरावर तयार केलेला काळा बाजार यांचा मागोवा त्यात घेण्यात आला होता. या पुस्तकावर पाकिस्तानी सरकारने बंदी घातली आणि तरीही काही मोजक्या धाडसी नागरिकांनी मूळ प्रत देशात आणण्याचा प्रयत्न केलाच; पण जसा खान यांचा प्रभाव वाढत गेला तसे या पुस्तकाचे उपद्रव मूल्यही वाढत गेले. भूतकाळातील गाडलेले मुडदे या पुस्तकामुळे बाहेर येतील या भीतीने आयएसआयने या पुस्तकातच 'सुधारणा' करण्याचा निर्णय केला.

१९८८च्या भल्या पहाटे या सुधारित 'इस्लामिक बॉम्ब' या पुस्तकाच्या प्रती राजकीय आणि राजनैतिक नेते यांच्या घरी येऊन धडकल्या. मोटारसायकल कुरियरने आलेल्या या प्रती नेमक्या कोणी पाठविल्या होत्या याची कोणालाच कल्पना येईना. 'मॅसाच्युसेट्स इन्स्टिट्यूट ऑफ टेक्नोलॉजी' (एमआयटी) या संस्थेतून डॉक्टरेट संपादन केलेले अणू भौतिकतज्ज्ञ परवेझ हुडबॉय इस्लामाबादमधील कायदे आझम विद्यापीठातील आपल्या खोलीत बसले असताना या पुस्तकाची प्रत त्यांच्या हातात पडली. स्वत:च्याच देशाच्या अण्वस्त्र कार्यक्रमावर बिनदिक्कत टीका करणारे आणि प्रसंगी खान यांनाही आपल्या तडाख्यातून न सोडणारे अशी परवेझ यांची ख्याती होती. परवेझ यांनी केलेल्या सार्वजनिक टीकेचा भडिमार असह्य होऊन एका क्षणी तर खान यांनी त्यांच्या परदेश गमनावरच अधिकाऱ्यांकरवी बंदी आणवली होती. खान यांनी त्यांच्यावर देशविरोधी असल्याचा आरोप केला होता, त्यातून सुटका करून घेण्यासाठी परवेझ यांचे कित्येक महिने खर्ची पडले.

'द इस्लामिक बॉम्ब'विषयी परदेशी वृत्तपत्रांत आलेली समीक्षणे परवेझनी वाचली होती, मात्र पुस्तकाची प्रत्यक्ष प्रत त्यांनी त्या दिवसापर्यंत पाहिली नव्हती. हे बंदी असलेले पुस्तक आपल्याला का आणि कोणी पाठवले असावे याचा विचार करत त्यांनी ते वाचायला सुरुवात केली. पुस्तक प्रभावी आणि सडेतोड होते, मात्र त्यांना पाकिस्तानचा संदर्भ असलेली काही प्रकरणे एकूण पुस्तकाच्या बाजाशी विसंगत आणि वाचताना खडे टोचावेत अशी वाटली. शिवाय या पुस्तकात ए.क्यू. खान यांच्यावर स्तुतीसुमनांचा वर्षाव तर त्यांचे प्रतिस्पर्धी मुनिरखान यांच्यावर टीकेचा भडिमार करण्यात आला होता. ही प्रकरणे संशयास्पद वाटल्याने त्यांनी ते पुस्तकच बाजूला ठेवले आणि त्याविषयीचे रहस्यही त्यांना एक अभ्यागत भेटेपर्यंत गुलदस्त्यात राहिले. या पाहुण्याची परवेझ यांच्या अलमारीतील या पुस्तकावर नजर पडली, पुस्तकाविषयी पाहुण्याने त्यांना मत विचारल्यावर परवेझनी ते आवडल्याचे, पण काही भाग संशयास्पद वाटल्याचे सांगितले. पुन्हा एकदा पुस्तक चाळून त्यांनी आपल्याला विसंगत वाटणारे मुद्देही त्या अभ्यागताला

दाखवले. संशयास्पद वाटणाऱ्या पानांच्या छायाप्रती काढून त्याने त्या फेड एक्स कुरीयरने परदेशी रवाना करून अबकारीखात्याचा संभाव्य ससेमिरा चुकवला. नंतर परवेझ यांच्याकडे असलेल्या आणि मूळ प्रतीची तुलना केल्यावर बनावट प्रतीत सुमारे शंभर दुरुस्त्या असल्याचे आढळून आले. त्यातील काही दुरुस्त्या ठळक तर काही किरकोळ स्वरूपाच्या होत्या, मात्र खान यांच्या किर्तीचे संगोपन आणि संवर्धन करणे हाच यामागचा एकमेव हेतू होता हे उघडपणे दिसत होते. उदाहरणार्थ, पाकिस्तानात तस्करीच्या माध्यमातून तंत्रज्ञान आणल्याचा खान यांच्यावरील आरोप वगळण्यात आला होता आणि त्या पानाच्या खाली एक तळटीप टाकून कहुटात त्यांनी घडवलेल्या चमत्काराबद्दल त्या प्रकल्पाला त्यांचे नाव झियांनीच दिल्याचा उल्लेख करण्यात आला होता. यातील काही बदल वरकरणी तर काही सप्रमाण होते : उदाहरणार्थ, मूळ प्रतीत मुनिरखान यांचा उल्लेख 'आपल्या देशासाठी अण्वस्त्र आणि अणुऊर्जा आणण्यासाठी प्रसंगी काहीही करणारा एक देशभक्त' असा होता, तो आयएसआयने बदलून आपल्या आवृत्तीत तो 'एक अकार्यक्षम शास्त्रज्ञ जो देशाला अण्वस्त्रे आणि अणुऊर्जेपासून वंचित ठेवण्यासाठी कोणत्याही थराला जाऊ शकणारा माणूस' असा केला होता. दुसऱ्या एका ठिकाणी मूळ प्रत म्हणते, 'फक्त काही हाताच्या बोटांवर मोजण्याइतक्याच औद्योगिकरण झालेल्या देशांना स्वत:चे समृद्धीकरण प्रकल्प उभारता आले असून त्यांची बांधकाम प्रक्रिया अत्यंत गुप्त ठेवण्यात आली होती. असे असताना पाकिस्तानसारखा गरीब आणि मागासलेला देश त्याची आकांक्षापूर्ती तरी कशी करू शकतो?' या प्रश्नाचे पुनर्लेखित उत्तर असे, 'फक्त काही महत्त्वाच्या आणि औद्योगिकरण झालेल्या मोजक्या देशांना समृद्धीकरण प्रकल्प उभारता आले आहेत, हे खरे आहे आणि त्यांची प्रक्रिया गोपनीय ठेवण्यात आली असतानाही गरीब आणि मागासलेल्या पाकिस्तानला हे कसे जमले या प्रश्नाचे उत्तर एकच आहे आणि ते म्हणजे डॉ. खान.'

पाकिस्तानी गुप्तचर सेवेच्या सान्निध्यात असलेल्या एका ज्येष्ठ अधिकाऱ्याला या बदलांसंदर्भात विचारले असता त्याने नेमके काय झाले ते सांगितले. मूळ लेखकाच्या स्वामित्वहक्काची फारशी पर्वा न करता पाश्चात्त्य पुस्तके प्रकाशित करण्याचा मोठा उद्योग पाकिस्तानात राजरोसपणे चालतो, अशाच एका प्रकाशकाला आयएसआयच्या कर्मचाऱ्यांनी पकडून या पुस्तकाच्या पुनर्छपाईचा आदेश दिला. या नव्या आवृत्तीत खान यांच्यावर प्रकाशझोत टाकण्यात आला होता तर मुनिरखान यांच्यावर चिखलफेक करण्यात आली होती.

एकाच दुकानात सर्वकाही

पा*किस्तानात परतून खान यांना आता काही वर्षे* झाल्यावर, त्यांच्यासाठी राजीखुशीने आणि अभावितपणे अशा दोन्ही प्रकारे काम करणाऱ्या साथीदारांची संख्या वाढतच गेली. यातून अणूबॉम्ब तयार करण्यासाठी आवश्यक असणाऱ्या तंत्रज्ञान आणि इतर बारीकसारीक वस्तूंपासून ते मोठ्या सामग्रीपर्यंत सर्वकाही पुरवण्याची क्षमता असलेला एक गोपनीय आणि बेकायदेशीर असा उद्योगच तयार झाला. या नेटवर्कचा केंद्रबिंदू जरी युरोपात असला तरी तिचे हात अमेरिका, कॅनडा, चीन आणि जपानपर्यंत पोहोचले होते. या नेटवर्कच्या हालचालींवर अमेरिकेच्या गुप्तचर यंत्रणांचे बारीक लक्ष होते ही गोष्ट खरी असली तरी खान यांनी निर्माण केलेला चोरटा व्यापार आणि नेटवर्कची एकूण व्याप्ती समजून घेण्यात त्यांना अपयश आले होते.

१९८०च्या शेवटच्या चरणात कहुटासाठी खान यांना बाहेरच्या मदतीची गरज भासेनाशी झाली आणि त्यांच्यावर अवलंबून असलेले संशयास्पद मध्यस्थ तसेच उत्पादक तथा पुरवठादार अस्वस्थ होऊन अन्य ग्राहक शोधू लागले. त्यांच्यापैकी काही मूठभरांनी दक्षिण अफ्रिकेतील वर्णद्वेषी राजवटीला तंत्रज्ञानविषयक तपशील विकायला सुरुवातही केली होती, कारण तोही देश स्वतःचे असे अण्वस्त्र गुप्तपणे तयार करत होता. या मध्यस्थांना संधी देण्यासाठी लिबिया आणि सौदी अरेबिया हे दोन देश आतुरतेने वाट पाहत होते. दोन्ही देश तेलसंपन्न असल्याने त्यांना पैशाची ददात नव्हती, पण त्यांच्या सामाजिक व्यवस्थेत घुसणेही ऐऱ्यागैऱ्याचे काम नव्हते. दुसरीकडे इराण आणि इराक यांच्यातील दीर्घकालीन युद्ध आता समाप्तीच्या वाटेवर होते, दोन्ही बाजूंचे लाखो सैनिक आणि नागरिकही मृत्युमुखी पडले होते, एवढे असूनही हे देश जाताजाता काळ्या बाजारात उपलब्ध असलेल्या अण्वस्त्राची नमुना चाचणी घेण्यास उत्सुक असल्याने ते या मध्यस्थांचे संभाव्य ग्राहकही होते.

युरोपभर पसरलेल्या आपल्या दूतावासांचा उपयोग करून सद्दाम हुसेनने पारंपरिक आणि अणुवर आधारित शस्त्रास्त्रे खरेदी करायचा सपाटा खूप आधीपासून सुरू केला होता. या उद्दिष्टपूर्तीसाठी त्याने दूतावासातील अधिकाऱ्यांची आणि संबंधित मदतनिसांची एक छोटीशी फलटणच उभारली होती. त्याच्या या खरेदीसत्राची तुलना पाकिस्तानच्या सुरुवातीच्या खरेदीसत्राशीच होऊ शकेल. इराणचे भूतपूर्व सर्वेसर्वा शाह यांनी कधीकाळी सुरू केलेला पण विद्यमान नेतृत्वाने १९७९च्या क्रांतीनंतर बासनात गुंडाळून ठेवलेला अणूकार्यक्रमच पुनरुज्जीवित करण्याच्या विचारात तो देश होता, मात्र इराकशी लढण्यात त्याची परंपरागत युद्ध सामग्री आणि पैसा कामी येत असल्याने त्याला नव्याने अण्वस्त्रनिर्मिती करताना काही मर्यादा येत होत्या.

स्वित्झर्लंडमधील ग्रेब्स या निसर्गरम्य खेड्यात राहणारा आणि शांतस्वभावी म्हणून ओळखला जाणारा गोदार्द लर्च हा गृहस्थ खान यांच्या अनेक पुरवठादारांपैकी एक होता, आणि त्याला आपला व्यवसाय वाढविण्याची इच्छाही होती. गुबगुबीत चेहरा आणि शरीराने धट्टाकट्टा असलेल्या लर्चने आपल्या कारकिर्दीची सुरुवात जर्मनीतील एका विमान बांधणी व्यावसायिकाकडे अभियंता या नात्याने केली. नंतर तो लिबोल्ड हिरोज या उद्योगाकडे वळला. सेंट्रिफ्युज तयार करण्याच्या यंत्रणेतील महत्त्वाचे अशा व्हॅक्युम व्हॉल्वची निर्मिती ही कंपनी करत असे. या कंपनीचा संपूर्ण युरोपभर दबदबा होता. युरेनियम हेक्झाफ्लुरॉइड 'यूएफ-६' या वायूचे समृद्ध युरेनियममध्ये रूपांतर करण्याच्या प्रक्रियेवर कौशल्य मिळवलेल्या मोजक्या उद्योगांत लिबोल्डचे नाव अग्रस्थानी होते. १९७०च्या दशकाच्या पूर्वार्धात लर्च या कंपनीचा विभागप्रमुख झाल्याने त्याचा लिबोल्डच्या ग्राहकांशी थेट संपर्क आला, त्यात युरेन्को आणि पर्यायाने ए.क्यू. खान यांचाही समावेश होता. पाकिस्तानला परतून खान यांनी जेव्हा स्वत:चा अणूकार्यक्रम सुरू केला तेव्हा त्यांच्या प्रयोगशाळेला आवश्यक असलेल्या व्हॉल्वसचा पुरवठा सुरू ठेवण्याचे कामही लर्चने केले.

१९७९ मध्ये पाकिस्तानशी सुरू असलेल्या व्यापाराच्या वाढत्या प्रमाणामुळे जर्मन अधिकाऱ्यांच्या मनात शंकेची पाल चुकचुकली. या बाबत त्यांनी जेव्हा लर्चला विचारले, तेव्हा त्याने कशाचाही आडपडदा न ठेवता पाकिस्तानला एक दशलक्ष किमतीचे व्हॉल्वस, व्हॅक्युम पम्प्स आणि एक वायू शुद्धीकरणाचे सयंत्र विकल्याचे कबूल करून टाकले. हा व्यवहार केल्याबद्दल कंपनी किंवा लर्च यांच्यावर कोणताही औपचारिक ठपका ठेवण्यात आला नसला तरीही सदर सामग्री 'समृद्धीकरण संयंत्रासाठी वापरली जाऊ शकते,' अशा आशयाची नोंद निर्यात अधिकाऱ्यांनी केली. तरीही आपल्या व्यवहारात सरकारने नाक खुपसणे

लिबोल्ड कंपनीच्या संचालक मंडळींना फारसे आवडले नाही आणि परिणामस्वरूपी लर्चला आपल्या नोकरीवर पाणी सोडावे लागले. या अनुभवाने अजिबात नाउमेद न होता लर्चने आपल्याला असलेल्या माहितीचे गाठोडे बांधले आणि जिथून अण्वस्त्र व्यापार करायला निकोप वातावरण होते असे स्वित्झर्लंड १९८३मध्ये गाठले. त्याच्या गच्छंतीनंतर काही दिवसांतच समृद्धीकरण प्रक्रियेच्या आराखड्यातील महत्त्वाचे भाग गायब झाल्याचे लिबोल्ड कंपनीला आढळून आले.

व्हॅक्युम व्हॅलीच्या मध्यवर्ती भागात आपला उद्योग पुन्हा नव्याने सुरू केल्यावर लर्चने खान यांच्याशी आलेल्या जुन्या संबंधांना नव्याने उजाळा दिला आणि पाकिस्तानला मोठ्या प्रमाणात उपकरणे विकायला प्रारंभ केला. लिबोल्डच्या उपकरणांशी साम्य असलेला आणि पाकिस्तानला निर्यात करण्यासाठी तयार असलेला काही संशयास्पद माल स्विस अधिकाऱ्यांनी ताब्यात घेऊन त्याची तपासणी केल्यावर लर्चने कंपनीतून काही माल चोरल्याच्या त्यांच्या संशयाला पुष्टी मिळाली. ही घटना १९८५मध्ये उघडकीस आली. यापूर्वीही अशाच प्रकारे काही टन माल रवाना झाल्याचेही त्यांच्या लक्षात आले, पण त्याला आता खूपच उशीर झाला होता. ते लर्चच्या विरोधात काहीही गुन्हा दाखल करू शकले नाहीत. लर्चने मात्र ही सारी पळापळ आपल्या व्यवसायासाठी मोजावी लागलेली किंमत असल्याचे मानले आणि तो आपल्या पुढच्या कामाला लागला.

उच्च तंत्रज्ञानविषयक कोणतीही गरज भासल्यास त्याचे उत्तर आपल्याकडे हमखास सापडते अशी स्वत:ची ख्यातनाम प्रतिमा करण्यात लर्चला चांगलेच यश आले, त्यामुळे पारंपरिक शस्त्रांच्या निर्मितीला लागणाऱ्या तंत्रज्ञानाची चौकशी करण्यासाठी एक इराणच्या अणुऊर्जा संघटनेतील भौतिकतज्ज्ञ १९८७मध्ये त्याच्या कार्यालयात येऊन धडकला तेव्हा त्याबद्दल कोणालाही फारसे आश्चर्य वाटले नाही. लर्चने त्याच्या सर्व मागण्या पूर्ण करण्याचे आनंदाने मान्य केले, मात्र त्याआधी आपण आपल्या व्यवसाय वृद्धीसाठी तयार केलेली एक फिल्म त्याने पहावी असा आग्रह त्याने धरला. त्या भौतिकतज्ज्ञाने ती फिल्म मन लावून पाहिली, मात्र आपल्याला अण्वस्त्रे नको असून फक्त पारंपरिक शस्त्रास्त्रेच हवी आहेत या मुद्यावर तो अडून बसला. लर्चच्या दृष्टीने बीजारोपण तर झाले होते, त्यानंतर काही दिवसांच्या अंतराने त्याने तेहरानमधील इराणी अणू विभागाच्या अधिकाऱ्यांशी संपर्क करून आपली आण्विक उपकरणे विकत घेण्यात कोणी स्वारस्य दाखवतो का याची चाचपणी करून पाहिली. लर्चच्या प्रयत्नांना यश यायला नंतरचे काही महिने लोटले. त्याने दिलेल्या प्रस्तावात इराण्यांना खरोखरच स्वारस्य होते आणि त्यांनी लर्चबरोबर झुरिचमध्ये एक बैठक आयोजित केली.

जुलैमध्ये लर्च ट्रेनने झुरिचला गेला आणि तिथे त्याने एका स्थानिक

हॉटेलात इराणच्या अणुऊर्जा आयोगाच्या मसूद नेरागी आणि मोहंमद अल्लाह या दोघा वैज्ञानिकांची भेट घेतली. अमेरिकेच्या 'ॲटम फॉर पीस' या कार्यक्रमांतर्गत शाह यांच्या राजवटीत मिळालेल्या एका छोट्याशा अणुभट्टीवर मर्यादित संशोधन करण्यावरच त्या वेळपर्यंत तरी इराणी शास्त्रज्ञ समाधानी होते. इराकशी पुकारलेल्या युद्धाच्या अंतिम टप्प्यात आपली सरशी होणार अशी चिन्हे इराणला दिसत असतानाच सद्दामने रासायनिक अस्त्रांचे अनेक हल्ले चढवून हजारो इराणी सैनिकांना यमसदनी पाठवल्यामुळे इराणची अण्वस्त्रांची भूक अचानक वाढल्याचे दिसू लागले. इराकच्या या विश्वासघातकी हल्ल्यामुळे इराणविषयी सर्वत्र अचानक सहानुभूतीची लाट पसरली, तशातच त्या देशाने संयुक्त राष्ट्रसंघात रासायनिक शस्त्रास्त्रांच्या हल्ल्यामुळे आंतरराष्ट्रीय कायद्यांचा भंग झाल्याचा युक्तिवाद केला. मात्र या इस्लामिक संघराज्याविषयी महासत्तांना अजिबात सहानुभूती वाटत नसल्याने त्यांनी कोणतीही ठोस कारवाई करण्यास उत्सुकता दाखवली नाही. परिणामी आपण एकटे पडलो असून स्वरक्षणाचे उपाय आपणच शोधले पाहिजेत याची जाणीव आयतउल्ला खोमेनी आणि इतर धर्मगुरूंना झाली. त्यांची आणि लष्करी अधिकाऱ्यांची इराणला आता स्वत:चा दरारा निर्माण करावा लागेल अशी पक्की खातरी पटली, म्हणून रासायनिक अस्त्रांचे एकीकडे साठे करण्याबरोबरच दुसरीकडे त्यांनी अण्वस्त्रनिर्मितीच्या प्राथमिक सामग्रीचीही खरेदी सुरू केली. वेगळ्या शब्दांत सांगायचे तर लर्चचे नशिब फळफळू लागले होते.

गुळगुळीत कागदावरील भपकेबाज माहितीपत्रके किंवा उत्पादनांचे नमुने यापैकी काहीही बरोबर न घेता सिमेन्स या जागतिक उद्योगसमूहाच्या एका कार्यालयीन वापराच्या कागदावर मोडक्यातोडक्या इंग्रजीतील काही नोंदी घेऊन लर्चने झुरिच गाठले. त्याने आपल्या प्रस्तावाचे चार भाग केले होते.

१. सेंट्रिफ्युज निर्मितीचे आराखडे, तपशीलवार वर्णन आणि वैशिष्ट्ये.

२. प्रारूप स्वरूपातील एक किंवा दोन विघटित सेंट्रिफ्युजेस

३. २००० सेंट्रिफ्युजेसना पुरतील एवढे सुट्टे भाग

४. अण्वस्त्रांच्या सुट्ट्या भागाचे आराखडे, अण्वस्त्रे कार्यान्वित करण्यासाठीची संपूर्ण यंत्रणा आणि संपूर्ण समृद्धीकरण प्रकल्पाची ब्लू प्रिंट आणि त्याचा संभाव्य खर्च.

'हा ऐतिहासिक क्षण टिपून भविष्यकाळात त्याचा उपयोग करील अशी कोणतीही व्यक्ती या प्रसंगी हजर नव्हती, मात्र लर्चचा तो कागदाचा तुकडा चिरकाल टिकणार होता. कारण त्याच्या या प्रस्तावाने अण्वस्त्र प्रसाराच्या एका नव्या भस्मासुराला जन्म दिला होता. पाकिस्तानला पुरवठा करण्यासाठी उदयाला आलेल्या नेटवर्कने हातपाय

पसरायला सुरुवात केली होती, ते आता नव-नव्या ग्राहकांकडे पोहोचू लागले होते. ज्या देशाकडे किंवा ज्या व्यक्तीकडे खर्च करायला पैसे आहेत अशा कोणासाठीही हा अणू सामग्रीचा सुपर बाजार सुरू होत होता.

आण्विक सामग्रीच्या विक्रीसाठी लर्च आता सुसज्ज झाला होता. इराणला अण्वस्त्र निर्मितीसाठी ज्या काही वस्तू निर्यात निर्बंधित करण्यात आल्या होत्या त्या सर्व आपण आणि आपले निनावी सहकारी उपलब्ध करून देऊ असे आश्वासन त्याने दिले होते. त्याने सांगितले की, एकूण सामग्रीपैकी बऱ्याचशा वस्तू तातडीने उपलब्ध असून त्यात नमुन्याचे सेंट्रिफ्युजेस आणि संपूर्ण संच इत्यादींचा समावेश आहे. काही आठवड्यातच त्या इराणला पोहोचू शकतील आणि उर्वरित सर्व सामग्री गरज तसेच कामाच्या प्रगतीनुसार रवाना केल्या जातील. जेव्हा इराण्यांनी तपशिलाचा आग्रह धरला तेव्हा त्याने या गोष्टींचा उलगडा करण्यास नकार दिला, पण त्याच वेळी वस्तूंच्या गुणवत्तेची खातरीही दिली. कामाला सुरुवात करण्यापूर्वी आपण आणि आपल्या साथीदारांना पहिल्या हप्त्यापोटी २०० दशलक्ष डॉलर्स देण्यात यावे अशी मागणी त्याने केली. अर्थात उरलेली रक्कम किती असेल हे सांगण्यास त्याने नकार दिला. या प्रस्तावात त्या दोघांही इराण्यांना स्वारस्य नक्कीच होते, पण असा खर्चिक आणि अविश्वसनीय सौदा करण्यापूर्वी आपण आपल्या वरिष्ठांशी सल्लामसलत करू इच्छितो असे त्यांनी सांगितले. आम्हाला आमच्या वरिष्ठांनी हिरवा कंदील दाखवला की, लगेचच आम्ही तुम्हाला कळवतो असे सांगायला ते विसरले नाहीत.

अणू तंत्रज्ञान इराणसाठी काही नवलाईची बाब नव्हती. अमेरिका आणि जर्मनी यांच्या पुढाकाराने शाह यांच्या राजवटीतच त्या देशाने अणूकार्यक्रम सुरू केला होता. जर्मनीच्या साहाय्याने बुशेर या किनारपट्टीच्या शहरात कार्यरत असलेली एक प्रचंड क्षमतेची अणुभट्टी इस्लामिक क्रांतीनंतर थंडावली होती. या तथाकथित क्रांतीनंतर संपूर्ण जगाने इराणला वाळीत टाकले होते आणि परिणामी त्या देशाला होणारी अणू सामग्रीची निर्यात बंद झाली होती. इकडे इराणला परतल्यावर ह्या दोघा शास्त्रज्ञांनी लर्चकडून आणलेला प्रस्ताव काही काळ घिरट्या घालत राहिला. प्रथम तो अणुऊर्जा संघटनेकडून राष्ट्रीय सुरक्षेची जबाबदारी असलेल्या क्रांतीकारी दलाकडे गेला, आणि त्यांच्याकडून तो गुप्तचर आणि संरक्षण मंत्रालयाकडे पाठविण्यात आला. सरतेशेवटी तो एक पानी प्रस्ताव सर्व सत्तेची खरी सूत्रे असणाऱ्या ज्येष्ठ धर्मगुरूंकडे गेला, आणि तिथे कोणीतरी त्याला हिरवा कंदील दाखवला.

युरोपमधून पारंपरिक तंत्रज्ञान घेण्याचे प्रयत्न करताना इराणपुढे काही अडचणी उभ्या राहिल्या आणि आपण एखाद्या स्टिंग ऑपरेशनमध्ये अडकले जाऊ अशी

भीती त्या देशाच्या नेत्यांना वाटू लागली.

त्यामुळे दुसरी बैठक इराणची राजधानी तेहरान येथे व्हावी असा आग्रह नेरेगीने लर्च याच्यापाशी धरला. पण इराणला जायला लर्च फारसा उत्सुक नव्हता, पाकिस्तानला याआधी त्याने पाठविलेल्या मालाच्या जहाजाच्या संदर्भात जर्मनीचे अधिकारी त्याची चौकशी करत होते, या प्रकरणाचा निकाल लागेपर्यंत तरी त्याला कोणत्याही स्वरूपाचा धोका पत्करायचा नव्हता हे त्याच्या इराणला न जाण्यामागचे एक प्रमुख कारण होते. म्हणून दोन्ही बाजूंनी समझोता केला आणि पर्शियाच्या आखाताची राजधानी असलेल्या दुबई या शहराची निवड केली. दुबई हे शहर ब्रिटनच्या कायद्याच्या कक्षेबाहेर येत असल्याने ते आपोआपच अलिप्त ठिकाण ठरणार होते म्हणून तिथे भेटण्यावर त्यांचे एकमत झाले. अर्थात या बैठकीपूर्वीच इराणने आपल्या मनासारखा एक सौदा करून घेतला. पारंपरिक युद्ध सामग्रीवर त्या देशाचा अतोनात खर्च या आधीच झाला होता, त्यामुळे लर्चशी व्यवहार करताना प्राथमिक रक्कम कमी करून घेण्यात यावी असा नेरेगीवर दबाव होता. सरतेशेवटी लर्च त्याला कबूल झाला आणि पहिला हप्ता म्हणून त्याने १० दशलक्ष डॉलर्स स्वीकारण्याची तयारी दर्शवली.

संयुक्त अरब अमिरात 'यूएई' हे एक छोट्या छोट्या संस्थांनांचे मिळून तयार झालेले एक संघराज्य आहे. १९६०च्या दशकात बांधकाम व्यवसाय अचानक तेजीत येईपर्यंत दुबई हे शहर निद्रावस्थेत होते. १९८०च्या दशकात या शहराने कातच टाकली. कोणत्याही प्रकारचे कर किंवा कोणत्याही वस्तूंवर भाडे नाही, तसेच सरकारी हस्तक्षेप जवळपास नव्हताच. या आणि अशा कित्येक सवलतींमुळे दुबई मुक्तपणे व्यापार करणाऱ्यांचे नंदनवन बनले. अशा या बंधनमुक्त आणि भरभराटीची दारे सताड मोकळी असणाऱ्या अर्थव्यवस्थेने देश-परदेशातील उद्योगपतींना इथे खेचून आणले. या सर्वांत महम्मद फारूक या भारतीयांचाही समावेश होता. शरीराने बुटक्यात जमा होणाऱ्या या गुबगुबीत चेहऱ्याच्या व्यापाऱ्याचा शहरातील जबेल अली फ्री झोनमध्ये आयात निर्यातीचा छोटासा व्यवसाय होता. लर्चप्रमाणेच फारूकही अणू सामग्रीच्या काळ्या धंद्यात चांगलाच मुरलेला होता. या दोघांची भेट यापूर्वी दक्षिण आफ्रिकेत झाली होती तसेच या दोघांचेही खान यांच्याशी व्यावसायिक संबंध होते. इराणशी व्यापार करण्याचे ठिकाण जेव्हा दुबईत हलले तेव्हा लर्चने फारूकशी संपर्क केला आणि त्याला अगदी हवा होता तसा स्थानिक भागीदार मिळाला. खान यांच्याशी युरेन्कोच्या दिवसांपासून संबंध असलेला आणि त्यांना वर्षानुवर्षे लाखो डॉलर्सची अणू सामग्री आणि तंत्रज्ञान पुरवणारा हेंज मेबूस हा जर्मन अभियंताही उभयतांना सामील झाला. सिमेन्स या कंपनीत कधी काळी कामास असलेला मेबूस लर्चपेक्षा

कितीतरी पटीने चांगले इंग्रजी बोलायचा.

सेंट्रिफ्युज आणि त्याचे सुट्टे भाग, हे दोन्ही घटक खान यांना सहजपणे उपलब्ध होते, आणि या सर्व व्यवहाराचा तोच महत्त्वाचा गाभा असल्याने एक वेळ अशी आली की, लर्च किंवा मेबूस यांना बाजूला सारून तेच इराणबरोबरचा सौदा पूर्ण करू शकले असते. इस्लामिक बॉम्बचे जनकत्व त्यांच्याचकडे जात होते, शिवाय ते स्वत: एक मुस्लीम असल्याने इराणला एखाद्या 'स्टिंग ऑपरेशन'द्वारा पकडले जाऊ अशी जी भीती सातत्याने वाटत होती, ती ते काही प्रमाणात कमी करू शकले असते. त्यांची अशा प्रकारची गुंतवणूक इराणला दुहेरी फायदेशीर ठरू शकली असती. जरी खान यांना इराणबरोबरच्या सौद्यात सहभागी होण्याची इच्छा असली तरी त्यांना दुबईत होणाऱ्या बैठकीला जायचे नव्हते. त्या ऐवजी त्यांनी दोन सेंट्रिफ्युजेस आणि काही सुट्टे भाग पुरविण्याचे मान्य केले. त्याच सुमारास कहुटामध्ये पी-२ या नावाच्या अधिक पुढारलेला सेंट्रिफ्युज विकसित होत होता. खान यांना फक्त आता एवढेच करायचे होते, ते म्हणजे आपल्या भंगार मालाच्या कोठारात जाऊन वापरून झालेले सेंट्रिफ्युजेस शोधून काढायचे आणि ते सुट्टे करून दुबईकडे रवाना करायचे. खान यांना संशोधन प्रयोगशाळेचे प्रमुख या नात्याने अजूनही संरक्षण होते आणि त्यांच्या कोणत्याही हालचालींवर कोणाचीही पाळत नव्हती. केवळ त्यांच्या एका सहीने देशाबाहेर कोठेही माल जात होता.

नंतर इराणकडे तंत्रज्ञान हस्तांतरित करण्याचेही त्यांनी अनेक प्रकारच्या तर्कशास्त्रीय मार्गांनी समर्थन केले. दुसऱ्या कोणत्याही मुस्लीम देशाला अण्वस्त्र पुरविल्यास पाकिस्तानवरील पाश्चात्त्य देशांचा पगडा कमी होईल हा त्यांच्या समर्थनाचा महत्त्वाचा मुद्दा असे. पाश्चात्त्य देश आणि इस्रायल यांच्याविरुद्ध इराणला आघाडी उघडायची असून त्यासाठीच आपल्याला इराणला साहाय्य करायला पाकिस्तानचे लष्कर उद्युक्त करत असल्याचे ते आपल्या खासगी वर्तुळातील मित्रांना सांगत. गंमतीचा भाग असा की, त्याच काळात सालीना अक्षरश: कोट्यवधी डॉलर मदतीचा वर्षाव करणाऱ्या अमेरिकेपेक्षा खान यांचे गुरू झिया यांचा अफगाणिस्तानात लढणाऱ्या रशियावर जास्त विश्वास होता. पश्चिमेकडे सरळसोटपणे पसरलेल्या अफगाणिस्तान, इराण, आणि तुर्कस्तान या अरबेतर मुस्लीम देशांची मोट बांधून आघाडी स्थापन करण्यावरच पाकिस्तानचे भवितव्य अवलंबून आहे याची झिया यांना खातरी वाटत होती. भारताच्या मनात धडकी भरवून त्याच्यावर वर्चस्व सिद्ध करण्यासाठी आणि बाहेरच्यांना प्रतिबंध करण्यासाठी अशी रचना होणे आवश्यक असल्याचे त्यांनी मनोमन ठरवले होते. आपली ही कल्पना त्यांनी प्रथम कागदावर उतरवली आणि तिला 'धोरणात्मक प्रादेशिक सहमती,' 'स्ट्रॅटेजिक रिजनल कन्सेशस' असे नाव दिले.

या योजनेबद्दल आयएसएचा प्रमुख हमिद गुलकडून मिल्ट बियरडनना माहिती मिळाली. ही योजना प्रत्यक्षात आली तर अमेरिकेचा त्या भागातील वरचश्मा आपसूकच कमी होईल असा दावाही गुलनी केला. या योजनेची एक प्रत बियरडनना सोपवित गुल उद्गारले, 'पाकिस्तान, इराण, तुर्कस्तान आणि पाकिस्तान एकत्र येणे हे आमचे एक स्वप्न आहे, ही एक सखोल अशी धोरणात्मक संकल्पना असून तो एकप्रकारे हिंदूंच्या हृदयाच्या दिशेने रोखलेली ती एक रत्नजडित असा मुघल कट्यार असेल.' हे सर्व ऐकणाऱ्या त्या सीआयएच्या स्थानक प्रमुखाने यातील संभाव्य धोके ओळखले आणि योजनेची प्रत तातडीने सीआयएच्या मुख्यालयाला पाठवून दिली.

पारंपरिक आयुधांचा समावेश संरक्षण आपापल्या प्रकल्पांवर पाकिस्तान आणि इराण आधीपासूनच काम करत होते, आणि इराणच्या नागरी अणू उद्योगांशी संबंधित प्रकल्पांना सहकार्य करण्याबाबतचा औपचारिक करार दोन्ही देशांत झालाही होता. खान यांनी सुरुवातीच्या काळात इराणला जी सामग्री पाठवली होती, तो या कराराचा सकृतदर्शनी पुरावा होता, मात्र नंतरच्या काळात नेटवर्कच्या ग्राहकांना पाठवलेल्या मालाचे आकारमानच एवढे मोठे होते की, त्यासाठी लष्कराच्या सर्वोच्च पातळीवरील अधिकाऱ्यांचे शंका समाधान होणे आवश्यक ठरत होते.

इराणी शास्त्रज्ञांनी दुबईत पाऊल टाकण्याच्या काही दिवस आधी खान यांनी पी-२ बनावटीचे दोन कालबाह्य सेंट्रिफ्युजेस आणि त्याच्या सोबतीला अनेक सेंट्रिफ्युजेसचे सुट्टे भाग फारूककडे रवाना केले. या सामग्रीला जोडूनच त्यांनी समृद्धीकरण संयंत्र उभारणीची चित्रे, आराखडे, आणि या सर्वांसाठी लागणाऱ्या वस्तू पुरविणाऱ्या युरोपातील संभाव्य संपर्क व्यक्तींची एक भली मोठी यादी पाठवली. आपल्या व्यवसायाच्या ठिकाणी हे स्फोटक साहित्य ठेवायची फारूकला भीती वाटली म्हणून त्याने ती मध्य दुबईतील एका इमारतीच्या आपल्या आठव्या मजल्यावरील निवासस्थानी नेऊन ठेवली.

बैठकीच्या पहिल्या दिवशी फारूक आपल्या अपार्टमेंटमध्ये लर्च आणि मेबूस यांच्याबरोबर इराणी शास्त्रज्ञांची वाटच पाहत बसला होता. नेरगी आणि अल्लाद आले, तेव्हा त्यांच्यासमवेत 'हर्मज आझादी' या इराणी अणू संघटनेचा पदाधिकारीही होता. अपार्टमेंटमध्ये शिरल्या शिरल्या बैठकीच्या खोलीच्या एका कोपऱ्यात सुट्या केलेल्या सेंट्रिफ्युजचे भाग उभे करून ठेवलेले असून अभियांत्रिकी आलेख आणि रेखाटने जेवणाच्या टेबलावर व्यवस्थितपणे रचून ठेवलेली आहेत असे त्यांना दिसले. फारूकचा तरुण पुतण्या बुहारी अयेद अबू ताहिर त्याच खोलीत हजर होता, त्याने उपस्थितांना चहा दिला आणि तो तिथे इंग्रजीत सुरू असलेले संभाषण कान देऊन ऐकू लागला. इराणी शास्त्रज्ञांना भुलविण्यासाठी

लर्च आणि मेबूस एक प्यादे एकाचवेळी सरकवत होते. दरवर्षी सुमारे तीस अण्वस्त्रे तयार होतील एवढे युरेनियम तयार करण्याची क्षमता या महाकाय सेंट्रिफ्युजेसमध्ये असल्याचा दावा त्यांनी केला. हा सौदा शर्करावगुंठित करताना युरेनियम हा धातू तयार करण्यासाठी आवश्यक असलेली सक्षम प्रक्रिया त्यांनी सोबतच्या तीस पानी दस्ताऐवजांच्या साहाय्याने त्यांना समजावून दिली आणि हाच धातू सेंट्रिफ्युजचा गाभा असल्याचे सांगितले. नागरी अणुऊर्जा प्रकल्पात युरेनियम या धातूची भूमिका शून्य असते त्यामुळे ही योजना नि:संशयपणे अण्वस्त्रांसाठीच होती याबद्दल दुमत असण्याचे कारण नव्हते.

इराणी समाधानी झाल्याचे दिसले. वाटाघाटी संपत आल्या असतानाच ताहिरने योजनांच्या कागदांची गुंडाळी शेजारच्या खोलीत नेऊन त्यांच्या छायाप्रती काढायला सुरुवात केली, मात्र त्याचा एक कान खोलीतील संभाषणाकडे होता. आपला देश कमावत असलेली जवळपास पैन्‌पै इराकच्या युद्धावर खर्च होत असल्याने आम्ही काही कालासाठीतरी अधिक सामग्री किंवा तंत्रज्ञान खरेदी करण्यास असमर्थ आहोत असे इराण्यांनी सांगितल्यामुळे नेटवर्कवाल्यांचा काहीसा हिरमोड झाला. आम्ही आमच्या गरजेनुसार माल खरेदी करू, युद्ध संपेल तशी त्यात वाढ होत जाईल, मात्र ही सारीच प्रक्रिया काहीशी मंद गतीने चालेल हेही त्यांनी स्पष्ट केले. ताहिरचे काम संपत आले असतानाच त्याच्या काकाने, फारूकने 'बँक ऑफ क्रेडिट अ‍ॅन्ड कॉमर्स इंटरनॅशनल'च्या दुबईतील शाखेत सोबतच्या इराणींना आणि युरोपियनांना नेले. एका पाकिस्तान्याने स्थापन केलेल्या आणि अमिरातीतील एका धनाढ्य शेखचे आर्थिक साहाय्य लाभलेल्या या बँकेचे व्यवहार काहीसे संशयास्पदच होते. तिथे इराण्यांनी फारूकच्या खात्यावर एक कोटी डॉलर वळते केले.

हे टोळके अपार्टमेंटवर पोहोचताच ताहिरने सर्व सुट्टे भाग दोन मोठाल्या सूटकेसमध्ये तर कागदपत्रे दोन ब्रिफकेसमध्ये भरली. इराण्यांनी एका क्षणाचाही विलंब न लावता त्या बॅगा उचलल्या आणि ते विमानतळाच्या दिशेने निघाले. एक कोटी डॉलर वाटून घेण्यासाठी आणि आनंदोत्सव साजरा करण्यासाठी त्या कट कारस्थान करणाऱ्यांना त्यांनी अपार्टमेंटमध्येच सोडले. हा सर्व बनाव घडवून आणण्यामागे लर्चचा मेंदू असल्याने रकमेचा एक मोठा भाग, म्हणजे ३ दशलक्ष डॉलर त्याच्या वाट्याला आले. फारूक आणि खान यांना प्रत्येकी २० लाख तर मेबूसला १० लाख डॉलर मिळाले. खान यांच्या प्रमाणेच या बैठकीला गैरहजर असलेला स्विस अभियंता फ्रेडरिक टिनारला ५ लाख डॉलर मिळाले तर १० लाख डॉलर एका पाकिस्तानी दंतवैद्याच्या बीसीसीआयमधील खात्यात जमा झाले. या सर्व कारस्थानात त्या दंतवैद्याची नेमकी भूमिका काय होती हे गुलदस्तातच राहिले, मात्र हे पैसे त्याने पाकिस्तानी सरकारला आणि लष्करी अधिकाऱ्यांना

दिले असावेत असा गुप्तचर यंत्रणांचा अंदाज होता. उर्वरित ५ लाख डॉलरचे नेमके काय झाले हे मात्र शेवटपर्यंत एक रहस्यच राहिले, पण काही जणांच्या मते त्याच्यावरही ताहिरनेच डल्ला मारला असावा. कारण चहा देणारा पोऱ्यापासून ते आर्थिक व्यवस्थापकापर्यंतचा त्याचा हा पुढील आयुष्याचा प्रवास बरेच काही सांगून जातो. स्वत:चा अणूकार्यक्रम स्वत:च्याच पायावरच उभा करायचा हा इराण्यांचा निर्धार पक्का असला तरी आपल्याशिवाय तो देश काहीच करू शकणार नाही अशी खातरी नेटवर्कला वाटत होती, शिवाय भविष्यातील करोडो डॉलर्सवर त्यांचा डोळा होताच.

दुबईतील या करारानंतर काही महिन्यांतच इराण-इराक यांच्यात शस्त्रसंधी झाली आणि युद्धविरामाची घोषणाही करण्यात आली. त्याच दरम्यान इराण आता गुप्तपणे अणूकार्यक्रमासंबंधी सामग्रीची खरेदी करत असल्याचा सुगावा युरोप आणि अमेरिकेच्या गुप्तचर यंत्रणांशी संबंधित सीमाशुल्क विभागाला लागला. विविध देशांसाठी मांजरीच्या पावलांनी काम करणाऱ्या बनावट कंपन्यांचा माग काढला असता, त्या अणू समृद्धीकरणाच्या कामी येणाऱ्या उच्च दर्जाच्या ॲल्युमिनियम नळ्या मोठ्या प्रमाणात खरेदी करत असल्याचे त्यांना जाणवले. या सर्व काळात लर्च, मेबूस किंवा खान यांच्यापैकी इराणसाठी काम करणाऱ्या कोणाचाही समावेश नव्हता. स्वत: खान मात्र याला काहीसे अपवाद होते, त्यांनी आताशा सल्लागाराची भूमिका स्वीकारली होती आणि ते स्वत:हून इराणला वारंवार चकरा मारत होते.

एक आशादायी मनोकामना

१७ *ऑगस्ट, १९८८. मिल्ट बियरडन यांच्या* इस्लामाबादेतील निवासस्थानातील दूरध्वनी अगदी पहाटे पहाटे खणाणला. दूरध्वनी अमेरिकेच्या दूतावासातून होता. पलीकडून बोलणाऱ्या व्यक्तीने दिलेली माहिती धक्कादायक होती. सीआयएचे स्थानक प्रमुख असलेले बियरडन यांना सांगण्यात आले की, पाकिस्तानच्या पूर्व भागात झालेल्या विमान अपघातात अध्यक्ष झिया, अमेरिकेचे पाकिस्तानमधील राजदूत अर्नोल्ड राफेल आणि पाकिस्तान तसेच अमेरिकेचे किमान दहा लष्करी अधिकारी एका ठार झाले आहेत. दुसऱ्या दिवशी या बातमीला दुजोरा मिळाला. अमेरिकेच्या नव्या रणगाड्याचे प्रात्यक्षिक पाहून झिया आणि राफेल परत येत असताना चालकाचा विमानावरील तोल सुटला, इंजीन बंद पडले आणि त्याने हवेत उड्डाण घेतल्यापासून थोड्या वेळातच ते कोसळले. पण या अपघातात मृत्युमुखी पडलेल्यांच्या दुःखाच्या सावटाच्याही पलीकडे या घटनेचे उमटलेले पडसाद अधिक धोकादायक होते. कारण अफगाणिस्तानमधील युद्धात झियांनी सातत्याने अमेरिकेच्याच बाजूने उभे राहणे पसंत केले होते. रशिया आता तेथून लवकरच काढता पाय घेणार अशी चिन्हे दिसू लागली होती, रशियाविरुद्ध लढण्यासाठी पाकिस्तानची मदत कायम ठेवणे हे तर आवश्यक काम होतेच. मात्र त्याच वेळी पाकिस्तानचा अंतिम टप्प्यात येऊ घातलेला अण्वस्त्र कार्यक्रम रोखणेही तितकेच महत्त्वाचे होते, अर्थात या आधीच त्याने 'तो' अंतिम टप्पा ओलांडला नसेल तर.

या विमान अपघातानंतर काही तासातच अमेरिकेचे परराष्ट्रमंत्री जॉर्ज शुल्त्झ यांनी व्हाइट हाउसमधील राष्ट्रीय सुरक्षा मंडळाचे एक महत्त्वाकांक्षी अधिकारी रॉबर्ट ओक्ले यांना फोनवरून सांगितले की, 'उद्या पाकिस्तानातील अंत्यसंस्काराला जाणाऱ्या प्रतिनिधी मंडळाचे नेतृत्व मी करणार आहे. विमान दुपारी बरोबर बारा वाजता निघणार असून तू आमच्या बरोबर येणार आहेस. फक्त येताना दोन

सूटकेसेस घेऊन ये, कारण तू परत न येता तिथेच राहणार आहेस. तुझी नियुक्ती पाकिस्तानच्या राजदूतपदी करण्यात आली आहे.' या प्रवासासाठी सामानाची बांधाबांध करतानाच आपल्यापुढील आव्हानांची ओक्लेंना पुरेपूर जाणीव होती. रशिया अफगाणिस्तानमधून माघार घेत असल्याची खातरी करून घेणे आणि त्याचा फायदा उठवत पाकिस्तानला आपल्या कह्यात ठेवणे ही त्यापैकी महत्त्वाची आव्हाने होती. त्या भागातील युद्ध आता शेवटच्या टप्प्यात आले आहे असे गृहीत धरून पाकिस्तानला आपल्या अण्वस्त्र कार्यक्रमावर नियंत्रण ठेवण्यास भाग पाडणेही तेवढेच महत्त्वाचे होते.

झिया यांच्याकडे अध्यक्षपदाच्या जोडीलाच त्या देशाच्या तिन्ही दलांच्या प्रमुखपदाचीही जबाबदारी होती. त्यांचा मृत्यू अचानकच झाल्याने आपत्कालीन उपाययोजना म्हणून त्यांचा उत्तराधिकारी नेमण्याचा प्रश्नच उद्‌भवला नव्हता. जरी पाकिस्तानच्या घटनात्मक तरतुदीनुसार सिनेटच्या प्रमुखावर तात्पुरत्या अध्यक्षपदाची धुरा सांभाळण्याची जबाबदारी असली तरी ती बाजूला सारत लष्कराने सर्व सूत्रे आपल्याच हाती घेतली. सिनेट प्रमुखांऐवजी लष्कराचे उपप्रमुख जनरल मिर्झा अस्लम बेग यांनी स्वत:चीच अध्यक्षपदी नियुक्ती केली आणि सिनेट नेते गुलाम इशाक खान यांना आपल्या मुख्यालयात पाचारण केले. हे दोघेही नेते पाकिस्तानात नेहमीच खेळल्या जाणाऱ्या राजकीय संगीत खुर्चीच्या खेळातील मुरब्बी भिडू होते, आणि त्यांना या खेळाचे डावपेच पक्के माहीत होते. काळजीवाहू अध्यक्षपद स्वीकारण्याची ७३ वर्षीय इशाक खान यांनी तयारी दर्शवली, मात्र सत्तेच्या सर्व दोऱ्या खऱ्या अर्थाने बेग यांच्याचकडे राहणार होत्या.

पाकिस्तानच्या सत्तेच्या सारीपाटावरील मोहऱ्यांचे चेहरेच तेवढे बदलले, पण धोरणे होती तशीच राहिली. आपल्या दहा वर्षांच्या कारकिर्दीत झियांनी सरकारमधील इस्लामचा प्रभाव वाढता ठेवला होता आणि आपल्या अण्वस्त्र कार्यक्रमाच्या, आणि इतर इस्लामिक देशांच्या मदतीने अमेरिकेवरील अवलंबित्व कमी करण्याचा प्रयत्नही सुरू होता. त्यांच्या जागी आलेले बेग अधिक उदारमतवादी होतेच; शिवाय इस्लामच्या प्रभावासंदर्भात दुराग्रहीही नव्हते. त्यांच्या या वेगळेपणामुळेच पाकिस्तान आपला अण्वस्त्र कार्यक्रम गोठविल अशी अमेरिकेला आशा वाटू लागली. मात्र सुरुवातीपासून अमेरिकेची सलगी तोडण्याकडेच त्यांचा कल दिसून येऊ लागला, अण्वस्त्रांचा साठा ही आमची धोरणात्मकदृष्ट्या जमेची बाजू असून त्याच्यापासून फारकत घेण्याचा प्रश्नच येत नसल्याचे त्यांनी स्पष्ट केले. उलट आपल्या अणूकार्यक्रमाचा वेग वाढवून त्यांनी एक प्रकारे अमेरिकेच्या आदेशालाच वाटाण्याच्या अक्षता लावल्या. राजकीय वास्तवाचे भान असलेल्या बेगना अफगाण युद्ध संपल्यावर अमेरिकेला आपली गरज उरणार नाही हे कटू सत्य आधीपासूनच

ठाऊक होते. तसेच एकदा का आपण अण्वस्त्रसज्ज झालो की, अमेरिका आपल्याला एकटे पाडणार नाही हेही ते जाणून होते. या सर्व गोष्टी विचारात घेऊनच त्यांची अण्वस्त्र निर्मितीसाठी हातघाई चालली होती. झियांनी सत्ता सलग आपल्या वज्रमुठीत ठेवूनही पाकिस्तानात लष्कराची लोकप्रियता घसरत चालली होती, त्यामुळे तिच्या हिताच्या दृष्टीने १९८८च्या हिवाळ्यात सार्वत्रिक निवडणुका घेण्याचा निर्णय बेग यांनी केला. आपल्या मर्जीनुसार वागणारे लोकनियुक्त सरकार आणायचे असेल तर खोटे मतदान घडवून आणणे आवश्यक होते. ही कामगिरी बेग यांनी आयएसआयचे प्रमुख जनरल हमीद गुल यांच्यावर सोपवली. लष्कराची री ओढणारे लोकनियुक्त सरकार सत्तारूढ व्हावे यासाठी गुल यांच्या मार्गदर्शनाखाली इस्लाम आणि लष्करधार्जिण्या नेत्यांना उमेदवारी देण्यात आली. प्रत्यक्ष प्रचार सुरू झाल्यावर मात्र ही योजना संकटात सापडल्याचे चित्र समोर आले. झिया यांनीच १९७९मध्ये फासावर लटकावलेले झुल्फिकार अली भुट्टो यांची हॉर्वर्ड विद्यापीठात शिकलेली कन्या बेनझीर मैदानात उतरली होती. पाकिस्तान पीपल्स पार्टी या आपल्या वडिलांच्या पक्षाचा ताबा घेऊन ती स्वत:ला विलक्षण लोकप्रिय असल्याचे सिद्ध करत होती. बेनझीर आणि त्यांच्या पक्षाने त्या निवडणुकीत आपल्या सर्व विरोधकांना अक्षरश: भुईसपाट केले आणि बेग आणि इतर जनरलना दाती तृण घेऊन आपल्याशी समझोता करायला भाग पाडले. इशाक खान यांच्या अध्यक्षपदाला आणि बेग यांच्या लष्करप्रमुखपदाला जोपर्यंत त्या हात लावत नाहीत, तोपर्यंत त्यांच्याही आसनाला धोका निर्माण करायचा नाही किंवा त्यांच्या दैनंदिन कारभारात या दोन्ही अधिकाऱ्यांनी ढवळाढवळ करायची नाही, अशा स्वरूपाचा हा समझोता होता. पाकिस्तानसारख्या ज्या देशाच्या सत्तेच्या खऱ्या नाड्या लष्कराच्या हातात असतात त्या ठिकाणी अशा तडजोडी अपरिहार्य ठरतात हे बेनझीर पक्के जाणून होत्या.

३५ वर्षीय बेनझीर यांचा शपथविधी १ डिसेंबर, १९८८ रोजी झाला. आधुनिक काळात एखाद्या मुस्लीम देशाच्या सर्वोच्चपदी विराजमान होणाऱ्या त्या पहिल्या महिला होत्या. शपथविधीनंतरच्या आपल्या पहिल्याच भाषणात त्यांनी इशाक खान आणि जनरल बेग यांना आपल्याला मिळालेल्या या बहुमानाचे श्रेय देऊन त्यांचे जाहीर आभारही मानले, अर्थात हा सर्व देखावा पूर्वनियोजितच होता. खुद्द त्यांच्या वडिलांनी सुरू केलेल्या अण्वस्त्र कार्यक्रमापासून त्यांना जाणीवपूर्वक दूर ठेवण्यात आले, मात्र त्याच वेळी 'कहुटा प्रकल्पा'ला भेट देणे किंवा अण्वस्त्राच्या प्रगतीचा धावता आढावा घेणे अशांसारख्या निरुपद्रवी गोष्टींत लक्ष घालण्याची मुभा त्यांना देण्यात आली होती. पाकिस्तानच्या आण्विक सुरक्षा विभागातील एक सेवानिवृत्त अधिकारी ब्रिगेडियर जनरल फिरोज खान तत्कालिन

परिस्थितीचे वर्णन करताना सांगतात, 'देशाच्या एकूण अणूकार्यक्रमापासूनच बेनझीरना चार हात दूर ठेवण्याकडे त्या दोघांचाही कल असे, एका विशिष्ट मर्यादेपर्यंतच अण्वस्त्र कार्यक्रमाबाबत त्यांना विश्वासात घेतले जाई, पण बेग आणि इशाक खान यांचा बेनझीर यांच्यावर कधीच विश्वास नव्हता ही वस्तुस्थिती होती.'

पुढे कित्येक वर्षांनंतर आपल्या कार्यकालातील आठवणींना उजाळा देताना खुद्द बेनझीर यांनीही या गोष्टीला दुजोरा दिला. त्या म्हणतात, 'पंतप्रधानपदाची सूत्रे स्वीकारल्यावर आपण जेव्हा अण्वस्त्र कार्यक्रमात स्वारस्य दाखवण्याचा प्रयत्न केला तेव्हा आपल्याला चक्क झिडकारण्यात आले. मी जेव्हा अण्वस्त्र कार्यक्रमाचा विषय लष्करप्रमुखांकडे काढला तेव्हा त्याबद्दल, 'मला काहीच विचारू नका, अध्यक्षांना विचारा,' असे सांगण्यात आले, तर इशाक खान यांनी 'अण्वस्त्र कार्यक्रमासंदर्भात तुम्हाला काहीही माहिती असण्याची गरज नाही,' असे उत्तर दिले. पाकिस्तानने आपल्या अण्वस्त्र कार्यक्रमाबाबत सबुरीने घेतले नाहीतर आपण अमेरिकेचा रोष ओढवून घेऊ आणि कदाचित आपल्या अण्वस्त्र प्रकल्पांवर तिला हल्ला करण्याचे निमंत्रण देऊ, असे इशारे आपण त्यांना वेळोवेळी दिले, पण दर वेळी त्यांच्याकडे दुर्लक्ष करण्यात आलेच शिवाय प्रत्येकवेळी आपण त्यांच्या अविश्वासाची धनी बनत गेलो,' असेही त्यांनी नमूद करून ठेवले आहे.

अमेरिकन दूतावासाच्या तिसऱ्या मजल्यावरून पाकिस्तानच्या नव्या पंतप्रधानांच्या हालचालींवर बियरडन लक्ष ठेवून होते. या नव्या नेत्याशी आपल्या देशाचे संबंध चांगले कसे राहतील याबाबत गेले काही दिवस ते मनातल्या मनात काही योजनांवर विचारही करत होते. आपल्या वडिलांना ज्या क्रौर्याने फाशी देण्यात आले होते, त्याचे घाव बेनझीर अद्यापी विसरू शकलेल्या नव्हत्या आणि त्यांनाही आपल्या जिविताविषयीच्या चिंतेने ग्रासले होते, म्हणूनच बियरडन यांनी पुढे केलेला मदतीचा हात त्यांनी आनंदाने स्वीकारला. स्वत:च्या कपड्यात सहजपणे लपविता येईल असे एखादे शस्त्र उपलब्ध होईल काय अशी विचारणा बेनझीरनी जेव्हा बियरडन यांच्याकडे केली, तेव्हाच त्यांना त्यांच्या राजकीय अस्थैर्याविषयी वाटणारी चिंता अधोरेखित झाल्याचे बियरडनना जाणवले. त्यांनी बेनझीर यांची ही मागणी लागलीच लँग्लेकडे पाठवली. अशा मागण्यांना प्रतिसाद देताना कोणत्याही प्रकारची त्रुटी राहता कामा नये या विचारातून लँग्लेने बेनझीर यांच्या अंगकाठीची मापे मागवून घेतली. बेनझीर यांचे पद आणि ज्या पुराणमतवादी देशाचे त्या प्रतिनिधीत्व करत होत्या त्याचा विचार करता ही मागणी काहीशी अनुचित वाटत होती किंवा तसे निदान बियरडनना तरी वाटले. मात्र जेव्हा जीवनरक्षक अंगरखा आला आणि त्यानंतर कधीच बेनझीर यांनी तक्रार न

केल्याने तो त्यांना आवडला असावा असा निष्कर्ष त्यांनी काढला.

अफगाणिस्तानमधील युद्धाच्या तोफा जशा थंडावत गेल्या तसे बियरडनने पाकिस्तानच्या अण्वस्त्र कार्यक्रमावर आपले लक्ष केंद्रित करण्यावर भर द्यायला सुरुवात केली. बेनझीर यांचा अण्वस्त्रांविषयीचा दृष्टिकोन नेमका काय आहे, याचा बियरडन आणि त्यांच्या सहकाऱ्यांना काहीच अंदाज बांधता येईना आणि त्याचबरोबर त्याच या कार्यक्रमाला आळा घालतील, अशी आशाही त्यांना वाटू लागली. मात्र जेव्हा कधी अण्वस्त्रांचा प्रश्न चर्चेला येई, तेव्हा त्यांच्या भूमिकेतील विसंगती प्रकर्षाने जाणवायची. आपला या कार्यक्रमाला विरोध असला तरी 'पाकिस्तानकडे अण्वस्त्र नाहीच असली पोपटपंची आपण करणार नाही,' हे त्या सार्वजनिक सभांमध्ये स्पष्ट करीत, त्याचवेळी खासगीत आपल्या प्रशासकीय अधिकाऱ्यांशी बोलताना त्यांचा पवित्रा वेगळा असे. अणूकार्यक्रमाचा वारसा आपल्याला आपल्या वडिलांकडूनच मिळाला असून तो आपण जतन करणार असल्याचे त्या सांगत. शेवटी कधीतरी अपेक्षेप्रमाणे या चर्चा बियरडन यांच्या कानी गेल्याच आणि त्यांना बेनझीर यांच्या केवळ अणू धोरणाविषयीच नाहीतर एकूण हेतूंविषयीच शंका येऊ लागली. त्यानंतर महिन्याभरातच त्यांचा अमेरिकेचा दौरा आखण्यात आला होता. या दौऱ्याच्या पार्श्वभूमीवर सीआयएने तयार केलेल्या अहवालात याच शंका प्रतिबिंबित झाल्या होत्या. पाकिस्तानच्या अण्वस्त्र कार्यक्रमात बेनझीर यांनी काडीचाही हस्तक्षेप करायचा नाही, हा त्या देशाच्या लष्कराने आपल्याच पंतप्रधानांवर लादलेल्या अनेक निर्बंधांपैकी एक होता, आणि नजिकच्या काळात त्यांच्यात लवचिकता येण्याची सुतराम शक्यता नाही, असे एक निरीक्षण या अहवालात एका विश्लेषकाने नोंदले होते. या अहवालाच्या शेवटी सीआयएने काढलेल्या निष्कर्षात म्हटले होते की, 'गेल्या डिसेंबरनंतर बेनझीर यांनी पंतप्रधानपदाची सूत्रे स्वीकारल्यावर त्यांच्या देशाच्या अण्वस्त्र कार्यक्रमात सहभागी होण्याची किंवा हस्तक्षेप करण्याची मुभा देण्यात आली असली तरीही नजिकच्या काळात त्याच्या धोरणात्मक निर्णय प्रक्रियेत त्यांना कितपत स्थान देण्यात येईल याबाबत शंकाच येते. एवढेच नाहीतर समजा त्यांना त्या देशाच्या एक वरिष्ठ नेत्या या नात्याने काही अतिरिक्त विशेषाधिकार देण्यात आले तरीही त्या संपूर्ण अण्वस्त्र कार्यक्रम स्थगित करू शकतील किंवा विद्यमान क्षमतेत घट करू शकतील, असे आम्हाला वाटत नाही.' बेनझीर या पाकिस्तानी राजकारणाच्या क्षेत्रात केवळ नवख्याच नाहीत, तर अर्धशिक्षित असल्याने एका अभूतपूर्व अशा द्विधा अवस्थेत सापडल्याचे दिसते आहे. अफगाणिस्तानातील युद्ध आता संपल्यात जमा झाल्याने, त्यांना अमेरिकेच्या जोखडातून मुक्त व्हायचे आहे, पण त्याच वेळी लष्कराच्या गोटात अनाहूतपणे शिरून आपले अस्तित्वच धोक्यात येईल असे काहीही करायचे नाही, या दोन्ही डगरींवर पाय ठेवून पुढे जाण्याची क्षमता त्यांच्यात आहे असे आता

तरी आम्हाला वाटत नाही.'

बेनझीर यांच्या भेटीसाठी अमेरिकन सरकार जी तयारी करत होती, तिच्यात सहभागी होणाऱ्यांत 'सीआयए' ही काही एकमेव संघटना नव्हती. त्यांच्या रूपाने एका मुस्लीम देशात लोकशाहीची बीजे पेरण्याची संधी अमेरिकेला मिळणार होती, पाश्चात्त्य मूल्यांची जाण असलेल्या आणि पाकिस्तानात स्थैर्य प्रस्थापित करण्याची क्षमता असणाऱ्या एक नेत्या या नात्याने अमेरिका त्यांच्याकडे पाहत होती. रशियाने अफगाणिस्तानमधून माघार घेतल्याने अमेरिकेला आता पाकिस्तानची फारशी गरज उरली नसली तरी तेथील प्रभाव कमी करायला ती फारशी राजी नव्हती. हा हेतू साध्य करण्यासाठी अमेरिकेकडे असलेल्या अनेक उपायांपैकी एक होता, त्या देशाच्या प्रदीर्घ काळाच्या मागणीचा विचार करून त्याला एफ १६-बनावटीची लढाऊ विमाने देणे, आपला प्रभाव कायम ठेवण्यासाठी हा एक सर्वोत्तम मार्ग आहे, असा अमेरिकेतील मुत्सद्यांचा कयास होता. भारतीय उपखंडातील अण्वस्त्र स्पर्धा रोखायची असेल तर पाकिस्तानची पारंपरिक सैन्यदले बळकट करणे आणि त्याला सुसंगत अशी आयुधे पुरवणे हाही एक प्रभावी मार्ग असल्याचा युक्तिवाद त्यांच्या संरक्षण आणि परराष्ट्र मंत्रालयातील काही मुत्सद्यांनी केला. याच मंडळीत अण्वस्त्र प्रसारबंदीचेही काही खंदे समर्थक होते. अण्वस्त्र विकसित करण्याच्या कार्यक्रमाला पूर्णपणे सोडचिठ्ठी दिल्याचे भक्कम आणि ठोस पुरावे जोवर पाकिस्तान आपल्याला देत नाही तोवर त्याची सर्व मदत थांबवून ठेवावी असा या मंडळींचा आग्रह होता. जे देश आपला अण्वस्त्र कार्यक्रम थांबवत नाहीत किंवा बेमुर्वतखोरपणे अण्वस्त्र प्रकल्पांचे नूतनीकरण करण्यात धन्यता मानतात, त्यांची मदत काँग्रेसच्या अण्वस्त्रप्रसारबंदीच्या तरतुदींनुसार रोखण्यात यावी असे त्यांचे मत पडले. त्यामुळेच बेनझीर यांचे स्वागत प्रलोभनाचे गाजर दाखवून करावे की, त्यांना या भेटीतच कायद्याचा बडगा दाखववावा याबद्दल या मुत्सद्यांच्या मेळाव्यात शेवटपर्यंत एकमत होऊ शकले नाही. बेनझीर यांच्या आगमनाला तेव्हा जेमतेम एक महिना उरला होता.

पाकिस्तानला कोणत्या प्रकारची वागणूक द्यावी या विषयीचा वादविवाद रिच बार्लोंच्या कार्यालयात येऊन पडला तेव्हा ते स्वत:ची कारकीर्द आणि संसार कसा सावरायचा या विवंचनेत पडला होते. या वेळपर्यंत त्यांचे टेबल व्हर्जिनियातील लँग्लेतील सीआयएच्या मुख्यालयात उरले नव्हते, तर तेथून सुमारे दहा मैलांच्या अंतरावरील परराष्ट्रखात्यात, पेंटॅगॉनमध्ये हलविण्यात आले होते. पाकिस्तानचा अण्वस्त्र कार्यक्रम वाचविण्याच्या मुद्यावरून काँग्रेसशी जोरदार खडाजंगी झाल्याची

शिक्षा म्हणून सीआयए चवताळलेल्या गांधीलमाशांसारखी त्याच्या पाठीमागे लागली होती. त्यातच सीआयएने त्यांचे पद आणि सुरक्षाव्यवस्थाही काढून घेतली होती. आपल्याला मिळालेली घोर अन्यायाची वागणूक आणि सीआयएने सरकारसमोर ओतलेल्या धादांत खोटेपणाच्या राशी पाहून बार्लोंचा एकूण व्यवस्थेविषयीच भ्रमनिरास झाला होता. मात्र नैराश्य आणि संताप यांनी त्याला ग्रासून टाकले असतानाही सरकारसाठीच काम करण्याची त्याची तीव्र इच्छा होती. परवेझ प्रकरणाच्या निमित्ताने आणि इतर गुन्ह्यांच्या तपासादरम्यान वाढलेला जनसंपर्क इत्यादींच्या माध्यमांद्वारे बार्लोंना सीमाशुल्क खात्यांतर्गत गुन्हे अन्वेषण विभागात नोकरी मिळाली. सीआयएच्या काहीशा गूढ आणि अंधाऱ्या वातावरणातील कामाच्या तुलनेत त्यांना हे नवे काम काहीसे दिलासा देणारे वाटले खरे, पण त्यातही त्यांचे मन फारसे रमेना, ते अस्वस्थ झाले आणि आपल्या बुद्धीला आव्हान मिळेल अशा कोणत्या तरी वेगळ्या कामाचा शोध करू लागले. १९८९च्या जानेवारीत ते संरक्षणखात्याचे अण्वस्त्रप्रसार विश्लेषक या पदावर रूजू झाले.

पण या नव्या नोकरीतही बार्लोंचा भूतकाळ त्यांच्या पाठीमागे हात धुऊन लागलेलाच होता. जेव्हा सीआयएने तयार केलेल्या एका अण्वस्त्रविषयक अतिगोपनीय अहवालावर नजर टाकण्यासाठी त्यांच्या नावाला संमती द्यावी अशी मागणी करणारे पत्र पेंटॅगॉनने पाठवले तेव्हा बार्लो हे सुरक्षिततेच्या दृष्टीने जोखीम ठरू शकतात अशी एक कुत्सित सूचना कोणीतरी केली. आपली हे नवे काम करण्याविषयीची लायकी सिद्ध करण्यासाठी बार्लोंच्या दृष्टीने हा शिरकाव कळीचा ठरणार होता म्हणून त्यांनी आणि त्यांच्या वरिष्ठांनी शिरकाव नाकारण्याच्या निर्णयाविरुद्ध लढण्यात काही आठवडे खर्च केले.

पाकिस्तानच्या अणूकार्यक्रमाचा आढावा घेण्यासाठी व्हिएन्ना येथे त्याच वर्षीच्या वसंत ऋतूत एका बैठकीचे आयोजन करण्यात आले होते, पण या बैठकीला हजर राहण्याची परवानगी नाकारून सीआयएने बार्लोविषयी आपल्याला वाटणाऱ्या मनस्वी तिरस्काराचे प्रच्छन्न प्रदर्शन पुन्हा एकदा घडवले. बार्लो यांनी ज्या कार्यालयात ही परवानगी मागितली होती, त्याच कार्यालयात त्यांच्या विश्वासार्हतेबद्दल शंका उपस्थित करणारा अधिकारीही हजर होता. व्हिएन्नाला जाणाऱ्या प्रतिनिधींच्या यादीतून बार्लो यांचे नाव वगळण्यात यावे, अशी मागणी या वेळीही त्यानेच केली. काही दिवसांनंतर लंडन येथे ब्रिटिश गुप्तचर यंत्रणेच्या काही अधिकाऱ्यांबरोबर झालेल्या बैठकीलाही बार्लो यांच्यासमवेत याच अधिकाऱ्याला पाठवण्यात आले. सदर बैठक खरंतर बार्लोंची उपस्थितीही आक्षेपार्ह ठरावी एवढ्या योग्यतेची किंवा गोपनीय स्वरूपाची नव्हती. बैठकीचे कामकाज सुरू असताना बार्लो यांनी बेनझीर भुट्टो यांचे पाकिस्तानच्या अणूकार्यक्रमावर खरोखरच नियंत्रण आहे का अशी पृच्छा केली, त्यावर ब्रिटिश

अधिकाऱ्यांनी नकारार्थी उत्तर दिले. हा संवाद सुरू असतानाच बार्लोंचा तो सीआयएमधील कट्टर विरोधक ताड्कन उठला आणि त्याने त्या ब्रिटिश अधिकाऱ्यालाच फैलावर घेतले. बार्लो हे सुरक्षेच्या दृष्टीने जोखमीचे असून त्यांना सीआयएने सुरक्षाकवच दिलेले नसल्याचे त्याने सांगितले. आणि अशा स्वरूपाची माहिती जाणून घेण्याचा त्यांना अधिकारच नाही अशी पुष्टीही जोडली. हा प्रकार झाल्यानंतर लगेचच सीआयएच्या दोघा कर्मचाऱ्यांनी बार्लोंना तेथून सीआयएच्या ग्रोसवेनर चौकातील कार्यालयात नेले आणि त्यांच्याकडून काही वेळापूर्वी घडलेल्या प्रकाराची कोठेही वाच्यता करणार नाही असे लिहून घेतले.

साहजिकच आपल्याला मिळालेल्या या अपमानास्पद वागणुकीने बार्लो संतप्त झाले. मात्र त्यांनी ब्रिटनमध्येच थांबण्याचे ठरवले. पुढच्या दोन दिवसांत त्यांच्या अनेक ब्रिटिश अधिकाऱ्यांबरोबर बैठका आधीच ठरल्या होत्या, शिवाय त्यांची पत्नी सिंडी सुट्टी घेऊन तिथे येणार होती, तिलाही त्यांना भेटायचे होते. मात्र दुसऱ्या दिवशी सकाळीच त्यांना त्यांच्या सर्व बैठका रद्द करण्यात आल्याचे दूरध्वनीवरून कळविण्यात आले. या प्रसंगाविषयी उपरोधाने बोलताना बार्लो म्हणतात, 'एकीकडे मी माझ्या बायकोला भेटायला उत्सुक होतो, तर दुसऱ्या बाजूला माझेच सरकार एखाद्या राष्ट्रद्रोह्याप्रमाणे माझ्या मागे हात धुऊन लागले होते आणि मी या सर्व घडामोडींचा अत्यंत मजेत अनुभव घेत होतो.'

वॉशिंग्टनला परतल्यावर त्यांनी त्यांच्या वरिष्ठांना गाठले आणि हा सर्व काय प्रकार आहे अशी विचारणा केली. त्यावर सीआयएकडून आलेले उत्तर बार्लोंना एखाद्या दु:चिन्हासारखे वाटले. त्यात म्हटले होते की, जर बार्लोंनी या पुढेही पाकिस्तानच्या कोणत्याही प्रकरणात नाक खुपसणे सुरूच ठेवल्यास त्याचे अत्यंत वाईट परिणाम होतील. या इशाऱ्यानंतर पेंटॅगॉनने बार्लोंना वाऱ्यावर सोडणे तर दूरच उलट प्रोत्साहन देऊन त्यांना आवश्यक ती अधिस्विकृती मिळवून दिली आणि पाकिस्तानवरच लक्ष केंद्रित करण्याचा सल्ला दिला. परिणामत: भुट्टोंच्या आगमनाच्या एक महिना आधी त्यांच्यावर नवे परराष्ट्रमंत्री डिक चेनी यांच्यासाठी पाकिस्तानच्या अणूकार्यक्रमाविषयी विश्लेषणात्मक अहवाल तयार करण्याची जबाबदारी सोपविण्यात आली.

१९७६मध्ये जेराल्ड फोर्ड यांना पराभूत करून जिमी कार्टर सत्तेवर आल्यावर चेनी आपल्या व्योमिंग या मूळ राज्यात परतले आणि दोनच वर्षांत काँग्रेसवर निवडून गेले. प्रतिनिधीगृहात त्यांनी आपली 'एक विश्वासार्ह परंपरावादी नेता' अशी प्रतिमा निर्माण केली. मार्टिन ल्यूथर किंग दिन साजरा करण्याविरोधात त्यांनी मतदान केले, अमेरिकेचे स्वतंत्र असे शिक्षण खाते सुरू केले, पण त्याचवेळी गरीब मुलांना प्राथमिक शिक्षण देण्याची तरतूद असलेल्या हेड स्टार्ट

या कार्यक्रमाला विरोधही केला. १९८८च्या डिसेंबरमध्ये रिपब्लिकन पक्षाच्या सदस्यांनी त्यांची अल्पसंख्यांक प्रतोदपदी निवड केली. लोकप्रतिनिधीगृहात हे पद दुसऱ्या क्रमांकाचे समजले जाते. मात्र चेनी त्या पदावर फार दिवस टिकले नाहीत. त्यानंतर अध्यक्षपदी विराजमान झालेले जॉर्ज डब्लू. बुश यांनी आपले संरक्षणमंत्री म्हणून टेक्सास प्रांताचे सिनेटर जॉन टॉवर यांच्या नावाची चाचपणी करून पाहिली, पण त्यांचे महिलांशी असलेले अनैतिक संबंध आणि संरक्षण सामग्री कंत्राटदारांबरोबरचे साटेलोटे लक्षात घेऊन सिनेट सदस्यांनी त्यांचे नामांकन फेटाळून लावले. या पदासाठी दुसरा पर्यायी उमेदवार म्हणून बुशनी चेनींचे नाव पुढे केले आणि त्यांची बिनविरोध निवड झाली. पाकिस्तानला एफ-१६ बनावटीची विमाने देण्याच्या मुद्यावर लोकप्रतिनिधीगृहात जोरदार चर्चा झाली तेव्हा चेनी यांनी पदभार स्वीकारल्याला अगदी थोडा काळच लोटला होता.

सरकारची अधिकृत मंजुरी घेऊन पाकिस्तानला एफ-१६ द्यायची की नाही या मुद्यावर अध्यक्षांशी करावयाच्या चर्चेच्या वेळी बार्लोनी तयार केलेला अहवाल ग्राह्य धरण्यात येणार होता. मात्र पाकिस्तानच्या आण्विक कार्यक्रमावर यापूर्वीही ज्याप्रमाणे पांघरूण घातले गेले. ते पाहून हाही केवळ एक देखावा असल्याची जाणीव बार्लोंना होती. म्हणूनच ते म्हणाले होते, 'पाकिस्तानला यापूर्वीच आम्ही दिलेली एफ-१६ विमाने अण्वस्त्रे वाहून नेण्याच्या क्षमतेची आहेत याची आम्हाला कल्पना होती, फक्त त्यात किरकोळ दुरुस्त्या करावयाच्या होत्या, आणि हा केवळ आमचा अंदाज नव्हता तर पाकिस्तानने त्याचे सुबद्ध असे नियोजनही केले होते अशी आमची खातरी होती.'

पाकिस्तानच्या अणूकार्यक्रम व्यूहनीतित एफ-१६ बनावटीची विमाने नेमकी कोणती भूमिका बजावणार आहेत याबद्दलच्या बार्लोंच्या मूल्यमापनात गुप्तचर विभागाचे सर्वांत अलीकडचे आणि ताजे अहवाल वाचल्यानंतर काडीचाही फरक पडला नाही. पाकिस्तानची अण्वस्त्र निर्मिती झपाट्याने पूर्णत्वाकडे जात होती आणि आदल्या वर्षीच खरेदी केलेली त्याच बनावटीची विमाने तो देश अण्वस्त्र वाहून नेण्यासाठी करणार होता अशी त्यांची पक्की खातरी होती, त्यांनी हे त्यांचे निरीक्षण कशाचाही आडपडदा न ठेवता चेनी यांच्यासाठी तयार केलेल्या अहवालात मांडले होते. आता पुन्हा नव्याने एफ-१६ पाकिस्तानला विकल्यास काँग्रेसप्रणित नियमांचा भंग होणार असल्याचेही बार्लोंनी या मूल्यमापन अहवालाच्या निष्कर्षात नमूद केले होते. या अहवालामुळे आपण कित्येक जणांच्या नाराजीचे कारण ठरणार आहोत आणि कदाचित आपले स्थानही डळमळीत होणार असल्याची शक्यता त्यांनी गृहीत धरली होती आणि म्हणूनच संरक्षण गुप्तचर विभाग 'डीआयए' या संरक्षण मंत्रालयांतर्गत

येणाऱ्या शाखेला त्यांनी नव्याने मूल्यमापन अहवाल तयार करण्याची विनंती केली. बार्लोंनी काढलेला निष्कर्ष आणि डीआयएचा निष्कर्ष यात काहीही तफावत नव्हती. अमेरिकेकडून घेतलेल्या एफ-१६ विमानांचा वापर पाकिस्तानकडून अण्वस्त्र वहनासाठी होणार असल्याचा दावा याही संघटनेने केला. या चिंताजनक प्रकरणाची व्याप्ती वाढतच गेली. एफ-१६ची वहनक्षमता काहीशी जुनाट असली तरी किरकोळ डागडुजी केल्यास ते अण्वस्त्र वाहून नेऊ शकते तसेच हे बदल पाकिस्तानी अभियंत्यांच्या आवाक्यातील आहेत असा ठोस निष्कर्ष कॅलिफोर्नियातील लॉरेन्स लिव्हरमोर राष्ट्रीय प्रयोगशाळेनेही काढला. एवढेच नाहीतर सीआयएच्या विश्लेषकांनीही या निष्कर्षांप्रती सहमती दर्शवली.

बार्लोंनी तयार केलेल्या अहवालात या सर्वच निष्कर्षांचा समावेश असल्याने एफ-१६चा व्यवहार बारगळण्याची शक्यता निर्माण झाली, मात्र त्या आधी त्याला पेंटॅगॉनचे अभ्यासपूर्ण परीक्षणाचे अग्निदिव्य पार पाडावे लागणार होते. आणि बार्लोंनी तयार केलेला अहवाल संरक्षण मंत्रालयात ठेवणे ही या प्रक्रियेची पहिली पायरी होती.

सर्वांत प्रथम हा अहवाल पाकिस्तानला संरक्षण सामग्री पुरविण्याची जबाबदारी असलेले अधिकारी मायकेल मॅक मरे यांच्या टेबलावर गेला. काही दिवसांनंतर मॅक मरेंनी बार्लोंना आपल्या कार्यालयात पाचारण केले आणि त्यांनी शोधून काढलेले मुद्दे सदोष असल्याचे सांगितले. हा विक्री व्यवहार अशक्यप्राय असल्याचे प्रतिपादन करताना बार्लोंनी कोणताही आडपडदा न ठेवता वापरलेल्या भाषेमुळे सोलार्झ आणि प्रेस्लर यांनी केलेल्या घटनादुरुस्त्यांचा भंग होईल अशी आपल्याला भीती वाटते असेही त्यांनी बार्लोंना सुनावले. मॅक मरेंच्या आव्हानाला उत्तर देताना आपली सर्व निरीक्षणे विविध गुप्तचर विभागांनी पुरवलेल्या भक्कम पुराव्यांवर आधारित असल्याचा दावा करत बार्लो यांनी त्यात एका शब्दाचाही बदल करण्यास नकार दिला. मॅक मरेंनी फारच दबाव आणल्यावर बार्लोंनी मूळ अहवालात किरकोळ फेरफार करण्याची तयारी दर्शवली. त्यांनी एफ-१६ची विक्री अशक्य आहे हे शब्द काढून त्या जागी 'विक्री अतिशय अवघड किंवा अशक्य' हे शब्द टाकले.

एवढे करूनही या अहवालामुळे विक्रीला प्रतिबंध बसण्याची शक्यता होतीच म्हणून पेंटॅगॉनमधील अधिकारी वर्गातील कोणीतरी बार्लोंच्या अहवालात एवढे आमूलाग्र बदल केले की, संरक्षणखात्यात तो पोहोचला तेव्हा त्यातील बहुतेक मुद्दे विमानविक्रीचे जोरदार समर्थन करणारे झाले होते. मूळ अहवाल विक्रीचे समर्थन करीत नसल्याने त्यातही असे काही बदल करण्यात आले की, त्या महिन्याच्या शेवटी जेव्हा व्हाइट हाउसवर चर्चा झाली तेव्हा विक्रीच्या बाजूने

प्रतिपादन करताना चेनींना काहीच अडचण आली नाही. उलट यातीलच काही मुद्यांचा आधार घेत त्यांनी या व्यवहाराच्या विरोधकांचे दात त्यांच्याच घशात घातले.

जून महिन्यात बेनझीरनी अमेरिकेला भेट दिली तेव्हा त्यांच्या कार्यक्रमपत्रिकेवर अण्वस्त्र निर्मितीला सर्वांत वरचे स्थान मिळाले होते. रशियन सैन्याच्या शेवटच्या तुकडीने अफगाणिस्तानमधून फेब्रुवारीतच काढता पाय घेतल्याने वॉशिंग्टनमधील अनेक धुरीणांच्या डोळ्यांना पाकिस्तानची निरुपयोगिता सलत होती. पाकिस्तानपाशी अण्वस्त्र नसल्याचा दाखला देण्याचे अध्यक्ष बुश शक्यतो नाकारतील असे नव्या प्रशासनाने आधीच ध्वनित केले होते. रेगन यांच्या कार्यकालातील उपाध्यक्षपदाचा किमान आठ वर्षांचा अनुभव आणि ७०च्या दशकात सीआयएचे संचालक या नात्याने मिळवलेल्या अनुभवाची पुंजी यांच्या आधारावर पाकिस्तानच्या अण्वस्त्र अभिलाषेची निदान बाह्यरेषा ढोबळमानाने तरी बुश यांच्या परिचयाची होती. अध्यक्षपदी विराजमान झाल्यावरही त्यांच्या दैनंदिन माहितीच्या यादीत या विषयाला अग्रक्रम असे. या विषयाची माहिती भुट्टो यांच्यापेक्षा बुश यांनाच अधिक असायची असा दावाही सीआयएच्या मुख्यालयातील एका जेष्ठ अधिकाऱ्याने त्या काळात केल्याचे सांगतात. तो म्हणाला होता, 'पाकिस्तानच्या अण्वस्त्र कार्यक्रमाबद्दल अमेरिकेच्या अध्यक्षांना माहिती होती तेवढी खुद्द त्या देशाच्या पंतप्रधानांनाही नव्हती. आमचे शास्त्रज्ञ या विषयाचे विश्लेषण अधिक अभ्यासपूर्वक करायचे त्यामुळे असेल कदाचित पण अध्यक्षांकडील माहिती तपशीलवार असायची. अणूबॉम्ब नेमका तयार कसा करतात याचे अचूक ज्ञान असलेले अत्यंत हुशार विश्लेषक पाकिस्तानविषयक माहितीची सत्यासत्यता बारकाईने तपासून पाहात, आणि त्यांचे पूर्ण समाधान झाल्यावरच ती पुढे पाठवली जात असे. पाकिस्तानच्या अण्वस्त्रप्राप्तीच्या प्रयत्नांकडे आता आम्ही जास्त काळ दुर्लक्ष करू शकत नाही अशा आशयाचा एक संदेश परराष्ट्रमंत्री जेम्स बेकर यांनी भुट्टोंना मायदेशी रवाना होण्यापूर्वी पाठवला होता.

अफगाण युद्ध समाप्तीनंतर तेथील सुमारे तीस लाख नागरिकांनी पाकिस्तानात आश्रय घेतला होता. परिणामी त्याची अर्थव्यवस्था ढासळत होती, सर्वच साधनांच्या कमतरतेमुळे आधीच बेजार झालेल्या स्थानिक नागरिकांच्या मनात या उपटसुंभ आश्रितांबद्दल तिरस्काराची भावना निर्माण झाली होती. या सर्व परिस्थितीमुळे पाकिस्तानला या पूर्वी कधी नव्हती एवढी अमेरिकेच्या मदतीची गरज भासत होती. अमेरिकन काँग्रेसच्या संयुक्त अधिवेशनाला संबोधित करताना भुट्टोंनी बचावात्मक पवित्रा घेत उपस्थितांची मने जिंकण्याचा प्रयत्न केला. नुकत्याच पार

पडलेल्या निवडणुका म्हणजे पाकिस्तानात लोकशाहीचे पुनरुज्जीवन होत असल्याचे संकेत असून 'अण्वस्त्र निर्मिती' हा आमच्या भविष्यकालीन कार्यक्रमाचा भाग नाही असे सांगून त्या म्हणाल्या, 'आमच्यापाशी या क्षणीही अण्वस्त्र नाही आणि ते बनविण्याचा आमचा मानसही नाही, हे मी या ठिकाणी जाहीर करू इच्छिते.' त्यांच्या या आश्वासक उद्गारांचे उपस्थितांनी टाळ्यांच्या गजरात स्वागत केले.

बेनझीर यांच्या या जाहीर प्रकटनाचे वर्णन फार तर 'एक भाबडी आणि आशादायक मनोकामना' या शब्दांत करता येईल. त्यांच्या देशाच्या अण्वस्त्र अभिलाषेच्या तपशिलांबद्दल कदाचित त्या अंधारात असतीलही, पण अण्वस्त्र निर्मितीच्या त्यांच्या लष्कराच्या प्रयत्नांविषयी त्यांना नक्कीच माहिती होती. जर याबाबत त्यांच्या मनात काही शंकांची जळमटे असतीलच, तर ती दुसऱ्या दिवशीच म्हणजे त्यांनी जेव्हा सीआयएचे संचालक विल्यम वेब्स्टर यांची त्यांच्या मुख्यालयात भेट घेतली तेव्हा दूर झाली. वेब्स्टर यांच्या कार्यालयाच्या शेजारीच असलेल्या परिषद कक्षात त्यांच्या मदतनिसांनी भुट्टोंच्या अवलोकनार्थ पाकिस्तानी बॉम्बची प्रतिकृती मांडली होती. या देखाव्याचे स्पष्टीकरण देताना वेब्स्टरनी सांगितले की, 'पाकिस्तानी अण्वस्त्राच्या विविधांगांचीच माहिती आमच्या गुप्तचर यंत्रणांना आहे असे नाही, तर त्यासाठी कार्यरत असलेले सेंट्रिफ्युजेस, त्यांची समृद्धीकरण क्षमता, त्याचे तंत्रज्ञान आणि स्रोत या विषयीही या यंत्रणा जाणून आहेत. ही तपशीलवार माहिती ऐकून बेनझीरना छोटासा धक्काच बसला, पण लगेच सावरून त्यांनी वेब्स्टरना समृद्धीकरणाची पातळी मर्यादित ठेवू, तसेच हे तंत्रज्ञान इतर कोणत्याही देशाला हस्तांतरित करणार नाही, असे आश्वासन दिले.

लँग्लेतून बाहेर पडल्यावर भुट्टोंनी त्यांच्या देशाचे वॉशिंग्टनमधील एकेकाळचे लॉबिस्ट मार्क सिगल यांची भेट घेतली आणि नुकत्याच आलेल्या अभूतपूर्व अनुभवाने आपल्याला धक्काच बसल्याचे सांगितले. कोणत्याही पाकिस्तानी अधिकाऱ्याने आतापर्यंत आपल्याला दिलेल्या माहितीपेक्षा आजचे विवेचन अधिक सखोल होते असे मान्य करून त्यांनी आपल्या पाठीमागे जे काही चालले आहे ते चिंताजनक असल्याचे कबूल केले.

दुसऱ्या दिवशी भुट्टो आणि बुश यांची व्हाइट हाउसमध्ये एक खासगी बैठक झाली. अण्वस्त्र निर्मितीसाठी आवश्यक असलेल्या पातळीपर्यंत पाकिस्तान आपला समृद्धीकरण कार्यक्रम रेटणार नाही हे तुमचे आश्वासन आम्हाला पुरेसे असून, त्याच्या आधारावर तुमच्यापाशी अण्वस्त्र नसल्याचा दाखला आम्ही तुम्हाला देऊ असे बुश यांनी त्यांना सांगितले. याचाच अर्थ पाकिस्तानला अमेरिकेकडून होणारी आर्थिक मदत यापुढेही सुरूच राहणार होती. मात्र भुट्टोंची ही सर्व आश्वासने पोकळ असल्याची जाणीव या घटना पडद्याआडून पाहणाऱ्या अनेक अमेरिकी अधिकाऱ्यांना

होती. पाकिस्तानने आपला अणूबॉम्ब पूर्वीच तयार केला असून त्याने आता 'फक्त शेवटचा एक स्क्रू फिरवणे' बाकी ठेवले आहे हेही त्यांना ठाऊक होते. अमेरिकेने पाकिस्तानची मदत बंद केली तर भुट्टोंचे सरकार रसातळाला जाईल आणि तेथील लोकशाहीची पिछेहाट होईल अशी सार्थ भीती तेथील धुरंधर राजकारण्यांना वाटत होती आणि त्याचेच प्रतिबिंब बुश यांच्या आश्वासनात पडले होते. पाकिस्तानच्या अण्वस्त्र कार्यक्रमावर निर्बंध आणण्याच्या कितीही आणाभाका भुट्टो यांनी घेतल्या आणि त्याबद्दल त्या कितीही बांधिलकी ठेवत असल्या तरी त्याला त्या देशाचे लष्कर बधणार नाही याची खातरी सीआयएला होती. आपल्या हकालपट्टीच्या अनेक कारणांपैकी आपला अण्वस्त्रांना असलेला विरोध हे एक महत्त्वाचे कारण होते अशी कबुली खुद्द भुट्टोंनी नंतर कधीतरी दिली आहे.

भारताच्या सामर्थ्यवान हवाई दलाचा सामना करण्यासाठी पाकिस्तान अमेरिकेकडून एफ-१६ बनावटीची विमाने घेण्यासाठी अक्षरश: हवालदिल झाला होता. अशा साठ विमानांचा ताफा अधिकृतपणे विकण्याचे मान्य करून बुश यांनी भुट्टोंना दिलेले राजकीय अभय अधिकच बळकट केले. ही अत्याधुनिक लढाऊ विमाने मिळवण्यासाठी प्रयत्नांची पराकाष्ठा करावी अशी विनंती लष्करी अधिकाऱ्यांनी भुट्टोंना केली होती आणि त्यांच्या अमेरिका भेटीचा तोही एक महत्त्वाचा हेतू होता. पाकिस्तानच्या ताफ्यात या आधीच अशी अमेरिकानिर्मित चाळीस विमाने होती. त्यामुळे या एक अब्ज चाळीस कोटी डॉलरच्या नव्या व्यवहाराचे भवितव्य काँग्रेसच्या मंजुरीवर अवलंबून होते. या विक्रीमुळे भारत आणि पाकिस्तान यांच्यातील संघर्षात ठिणगी टाकल्यासारखे होईल अशी भीती काही काँग्रेस सदस्यांना वाटत होती आणि भुट्टोंनी अमेरिका सोडण्यापूर्वीच ती उफाळूनही आली.

इकडे भुट्टो मायदेशी परतल्या खऱ्या, पण एफ-१६ बनावटीची विमाने देण्याच्या बुश यांच्या आश्वासनाचा त्यांचे आणि लष्कराचे संबंध सुधारण्यासाठी काडीमात्रही उपयोग झाला नाही. पाकिस्तान यापुढे अण्वस्त्र बनवणार नाही या त्यांनी बुशना दिलेल्या आश्वासनाचे पाकिस्तानी वृत्तपत्रांनी मोठमोठाले मथळे केले, अमेरिकेशी मैत्री वाढविण्याच्या नादात त्या देशाचे सार्वभौमत्व आणि अणूकार्यक्रमच पणाला लावत असल्याची भीतीही व्यक्त करण्यात आली. भुट्टोंच्या या वर्तनावर टीका करताना आयएसआयशी बांधिलकी सांगणाऱ्या एका आघाडीच्या इस्लामी पक्षाचे नेते मौलाना समी उल हक यांनी म्हटले होते की, 'पश्चिमधार्जिण्या या महिला नेत्याच्या हाती पाकिस्तानचा अण्वस्त्र कार्यक्रम सुरक्षित राहू शकतच नाही, देशाचा पहिला अणूबॉम्ब यशस्वीरित्या कसा तयार होईल, यापेक्षा त्यांना अमेरिकेचे लांगूलचालन जास्त महत्त्वाचे वाटते.'

पाकिस्तानला एफ-१६ बनावटीची अतिरिक्त विमाने देण्यापूर्वी तो देश अण्वस्त्रांचा पाठपुरावा करणार नाही तसेच या विमानांत सुधारणा करून त्यांचा अण्वस्त्रे वाहून नेण्यासाठी वापर करणार नाही अशा आशयाची हमी काँग्रेसला हवी होती. १९८०च्या संपूर्ण दशकात पाकिस्तानला देण्यात येणाऱ्या मदतीचा ओघ अखंडित ठेवण्याच्या उद्देश्याने रेगन प्रशासनाने त्या देशाच्या अण्वस्त्र लालसेबद्दलचा गोपनीय अहवाल विपर्यस्त स्वरूपात मांडला असा डेमोक्रॅटिक पक्षाचे प्राबल्य असलेल्या काँग्रेसला दाट संशय होता. म्हणून हा व्यवहार अडवून ठेवण्यासाठी जुलैमध्ये एक ठराव मांडण्यात आला. त्यावर आपली बाजू मांडताना प्रशासनाने पाकिस्तानकडून कोणत्याही अमेरिकन कायद्याचा भंग झाला नसल्याची ग्वाही देत सदर व्यवहाराला मंजुरी द्यावी असा एकत्रित पवित्रा घेतला. संरक्षणखात्याचे उपमंत्री पॉल वुल्फविझ यांनी जातीने पेंटॅगॉनच्या प्रशासनाला एक पत्र पाठवून या मागणीला कोणाचाही विरोध उरणार नाही याची काळजी घेतली.

२ ऑगस्ट रोजी प्रतिनिधीगृहाच्या परराष्ट्र घडामोडींविषयक समितीने प्रशासनाची बाजू ऐकली. साक्षीदारांमध्ये प्रामुख्याने पाकिस्तान आणि भारत यांची विशेष जबाबदारी सोपविण्यात आलेले नवे सहायक ऑर्थर ह्युजेस आणि दक्षिण आशियायी घडामोडींच्या सहायक उपमंत्री तेरिस्ता शाफर यांचा समावेश होता. ही विक्री झाल्यास अमेरिका आणि पाकिस्तान यांच्यातील संबंध अधिक बळकट होतील, तसेच भुट्टोंच्या लोकनियुक्त सरकारबद्दल लष्कराचा आत्मविश्वास वृद्धिंगत होईल असे या दोघा नेत्यांनी आपल्या साक्षीदरम्यान प्रतिपादन केले. पाकिस्तानच्या पारंपरिक सशस्त्रदलांना एफ-१६च्या ताफ्याचा भक्कम आधार मिळाला तर पाकिस्तान अण्वस्त्रनिर्मितीच्या दिशेने वळण्याची शक्यता कमी होत जाईल असा विश्वासही त्यांनी व्यक्त केला.

'आपला देश अण्वस्त्र विकसित करणार नाही.' या बेनझीर भुट्टोंच्या वचनावर अमेरिका विसंबून राहू शकते काय? असा प्रश्न डेमोक्रॅटिक पक्षाचे सदस्य डांटे फासेल यांनी विचारला, तेव्हा त्यावर उत्तर देताना शाफर म्हणाल्या, 'पाकिस्तानकडे या घडीला तरी अण्वस्त्र नाही आणि भविष्यात आम्ही ते तयार करण्याची शक्यताही नाही, असा जो शब्द बेनझीर भुट्टोंनी काँग्रेस आणि त्या निमित्ताने संपूर्ण जगाला दिला आहे त्याची आम्ही निश्चितच कदर करतो.' पाकिस्तानच्या अणूकार्यक्रमाविषयी वर्षानुवर्षे साठवलेली गोपनीय माहिती, बेनझीर भुट्टोंना नुकतेच दाखविण्यात आलेले त्यांच्याच अणूबॉम्बचे प्रारूप आणि बेनझीर भुट्टोंची कितीही इच्छा असली तरी त्यांच्याकडे दुर्लक्ष करून सुरू असलेला आण्विक कार्यक्रम थांबविण्यासंदर्भातील त्यांची असमर्थता हे सारेच वास्तविक मुद्दे शाफर

यांच्या हमीशी विसंवादी होते.

एवढेच नाहीतर पाकिस्तान जरी अण्वस्त्र विकसित करत असला तरी एफ-१६ बनावटीच्या विमानांत फेरफार करून त्यांचा त्या देशाकडून अण्वस्त्रवाहक म्हणून वापर होणार नाही असे आश्वासन ह्युजेसनी काँग्रेसला दिले.

त्यांनी सांगितले की, 'कोणत्याही पातळीवर अचूकता आणि खबरदारी सांभाळून अण्वस्त्र सोडायचे असेल, तर सर्वप्रथम विमानातील सध्याच्या तारांची फेररचना करणे गरजेचे असते. एखाद्याला विमानातून शस्त्रास्त्रे वाहून न्यायची असतील तर अग्निशमन संगणक, वस्तू साठवून ठेवण्याची व्यवस्था, लक्ष्याचा अचूक भेद घेणारी यंत्रणा आणि अण्वस्त्र फेकल्यानंतर विमानाचा तोल सांभाळणारी प्रणालीही बदलावी लागेल. या क्षमता विकसित करणे तांत्रिकदृष्ट्या पाकिस्तानला सध्यातरी अशक्य आहे असे आम्हाला विश्वासपूर्वक वाटते.'

प्रशासनाने पाकिस्तानला दिलेल्या अभयदानाबद्दल अद्यापी काहीसे साशंक न्यू यॉर्कचे डेमोक्रॅट स्टिव्ह सोलाई़ होते. आणि नेमक्या त्याच मुद्यावर भर देत त्यांनी ह्यूजेसना विचारले की, 'मि. ह्यूजेस आता तुम्ही केलेल्या विधानावरून आपण याआधीच पाकिस्तानला विकलेली विमाने अण्वस्त्रसज्ज होऊ शकत नाहीत, बरोबर?'

'अगदी बरोबर, सर,' ह्यूजेस उत्तरले.

ह्यूजेसनी शपथपूर्वक केलेली सर्वच विधाने दिशाभूल करणारी असल्याचे नंतर बार्लोंच्या लक्षात आल्यावर संतापाने त्यांच्या अंगाची लाही-लाही झाली आणि त्यांनी आपल्या वरिष्ठांना त्याबाबत सावधही केले. ह्युजेस अननुभवी होते, शिवाय ते आधीच तयार केलेल्या जबानीवर विसंबून राहिले होते, त्यामुळे बार्लोंचा त्यांच्यावर मुळीच राग नव्हता, पण काँग्रेसचीही दिशाभूल होईल, अशारितीने मूळ मसुद्यात फेरफार झाले असल्याबद्दल त्यांच्या मनात मुळीच शंका नव्हती. काँग्रेसला बदसल्ला दिल्याच्या बार्लोंच्या आरोपांमुळे नाहीतर ते या साऱ्या प्रकरणाची जाहीर वाच्यता करतील, या भीतीने पेंटागॉनमधील अधिकारी सावध झाले.

अण्वस्त्रप्रसारबंदी धोरणाचे पेंटागॉनमधील हंगामी संचालक जेराल्ड ब्रुबेकर यांनी बार्लोंना आपल्या कार्यालयात तातडीने बोलावून घेतले. त्याच्या सहा आठवडे आधीच बार्लोंना बढती मिळाली होती. आणि आज अचानक त्यांना डच्चू देण्यात येत असल्याचे सांगण्यात आले. आकस्मिकरित्या घेतलेल्या या निर्णयामागची कारणे अतिगोपनीय स्वरूपाची असल्याने ती उघडपणे सांगण्यास ब्रुबेकरनी नकार दिला. काफ्काच्या एखाद्या कादंबरीतील पात्राप्रमाणे बार्लोंची अवस्था झाली. त्यांनी या प्रकाराचा निषेध केला आणि यामागे कोण आहे अशी

विचारणा केली. सुरुवातीला ब्रुबेकरनी टाळाटाळ केली. त्यानंतर मात्र त्यांनी गौप्यस्फोट करत अण्वस्त्रे आणि शस्त्रास्त्र नियंत्रण अधिकारी वुल्फविझ आणि स्टिफन हॅडली यांची नावे घेतली. पेंटागॉनच्या सर्वोच्च पातळीवरील अधिकाऱ्यांनी हा निर्णय केल्याचेही ते म्हणाले. हे ऐकून बार्लो स्तिमित झाले, पण याहूनही जबरदस्त तडाखा त्यांना आगामी दोन दिवसांतच बसायचा होता. ते आपले टेबल आवरत असतानाच त्यांची सुरक्षा व्यवस्था काढून घेण्यात आल्याचे त्यांना सांगण्यात आले. त्यांच्यावर ठेवण्यात आलेल्या आरोपांची त्यांना अद्यापी काहीच कल्पना देण्यात आली नव्हती, आणि संघटनेतील गूढ जगात कुठेही घुसण्यास त्यांना यापुढे मज्जाव होता असा सुरक्षा व्यवस्था काढून घेण्याचा अर्थ होता. आणि या गूढ जगावरच त्यांची नियती अवलंबून होती.

गोपनीय माहितीचा चलाखीने वापर होताना दिसत असतानाही त्या कटात सामील होण्यास नकार देणे हाच काय तो बार्लोंचा खरा गुन्हा होता. पाकिस्तानच्या अण्वस्त्रांच्या विकासासंदर्भात अमेरिकेने संकलित केलेल्या माहितीचे अचूक मूल्यमापन त्यांनी केले होते आणि पेंटागॉनच्या त्यातील ढवळाढवळीत सामील होण्यास त्यांनी नकार दिला होता. प्रशासनाच्या धोरणाला पाठिंबा देण्यायोग्य अशा मूळ माहितीला नव्याने फोडणी देणाऱ्या अधिकाऱ्यांनीच नंतर बार्लोंचा काटा काढण्याचा निर्णय केला. खरंतर बार्लोंचा केवळ काटा काढून त्यांचे समाधान होणार नव्हते, ते बार्लोंना नष्ट करू इच्छित होते.

बार्लोंच्या हकालपट्टीचे समर्थन करण्याचा एक भाग म्हणून ब्रुबेकरनी त्यांच्या निंदानालस्तीची एक मोहीमच सुरू केली. 'काँग्रेसकडे जाऊन त्यांना विमान व्यवहाराची विपरीत माहिती देण्याचा बार्लो यांचा मानस होता,' असे त्यांनी संरक्षण गुप्तचर यंत्रणेला आणि चेनींच्या कार्यालयाला सांगितले. अतिगोपनीय माहितीचा सदर विश्लेषक हा मनोरूग्णांच्या उपचारांखाली असल्याने त्याच्याकडून सरकारला धोके पोहोचण्याची संभाव्यता वाढली असल्याची चिखलफेकही ब्रुबेकरनी करून पाहिली. बार्लो यांचे खासगी आयुष्य, आर्थिक परिस्थिती आणि त्यांच्या वैवाहिक जीवनाचा तपास करण्यात यावा अशी मागणी करणारे आदेश त्यांनी जारी केले.

आणि बार्लोंच्या खासगी जीवनाची पडताळणी सुरू होऊनही, कामावरून झालेल्या हकालपट्टीचे किंवा सध्याच्या तपासणीचे कारणही त्यांना देण्यात येत नव्हते. गोपनीय माहितीचे रक्षण करण्याची बार्लो यांची पात्रता चिंताजनक असल्याचे मत काही दखलपात्र व्यक्तींनी केल्याने संरक्षणखात्याच्या आदेशांनुसारच ही कारवाई हाती घेण्यात आल्याचे फक्त त्यांना सांगण्यात आले. या सर्व कारवाईमागची कारणमीमांसा चक्राकार फिरणारी होती. एकीकडे तपास मोहिमेचे तपशील किंवा त्यांचे आदेश देणाऱ्या अधिकाऱ्यांची नावे गोपनीय असल्याने ती बार्लोंना कथित

करणे बंधनकारक नव्हते आणि दुसरीकडे त्यांची सुरक्षाव्यवस्थाच काढून घेण्यात आल्याने अशी माहिती जाणून घेण्याची पात्रताही ते गमावून बसले होते.

आता मात्र बार्लोंची अवस्था गोंधळल्यागत झाली, मानसिकदृष्ट्या ते उद्ध्वस्त झाले, सीआयएतून हकालपट्टी झाल्यानंतरही त्यांच्या सरकारवरील विश्वासाच्या एवढ्या चिंध्या झाल्या नव्हत्या. आपल्यावरील आरोप तरी नेमके काय आहेत ते सांगा, अशी दयायाचना ते पेंटागॉनकडे करत राहिले. आपण काहीही चुकीचे केलेले नाही याबद्दल त्यांची स्वत:ची खातरी पटली होती. आपल्याला डच्चू का मिळाला, याबद्दल त्यांचे पूर्ण समधान झाले नसले तरी आता त्यांना एक वेगळीच भीती सतावू लागली. कदाचित ते रशियाचे हेर असल्याचा ठपका त्यांच्यावर ठेवण्यात आला असावा, असे त्यांचे त्यांना आता वाटू लागले. सीआयएमधील कारकिर्दीला ग्रहण लागल्यापासूनच त्यांचे वैवाहिक जीवन अस्थिर झाले होते, त्याचा आपल्यावर काय परिणाम होईल? हा प्रश्न त्यांना सतावत होता. सिंडीसह ते सीआयएसाठी काम करत होते, मात्र सध्या ते एका वैवाहिक समुपदेशकाकडून सल्ला घेत होते. आपल्यावर मनोरुग्ण असल्याचा जो आरोप करण्यात आला होता, त्याला याच समुपदेशकाबरोबरच्या भेटी कारणीभूत होत्या हे त्यांना नंतर कळले.

चौकशीची सतत टांगती तलवार डोक्यावर असल्याने आता त्यांच्यापाशी पैसेही नव्हते आणि ते मिळण्याची आशाही नव्हती. बार्लो यांच्यावर करण्यात आलेले आरोप तथ्यहीन असल्याचे मानणारी काही मंडळी होती. पेंटागॉनच्या सुरक्षा विभागात काम करणाऱ्या या लोकांनी बार्लोंच्या समोर एक प्रस्ताव ठेवला. चौकशी पूर्ण होऊन जोपर्यंत बार्लोंचे निर्दोषत्व सिद्ध होत नाही, तोवर ते त्यांना एक तात्पुरत्या स्वरूपाची नोकरी द्यायला तयार होते. अर्थात त्याआधी त्यांनी आपल्या सध्याच्या नोकरीचा राजीनामा देणे बंधनकारक होते. त्यांनी या सर्वाला काहीशा नाराजीनेच मान्यता दिली आणि लवकरच त्यांना कळून चुकले की, आपल्याला संरक्षणखात्याच्या अधिकाऱ्यांसाठी जेवणाची सोय करणे किंवा जुने झालेले संगणक सार्वजनिक शाळांना विकणे असली फुटकळ कामे करावी लागत आहेत.

जसजसे दिवस लोटले तसतसे ते हवालदिल होऊन आपले निर्दोषत्व सिद्ध करण्यास उतावीळ होऊ लागले. जाणाऱ्या प्रत्येक दिवसागणिक आपली कारकीर्द सावरण्याच्या संधी नष्ट होत चालल्या आहेत असे त्यांना वाटू लागले. तशातच त्यांच्या पत्नीने त्यांची साथ सोडली. पेंटागॉनपर्यंत परत जाण्याची त्यांची इच्छा होती आणि मोठ्या मुश्किलीनेच त्यांनी एका वकिलाची मदत घेण्याचे ठरवले. पॉल वॉर्नके हा वॉशिंग्टनमधील एक नावाजलेला वकील होता, तो संरक्षणखात्यात काही काळ नोकरी करत होता. त्याने बार्लोंचे हे प्रकरण स्वीकारले. आरोप-

प्रत्यारोप करण्यात काही महिने लोटल्यावर बार्लो पूर्णपणे निष्कलंक असल्याचे सिद्ध झाले. दिशाभूल करणाऱ्या जबानीविरुद्ध ते आवाज उठवून धोका निर्माण करतील हे आरोप सिद्ध करणारा कोणताही पुरावा आपल्याकडे नसल्याचा निष्कर्ष संरक्षणखात्याने आपल्या चौकशीअंती काढला. सुरक्षेच्या दृष्टीने बार्लो धोकादायक असल्याचा संशय खोट्या आरोपांवर आधारित असल्याचे पेंटागॉनला आढळून आले. मात्र संरक्षणखात्याचे ज्येष्ठ अधिकारी आणि काँग्रेसचे दिग्गज सदस्य यांनी प्रयत्नांची पराकाष्ठा करूनही पाकिस्तानच्या अण्वस्त्रांसंदर्भातील वक्तव्यांबद्दल अनेक नेत्यांचे पितळ उघडे पाडणाऱ्या या माणसाला पुन्हा नोकरी मिळाली नाही. सुरक्षिततेच्या दृष्टीने आपण धोकादायक आहोत, हा आरोप खोटा ठरूनही आपल्यावर अन्याय झाला आहे अशी त्यांची भावना झाली होती. अर्थात हे सर्व आरोप बिनबुडाचे असल्याचे सिद्ध होऊनही त्यांच्या फाइलमध्ये ते कायम राहिले. जणू त्यांचा सतत पाठलाग करण्यासाठीच.

केवळ एखादी सत्य गोष्ट कथन केल्याने आपली कारकीर्द उद्ध्वस्त का व्हावी, याचा काही केल्या बार्लोंना उलगडा होईना. आपल्यातर्फे सहानुभूतीपूर्वक विचार करून पेंटागॉनशी रदबदली करू शकतील अशा काही मित्रांकडे आणि काँग्रेस सदस्यांकडे त्यांनी आपले गाऱ्हाणे नेले. एका क्षणी तर त्यांनी सिनेटर ग्लेन यांचे विश्वासू सल्लागार आणि अण्वस्त्रप्रसारबंदीचे खंदे पुरस्कर्ते लेन वेस यांचीही वेळ मागून घेतली. ग्लेन यांची विचारसरणी आपल्या विचारसरणीशी मिळतीजुळती असल्याने त्यांची आपल्याला नक्कीच मदत होईल, अशी आशा त्यांना वाटत होती. बार्लोंच्या परिस्थितीविषयी वेसना थोडीफार कल्पना होती आणि त्यांच्या मनात बार्लोंविषयी सहानुभूतीही होती. त्यांच्या दृष्टीने बार्लोंचे अनुभव म्हणजे फक्त वॉशिंग्टनमध्येच घडू शकेल, अशी एक जणू बोधकथा होती.

कार्यालयात बसून चर्चा करताना वेस त्यांना म्हणाले, 'अन्यायाविरुद्ध डंका पिटणाऱ्यांसाठी कायद्याने संरक्षण मिळवण्याची तरतूद असली तरी राज्यकर्ते त्यांना त्रास देणे थांबवत नाहीत हे तुम्ही समजून घेतले पाहिजे, डंका पिटणाऱ्यांना नेहमीच त्रास होत असतो. त्यांचे हात तुमच्यापर्यंत पोहोचणार नाहीत याची आपण पुरेपूर काळजी घेऊ, पण ते तुमचा पाठलाग करत तुमच्यापर्यंत येतीलच. ते तसे येतातच.'

बार्लो यांच्या प्रकरणाचा फेरआढावा घेण्याची विनंती करण्यासाठी पेंटागॉनच्या पोलीस महासंचालकांची भेट घेण्याचे बार्लो यांना त्यांनी आश्वासन दिले, पण तेच त्याबद्दल साशंक होते. वेस यांच्या कार्यालयातून बार्लो बाहेर पडल्यानंतर ते एकूण प्रकरणाचा विचार करू लागले. बार्लो हे नि:संशयपणे देशभक्त होते पण त्याचवेळी ते साधेभोळेही होते. आपले रक्षण करण्यासाठी खरे बोलणे पुरेसे

असते असे मानणाऱ्यांपैकी ते एक होते, अशा निष्कर्षाप्रत वेस येऊन पोहोचले. पण वेस यांनी वॉशिंग्टनचे अनेक पावसाळे बघितले होते. राजकीय पुनर्वासितांकडून अभय मिळविण्यासाठी केवळ सत्यवचन पुरेसे नसते याची त्यांना चांगलीच माहिती होती. त्यांच्या मते बार्लोंनी पाकिस्तानच्या गुन्ह्यांची माहिती एखाद्या सिनेट सदस्य मित्राकडे गुपचूपपणे द्यायला हवी होती, तसे झाले असते तर बार्लोंचा सुगावा मागे न ठेवता आणि पर्यायाने त्यांची नोकरी धोक्यात न आणता ती माहिती योग्य व्यक्तीच्या हातात पडली असती. बार्लो यांचे प्रकरण टोकाचे असले तरी अभूतपूर्व म्हणता येईल असे मुळीच नव्हते. आपली लंगडी बाजू लपविण्यासाठी कोणतेही सरकार जे काही करते तेच अमेरिकेच्या सरकारने केले होते. बार्लोंना त्यांनी बळीचा बकरा बनवले होते.

भुट्टोंची अवस्था बार्लोंपेक्षा फारशी वेगळी नव्हती. पंतप्रधानपदाचे एक वर्ष पूर्ण होण्याआधीच सत्ताकारणाच्या प्रत्येक वळणावर बेग आणि लष्कराकडून त्यांना डावलले जात होते. पूर्वीच दिलेल्या आश्वासनाप्रमाणे १९८९च्या ऑक्टोबरमध्ये पाकिस्तानकडे अण्वस्त्र नसल्याचा निर्वाळा अध्यक्ष बुश यांनी दिला, पण भुट्टोंवरील दबाव कमी करणे किंवा त्यांच्या देशाच्या अण्वस्त्र कार्यक्रमाची गती रोखून धरणे या दोन्ही उद्दिष्टपूर्तीसाठी ना बुश यांच्या दाखल्याचा उपयोग झाला, ना त्यांच्या अव्याहत मदतीचा ओघ कामी आला.

वर्षाच्या शेवटी तेहरानमध्ये भरलेल्या इस्लामी राष्ट्रप्रमुखांच्या बैठकीस भुट्टोंनी हजेरी लावली. इराण्यांनी त्यांचे हार्दिक स्वागत करून त्यांच्या सन्मानार्थ विशेष भोजनाचे आयोजन केले. इराकशी झालेल्या युद्धाचे नेतृत्व करणारे नेते आणि त्या देशाचे अध्यक्ष हाशेमी रफसंजानी यांच्या शेजारील मानाच्या स्थानावर त्यांना बसविण्यात आले होते. इराकशी झालेल्या युद्धापासून इराण्यांनी धडा घेतला होता की, त्यांच्या रक्षणासाठी आंतरराष्ट्रीय समुदायातील कोणताही देश धावून येणार नाही. त्यांचे रक्षण त्यांनाच करायचे होते, आणि त्यासाठी आवश्यक असलेले सैन्य बळकट करून आणि त्याचा त्या प्रदेशातील प्रभाव वाढविण्याचे आश्वासन देतच रफसंजानी सत्तेवर आले होते. १९८८च्या युद्धसमाप्तीनंतर आपल्या संसदेला उद्देशून केलेल्या भाषणात ते म्हणाले होते, 'आपल्या रक्षणासाठी आपण निदान सर्वसंहारक शस्त्रांचा विचार तरी केला पाहिजे. अशा शस्त्रांचा वापर जरी अमानवी आणि बेकादेशीर असला तरी नुकत्याच झालेल्या युद्धाने असे कायदे म्हणजे कागदावरील शाईचे काही ठिपके असतात हे आम्हाला शिकवले आहे.' १९८९मधील त्या रात्रीच्या भोजनानंतर एका बाजूस असलेल्या

खोलीकडे अंगुलीनिर्देश करत आपल्याला तुमच्याशी काही गोष्टी खासगीत बोलायच्या आहेत, असे रफसंजानींनी भुट्टोंना सांगितले. भुट्टोंनी लागलीच आपल्या एका सहायकाला पाठोपाठ येण्याची खूण केली.

छोटीशी पांढरी दाढी आणि धर्मगुरूंचा पारंपरिक पोषाख परिधान केलेल्या रफसंजानींचे व्यक्तिमत्त्व या वेळी चांगलेच प्रभावी वाटत होते. भुट्टोंना उद्देशून ते म्हणाले, 'संरक्षणविषयक काही विशेष मुद्यांवर आपल्या दोन्ही देशांत करार झाला आहे, हा करार दोन्ही लष्करांच्या पातळीवर झाला आहे, मात्र मला तो आपल्या दोघांत वैयक्तिक पातळीवर करायचा आहे.'

असा काही संरक्षणात्मक करार झाल्याची गंधवार्ताही भुट्टोंना नव्हती. हे संभाषण ऐकण्यासाठी त्यांनी आपल्या मदतनिसाला जवळ बोलावून घेतले आणि रफसंजानींना विचारले, 'अध्यक्ष महोदय, तुम्हाला नेमके काय म्हणायचे आहे?'

आपण कोणत्या विषयावर बोलतो आहोत, याची भुट्टोंना काहीच माहिती नसल्याचे लक्षात आल्यावर समजावणीच्या सुरात रफसंजानी म्हणाले, 'मॅडम, मी अण्वस्त्र तंत्रज्ञानाबद्दल बोलतोय.'

हे ऐकून भुट्टोंना आश्चर्याचा धक्काच बसला, पण राग गिळून त्या काहीशा ठामपणे उद्‌गारल्या, 'अशा प्रकारच्या संबंधांना मान्यता द्यावी की नाही, याबद्दल मी खातरीपूर्वक तूर्त काही सांगू शकत नाही. इस्लामाबादला परतल्यावर मला या मुद्यावर इतर नेत्यांशी चर्चा करावी लागेल.'

मायदेशी परतल्यावर त्या काहीशा घुश्यात होत्या, तशाच मन:स्थितीत त्यांनी जनरल बेगना तातडीने बोलावून घेतले. रफसंजानी यांनी केलेल्या दाव्यांशी असहमती दर्शवत बेग यांनी इराणला अणू तंत्रज्ञान देण्याविषयी पूर्वी असा काही करार झाला असल्याची आपल्याला काहीच कल्पना नसल्याचे सांगितले. जनरलसाहेब नि:संशयपणे खोटे बोलत आहेत, हे पक्के माहीत असूनही त्यांनी त्यांना आव्हान देण्याचा धोका पत्करला नाही. त्या ऐवजी इराणला कोणत्याही मार्गाने हे तंत्रज्ञान मिळू नये म्हणून त्यांनी आपल्या पूर्वसंमतीशिवाय कोणाही अणू शास्त्रज्ञाने पाकिस्तानबाहेर पाऊल टाकता कामा नये असा आदेश जारी केला.

इराणशी असा काहीतरी करार झाल्याचे बेगना नक्की ठाऊक होते. त्या प्रदेशातील अरबेतर देशांचे संघटन करण्यासाठी आण्विक देवाणघेवाण व्हावी, या दृष्टीने खुद्द झिया हेच प्रयत्नशील होते. त्यामुळे असा करार तर्कसंगत आहे अशी बेग यांची धारणा होती. झियांच्या जागी त्यांची नियुक्ती झाल्यानंतरच्या काळात पाकिस्तान आणि इराण यांच्यात अनेकवेळा संयुक्त लष्करी सराव झाले होते. मात्र या सरावात पारंपरिक आयुधे आणि प्रशिक्षण यांचाच समावेश असल्याची भूलथाप त्यांनी भुट्टोंना मारली. मात्र या सरावात अणू तंत्रज्ञानाचीही

देवाणघेवाण झाल्याचे इतर पुराव्यांवरून निर्देशित होत होते. इराण आणि खान यांच्या नेटवर्क यांच्यातील 'अधिकृत' व्यवहार आतापर्यंत जरी सेंट्रिफ्युजेस आणि तद्विषयक तंत्रज्ञान यांच्या किरकोळ निर्यातीपुरता मर्यादित राहिला असला तरी इराणशी तांत्रिक सल्लामसलत करणे किंवा या क्षेत्रांतील त्याला येणाऱ्या अडचणी सोडवणे इत्यादी उद्योग करण्यात खान मश्गूल होते, आणि लष्कराला अंधारात ठेवूनही हे सर्वकाही करणे त्यांना शक्यही होते.

अण्वस्त्रयोग्य पातळीपर्यंत कहुटाच्या प्रकल्पात युरेनियमचे समृद्धीकरण होत असल्याचे ठोस पुरावे अमेरिकेच्या टेहळणी विमानांनी आणि उपग्रहांनी छायाचित्रांच्या माध्यमातून मिळवले होते. ही कृती म्हणजे भुट्टोंनी बुश यांना दिलेल्या आश्वासनाची थेट पायमल्ली होतीच, शिवाय एक तर भुट्टोंचे त्यांच्याच अणूकार्यक्रमावर नियंत्रण नसल्याचा किंवा त्या खोटे बोलत असल्याचा ढळढळीत पुरावा होता. ही बातमी वॉशिंग्टनला पोहोचली तेव्हा पाकिस्तानच्या अण्वस्त्र कार्यक्रमाबाबत आपण आता फार काळ कॉंग्रेसशी प्रतारणा करू शकत नाही याची प्रशासनाला जाणीव झाली. पाकिस्तानने केलेल्या या आश्वासनभंगाची माहिती अध्यक्षांनी कॉंग्रेसला देणे तसेच एफ-१६ विमाने देण्याला रोखून धरणे या गोष्टी आता क्रमप्राप्त झाल्या होत्या. पाकिस्तानकडून होणाऱ्या नव्या आण्विक कारवायांमुळे अमेरिका त्याची मदत बंद करून आंतरराष्ट्रीय समूहावरही तसा दबाव आणू शकते असा सज्जड दम देण्यासाठी बुश यांनी संरक्षणखात्याचे उपमंत्री हेन्री एस. रोवन यांना इस्लामाबादला पाठवले.

रोवेन यांचा इशारा एक महत्त्वाकांक्षी लष्करी अधिकारी असलेले बेग मुकाटपणे मान्य करणे शक्यच नव्हते. रोवेन यांचे तोंड बंद करण्यासाठी त्यांनी त्यांच्या खास पठडीतले उत्तर दिले, ते म्हणाले, 'जर अमेरिकेकडून आम्हाला पुरेसा पाठिंबा मिळाला नाही, तर इराणशी अण्वस्त्रक्षेत्रात भागीदारी करण्याशिवाय आम्हाला अन्य पर्याय उरणार नाही.'

हे ऐकून रोवेन अवाक् झाले. तरीही बेगना ते म्हणाले, 'जर तसे घडले तर पाकिस्तानला फार मोठ्या संकटाचा सामना करावा लागेल आणि आम्ही त्या वेळी काहीही करू शकणार नाही.'

बेग यांच्या मनातील घातकी हेतूंबद्दल रोवेन पूर्णपणे अनभिज्ञ होते. अमेरिकेचे इराणशी राजनैतिक संबंध नव्हते, इस्लामी मूलतत्त्ववादी दहशतवाद्यांना प्रोत्साहन देऊन तो देश प्रादेशिक अस्थैर्य निर्माण करत असल्याचा आरोप अमेरिका त्या देशावर नेहमीच करत आली होती. शिवाय, सोव्हिएट-अफगाण संघर्षानंतर पाकिस्तान आणि अफगाणिस्तान हे दोन्ही देश स्वतःचा प्रादेशिक प्रभाव वाढविण्याच्या खटपटीत होते आणि अण्वस्त्राच्या मुद्यासह इतर मतभेद मिटवून ते त्या क्षेत्रात

परस्परांना सहकार्य करण्याच्या तयारीत होते, असा संशय रोवेनना आला होता. तरीही या संभाव्य धोक्याची कल्पना त्यांनी राजदूत बॉब ओक्ले यांना दिली आणि या दौऱ्याच्या अहवालात त्याची नोंद केली.

हा इशारा गांभीर्याने घेत ओक्ले यांनी बेग यांची भेट घेण्याची मागणी केली. वॉशिंग्टनचा पाकिस्तानवर नेहमीच एक सौम्य प्रकृतीचा प्रभाव राहिला आहे, तो नष्ट होऊ नये यासाठी त्या देशाची मदत बंद करण्याला त्यांचा कायमस्वरूपी विरोध होता. बेग यांच्या भेटी दरम्यान जेव्हा ओक्ले यांनी इराणला पाकिस्तानकडून व्हावयाच्या अण्वस्त्र सहकार्याचा विषय काढला तेव्हा रोवेन यांच्याशी केलेले वक्तव्य शब्दश: खरे असल्याचे काहीसे उर्मट उद्‌गार बेग यांनी काढले. अमेरिकेला धमकी देण्याचा पाकिस्तानचा उद्देश नाही मात्र जर त्या देशाकडून होणारी मदत थांबली तर नाईलाजाने आम्हाला अन्य देशांकडे वळावे लागेल हे आम्ही तुमच्या लक्षात आणून देऊ इच्छितो असे ते म्हणाले. जनरल बेग यांच्या दृष्टीने इराणच्या क्रांतिकारी दलाला अणू तंत्रज्ञान विकणे हा पैसा मिळवण्याचा कायदेशीर मार्ग होता. या भेटीचे वर्णन करताना ओक्ले म्हणतात, 'पारंपरिक लष्करी आणि आण्विक सहकार्य या विषयी त्यांच्यात आणि क्रांतिकारी दलात चांगलाच सुसंवाद आहे. पारंपरिक युद्ध सामग्री आणि पेट्रोल पाकिस्तानला देण्याची इराणची तयारी होती तर त्याच्या बदल्यात पाकिस्तान त्या देशाला अणू तंत्रज्ञान पुरविणार होता.'

पाकिस्तान नेहमीच आपल्या पारंपरिक संरक्षण उद्योगाकडे परकीय चलनाचे एक संभाव्य मौल्यवान स्त्रोत म्हणून पाहत असे. विकसनशील देशांत त्याच्या पारंपरिक शस्त्रांची विशेषत: छोट्या बंदुकांची तुफान विक्री चालत असे. खांद्यावरून मारा करू शकणाऱ्या तोफा चिनी तंत्रज्ञान वापरून खान यांनी आपल्या प्रयोगशाळेत विकसित केल्या होत्या आणि त्याही या बाजारात खुलेआम विक्रीसाठी उपलब्ध होत्या. इराणला अणू तंत्रज्ञान विकण्याचा मुद्दा पटवताना बेग कधी कधी अतिशयोक्तीही करत. उदाहरणार्थ, या विक्रीतून आपल्याला १२ अब्ज डॉलर मिळतील, असे त्यांनी एका मंत्र्याला सांगितले होते. एवढे असूनही पाकिस्तान इराणला आपल्या अणू तंत्रज्ञानाची चोरवाटेने निर्यात करील यावर विश्वास न बसणाऱ्यांमध्ये ओक्ले यांचा समावेश होता.

१९८९मधील या संवादमालिकेतून खान आणि इराण यांच्यातील व्यापाराची लष्कराला माहिती होती याचे स्पष्ट पुरावे हाती लागतात. तसेच त्यांच्या या कारवायांना लष्कर आणि गुप्तचर यंत्रणांचा छुपा आशीर्वाद होता आणि त्याच्याच आधारे खान आपली धोरणे राबवत होते ही गोष्टही आता लपून राहिली नव्हती. इराणशी असलेले संबंध दृढ करण्यासाठी सुरू असलेल्या खान यांच्या प्रयत्नांवरही ज्येष्ठ लष्करी अधिकाऱ्यांनी शिक्कामोर्तब केले होते. खान आणि त्यांच्या सहकाऱ्यांना

कोणत्याही मार्गाने संपत्ती जमा करण्याचे पूर्ण अधिकार आहेत असे सांगत बेग पुढे कित्येक वर्षे त्यांची पाठराखण करत राहिले. पुढे अनेक आरोपांचे खंडन करतानाही त्यांनी खान यांच्या कारवाया म्हणजे काही गुन्हे नाहीत अशी भलावणही केली होती. आपल्या या भूमिकेचे समर्थन करताना ते म्हणाले होते की, 'मी या सर्वांत असतो आणि जर कोणी माझ्याशी संपर्क केला असता तर मीही त्याला अमक्या अमक्या पुरवठादाराकडे जा असा सल्ला दिला असता. जर मी कोणाला अणूकार्यक्रमाचे गोपनीय तंत्रज्ञान चोरून विकत नसेन तर मी काही गुन्हा करतोय असे समजण्याचे काहीही कारण नाही.'

सद्दामची खेळी

पं*तप्रधान भेटीसाठी कधी पाचारण करतात याची* वाट पाहत खान त्यांच्या खोलीबाहेरच्या प्रतीक्षाकक्षात येरझारा घालत होते. रत्नजडित तलवारी आणि हिरेमाणकांनी सजवलेले चषक, राष्ट्रप्रमुखांनी दिलेल्या भेटवस्तू इत्यादी अनेक मौल्यवान चिजांनी सजलेले ते दालन डोळ्यांचे पारणे फेडील असेच होते, मात्र आपल्याला ताटकळत ठेवल्यामुळे खान भुट्टोंवर कमालीचे नाराज झाले होते, त्यामुळे या दिमाखदार सजावटीने भारावून जाण्याच्या मन:स्थितीत ते आता तरी नव्हते. या पूर्वीही अनेक वेळा पंतप्रधानांनी खान यांच्या भेटी अशाच प्रकारे लांबणीवर टाकल्या होत्या, पण खान यांचेच काम अडल्याने त्यांना धीर धरणे अपरिहार्य होते. शेवटी एकदाचा एक सुरक्षा अधिकारी आला आणि त्याने खान यांना लाल गालिचा अंथरलेल्या जिन्यावरून भुट्टोंच्या कार्यालयात नेले.

'कादिर साहेब, तुम्हाला भेटून फारच आनंद झाला.' भुट्टोंनी कार्यालयाच्या प्रशस्त कक्षात खान यांना एका सोफ्यावर बसवले आणि त्यांचे तोंड भरून स्वागत करत त्या म्हणाल्या.

'मला भेटण्याचे कबूल करून खरे तर तुम्हीच माझा बहुमान केला आहे, आणि त्याबद्दल मी तुमचा आभारी आहे.' खान उद्‌गारले.

एखादी व्यक्ती किती भरारी मारू शकते, याची चुणूक खान यांनी दाखवायला जानेवारी, १९९०पर्यंत सुरुवात केली होती.

एखाद्याकडे सोने किंवा जमीनजुमला किती आहे, यावर पाकिस्तानात त्याचे सामाजिक स्थान ठरते. खान यांना यांपैकी दुसऱ्या गोष्टीविषयी विशेष प्रेम होते, इस्लामाबादमधील जवळपास प्रत्येक जमीन व्यवहारांत त्यांचे हितसंबंध गुंतले होते. प्रतिष्ठा आणि पैशाच्या जोरावर ते मोठ्या प्रमाणावर उलाढाली करू लागले होते, प्रभावी राजकारणी आणि मोठ्या हुद्यांवरील लष्करी अधिकाऱ्यांची मर्जी संपादन करण्यासाठी ते अनेक जमीन व्यवहारात गुंतले होते. त्यांच्या मालकीची

अनेक घरे, व्यवसाय, शाळा, क्लब, एक हॉटेल आणि 'हॉट स्पॉट' नावाचे एक चायनिज रेस्टॉरंट होते. नुकतेच त्यांनी इस्लामाबादच्या सीमेवर रावळ तलावाच्या सान्निध्यात एका विक एण्ड हॉटेलचे बांधकाम सुरू केले होते. याच रावळ तलावातून रावळपिंडी आणि इस्लामाबादच्या सुमारे २०लाख नागरिकांना पिण्याच्या पाण्याचा पुरवठा होतो आणि या भागात कोणत्याही स्वरूपाचे बांधकाम करण्यास बांधकामखात्याची सक्त मनाई आहे. या बांधकामाचा थेट परिणाम पाणी पुरवठ्यावर आणि आजूबाजूच्या घनदाट आणि शांत जंगलावर होईल अशी सार्थ भीती व्यक्त करत गावकरी आणि सरकारी अधिकाऱ्यांनी खान यांच्या या प्रकल्पाला विरोध दर्शवला, मात्र त्यांचा प्रतिकार करण्याएवढी ताकद त्यांच्यापैकी कोणापाशीच नव्हती. सदर बांधकाम रोखण्यासाठी एका पोलीस प्रमुखाने खान यांच्या जमिनीवर पाऊल टाकण्याचे धारिष्ट्य दाखवले तेव्हा तिथे असलेल्या रखवालदाराने त्याच्या दंडावर गोळी झाडली, मात्र त्याबद्दल खान किंवा त्यांचा नोकर यांच्यावर कोणतीही कायदेशीर कारवाई झाली नाही. पंतप्रधान भुट्टोंचे पती असिफ अली झरदारी यांच्यापेक्षाही खान यांची ताकद अधिक असल्याचे जाणवत असे. तलावाच्या काठावरील खान यांच्या प्लॉटपासून थोड्याच अंतरावरील २८७ एकर जागेत झरदारी एका हॉटेलचे आणि गोल्फ क्लबचे बांधकाम करत होते, पण काही दिवसांपूर्वीच ते थांबवण्यात आले होते.

खान यांनी पाकिस्तानी प्रसारमाध्यमांवरही आपला अंकुश ठेवण्याचा प्रयत्न केला. 'पाकिस्तान ऑब्झर्वर' या दैनिकाचे ते बेनामी मालक होते, जरी त्याची कागदोपत्री मालकी झाहीद मलिक यांची असली तरी त्याचे सर्वेसर्वा खान हेच होते, याच मलिक यांनी खान यांचे अधिकृत चरित्र नुकतेच संपवत आणले होते. खान यांच्या पदरी काही पत्रकारही होते, त्यांची जेव्हा परदेशात व्याख्याने किंवा वैज्ञानिक परिषदा होत तेव्हा खान त्यांना प्रयोगशाळेच्या खर्चाने आपल्याबरोबर नेत आणि एखाद्या शाही पाहुण्यांप्रमाणे त्यांची बडदास्त ठेवत. त्या दिवसांत त्यांच्यासाठी वार्तांकन करणाऱ्या एका पत्रकाराने तर खान याची तुलना एखाद्या महानायकाशी केली आहे.

युरेनियमचे यशस्वीपणे समृद्धीकरण करूनही खान यांच्या मनातील पाकिस्तान अणुऊर्जा आयोग आणि त्याचे प्रमुख मुनिरखान यांच्याविषयीचे दडपण कमी झाले नव्हते. खान हे एक लफंगे असून त्यांच्या कारवायांमुळे एक दिवस आपल्या देशाची सर्वत्र छी:ऽथूऽ होईल, असा इशारा मुनिरखान आपल्या सहकाऱ्यांना आणि सरकारला देत असत. आपलाच एक प्रतिस्पर्धी आपली बदनामी करत असल्याचे कळल्यावर खान यांनी आणखीन एक कावेबाज चाल करण्याचे ठरवले. त्यांनी थेट भुट्टोंची भेट घेऊन मुनिरखान यांना त्यांच्या पदावरून हटविण्याचा लकडा लावला.

पंतप्रधानपदाची सूत्रे हाती घेतल्यावर लगेचच, म्हणजे १९८८च्या डिसेंबरमध्ये भुट्टोंनी ए.क्यू. खान यांची भेट घेतली होती. त्या वेळी त्यांनी आणि मुनिरखान यांनी देशाच्या अणूकार्यक्रमाची माहिती त्यांना दिली होती. त्यानंतर अनेक सरकारी कार्यक्रमांत त्यांची आणि खान यांची भेट होत असे, पण भुट्टोंचा विश्वास ते कधीच संपादन करू शकले नाहीत, त्यामुळे आताच्या या भेटींचेही स्वरूप औपचारिकच राहिले. या भेटीतही खान यांचे हेतू लपून राहिले नाहीत. देशाची ढासळती अर्थव्यवस्था आणि परस्परांची कौटुंबिक विचारपूस करून झाल्यावर खान यांनी थेट मुद्याला हात घातला. मुनिरखान यांची उचलबांगडी करून देशाच्या संपूर्ण अणूकार्यक्रमाची जबाबदारी आपल्यावर सोपविण्यात यावी, अशी मागणी त्यांनी पंतप्रधानांकडे केली. मुनिरखान हे चांगले शास्त्रज्ञ किंवा चांगले प्रशासकही नाहीत त्यामुळे त्यांच्याकडून अण्वस्त्र कार्यक्रम राबवताना दिरंगाई होत असल्याचा युक्तिवाद त्यांनी केला. त्यांनी पुढे सांगितले की, 'वेळ हातातून निसटून जात आहे, भारताचा अण्वस्त्रसाठा आपल्यापेक्षा कित्येक पटीने मोठा असून आपण त्या दिशेने अद्याप रांगायलाही सुरुवात केलेली नाही.' मुनिरखान यांच्यावर आपल्या वडिलांचा पूर्ण विश्वास असल्यानेच त्यांनी त्यांना अण्वस्त्र कार्यक्रमाची जबाबदारी दिली होती आणि त्यांना पदावरून हटवणे आपल्याला जमणार नाही, याची भुट्टोंना चांगली कल्पना होती. तरीही ए.क्यू. खान लष्कर आणि आयएसआयच्या गळ्यातील ताईत होते आणि त्यांना त्रास देणे आपल्याला परवडण्यासारखे नाही हेही त्या जाणून होत्या. खान यांच्या मागणीवर त्यांनी तातडीने काहीही उत्तर दिले नाही, मात्र या विनंतीचा आपण नक्कीच विचार करू असे आश्वासन दिले. नंतर आपल्या एका मदतनिसाशी बोलताना त्यांनी म्हटले होते की, 'ए.क्यू. खान या गृहस्थांवर नियंत्रण ठेवणे, ही एक अवघड बाब असून ते माझ्या विरोधात असलेल्या लष्करी आणि गुप्तचर यंत्रणांशी जवळीक ठेवून आहेत.'

त्यानंतर अनेक आठवड्यानंतरही भुट्टोंकडून काहीच उत्तर येत नाही, असे लक्षात आल्यावर आपला डाव फसल्याचे खान यांना कळून चुकले. म्हणून त्यांनी लष्करप्रमुख जनरल बेग यांच्या कार्यालयात टेलिफोन करून त्यांच्या भेटीची वेळ मागितली. अण्वस्त्रांसाठी आवश्यक असलेल्या पातळीपर्यंत युरेनियमच्या समृद्धीकरणात वाढ करण्यात यावी ही बेग यांनी केलेली मागणी खाननी तातडीने पूर्ण केल्याने त्यांच्या भेटीस बेगनी आनंदाने मान्यता दिली. बेग यांच्या रावळपिंडीतील लष्करी कार्यालयात दोघे गप्पा मारत बसले असताना खान यांनी भुट्टोंविषयीच्या तक्रारींचा पाढाच वाचायला सुरुवात केली. अणूकार्यक्रमाचा विकास होऊ नये यासाठी भुट्टो आडकाठी आणत असल्याचा आरोप करून खान यांनी भुट्टोंनी आपल्या प्रवासावर बंधने आणली आहेत, तसेच अण्वस्त्राच्या पूर्ततेला रोखण्यासाठी त्यांनी मुनिरखान यांच्यासारख्या अकार्यक्षम अधिकाऱ्याची अणुऊर्जा आयोगावर नियुक्ती केल्याचे

स्पष्ट केले. भुट्टो या अमेरिकेसाठी दलाली करत असून पाकिस्तानचा अण्वस्त्रसाठा वेळीच तयार झाला नाहीतर भारत त्याचा फायदा घेईल असा इशारा त्यांनी दिला. भुट्टो या एक प्रकारची अडचण असल्याचे आपल्याला मान्य असून आपल्यालाही त्यांची कटकट झाली असल्याचे बेग म्हणाले. पण त्या जनतेत प्रिय असल्याने त्यांच्याविरुद्ध कोणतीही कारवाई करता येत नाही अशी पुस्ती त्यांनी जोडली. एवढे असूनही एका नव्या आघाडीने आकार घेतला. पाकिस्तान सरकारतर्फे प्रदान करण्यात येणाऱ्या 'हिलाले इम्तियाज' या सर्वोच्च नागरी पुरस्काराने खान यांना सन्मानित करण्याची 'व्यवस्था' बेग यांनी करून ही आघाडी अधिक बळकट केली. या सन्मानपत्रात म्हटले होते 'अणू विज्ञान क्षेत्रात डॉ. ए.क्यू. खान यांनी जे मोलाचे योगदान दिले आहे त्यासाठी त्यांचे नाव पाकिस्तानच्या राष्ट्रीय इतिहासात सुवर्णाक्षरांनी लिहिले जाईल.'

भुट्टो यांच्या समस्या दोन्ही खानांमधील वादांपुरत्या मर्यादित नव्हत्या. पाकिस्तानातील उफाळलेल्या प्रांतिकवादावर यशस्वीपणे मात करण्यात त्यांना आणि त्यांच्या सरकारला अपयश येत होते, त्यामुळे पाकिस्तानातील सुधारणावादी नेते आणि बुश प्रशासनातील अधिकारी निराश झाले होते. पाकिस्तानातील दीर्घकालीन लोकशाहीचे त्या नुकसान करत असल्याची भीती त्यांना वाटू लागली होती. त्याच दरम्यान भारत अणि पाकिस्तान या दोन्ही देशांत काश्मिरच्या वादग्रस्त मुद्याने पुन्हा एकदा पेट घेतला होता. बहुसंख्य नागरिक मुस्लीम असूनही पश्चिम हिमालयाच्या कुशीत वसलेला हा हिरवाकंच प्रदेश फाळणीनंतरही भारताचा अविभाज्य हिस्सा बनून राहिला होता. १९९०च्या मे महिन्यात भारताने आपले दोन लाख सैनिक काश्मिरात जमा केले आणि आणखी वीस हजारांचे सैन्य पाकिस्तानच्या सीमेपासून पन्नास मैलांवर तैनात केले. बेग यांनी आपले रणगाड्यांचे मुख्य दल भारतीय सीमेकडे रवाना करून लष्कराला गुप्तपणे अण्वस्त्र सज्जतेच्या सूचना दिल्या. अगदी थोड्या अवधीच्या पूर्वसूचनेनंतर आठ ते दहा अणूबॉम्ब तयार करण्यास पाकिस्तान सज्ज होता, शिवाय भारतीय हल्ल्याचा बार फुसका ठरवण्यासाठी बेग यांनी देशभरातील महत्त्वाच्या विमानतळांवर एफ-१६ जातीच्या विमानांचा ताफा तयार ठेवला होता.

भारतीय आणि पाकिस्तानी सैन्यदलांच्या हालचाली अमेरिकेच्या गुप्तचर आणि एनएसएच्या उपग्रहांनी टिपल्या, त्यांच्या या कृतीमुळे भारतीय उपखंडात पुन्हा एकदा अण्वस्त्रांचे शक्तिप्रदर्शन होण्याची भीती निर्माण झाली. भारताने सर्वंकष हल्ला करून पाकिस्तान व्यापून टाकण्याची धमकी दिली, तर पाकिस्तान आपल्या

अण्वस्त्राचा वापर करणारच नाही, यावर फारच कमी लोकांचा विश्वास बसला असता. लँग्लेमध्ये बसून या सर्व आणीबाणीसदृश परिस्थितीवर लक्ष ठेवणाऱ्या सीआयएच्या एका ज्येष्ठ अधिकाऱ्याने काही वर्षांपूर्वी युरोपमधील एका परिषदेदरम्यान खान यांच्याशी झालेल्या भेटीची आठवण करून दिली. खान त्या वेळी त्यांना म्हणाले होते, 'भारताकडून पुन्हा आमचा पराभव होणे, ही गोष्ट यापुढे घडणे नाही, जगात इतर काहीही उलथापालथ झाली तरी आणि आम्ही अणूबॉम्ब तयार करणे थांबवल्याचे कुणीही म्हणत असला तरी, मी स्वत: त्यात लक्ष घालणार आहे, अणूबॉम्ब तयार करण्याची आणि त्याचा वापर करण्याची आमचीही पूर्ण तयारी आहे, हे आम्हाला भारताला दाखवून द्यायचे आहे.' कोणत्याही गोष्टीने सहसा वाहवून न जाणारे अशी ख्याती असलेले सीआयएचे तत्कालीन उपसंचालक डीक केर यांनाही या दोन्ही देशांत आण्विक चकमकी अटळ आहेत, असे वाटले होते. या शंकेचे स्पष्टीकरण करताना ते म्हणाले होते, 'अण्वस्त्र युद्धाच्या कड्यावर आम्ही येऊन ठेपलो होतो, याविषयी माझ्या मनात बिलकूलच शंका नव्हती. वातावरण अतिशय तापले होते, वेळीच कोणीतरी हस्तक्षेप केला नाहीतर दोन्ही देशांना परस्परांच्या ताकदीचा अंदाज करता येणार नाही आणि या सर्वाची परिणिती अखेर अणुयुद्धात होणार अशी खातरी आम्हाला वाटत होती.'

भुट्टोंकडे सहकार्याची मागणी करणारे एक पत्र सोबतीला देऊन बुशनी आपले राष्ट्रीय सुरक्षा उपप्रमुख रॉबर्ट गेट्स यांना इस्लामाबाद आणि दिल्लीकडे रवाना केले. काश्मीरमध्ये होणाऱ्या निवडणुकांना आखाती देशातील मुस्लिमांचा पाठिंबा मिळविण्याच्या मोहिमेचा एक भाग म्हणून तेव्हा भुट्टो त्या देशांच्या दौऱ्यावर होत्या आणि कैरो किंवा अथेन्स येथे त्यांची भेट व्हावी यासाठी गेट्स त्यांच्या मदतनिसाच्या माध्यमातून प्रयत्नशील होते. येमेन येथे गेट्स यांची भेट घेण्याची आपली तयारी असल्याचे त्यांना एका संदेशाद्वारे कळविण्यात आले, मात्र गेट्स यांच्या वेळापत्रकानुसार एवढा द्राविडी प्राणायाम करणे अशक्य होते. अमेरिका आणि आपल्यातील संबंध कमकुवत असल्याचे चित्र निर्माण करण्याच्या हेतूनेच काही पाकिस्तानी अधिकाऱ्यांनी हा बनाव घडवून आणला आणि गेट्स यांना आपल्यापासून दूर ठेवले असा आरोप भुट्टोंनी नंतर केला. एवीतेवी गेट्स इस्लामाबादकडे रवाना झालेच होते. तिथे जाऊन त्यांनी बेग आणि इशाक खान यांना भेटून युद्धाच्या भानगडीत पडू नका असा इशारा दिला. आपला संदेश अधोरेखित करण्यासाठी त्यांनी संभाव्य युद्धाचे चित्रच त्यांच्यासमोर उभे केले आणि त्यात पाकिस्तानचा पराभव अटळ आहे असे सांगितले.

बुश यांचा निर्वाणीचा संदेश घेऊन आलेल्या या राजनैतिक अधिकाऱ्याने दोघांच्या नजरेला नजर भिडवत पुढे सांगितले की, 'काश्मीर समस्या सोडविण्यासाठी

किंवा प्रादेशिक शस्त्रास्त्र नियंत्रणावर चर्चा करण्याच्या उद्देश्याने मी येथे आलेलो नाही. या भागात एक छोटीशी समस्या निर्माण झाली असून ती आम्हाला निष्प्रभ करायची आहे.' बेग यांच्या डोळ्यात थेट पाहात ते पुढे म्हणाले, 'जनरल, पाकिस्तान आणि भारत यांच्यातील युद्धास तोंड फुटलेच तर त्यानंतर उद्भवणाऱ्या परिस्थितीचा आमच्या लष्करी तज्ज्ञांनी काटेकोरपणे अभ्यास केला असून त्यात तुमचा विजय होईल अशी तिळमात्रही शक्यता आम्हाला दिसत नाही.'

बेग यांनी यावर चटकन कोणत्याही स्वरूपाची प्रतिक्रिया दिली नाही, मात्र इशाक खान काहीसे हादरून गेल्याचे जाणवले. युद्धजन्य परिस्थितीत एकतर भारत माघार घेईल किंवा पाकिस्तानचा विजय होईल असे ठोस आश्वासन त्यांना बेग आणि लष्करी अधिकाऱ्यांनी नक्कीच दिलेले असणार. पाकिस्तानी अध्यक्षांनी क्षणभर गेट्स यांच्याकडे पाहिले आणि ते म्हणाले, 'यापुढे आमचे सरकार काश्मिरमधील दहशतवाद्यांना पाठिंबा देणार नाही, तसेच जर आमच्या भूमीत दहशतवादी प्रशिक्षण केंद्रे सुरू असतील तर तीही बंद करण्यात येतील.' अफगाणिस्तानातील रशियन सैन्याला हुसकावून लावण्यासाठी ज्या तंत्राचा वापर करण्यात आला होता तेच तंत्र वापरून काश्मिरमधील भारतीयांना पळवून लावण्यासाठी हजारो जिहादींना अशा छावण्यांतून प्रशिक्षण देण्यात येई.

पाकिस्तानकडून मिळालेल्या आश्वासनांमुळे उत्साहित झालेल्या गेट्सनी भारताला भेट देऊन अनेक आश्वासने पदरात पाडून घेतली. भारताकडून पाकिस्तानवर तातडीने हल्ला होण्याची शक्यता नसल्याची अमेरिकेला खातरी करून घ्यायची होती आणि त्यासाठी त्या देशाच्या लष्कराला थेट काश्मिरात जाऊन प्रत्यक्ष परिस्थितीचे अवलोकन करायचे होते. भारतातर्फे गेट्सना ही परवानगी देण्यात आली. काश्मिरखोऱ्यातून भारत आपले सैन्य माघारी बोलावत असल्याचे पाहून अमेरिकेने तशा आशयाचा संदेश पाकिस्तानला पाठवला. संभाव्य अणूयुद्धाचा धोका तूर्त तरी टळला होता, मात्र हे का आणि कसे घडले याचा अन्वयार्थ सर्व संबंधितांनी आपापल्या परीने लावला.

बेग यांनी गेट्स यांच्याशी झालेल्या चर्चेचा जो अर्थ लावला तो फारसा विश्वासार्ह नव्हता. या बैठकीत अण्वस्त्रांच्या शक्तिप्रदर्शनाचा मुद्दाच आला नाही, तणाव कमी करून जमिनीवरील लढाई टाळण्यासाठी दोन्ही देशांचे लष्करी अधिकारी परस्परांच्या सतत संपर्कात होते, असा दावा करून बेग म्हणतात, 'काश्मीरच्या मुद्यावरून भारताला जगाचे लक्ष विचलित करायचे असल्यानेच त्या देशाच्या लॉबीने या हल्ल्याची वावडी उठवली आणि त्यावर विश्वास ठेऊन अमेरिकेने दोन्ही देशातील युद्धाचा संभ्रम निर्माण केला. बेग यांनी पुढे जाऊन तर 'अण्वस्त्र सज्जतेचाच विचार केला, तर दोन्ही देश तुल्यबळ होते आणि युद्ध टळण्यामागे खरे कारण हेच होते,

आज जर दोन्ही देशात जे थोडेफार सलोख्याचे वातावरण असेल तर त्याला ही अण्वस्त्र सज्जताच कारणीभूत आहे,' अशी दर्पोक्तीही त्यांनी केली आहे.

२ ऑगस्ट, १९९०. इराकचा सर्वेसर्वा सद्दाम हुसेन याने शेजारच्या कुवेतला वेढा घातला आणि सौदी अरेबियावर हल्ला करण्याच्या हेतूने आपल्या सुमारे दहा लाखांच्या सैन्याची जमवाजमव सुरू केली. या युद्धाला तोंड लागते तर तेलाचा जागतिक पुरवठा खंडित झाला असता. कुवेतमधून माघार घेण्याची संयुक्त राष्ट्रसंघाची विनंती जेव्हा सद्दामने धुडकावून लावली तेव्हा सौदी अरेबियाचे रक्षण करण्यासाठी अमेरिका आणि इतर काही देशांनी आपापली सैन्ये सुसज्ज करण्यास प्रारंभ केला.

त्यानंतर चारच दिवसांनंतरची गोष्ट. अख्ख्या जगाचे लक्ष मध्यपूर्वेकडे लागले असतानाच पाकिस्तानचे अध्यक्ष इशाक खान यांनी आपल्या घटनात्मक अधिकारांचा वापर करून भुट्टो यांची पंतप्रधानपदावरून उचलबांगडी केली. या निर्णयाचे समर्थन करताना त्यांनी भुट्टो यांच्या भ्रष्ट कारभारावर आणि अकार्यक्षमतेवर ठपका ठेवला. त्यांपैकी बऱ्याच प्रकरणात भुट्टो यांचे पती झरदारी यांचे नाव गोवलेले असल्याने आणि त्यांचे काही आर्थिक व्यवहार संशयास्पद असल्याने अध्यक्षांनी केलेल्या आरोपात तथ्य होते, पण अण्वस्त्र निर्मितीसाठी आवश्यक असलेल्या पातळीपर्यंत युरेनियमचे समृद्धीकरण करण्यास दिलेला नकार भुट्टोंच्या अंगाशी आला, कारण हा आदेश खुद्द बेग यांनी दिला होता. साहजिकच या सर्व प्रकारामुळे काहीशा विचलित झालेल्या अमेरिकेकडून किंवा भुट्टो यांच्या पाठीराख्यांकडून फारशी तीव्र प्रतिक्रिया उमटली नाही. आपल्याच लष्करी अधिकाऱ्यांना आवरण्यात किंवा अण्वस्त्र कार्यक्रमाची गती मंद करण्यात त्यांना आलेले अपयश हे त्यामागचे एक प्रमुख कारण असावे.

रशियाने अफगाणिस्तानमधून माघार घेतल्यावर अमेरिकेच्या दृष्टीने पाकिस्तानचे जे व्यूहात्मक महत्त्व होते, तेही आता संपल्यात जमा होते. तशातच १९९०च्या हिवाळ्यात सीआयए आणि इतर गुप्तचर संघटनांनी पाकिस्तान अण्वस्त्र बाळगून असल्याची घोषणा अखेर केलीच. या घोषणेमुळे अमेरिकेच्या प्रशासनात काहीसे चिंतेचे वातावरण निर्माण झाले, कारण ही घोषणा खरी असेल आणि पाकिस्तानकडे खरोखरच अण्वस्त्र असेल, तर प्रशासनाला त्या देशाची मदत थांबविण्यावाचून गत्यंतर नव्हते. अमेरिकेचे भारतीय उपखंडात प्रादेशिक हितसंबंध गुंतले असल्याने पेंटागॉन आणि परराष्ट्रखात्यासाठी अजूनही पाकिस्तानचे महत्त्व अद्याप कमी झाले नव्हते. सीआयएच्या हा नवा शोध जाहीर करण्यापूर्वी परराष्ट्रमंत्री डीक चेनी यांनी पेंटागॉनमधील एका ज्येष्ठ अण्वस्त्र प्रसारविरोधी अधिकाऱ्याला दूरध्वनी करून या सर्व प्रकारात हस्तक्षेप करण्याचे ठरविले. 'वॉटरगेट' प्रकरणाने अध्यक्षपदाची

विश्वासार्हता कमी झाली असून त्यांची मिरासदारी असलेली ती जागा आता काँग्रेसने अपहृत केली आहे, असे चेनींचे मत बनले होते. याच काळात चेनी काँग्रेसचे वर्णन 'किळसवाण्या चिलटांचा थवा' या शब्दांत करीत असत, असे त्या काळच्या त्यांच्या एका मित्राने म्हटले आहे.

पाकिस्तानविरुद्ध कोणतीही कारवाई केल्यास त्या देशाच्या लष्कराशी असलेले संबंध बिघडतीलच, शिवाय संरक्षण सामग्रीच्या विक्रीवरही त्याचा अनिष्ट परिणाम होईल, या चिंतेने ग्रस्त झालेल्या चेनी यांनी पेंटागॉनमधील त्या अधिकाऱ्याला विचारले, 'काँग्रेसची ही दुरुस्ती बंधनकारक मानून आपण पाकिस्तानला काळ्या यादीत टाकणे आवश्यक आहे का?'

एक माजी काँग्रेस सदस्य असलेले परराष्ट्रमंत्रीच काँग्रेसला बगल कशी काय देऊ शकतात; असा विचार करत त्या तज्ज्ञाने उत्तर दिले की, 'होय सर, हाच कायदा आहे आणि आपण तो पाळला पाहिजे.'

सरतेशेवटी चेनी यांच्या हातात करण्यासारखे काहीच उरले नाही, पाकिस्तानकडे अण्वस्त्र नसल्याचे प्रशस्तीपत्र यापुढे आपण देऊ शकत नाही, असे बुश यांनी एका आदेशाद्वारे काँग्रेसला कळवून टाकले. परिणामी पाकिस्तानला होणारी शस्त्रास्त्र निर्यात थांबली, यात आदल्याच वर्षी मंजूर करण्यात आलेल्या एफ-१६जातीच्या विमानांचा समावेश होता आणि त्यांची किंमत पाकिस्तानकडून आधीच वसूल करण्यात आली होती. दीर्घकाळ चाललेला हा तमाशा अखेर थांबला, अमेरिकेतील कट्टरपंथियांच्या दृष्टीने रशियाविरुद्ध लढण्यासाठी आता पाकिस्तानसारख्या शिखंडी देशाची गरज आता उरली नव्हती, त्यामुळे हा निर्णय पचविणे त्यांना अगदीच सोपे गेले.

पाकिस्तानच्या अणू उद्योगाबाबत पारदर्शीपणाचा आग्रह धरणारे लढाऊ सिनेटर जॉन ग्लेन यांनी गेल्या दोन प्रशासनांच्या कार्यांचे मूल्यमापन करताना अतिशय बोचरी भाषा वापरली. ते म्हणतात, 'अण्वस्त्रप्रसारबंदीच्या धोरणाची अंमलबजावणी करताना बुश आणि रेगन प्रशासनाने सर्व कायदे धाब्यावर बसवले, तसे करताना अमेरिकेच्या कायद्याविषयी इतर देशांना वाटणारा धाक निष्प्रभ केला आणि अण्वस्त्र प्रसारबंदीच्या प्रयत्नांना खिळ घातली. भविष्यात कधीतरी मध्य पूर्व किंवा इतरत्र निर्माण होणाऱ्या एखाद्या सत्ताकांक्षी हुकूमशहाला धडा शिकविण्यासाठी लष्करी कारवाईची भलावण कोणी करील, तेव्हा त्याने या घटना लक्षात ठेवल्या पाहिजेत.'

पर्शियाच्या आखातातील संभाव्य संघर्ष ही आपल्या व्यवसायासाठी आयती चालून आलेली एक पर्वणीच आहे असे खान आणि त्यांच्या नेटवर्कला वाटले, म्हणून इराकने कुवेतवर हल्ला केल्यानंतर दोन महिन्यांनी म्हणजे ऑक्टोबरच्या

प्रारंभी पाकिस्तानने इराकी गुप्तहेरांना भेटण्यासाठी एक मध्यस्थ बगदादला रवाना केला. संपूर्ण युरोप आणि उत्तर अमेरिकेतून चोरट्या मार्गाने अण्वस्त्र तंत्रज्ञान विकत घेण्यासाठीच सुरू केलेल्या तांत्रिक सल्ला महामंडळ या बनावट संस्थेच्या कार्यालयात ही बैठक पार पडली. आपले नाव 'मलिक' आहे, असे सांगणाऱ्या या मध्यस्थाने खान आणि त्यांचे काही सहकारी इराकला अण्वस्त्र तंत्रज्ञानाचे एक पॅकेज देण्यास तयार आहेत असे सांगितले. इराणला सुमारे तीन वर्षांपूर्वी जी उपकरणे आणि योजना खान यांनी देऊ केली होती, त्या आणि या प्रस्तावात विलक्षण साम्य होते. पण आराखडे आणि सुट्टे भाग यांच्या एक कोटी डॉलरच्या प्राथमिक खरेदीनंतर इराणने स्वत:चा मार्ग चोखाळला होता, त्या यंत्रणेचा इराणला 'रिव्हर्स इंजिनिअरिंग'साठी वापर करायचा होता. अण्वस्त्र पातळीपर्यंत युरेनियमचे समृद्धीकरण करण्याची क्षमता वाढविणे आणि प्रत्यक्ष अण्वस्त्राचा आराखडा देणे – या दोन गोष्टी देण्याची खान यांची तयारी असल्याचे त्या मध्यस्थाने सांगितले. खान यांच्या मालकीच्या दुबईतील एका कंपनीमार्फत हे सर्व साहित्य समुद्रमार्गे पाठविण्यात येईल, तसेच नेटवर्ककडून ते खरेदी केल्याच्या मोबदल्यापोटी आपल्याला ५ दशलक्ष डॉलर द्यावे लागतील, असेही मलिकने सांगितले. तो पुढे म्हणाला की, 'सौदी अरेबियात मित्रदेशांच्या सैन्याची जमवाजमव सुरू झाल्याने खान यांना बगदादला येणे शक्य होणार नाही, मात्र त्यांची ग्रीसमध्ये भेट घडवून आणणे शक्य होईल.'

६ ऑक्टोबर, १९९० या दिवशी इराकच्या एका ज्येष्ठ गुप्तचर अधिकाऱ्याने लिहिलेल्या पत्रात या प्रस्तावाची रूपरेषा मांडली असून इराकला मदत करण्यामागच्या खान यांच्या हेतूंचे स्पष्टीकरण दिले आहे. या पत्राच्या शेवटी काढलेल्या निष्कर्षात तो म्हणतो, 'ते आणि त्यांचा मध्यस्थ यांचा आर्थिक फायदा व्हावा हा एकमेव हेतू या प्रस्तावामागे आहे.' इराकींनी हा प्रस्ताव पुरेशा गांभीर्याने घेऊन 'ए-बी' असे सांकेतिक नाव त्याला दिले असले, तरी ते या एकूण प्रकाराबद्दल काहीसे संशयग्रस्तच होते. चोरट्या मार्गाने अण्वस्त्रे मिळवण्याचे इराकचे प्रयत्न हाणून पाडण्यासाठी अमेरिका किंवा त्याच्या मित्रराष्ट्रांनी केलेला हा एक डाव असू शकतो किंवा इराकवर मोठ्या प्रमाणात बॉम्बहल्ले करण्यासाठी त्यांनी रचलेला एक बनावही असू शकतो असा संशय त्यांना आला. तरीही सदर प्रस्तावाचे किचकट स्वरूप लक्षात घेऊनही इराकच्या गुप्तचर यंत्रणांनी सबुरीने पावले टाकण्याचे टाळले. शेवटी पाकिस्तानच्या अण्वस्त्र कार्यक्रमातील खान यांचे स्थान वादातीत होते, शिवाय लवकरात लवकर अण्वस्त्र प्राप्त व्हावे, यासाठी सद्दाम हवालदिल झाला होता, याची त्या देशाच्या गुप्तचर यंत्रणांना कल्पना होती. मलिककडून त्यांनी आराखड्याचे नमुने मिळविण्याचा प्रयत्न करून पाहिला, मात्र वाटाघाटी पुढे सरकण्यापूर्वीच संभाव्य युद्धाचे सावट साऱ्या इराकवर पसरू

लागले होते. मित्रदेशांचे सैन्य सौदी अरेबियात जमा झाले होते, अर्थातच त्यामुळे इराकला आपल्या रणनीतिचे प्राधान्यक्रम बदलणे क्रमप्राप्त झाले. आता इराकला आपल्या गुप्तचर यंत्रणांचे सर्व स्रोत सौदीच्या दिशेने वळवायचे होते, साहजिकच खान यांच्या प्रस्तावासह अण्वस्त्र प्राप्तीसाठी करण्यात आलेल्या सर्व प्रयत्नांचे तपशील फाइल बंद करण्यात आले.

१६ जानेवारी, १९९१पासून मित्रदेशांच्या सैन्याने इराक आणि शेजारच्या कुवेतमध्ये ठाण मांडून बसलेल्या इराकी सैन्याला बॉम्बवर्षाव करून भाजून काढण्याचा सपाटा लावला. २३ फेब्रुवारी रोजी जमिनीवरील धुमश्चक्री सुरू झाल्यानंतर मित्र देशांच्या सशस्त्र दलांनी कुवेत आणि इराकमध्ये मुसंडी मारली. ३ मार्च या दिवशी सद्दाम हुसेनने शस्त्रबंदी स्वीकारली आणि युद्ध समाप्त झाले. युद्ध समाप्तीसाठी केलेल्या तडजोडीचा एक भाग म्हणून संयुक्त राष्ट्रांच्या शेकडो निरीक्षकांना इराकमध्ये मुक्त प्रवेश देण्यात आला. सद्दामने अण्वस्त्रांप्रमाणेच रासायनिक आणि जैविक अस्त्रांचा मोठा साठा केल्याची जी अफवा होती, तिची शहानिशा करणे, हा तिथे पाठविण्यात आलेल्या आंतरराष्ट्रीय अणुऊर्जा आयोगाच्या पथकाचा मुख्य उद्देश होता, अर्थात या प्रकारची काही शस्त्रे सापडतील अशी कोणाचीच अपेक्षा नव्हती.

कुवेतवर चढाई करण्याआधीच्या काळात इराक चोरट्या मार्गाने अण्वस्त्रे खरेदी करत असल्याच्या वावड्या अधूनमधून प्रसारमाध्यमांतून उठायच्या, पण इराकने खुल्या केलेल्या कोणत्याही अणू प्रकल्पावर आयएईएच्या निरीक्षकांना छुप्या अणूकार्यक्रमाचे पुरावे आढळून आले नाहीत. आयएईएच्या अण्वस्त्र प्रसारबंदी विभागाचे उपसंचालक जॉन जेनेकेन्स आणि लेन वेस यांच्यात कुवेतवरील इराकच्या आक्रमणानंतर लगेचच चर्चा सुरू झाली. आपल्या खुल्या अणू प्रकल्पांमध्येच इराक अतिसमृद्ध युरेनियमचा वापर करून कच्च्या स्वरूपाचा अणूबॉम्ब बनवेल अशी भीती अमेरिकेच्या लष्करी कमांडर्सना वाटत होती. मात्र जेनेकेन्स त्यावर विश्वास ठेवायला तयार नव्हते, वेस यांची समजूत काढताना ते म्हणाले होते, 'तुम्हाला एका शब्दात सांगायचे तर इराकच्या सहकार्याचे वर्णन मी 'आदर्शवत' आहे असेच म्हणेन, अण्वस्त्र प्रसारबंदी करारातील अटींचे पालन करण्यासाठी त्या देशातील अण्वस्त्रतज्ज्ञ प्रयत्नांची पराकाष्ठा करत आहेत.'

जेनेकेन्स यांची ही हमी पूर्णपणे पोकळ असल्याचे नंतरच्या काळात सिद्ध झाले, इराकच्या बाहेरील कोणीही व्यक्ती कल्पना करू शकणार नाही, असा एक अणूकार्यक्रम सद्दाम छुपेपणाने राबवत होता. बगदादच्या 'तुवैथा' या काहीशा दुर्लक्षित उपनगरातील 'ओसिरॅक' नावाची अणुभट्टी सुमारे दशकभरापूर्वी इस्त्रायलने उद्ध्वस्त केली होती. आयएईएच्या नियमित देखरेखीखाली असलेल्या नागरी अणूप्रकल्पांच्या सावलीतच सद्दामने समांतर अण्वस्त्र कार्यक्रम सुरू ठेवला होता.

अणुभट्टी नष्ट झाल्यावर इराक आपला अणूकार्यक्रम भूमिगत करील असा इशारा सीआयएने १९८१मध्येच दिला होता आणि आता नेमके तसेच घडत होते. अण्वस्त्र खरेदी क्षेत्रातील पाकिस्तानचा कित्ता गिरवत युरोपपासून उत्तर अमेरिकेपर्यंत पसरलेल्या काळ्या बाजारातून सद्दाम अणू तंत्रज्ञान खरेदी करत सुटला होता. त्यांपैकी काही सामग्रीचे नागरी उपयोग असल्याने तिला निर्यात निर्बंध लागू होत नसत, मात्र असे निर्बंध लागू होणाऱ्या सामग्रीचे अंतिम आणि खरे उपयोग झाकून त्यांना इराककडे रवाना करण्याचे काम बनावट कंपन्या आणि मध्यस्थांनी केले.

तुवैथातील एकमेव प्रकल्पालाच अधिकृत मान्यता मिळाली होती, त्यामुळे त्या देशाचे सर्व सार्वजनिक आणि गोपनीय कार्यक्रम या प्रकल्पाभोवतीच केंद्रीभूत झाले होते. दोन छोट्या संशोधन अणुभट्ट्या, एक प्रयोगशाळा आणि एक भांडार यांचा समावेश असलेल्या फक्त चार इमारतीच आयएईएच्या अधिकाऱ्यांच्या निरीक्षणासाठी मोकळ्या ठेवण्यात आल्या होत्या. या इमारतीमधील काही खोल्याही आण्विक कार्यक्रमाशी निगडित नसल्याचे कारण देत इराकींनी तिथे जाण्यास या अधिकाऱ्यांना मज्जाव केला होता. तुवैथाच्या परिसरात विखुरलेल्या सुमारे डझनभर इमारतीत इराकचा गोपनीय अणूकार्यक्रम सुरू होता, या इमारती दृष्टिपथात येणाऱ्या असल्या तरी त्यांचा आणि आमच्या अणूकार्यक्रमाचा काहीही संबंध नसल्याचे कारण पुढे करत इराकच्या सरकारने तिथे जायला आयएइएच्या अधिकाऱ्यांना परवानगी नाकारली होती. या दाव्याला बळकटी देण्यासाठी ही बांधकामे झुडपांच्या आड लपविण्यात आली होती आणि तेथील कर्मचाऱ्यांना कोणाही अनोळखी व्यक्तीला त्या भागात फिरकू न देण्याची सक्त ताकीद देण्यात आली होती.

आयएइएचे निरीक्षक जेव्हा या प्रकल्पाला भेट देण्यासाठी येत तेव्हा आधीच निश्चित केलेल्या मार्गाने त्यांना कसे नेण्यात येई आणि प्रत्यक्ष अण्वस्त्र कार्यक्रम स्थळापासून त्यांना कसे दूर ठेवण्यात येई, याचे वर्णन इराकच्या अण्वस्त्र कार्यक्रमाचे एक ज्येष्ठ अधिकारी खिदीर हमजा यांनी केले आहे. प्रत्येक निरीक्षण सत्रापूर्वी आयएइएच्या अधिकाऱ्यांच्या संभाव्य प्रश्नांची उत्तरे काय आणि कशी द्यायची याची इराकचे अण्वस्त्रतज्ज्ञ आणि अधिकारी तासन्तास तालीम घेत. हमजांच्या म्हणण्यानुसार मुळात तुवैथा संकुलातील सार्वजनिक अणुभट्टीच्या परिसरात अण्वस्त्र प्रकल्प उभारणे हीच एक चूक होती, कारण या अणुभट्टीला नियमानुसार आयएईएचे निरीक्षक कधीही भेट देऊ शकत होते, पण इराकचे वरिष्ठ अधिकारी त्यांच्याहून जास्त शहाणे होते. 'आयएईएचे कामकाज नेमके कसे चालते याची या अधिकाऱ्यांना चांगलीच कल्पना होती.' हमजानी ही कबुली पुढे इराकमधून पलायन केल्यानंतर कित्येक वर्षांनी दिली.

शस्त्रसंधीने आयएईएला तुवैथामध्ये शिरून विनाअडथळा निरीक्षण करण्याची

संधी पहिल्यांदाच मिळाली, पण त्यांची पहिली तुकडी आत पोहोचण्यापूर्वी इराकी प्रशासनाशी कित्येक महिने हुज्जत घालावी लागली. इराकची युद्धोत्तर पाहणी करण्यासाठी नियुक्ती होण्यापूर्वी फ्रान्सच्या अण्वस्त्रखात्यात सुमारे दशकभर काम केलेल्या जॅक्स बाउट यांच्याकडे या मोहिमेचे नेतृत्व देण्यात आले होते. अण्वस्त्र निर्मितीचे उद्दिष्ट डोळ्यांसमोर ठेवूनच इराकने आपला अणूकार्यक्रम तयार केला असल्याचे बाउट आणि त्यांच्या सहकाऱ्यांच्या दृष्टिपथात आले. या निरीक्षकांना या आधी मज्जाव असलेल्या ठिकाणी जाण्याची संधी मिळाली तेव्हा तिथे सापडलेल्या शेकडो नोंदीत इराकच्या अचंबित करतील, अशा गोपनीय खरेदी कारवायांचा सुगावा त्यांना लागला. या भेटीची माहिती देताना बाउट म्हणतात, '१९८०च्या दशकातच संपूर्ण स्वावलंबी आणि गोपनीय नेटवर्क तयार करण्याची क्षमता इराकने विकसित केली होती, ही आमच्यासाठी धक्कादायक घटना होती, त्यांच्याकडे सुरक्षाकवच असलेल्या चार जागा होत्या, पण त्या परिसरातील सर्वच जागा ते गोपनीय कारवायांसाठी वापरत होते.'

या सर्व घटनांमागे एक सुसूत्र अशी सुगाव्यांची मालिका असल्याचा पश्चातशोध बाउट आणि इतर तज्ज्ञांना लागला. इराकच्या गोपनीय खरेदीसत्राशी संबंधित घटकांविषयीचे लेख अमेरिकन, ब्रिटिश आणि जर्मन नियतकालिकांतून प्रसिद्ध होत होते, आणि त्याचवेळी इतर गुप्तचर यंत्रणाही इराकमधील कारवायांची माहिती जशी आणि जिथून मिळेल तिथून गोळा करत होत्या. पण त्याच दिवसात तो देश इराणशी यशस्वी मुकाबला करत असल्याने अमेरिका आणि ब्रिटनच्या मित्र परिवारात सामील झाला होता आणि म्हणूनच हे दोन्ही देश त्याच्या आगळीकीवर आक्रमक प्रतिक्रिया देण्याचे टाळत होते. प्रशासकीय सुस्ती आणि कोणत्याही देशाच्या अण्वस्त्र कार्यक्रमाबाबत कानांवर हात ठेवण्याच्या प्रवृत्तीवर विश्वास ठेवण्याची सवय या दोन दुर्गुणांमुळे आयएइएला कोणत्याही मोहिमेत नेत्रदीपक असे यश कधी मिळालेच नाही.' १९८०मध्ये इराक अण्वस्त्रांसाठी अक्षरश: वखवखला होता, इतका की त्याला कशाचेही भानच उरले नव्हते. 'आयएईएला सावध करण्यासाठी आखाती युद्ध होण्याची वाट पाहाण्याचे काहीच कारण नव्हते, कोण आणि किती मद्यप्राशन करतो, याकडे आम्ही दुर्लक्ष केले आणि आम्ही फक्त बाटल्या मोजत राहिलो.' असे खेदजनक उद्गार बाउट यांनी काढले.

सद्दाम आपले अण्वस्त्रपूर्तीचे स्वप्न पूर्ण करणार याबद्दल कोणीही साशंक नव्हते, काही जणांच्या मते ते वर्षाच्या आत तडीस जाईल, तर काही जणांचा त्यासाठी तीन ते पाच वर्षे लागतील असा होरा होता. पण जगातील एक अत्यंत निर्दयी असा नेता लवकरच अण्वस्त्रसंपन्न देशांच्या पंक्तीत जाऊन बसणार याबद्दल सर्वांचेच एकमत होते. इराकची अणू आकांक्षा युद्धोत्तर काळात जशी

पृष्ठभागावर आली तसा इस्रायलने १९८१मध्ये ओसिरॅक अणुभट्टीवर केलेला हल्ला किती समर्थनीय आणि किती महत्त्वाचा होता याचा प्रत्यय येऊ लागला. जर इस्रायलने त्या वेळी ओसिरॅक उडवला नसता तर सौदीवर इराकने अण्वस्त्रांचाही हल्ला केला असता. आखाती युद्ध संपल्यावर तीन महिन्यांनी आणि ओसिरॅकवरील हल्ल्याला दहा वर्षे पूर्ण झाल्यावर अमेरिकेचे संरक्षण मंत्री डीक चेनी यांनी इस्रायलला भेट दिली तेव्हा याच टळलेल्या आपत्तीवर शिक्कामोर्तब केले. तेल अव्हिवमध्ये पार पडलेल्या एका समारंभात चेनी यांनी इस्रायली हवाई दलाचे मेजर जनरल डेव्हिड आयव्हरी यांना ओसिरॅकच्या उद्ध्वस्त इमारतीचे एक उपग्रह छायाचित्र प्रदान केले, त्यावर लिहिले होते, 'डेव्हिड आयव्हरी यांस १९८१मध्ये इराकचा अण्वस्त्र कार्यक्रम नष्ट केल्याबद्दल हे तुम्हाला सानंद प्रदान करत आहे, या तुमच्या कामगिरीने आमचे 'ऑपरेशन डेझर्ट स्टॉर्म' खूपच सुकर झाले.'

इराक-इराण युद्धाच्या दरम्यान रासायनिक अस्त्रे वापरण्याची निःसंशय तयारी सद्दामने दर्शवली होती आणि आघाडीच्या सैन्याविरुद्ध कच्ची अण्वस्त्रे वापरण्याचीही त्याने तयारी चालवली होती याचे काही ठोस पुरावे होते. १९९१च्या जानेवारी महिन्यात सद्दामचा सामना करायला आघाडीचे ५० लाख सैन्य उभे ठाकले होते, त्याच्या जोडीला हवाई सामर्थ्यही होतेच, दुसऱ्या महायुद्धानंतर हे प्रथमच घडत होते. सद्दामने तुवैथातील एका अणुभट्टीत असलेले अतिसमृद्ध युरेनियम बाहेर काढण्याचे आदेश देऊन ते कच्चा अणूबॉम्ब बनविण्यासाठी संकुलातील एका गुप्त ठिकाणी नेले. मात्र हे काम पुढे सरकण्यापूर्वीच आघाडीच्या हवाईदलांनी नियोजित ठिकाणी अंधाधुंद हल्ले चढवल्याने सद्दामचा हेतू धुळीस मिळाला.

हे युद्ध सुरू होण्यापूर्वीच सद्दामची आण्विक आकांक्षा उघडी पाडण्यात किंवा त्याच्या जैविक आणि रासायनिक अस्त्रांची पूर्ण व्याप्ती जाणून घेण्यात सीआयएला आलेले अपयशच आगामी काही वर्षांतील अमेरिकेचे इराकविषयीचे धोरण निश्चित करणार होते. १९८०च्या उत्तरार्धात आणि १९९०च्या पूर्वार्धात सोव्हिएट रशियाचे पतन वेळीच ओळखण्यात किंवा इराकच्या सर्व संहारक शस्त्रांचे साठे आघाडीच्या सैन्यासाठी उघडे करताना सीआयए सातत्याने अडखळत होती, असे चेनी आणि उपमंत्री पॉल वुल्फोविझ यांच्या नेतृत्वाखालील पेंटागॉनच्या ज्येष्ठ अधिकाऱ्यांना विश्वासपूर्वक वाटत होते. त्यामुळे चेनी, वुल्फविझ आणि त्यांचे मदतनीस यांच्यात आणि सीआयएमध्ये अविश्वासाची एक खोल दरी तयार झाली आणि पुढील अध्यक्ष बुश यांच्यासाठी विशेष युद्धखाते तयार करताना मतभेदाची ही दरी पुन्हा उफाळून आली.

चुकीचे संदेश!

आपल्याला किती चतुराईने आणि हुशारीने जाळ्यात अडकवण्यात आले आहे, हे साधारणपणे १९९१च्या मध्यास हॅन्स ब्लिक्स यांच्या लक्षात येऊ लागले. एक अत्यंत सावध आंतरराष्ट्रीय कायदेतज्ज्ञ आणि अनुभवसंपन्न तसेच तोलामोलाचे राजनैतिक अधिकारी अशी ओळख असणारे ब्लिक्स गेले दशकभर आयएईएच्या महासंचालक पदावर काम करत होते. या सर्व काळात इराकने सर्वांसाठी खुल्या केलेल्या अण्वस्त्र प्रकल्पांची या संघटनेने किमान बारा ते पंधरावेळा औपचारिकरित्या तपासणी केली होती. या दरम्यान निरीक्षकांना काहीही अयोग्य असे सापडले नव्हते. मात्र आखाती युद्ध संपल्यावर इराकच्या आण्विक आकांक्षाचे मूल्यमापन करताना सद्दाम हुसेनने आक्राळविक्राळ स्वरूपाचा आण्विक भस्मासूर यशस्वीपणे बाटलीत बंद करून ठेवल्याचे त्यांच्या लक्षात आले. आणि त्याचबरोबर 'आयएईए' या आंतरराष्ट्रीय जागल्या संघटनेची परिणामशून्यताही अधोरेखित झाली. हे असे पुन्हा घडू देणार नाही असा निर्धार त्याचवेळी ६३ वर्षीय ब्लिक्स यांनी केला.

ब्लिक्स यांचा जन्म स्वीडनमधील उपसाला येथे झाला, न्यू यॉर्कच्या कोलंबिया विद्यापीठात शिक्षण घेतल्यावर त्यांनी केंब्रिज विद्यापीठातून डॉक्टरेट मिळवली. नंतर स्टॉकहोममधून कायद्याची पदवी प्राप्त केल्यावर ते सक्रिय राजकारणात सामील झाले. १९७०च्या दशकात त्यांनी स्वीडनचे परराष्ट्रमंत्री या नात्याने काम पाहिले. आयएईएचे तत्कालीन प्रमुख आणि त्यांचेच एक देशबांधव सिग्वूड एकलुंड निवृत्त झाल्यावर ती जागा त्यांना देण्यात आली. आयएईए ही संघटना आंतरराष्ट्रीय स्तरावर अण्वस्त्र प्रसारबंदीच्या क्षेत्रात काम करणारी आघाडीची संघटना असूनही आपला फारसा प्रभाव पाडू शकत नसल्याने, तिच्या निरीक्षण प्रक्रियेला अधिक काटेकोर करण्याची गरज असल्याचे प्रतिपादन सुचविणारे एक परिपत्रक त्या वेळी वॉशिंग्टनमध्ये फिरवण्यात आले होते.

त्या नंतरच्या दहा वर्षांत नम्र आणि सौम्य प्रकृतीच्या ब्लिक्सना या संघटनेविषयी मिश्र स्वरूपाच्या प्रतिक्रिया ऐकावयास मिळाल्या. त्यांनी निरीक्षकांच्या संख्येत वाढ केली, निरीक्षण सत्रेही चौपटीने वाढवली आणि अणू प्रकल्पांच्या जागांवरील तांत्रिक सुविधांमध्येही सुधारणा केल्या, पण कोणत्याही सुरक्षा यंत्रणेत जी अंगभूत बंधने परंपरेने शिरलेली असतात त्याच्या जोखडातून ही संघटना काही केल्या बाहेर येईना.

एखादा देश जे प्रकल्प त्याच्या अणूकार्यक्रमाचा भाग आहेत असे अधिकृतपणे जाहीर करतो त्याच प्रकल्पांना भेट देऊन त्यांची तपासणी करण्याची मुभा या संघटनेच्या निरीक्षकांना असते असा नियम आहे. एखाद्या देशाचा अणूकार्यक्रम संशयास्पद असल्याचा ठोस पुरावा दुसऱ्या एखाद्या देशाने दिला तरच आयएईए विशेष तपासणी मोहीम राबवू शकते. १९५७मध्ये या संघटनेची स्थापना झाल्यापासून एकदाही हा विशेष अधिकार वापरण्यात आला नाही किंवा नागरी आण्विक सामग्री एखाद्या संशयास्पद आणि गोपनीय कामाकडे वळविण्यात आल्याचे तिला सिद्ध करता आले नाही.

या निरीक्षण कार्यक्रमाच्या महत्त्वाच्या पण लपलेल्या या गृहीतकाला पहिल्यांदा छेद देण्याचे काम इराकने केले. अणूसंशोधन आणि इतर कामे ज्या जाहीर केलेल्या पण अत्यंत गोपनीय ठिकाणी चालतात, त्याच ठिकाणांचा वापर करून अण्वस्त्र निर्मिती करता येते, हे सद्दाम हुसेन याने पहिल्यांदा प्रत्यक्षात आणून दाखवले. आखाती युद्ध संपल्यावर आयएईएला तिच्या निवडीनुसार कोणत्याही अणुप्रकल्पाची तपासणी करण्याचे अभूतपूर्व अधिकार प्रदान करण्यात आल्यानंतरच सद्दामच्या अण्वस्त्र निर्मिती कारखान्याचा छडा लावण्यात आणि प्रत्यक्ष बॉम्बनिर्मितीच्या तो किती निकट पोहोचला होता हे शोधून काढण्यात यश आले.

इराकचा गुप्त अण्वस्त्र कार्यक्रम शोधून काढण्यात अपयश आल्याबद्दल जेव्हा आयएईएवर टीका होई, तेव्हा ब्लिक्स कधी बचावात्मक तर कधी आक्रमक पवित्रा घेत. टीकाकारांनंतर उत्तर देताना ते नेहमी म्हणायचे, 'आम्हाला जेवढे करायची परवानगी होती तेवढे आम्ही केले. कोणत्याही प्रकारची सबळ माहिती घेऊन आमच्यापाशी कोणीही आलेले नाही.' आतापर्यंतच्या अनुभवावरून आपण नक्कीच काहीतरी बोध घेतला असल्याचे ते सांगत आणि आयएईएला इराकने चांगलाच गंडा घातला हे मान्यही करत. 'डेव्हिड के' या युद्धोत्तर काळात इराकला पाठविलेल्या पथकातील एक अमेरिकन तज्ज्ञ ब्लिक्स यांच्या कार्यपद्धतीची एक आठवण सांगतात. अशाच एका निरीक्षण कार्यक्रमादरम्यान के यांनी ब्लिक्स यांच्या उपस्थितीत इराकी अण्वस्त्र कार्यक्रम अधिकाऱ्याला आव्हान दिले. ब्लिक्स त्या वेळी काहीच बोलले नाहीत मात्र नंतर एका 'एका देशाच्या प्रतिनिधीशी' अशी वर्तणूक केल्याबद्दल त्यांनी के यांची चांगलीच कानउघाडणी केली.

आणखी एक इराक टाळायचे असेल आणि त्यासाठी गुप्त ठिकाणांचा छडा लावायचा असेल तर विशेष तपासणीपेक्षा काहीतरी अधिक शक्तिशाली अधिकारांची आयएईएला आवश्यकता असल्याचे ब्लिक्सना तीव्रतेने वाटत असे. १९९१च्या मेमध्ये त्यांनी आपल्या सहकाऱ्यांना अधिक व्यापक आणि मूलगामी तपासणी मोहीम हाती घेण्याच्या सूचना दिल्या. एखाद्या देशाने आपण अण्वस्त्र निर्मितीच्या फंदात पडलेलो नाही असा दावा केला तरी अत्यंत कमी वेळात पूर्वसूचना देऊन त्या देशाच्या अणूकार्यक्रमाची तपासणी करता यावी हा यामागील हेतू होता. त्याचवेळी ब्लिक्स यांनी आपल्या वकिलांना आयएईएच्या प्रयोगशाळेने विकसित केलेल्या आणि पर्यावरण चाचणी या नावाने ओळखल्या जाणाऱ्या तंत्राचा तपासकामात वापर करण्यासाठी कायदेशीर तरतुदी काय आहेत हे शोधण्यास सांगितले. एका कापसाच्या बोळ्याचा वापर करून खुल्या अणू प्रकल्पाच्या ठिकाणी जर अण्वस्त्र निर्मिती होत असेल, तर ती शोधणे या तंत्राच्या वापराने शक्य होणार होते.

ब्लिक्सनी हे पाऊल उचलल्याने आयएईएच्या कार्यपद्धतीत एका नव्या युगाचा प्रारंभ झाला, तपासणी मोहीम राबविताना आता संघटनेच्या अधिकाऱ्यांकडून एखाद्या हिशेबनीसापेक्षा गुप्तहेराच्या कामाची अपेक्षा होती. संघटनेचा वकील म्हणून काम करणाऱ्या लॉरा रॉकवुड या बदलाचे वर्णन करताना म्हणतात, 'पूर्वी आम्ही तपासणी करून फक्त त्यात काही आक्षेपार्ह तर नाही ना एवढेच पहायचो, जर तुम्ही आपल्यापाशी एकच स्टेपलर आहे असे सांगितलेत आणि आम्हाला तुमच्या टेबलावर एकच स्टेपलर दिसला, तर त्यावर आम्ही समाधान मानत असू आणि तुमच्यापाशी दुसरा स्टेपलर तर नाही ना असे विचारतही नसू. आम्हाला जे दिसायचे त्याची खातरजमा करणे एवढेच आमचे काम असे, पण आता 'तुमच्यापाशी आणखी स्टेपलर तर नाही ना?' असेही आपण विचारले पाहिजे, हे आमच्या लक्षात आले.

आपले सार्वभौमत्व गमावण्यास बरेच देश तयार नसत, इतर काही देशांना आपल्या कपाटबंद अण्वस्त्र कार्यक्रमात इतरांनी नाक खुपसलेले चालत नसे. तरीही जशी इराकमधील मोहिमेतून काही धक्कादायक प्रकरणे उघडकीस येऊ लागली तसे इतर देशही सावध होऊन आपल्या शेजारील देशात नेमके काय चालले आहे, याबद्दल चिंता व्यक्त करू लागले. मात्र गोपनीय स्वरूपात अण्वस्त्र कार्यक्रम राबविणारा इराक हा एकमेव देश होता असे समजण्याचे कारण नाही. मे, १९९२च्या सुमारास दुसरा एक देश त्याच वाटेने चालला होता.

पोंगयाँग या राजधानीपासून ईशान्येकडे फक्त साठ मैलांवर असलेल्या योंगब्योंगजवळ एक मोठी अणुभट्टी सुरू करण्यापूर्वी १९८५मध्ये उत्तर कोरियाने

अण्वस्त्रबंदी करारावर सही केली होती. या करारावर सही करणाऱ्या प्रत्येक देशाने आपले अणूकार्यक्रम आयएईएच्या तपासासाठी खुले ठेवणे बंधनकारक असूनही १९९२पर्यंत त्या देशाने कोणालाच दाद दिली नव्हती. तोपर्यंत त्या देशाच्या अणू प्रकल्पाच्या संकुलाने पन्नास चौरस मैल एवढी जमीन व्यापली होती. या संपूर्ण संकुलाच्या परिसराला विमानविरोधी बॅटऱ्या आणि सुरक्षा रक्षकांच्या चौक्यांनी वेढले होते. अणुभट्टीतील वापरलेल्या इंधनापासून प्लुटोनियम बाजूला काढणारे एक संयंत्र, औद्योगिक वसाहती, कार्यालयीन इमारती आणि हजारो शास्त्रज्ञ तसेच अभियंते वास्तव्य करू शकतील अशा अनेक निवासी वास्तूंचा या संकुलात समावेश होता. या अणुभट्टीतील इंधनाचा वापर केवळ ऊर्जानिर्मितीसाठी होईल आणि कोणत्याही परिस्थितीत ते अण्वस्त्रांसाठी वळवले जाणार नाही, याची हमी उत्तर कोरियाने आयएईएशी झालेल्या करारात दिली होती. अशाच नैमित्तिक निरीक्षणांदरम्यान काही आण्विक सामग्री अगोदरच गायब झाल्याचे आढळून आल्यावर प्रत्यक्षात एखादा छुपा अण्वस्त्रकार्यक्रम सुरू असल्याची चिंता आयएईएतर्फे व्यक्त करण्यात आली. मुख्य अणुभट्टीच्या आसपासच हा कार्यक्रम सुरू असावा असा निरीक्षकांना संशय आला, म्हणून त्यांनी तीन संभाव्य जागा निश्चित करून त्यांच्या संपूर्ण तपासाची मागणी केली. ही सर्व लष्करी ठिकाणे असल्याचे कारण पुढे करत उत्तर कोरियाने ही मागणी धुडकावून लावली. अणू इंधनाचा पर्यायी वापर होत असल्याचे सिद्ध करणारा सबळ पुरावा नसल्याने नैराश्यग्रस्त आयएईएला या संदर्भात आग्रही भूमिकाही घेता आली नाही. तरीही लवकरच तो पुरावा अशा काही स्वरूपात येणार होता की, ज्यामुळे आयएईएच्या संपूर्ण कार्यपद्धतीलाच एक नाट्यमय वळण मिळणार होते.

एखाद्या संशयित इमारतीच्या तपासाची मागणी करणे सोडाच, पण सबळ पुरावा नसेल तर साधा दरवाजाही ठोठावणे आयएईएच्या कक्षेबाहेरचे होते. १९९२च्या जून महिन्यात आयएईएला हवे असलेले पुरावे अमेरिकेने तिच्या ज्येष्ठ अधिकाऱ्यांकडे सुपूर्द केले. हे पुरावे होते, योंगब्योंगस्थित अणुभट्टीच्या परिसराच्या उपग्रह छायाचित्रांचे. एखाद्याने उपग्रहांकित छायाचित्रे संघटनेला देण्याची ही पहिलीच घटना असावी. या सर्व प्रसंगाशी निगडित असलेल्या आयएईएच्या एका ज्येष्ठ अधिकाऱ्याने या संदर्भात अधिक माहिती देताना सांगितले की, 'उत्तर कोरियाकडून दोन ठिकाणे लपविण्याचे प्रयत्न सुरू असतानाच्या प्रतिमांची मालिकाच अमेरिकेने आम्हाला सादर केली. यात काही छायाचित्रे वृक्षारोपणाची होती, कुठूनतरी जमा करून आणलेली झुडपे घाईघाईने लावण्याचा प्रयत्न त्यात दिसत होता, काही झाडे तर इतकी तकलादू होती की, नंतरच्या चित्रांत ती मरगळून गेल्यासारखी दिसत होती. या छायाचित्रांवरून नक्कीच काहीतरी लपविण्याचा प्रयत्न होत असल्याचे स्पष्ट दिसत होते.'

इथून पुढे नकारार्थी उत्तर आम्ही स्वीकारणार नाही, असा इशारा देत आयएईएने तुमच्या संशयास्पद जागांना आम्हाला भेट द्यायची असल्याचे उत्तर कोरियाला कळवले. हा अंतिम इशाराही कोरियनांनी धुडकावून लावल्यावर आयएईएचे आपल्या गव्हर्नर मंडळाची एक बैठक निमंत्रित केली, संघटनेच्या सदस्यांव्यतिरिक्त कोणालाही प्रवेश नसलेली ही बैठक तिच्या इतिहासात एक मैलाचा दगड ठरली. बैठकीला हजर असलेल्या पाच सदस्यांसाठी अर्धगोलाकार टेबलाची व्यवस्था करण्यात आली होती, याच ठिकाणी लावलेल्या एका मोठ्या पडद्यावर उत्तर कोरियाच्या आण्विक प्रकल्पातील तीन वादग्रस्त इमारतींचे बांधकाम कसे चालले होते, ते लपविण्यासाठी तो देश कोणकोणत्या क्लृप्त्यांचा अवलंब करत होता, इत्यादी बाबींवर प्रकाश टाकला होता. छायाचित्रे दाखवून झाल्यावर उपस्थितांमध्ये दबक्या आवाजात चर्चा सुरू झाली. या बैठकीला हजर असलेले आयएईएचे महासंचालक हान्स ब्लिक्स उठले आणि त्यांनी अत्यंत मोजक्या आणि मुद्देसूद वाक्यात योंगब्योंग येथील तपासादरम्यान प्रथमदर्शनी आढळून आलेल्या विसंगतींवर नेमके बोट ठेवले. उत्तर कोरिया संपूर्ण जगाच्या डोळ्यात धूळफेक करण्याच्या प्रयत्नात आहे आणि ही छायाचित्रे म्हणजे त्याचा खातरीलायक पुरावा असल्याचे त्यांनी सांगितले. मंडळाच्या सदस्यांच्या मनात इराकचा अनुभव ताजा होता, तशातच उत्तर कोरियाच्या लबाडीवर प्रकाश टाकणारी ही छायाचित्रे पाहिल्यावर त्यांनी तातडीने त्या देशाच्या आण्विक प्रकल्पांच्या विशेष फेरतपासणीचे अधिकार निरीक्षकांना दिले. आश्चर्याची बाब म्हणजे इतरवेळी उत्तर कोरियाची तळी उचलून धरणाऱ्या चीननेही या अधिकारांना पाठिंबा दर्शवला.

एवढे होऊनही उत्तर कोरियाने आपली अडेलतट्टूपणाची भूमिका सोडली नाही. अण्वस्त्र प्रसारबंदी करारातील तरतुदींची त्याच्याकडून उघडपणे पायमल्ली होत असल्याने मंडळाने हे प्रकरण पुढील कारवाईसाठी संयुक्त राष्ट्र संघाच्या सुरक्षा समितीकडे सुपूर्द केले. उत्तर कोरिया आणि आयएईए यांच्यात या मुद्द्यावर सुमारे महिनाभर वादावादी झाल्यावर अखेर १९९४च्या एप्रिलमध्ये तो एनपीटीमधून बाहेर पडलाच, पण यापुढे आपल्याकडे आलेल्या संघटनेच्या निरीक्षकांची हकालपट्टी करून वेळ आल्यास संपूर्ण करारच मोडीत काढू अशी धमकी देऊन मोकळा झाला. एखाद्या देशाला एनपीटीमधून बाहेर पडायचे असेल, तर त्याने तशा आशयाची नोटीस तीन महिने आधी देणे अपेक्षित असते, त्यासाठी तो 'राष्ट्रीय सुरक्षा' हे कारणही देऊ शकतो, पण उत्तर कोरियाने यापैकी काहीच केले नाही, त्यामुळे कराराचा कमकुवतपणा पुन्हा एकदा सिद्ध झाला. उत्तर कोरियाच्या अणुसज्जतेचा धसका अमेरिकेने एवढा घेतला की, अध्यक्ष बिल क्लिंटन यांच्या ज्येष्ठ सल्लागारांनी त्या देशावर लष्करी कारवाई करण्यासंबंधी विचारही सुरू

केला. मात्र अमेरिकेचे माजी अध्यक्ष जिमी कार्टर आणि उत्तर कोरियाचे अध्यक्ष किम जाँग (दुसरे) यांच्यात शेवटच्या क्षणी झालेल्या वाटाघाटीनंतर हा संघर्ष टळला. अण्वस्त्र निर्मितीत अत्यंत निरुपयोगी ठरणाऱ्या हलक्या पाण्यावर आधारित दोन अणुभट्ट्यांची उभारणी, आर्थिक सहकार्य आणि इंधन तेलाच्या बदल्यात आपला प्लुटोनियम उत्पादन कार्यक्रम स्थगित करण्यास १२ एप्रिल, १९९४ रोजी उत्तर कोरियाने मान्यता दिली. याच व्यवहाराचा एक भाग म्हणून योंगब्योंग येथील अणुभट्टीवर नियंत्रण ठेवण्याची परवानगी अमेरिकेच्या निरीक्षकांना देण्यात आली. उत्तर कोरियाने दिलेल्या आश्वासनाप्रमाणे अण्वस्त्र निर्मिती स्थगित ठेवण्याचा त्याचा निर्धार किती काळ टिकणार या बद्दल कोणालाच खातरी नव्हती. मात्र त्या देशावरचा लष्करी हल्ला काही काळासाठी का होईना टळला होता.

अमेरिकेच्या निरीक्षकांचे नोव्हेंबरमध्ये आगमन झाले आणि तीन दिवसांच्या गंभीर वाटाघाटीनंतर अणूसंकुलाच्या भेटीसाठी ते रवाना झाले, त्यांच्या दिमतीला १९६०च्या दशकातील हिरव्या रंगाचे एक हेलिकॉप्टर देण्यात आले, त्याच्यावर उत्तर कोरियाच्या राजवटीचे मानचिन्ह असलेला लाल तारा झळकत होता. उत्तर कोरियाच्या डोंगराळ प्रदेशाच्या दिशेने हेलिकॉप्टर झेपावले तेव्हा अमेरिकेच्या ऊर्जा खात्यातील एक अधिकारी रॉबर्ट अल्वारेझ यांच्या शेजारी योंगब्योंग किरणरसायन प्रयोगशाळेचे संचालक लि सँग गून बसले होते. उत्तर कोरिया आणि अमेरिका हे दोन्ही देश तांत्रिकदृष्ट्या युद्धमग्न असल्याने अमेरिकेच्या परराष्ट्रखात्याने उत्तर कोरियाच्या कोणत्याही अधिकाऱ्याशी फाजिल मैत्री दाखवू नये असे आदेश दिले होते आणि तीन दिवसांच्या चर्चेदरम्यान ली यांनीही आपल्या चेहऱ्यावरील सुरकुतीसुद्धा हलणार नाही, याची काळजी घेतली होती. मात्र मोकळ्या स्वभावाच्या अल्वारेझ यांनी मुद्दाम त्यांच्याशी संभाषण उकरून काढण्याचा प्रयत्न केला तेव्हा मात्र वरकरणी गंभीर वाटणारा हा कोरियन अधिकारी त्यांना अचानक एखाद्या मित्रासारखा वाटायला लागला. कोरियाच्या युद्धाच्या जखमा ली अद्याप विसरू शकला नव्हता. 'नापाम बॉम्ब'ने केलेला हा:हा:कार अजूनही त्याच्या आठवणीतून गेला नव्हता आणि अमेरिकेने लादलेल्या या युद्धामुळे निर्माण झालेली जीवनावश्यक वस्तूंची टंचाई आणि तिच्या अनुषंगाने घडलेल्या अतर्क्य घटना तर अजूनही त्याच्या अंगावर शहारे आणत होत्या. 'उत्तर कोरियन नागरिकांच्या मनातील अमेरिका द्वेष पूर्णपणे नष्ट होण्यासाठी कित्येक वर्षांचा कालावधी जावा लागेल,' असे त्याने अल्वारेझना सांगितले.

हेलिकॉप्टर जेव्हा जमिनीला टेकले तेव्हा अल्वारेझना पाच मेगॅवॅट शक्तीची एक अणुभट्टी, हाताच्या बोटांवर मोजता येतील एवढ्या इमारती आणि इतर काही किरकोळ स्वरूपाची बांधकामे पाहायला मिळाली. त्या पाहून त्यांना अमेरिकेतील

अण्वस्त्र निर्मिती स्थळांची आठवण झाली. नंतर सर्व प्रतिनिधींना एका काळोख्या आणि थंडगार खोलीत नेण्यात आले. अणुभट्टी बंद असल्यानेच उष्णता आणि वीज यांचा तुटवडा असल्याचे तेथील यजमान कर्मचाऱ्यांनी त्यांना सांगितले. जेव्हा अल्वारेझ आणि त्यांच्या सोबतच्या सहकाऱ्यांनी प्रस्तुत अणुभट्टीची जवळून पाहणी केली, तेव्हा त्यांना तिची रचना पाहून १९५०मधील ब्रिटिश बनावटीच्या अणुऊर्जा प्रकल्पाची आठवण झाली. रशियन मॉडेल न निवडता त्यांच्या देशाने हे मॉडेल का स्वीकारले असा प्रश्न त्यांनी ली यांना विचारला आणि त्यावर तो कोरियन अधिकारी उद्गारला, '१९५०मध्ये अमेरिकेने राबवलेल्या 'शांततेसाठी अणू' या कार्यक्रमांतर्गत प्रसिद्ध झालेल्या साहित्यात ब्रिटिश अणुभट्टीच्या मॉडेलचे बहुतेक सर्वच्या सर्व तपशिल सहजी उपलब्ध होते.'

एकीकडे उत्तर कोरियाच्या आण्विक महाकाव्याची धक्कादायक प्रकरणे उलगडली जात असतानाच तिकडे दक्षिण आफ्रिकेचे अध्यक्ष एफ.डब्लू.डी. क्लार्क यांनी आपल्या देशाने सारी अण्वस्त्रे निकामी केल्याचे जाहीर करून आयएईएसह सर्वांनाच आणखी एक धक्का दिला. दक्षिण आफ्रिका गेली काही वर्षे स्वत:चे अण्वस्त्र विकसित करत असल्याचा संशय व्यक्त केला जात होता, मात्र आयएईएला आणि आंतरराष्ट्रीय गुप्तहेर संघटनांना त्या देशाच्या आण्विक उपक्रमांभोवतीचा रहस्यमय पडदा दूर करता आला नव्हता. नागरी अणूकार्यक्रमाच्या बुरख्याखाली प्रत्यक्षात अण्वस्त्र तंत्रज्ञान संपादन करायचे हा एक नवा आणि धोकादायक पायंडा अलीकडच्या काळात पडत चालला होता आणि दक्षिण अफ्रिका हे त्याचे ताजे उदाहरण होते. दुसऱ्या महायुद्धाचा महादानव शेवटच्या घटका मोजत असतानाच तिकडे दक्षिण आफ्रिकेत कच्च्या युरेनियमचे प्रचंड साठे सापडले होते आणि तेव्हापासूनच तो देश या धातूचा जगातील एक आघाडीचा उत्पादक बनला होता. अर्थातच अणुशक्तीसाठी सदैव भुकेलेल्या अमेरिकेचे आणि त्याचे संबंध तेव्हापासूनच दृढ होत गेले. नंतर १९६५मध्ये दक्षिण आफ्रिकेच्या 'पेलिंदाबा' अणूसंशोधन केंद्राला अमेरिकेने एक अणुभट्टी आणि ती कार्यरत ठेवण्यासाठी सोबत शंभर किलोग्रॅम अण्वस्त्रयोग्य युरेनियमही पाठवले. दक्षिण आफ्रिकेच्या वर्णद्वेषी धोरणाने सत्तरीच्या दशकात कळस गाठला आणि आंतरराष्ट्रीय समुदायाने त्याच्यावर सर्वंकष निर्बंधही लादले, पण तोपर्यंत त्या देशाने अणुतंत्रज्ञान आणि त्या क्षेत्रातील तज्ज्ञ एक भक्कम फळी तयार केली होती आणि गरजेनुसार कमी पडणाऱ्या सामग्रीसाठी युरोप आणि अमेरिकेतील काळ्या बाजाराकडे वळणेच आता शिल्लक ठेवले होते. यंत्र अवजारे, भट्ट्या आणि अण्वस्त्र निर्मितीसाठी

लागणारे इतर साहित्य बहुतेक वेळा पाकिस्तान आणि इराकला पुरवणाऱ्या कंपन्या आणि मध्यस्थांमार्फत आयात केले जाई. १९८७मध्ये इराणला पाकिस्तानी सेंट्रिफ्युज तंत्रज्ञान विकण्याचे नियोजन करणाऱ्या महंमद फारूक या दुबईस्थित मूळ भारतीय मध्यस्थानेच दक्षिण अफ्रिकेला अत्याधुनिक भट्ट्या विकल्या, तर जर्मन अभियंता गोदार्द लर्चने व्हॅक्युम तंत्रज्ञान दिले.

शेवटी अंतर्गत आणि बाहेरील दबावांपुढे झुकत दक्षिण आफ्रिकेने आपली अण्वस्त्रे निकामी केली. १९८०च्या मध्यास आफ्रिका खंडातील दक्षिणेस असलेल्या देशांतील रशियाचा हस्तक्षेप नाट्यमयरित्या अचानक कमी झाला, परिणामी दक्षिण आफ्रिकाही सुरक्षित झाला आणि त्यानंतर डी क्लार्कनी सूत्रे सांभाळल्यावर आपल्या देशावरील आंतरराष्ट्रीय बहिष्कार नष्ट करण्यासाठी अनेक सुधारणा केल्या आणि प्रतिमा बदलण्यासाठी अनेक धाडसी पावले उचलली. आपल्या या प्रयत्नात अण्वस्त्र हा मोठा अडसर ठरू शकतो हे डी क्लार्कनी वेळीच ओळखले, म्हणून ती गुप्तपणे निकामी करण्याचे आदेश दिले आणि त्याचवेळी अण्वस्त्र प्रसारबंदी कायद्यावर सही करण्याच्या दृष्टीने वाटाघाटीही सुरू केल्या. आपल्या वर्णद्वेषी धोरणाचे घडे आता भरत आल्याची त्यांना जाणीव होती, कृष्णवर्णीयांचे नेते नेल्सन मंडेला आणि त्यांचा आफ्रिकन नॅशनल काँग्रेस पक्ष सत्तेवर येण्याची त्यांना खातरी होती, पण या नव्या राज्यकर्त्यांच्या हातात अण्वस्त्रे किंवा त्याचे तंत्रज्ञान जाऊ नये, अशी त्यांची निर्धारपूर्वक इच्छा होती.

दक्षिण अफ्रिकेचा आण्विक कार्यक्रम अगदी शिगेला पोहोचला होता, तेव्हा त्याच्यापाशी अपूर्णावस्थेतील सहा आणि जवळपास पूर्णावस्थेतील एक अशी सात अण्वस्त्रे तयार होती. डी क्लार्क यांच्या आदेशानंतर सर्व अण्वस्त्रे सुट्टी करण्यात येऊन त्यातील अतिसमृद्ध युरेनियम वितळविण्यात आले. अण्वस्त्र कार्यक्रमाशी संबंधित डिझाइन्स आणि गोपनीय कागदपत्रांचे तुकडे करण्यात येणार होते, तर अण्वस्त्राचे सुटे भाग नष्ट केले जाणार होते. १९९१मध्ये दक्षिण आफ्रिकेने एनपीटीवर सही केल्यावर ही सर्व कामे पूर्ण केली. आपल्या आधीच्या आण्विक कार्यक्रमाची माहिती उघड करावी, असे बंधन या कराराने दक्षिण आफ्रिकेवर घातले नव्हते, त्यामुळे सर्व अण्वस्त्रे निकामी झाल्यावरच डी क्लार्कनी ती जगासमोर आणली.

उत्तर कोरिया, दक्षिण आफ्रिका आणि थोड्याफार प्रमाणात इराक यांच्यापासून जे धडे मिळाले त्यावरून काही मूलगामी प्रश्न उपस्थित झाले. विद्यमान अण्वस्त्र प्रसारबंदी कायद्याच्या मर्यादा स्पष्ट झाल्या आणि मुळात एखाद्या देशाला अण्वस्त्राची

गरज का भासते? हाही त्यातील एक महत्त्वाचा प्रश्न होता, शिवाय आयएईए आणि अण्वस्त्रप्रसारबंदी कायद्यालाही आव्हान देण्याइतपत काही देश हवालदिल का होतात? हा कळीचा प्रश्न पुढे आला. अण्वस्त्रांच्या वाढत्या प्रसाराला वेसण घालण्यासाठी अधिक कडक आणि व्यवहार्य शिक्षेची गरज होतीच; पण एखाद्या देशाला अण्वस्त्राशिवाय तरणोपाय नाही असे वाटण्याइतपत मुळात तो भयभीत का होतो, तसेच अशा देशांची सुरक्षा आणि आत्मसन्मान या घटकांना दुखावणारे मुद्दे कोणते, या प्रश्नांची उत्तरेही अमेरिका आणि या क्षेत्रातील इतर बड्या देशांनी देण्याची आवश्यकता निर्माण झाली होती. अण्वस्त्रधारणेची आस बाळगणाऱ्या देशांचे हेतू आणि कारणमीमांसा गुंतागुंतीची असणार यात वाद नव्हता, पण बाह्यशक्तींपासून असलेला धोकाही त्यांना अण्वस्त्राची कास धरायला लावून आपला दबदबा निर्माण करण्यास भाग पाडत असणार यातही काही शंका नव्हती. उदाहरणार्थ, भारताला चीनची भीती वाटत होती, पाकिस्तानला भारताचा धोका वाटत होता आणि इस्रायल तर अत्यंत प्रतिकूल अशा अवस्थेत अरब देशांनी वेढला गेला होता. मध्यपूर्वेवर प्रभाव ठेवण्याच्या हेतूने इराकला अण्वस्त्रांची निकड भासू लागली, हे काही अंशी खरे असले तरी इराणशी स्पर्धा करण्याच्या नादात त्या देशाला अधिक शक्तिशाली अण्वस्त्र असावे असे वाटू लागले. दशकांनुदशके उरापाशी बाळगलेल्या अमेरिकेच्या भीतीपोटीच उत्तर कोरियाच्या अण्वस्त्र कार्यक्रमाचा जन्म झाला होता आणि शेजारील देशांवर सोव्हिएट रशिया आपले पोलादी मूठ आवळत असताना आणि आंतरराष्ट्रीय निर्बंधांचा सामना करताना आपण एकटे पडलो आहोत, या भावनेतूनच दक्षिण आफ्रिकेने अण्वस्त्राचा मार्ग जवळ केला होता.

एकीकडे इराक, उत्तर कोरिया आणि दक्षिण आफ्रिका या देशांवर आयएईए आणि जगातील बहुतेक प्रसारबंदी तज्ज्ञांचे लक्ष केंद्रित झाले असताना दुसरीकडे खान मात्र इराणच्या सेंट्रिफ्युज कार्यक्रमातील बारीकसारीक चुका दुरुस्त करण्याच्या कामात व्यग्र होते. पी-१ या कहुटातील सेंट्रिफ्युजेसमधून टाकाऊ म्हणून फेकून दिलेले सुट्टे भागच त्यांनी १९८७मध्ये इराणला विकले होते. तेहरान अणूसंशोधन केंद्रात त्यांची फेरजुळणी सुरू असताना त्यातील बहुतेक भाग निकामी झाले होते, काही भाग तर सेंट्रिफ्युजेस सुरू झाल्यापासून थोड्या वेळातच बाहेर उडले. अशा अडचणी येऊनही दोन्ही देशातील संबंध बिघडले नाहीत. आंतरराष्ट्रीय आघातांनी जर्जर झालेल्या इराणी अणू शास्त्रज्ञांसमोर खान यांच्याशी सल्लामसलत करण्यावाचून अन्य पर्यायच नव्हता. याच सल्लामसलतीच्या काळात इराणने

खानना अनेक वेळा तेहरानच्या वाऱ्या घडवून आणल्या.

अली अकबर उमिद मेहेर हे तरुण राजनैतिक अधिकारी नवे राजदूत म्हणून पाकिस्तानला जायची तयारी करत असतानाच त्यांना इराणी सरकारच्या १९९० च्या दप्तरात खान यांच्या नावाचा उल्लेख आढळला. आपल्या दोन मुली आणि पत्नी यांच्या समवेत पेशावर या पाकिस्तानच्या वायव्य सरहद्द प्रांताची राजधानी असलेल्या काहीशा उदासीन शहराकडे जाण्यापूर्वी त्यांच्यावर इराणच्या परराष्ट्रखात्यातील पाकिस्तान विभागाची जबाबदारी होती. इराण आणि पाकिस्तान यांच्यातील उभय संबंधांच्या नोंदी असलेल्या 'ग्रीन बुक' या नावाने ओळखले जाणारे दस्तऐवज पाहण्याची त्यांना अधिकृत परवानगी होती. या संदर्भात नंतर बोलताना मेहेर म्हणाले होते, 'इराणला साह्य केल्याबद्दल ए.क्यू. खान यांना सरकारतर्फे कास्पीयन समुद्राच्या काठावर एक बंगली देण्यात आली होती. ही बंगली त्यांनी सरकारला केलेल्या मदतीची परतफेड होती.' आपले नवे काम सुरू करण्यासाठी ते पेशावरला त्यानंतर काही महिन्यांनी पोहोचले, तोवर 'खान' या नावाशी त्यांना काहीच देणेघेणे नव्हते. इराणच्या तेथील वाणिज्य दूतावासात नेहमी इराण आणि पाकिस्तान यांच्यातील आण्विक सहकार्याविषयी चर्चा चालायची आणि त्याच्या केंद्रस्थानी हटकून खान यांचे नाव असायचे.

मेहेर हे धर्मनिरपेक्ष वृत्तीचे गृहस्थ होतेच शिवाय ते स्वतःला एक व्यावसायिक राजनैतिक अधिकारी समजत. इराणमधील धार्मिक नेत्यांनी त्यांच्यावर लादलेले नियम पेशावरमध्ये नव्या नोकरीवर रूजू होताच गुंडाळून ठेवले होते, मात्र का कोण जाणे, त्यांना आपल्या सुरक्षिततेविषयी एका अनामिक भीतीने पछाडलेले होते. त्यांना आणि त्यांच्या कुटुंबाला सक्तीने इराणला माघारी बोलाविण्यापूर्वी कित्येक महिने आधीपासून ते एखाद्या युरोपीय देशात राजकीय आश्रय घेण्याचा बेत रचत होते. कोणालाही थांगपत्ता लागू न देता, मेहेर यांनी पुरेसे पैसे आणि स्टॉकहोमपर्यंतचे तिकीट मिळवले होते. स्टॉकहोममध्येच आश्रय मागण्याचा त्यांचा विचार होता. ही योजना पूर्ण झाल्यावर आणि सर्वकाही आलबेल असल्याची खातरी करून घेतल्यावर एका पाकिस्तानी मित्राने त्यांना कराचीच्या विमानतळापर्यंत मोटारीने न्यायची व्यवस्था केली. तेथून ते आणि त्यांचे कुटुंबीय स्कॅन्डीनेव्हियन एअरलाइन्सच्या विमानाने स्वीडनची राजधानी आलेल्या स्टॉकहोमला जाणार होते. प्रवासाचा पहिला टप्पा तर निर्विघ्नपणे पार पडला, मात्र विमान सुरू झाल्यावर मेहेर यांच्या एका कन्येने त्याच विमानात काही आसने मागे एक ओळखीचा चेहरा पाहिल्याचे सांगितले. मेहेरनी मागे वळून पाहिल्यावर त्यांना त्यांच्याच वाणिज्य दूतावासातील दोन सुरक्षा कर्मचारी दिसले. आपण पकडले गेलो आहोत, या जाणिवेने त्यांच्या पोटात भीतीचा गोळा आला. स्टॉकहोमच्या

विमानतळावर इराणी सुरक्षा कर्मचारी आपली वाटच पाहत असणार याची खातरी पटल्याने त्यांनी एका हवाई सुंदरीला बोलावून आपली कहाणी ऐकवली. काहीतरी चमत्कार व्हावा, त्याप्रमाणे तिचा मेहेर यांच्यावर विश्वास बसला आणि तिने वैमानिकाला विमान कोपनहेगनच्या दिशेने वळविण्यास सांगितले. त्या विमानतळावर फक्त मेहेर आणि त्यांचे कुटुंबीयच उतरणार होते. सरतेशेवटी डेन्मार्कच्या सरकारने या कुटुंबाला केवळ आश्रयच नाहीतर नवी ओळखही दिली. इराणी हेरांच्या धास्तीने ते त्यानंतरच्या काळात वारंवार जागा बदलत राहिले आणि अखेरीस कोपनहेगनपासून सुमारे तासाभराच्या अंतरावर असलेल्या एका खेड्यात स्थायिक झाले. १९९०च्या दशकात त्यांनी डॅनिश सरकारच्या सुरक्षा संघटनांसाठी वेळोवेळी काम केले आणि आयतउल्ला खोमेनी यांच्या राजवटीवर प्रकाश टाकणारे एक पुस्तकही लिहिले. मात्र इराणी हेरांच्या भीतीने त्यांचा पाठलाग शेवटपर्यंत सोडला नाही.

१९९०च्या दशकात खान यांच्या इराणमधील हालचाली टिपणारे मेहेर हे काही एकटेच गृहस्थ नव्हते, इराणला रामराम करणारे हमिद रझा झकेरी हे आणखी एक अधिकारी रिव्होल्यूशनरी गार्ड या दलात मोठ्या हुद्यावर काम करत होते. २००२मध्ये देश सोडण्यापूर्वी त्यांनी काही काळ इराणच्या विविध आण्विक संस्थांवरही काम केले होते. याच काळात त्यांनी खान यांना या संस्थांच्या परिसरात वावरताना पाहिले होते. पुढे न्यू यॉर्क शहर आणि वॉशिंग्टनवर ११ सप्टेंबर रोजी झालेल्या हल्ल्याच्या सुनावणी दरम्यान जर्मनीच्या एका न्यायालयात झकेरींची साक्ष महत्त्वाची ठरली. आपण किंवा आपल्या सहकाऱ्यांना ज्या इराणी आण्विक संस्थांच्या परिसरात खान यांचा वावर असायचा, त्यांची यादीच झकेरींनी न्यायालयाला सादर केली होती.

आण्विक राष्ट्रवाद

इराणकडून संपूर्ण जगाला आणि त्यातही विशेषत्वाने अमेरिकेला १९९२च्या उत्तरार्धात आण्विक हल्ल्याचा धोका निर्माण झाला होता. त्या धोक्याचे नेमके स्वरूप काय असेल? या प्रश्नातून निर्माण झालेल्या वादंगामुळे सीआयएचे संचालक रॉबर्ट गेट्स चांगलेच अडचणीत सापडले होते. १९७९मध्ये इराणने केलेल्या अपहरण नाट्यानंतर त्या देशाचे आणि अमेरिकेचे संबंध बिघडले होते, अध्यक्ष जॉर्ज बुश यांचा पराभव करून त्यांच्या जागी डेमॉक्रेटिक पक्षाचे उमेदवार बिल क्लिंटन निवडून आले होते आणि त्यांच्या नेतृत्वाखालील नवे प्रशासन इराणशी पुन्हा संबंध प्रस्थापित करावे की नाही, याबाबत कोणत्याही निश्चित निर्णयाप्रत येत नव्हते. इराणचे क्रांतिकारी नेते आणि त्या देशाने दोन अब्ज डॉलर खर्च करून उभारलेले लष्करी सामर्थ्य यांच्या एकूणच हेतूंबद्दल अमेरिकेचे गुप्तचर खाते आणि राजनैतिक अधिकारी यांच्यातील मतभेद विकोपाला गेले होते. आणि इराणच्या अणुतंत्रज्ञान संपादनाच्या मुद्यावर तर हे मतभेद अधिकच तीव्र स्वरूप धारण करत होते.

'नॅशनल इंटेलिजन्स एस्टिमेट' या नावाने ओळखल्या जाणाऱ्या अहवालानुसार इराणचे नेते अण्वस्त्र विकसित करण्यात स्वारस्य दाखवत होते, पण हे प्रयत्नच गांभीर्याने घेणे कोणाला महत्त्वाचे वाटत नव्हते. मात्र गेट्स यांच्या मनात काही वेगळेच शिजत होते. एक शिस्तशीर आणि स्पष्टवक्ता अशी ख्याती असलेले गेट्स सीआयएचे एक महत्त्वाकांक्षी अधिकारी असले, तरी जागतिक घडामोडींकडे थंडपणे पाहणारे आणि आपली कठोर धोरणे प्रत्यक्षात आणण्यासाठी प्रसंगी गोपनीय माहितीही आपल्या आवश्यकतेनुसार आपल्याला हवी तशी अनुकूल करणारे अशी जणू त्यांची ऐतिहासिक ओळखच बनली होती. सीआयएच्या संचालकपदासाठी १९८७मध्ये त्यांचे प्रथम नामांकन झाले होते पण 'इराण-कॉन्ट्रा' प्रकरणातील त्यांची भूमिका वादाच्या भोवऱ्यात सापडल्याने ते मागे पडले होते. १९९१मध्ये

त्यांचे फेरनामांकन झाल्यावरही सलग तीन दिवसांच्या कठीण चौकशीला त्यांना सामोरे जावे लागले होते, या चौकशी दरम्यान त्यांच्यावर जसे कडक ताशेरे ओढण्यात आले तशीच त्यांची प्रशंसाही झाली होती. अमेरिकेचे लष्कर आणि खुद्द सीआयएवर होणाऱ्या खर्चाचे समर्थन करण्यासाठी त्यांनी सोव्हिएट युनियनच्या लष्करी ताकदीचा अतिरेकी बाऊ केला, हा त्यांच्यावरील प्रमुख आरोप होता. अर्थात या आरोपाचे त्यांनी सर्वशक्तिनिशी खंडन केले हा भाग वेगळा.

या चौकशीचा सामना गेट्स यांनी यशस्वीपणे केला. आणि नोव्हेंबर १९९१मध्ये सीआयएच्या प्रमुखपदाची सूत्रे स्वीकारल्यावर इराणच्या लष्करी कारवाया आणि त्यातही विशेषत्वाने त्याच्या आण्विक आघाडीबाबत कठोर पावले उचलण्यास सुरुवात केली. 'इराणला सुरू असलेला पाश्चात्त्य तंत्रज्ञानाचा ओघ वेळीच आटोक्यात आणला गेला नाहीतर त्या देशाचे अण्वस्त्र सामग्री खरेदीचे चोरटे प्रयत्न सुरूच राहतील आणि त्याचे पर्यवसान प्रत्यक्ष अणूबॉम्ब निर्मितीत होईल', अशी साक्ष त्यांनी १९९२च्या मार्च महिन्यात काँग्रेससमोर दिली. आगामी तीन ते पाच वर्षांत इराण अण्वस्त्रसज्ज देश होईल आणि तो अमेरिका आणि पर्शियन आखातातील देशांना त्रासदायक ठरेल, असे भाकितही त्यांनी क्लिंटन यांच्या निवडीनंतर लगेचच व्यक्त केले. इराण अण्वस्त्र निर्मितीच्या वाटेवर असल्याचे गुप्तचर आणि परराष्ट्रखात्यातील अनेकांना अद्याप पटत नव्हते. आपण अण्वस्त्र विकसित करण्याच्या तयारीत असल्याच्या कल्पनेचा तर इराणच्या अधिकाऱ्यांनी तीव्र शब्दांत निषेध केला. या संशयित आरोपाचे वर्णन 'धादांत खोटेपणा आणि एक कट' या शब्दांत करून 'आम्हाला अण्वस्त्राची गरजच नाही,' अशी फुशारकी त्या देशाच्या एका उपपरराष्ट्रमंत्र्याने मारली. क्लिंटननी १९९३च्या जानेवारीत अध्यक्षपदाचा पदभार सांभाळल्यावर गेट्स यांच्या जागी सीआयएचे प्रमुख म्हणून आर. जेम्स यांची निवड झाली, मात्र गेट्सनी दिलेले इशारे त्यानंतरही कायम होते. इराणच्या अण्वस्त्र सामग्री खरेदीत हस्तक्षेप करण्यात सुरुवातीला काही प्रमाणात यश आले. सेंट्रिफ्युजचे खाद्य म्हणून ओळखल्या जाणाऱ्या कच्च्या युरेनियमची विक्री इराणला करू नये असे साकडे अर्जेंटिनाला घालण्यात अमेरिकेला यश आले, आणि ते त्याचवेळी त्या देशाला अणुभट्टी देण्यास विलंब करावा असे चीनलाही प्रयत्नपूर्वक सांगत होते. परंतु ज्या नियंत्रणातील ढिलेपणाचा वापर सद्दामने केला होता त्याचीच पुनरावृत्ती आता इराणही करत होता. शिवाय युरेनियम समृद्धीकरणाची ए.क्यू. खान आणि त्यांच्या सहकाऱ्यांच्या मेहेरबानीने मिळालेली ब्ल्यू प्रिंट त्याच्यापाशी होतीच. खान यांनी इराणला सेंट्रिफ्युजेस विकल्याचा संशय १९८८मध्येच सीआयएने व्यक्त केला होता, मात्र पाकिस्तानने टाकाऊ ठरवलेली भंगार सामग्री आपल्या माथी मारल्याचा आरोप करून खान

यांच्याशी करायचे भविष्यातील सौदे इराणने मोडीत काढल्याचे संकेत सीआयएच्या हाती लागल्याचे गोपनीय सूत्रांचे म्हणणे होते. त्यामुळे खान आणि पाकिस्तान यांच्याविषयीची चिंता बाजूला ठेवून युरोप आणि सर्वार्थाने कोसळणाऱ्या सोव्हिएट युनियनमधून पलायन करणाऱ्या अणू शास्त्रज्ञांवर अमेरिकेचे गुप्तचर खाते आणि अण्वस्त्रविरोधी गटांनी आपले लक्ष केंद्रित केले. अमेरिकेच्या परराष्ट्रखात्यातील प्रसारविरोधी विभागाचे एक ज्येष्ठ अधिकारी आणि गुप्तचरखात्याने जमा केलेल्या माहितीचे संग्राहक बॉब आइनहॉन यांनी याबाबत सांगितले की, '१९९०मध्ये आम्हाला खान आणि इराण यांची अवाजवी चिंता करण्याचे कारणच नव्हते. मात्र आज त्या घटनांचा पूर्वलक्ष्यी आढावा घेताना नेमके काय घडत होते, याचा आम्ही विचार करतो, तेव्हा एक गोष्ट लक्षात येते; ती म्हणजे आम्ही त्या वेळी चुकीच्या लक्ष्यावर नेम धरला होता. खरे सांगायचे तर आम्ही पाकिस्तानच्या कारवायांना कमी लेखले, खान यांच्या कृत्यांकडेही डोळेझाक केली. इराणला त्याच्या अण्वस्त्र निर्मितीचा विकास करण्याच्या कामी सामर्थ्यवान करणारे खान हे एकमेव गृहस्थ होते.'

इराणच्या अण्वस्त्र कार्यक्रमाची गोपनीय माहिती अंशत: खरी होती. १९८७मध्ये खान आणि त्यांच्या गटाने जे सुट्टे भाग विकले होते, त्यानुसार इराणी सेंट्रिफ्युज बनविण्याच्या खटपटीत होते. शाह यांच्या सत्ताकाळात 'ॲटम फॉर पीस' (शांततेसाठी अणू) अंतर्गत उभारण्यात आलेल्या एका छोट्या अणुभट्टीच्या परिसरातील तेहरान अणूसंशोधन केंद्रात हे काम चालले होते. इराणने त्या वेळी अण्वस्त्रप्रसारबंदी करारावर स्वाक्षरी केली होती आणि अणुऊर्जा संघटनेला या प्रकल्पाची तपासणी करण्याचे अधिकार होते. यापूर्वी इराक आणि उत्तर कोरिया यांनी जी क्लृप्ती वापरली होती तिचाच वापर करून इराणनेही या प्रकल्पात अण्वस्त्र निर्मिती चाललेली नसल्याने तो तुमच्या मर्यादेत येत नाही, असे सांगत संघटनेला परवानगी नाकारली. ठोस पुरावा किंवा नवे अधिकार नसल्याने आयएईए पुन्हा येथेही इराणला आव्हान देऊ शकली नाही.

कार्यशाळेच्या आत खान यांच्या साहाय्याने बांधलेल्या सेंट्रिफ्युजची चीनकडून चोरट्या मार्गाने मिळालेला युरेनियम वायू वापरून शास्त्रज्ञांकडून चाचणी सुरू होती. सेंट्रिफ्युजेस बांधण्याच्या वेगापेक्षा ते जास्त वेगाने तुटत असल्याने कामाच्या ठिकाणी सतत नैराश्याचे वातावरण होते. या अपयशाला खान यांनी पुरवलेले भंगार साहित्यच कारणीभूत असल्याचा आरोप करत पर्यायी सामग्रीसाठी इराणने युरोपीय बाजारपेठांचे दरवाजे ठोठावले, मात्र वाढत्या आंतरराष्ट्रीय छाननी प्रक्रियेमुळे त्यांना त्यात फारसे यश आले नाही.

इराण अण्वस्त्र सामग्री खरेदी करत असल्याच्या अमेरिका आणि इतर काही

देशांनी दिलेल्या अहवालांकडे आयएईएने दुर्लक्ष केले नव्हते आणि या आरोपांना प्रतिसाद द्यावा, अशी अधिकृत मागणी तिने इराणकडे १९९२मध्ये केली. आमच्यापाशी लपविण्यासारखे काहीच नाही असे सांगत इराणींनी आयएईएच्या अधिकाऱ्यांना आपले वादग्रस्त प्रकल्प नजरेखालून घालण्याचे निमंत्रण दिले. अधिकाऱ्यांनी अनेक दिवस व्यतीत करून सर्व प्रकल्प पालथे घातले, मात्र त्यांची ही सारी कसरत गवताच्या गंजीत सुई शोधण्याइतकीच निष्फळ ठरली.

अमेरिका आणि इतरांनी दिलेली माहिती अगदीच तकलादू आणि वरवरची निघाल्याने तेहरानसह इतर ठिकाणच्या प्रकल्प निरीक्षणासाठी आयएईएच्या अधिकाऱ्यांना इराणी वाटाड्यांवरच विसंबून राहावे लागले. तेहरानच्या वायव्येकडील एका डोंगरमाथ्यावर अण्वस्त्र निर्मिती होत असल्याचा एक थेट आरोप होता म्हणून ती जागा पाहण्यासाठी आयएईएचे पथक इराणी हवाई दलाच्या हेलिकॉप्टरने तिकडे गेले. ही दुर्गम जागा शोधताना पायलटला थोडा त्रास झाला, शेवटी एक ओबडधोबड छावणी आणि इतर काही इमारती असलेल्या ठिकाणी ते पोहोचले. तिथे आण्विक कामे सुरू असल्याच्या कोणत्याही खुणा त्यांना आढळून आल्या नाहीत, ते हात हलवत व्हिएन्नाला गेले, मात्र आपल्याला योग्य ठिकाणी नेले होते की नाही, ही शंका त्यांना बोचत राहिली. अपरिहार्यपणेच त्यांच्या निष्फळ प्रयत्नांचा आधार घेत इराणला 'क्लिन चिट' देणे त्यांना भाग पडले.

कोणताही ठोस पुरावा शोधणे आयएईएला जरी शक्य झाले नसले, तरीही इराणच्या अण्वस्त्र कार्यक्रमाला खिळ घालण्याच्या धमक्या देत आणि कठोर निर्बंधांचा अवलंब करत त्याला कोणत्याही स्वरूपाची विक्री करू नये, असा दबाव आणण्याचे काम आंतरराष्ट्रीय समुदायाने सुरूच ठेवले. कोणत्याही प्रकारची साधने हाताशी नसताना अणूबॉम्ब तयार करण्याची प्रक्रिया अत्यंत गुंतागुंतीची असते. सेंट्रिफ्युजेसपासून ते अत्यंत छोटेखानी व्हॉल्वपर्यंतची शेकडो प्रकारची सामग्री कमालीच्या प्रतिकूल परिस्थितीत खरेदी करण्याचा भागही त्यात आला. इराणला आवश्यक असलेले तंत्रज्ञान पुरविण्याचे काम खान करतच होते, पण अणूबॉम्बची प्रगती खान यांच्या भूमिकेवरच अवलंबून असल्याचे जाणवल्याने त्यासाठी लागणारे तंत्रज्ञान आणि सर्व सामग्री मिळविण्याची जबाबदारीही खान यांच्यासह त्यांच्या सहकाऱ्यांवर सोपविणेच इष्ट ठरेल, असे इराण्यांना वाटू लागले.

१९८७पासून मिळत गेलेल्या जबरदस्त धक्क्यांपासून इराणी बरेच काही शिकले होते आणि म्हणूनच या वेळी त्यांनी 'पी-२' या नावाने ओळखल्या जाणाऱ्या अत्याधुनिक सेंट्रिफ्युजची आणि संबंधित सामग्रीची मागणी त्यांच्याकडे केली. आपल्याला त्यांचे अत्यंत पुढारलेले अणू तंत्रज्ञान विकावे; अशी खान यांना गळ घालण्यासाठी इराणच्या संरक्षणमंत्र्यांनी १९९४मध्ये इस्लामाबादला

भेट दिली. अण्वस्त्रप्रसारबंदीचे जागतिक प्रयत्न हाणून पाडण्यात आणि त्याचे लाभार्थी ठरण्यात खान आणखी एकदा यशस्वी ठरणार होते. आणि हे सारे त्यांच्या ध्यानीमनी नसताना घडणार होते.

खान यांना पाकिस्तानात तरी कोणी हात लावू शकत नव्हते, वाट्टेल ते काम करण्याचे त्यांचे स्वातंत्र्य अबाधित होते आणि त्यांचा शब्द खाली पडू दिला जात नव्हता. कहुटातील समृद्धीकरणाचे काम विनाव्यत्यय सुरू होते. त्याचवेळी खान आणि त्यांचे सहकारी जमिनीवरून हवेत मारा करणारी क्षेपणास्त्रे, रणगाडे भेदणाऱ्या तोफा आणि रॉकेट लॉंचर्ससह सर्व प्रकारची पारंपरिक शस्त्रास्त्रे बनविण्यात मग्न होते. या शिवाय खान संशोधन प्रयोगशाळेतर्फे चर्चासत्रांच्या माध्यमांतून युरेनियमचे समृद्धीकरण आणि सेंट्रिफ्युजेसचे सक्षमीकरण करण्याची सामग्री ते गरजूंच्या माथी मारण्याचे काम करतच होते. प्रयोगशाळेच्या एका माहितीपत्रकावर खान यांचे चित्र आणि त्याच्या पार्श्वभूमीवर अण्वस्त्रस्फोटानंतर निर्माण होणाऱ्या ढगाचे चित्र छापण्यात आले होते. दुसऱ्या एका माहितीपत्रकात गरजू सरकारांना आणि खासगी संघटनांना 'सल्ला आणि मार्गदर्शन' पुरविण्याचे वचन देण्यात आले होते, तसेच 'न्यूक्लिअर रिलेटेड प्रॉडक्ट' या मथळ्याखाली समृद्धीकरण संयंत्र, अतिकार्यक्षम सेंट्रिफ्युजेस, उच्च लहरींयुक्त इन्व्हर्टर्सपासून 'युरेनियम हेक्झाफ्लुरॉइड'च्या हाताळणीपर्यंत जवळपास सर्वच सेवा आणि यंत्रणांची यादीच प्रकाशित करण्यात आली होती. सेंट्रिफ्युजेसची निर्मिती आणि चाचणीविषयक माहितीचे प्रबंध प्रयोगशाळेच्या शास्त्रज्ञांनी विविध नियतकालिकांतून प्रसिद्ध केले होते. 'तथाकथित गोपनीयतेचे आभाळ आपल्याला निरभ्र' करायचे आहे, अशी दर्पोक्ती करणारा एक लेख खान यांनी लिहून पाश्चात्त्य निर्बंधांच्या जोखडातून आपल्या सर्वांनाच मुक्त व्हायचे आहे, अशी प्रतिज्ञाही त्यांनी ध्वनित केली होती.

१९९१मध्ये मुनिरखान यांनी पाकिस्तान अणुऊर्जा आयोगाचा राजीनामा देऊन व्हिएन्नाला परत गेल्यावर त्यांचे आणि खान यांचे हाडवैर संपले. पाकिस्तानला परत येण्यापूर्वी आणि पाकिस्तानच्या आण्विक कार्यक्रमावर रूजू होण्यापूर्वी दोन दशके आधी मुनिरखान आयएईएसाठी काम करत होते. समोरून ए.क्यू. खान यांच्याकडून सार्वजनिक स्वरूपाचे हल्ले होत असतानाही आपल्या संपूर्ण कारकिर्दीत मुनिरखान यांनी वलयापासून दूर राहाणे पसंत केले. त्यांच्यामते शास्त्रज्ञ हा लोकांना त्याच्या कामातून दिसला पाहिजे, केवळ त्याचे गुणवर्णन ऐकून त्यांचे समाधान होत नसते. ए.क्यू. खान यांना मिळालेल्या वलयांकित स्थानाचा फायदा घेऊन त्यांनी आपले हातचलाखीचे प्रयोग केले आणि अमाप धन कमावले आणि

या सर्वाला आपणच जबाबदार होतो, असे खेदजनक उद्गार मुनिरखान यांनी नंतर काढले होते. आपला स्पर्धक निघून गेल्यामुळे खान यांनी सुटकेचा निःश्वास टाकला खरा, पण त्यांच्या जागी एका दुसऱ्याच व्यक्तीची निवड झाल्याने देशाच्या संपूर्ण अणूकार्यक्रमावर ताबा मिळवणे त्यांना शक्य झाले नाही आणि कहुटातील प्रयोगशाळेतच त्यांना खितपत पडावे लागले.

आश्चर्य म्हणजे पाकिस्तानचे आण्विक क्षेत्रातील अधिकृत स्थान संदिग्धच राहिले होते आणि या साऱ्या देखाव्याचे सूत्रधार खान हेच होते. जेव्हा ब्रिटनमधील एक पत्रकार सायमन हेन्डरसन यांनी त्यांची मुलाखत घेतली तेव्हा खान हे त्यांना एकाच वेळी बोलघेवडे तर त्याचवेळी काहीसे संकोची स्वभावाचे वाटले. कहुटामधील समृद्धीकरण अण्वस्त्रासाठीच सुरू आहे का? असे विचारले असता त्यांनी या आरोपाचा स्पष्ट शब्दांत इन्कार केला. 'हा प्रकल्प अण्वस्त्रासाठी आम्ही उभारलेला नाही, तसेच जगाच्या या भागात अण्वस्त्राची गरज आहे; असे आम्हाला वाटत नाही.' असे ते म्हणाले. कहुटात अत्युच्च दर्जाचे समृद्ध युरेनियम तयार होईल का? या प्रश्नाच्या उत्तरात त्यांनी ही कल्पनाच फेटाळून लावली आणि हा प्रश्न काल्पनिक असल्याचे सांगितले. ते म्हणाले, 'प्रत्येक गोष्टीला दुहेरी बाजू असतात, जी सुरी भाजी चिरू शकते तीच सुरी एखाद्याचा खूनही करू शकते, आता जर याच दृष्टिकोनातून तुम्ही जगातील आण्विक आणि रासायनिक संयंत्रांवर नजर टाकलीत, तर त्यांचा उपयोग अनेक कारणांसाठी होत असल्याचे तुम्हाला आढळून येईल, एकतर मानवजातीच्या रक्षणासाठी किंवा त्याचा सर्वनाश करण्यासाठी ते वापरता येईल. एकीकडे पाकिस्तानने आपले सर्व आण्विक प्रकल्प निरीक्षणासाठी खुले करावेत, असा दबाव पाश्चात्त्य देश आमच्यावर आणतात, मात्र त्याचवेळी भारताला ती टाळण्याची परवानगी देतात असा आरोप करून ते म्हणाले, 'आमच्या बाबतीत काही देश पक्षपातीपणा करत आहेत.' काळ्या बाजाराच्या वापराने ते सरकारच्या नियमांची पायमल्ली करताहेत, असे तुम्हाला वाटत नाही का? या प्रश्नालाच बगल देत ते उत्तरले की, 'पश्चिमेने सतत दुटप्पीपणाचे धोरण अवलंबिल्यामुळेच आम्हाला आमचा 'अणूबॉम्ब' असावा, असे वाटू लागले. एखाद्या चर्मकाराच्या दुकानातही सहजी उपलब्ध होणाऱ्या नालाचे उदाहरण मी तुम्हाला देऊ इच्छितो. त्यांनी असे 'नाल' रोखून धरले, त्यांनी इतर सामग्रीही रोखून धरली, साधीसुधी कागदपत्रेही ते आम्हाला देईनात, त्यामुळे आम्हाला जे हवे होते, ते मिळवताना नियमभंग होण्याचा प्रश्नच उद्भवत नाही. तुमच्यासाठी म्हणून रवाना केलेली प्रत्येक गोष्ट कोणीतरी अडवून धरत आहे, हे लक्षात आल्यावर साहजिकच तुम्ही तुमच्या पुरवठादाराला सांगून ती दुसऱ्या पत्त्यावर मागवून घेता. आता राष्ट्रीय नियमांचा भंग होणार नाही याची काळजी घेणे, हे संबंधित पुरवठादाराचे आणि त्या देशाचे काम आहे,

त्यांच्यापैकी कोणीही नियमभंग केल्याचे मला तरी स्मरत नाही.'

पाकिस्तानचे परराष्ट्रसंबंध परिस्थितीनुसार बदलले होते आणि त्याच सुमारास खान यांनी हे वक्तव्य केले होते. १९९०च्या शिशिर ऋतूत अध्यक्ष बुशनी लष्करी मदत बंद केल्यावर दोन्ही देशांतील संबंध पराकोटीचे बिघडले होते, तेव्हापासून खान अमेरिकेला आपला कट्टर विरोधक मानत आले होते, मात्र क्लिंटन यांनी पदभार सांभाळताच ते संबंध काही प्रमाणात सुधारू लागले होते. ज्या एफ-१६ बनावटीच्या विमानांसाठी पाकिस्तानने ५०० दशलक्ष डॉलर यापूर्वीच मोजले होते, त्यांचा पुरवठा आता करून क्लिंटन हे संबंध अधिक बळकट करण्याच्या प्रयत्नात होते, मात्र कहुटा आणि पाकिस्तानातील इतर आण्विक प्रकल्पांशी या व्यवहाराचा संबंध जोडण्यात आल्यावर त्या देशाने तोंड लपवायला सुरुवात केली. तरीही भारतावर अण्वस्त्रांच्या साहाय्याने हल्ले करण्याच्या पाकिस्तानच्या लष्करी धोरणात ही अमेरिका निर्मित विमाने नसल्याने मोठी तफावत निर्माण झाली होती, आणि ही तफावत दूर करून भारताच्या दूरवरच्या शहरावरही हल्ला करण्याची क्षमता असलेले क्षेपणास्त्र विकसित करण्यासाठी खान अगदी हवालदिल झाले होते. हा हेतू सिद्धीस नेण्यासाठी १९९९च्या डिसेंबरमध्ये त्यांना एक योजना तयार करून भुट्टोंच्या कार्यालयाला धडक देण्याचे ठरवले.

लष्कराने पदच्युत केल्यावर तीन वर्षांनी, म्हणजे १९९३च्या ऑक्टोबर महिन्यात नव्या आघाडी सरकारच्या पाठिंब्यावर भुट्टो यांनी यशस्वी पुनरागमन केले. या कार्यकालात लष्कर आणि गुप्तचर यंत्रणांशी संघर्ष करायचा नाही, असा निर्धार त्यांनी केला होता म्हणून त्या डिसेंबरमध्ये खान त्यांना भेटायला आले, तेव्हा त्यांच्या रूपाने एक नवा संभाव्य मित्र जोडण्याची त्यांची इच्छा होती. पण १९९०मध्ये ज्यांना त्यांनी अणू प्रकल्पाचे प्रमुखपद नाकारले होते, त्यावेळचे खान आणि आज भेटायला आलेले खान यांच्यात कमालीचा फरक असल्याचे त्यांना जाणवले. पुन्हा सत्तेवर आल्यावर एक-दोन अधिकृत समारंभात त्यांची आणि खान यांची भेट झाली होती आणि त्यांचा काहीसा अरेरावीपणा कमी झाल्याचे त्यांच्या नजरेतून सुटले नव्हते. याबद्दलचे स्पष्टीकरण देताना त्या म्हणतात, 'माझ्या पदावनतीनंतर त्यांचे महत्त्व निश्चितच वाढले, पण इतर काही बाबतीतही त्यांच्यात बदल झाले, १९८०च्या उत्तरार्धात एक 'राष्ट्रवादी नागरिक' अशी त्यांची माझ्यावर छाप पडली होती, पण मी पुन्हा सत्तेवर येईपर्यंतच्या काळात ते एक 'इस्लामवादी' झाले होते.

खान यांच्या या रूपांतराची इतरांनीही नोंद घेतली. १९७५मध्ये ज्या भारत विरोधी प्रेरणेने ते मायदेशी परतले होते ती अद्यापी जिवंत होती, मात्र मध्यंतरीच्या काळात त्यांनी आपल्या शत्रूंच्या यादीत अमेरिका आणि इस्रायल यांचाही समावेश

केला होता. कदाचित ते अधिक धर्माचरणी झाले असावेत. कदाचित पाश्चात्त्य देशांचे आरोप आणि टीका यांच्यामुळे ते आण्विक धर्मयोध्येही बनले असतील, आणि खऱ्याखोट्या तक्रारींचा सामना करायला त्यांनी स्वत:ला वाहूनही घेतले असेल. आपण एक देवभोळे गृहस्थ आहोत, हे ते अलीकडे वारंवार सांगत असत. आपल्या आत्मचरित्रकाराला त्यांनी एकदा सांगितले होते, 'या जगातील एक साधे पानही अल्लाच्या इच्छेशिवाय हलत नाही, यावर विश्वास ठेवणाऱ्यांपैकी मी एक आहे, पाकिस्तानसाठी आपण जे काही केले, ते कोणत्याही चमत्कारापेक्षा कमी नाही. माझ्या प्रिय देशाचे रक्षण करण्याचा बहुमान अल्लानेच मला दिला ही गोष्ट वादातीत आहे.'

पाकिस्तानचा पारंपरिक शस्त्रास्त्र कार्यक्रम लेफ्टनंट जनरल तलत मसूद सांभाळत होते, ते खान यांच्याशी सुपरिचित होते आणि १९९०पासून त्यांच्या दृष्टिकोनात होणारे बदलही त्यांना जाणवले होते. पाश्चात्त्य देशांची टीका आणि कारवायांनीच खान यांचा दृष्टिकोन आकार घेत होता, असा मसूद यांचा विश्वास होता. विशेषत: आतापर्यंत सर्वांनाच मज्जाव असलेल्या जागतिक अण्वस्त्र भांडाराची किल्ली त्यांनी चोरली हा आरोप त्यांना फारच जाचत असावा. आपल्या या निरीक्षणाचे स्पष्टीकरण देताना मसूद सांगतात, 'इस्राइल आणि भारत यांच्यासारख्या देशांना मुक्तपणे मनमानी करण्याची मुभा देत असतानाच पाकिस्तानसारख्या मुस्लीम देशांची सातत्याने गळचेपी करण्यात आली असे त्यांना मनापासून वाटत असे. पाश्चात्त्यांच्या दृष्टीने त्यांनी डिझाइन्स चोरून सर्वांचीच फसवणूक केली असे म्हणता येईल, पण त्यांच्या दृष्टीने त्यांनी जे काही केले, ते आपल्या देशाचे उद्दिष्ट गाठण्यासाठीच केले असे म्हणावे लागेल.'

'कायदे आझम विद्यापीठा'त भौतिक शास्त्रज्ञ या पदावर काम करणारे परवेझ हुडबॉय त्यांच्या प्रखर अण्वस्त्र विरोधी भूमिकेविषयी ख्यातनाम होते. खान यांनी आयोजित केलेल्या विविध परिषदांना आणि बैठकांनाही ते आवर्जून उपस्थिती लावून वेळप्रसंगी त्यांच्याशी अण्वस्त्रांच्या आवश्यकतेविषयी प्रतिवादही करत. खान हे एखाद्या रंग बदलणाऱ्या सरड्याप्रमाणे आहेत, असे ते नेहमीच मानत आले होते, त्यांच्या सभोवती जेव्हा सत्तेतील बड्या धेंडाचा गोतावळा असे तेव्हा ते आपला लष्करी गणवेश परिधान करत, तर जेव्हा त्यांना आपला मतलब साधायचा असेल, तेव्हा ते साधे-भोळेपणाचा आव आणत. परवेझना खान स्वत: मुस्लीम मूलतत्त्ववादी कधीच वाटले नाहीत. पाश्चात्त्य देशांना आपल्या धाकात ठेवायचे असेल, तर 'इस्लामिक बॉम्ब' हे एकमेव उत्तर आहे, असे मनापासून वाटणारे पाकिस्तानच्या लष्करात आणि लष्कराबाहेर जे कोणी आसामी होते, त्यांच्याशी खान हे साधर्म्य सांगत आणि त्यांच्या प्रशंसेचे धनी होत. खान नेहमीच अमेरिका आणि इस्राइल यांना सतत पाण्यात पाहत. मुस्लिमांच्या

सद्य:स्थितीतील मागासलेपणाला दोन देशांची कटकारस्थाने कारणीभूत असून त्यांचा नायनाट करण्यासाठी 'बॉम्ब' हाच एक पर्याय असू शकतो, अशी त्यांची पक्की धारणा होती. खान हे भागश: धर्मयोद्धे आणि भागश: अणू शास्त्रज्ञ होते.

डिसेंबरमध्ये खान यांची भुट्टोंच्या कार्यालयात भेट झाली तेव्हा त्या महिन्याच्या अखेरीस चीनला भेट देणार असल्याचे आपल्याला त्यांनी सांगितले आणि याच दौऱ्यादरम्यान आपल्यावतीने उत्तर कोरियालाही एक धावती भेट द्यावी, असे खान यांनी विनवले. 'जर तुम्ही उत्तर कोरियाला जाणारच आहात, तर अध्यक्ष किम जोंग (दुसरे) यांच्याशी बोलून त्यांनी आपल्याला या अणूकार्यक्रमात मदत केली तर चांगले होईल असे सांगावे,' असेही ते म्हणाले.

भुट्टो लागलीच सावरल्या, त्यांनी विचारले, 'कुठला अणूकार्यक्रम, तुम्ही कशाबद्दल बोलताहात?'

माझी आणि किम यांची बोलणी सुरू असून ते पाकिस्तानला अणूबॉम्ब वाहून नेण्याची क्षमता असलेले क्षेपणास्त्र विकण्यास तयार आहेत. भुट्टो काहीशा गोंधळात पडल्या. आपल्याकडे भारतावर मारा करण्याची क्षमता असलेली क्षेपणास्त्रे तयारच आहे, हे त्यांनी खान यांच्या लक्षात आणून देताच ते उद्‌गारले, 'मला स्वत:ला आणि लष्करी अधिकाऱ्यांना अधिक लांब पल्ल्याची क्षेपणास्त्रे हवी आहेत.' अशी काही पावले उचलली तर आगीत तेल ओतल्यासारखे होईल, या भीतीने पंतप्रधान भारताशी कुरघोडी करायला फारशा उत्सुक नव्हत्या.

'या क्षेत्रात भारत जे करतो त्यानुसार आपण आपली पावले टाकायची हे आपले धोरण आहे,' त्या खान यांना म्हणाल्या.

'शक्य असेल तसे आणि तेवढे तंत्रज्ञान आपण घेतले पाहिजे, जरी आपण त्याचा उपयोग करणार नसलो तरी,' खान आपले घोडे पुढे दामटत म्हणाले.

खान तसेच लष्करातील कट्टरपंथीय जनरल्स आणि गुप्तचर यंत्रणांतील दुढ्ढाचार्यांची मर्जी संपादन करण्यासाठी हीच चांगली संधी असल्याचे भुट्टो यांनी चांगलेच हेरले आणि येत्या काही दिवसांत याचा निर्णय करते, असे सांगून त्यांनी खान यांची बोळवण केली. त्यांनी बेग यांच्या जागी लष्करप्रमुखपदी नियुक्ती झालेले जनरल अब्दुल वाहिद आणि इशाक खान यांच्याजागी आलेले आणि सनदी सेवेचा प्रदीर्घ अनुभव असलेले ज्येष्ठ अधिकारी फारूक लाहिरी यांना तातडीने पाचारण केले. क्षेपणास्त्रांच्या संदर्भात खान यांनी आपली याआधीच भेट घेतली असून त्यांची डिझाइन्स प्राप्त करण्याची कल्पना चांगली आहे, असे आपले मत असल्याचे लाहिरींनी भुट्टोंना सांगितले. वाहिदनीही त्यांच्याशी सहमती दर्शवली. आपल्याला सांगितल्याप्रमाणे आपण वागू असे सांगत भुट्टोंनी आपल्या सचिवांना सांगून उत्तर कोरियाच्या त्या लहरी स्वभावाच्या हुकूमशहाला भेटण्याची

व्यवस्था केली. नंतर या भेटीच्या हेतूंविषयी आपल्या एका सहकाऱ्याला त्यांनी सांगितले की, 'लष्कर माझ्यावर खूश होईल आणि आपल्याला पदच्युत करणार नाही, असे आपल्याला वाटले होते.'

काही दिवसांनंतर भुट्टो आणि त्यांच्या पथकाला घेऊन पाकिस्तानी एअर फोर्सचे विमान प्याँगयांगला पोहोचले, तिथे त्यांचे राजेशाही थाटात स्वागत झाले. कडाक्याच्या थंडीची पर्वा न करता हजारो नागरिक विमानतळापासून रस्त्याच्या दुतर्फा उभे राहून त्यांच्या ताफ्याचे स्वागत करत होते, त्याच रात्री भुट्टोंच्या सन्मानार्थ कुमसुसान सभागृहात आयोजित केलेल्या भोजनास आजारी असूनही स्वत: किम हजर होते. सुमारे वर्षभरापूर्वीच उत्तर कोरियाच्या गुप्त अणूकार्यक्रमाचा छडा लागल्यानंतर आंतरराष्ट्रीय समुदायाने त्या देशावर निर्बंध लादले होते, आणि आपल्या भोजनसमयीच्या भाषणात भुट्टो यांनीही आपला देश आणि उत्तर कोरिया अमेरिकेच्या निर्बंधांची शिकार असल्याचा उल्लेख केला. त्या म्हणाल्या, 'पाकिस्तान अण्वस्त्रप्रसारबंदीची बांधिलकी मानतो, पण कोणत्याही देशाला आपल्या आर्थिक आणि सामाजिक विकासासाठी अणूचा शांततापूर्ण वापर करण्याचा हक्क आहे अशी आमची धारणा आहे.'

उत्तर कोरिया हा कमालीचा विपन्न देश होता, शस्त्रास्त्र विक्री आणि बनावट वस्तूंची निर्यात हे त्याचे उत्पन्नाचे प्रमुख स्रोत होते. त्याच्या 'नो-डाँग' या क्षेपणास्त्राला जगभरातून मागणी होती, त्यामुळे त्याचे आराखडे विकण्यास किम एका पायावर तयार असल्याचे त्यांच्या लक्षात आले. मायदेशी परतताना भुट्टोंच्या विमानात क्षेपणास्त्रांच्या ब्लू प्रिंटनी भरलेल्या अनेक संगणक डिस्क होत्या, पाकिस्तानला परतल्यावर त्या त्यांनी खान यांच्या हवाली केल्या आणि भारत जोपर्यंत या बाबतीत काहीही हालचाल करत नाही, तोपर्यंत त्यांना हातही लावू नका असे सांगितले.

अर्थातच खान यांनी या बंदीला फारशी भीक घातली नाही, त्यांनी त्यांच्या अभियंत्यांना तातडीने कामाला लागण्याचे आदेश दिले. पाकिस्तानचा अणूबॉम्ब वाहून नेऊ शकेल, एवढ्या क्षमतेची क्षेपणास्त्रे पाकिस्तान अणुऊर्जा आयोगातील खान यांच्या विरोधकांनी या आधीच तयार केली होती, पण त्याहूनही जास्त पल्ला गाठू शकणारी आणि अधिक वजनाचा अणूबॉम्ब वाहून नेऊ शकणारी क्षेपणास्त्रे बनवून त्यांच्यावर कुरघोडी करणे, हे खान यांचे एक स्वप्न होते. बाराव्या शतकात हिंदूंशी लढणारा मोहंमद घौरी याच्याशी आपले नातेसंबंध असल्याचे खान नेहमी सांगत. त्याच्या स्मरणार्थ त्यांनी या आपल्या नव्या क्षेपणास्त्राचे नावही घौरी असेच ठेवले. सोव्हिएट काळातील स्कडवर आधारित असलेल्या या क्षेपणास्त्राचा पल्ला ८०० मैल होता, तर एकाचवेळी ते १७०० पौंड वजनाचे अण्वस्त्र वाहून नेईल एवढी त्याची क्षमता होती. या क्षेपणास्त्राचा कोरियन अवतार इराणसह इतर अनेक देशांत याआधीच लोकप्रिय झाला होता.

मात्र उपयुक्त क्षेपणास्त्र तयार करण्यासाठी कागदी आराखडे कुचकामी ठरणार होते, म्हणून कहुटातील तंत्रज्ञानी उत्तर कोरियातील संबंधित तंत्रज्ञांशी संधान बांधले, हे तंत्रज्ञ कहुटातील तंत्रज्ञांसाठी सल्लागार म्हणून काम करणार होते. कहुटाच्या परिसरात आता उत्तर कोरियन नागरिकांची वर्दळ वाढू लागली होती, चेहरेही नेहमीचेच झाले होते, यात सर्वसामान्य कर्मचाऱ्यांपासून ते उच्चपदस्थ अधिकाऱ्यांचा समावेश असे, वातावरणातील हा अचानक झालेला बदल सीआयएच्या नजरेतून सुटला नव्हता. त्या वेळी खान यांच्याही प्याँगयांगच्या वाऱ्या डोळ्यांत भरतील एवढ्या प्रमाणात वाढल्या होत्या आणि उत्तर कोरियातील घटनांवर नजर ठेवून असलेल्या अमेरिकेच्या गुप्तचर यंत्रणांना ते जाणवले होते. प्रश्न स्वच्छ होता, कोरियन पाकिस्तानात काय करतात यापेक्षा पाकिस्तानचा एक ज्येष्ठ अणूशास्त्रज्ञ उत्तर कोरियाला सातत्याने का भेट देतो?

उत्तर कोरियाला अण्वस्त्र विकासासाठी पाकिस्तान आपले युरेनियम समृद्धीकरण तंत्रज्ञान विकत असल्याचा संशय सीआयएला आला. तरीही आंतरराष्ट्रीय निर्बंधामुळे पाकिस्तानची अर्थव्यवस्था इतकी बिकट झाली आहे की, तो अन्य देशांना हे तंत्रज्ञान देऊ शकणारच नाही असा अमेरिकेचा ठाम विश्वास होता. त्या ऐवजी क्षेपणास्त्रांच्या बदल्यात आपले समृद्धीकरण तंत्रज्ञान देण्याची घातक अनोखी सौदेबाजी करण्याचा घाट भुट्टोंनी घातल्याचे पुरावे सीआयएच्या हाती लागले. पंतप्रधानपद सोडल्यावर त्यांना एकदा या आरोपांविषयी विचारले असताना त्यांनी उत्तर कोरियाकडून क्षेपणास्त्रांचे तंत्रज्ञान मिळवल्याचे कबूल केले; मात्र त्याचवेळी आपण सरकारला त्याचे पैसे द्यायला सांगितले होते अशी पुष्टीही जोडली होती. जर पाकिस्तानने नंतरच्या काळात समृद्धीकरण प्रक्रिया आणि क्षेपणास्त्र तंत्रज्ञान यांची रदबदली केली असेल तर त्याची त्या वेळी तरी आपल्याला काहीच कल्पना नव्हती असेही त्या म्हणाल्या होत्या.

१९९२च्या सुमारास उत्तर कोरिया आणि आयएईए यांच्यात बेबनाव झाल्यानंतर अण्वस्त्र विकासाची पर्यायी व्यवस्था म्हणून त्या देशाच्या शास्त्रज्ञांनी सेंट्रिफ्युज कार्यक्रम सुरू केला. अण्वस्त्र निर्मितीसाठी त्या देशाची प्लुटोनियमचा वापर करण्याची योजना आयएईएने गोठविल्याने हा बेबनाव झाला होता, या सर्व गोष्टी ध्यानात घेतल्या तर पाकिस्तान आणि उत्तर कोरिया यांच्यात सौदेबाजी झाली होती हा संशयच निकालात निघतो. सेंट्रिफ्युजच्या समृद्धीकरणाची प्रक्रिया लपवणे फारसे कठीण नाही. विशेषत: ज्या देशाला अमेरिका किंवा दक्षिण कोरियाकडून अण्वस्त्रांच्या हल्ल्याची भीती आहे आणि त्या भीतीपोटी आणि देशभर पसरलेल्या भयग्रस्त वातावरणात जो देश आपल्या शेकडो लष्करी संस्था तसेच इतर महत्त्वाचे कारखाने हजारो मैल लांबीच्या भुयारात लपवून ठेवतो अशा देशाला

तर काही शेकडो समृद्धीकरण प्रकल्प लपविणे सहजी शक्य असते. मात्र समृद्धीकरण प्रक्रियेवर प्रभुत्व मिळवणे ही त्यांच्या दृष्टीने खरी समस्या होती.

१९९२ हे संपूर्ण वर्ष अमेरिकेची गुप्तचर यंत्रणा दोन्ही देशांतील परस्पर सहकार्यावर नजर ठेवून होती, त्यामुळे उत्तर कोरियाच्या समृद्धीकरण कार्यक्रमाला खान मदत करत होते या संशयाला अधिकच बळकटी मिळाली. उत्तर कोरियाचे तंत्रज्ञ पाकिस्तानात असणे किंवा खान यांनी त्या देशाला वारंवार भेटी देणे या व्यतिरिक्त काही संशयास्पद सामग्री पाकिस्तानकडून हवाई आणि जलमार्गानेही उत्तर कोरियाकडे रवाना होत असल्याचे गुप्तहेरांनी काढलेल्या मागोव्यावरून आढळून आले होते. उत्तर कोरियाच्या पोलादी पडद्याआड नेमके काय चालले आहे हे शोधून काढणे जवळपास अशक्यप्राय होते आणि पाकिस्तान आणि अमेरिका यांच्या गुप्तचर यंत्रणांमधील संबंध त्या काळात तरी रसातळाला गेले होते.

उत्तर कोरियात खान यांचे नेमके काय चालले आहे आणि त्यांच्या परिणामांचे स्वरूप याबद्दल पाकिस्तानच्या लष्कराला तरी पुरेसे आकलन झाले होते की नाही याविषयीही अनेकांच्या मनात कमालीची संदिग्धता होती. त्या काळात खान आपल्या लाल पासपोर्टच्या साहाय्याने मध्य पूर्व, आफ्रिका आणि युरोपचे दौरे करत होते. उत्तर कोरियाला सामग्री पाठविण्यासाठी प्रत्यक्ष पाकिस्तानी हवाई दलाचीच विमाने वापरली जात असल्याने कोणाचा तरी आशीर्वाद असल्याशिवाय खान हे धाडस करू शकतील असे कोणाच्या कल्पनेतही येणे शक्य नव्हते. खान यांनी देशाचे समृद्धीकरण तंत्रज्ञान उत्तर कोरियाला विकले आणि त्याच्या बिलापोटी आलेली रक्कम स्वतःच्या खिशात घातली असा दावा नंतर एका निवृत्त पाकिस्तानी जनरलने केला. पाकिस्तानचे अण्वस्त्र कोठार भरण्यासाठी त्यांचा काळ्या बाजाराशी आलेला प्रदीर्घ संबंध आणि त्यांना मिळालेले अनिर्बंध स्वातंत्र्य या गोष्टींमुळे ते प्रचंड भ्रष्टाचारी झाले अशी चिंता काही ज्येष्ठ लष्करी अधिकारी व्यक्त करतात. मात्र अण्वस्त्र कार्यक्रमातील त्यांचे सर्वोच्च स्थान लक्षात घेता त्यांना कोणाची प्रश्न विचारण्याची शामत नसे याबद्दल सर्वांचेच एकमत होते. १९९०च्या दशकात आपला संपूर्ण कार्यकाल अण्वस्त्र कार्यक्रमात व्यतीत केलेले एक निवृत्त जनरल म्हणतात, 'ए.क्यू. खान यांना संपूर्ण संरक्षण देऊन मुक्तपणे बॉम्ब तयार करू देणे हेच लष्कराचे काम होते. एखादी गोष्ट ते का आणि कशी करतात हे विचारायचे आपले काम नाही हे लष्कराला पूर्णपणे माहीत होते. मी अमेरिकनांना नेहमी सांगायचो, 'एक गोष्ट लक्षात घ्या, आम्ही आमचे तंत्रज्ञान मध्यपूर्वेला विकून काही पैसे कमवत नाही.' आमचा व्याप वाढला तर आमचाच कार्यक्रम धोक्यात येईल याची आम्हाला कल्पना होती. आम्हाला जे हवे होते ते आम्हाला मिळाले, आमचे सारे व्यवहार काळ्या

बाजारावरच चालले होते याची आम्हालाही माहिती होती. काही संशयास्पद व्यक्तींबरोबर खान यांचे लागेबांधे आहेत ही गोष्टही काही लपून राहिली नव्हती, पण हे सारे आमच्या लष्करी हितासाठी होते आणि ते साध्य करण्यासाठी हाताला थोडे काळे लागणारच हेही आम्ही गृहीत धरले होते.'

पाकिस्तानच्या लष्करी अधिकाऱ्यांनी हिरवा कंदील दाखविल्याशिवाय खान उत्तर कोरियाच्या अंतर्गत बाबीत एवढे आतपर्यंत घुसूच शकले नसते अशी इतरांची पक्की धारणा होती. पाकिस्तानी लष्कर आणि सनदी अधिकारी यांनी उत्तर कोरियाशी हातमिळवणी करूनच व्यापक व्यूहात्मक भागीदारी सुरू केली असावी असा सीआयए आणि परराष्ट्रखात्याचा कयास होता. अमेरिकेच्या परराष्ट्र विभागाशी संलग्न असलेल्या अण्वस्त्र प्रसारविरोधी शाखेचे तत्कालीन प्रमुख बॉब आइनहॉन यांच्यामते, 'हा दुहेरी मार्ग असून त्यात अणू तंत्रज्ञानाचा समावेश आहे याची आम्हाला कल्पना होती. दोन्ही देशांतील हे सहकार्य जवळपास सर्वज्ञात होते अणि त्याला पाकिस्तानी लष्कराचा वरदहस्त लाभला होता.'

उत्तर कोरियात खान यांच्या कारवाया टिपणे सीआयएला काही प्रमाणात जमले असले तरी इतर काही उपद्व्यापी देशांशी ते सहकार्य करत असल्याचे कळल्यानंतरही त्या संबंधात माहिती मिळवताना ही संघटना कमनशिबी ठरली.

१९९४च्या वसंत ऋतूत तेहरानहून आलेल्या एका लष्करी प्रतिनिधी मंडळाच्या सन्मानार्थ इस्लामाबादमधील दूतावासात एका स्वागत समारंभाचे आयोजन केले होते. या समारंभास उपस्थिती लावणाऱ्या अनेक राजनैतिक अधिकारी आणि सरकारी उच्चपदस्थांमध्ये ए.क्यू. खान यांचा समावेश होता, मात्र इतर कोणत्याही घोळक्यात न मिसळता ते इराणच्या संरक्षणमंत्र्यांबरोबर गुफ्तगू करताना दिसत होते. या खेपेस या इराणी मंत्र्याने खान यांच्यासाठी एक धाडसी प्रस्ताव आणला होता. खान यांनी इराणला पूर्वीप्रमाणेच अण्वस्त्र सामग्री पुन्हा सुरू करावी अशी त्याची मागणी होतीच, पण १९८७मध्ये दोन्ही देशांत जी फक्त एकाच स्वरूपाची देवाणघेवाण झाली होती तिच्यापेक्षा इराणला या वेळी खान यांच्याकडून खूपच मोठ्या प्रमाणात खरेदी करायची होती. पक्का गृहपाठ करूनच ते या वेळी इस्लामाबादला आले होते. त्यांनी खान यांना सुरुवातीलाच सांगितले की, आपल्याला सध्या कहुटात ज्या प्रकारचे सेंट्रिफ्युजेस विकसित होत आहेत अगदी तशाच प्रकारच्या सेंट्रिफ्युजेसची आवश्यकता आहे. काळ्या बाजारातून अशी सामग्री खरेदी करणे इराणच्या आवाक्याबाहेरचे आहे असे सांगत त्यांनी खान यांना या क्षेत्रातील प्रदीर्घ अनुभवानंतर मिळालेल्या माहितीचा आपल्याला

काही उपयोग होईल काय अशी विचारणा केली. या प्रस्तावात काही धोक्यांचा अंतर्भाव होता, पण आपण एखाद्या अप्रिय घटनेत सापडल्यास पाकिस्तानचे जनरल्स तिकडे दुर्लक्ष करतील अशी अटकळ खान यानी बांधली. कुठल्याही गैरइस्लामिक, त्यातही विशेषत: अमेरिका आणि इस्राइल यांचा त्रास सहन करावा लागणाऱ्या देशांना मदत करणे आपल्याला प्रिय वाटते असे 'चिंतनात्मक' विचार खान आपले मित्र आणि सहकाऱ्यांशी नेहमीच व्यक्त करत. अशा प्रकारच्या व्यवहारात खान यांना प्रिय वाटणारी आणखीन एक गोष्ट असायची आणि ती म्हणजे लाखो डॉलर कमावण्याची संधी. चालू वर्षाच्या अखेरपर्यंत सर्व सामग्री दुबईतील आपल्या मध्यस्थामार्फत इराणला पाठविण्यात येईल असे आश्वासन देत त्यांनी हा प्रस्ताव स्वीकारला.

मूलत: पाकिस्तानसाठी निर्माण केलेले अत्याधुनिक सेंट्रिफ्युजेस गुप्तपणे इराणकडे वळवण्याचे आश्वासन देऊन आणि या व्यवहारात आपल्या काळ्या बाजारातील टोळक्याला समाविष्ट करून खान अशा एका ऐतिहासिक प्रवासाची सुरुवात करत होते की, लवकरच त्यायोगे आपण जगातील चोरट्या आणि भीषण स्वरूपाच्या अण्वस्त्र दलालांच्या यादीत जाऊन बसणार आहोत याची खुद्द त्यांनाच कल्पना नसेल. १९८७मध्ये इराणला रवाना झालेल्या सामग्रीचे प्रमाण तुलनेने फारच कमी होते, आणि मुख्य म्हणजे तो व्यवहार एकदाच होणार होता आणि कदाचित त्याला त्यांच्या वरिष्ठांचीही हरकत नसावी. उत्तर कोरियाला केलेल्या सहकार्यात आर्थिक देवाणघेवाण झाली नसली तरी त्याचा थेट फायदा पाकिस्तानच्या क्षेपणास्त्र विकासाला झाला होता. हा व्यवहार मात्र खासगी स्वरूपाचा होता, पाकिस्तानला त्याचा काहीही लाभ होणार नव्हता आणि खान यांचे मात्र उखळ पांढरे होणार होते.

इराणसाठी तस्करीच्या मार्गाचा अवलंब करायचा असेल तर नेमकी कोणती कळ दाबायची हे खान यांना पक्के ठाऊक होते, १९८७मधील पहिल्या व्यवहारापासूनच ते दुबईतील बी.एस.ए. ताहिर या श्रीलंकेतील तरुणाच्या संपर्कात होते, पहिल्या व्यवहारात याच ताहिरने छोटीशी भूमिका पार पाडली होती. खान यांच्या प्रत्येक दुबई भेटीदरम्यान दोघांचाही सहभोजनाचा कार्यक्रम ठरलेला असे, दुबईच्या मध्यवर्ती भागातील अल मख्तूम मार्गावरील एका आलिशान इमारतीत एक अपार्टमेंट शोधून देण्यात खान यांना ताहिरनेच मदत केली होती. एके काळचा मृदूभाषिक ताहिर कालांतराने एक कठोर आणि शिस्तबद्ध उद्योगपती झाला होता. संगणक विक्रीच्या आपल्या कौटुंबिक व्यवसायातून अत्यंत मानहानीकारक असा दावा दाखल करून त्याने आपल्याच चुलत्याला देशोधडीला लावले होते आणि संपूर्ण मध्यपूर्वेत आपल्या व्यवसायाचे बस्तान बसवले होते.

इराणच्या संरक्षणमंत्र्याशी चर्चा झाल्यानंतर थोड्या दिवसांतच खान यांनी

ताहिरला फोन करून तुला भेटायला काही पाहुणे येणार असल्याचे सांगितले. पाकिस्तानातून दुसऱ्या एका देशाला काही सामग्री पाठविण्याचा एक सौदा आपण केला असून, त्याची देखरेख करण्यासाठी आपण शक्यतो लवकरच दुबईला येणार आहोत असे स्पष्टीकरण त्यांनी दिले. हा सौदा ६ ते ७ दशलक्ष डॉलर्सचा असून ही फक्त इसाऱ्याची रक्कम आहे असेही ते जाताजाता ताहिरला सांगायला विसरले नाहीत.

त्यानंतर काही दिवसांतच इराणच्या रिव्होल्यूशनरी गार्डसचे दोन अधिकारी जाबेल अली फ्री ट्रेड झोनमधील ताहिरच्या मालकीच्या एसएमबी कॉम्प्युटर्समध्ये आले आणि त्यांनी आपल्याला ए.क्यू. खान यांना भेटायचे आहे असे सांगितले. खान लवकरच येथे अपेक्षित आहेत, मात्र तुम्हाला हव्या असलेल्या सामग्रीपैकी काही वस्तू उशीरा पोहोचतील असे ताहिर त्यांना म्हणाला. आपल्या नव्या भागिदाराची प्रतिक्षा करत दोघांनीही दुबईच्या झगमगत्या दुनियेत खरेदी करण्यात काही काळ व्यतीत केला. खान यांनी येतानाच आपल्या बरोबर पी-२ बनावटीच्या सेंट्रिफ्युजेसची डिझाइन्सही आणली होती, तोपर्यंत सुमारे अर्धा डझन सेंट्रिफ्युजेसचे सुट्टे भाग ताहिरच्या वखारीत येऊनही पडले होते. इराण्यांच्या दुर्दैवाने एखाद्याची नजर बाहेर काढता येतील एवढे सेंट्रिफ्युजेस त्या वेळी तरी कहुटात तयार नव्हते, म्हणून खान यांनी त्यांच्या जागी पी-१चे सुट्टे भाग भरले. त्यांनी ताहिरला फोन केला, त्यांची खान यांच्या अपार्टमेंटमध्ये भेट झाली, त्याने ती सर्व डिझाइन्स गोळा केली आणि तो इराण्यांना घेऊन आपल्या वखारीत पोहोचला. आपल्याला काहीच कळत नसल्याच्या आविभार्वात त्या दोघांनी ती डिझाइन्स नजरेखालून घातली आणि तिथे पडलेल्या खोक्यातील सुट्ट्या भागांकडेही एक नजर टाकली. सेंट्रिफ्युजेसचे उर्वरित भाग काही दिवसांतच येतील आणि त्यानंतर सर्व सामग्री आपण स्वत: इराणला संगणकाचे सुट्टे भाग म्हणून पाठवून देऊ असे स्पष्टीकरण ताहिरने त्यांना दिले. जरी हे आराखडे पी-२चे असले तरी सुट्टे भाग मात्र पी-१चे आहेत असे त्याने सांगत आपल्यातील क्षणिक आणि दुर्मीळ प्रामाणिकपणाची झलक दाखवली. जे काही पदरात पडले होते ते स्वीकारण्यावाचून इराण्यांपुढे पर्यायच नव्हता आणि त्यांनी दोन वजनदार सुटकेसेस ताहिरच्या हवाली केल्या. त्यांना विमानतळावर सोडून ताहिर अल मख्तूम मार्गावरील खान यांच्या अपार्टमेंटवर आला आणि त्याने खान यांच्या समक्ष त्या सुटकेसेस खोलल्या. ३ दशलक्ष डॉलरच्या नव्या कोऱ्या नोटांनी त्या खच्चून भरल्या होत्या, नोटा पाहून खान हर्षभरीत झाले.

ताहिरच्या अपेक्षेपेक्षा ही रक्कम अर्धीच होती, पण खान यांनी त्याची समजूत घालत सांगितले की, दुबईत येत्या काही आठवड्यात इतर सामग्री येत

असून ती आपल्याला पुढे इराणला रवाना करायची आहे. या सामग्रीच्या मूळ मालकांना उर्वरित रक्कम द्यायची आहे. मागाहून येणाऱ्या सामग्रीत सेंट्रिफ्युजेसच्या काही विशेष भागांचा समावेश होता. हे भाग एकेकाळी पाकिस्तानला मदत करणारा स्विस अभियंता टिनारकडून यायचे होते. १९८७च्या सौद्यात याच टिनारचा सहभाग होता. आदल्याच वर्षी पाकिस्तानला सेंट्रिफ्युज यंत्रणेत महत्त्वाची भूमिका बजावणारे हजारो लोहचुंबक आणि उच्च दाबाचे इन्व्हर्टर्स गुन सायर आणि सलिम अल्गादीस या दोघा तुर्की उद्योगपतींनी तयार करून पुरवले होते, इराणला पाठवावयाच्या सामग्रीत त्यांचाही समावेश होता.

पी-२ ऐवजी पी-१चे भाग दिल्याने इराणी अधिकाऱ्यांच्या मनात आपण फसवले गेलो अशी भावना निर्माण झाली असली तरी पी-१चे सुट्टे भाग आणि अतिरिक्त सामग्रीचा पहिला हप्ता पोहोचताच इराणी अणू शास्त्रज्ञांच्या अंगात दहा हत्तींचे बळ संचारले. त्या क्षणापर्यंत तरी तेहरान अणू केंद्रामध्ये चाचणीस्तरावरील एकमेव सेंट्रिफ्युज जवळपास पूर्ण क्षमतेने सुरू करण्यात त्यांना यश आले होते. आता अशा चाचण्यांची व्याप्ती लक्षणीय प्रमाणात वाढवता येणे शक्य होणार होते, मात्र त्याचवेळी एवढी मोठी यंत्रणा आयएईएपासून लपविण्यातही जोखीम होती, शिवाय या कार्यक्रमाचा गौप्यस्फोटही होण्याचा धोका होता. म्हणून या प्रकल्पाचा संशोधन आणि उत्पादन विभाग तेहरानपासून दूर आणि दुर्लक्षित अशा औद्योगिक वसाहतीत नेण्यात आला. दगडी भिंतींच्या आडोशाला असलेल्या या वसाहतीत दोन मोठ्या आणि इतर काही छोट्या इमारती होत्या, इथे पूर्वी 'कालय इलेक्ट्रिक कंपनी' नावाचा घड्याळ उत्पादनाचा कारखाना होता. लवकरच हा भाग इराणच्या अणू प्रकल्पाचा केंद्रबिंदू ठरणार होता. या नव्या जागी स्थलांतर होण्यापूर्वीच इराणी शास्त्रज्ञांनी पन्नास सेंट्रिफ्युजेसच्या भागांची जुळणी सुरूही केली. ही प्रगती आश्चर्य वाटावे इतकी शीघ्रगतीने चालली होती.

इकडे इराणला ही सर्व सामग्री रवाना होत असल्याची गंधवार्ताही अमेरिकन गुप्तचर यंत्रणांना नव्हती. खान या पाकिस्तानी शास्त्रज्ञाला सीआयएने नेहमीच कमी लेखले. या माणसाचा काळ्याबाजारातील एक ग्राहक ते त्याच क्षेत्रातील एक विक्रेता असा प्रवास कधी झाला हे जगभर पसरलेल्या आणि पाकिस्तानवर सुमारे दोन दशके आपली करडी नजर ठेवणाऱ्या त्या चाणाक्ष गुप्तहेरांना कधी कळले नाही. एवढेच नाहीतर पाकिस्तान आपल्या अणू कौशल्यसंदर्भात इराणशी भागिदारी करू शकतो या इशाऱ्यानेही त्यांना जाग आली नाही.

सुगाव्यांची शृंखला

ना*झी जर्मनीच्या विरोधात मित्रराष्ट्रांच्या सैन्याने मिळवलेल्या* विजयाला पन्नास वर्षे पूर्ण झाल्याच्या निमित्ताने आयोजित केलेल्या समारंभाला हजर राहाण्यासाठी अध्यक्ष बिल क्लिंटन वॉशिंग्टन शहराच्या सीमेवर असलेल्या ॲन्ड्र्यू विमानतळावरील एअर फोर्स-वन या विमानात चढले.

चेचन्या प्रांतात उसळलेल्या फुटिरतावादी बंडखोरांना धडा शिकविण्याच्या उद्देशाने रशियाचे अध्यक्ष बोरिस येल्तसिन यांनी काही दिवसांपूर्वीच त्या भागात लष्कर पाठवले होते. अशा अत्याचाराने मलिन झालेल्या सैन्याकडून क्लिंटन मानवंदना स्वीकारत असल्याचे चित्र जगाला चुकीचा संदेश देऊ शकले असते आणि याच भितीपोटी व्हाइट हाउसच्या पदाधिकाऱ्यांनी या दौऱ्याला विरोध केला होता. पण क्लिंटन यांच्या मनात रशियाबद्दल आशावाद अंकुरला होता, त्यांची कार्यक्रमपत्रिका भरगच्च भरली होती आणि शेवटच्या क्षणी त्यांना परावृत्त करणे अशक्य होते.

रशियाकडून इराणला आण्विक तंत्रज्ञान देण्याविषयीच्या कराराला नेस्तनाबूत करण्यासाठी येल्तसिन यांचे मन वळविण्याच्या क्लिंटन यांच्या प्रयत्नांना या कार्यक्रमपत्रिकेवर सर्वाधिक प्राधान्य देण्यात आले होते. नागरी विकासाच्या बुरख्याखाली इराणच्या अण्वस्त्र कार्यक्रमाला ते तंत्रज्ञान पुरवणारा एक देश म्हणून रशिया पुढे येण्याच्या उंबरठ्यावर होता. शाह यांच्या राजवटीत जर्मनांनी उभारलेली आणि नंतरच्या काळात इराणमधील क्रांतीदरम्यान ओसाड पडलेली बुशेहेर येथील अणुभट्टी सुरू करणे हे रशियाचे पहिले काम होते, त्यासाठी दोन्ही देशांत ८०० दशलक्ष डॉलरचे एक कंत्राट १९९५मध्येच झाले होते. प्रत्यक्षात रशिया इराणला नागरी स्वरूपाच्या मदतीच्या नावाखाली अण्वस्त्र विकासाला सक्रिय चालना देत आहे अशी अमेरिकेतील तज्ज्ञांची खातरी पटली होती आणि बुशेहेर समझोता मोडीत काढून पुढील सर्व मदत थांबविण्यासंदर्भात येल्तसिन

यांचे मन वळवावे अशी अमेरिकेच्या प्रशासनातील प्रसारबंदी विशेषज्ञांची क्लिंटन यांच्याकडून अपेक्षा होती. याची पूर्वतयारी म्हणून व्हाइट हाउसच्या राष्ट्रीय सुरक्षा मंडळाने एक पाच पानी आणि ठळक अक्षरांत असलेला अहवाल तयार केला होता. त्यात इराणच्या आण्विक आकांक्षांच्या तपशिलवार माहितीबरोबरच रशियासह चीन आणि पाकिस्तान कोणती भूमिका साकारून इराणचा उद्दिष्टपूर्तीचा मार्ग सुकर करत आहेत, याचेही वर्णन होते. आपल्या दाव्यांच्या पुष्ट्यर्थ राष्ट्रीय सुरक्षा मंडळाने काही महत्त्वाच्या व्यक्तींच्या संभाषणात हस्तक्षेप करून मिळवलेल्या माहितीचाही अंतर्भाव करण्यात आला होता.

रशियाच्या एका सर्वोच्च पदावरील नेत्याला अशा प्रकारची संवेदनाशील माहिती देणे हेच मुळी असाधारण होते आणि प्रशासनातील अनेक अधिकाऱ्यांचा त्याला विरोधही होता. मात्र या विषयात बाजी मारली ती अखेर क्लिंटन यांच्या अण्वस्त्रप्रसारबंदी सल्लागारांनीच. इराणचा अणूकार्यक्रम हा शांततामय किंवा नागरी स्वरूपाचा नक्कीच नसून तो लष्करी स्वरूपाचा असल्याने ही माहिती येल्तसिन देणे अत्यावश्यक असल्याचा युक्तिवाद त्यांनी केला. 'केवळ अण्वस्त्रासाठीच लागणाऱ्या साहित्याची निर्मिती करण्यासाठी इराणपाशी सुसंघटित अशी यंत्रणा असल्याची माहिती आम्हाला होती,' असे सदर अहवालात नमूद करण्यात आले होते. याचाच अर्थ पूर्वीच्या सोव्हिएट रशियाचा घटक असलेल्या कझाकीस्तानकडून समृद्ध युरेनियम खरेदी करण्याचा प्रयत्न इराणकडून झाला होता, शिवाय इराक आणि पाकिस्तान यांनी ज्या काळ्या बाजाराच्या माध्यमातून युरोपात तयार झालेले सुट्टे भाग प्राप्त करून घेतले होते, तेच मार्ग आता इराणही चोखाळत होता. क्लिंटन यांच्या उपस्थितीत अहवालाचे वाचन झाल्यावर येल्तसिन काहीसे गंभीर झाले. बुशेहेरच्या संयंत्रामुळे भविष्यात रशियातील हजारो बेकार आणि बिनपगारी अणू शास्त्रज्ञांना नोकरी मिळण्याची शक्यता होती, आणि त्यायोगे रशियाला इराणवरील आपला प्रभावही वाढविण्याची संधी प्राप्त होणार होती. अमेरिकेच्या आक्षेपांचा आपण विचार करू असे तोंडदेखले आश्वासन देऊन येल्तसिन मोकळे झाले आणि त्यामुळे रशियाकडून इराणला होत असलेला अण्वस्त्र सामग्रीचा पुरवठा या पुढे तरी बंद होईल अशी आशा अमेरिकनांना वाटू लागली.

इराणच्या तथाकथित नागरी कार्यक्रमाचा एक भाग म्हणून अणुभट्टी विकसित करण्यासाठी चीनही कार्यरत होता, त्यापासून त्या देशाला परावृत्त करण्याचे क्लिंटन प्रशासनाचे प्रयत्न अद्यापी चालू होते. अण्वस्त्र प्रसारबंदी कराराची व्याप्ती वाढविण्याच्या विषयावर संयुक्त राष्ट्रांच्या न्यू यॉर्कस्थित मुख्यालयातील एका परिषदेदरम्यान अमेरिकेचे परराष्ट्रमंत्री वॉरन ख्रिस्तोफर आणि चीनचे परराष्ट्रमंत्री किन किशेन यांनी वॉल्ड्रोफ अॅस्टोरिआ या हॉटेलात सहभोजन घेतले. इराण

अण्वस्त्रांचे भांडार उभारत असून चीनकडून त्याला मिळणारे तंत्रज्ञान आणि प्रशिक्षण शेवटी अण्वस्त्रनिर्मितीच्या दिशेनेच जाणार आहे. आणि ते-ते अत्यंत धोकादायक ठरू शकते असा प्रतिवाद ख्रिस्तोफरनी केला.

मात्र चीनने हे तंत्रज्ञान याआधीच इराणने अण्वस्त्रांच्या दिशेने वळवले होते याची अमेरिकेला तीळमात्रही कल्पना नव्हती. आता तेहरानजवळच्या कालाय इलेक्ट्रिक्समध्ये हलविण्यात आलेल्या खान यांच्या सदोष सेंट्रिफ्युजच्या चाचणीसाठी चीनने १९९१मध्ये विकलेल्या १.८ टन कच्च्या युरेनियमचा आणि रासायनिक युरेनियमचाच इराणने वापर केला होता.

ख्रिस्तोफर यांच्या प्रतिवादाचा किन यांच्यावर काडीचाही परिणाम झाला नाही, या मुद्यावर पुढील चर्चा करण्यासाठी चीनचे तज्ज्ञ अमेरिकन वैज्ञानिकांची लवकरच भेट घेतील एवढे आश्वासन त्यांनी दिले, आणि इराण-चीन अण्वस्त्र सहकार्य स्थगित करण्याचे ठामपणे नाकारले, एकतर चीन त्या वेळी आर्थिक संकटाचा सामना करत होता आणि त्याचवेळी त्याची इराणच्या समृद्ध नैसर्गिक वायू आणि तेलाच्या भांडारावरही त्याची नजर होती, या सर्व गरजा केवळ इराणकडून पूर्ण होण्याची शक्यता असल्याने त्या देशाचे शत्रुत्व किन यांना परवडण्यासारखे नव्हते.

अण्वस्त्रप्रसाराला चीनचा अधिकृतपणे विरोध होता, पण अमेरिका आणि एकेकाळचा सोव्हिएट युनियन यांच्या पुढाकारातून झालेल्या एनपीटीचा तो कधीच सदस्य नव्हता त्यामुळे अण्वस्त्रबाह्य शक्ती अशी त्याची प्रतिमा आकारच घेऊ शकली नाही. कोरियन युद्धादरम्यान अमेरिका आपल्या सैन्यदलांवर अण्वस्त्र हल्ले करील या भीतीतून चीनने आपला अणूबॉम्ब तयार केला, मात्र दोन्ही महासत्तांनंतर त्याने हे पाऊल उचलले असले, तरीही १९६४पर्यंत त्याने अणुचाचणी केली नव्हती. जगातील कित्येक देशांना स्वसंरक्षणासाठी अण्वस्त्र बाळगण्याचा कायदेशिर हक्क असतो, मात्र अमेरिका आणि रशिया यांसारखे देश त्यांना त्यापासून वंचित ठेवतात आणि त्याचवेळी स्वत:ची अण्वस्त्र भांडारे ठासूत भरतात अशी चीनची धारणा होती आणि म्हणूनच त्याने १९९२पर्यंत एनपीटीवर सही केली नव्हती. काही बिगर अण्वस्त्रधारी देशांकडून आजही या मुद्यावर सातत्याने हीच चर्चा सुरू असते, अण्वस्त्रधारी देशाकडून हल्ला होण्याच्या भीतीबरोबरच आंतरराष्ट्रीय आण्विक असमतोल ही देखाल त्यांच्या चिंतेची बाब असते.

आतापर्यंत एका देशाने दुसऱ्या देशाला अण्वस्त्रसिद्ध होण्यासाठी आवश्यक असलेले तंत्रज्ञान आणि सामग्री पुरवायची असा एक अलिखित प्रघात होता, त्यात अलीकडे काळ्या बाजाराने शिरकाव करून एका नव्या समस्येला जन्म दिला होता. एकीकडे इराणला अणुतंत्रज्ञान देण्यापासून रशिया आणि चीन यांना

परावृत्त करण्याचे अमेरिकेचे प्रयत्न प्रशंसनीय ठरत होते; मात्र या काळ्या बाजाराशी टक्कर देताना क्लिंटन प्रशासनाची दमछाक होत होती. अण्वस्त्रसज्ज होण्याची सद्दामची अपुरी आकांक्षा पूर्ण करण्यात आणि पाकिस्तानचे अण्वस्त्र भांडार विकसित करण्यात या काळ्या बाजाराने मध्यवर्ती भूमिका वठवली होती. १९८०मध्ये पाकिस्तानला सेंट्रिफ्युजचे भाग जात असल्याची चिन्हे सीआयएच्या नजरेतून सुटली नव्हती, अगदी त्याची थेट पुनरावृत्ती आता पुन्हा १९९४मध्येही झाल्याचे दिसत होते, मात्र याही वेळी या घटनांकडे एक योगायोग म्हणूनच पाहिले गेले. एकतर खासगी अणुप्रसार ही संकल्पनाही त्या वेळी कोणाच्या ध्यानीमनी नव्हती, आणि पूर्वीप्रमाणेच खान यांची ताकद कमी लेखण्याची आगळिक अमेरिकेकडून पुन्हा एकदा झाली. परिणामत: या सर्व घटनांशी खान यांचा संबंध कोणीच जोडला नाही. क्लिंटन यांच्या मॉस्को दौऱ्यानंतर दोन महिन्यांनी हे कोडे सोडवण्याची संधी अमेरिकेच्या गुप्तहेरांना मिळाली होती, पण याही वेळी त्यांनी डोळ्यावर कातडे ओढले.

दिनांक ७ ऑगस्ट, १९९५... वेळ-मध्यरात्र... इराक आणि जॉर्डन यांच्या सीमेच्या दिशेने काळ्या रंगाच्या मर्सिडिसचा एक ताफा भरधाव वेगाने निघाला होता. गाड्या अम्मानला पोहोचताच पहिल्या गाडीतून जनरल हुसेन केमाल बाहेर पडला. केमाल हा सद्दामचा जावई. इराकच्या आण्विक, रासायनिक आणि जैविक अस्त्रांच्या खरेदीची जबाबदारी त्याच्यावर सोपविण्यात आली होती. आखाती युद्ध संपल्याला चार वर्षे उलटून गेल्यावरही सद्दामकडे महासंहारक शस्त्रास्त्रे नसल्याची हमी देण्याचे संयुक्त राष्ट्रांचे प्रयत्न अद्यापी सुरूच होते. नेमकी हीच माहिती या संघटनेला देऊन सद्दामशी फंदफितुरी करण्याच्या तयारीत केमाल होता आणि त्यामुळे सद्दामला जबरदस्त फटका बसणार होता.

इराकच्या लपाछपीच्या खेळाचा यूएनला आता कंटाळा आला होता. आयएईएचे पथक व्हिएन्नाकडे विश्रांतीसाठी परतण्याच्या बेतात असतानाच केमालच्या बंडखोरीची बातमी त्यांना सीएनएनवरून कळली. नव्या माहितीच्या आशेने त्यांनी आपला बेत रद्द केला. त्यांना फार वेळ वाट पाहावी लागली नाही. केमालच्या बंडखोरीची वार्ता कानावर पडताच सद्दाम अस्वस्थ झाला, केमालने तोंड उघडले तर आपल्या सरकारच्या तणावग्रस्त विश्वासार्हतेला सुरूंग लागेल आणि यूएनचे निर्बंध सैल होण्याची आशा धुळीस मिळेल, अशी भीती त्याला वाटू लागली. त्याने आपले उपपंतप्रधान तारीक अझिझ यांना पाचारण करून इराकच्या अण्वस्त्र कार्यक्रमाविषयी सर्वांनाच अंधारात ठेवण्याचे कृत्य केमालने केले असून तो एक

देशद्रोही असल्याचे जाहीर करायला लावून त्याच्या खेळीतील हवा काढून घेण्याचा प्रयत्न केला. त्यानंतर थोड्याच दिवसांत आयएईएचे एक पथक बगदादच्या पश्चिमेस असलेल्या एका कुक्कुटपालन केंद्राच्या दिशेने रवाना झाले. सुमारे दहा मैलांनंतर ते 'हैदर' नावाच्या खेड्यातील एका मळ्यात पोहोचले. ऑगस्टच्या अक्षरश: भाजून काढणाऱ्या उन्हाळ्यात एका इराकी लष्करी अधिकाऱ्याने सर्व निरीक्षकांना एका कोंबड्यांच्या बंद खुराड्यात नेले. तिथे त्यांना एकावर एक रचलेल्या शेकडो लाकडी आणि पत्र्याच्या पेट्या आढळल्या. त्या उघडताच निरीक्षकांना कॉम्प्युटर डिस्क, व्हिडीओ टेप्स, छायाचित्रे आणि काही हार्डवेअरचे संच सापडले.

त्या दिवशी त्या भट्टीसारख्या तापलेल्या खोलीच्या बाहेर घामाघूम अवस्थेत उभ्या असलेल्या निरीक्षकांमध्ये फ्रेंच अण्वस्त्र तज्ज्ञ आणि आयएईएच्या पथकाचे प्रमुख जेक्स बाउट यांचा समावेश होता. बाउट यांची एक तरुण रक्ताचे, नेहमी हसत-खेळत राहाणारे पण त्याचवेळी एक व्यवहारी अधिकारी अशी ख्याती होती, पण गेल्या काही महिन्यांतील इराकी सरकारचा अंधाधुंद कारभार आणि त्यांच्या कामात अडथळे आणण्याचा खोडसाळपणा इत्यादींमुळे त्यांच्याही सहनशीलतेचा अंत होत चालला होता. मात्र आता त्या पेट्यांतील वस्तू पाहिल्यावर एखाद्या गोष्टीचा चिवटपणे पाठपुरावा केल्यास त्याचे फळ मिळते, असे त्यांना वाटले. सापडलेल्या साहित्यापैकी काही कागदपत्रे जैविक अस्त्रांशी निगडित असली तरी उर्वरित कागदपत्रांमध्ये अण्वस्त्र निर्मितीशी संबंधित अशा डिझाइन्सचा भरणा होता. बाहेरील जग समजत होते, त्यापेक्षा इराक या क्षेत्रात बराच आघाडीवर होता हेही त्यावरून निष्पन्न होत होते. सेंट्रिफ्युजेसची डिझाइन्स, काही रेखांकित आराखडे तसेच अण्वस्त्र सामग्री आणि ती पुरविणाऱ्या युरोपातील दलालांच्या याद्याही त्यात होत्या. एका पेटीत तर बाउटना अत्यंत अत्याधुनिक सेंट्रिफ्युजेससाठीच केवळ वापरात येणाऱ्या आणि कठोर निर्बंध असलेल्या विशिष्ट पोलादी सळ्याही आढळून आल्या. इराकने अत्याधुनिक अण्वस्त्रांसाठी केलेल्या प्रयत्नांबद्दल ज्या काही शंका होत्या त्या सर्व हवेत विरून गेल्या.

सद्दाम आणि इतर ज्येष्ठ अधिकाऱ्यांना अंधारात ठेवून केमालनेच हा साठा लपवून ठेवल्याचा दावा इराक सरकारने केला, मात्र असल्या भाकडकथांवर आयएईएच्या अधिकाऱ्यांपैकी कोणाचाच विश्वास बसणे शक्य नव्हते. केमालने बंडखोरी केल्याच्या दुसऱ्याच दिवशी काही मालमोटारी या कुक्कुटपालन केंद्राकडे जात-येत असतानाची उपग्रह छायाचित्रे पाहिल्यावर तर त्यांच्या शंका रास्त असल्याचे सिद्ध झाले. सापडलेल्या एकूण पेट्यांपैकी दिडशे पेट्या सीलबंद करून बगदादकडे रवाना करण्याचे आदेश बाउटनी दिले. जीवघेणा उन्हाळा

आणि धोकादायक इराकी यांच्यापासून दूर अशा ठिकाणी ते या सर्व मालाची बारकाईने तपासणी करणार होते.

अण्वस्त्रांचा वाढता प्रसार रोखण्यासाठी आपल्या कौशल्यांचा उपयोग होईल या दृढनिश्चयापोटी बाउट फ्रेंच अणू उद्योग सोडून आयएईएमध्ये आले होते आणि त्यांच्यापाशी असलेल्या आण्विक ज्ञान आणि विलक्षण विश्लेषणात्मक बुद्धिमत्ता या गुणांच्या बळावर त्यांची गणना आयएईएच्या प्रभावी नेत्यांत झाली होती. सुमारे सत्तर हजार पानी अहवाल आणि सरमिसळ असलेल्या सुट्या भागांची काळजीपूर्वक तपासणी केल्यावर सद्दाम लवकरच अण्वस्त्र तयार करणार होता याची बाउटना खातरी पटली. ही सारी तपासप्रक्रिया अस्वस्थ करणारी होती. तशातच आपण अब्दुल करीम खान यांचे प्रतिनिधी असून इराकला अण्वस्त्र निर्मितीत मदत करू इच्छितो अशा आशयाचा प्रस्ताव असलेले एक पत्र एका पेटीच्या तळात सापडल्याने या अस्वस्थतेत भर पडली. पाकिस्तानच्या अण्वस्त्राचे जनक म्हणून बाउटना खान परिचित होते, मात्र इराकच्या अण्वस्त्र आकांक्षापूर्तीच्या मार्गातही त्यांचा सहभाग असल्याचे या पत्रामुळे त्यांना प्रथमच कळत होते. फाइलच्या पहिल्याच पानावर एक मेमो होता. ऑक्टोबर, १९९०मध्ये इराकी गुप्तचर यंत्रणा आणि 'मलिक' या एका व्यक्तीचा बैठकीचा त्यात उल्लेख होता. अण्वस्त्रांची डिझाइन्स, युरेनियम समृद्धीकरणात आणि प्रत्यक्ष अण्वस्त्र निर्मितीत सहकार्य इत्यादीसाठी मदत करण्याची खान यांची तयारी असल्याचे या पत्रात म्हटले होते. मलिकने पत्रात असेही म्हटले होते की, 'खान यांच्या मालकीची दुबईत एक कंपनी असून पश्चिम युरोपातील सामग्री तिच्यामार्फत इराकला पाठवता येईल. या सर्वांसाठी जास्तीतजास्त पाच दशलक्ष डॉलर्स खर्च येणार होता. या सर्व व्यवहाराची जबाबदारी सोपवलेल्या इराकी अधिकाऱ्याला 'पीसी-३' हे सांकेतिक नाव देण्यात आले होते. खान यांच्या सामग्रीचे नमुने देण्याच्या मलिकच्या प्रस्तावामागे काहीतरी डाव असावा असा पीसी-३ याला संशय आला तरीही त्याने तो स्वीकारला.

खान यांच्या फाइलच्या बाउटनी प्रती काढल्या आणि इराकी अणू संघटनेच्या अधिकाऱ्यांबरोबर होणाऱ्या बैठकीला जाताना बरोबर नेल्या. इराकच्या अणूकार्यक्रमात खान यांचा सहभाग असल्याची कोणाला काही कल्पना आहे काय अशी पृच्छा त्यांनी या प्रती अधिकाऱ्यांना दाखवण्यापूर्वी केली. त्यावर सर्वांनीच कानावर हात ठेवले. आपल्या ब्रिफकेसमधून कागदपत्रे बाहेर काढून त्यांच्या हातात देत त्यांनी हा प्रश्न पुन्हा एकदा विचारला. बाउट यांचा रोख अधिकाऱ्यांच्या लक्षात आला, मात्र हा प्रस्ताव बारगळल्याचे सांगत त्यांनी वेळ मारून नेली.

बाउटनी सादर केलेल्या प्रस्तावाच्या प्रती एवढ्या बोलक्या होत्या की,

इराकींची नकारघंटा फारशी प्रभावी ठरू शकली नाही. हा गुंता सोडविण्यासाठी बाउट लागोपाठ चार दिवस इराकी मंत्रालयात चकरा मारत राहिले. सरते शेवटी १९९०मधील हा प्रस्ताव प्राथमिक अवस्थेत ज्या गुप्तचर कर्मचाऱ्यांनी आणि अणू विभागाच्या अधिकाऱ्यांनी स्विकारून त्याचे मूल्यमापन केले त्या सर्वांच्या नावांची यादी बाउटना देण्यात आली. त्यांच्यापैकी काही जण अद्यापी इराकमध्येच होते, जेव्हा बाउट आणि त्यांच्या पथकाने त्यांचा मागोवा घेऊन त्यांना काही प्रश्न विचारले तेव्हा त्या सर्वांनीच सरकारी राग आळवायला सुरुवात केली. या कराराच्या वैधतेबाबत आम्ही साशंक होतो आणि म्हणूनच तो पुढे सरकला नाही असा त्यांचा सूर होता. मलिकशी थेट सौदा करणाऱ्या पीसी-३ या इराकी गुप्तहेराला शोधून काढण्यात बाउटना शेवटी यश आले. आखाती युद्धानंतर इराकमधून पलायन करुन एका युरोपीयन देशात त्याने आसरा घेतला होता. पीसी-३ आता सद्दामच्या पोलादी पंज्याच्या बाहेर असल्याने या प्रकरणाच्या तळापर्यंत आपण जाऊ शकू अशी खातरी वाटल्याने बाउटनी त्याला भेटण्यासाठी व्हिएन्नाकडून परवानगी मिळवली. पण बाउट इथेही कमनशिबी ठरले, खान आणि आपल्या संबंधांवर काहीही बोलण्यास त्याने ठाम नकार दिला.

या गूढ प्रस्तावासंबंधी विचारणा करण्यासाठी आयएईएने पाकिस्तानी सरकारला एक अधिकृत पत्र पाठवले. ही संपूर्ण घटना म्हणजे चेष्टेचा प्रकार असू शकतो असे सांगत बाहेरच्या कोणत्याही देशाला अणू तंत्रज्ञान देण्याच्या कटात खान यांच्या सहभागाची शक्यता त्या देशाच्या सरकारने फेटाळून लावली.

पाकिस्तानचा अधिकृत नकार आणि इराकींकडून अधिक माहिती मिळवण्यात आलेल्या अपयशामुळे बाउट यांची संपूर्ण शोधमोहीमच बासनात गुंडाळली गेली. इराकला अण्वस्त्राची तांत्रिक माहिती विकणे हा एकमेव उद्देश खान यांनी दिलेल्या प्रस्तावामागे होता याची बाउट आणि त्यांच्या सहकाऱ्यांना पुरेपूर कल्पना होती, मात्र तो सिद्ध करण्यात त्यांना यश आले नाही. या सर्व प्रकारावर भाष्य करताना बाउटच एकदा म्हणाले होते, 'खान यांनी इराकला सादर केलेला प्रस्ताव पूर्णपणे खरा होता याबद्दल माझ्या मनात तीळमात्रही शंका नाही. या प्रश्नाशी निगडित असलेल्या प्रत्येकालाच त्याची खातरी पटली होती. एखाद्याने कपोलकल्पित प्रस्ताव तयार करावा आणि त्यात खान यांचे नाव गुंतवावे असा काही हा प्रकार नव्हता. खान यांचे नेटवर्कही म्हणजे काही कविकल्पना नव्हती, पाकिस्तानातील तंत्रज्ञान चोरून ते इतर देशांना विकण्याचा हा प्रकार होता आणि त्याला गेल्या काही दशकांचा इतिहास होता.'

शेवटचा एक उपाय म्हणून आयएईएच्या अधिकाऱ्यांनी सर्व संबंधित कागदपत्रांच्या प्रती अमेरिकेच्या गुप्तचर यंत्रणेकडे रवाना केल्या, या एकूणच

प्रकरणाच्या तळापर्यंत जाण्याची जर कोणाची प्राज्ञा असेल तर ती फक्त अमेरिकन यंत्रणांचीच – असा विचार करूनच बाउटनी हे पाऊल उचलले होते. आयएईएला तिकडूनही अपेक्षित प्रतिसाद मिळाला नाही आणि अमेरिकेच्या गुप्तचर संघटनांनी तरी हा प्रस्ताव गांभीर्याने घेतला की नाही याबद्दल बाउटना शंका येऊ लागली. खान यांच्या या प्रस्तावाची माहिती आपल्याला कशी मिळाली हे सांगण्याची संधी केमालला मिळाली नाही. इराकमधून पलायन करून सहा महिने लोटल्यानंतर आणि त्याची जबानी घेण्याची संधी बाउटना मिळण्यापूर्वी केमालला माफी देऊन इराकमध्ये त्याचे स्वागत होईल असे सांगण्यात आले. काही दिवसांतच त्याला आणि त्याच्या कुटुंबातील प्रत्येकाला ठार करण्यात आले.

गुप्तचर यंत्रणांची माहिती अपरिवर्तनीय कधीच नसते. अणू तंत्रज्ञानाचा चोरटा व्यापार करण्याचा संशय असलेल्या बारा देशांसह काही व्यक्ती आणि गटांवर पाश्चात्त्य गुप्तचर संघटना आणि आयएईए बारीक नजर ठेऊन होत्या. वरवर पाहता वेगवेगळ्या वाटणाऱ्या या घटना किंवा गौप्यस्फोट यांच्यामागे नेमका कोणाचा हात आहे, याचे चित्र तयार करण्याचे काम गुप्तहेर आणि कार्यालयात बसून सूत्रे हलविणारे विश्लेषक करत होते आणि तसे करताना अण्वस्त्रांचा काळाबाजार करणाऱ्यांच्या विविध पद्धती समोर येत होत्या. अमेरिकेच्या दृष्टीने उपद्रवी ठरणाऱ्या इराण आणि उत्तर कोरिया या देशांना खान अणू तंत्रज्ञान पुरवित होते याबद्दलचे भरपूर पुरावे अमेरिकन गुप्तचर यंत्रणांकडे होते. इराकला दिलेल्या संशयास्पद प्रस्तावाची त्यात नव्याने भर पडली होती.

इराण, इराक, युरोप आणि जगाच्या इतर भागांतून माहिती मिळत असूनही आणि सकृत्दर्शनी भरपूर पुरावे उपलब्ध होऊनही खान यांच्या कारवाया रोखण्यासाठी सामूहिक प्रयत्नही होत नव्हते आणि ते व्हावे यासाठी कोणी दबावही आणत नव्हते. अमेरिकन परराष्ट्रखात्यात अण्वस्त्र प्रसारविरोधी विभागात काम करणाऱ्या एका ज्येष्ठ अधिकाऱ्याने म्हटले आहे की, 'अण्वस्त्राबाबतची माहिती आणि तंत्रज्ञान अन्य देशांना विकण्यासंदर्भात खान यांच्या तत्परतेची आम्हाला नक्कीच जाणीव होती, मात्र कोणाकडून किती, कशी आणि केव्हा माहिती मिळू शकते हे निश्चित कसे करायचे हाच मूळ समस्येचा एक महत्त्वाचा भाग होता. तुम्हाला एकगठ्ठा असे काहीच मिळत नव्हते आणि या वैशिष्ट्यपूर्ण प्रकरणाला इतके पदर होते की, तुम्ही त्याचे एकत्रित असे चित्रच पाहू शकत नव्हता.'

नेदरलॅन्डमध्ये वीस वर्षांपूर्वी खान यांच्या कारवायांना सुरुवात झाली होती आणि आता ते आपले नेटवर्क अधिक व्यापक करत होते आणि अमेरिकेचे

गुप्तहेर खाते त्यावेळेप्रमाणे आताही गाफील राहिले होते. खान यांच्यावर नजर ठेवणे, चोरून ऐकलेल्या दूरध्वनी संभाषणांतून जे काही कळेल ते साठवणे आणि या प्रकरणाच्या परिघातील व्यक्ती जे काही सांगतील त्यावर विश्वास ठेवणे इत्यादी बाबींवरच सीआयए आणि इतर संघटना समाधान मानत होत्या. पाकिस्तानी सरकारचे संरक्षण मिळाल्याने खान सुरक्षित होते, त्यामुळे त्यांना सहजी लक्ष्य करणेही अशक्य ठरत होते ही वस्तुस्थिती होती. त्याशिवाय मिल्ट बियरडेन आणि सीआयए यांना आता पूर्वीप्रमाणे पाकिस्तानात मुक्त संचार करता येत नव्हता आणि त्यामुळेच खान यांच्या टोळीत शिरकाव करणे कठीण झाले होते. सर्वसाधारणपणे एखाद्या नाराज व्यक्तीला हाताशी धरून किंवा त्याला पैसे चारून सीआयए आपले माहिती स्रोत विकसित करत असते, पण खान यांच्या नेटवर्ककडून इराणला सामग्री रवाना होत असल्याचे दिसूनही या संघटनेला खान यांच्याशी एकनिष्ठ असलेल्या आणि काळ्या बाजारावर ज्यांची रोजीरोटी अवलंबून होती अशा काही मूठभर व्यक्तींवरच सीआयए अडकून पडली होती. खान यांना संरक्षण देऊन त्यांच्या अण्वस्त्र भांडाराला कोणत्याही प्रकारे क्षती पोहोचणार नाही याची काळजी घेणे हेच पाकिस्तानी लष्करी गुप्तचर यंत्रणांचे ध्येय होते.

पाकिस्तानात खबऱ्यांची भरती करणारे सीआयएचे एक अधिकारी म्हणाले की, 'अमेरिका आणि इतरांकडून खान यांची काटेकोरपणे छाननी होत असे, एखाद्या जाणकाराप्रमाणे ते आपल्या नेटवर्कची बांधणी करायचे, गरज भासेल त्यानुसार ते अधिकाऱ्यांचा आणि त्यांना हव्या असलेल्या कागदपत्रांचा उपयोग करून ते पुढे जायचे. त्यांच्या विषयाशी संबंधित वाटाघाटीत बहुधा त्यांचाच पुढाकार असायचा. त्यांच्या कारवायांचे चित्र स्पष्ट होण्यासाठी हजारो दस्ताऐवजांची छाननी करणे आवश्यक ठरायचे. तांत्रिक दस्ताऐवजांची छाननी करणे ही एक आमच्या दृष्टीने डोकेदुखीची बाब असायची. भारताच्या १९७४च्या अणू चाचणीनंतर या कामासाठी राष्ट्रीय शस्त्रास्त्र प्रयोगशाळेतील तज्ज्ञांची मदत घेणे आवश्यक असल्याची जाणीव सीआयएला झाली. त्यांच्या मदतीने या छाननी प्रक्रियेला एक तर्कसंगती आली हे खरे असले तरी त्यात नंतर सातत्य राहिले नाही हेही तेवढेच खरे.'

खान यांना रोखण्यात इतर काही घटकांच्या भूमिकांचाही वाटा होता. पाकिस्तानी सरकारशी संघर्ष झाला असता, तर बरीच संवेदनशील माहिती चव्हाट्यावर आली असती आणि परिणामत: अमेरिकेची माहिती संपादन प्रक्रिया खिळखिळी झाली असती. संपूर्ण जगातील दूरध्वनी आणि इतर दळणवळण यंत्रणांचे नियंत्रण करणारी राष्ट्रीय सुरक्षा संघटना गोपनीय माहिती देताना फारसा उत्साह दाखवत नसे, तसे केल्यास पाकिस्तानला लक्ष्य करून उभारलेली लाखो डॉलरची यंत्रणा पाण्यात जाण्याची भीती तिला वाटत असे. खान यांच्या अबलख वारूला लगाम

घालण्यासाठी क्लिंटन प्रशासन सनदी मार्गाचा अवलंब करत होती. यात कधी तक्रारींचा सूर असलेली पत्रे पाठवणे तर कधी परराष्ट्रखात्याची शिष्टमंडळे रवाना करणे इत्यादींचा समावेश असे. पण या सर्वांत कोणताही थेट आरोप नसल्याचा फायदा खान यांनी घेतला. हा सर्व प्रकार म्हणजे पाश्चात्त्य देशांचा आपल्याला नामोहरम करण्यासाठी केलेला अपप्रचार असल्याची हाकाटी त्यांनी सुरू केली, बरोबर वीस वर्षांपूर्वी त्यांनी डच सरकारविरुद्ध नेमकी हीच खेळी केली होती.

खान यांच्या कारवायांनी चिंताग्रस्त झालेला अमेरिका हा काही एकच देश नव्हता. पाकिस्तान आणि उत्तर कोरिया यांचे सूत जुळणे जपानच्याही डोळ्यांत खुपत होते. दोन्ही देशांतील तांत्रिक देवाणघेवाण क्षेपणास्त्रांच्या निर्मितीच्या बाहेर गेल्याची तक्रार त्या देशाने एका ज्येष्ठ पाकिस्तानी लष्करी अधिकाऱ्याकडे केली. पाकिस्तानात परतल्यावर लष्कराच्या एका उच्च पदस्थांच्या बैठकीत त्याने ही तक्रार सर्वांच्या कानावर घातली. या बैठकीला खानही हजर होते.

'हा सर्व खोटारडेपणा आहे, शुद्ध खोटारडेपणा,' आपल्या खुर्चीवरून ताडकन उठत खान गरजले. 'मला आणि माझ्या देशाला बदनाम करण्यासाठी झालेला हा हल्ला आहे आणि याच्यामागे अमेरिकेचाच हात आहे.'

खान यांच्या या आकांडतांडवामागे अनेक घटक होते. आपल्याला अट्टल गुन्हेगार ठरविणाऱ्या अमेरिकेबद्दल त्यांच्या मनात कमालीची तिरस्काराची भावना तयार झाली होती. झुल्फिकार अली भुट्टो आणि झिया यांनी अण्वस्त्रसज्जतेची महत्त्वाकांक्षा बाळगल्याने अमेरिकेने त्यांची हत्या घडवून आणली आणि त्या यादीत आपलेही नाव आहे असे ते त्यांच्या सहकाऱ्यांना वारंवार सांगत असत. आपले काम रोखण्यासाठी सीआयएने आपल्या अपहरणाचा कट रचल्याचा इशारा पाकिस्तानी गुप्तचर संघटनांनी दिल्याचा दावा त्यांनी केला. देशाची अर्थव्यवस्था डबघाईला आणून भारताच्या आण्विक सामर्थ्याशी स्पर्धा करण्याचा वेग खिळवून ठेवण्यासाठी आंतरराष्ट्रीय निर्बंध लादण्यात आल्याची आवेशपूर्ण टीकाही ते अशावेळी करत.

एक संशयास्पद मृत्यू

खान *ज्या हॉटेलात उतरले होते, त्याच्या खिडकीतून* दिसणाऱ्या बॉस्परस नदीचे पात्र तिथल्या आकाशाएवढेच करडे दिसत होते. कलिंगडाचे काप, पांढरे चीज, ऑलिव्ह, टोमॅटो आणि पावाच्या काही स्लाईस अशा पदार्थांचा समावेश आलेला ब्रेकफास्ट त्यांच्या रूममध्ये ठेवून वेटर कधीच निघून गेला होता. मात्र १९९७च्या त्या वसंत ऋतूत ते इस्तंबूलला देखावे पाहण्यासाठी किंवा पदार्थांची लज्जत चाखण्यासाठी आले नव्हते. एक गोष्ट मात्र नक्कीच होती. युरोप आणि आशिया खंडांच्या मधोमध वसलेल्या या सुस्तावलेल्या शहराने कित्येक पर्यटकांप्रमाणे त्यांनाही बुचकळ्यात टाकले होते.

खान आता साठीत पोहोचले होते. त्यांचा रुबाब आणि ताठरपणा अद्यापी कायम असला तरी सततच्या पार्ट्या आणि त्यांनीच शिजवलेले फ्राइड चिकन आता त्यांच्या देहयष्टीवर दिसू लागले होते. आपण कधीकाळी विनम्र होतो, हे ते स्वत:च विसरून गेले होते. विज्ञान, उद्योग आणि राजकीय वर्तुळातील उठबस गेल्या काही दिवसांत वाढल्याने येणारा एकप्रकारचा सुखासिनपणाही त्यांच्या वावरण्यात आला होता. कोणतीही गोष्ट त्यांनी करायला सांगितली तर ती त्यांच्या इच्छेप्रमाणेच होत असे, त्याबद्दल एखाद्याने साधी शंकाही घेतलेली त्यांना खपत नसे. कहुटा प्रकल्पाच्या पायाभरणीला दहा वर्षे पूर्ण झाल्याप्रित्यर्थ आयोजित एका समारंभात केवळ त्यांचा काही दिवसांपूर्वी सत्कार करण्यात आला होता. या वेळचे त्यांचे भाषण म्हणजे त्यांची वर्धिष्णू प्रतिष्ठा आणि अनिर्बंध मग्रुरी या नव्या गुणांची पावतीच होती. ते म्हणाले होते, 'कहुटा प्रकल्पाची स्थापना आणि वाढ सर्वच लोकांना तोंडात बोटे घालायला लावणारी आहे. जगातील बाकीच्या काही अत्याधुनिक मानल्या जाणाऱ्या देशांना जी गोष्ट साध्य करायला वीस-वीस वर्षं लागली तीच गोष्ट आपण केवळ सहा वर्षांत करून दाखवली. ही आपली प्रगती अविश्वसनीय अशी आहे आणि या एका

मुद्यावर असंख्य लोकांनी माझ्यापाशी आश्चर्य व्यक्त केले आहे. कहुटा ही संपूर्णपणे पाकिस्तानची निर्मिती असून एखादा गरीब आणि विकसनशील देश महासत्तांच्या दादागिरीला आणि 'ब्लॅकमेलिंग'ला कसे तोंड देऊ शकतो, याचे हे प्रतीक आहे.'

...आणि आज ते जेव्हा इस्तंबूलला आले तेव्हा बरेच थकले होते आणि ते थकलेपण त्यांच्या ठायी दिसतही होते. पाकिस्तानातील अणू संस्थांमधील अंतर्गत भांडणांनी त्यांना आधीच जेरीस आणले होते, मध्यपूर्व आणि आफ्रिकेच्या सततच्या वाऱ्यांनी ते पुरते मरगळून गेले होते. इराण सौद्यावर जातीने लक्ष ठेवण्यासाठी त्यांनी दुबईतील एक अपार्टमेंट स्वत:कडे ठेवले होते. पश्चिम आफ्रिकेतील माली देशातील टिम्बक्टू या ऐतिहासिक बंदर असलेल्या शहरात त्यांनी चोवीस खोल्यांचे एक हॉटेल बांधायला काढले होते. या हॉटेलला आपली पत्नी हेन्री खान हिचे नाव देण्याची त्यांची योजना होती, त्यासाठी लागणारे फर्निचर ते लाहोरहून मागवत होते आणि ते आणण्यासाठी त्यांनी पाकिस्तानी हवाईदलाचे एक मालवाहतूक करणारे विमानही आदेश देऊन कामाला लावले होते. अधूनमधून ते निवृत्त होऊन उर्वरित आयुष्य मालीमध्ये निवांतपणे व्यतीत करण्याचे मनसुबे व्यक्त करायचे, पण सत्तेची चटक त्यांना राजकारणाच्या रिंगणात पुन्हा खेचून नेत असे.

आपली अण्वस्त्रसामग्री इतर मुस्लीम देशांनीही विकत घ्यावी यासाठी त्यांचे सतत दौरे सुरू असत. या दौऱ्यांत त्यांच्याबरोबर बहुतेक वेळा पाकिस्तानच्या अण्वस्त्र कार्यक्रमाला अगदी प्रारंभीच्या टप्प्यांपासून साह्यभूत ठरलेला डच अभियंता हेंक स्लेबो, एक वैयक्तिक डॉक्टर आणि कहुटातील एक सुरक्षा अधिकारी असे सहप्रवासी असत. संभाव्य ग्राहकाला आकर्षित करण्यासाठी ते बऱ्याचदा खान संशोधन प्रयोगशाळेत बनवलेली एक व्हिडीओ कॅसेट वापरत, त्यात ग्राहकांना दिसे तो खान यांच्या रूपातील एक महान, आक्रमक आणि भारताशी टक्कर देऊ शकेल, असा खाकी वेशातील दिग्गज शास्त्रज्ञ. जगातील अण्वस्त्र उच्चभ्रूंच्या गटात आपल्याला पाकिस्तान दिसत आहे, याच्या पाठीमागे खान यांचे अथक परिश्रमच कारणीभूत असून त्यांनी एक चमत्कार करून दाखवला आहे, असे भाष्य या व्हिडीओतून केलेले असायचे. कहुटातील प्रयोगशाळा आणि सेंट्रिफ्युजेस विभागांची सफर घडवून झाल्यावर कॅमेरा प्रेक्षकांना थेट खान यांच्या विशाल रूममध्ये नेत असे. खान ज्या आसनावर बसलेले असत त्यावर कॅमेरा स्थिर होत असे. आपल्या प्रयोगशाळेने १९८१मध्येच समृद्ध युरेनियम तयार केले आणि १९८३पर्यंत अण्वस्त्राला लागणारे इंधनही तिथे तयार झाले असे स्पष्टीकरण ते या चित्रफितीच्या माध्यमातून देत. हे सर्व सांगताना त्यांच्या चेहरा विलक्षण गंभीर

होत असे, त्यांचे पुढचे शब्द असायचे, 'आता कोणत्याही क्षणी अण्वस्त्रांचा स्फोट घडवून आणण्याची आपली क्षमता आहे. हे मी १० डिसेंबर, १९८४ रोजी झियांना एका पत्राद्वारे कळवले होते.' यातून संभाव्य ग्राहकाला मिळणारा संदेश सूर्यप्रकाशाइतका स्पष्ट असायचा, 'खान यांनी पाकिस्तानसाठी जे केले आहे ते तुमच्यासाठीही होऊ शकते.'

१९९०च्या दशकात खान यांनी सिरीयाला अनेकवेळा भेट दिली. या भेटीत ते तिथल्या सरकारी अधिकाऱ्यांशी वाटाघाटी करायचे किंवा दमास्कस विद्यापीठात व्याख्याने द्यायचे. अशाच एका व्याख्यानादरम्यान त्यांनी उपस्थित प्रेक्षकांना सांगितले की, जर सिरीयाला अमेरिकेच्या जोखडातून पूर्णपणे मुक्त व्हायचे असेल तर तिने अण्वस्त्रसज्जच व्हायला पाहिजे. इस्तंबूल आणि दुबईपासून ते खार्टुम आणि रियाधपर्यंत त्यांच्या या प्रवचनांचा सूर एकच असे. संयुक्त अरब अमिरातीचे माहिती मंत्री शेख अब्दुल्ला बिन झायेद अल नाह्यान यांनी खान संशोधन प्रयोगशाळेला भेट दिली तेव्हा त्यांच्या देशातील तंत्रज्ञांना अणू तंत्रज्ञान शिकविण्याची आपली तयारी असल्याचा प्रस्ताव त्यांनी मांडला होता. सौदी अरेबियाच्या राजघराण्याच्या सदस्यांसाठीही त्यांनी हाच प्रस्ताव सादर केला. त्यांच्यापैकी बऱ्याच जणांनी अण्वस्त्र संपादनाबाबत स्वारस्य दाखवले. याच सौदींनी आरंभीच्या काळात पाकिस्तानला अणूकार्यक्रम विकासात मदत केली होती आणि नंतर अण्वस्त्रे वाहून नेण्याची क्षमता असलेली क्षेपणास्त्रे चोरट्या मार्गाने चीनकडून खरेदी केली होती. पण तेलसंपन्नतेतून आलेल्या समृद्धीच्या सुरक्षित कोषच या राजघराण्याला आवडत असे, आणि म्हणूनच खान यांनी त्यांच्या देशाचे राजपुत्र आणि संरक्षणमंत्री बिन अब्द अल अझिझ यांना पाठवलेले कहुटाभेटीचे निमंत्रण नाकारले. नंतर खान यांच्या वैयक्तिक मार्गदर्शनाखाली या राजपुत्राने कहुटाला भेट दिलीही, मात्र स्वत:च्या देशाच्यावतीने आपण अण्वस्त्रखरेदीबाबत कोणताही शब्द देणार नाही असे बजावले.

सुरुवातीला लिबियानेही फारसे औत्सुक्य दाखवले नाही. टिम्बक्टू आणि आफ्रिकेतील इतर ठिकाणी जाताना खान वाटेत अनेक वेळा राजधानी त्रिपोलीला थांबायचे. अगदी १९९५पासूनच लिबियाचे तऱ्हेवाईक सर्वेसर्वा मुअम्मर गडाफी यांना भेटून आपली चित्रफित दाखवावी या हेतूने खान यांनी आपल्या आंतरराष्ट्रीय ख्यातीचा वापर करून पाहिला. सौदी अरेबियाप्रमाणेच पाकिस्तानच्या अण्वस्त्रांची स्वप्ने पडायला लागल्याच्या सुरुवातीच्या दिवसांत लिबियाही साह्यभूत ठरला होता आणि त्याच्याच बळावर तो देश आपल्याकडूनही अण्वस्त्र खरेदी करील अशी आशा खान बाळगून होते. गडाफीची भेट मिळावी यासाठी खान यांनी लिबियाच्या सर्व पातळीवरील नेत्यांच्या आणि अधिकाऱ्यांच्या अनेकवेळा भेटी

गाठी घेऊन पाहिल्या, पण प्रत्येक वेळी गडाफी दूर एखाद्या वाळवंटातील हिरव्या प्रदेशात गेल्याने अनुपलब्ध असल्याचे त्यांना सांगण्यात आले. १९९७च्या प्रारंभी खान यांनी आपला प्रस्ताव गडाफीच्या एका ज्येष्ठ सहकाऱ्याला सादर केला. काही आठवड्यातच खानना निरोप मिळाला, गडाफीला प्रस्तावात स्वारस्य आहे. इस्तंबुलमधील एका परिषदेच्या दरम्यान लिबियाच्या अणूकार्यक्रमाशी संबंधित दोन प्रतिनिधींना भेटण्याचे खानना निमंत्रण पाठवण्यात आले. त्या वेळी तुर्कस्तानवर अनेक राजकीय पक्षांचे आघाडी सरकार सत्तेवर होते, त्याच काळात त्या देशाचे पंतप्रधान लिबिया आणि इतर अरब देशांशी संबंध वाढविण्याच्याप्रयत्नात होते, त्यामुळे परिषदांप्रमाणेच अशा बैठकांसाठीही इस्तंबुल सर्वांच्या सोयीचे होते.

खान यांनी वाटेत दुबईत थांबून ताहिरला आपल्यासोबत घेतले आणि ते दोघे इस्तंबुलला पोहोचले. भेटीच्या दिवशी दुपारी खान आपल्या सहाय्यकाला बरोबर घेऊन त्यांच्याच प्रतिक्षेत असलेल्या एका मोटारीत चढले, बॉस्पोरस नदी पार करून ते शहराच्या दुसऱ्या भागातील आशियायी वस्तीत शिरले आणि त्या परिसरातील नागमोडी रस्त्यावरील एका आडोश्याच्या कॅफेत पोहोचले. लिबियाच्या गोपनीय अणूकार्यक्रमाचे प्रमुख मोहंमद मताक हे मोहंमद आणि आपले नाव करीम आहे असे सांगणारे दोघे जण त्यांची वाटच पाहात होते. मोहंमद यांनी १९७०च्या दशकात अमेरिकेत भौतिकशास्त्र या विषयाचे अध्ययन केले होते, त्यामुळे त्यांच्या उच्चारांवर अमेरिकन इंग्रजीची छाप होती, त्याच भाषेत त्यांनी खान आणि ताहिरचे स्वागत केले. खान, मोहंमद आणि करीम यांनी चर्चा सुरू करताच ताहिर उठून शेजारच्या टेबलावर जाऊन बसला.

पाश्चात्त्यांच्या दृष्टीने गडाफी आंतरराष्ट्रीय दहशतवादाचा म्होरक्या होता, त्याचे हात रक्ताळलेले होते. आयरिश रिपब्लिकन आर्मीला त्याने शस्त्रे पुरवली होती, युरोपात राहणाऱ्या लिबियन बंडखोरांच्या नियमितपणे हत्या घडवून आणण्यामागेही त्याचाच हात होता. १९८६मध्ये बर्लिनमधील एका डिस्कोवर बॉम्ब हल्ला झाला होता, त्यात दोन अमेरिकी सैनिकांसह एक तुर्की महिला ठार झाली होती. याचा बदला घेण्यासाठी रेगन यांच्या आदेशावरून त्रिपोलीतील गडाफीच्या दोन निवासस्थानांवर हवाई हल्ले करण्यात आले होते, यातून प्रमुख लक्ष्य असलेले गडाफी सुटले असले तरी त्याची १५ महिन्यांची दत्तक मुलगी आणि इतर किमान पंधराजण मृत्युमुखी पडले होते. स्कॉटलंडच्या लॉकर्बी शहरात पॅन ॲम कंपनीचे एक विमान डिसेंबर १९८८मध्ये उडवण्यात आले होते, त्यात ठार झालेल्या २७० प्रवाशांत प्रामुख्याने अमेरिकन नागरिकांचा भरणा होता. वर्षभरातच नायजेर नदीत एका फ्रेंच कंपनीचे विमान कोसळून झालेल्या अपघातात १७० प्रवासी ठार झाले होते आणि त्यामागेही गडाफीचा

हात असल्याचा संशय व्यक्त करण्यात आला होता.

लिबियासाठी स्वतःचा अणूबॉम्ब असावा अशी त्याची अनेक वर्षांची इच्छा होती आणि तो त्यासाठी गोपनीयपणे प्रयत्नशीलही होता. १९८०च्या सुरुवातीच्या काळात परदेशातून आणलेल्या सामग्रीच्या साहाय्याने लिबियाने युरेनियम रूपांतरणाचा एक पथदर्शी प्रकल्प राबवला होता. सेंट्रिफ्युज तंत्र विकसित त्यांनी काही जर्मन हवाईतज्ज्ञांना पाचारणही केले होते, पण त्यात अपयश आल्याने तो प्रकल्प रद्दबातल करण्यात आला होता. काही आठवड्यांपूर्वी खान यांनी सादर केलेला प्रस्ताव म्हणजे अण्वस्त्रसज्ज अशा मोजक्या देशांच्या पंक्तीत जाऊन बसण्याचा परवानाच असल्याचे गडाफीला वाटले आणि खान यांच्यासाठी तर आणखी एका सुवर्णसंधीचा नवा तिळा उघडत होता. म्हणून त्या दिवशी त्या कॅफेत त्यांनी मोहंमद आणि करीम यांना आपण आणि आपल्या नेटवर्कच्या कर्तृत्वाची यादीच सादर केली. आपण लिबियाला संपूर्णपणे तयार अशी अण्वस्त्र यंत्रणा पुरवू शकतो, तिच्या वापराने लिबिया एका वर्षाच्या आत तीन किंवा चार अण्वस्त्रे बनवू शकेल आणि काही वर्षांतच तो अण्वस्त्रधारी महासत्ता बनेल असे त्यांनी सांगितले. इराणच्या गुप्त अणूकार्यक्रमाला आपण कशी मदत करतो आणि तशीच मदत आपण गडाफीलाही करू शकतो हेही त्यांनी विस्तारपूर्वक सांगितले. खान यांच्या लिखित प्रस्तावाचा त्या दोघाही लिबियनांनी या बैठकीपूर्वीच अभ्यास केला होता आणि हा सौदा कायदेशीरदृष्ट्या योग्य वाटल्यास पुढे जाण्याची प्राथमिक संमतीही गडाफीकडून आणली होती. त्यांना हा सौदा मान्य झाला, आणि त्याच्या इतर बाबींवर विचार करण्यासाठी दुबईत काही आठवड्यांनंतर आणखी एक बैठक आयोजित केली.

खान यांच्यासाठी हा नवा प्रस्ताव म्हणजे इराण सौद्याच्या तुलनेत एक मोठे आव्हानच होता. याची तुलना पाकिस्तानच्या आण्विक कार्यक्रमाशीच होऊ शकत होती. मात्र या वेळी त्यांना मुळापासून सुरुवात करण्याची गरज पडणार नव्हती, आता त्यांच्यापाशी कसोटीला उतरलेल्या पुरवठादारांची कुमक आणि सहजपणे कहुटातच उपलब्ध होऊ शकतील अशी उपकरणे होती. त्यांनी या संदर्भात ताहिरशी चर्चा केली, पूर्ण क्षमतेचा आण्विक प्रकल्प उभारायचा झाल्यास त्याला कोट्यवधी डॉलर्स खर्च येणार होता, पण तो उचलण्यास तेलसंपन्न गडाफीकडे भरपूर पैसा आहे याचीही त्यांना कल्पना होती. त्यानंतर काही आठवड्यांतच दुसऱ्या बैठकीसाठी मोहंमद आणि करीम आले तेव्हा त्यांनी गडाफीच्या शुभेच्छांसोबतच वस्तूंची यादी आणि खर्चाच्या पहिल्या हप्त्यापोटी काही लाख डॉलर्सही आणले होते. १९९७ हे वर्ष संपण्यापूर्वीच पहिले पी-१ बनावटीचे वीस सुबद्ध सेंट्रिफ्युजेस, आणखी २०० सेंट्रिफ्युजेस तयार करण्यासाठी लागणारे सुट्टे भाग आणि इतर

सामग्री कराचीहून त्रिपोलीला पोहोचली. या सोबतच ही सर्व वीजेची उपकरणे असल्याचा दावा करणारी खोटी कागदपत्रेही होती.

दुसरीकडे इराणला अणुतंत्रज्ञान देण्याचे नेटवर्कचे काम अखंडपणे सुरूच होते आणि त्यातील तांत्रिक अडचणी सोडविण्यास खान यांचे दौरेही सुरू होते. इकडे उत्तर कोरियात त्यांचेच सेंट्रिफ्युजेस वापरून भूमितर्गत अणू प्रकल्प उभारणी सुरू होती आणि त्याचीही देखभाल करायला त्यांना सारखे जावे लागत होते. मात्र आकार आणि गुंतागुंतीच्या दृष्टीने लिबियाचा प्रकल्प ही एक मोठी झेप होती आणि म्हणूनच तो इतरांपेक्षा वेगळाही होता. इराण आणि उत्तर कोरियाकडे कुशल शास्त्रज्ञांचा तोटा नव्हता, तर लिबिया वैज्ञानिक आणि औद्योगिक पायाभूत सुविधांच्या आसपासही नव्हता, या गरजेतूनच खान यांना बारीकसारीक उपकरणांपासून ते कुशल मनुष्यबळ देण्यापर्यंत सर्व आघाड्या सांभाळायच्या होत्या, त्यासाठी आपल्या जुन्या सहकाऱ्यांना परत बोलावण्यापासून ते नवे मित्र जोडून नेटवर्क भक्कम करायचे होते. तसेच या कानाचे त्या कानाला कळू न देता अक्षरश: लाखो सेंट्रिफ्युजेसची निर्मिती करावी लागणार होती, युरेनियम समृद्धीकरणाचे प्रचंड संयंत्र उभारावे लागणार होते. अणूबॉम्बवर शेवटचा हात फिरवण्यापूर्वी स्फोटकांच्या चाचण्या घ्याव्या लागणार होत्या. या नव्या आव्हानांमुळे आणि त्या पाठोपाठ येणाऱ्या अपार संपत्तीमुळे खान काही अंशी का होईना मनोमन सुखावले होते. काही अंशी अशासाठी की, त्या वेळी त्यांच्यासाठी पाकिस्तानातील वारे काही फारसे सुखावह नव्हते.

इकडे इस्लामाबादमध्ये वेगळेच नाट्य घडले होते. १९९६च्या उत्तरार्धात अध्यक्ष फारूक लेघारी यांनी लष्कराच्या सांगण्यावरून पंतप्रधान बेनझीर भुट्टोंची भ्रष्टाचाराचे आरोप ठेवून दुसऱ्यांदा हकालपट्टी केली होती. हा लष्कराने सलग चौथ्यांदा सरकार खाली खेचण्याचा प्रकार होता आणि त्यामुळे देशात राजकीय संगीतखुर्चीचा खेळ पुन्हा एकदा सुरू झाला होता. भुट्टोंची पहिल्यांदा पदच्युती झाल्यावर पंतप्रधानपदी नियुक्त झालेले नवाझ शरीफ यांनाच पुन्हा फेब्रुवारी १९९७मध्ये ते पद देण्यात आले होते. शरीफ यांच्याकडे लष्कराच्या हातातील बाहुले म्हणूनच पाहिले जात असे आणि पुढच्याच वर्षी त्यांच्या नेतृत्वगुणांचा कस लागणार होता.

१९९८च्या वसंत ऋतूत भारतात निवडणुका होऊन उजव्या विचारसरणीचा भारतीय जनता पार्टी हा पक्ष सत्तेवर आला, आणि त्याने अटल बिहारी वाजपेयी यांची पंतप्रधानपदी निवड केली. भारताच्या आण्विक शक्तीचे प्रदर्शन करण्याचा वाजपेयी यांचा मनसुबा होता आणि त्यानुसार ११ मे, १९९८ रोजी भारताने

तीन आणि त्यानंतरच्या दोन दिवसांत दोन असे पाच अणूबॉम्ब स्फोट घडवून आणले. अणुस्फोटांपूर्वीची उलटगणती आणि त्यानंतरची जमीन हादरवून टाकणारी दृश्ये सरकारने प्रसिद्धीस दिलेल्या चित्रफितीत दिसत होती.

अण्वस्त्र नेमके कसे काम करते याची माहिती प्रत्यक्ष स्फोटानंतरच मिळते आणि अण्वस्त्रांच्या विविध विकासात्मक पातळ्यांवर पाचही अण्वस्त्रधारी देशांनी अशा चाचण्या घेतल्या होत्या. चाचणीशिवाय अण्वस्त्रांवर अवलंबून राहावे की नाही याबाबत भौतिकशास्त्रज्ञांत नेहमीच वाद होत असे. पण अशा चाचण्यांनाही राजकीय कंगोरे होतेच, आपण अण्वस्त्रधारी आहोत हे जगाला सांगण्याचा तो एक मार्ग होता. उदाहरणार्थ, १९६१मध्ये सोव्हिएट युनियनने ५०मेगॅटन वजनाच्या झार-बॉम्बची चाचणी करून मोठ्या नाट्यमय पद्धतीने आपली राजकीय शक्ती जगाला दाखवली होती. या स्फोटाची संहारकता लक्षात घेतली तर कोणत्याही देशाविरुद्ध तो वापरणे अशक्य होते, मात्र रशियाचे लष्करी आणि वैज्ञानिक नैपुण्य त्यातून नक्कीच दिसले होते. या उलट इस्रायलच्या शस्त्रागारात १००पेक्षा जास्त अण्वस्त्रे असूनही तो प्रत्यक्ष चाचण्यांपासून दूर राहिला होता. कारण तसे केल्यास आपले शेजारी अरब देश संतप्त होतीलच; शिवाय अमेरिकेकडून दरवर्षी होणाऱ्या अब्जावधी डॉलर्सच्या मदतीलाही मुकावे लागेल याची त्या देशाला पूर्ण कल्पना होती.

आंतरराष्ट्रीय धनकोंवर अवलंबून असूनही भारताने हा धोका पत्करायला हरकत नाही असा निर्णय वाजपेयींनी घेतला. या स्फोटांनंतर अमेरिकेच्या गुप्तचर यंत्रणा आणि एकूणच आंतरराष्ट्रीय समुदायाला आश्चर्याचा धक्का बसला. भारताकडे अण्वस्त्र कार्यक्रम असल्याची माहिती सर्वांनाच होती आणि ते समजण्यासारखेही होते, पण पंतप्रधानपदी विराजमान झाल्यावर इतक्या तातडीने वाजपेयी असा निर्णय घेतील हे कुणाच्याच ध्यानीमनीही नव्हते. भारताची मदत तातडीने बंद करण्याची घोषणा क्लिंटननी केली आणि जागतिक बँकेसह इतर आंतरराष्ट्रीय अर्थ संघटनांनाही भारताचे कर्ज रोखण्याचे आवाहन केले. क्लिंटननी नंतर आपला मोर्चा पाकिस्तानकडे वळवला आणि प्रत्युत्तरादाखल स्फोट करून त्याने आगीत तेल ओतू नये अशी विनंती केली. भारताने स्फोट केला त्या दिवशी क्लिंटन यांनी चार वेळा शरीफ यांच्याशी दूरध्वनीवरून संपर्क केला आणि पाकिस्तानने संयम बाळगल्यास आणखी मदत देण्याची तयारी दर्शवली. क्लिंटन यांनी पाकिस्तानला देऊ केलेल्या पॅकेजमध्ये त्या देशाचे कर्ज माफ करण्याबरोबरच प्रेस्लर आणि सोलार्झ दुरुस्त्या रद्द करणे आणि लष्करी साह्य वाढवण्याचाही समावेश होता.

भारतावर लादण्यात आलेल्या आंतरराष्ट्रीय निर्बंधाच्या आर्थिक दुष्परिणामांची शरीफ यांना कल्पना असल्याने ते स्फोट घडवून आणायला फारसे उत्सुक नव्हते. क्लिंटन यांचा प्रस्ताव भुरळ घालणारा असला तरी आपल्यावर आपले जनरल्स

इस्लामी पक्ष आणि एकूणच जनतेचा प्रचंड दबाव असल्याचे त्यांनी क्लिंटन यांना कळवले. शरीफ यांच्यावरील दबावांची पूर्ण कल्पना क्लिंटन प्रशासनाला होती, त्यामुळे ते आपल्याला सकारात्मक प्रतिसाद देतील अशी त्यांची अपेक्षा नव्हती.

भारताच्या प्राथमिक चाचण्यांनंतर तीन दिवसांनी सिनेट आणि प्रतिनिधीगृहाच्या गुप्तचर समितीसमोर सीआयएचे संचालक जॉर्ज टेनेट यांची साक्ष झाली. पाकिस्तानच्या ईशान्येकडील चगाई टेकड्यांवर जमिनीच्या खाली अण्वस्त्र चाचणीची तयारी सुरू असल्याची छायाचित्रे उपग्रहांनी टिपल्याची माहिती त्यांनी या वेळी दिली. चाचणीच्या ठिकाणी मोठ्या प्रमाणात वाहनांची वर्दळ सुरू असल्याचे या छायाचित्रांत स्पष्ट दिसत होते. पाकिस्तानची अण्वस्त्र चाचणी आता अटळ असल्याच्या मुद्यावर गुप्तचर समुदायाची सहमती असल्याचेही ते म्हणाले.

१५ मे रोजी पाकिस्तानच्या राष्ट्रीय सुरक्षा समितीची एक बैठक बोलावण्यात आली. पंतप्रधान नवाझ शरीफ आणि त्यांच्या मंत्रिमंडळातील सदस्यांसह लष्कराचे ज्येष्ठ अधिकारी या बैठकीला हजर होते. पाकिस्तानने अण्वस्त्र चाचणी केलीच तर त्याचे बरे वाईट परिणाम काय होतील, या विषयावर या वेळी चर्चा झाली. बैठकीच्या कार्यक्रम पत्रिकेवर दोन महत्त्वाचे विषय होते – पहिला म्हणजे पाकिस्तानने अण्वस्त्र चाचणी मुळातच करावी का, आणि तसे ठरल्यास तिचे नेतृत्व पाकिस्तान अणुऊर्जा आयोगाने करावे की खान संशोधन प्रयोगशाळेने. चर्चा चालू असतानाच शरीफ यांनी क्लिंटन यांचा प्रस्ताव सांगितला, पण अमेरिका तो पूर्ण करील की नाही, याबद्दल उपस्थितांनी शंका व्यक्त केली. दुसऱ्या बाजूला सौदी अरेबिया आणि इतर काही मुस्लीम देश पाकिस्तानला अण्वस्त्र चाचणी करण्याबद्दल गळ घालत होते. शरीफ यांनी माहिती देताना सांगितले की, आदल्या दिवशी रात्रीच सौदी अरेबियाच्या राजघराण्याच्या एका सदस्याचा आपल्याला फोन आला होता. अण्वस्त्र चाचणीनंतर पाश्चात्त्य देशांकडून लादण्यात येणाऱ्या निर्बंधांचा मुकाबला करण्यासाठी आपण दररोज ५० हजार बॅरल तेल द्यायला तयार असून त्याचे पैसेही आपण सवडीने घ्यायला तयार आहोत, असे त्याने सांगितल्याची माहिती त्यांनी दिली. हा वादविवाद पुढे अनेक तास चालला. आपल्या देशाने अशी चाचणी केल्यास अमेरिका ग्लेन यांच्या १९९४च्या अण्वस्त्र प्रसारबंदीच्या कायद्याची अंमलबजावणी करून आर्थिक निर्बंध लादण्याची शक्यता आहे आणि तसे झाल्यास देश अक्षरश: रसातळाला जाईल अशी भीती वाटल्याने या बैठकीला हजर असलेले अर्थमंत्री सरताज अझिज यांनीच फक्त त्याला विरोध दर्शवला.

ही चाचणी कोणती संघटना करणार हा मुद्दा चर्चेस आला तेव्हा पाकिस्तान अणुऊर्जा आयोगाचे (पीएईसी) संचालक समर मुबारकबंद यांनी आपल्या संघटनेची

बाजू भक्कमपणे लावून धरली, तर खान यांनी खान संशोधन प्रयोगशाळेचे 'केआरएल' जोरदार समर्थन केले. पीएईसीचे माजी संचालक मुनिरखान यांच्या जागी मुबारकबंद यांची नियुक्ती झाली होती. पीएईसीने चगाई टेकड्यांवरील चाचणीच्या ठिकाणी सर्व पूर्वतयारी केली असून अण्वस्त्राची शीत चाचणीही पार पाडली आहे, असे सांगून त्यांनी दहा दिवसांच्या आत आपण सुसज्ज असू अशी ग्वाही दिली. भारताच्या चाचण्यांना 'मुँहतोड जवाब' देण्याची आवश्यकता असून आपल्याला मिळालेल्या वारश्यानेच या मोहिमेचे नेतृत्व आपोआपच आपल्याकडे जाते, असा युक्तिवाद खान यांनी केला. केआरएलसुद्धा दहा दिवसांत तयार होऊ शकते असे सांगून त्यांनी अण्वस्त्रांसाठी युरेनियमचे समृद्धीकरण आपल्या प्रयोगशाळेने केल्याचे आणि शीत चाचणीही घेतल्याचे स्मरण त्यांनी बैठकीस उपस्थित असलेल्या नागरी आणि लष्करी अधिकाऱ्यांना करून दिले. 'अण्वस्त्राच्या क्षेत्रात केआरएल पूर्णपणे स्वावलंबी असून पाकिस्तानच्या पहिल्या अणू चाचणीचा बहुमान तिलाच मिळाला पाहिजे,' अशी मागणी त्यांनी केली.

भारत अनुत्तरित राहता कामा नये यावर सर्वांची सहमती झाली, पण ते प्रत्युत्तर केव्हा आणि कोणी द्यायचे यावर कोणताही औपचारिक निर्णय न होताच बैठक तहकूब झाली. पुढच्या दोन दिवसांत शरीफ यांनी लष्करी अधिकाऱ्यांच्या भेटी घेतल्या आणि सदर चाचण्या पीएईसीनेच करण्याचा निर्णय झाल्याचे त्यांना सांगितले. आपल्याला तिरस्करणीय अशा पीएईसीकडे चाचण्यांची सर्व सूत्रे देण्याच्या निर्णयाने खान यांच्या अंगाचा तिळपापड झाला. गेली दोन दशके आपण ज्याच्यासाठी रक्ताचे पाणी केले ते सर्व आपल्यापासून हिरावून घेतले जाईल असा भयगंड त्यांच्यात निर्माण झाला, जनतेचे अजूनही त्यांच्यावर प्रेम होते, पण शरीफ आणि त्यांच्यातून सध्या विस्तवही जात नव्हता, लष्करप्रमुख जनरल जहांगीर करामत यांनी तर तीन वर्षांपूर्वी त्यांच्या प्रयोगशाळेचे आर्थिक व्यवहार तपासण्याचा प्रयत्न करून आपला अविश्वास प्रकट केला होता. पाकिस्तानच्या आण्विक इतिहासातील सर्वांत मोठी घटना खानना वगळून घडणार होती.

अपमानाचा आवंढा गिळत त्यांनी रावळपिंडीतील आर्मी हाउसमध्ये जाऊन करामतना साकडे घातले. या मोहिमेचे नेतृत्व नसले तरी एखादी भूमिका आपल्या प्रयोगशाळेला मिळावी अशी इच्छा त्यांनी व्यक्त केली. या प्रयोगशाळेनेच उत्पादित केलेले समृद्ध युरेनियमच चाचण्यांसाठी वापरले जाणार असल्याचा दावा करून त्यांनी भारतापर्यंत अण्वस्त्र नेण्याची क्षमता असलेल्या क्षेपणास्त्राची निर्मिती आपणच केल्याचे ते म्हणाले. करामतना खान यांच्या यशस्वितेबद्दल शंकाच नव्हती. त्याच एप्रिलमध्ये घौरी क्षेपणास्त्र ७०० किलोमीटरचा प्रवास करून अरबी समुद्रात कोसळले होते. भारतातील दिल्ली, मुंबई किंवा अन्य

कोणत्याही मोठ्या शहराचा वेध घेण्यासाठी ते पुरेसे होते. जनतेच्या मनात प्रचंड आदरभावना असलेल्या खान यांना संत्रस्त करण्यात काहीच हशील नाही याची करामतना कल्पना होती. म्हणूनच त्यांनी खान आणि त्यांच्या पथकाला आपल्याबरोबर चगाई टेकड्यांवर येऊन पूर्वतयारीस मदत करण्याचे निमंत्रण दिले; तसेच प्रत्यक्ष चाचणीच्या वेळी त्यांना बहुमानाने जवळच्या बंकरमध्ये स्थान देण्यात येईल असेही सांगितले.

दुसऱ्या दिवशी पाकिस्तान इंटरनॅशनल एअरलाइन्सच्या चगाईकडे जाणाऱ्या दोन विमानांतील पीएईसीच्या शास्त्रज्ञ, अभियंते आणि तंत्रज्ञाच्या १४९०जणांच्या पथकात केआरएलचा एक छोटा गटही सामील झाला. सी-१३० हर्क्युलस बनावटीच्या दोन लष्करी मालवाहतूक विमानांतून सुट्टे भाग आणि इतर सामग्री रवाना झाली. त्यांच्या रक्षणासाठी चार एफ-१६ लढाऊ विमाने तैनात होती, सी-१३० विमानांनी पाकिस्तानच्या हवाई सीमांचे उल्लंघन केल्यास त्यांना हवेतच उडवून देण्याच्या सूचना या लढाऊ विमानांना देण्यात आल्या होत्या. चगाईत तीन हजार फूट लांबीचे आणि आकाराने माशाच्या गळासारखे असलेले एक भुयार खणण्यात आले होते, याच भुयारातील चार खोल्यांत अण्वस्त्रांचे सुट्टे भाग नेऊन तिथे लष्करी देखरेखीखाली ते जोडण्यात आले. अण्वस्त्रांना जोडलेल्या केबल्स भुयाराच्या बाहेर तीन हजार फूट नेण्यात आल्या होत्या, याच केबल्सच्या मदतीने अण्वस्त्रांवर नियंत्रण ठेवले जाणार होते. २६ मेच्या दुपारी सर्व भुयारे सिमेंटने बंद करण्यात आली आणि दुसऱ्या दिवशी अभियंत्यांनी त्यांची तपासणी करून ती स्फोटाचा धक्का सहन करण्यास योग्य असल्याचे जाहीर केले.

२८ मे रोजी स्फोटाच्या ठिकाणापासून सहा मैल अंतरावरील एका बंकरमध्ये पाकिस्तानी आणि परदेशी उच्चपदस्थ नागरिक जमले. कळयंत्रणेचे प्रशिक्षण दिलेल्या मुहंमद अर्शद या पीएईसीतील तरुण शास्त्रज्ञाला अण्वस्त्राचे बटण दाबायला निवडले होते. दुपारी बरोबर ३:२६ वाजता 'अल्ला हो अकबर'चा पुकारा देत त्याने अण्वस्त्रमालिकांचे स्फोट घडवून आणण्यास प्रारंभ केला. जमिनीच्या खाली असलेल्या भुयारातील या स्फोटांनी टेकडी हादरून गेली. धुळीमुळे सूर्य दिसेनासा झाला. स्फोटानंतर बाहेर पडलेल्या कार्बन वायूमुळे जवळचा काळा पहाड पांढराशुभ्र झाला. भारताशी बरोबरी झाली होती, आता त्यालाही मागे टाकण्यासाठी असेच आणखी सहा स्फोट होणार होते.

तो ऐतिहासिक दिवस टिपण्यासाठी छायाचित्रकारांनी एकच गर्दी केली होती. 'इस्लामी बॉम्बचे जनक' ही आपली सार्वजनिक प्रतिमा कायम ठेवण्यासाठी खान स्मितहास्य करत त्या गर्दीतून वाट काढत पुढे येत होते. मात्र इस्लामाबादच्या विमानतळावरील अतिमहत्त्वाच्या दालनात खान यांच्या स्वागताला त्यांच्याच

प्रयोगशाळेतील मूठभर शास्त्रज्ञ वगळता इतर कोणीही नव्हते. काही वेळातच अणुऊर्जा आयोगाचे प्रमुख समर मुबारकबंद तिथे पोहोचले. त्यांचे अभिनंदन करण्यासाठी मात्र पंतप्रधानांसह इतर उत्साही नागरिकांची एकच झुंबड उडाली.

इकडे क्लिंटन यांच्या तळपायाची आग मस्तकात गेली. भारताप्रमाणेच आता त्यांना पाकिस्तानलाही अद्दल घडवायची होती. तशी अमेरिकेकडून पाकिस्तानला होणारी मदत अल्पच होती, पण या स्फोटांनंतर दोन्ही देशांना मानवतावादी दृष्टिकोनातून होणारी मदत वगळता आणि इतर सर्व प्रकारचे साह्य रोखण्यासाठी क्लिंटन यांनी आंतरराष्ट्रीय स्तरावर बहुराष्ट्रीय अशी एक तात्पुरती आघाडी स्थापन केली. पाकिस्तानचा महत्त्वाचा व्यापारी भागीदार असलेला जपानही त्यात सामील झाला. पाकिस्तानसारख्या परकीय मदतीवर अवलंबून असलेली अर्थव्यवस्था या निर्बंधांमुळे खिळखिळी होणार होती. मानवतावादी मदत वगळता इतर सर्व कारणांसाठी देण्यात येणारी मदत जागतिक बँक आणि आंतरराष्ट्रीय नाणेनिधीसारख्या संघटनांनी रोखून धरली, पाकिस्तानच्या कर्जांवर बंदी घालण्यास अमेरिकेतील बँकांना सांगण्यात आले आणि दुहेरी वापराच्या तंत्रज्ञानाची विक्रीही थांबवण्यात आली. या दुष्परिणामांचा प्रभाव कमी करण्यासाठी शरीफनी १२ दशलक्ष डॉलर्सच्या परकीय ठेवी गोठवल्या. या सर्व बाबींचा परिणाम लक्षात आल्यावर अण्वस्त्रांचा खर्च आणि त्यापासून होणारा फायदा यावर प्रथमच पाकिस्तानात वादंग सुरू झाला.

अर्थव्यवस्थेला घरघर लागली असली तरी या चाचण्यांमुळे पाकिस्तानी जनतेच्या मनातील आणि एकूणच मुस्लीम जगतातील खान यांचे स्थान आणखी वर गेले. सर्वसामान्य जनतेने त्यांना डोक्यावर उचलून घेतले. पाकिस्तानातील रस्त्या-हमरस्त्यांवर फिरणाऱ्या झगमगीत मालमोटारींवर त्यांची चित्रे रंगवण्यात आली. खान यांच्या सन्मानार्थ अणूबॉम्बची प्रतिकृती असलेली एक छोटी टेकडी इस्लामाबादमध्ये उभारण्यात आली. स्फोटांच्या कार्यक्रमात जरी इतरांनी महत्त्वाची भूमिका निभावली असली तरी पाकिस्तानच्या शुभ्र-हरित झेंड्यावर अणूबॉम्ब रेखाटण्याचा मान फक्त खान यांनाच दिला गेला. देशाची निम्म्याहून जास्त जनता निरक्षर असूनही अणूबॉम्ब हा त्यांच्या दृष्टीने प्रतिष्ठेचे प्रतीक बनला होता. धर्मनिरपेक्षवाद्यांप्रमाणेच कट्टरपंथियांनीही, परवेझ हुडबॉय यांच्याच शब्दांत सांगायचे झाले तर, 'पाकिस्तान एखादी तरी गोष्ट यशस्वी करून दाखवू शकतो,' या दृष्टीने पाहिले. आणि खान तर सर्वश्रेष्ठ अण्वस्त्र हिरो झाले होते. यावर मल्लीनाथी करताना एका पाकिस्तानी पत्रकाराने म्हटले आहे, 'त्यांच्यावर टीका करणारा प्रत्येक जण देशद्रोही ठरत होता.'

स्फोटांचे प्रात्यक्षिक पाहण्यासाठी आलेल्या सन्माननीय निमंत्रितांमध्ये उत्तर
कोरियाच्या अनेक लष्करी अधिकाऱ्यांचा समावेश असल्याची छायाचित्रे अमेरिकेच्या
हेरगिरी करणाऱ्या उपग्रहाने पाठवली. त्यांच्या उपस्थितीमुळे दोन्ही देशांतील
सहकार्याचा चिंताजनक मुद्दा पुन्हा एकदा ऐरणीवर आला. १९९४मध्ये करार
झाल्यानंतर उत्तर कोरियाचा प्लुटोनियम कार्यक्रम थंडावला होता, युरेनियमच्या
समृद्धीकरणासाठी खान यांनी त्यांना कितपत साह्य केले हे जाणून घेण्यासाठी
सीआयए हवालदिल झाली होती. या प्रश्नाचे उत्तर टाळण्यासाठी दोन्ही देश
कुठल्या थराला जाऊ शकतात, हे स्फोटांनंतर काही दिवसांतच उघड झाले.

७ जूनच्या रात्री, कडेकोट बंदोबस्त असलेल्या इस्लामाबादेतील खान
यांच्या निरव शांतता असलेल्या निवासस्थानाशेजारी किम सा नी या उत्तर
कोरियन महिलेचा खून झाला. एका परदेशी व्यक्तीची हत्या झाल्यावर स्वाभाविकपणे
निर्माण होणाऱ्या संशयग्रस्त वातावरणावर ताबा मिळवण्यासाठी पाकिस्तान सरकार
तातडीने पुढे सरसावले. सरकारी अंदाजानुसार सुरक्षा कर्मचाऱ्याकडून चुकून
एका आचाऱ्याने घेतलेल्या बंदुकीतून गोळी सुटल्याने हा खून झाल्याचा ठपका
ठेवण्यात आला. किम ही उत्तर कोरियाच्या दूतावासातील एका दुय्यम राजनैतिक
अधिकाऱ्याची बायको असल्याचे सिद्ध झाले. अशा गूढ मृत्यूची चौकशी करणाऱ्या
अधिकाऱ्याला शवविच्छेदन करण्यास मनाई करण्यात आली आणि पोलीस
अहवाल गुंडाळून ठेवण्यात आला. आश्चर्याची बाब म्हणजे या घटनेचा साधा
निषेधही उत्तर कोरियाच्या दूतावासाने केला नाही.

अर्थातच सरकारी आडाख्यांवर सर्वांचाच विश्वास बसला असे नाही, तशातच
पाकिस्तान आणि उत्तर कोरिया यांच्यातील संभाव्य दुवा भारतीय गुप्तचर यंत्रणांना
त्रासदायक ठरत होता. भारतीय गुप्तहेरांनी या खुनाचा तपास हाती घेतला तेव्हा
त्यांना अतिशय अस्वस्थ करणाऱ्या काही गोष्टी आढळून आल्या. किम ही उत्तर
कोरियन शास्त्रज्ञ असून तिचा नवरा कांग थी यान हा शस्त्रांचा मोठा दलाल आणि
पाकिस्तानचे युरेनियम समृद्धीकरण तंत्रज्ञान आणि उत्तर कोरियाचे क्षेपणास्त्र
तंत्रज्ञान यांच्या देवाणघेवाणीतील एक महत्त्वाचा दुवा होता. कहुटात कामानिमित्त
आलेले उत्तर कोरियाचे शास्त्रज्ञ आणि तंत्रज्ञांचे एक मंडळ खान यांच्या अतिथीगृहात
मुक्कामास होते. काही दिवसांपूर्वीच एका स्थानिक सुपरमार्केटमध्ये एका अमेरिकन
नागरिकाशी बोलताना किमला कोणीतरी पाहिले होते. ही भेट अपघाती किंवा
सुनियोजित अशी कशीही असली तरी आक्षेपार्ह होती. देशाबाहेर गेलेली प्रत्येक
व्यक्ती आपली इंगिते परदेशात विकून तिथेच आश्रय घेईल अशी सततची भीती
दारिद्र्य आणि बेबंदशाहीने त्रस्त झालेल्या उत्तर कोरियन सरकारला वाटत असे.
किमला गप्प करण्यासाठी तिच्याच एखाद्या देशबांधवाने हे कृत्य केले असावे

असा संशय व्यक्त होत होता. खान आणि उत्तर कोरिया यांच्यातील संबंध आणि कदाचित त्या देशाच्या युरेनियम समृद्धीकरणाच्या प्रयत्नांविषयी किमकडून अमेरिकेला माहिती मिळण्याची शक्यता होती. मृत्यूनंतर चार दिवसांनी शाहीन या लष्कर नियंत्रित एअरलाइन्सच्या विमानाने तिचा मृतदेह पाकिस्तानबाहेर हलवण्यात आला. याच विमानातून कोरियाच्या समृद्धीकरण कार्यक्रमासाठी पी-१ आणि पी-२ सेंट्रिफ्युजेसच्या जोडीने विविध आकृत्या, आराखडे, तांत्रिक नोंदी आणि हेक्झाफ्लुरोइड वायूही पाठविण्यात आसल्याची माहिती एका अमेरिकन गुप्तहेराने दिली.

पण त्याच सुमारास क्लिंटन प्रशासनाचे लक्ष विचलित करणाऱ्या आणखीही काही घटना घडत होत्या.

७ ऑगस्ट, १९९८ रोजी सकाळी १०:३० नंतर थोड्या वेळातच आफ्रिकेतील राजधान्यांच्या शहरात आत्मघातकी गटांच्या दोन टोळ्यांनी प्रवेश केला. केनियाची राजधानी नैरोबीतील अमेरिकी दूतावासाच्या मागील गल्लीत गावठी स्फोटकांनी भरलेली एक मालमोटार शिरली आणि तिचा स्फोट घडवून आणण्यात आला. या स्फोटाने इमारतीचा दर्शनी भाग उद्ध्वस्त झाला आणि ठिकऱ्या झालेल्या सिमेंटच्या तुकड्यांनी अंतर्भाग व्यापून गेला. या स्फोटात अमेरिकेच्या बारा नागरिकांसह दोनशे तीसजण ठार तर इतर चार हजार नागरिक जखमी झाले. दहा मिनिटांच्या अंतराने टांझानियातील दार-ए-सलाममधील अमेरिकन दूतावासाच्या पार्किंग लॉटमध्ये दुसऱ्या एका अशाच मालमोटारीचा स्फोट झाला. ही मालमोटार आणि इमारत यांच्यामध्ये उभ्या असलेल्या पाण्याच्या एका टँकरने स्फोटाची तीव्रता शोषून घेतल्याने अकरा अमेरिकन ठार तर इतर ४००जण जखमी झाले.

दूतावासांवरील हल्ल्यांच्या एक या आठवडा आधी सीआयएच्या दहशतवादविरोधी केंद्राने अशाच प्रकारे रासायनिक, जैविक आणि किरणोत्सर्जी अस्त्रांच्या हल्ल्यांचा इशारा दिला होता. हे स्फोट आफ्रिकेतच होतील, असे सीआयएने न म्हटल्याने हे इशारे परिणामशून्य ठरले. तोपर्यंत एवीतेवी दहशतवाद्यांच्या टोळ्या त्यांच्या इप्सित ठिकाणी पोहोचल्याही होत्या. हे दोन्ही हल्ले समन्वयाने घडवून आणण्याच्या दृष्टीने अल-कायदाच्या कार्यकर्त्यांनी कित्येक महिने आधीच पाकिस्तान सोडून नैरोबी आणि दार-ए-सलाम गाठले होते आणि स्फोटकांनी भरलेल्या मालमोटारींची जुळणी सुरू केली होती.

दूतावासांवरील बॉम्ब हल्ल्यानंतर अल्पावधीतच एफबीआयची पथके तपासकामासाठी टांझानिया आणि केनियाकडे रवाना झाली आणि शेवटी चौकशी कामात सहभागी होण्यासाठी अमेरिकन गुप्तहेर विभागाचे पाचशे कर्मचारी त्यांना

येऊन मिळाले. या तपासकामादरम्यान जरी अनेक संघटना पृष्ठभागावर आल्या असल्या तरी एफबीआय आणि सीआयएने लवकरच हमास आणि हिब्जुल्ला यांच्यावर आपले लक्ष केंद्रित केले, अल-कायदाचा म्होरक्या ओसामा बिन लादेन याने असंख्य जाहीर निवेदनांद्वारा अमेरिकन नागरिकांना ठार मारण्याचे आदेश आपल्या अनुयायांना दिले होते.

सोव्हिएटने काढता पाय घेतल्यानंतर अफगाणिस्तानची भ्रष्ट अर्थव्यवस्था डबघाईला आली होती, या परिस्थितीचा फायदा उठवत तालिबान्यांनी त्या देशाचा ताबा घेतला होता. संपूर्ण देशात दहशतवादी प्रशिक्षण केंद्रे चालवणाऱ्या बिन लादेन आणि त्याच्या संघटनेला तालिबानी अक्षरश: स्वर्गसुखात ठेवत होते. अफगाणिस्तानच्या पूर्वेकडील खोस्तजवळील जव्हार छावण्यांत बिन लादेन असल्याची शक्यता दर्शवणारा अहवाल सीआयएपाशी होता. २० ऑगस्टच्या सायंकाळी इस्लामाबादमध्ये अमेरिकन लष्कराच्या तिन्ही दलांचे संयुक्त प्रमुख जनरल जोसेफ राल्सटन पाकिस्तानचे जनरल करामत यांच्याबरोबर रात्र-भोजन घेत होते. पाकिस्तानच्या रडारवर लवकरच दिसणारी क्रूझ क्षेपणास्त्रे तुमच्या दिशेने रोखलेली नाहीत, असा दिलासा देण्याचा राल्सटन प्रयत्न करत होते. त्यांचे भोजन संपल्यावर काही क्षणांतच टॉमहॉक बनावटीची पंच्याहत्तर क्रूझ क्षेपणास्त्रधारी विमाने पाकिस्तानच्या आकाशात घिरट्या घालू लागली. आणि हीच विमाने अफगाणिस्तानमधील एका छावणीवर बरसली. किमान पंचवीस जिहादी ठार तर इतर पन्नास किंवा त्याहून अधिक जखमी झाले. पण मुख्य सावज निसटले होते, हल्ल्याच्या काही तास आधीच बिन लादेनने छावणी सोडली होती. अल-कायदाच्या म्होरक्याला ठार करण्यासाठी केलेला हा हल्ला असला तरी अमेरिका आणि बिन लादेनच्या टोळ्यांतील युद्धास प्रारंभ झाला होता. या युद्धामुळे येणाऱ्या काळात अमेरिका आणि पाकिस्तान परस्परांना अडचणीचे ठरणार होते.

नेटवर्कच्या आत!

लि*बियातील बॉम्ब कारखाना उभारताना आपल्यासमोर* एक त्रासदायक अडथळा उभा असल्याची जाणीव बी.एस.ए. ताहिरला तो जेव्हा खान यांच्या दुबईतील अपार्टमेंटमध्ये आला तेव्हाच झाली होती. या प्रकल्पाचा आकार आणि कुमक एवढी मोठी होती की, ती पूर्ण करताना आपण आणि आपल्या नेटवर्कवर क्षमतेपेक्षा ताण पडेल की काय असा धोका त्याला वाटू लागले; शिवाय खान आणि त्यांच्या सहकार्यांच्या आतापर्यंतच्या कार्यप्रणालीचा संपूर्ण फेरविचार करावा लागावा अशी परिस्थिती निर्माण झाली. पाकिस्तानहून सेंट्रिफ्युजेसचे भाग आणि इतर काही किरकोळ सामग्री याआधीच त्रिपोलीकडे रवाना झाली असली तरी कोणाच्याही लक्षात न येता कहुटातील पुरेशी उपकरणे लंपास करून अण्वस्त्र व्यवसाय चालू ठेवणेही पूर्वीइतके सुकर नाही हेही त्यांना समजून चुकले होते. त्याचप्रमाणे या प्रकल्पाला लागणाऱ्या उपकरणांची यादी एवढी वाढत चालली होती की, पुरवठादारांची यंत्रणा बळकट करण्याबरोबरच नव्या कर्मचाऱ्यांची नियुक्ती करणे अनिवार्य ठरत होते. अशा अनेक अंगांनी लिबियाचा हा प्रकल्प पाकिस्तानच्या प्रकल्पाइतकाच आव्हानात्मक ठरत होता. त्यासाठी काळ्या बाजारातून प्रचंड प्रमाणात सामग्री आणि कच्चा माल खरेदी करणे क्रमप्राप्त होते. खान यांनी त्यासाठी एक योजना आखली, एक नवे उत्पादन केंद्र उभारून आणि तिथे हजारो सेंट्रिफ्युजेस तयार करून ती ते लिबियाला देणार होते.

सेंट्रिफ्युज निर्मितीच्या प्राथमिक प्रकल्पाची उभारणी नेमकी कोठे करायची हा खान आणि ताहिर यांच्यासमोरचा तातडीचा प्रश्न होता. पाकिस्तानचा पर्याय काही स्पष्ट आणि उघड कारणासाठी अस्वीकारार्य होता आणि आंतरराष्ट्रीय दहशतवादाचा पुरस्कर्ता असलेल्या लिबियाला निर्बंधांनी जखडून टाकले होते. आता एकमेव असा व्यवहार्य पर्याय उरला होता आणि तो म्हणजे दुबई. सर्वार्थाने त्यांच्या समिप असलेला. पर्शियाच्या आखातातील झपाट्याने वाढणारे हे शहर

त्यांना नेहमीच आरामदायी वाटे. तेथे त्यांचे एक आलिशान अपार्टमेंट होतेच शिवाय काही इमारती सोडून एके ठिकाणी त्यांची रखेलही राहात होती. इराणला आपल्या संगणक उद्योगाच्या बुरख्याआडून अणू सामग्री पुरविणाऱ्या ताहिरचा धंदा तेजीत होता, ज्या ठिकाणी खान यांचा प्रकल्प उभारता येईल, अशा अनेक वखारींचा मार्ग त्याने मोकळा करून दिला. 'कोणत्याही स्वरूपाच्या अडथळ्यांशिवाय दुबई बंदरातून हवा तो माल तुम्ही निर्यात करू शकता,' असा खुलासा खुद्द त्या शहराच्या वेबसाइटवरच उपलब्ध होता. त्यामुळेच मोठी लेथ यंत्रे, व्हॅक्युम पंप, सेंट्रिफ्युजच्या प्रतिकृती आणि इतर अत्याधुनिक उपकरणांची तेथून निर्यात करणे अगदीच सोपे होते. १९९०च्या दशकात कोणत्याही स्वरूपाच्या मालाची आयात-निर्यात बिनदिक्कतपणे करण्याचे शहर म्हणून दुबई नावारूपास येत होते. अडचणींचे ठरतील अशा प्रश्नांना तिथे मज्जाव होता. या संदर्भात अमेरिकेच्या अण्वस्त्र प्रसारविरोधी मोहिमेतील एक तज्ज्ञ गॅरी मिलहोलिन सांगतात, 'संवेदनशील तंत्रज्ञान निर्धास्तपणे निर्यात करण्यासाठी 'दुबई' हा एक स्वर्ग बनला होता, कारण कोणी काही विचारलेच तर 'अरे, हा माल तर दुबईत ठेवण्यासाठी आणला होता,' असे सांगून तुम्ही हात वर करायला मोकळे होता.'

आवश्यक ती उपकरणे शोधून त्यांची खरेदी करणे खान आणि ताहिरना शक्य होते, पण उत्पादन प्रक्रियेवर दररोज लक्ष ठेवण्यासाठी त्यांना एका पूर्णवेळ मदतनिसाची आवश्यकता होती. अमेरिका आणि त्यांच्या स्वत:च्या देशाच्या गुप्तचर संघटनांचा डोळा चुकवून खान यांना तिथे फार दिवस राहाणे शक्य नव्हते आणि या कामाची गरज भागू शकेल, एवढे तांत्रिक कौशल्य ताहिरपाशी नव्हते. या अडचणीवर कशी मात करायची यावर ते विचार करत असताना खान यांना अचानक एका नावाची आठवण झाली – उर्स टिनार. युरेन्कोमधील दिवसांपासून खान यांना उर्स कुटुंबियांचा परिचय होता. उर्स टिनारच्या वडिलांनी म्हणजे फ्रेडरिक टिनार यांनी दहा वर्षांहून अधिक काळ पाकिस्तानच्या अण्वस्त्र कार्यक्रमाला विशेष प्रकारचे व्हॅक्युम तंत्रज्ञान देऊन अण्वस्त्र प्रसाराचे रूपांतर आपल्या कौटुंबिक व्यवसायात केले होते. टिनार त्यांच्या समाजातील एक प्रतिष्ठित व्यक्ती होते, त्यांच्या उद्योगाबद्दल एखाद्या स्विस शेजाऱ्याला शंका आलीच, तर त्यालाही त्यांचे काही सोयरसुतक नसायचे. हाग या त्यांच्या गावातील शाळेच्या नियामक मंडळाचे ते सदस्य होतेच शिवाय मुक्त व्यवसायाचा आग्रह धरणाऱ्या 'डेमोक्रेटिक पार्टी ऑफ स्वित्झर्लंड'चे ते सक्रिय कार्यकर्ताही होते.

टिनार यांच्याशी व्यवसाय करतानाच्या काळात खान अनेक वेळा 'हाग' या गावी गेले होते आणि त्याचवेळी फ्रेडरिकच्या दोन मुलांपैकी उर्स या मोठ्या मुलाशी त्यांची गट्टी जमली होती. उर्स हा एक तरबेज तंत्रज्ञ असून दर्जेदार

कारागिरी त्याच्या रक्तातच असल्याचे खान यांना जाणवले होते. ॲम्स्टरडॅमच्या युरेन्को प्रकल्पासह इतर अनेक ठिकाणी उर्सने आपले वडील आणि भावाबरोबर काम केले होते. युरेन्कोतच त्याने सेंट्रिफ्युजचे तंत्रज्ञान आत्मसात केले होते. कोणीतरी त्याच्याबद्दल म्हणाले होते की, 'तुम्ही जर त्याला एखाद्या काट्याचे चित्र जरी दाखवलेत, तरी तो अत्यंत सुबक असा काटा तयार करू शकेल!' तो दुबईसाठी सर्वस्वी योग्य असा माणूस होता. सीआयए किंवा इतर कोणत्याही यंत्रणांना शिरकाव करण्यात अपयश आलेल्या नेटवर्क आणि संबंधित उद्योगांचा तो एकनिष्ठ सदस्य होणार होता. पूर्वेतिहास पाहिल्यावर तो विश्वासार्ह असल्याची खान यांची खातरी पटली. वयाच्या बत्तिसाव्या वर्षी उर्सने आपल्या रशियन बायकोपासून घटस्फोट घेतला होता, युरोपीय नागरिकांचे आकर्षण ठरत असलेल्या दुबईत येणे त्यास मनापासून आवडेल, असे खान यांना वाटले. सर्वप्रथम त्याच्या वडिलांची परवानगी घेणे गरजेचे होते. लिबियातील प्रकल्पावर तुझ्या मुलाने काम केलेले तुला चालेल का, असे खान यांनी फ्रेडरिकला विचारताच त्याने आनंदाने होकार दिला. नव्याने काहीतरी सुरुवात करण्याची कल्पना उर्सलाही भावली. वयाने मोठा असला तरी उर्सला आपल्या अहंमन्य बापाच्या कचाट्यातून मुक्त व्हायचे होते. शक्तिवर्धक पेये विकण्यासाठी आपण दुबईला जात असल्याचे त्याने आपल्या मित्रांना सांगितले होते. १९९८च्या सुरुवातीपासूनच तो आणि ताहिर मिळून खान यांच्या कारवायांसाठी नवी जागा शोधत होते.

खान यांनी गतिमान केलेल्या अनेक योजनांपैकी दुबईची कार्यशाळा हा एक भाग होता. ताहिरच्या संगणक उद्योगाच्या माध्यमातून इराणला अद्याप जहाजे जातच होती, पण लिबियन प्रकल्पाची व्याप्ती लक्षात घेता, या सर्व उद्योगांचे सुरक्षा कवच अभेद्य करण्यासाठी त्यांना जहाजांच्या अतिरिक्त ताफ्याची गरज होती. त्यासाठी खान पुन्हा एकदा पूर्वीपासून परिचित असलेल्या एका व्यक्तीकडे वळले.

१९७६मध्ये अण्वस्त्र प्रकल्पासाठी अवजारांचा शोध घेत असताना खान यांची पिटर ग्रिफीन या ब्रिटिश अभियंत्याशी गाठ पडली होती. लंडनमधील कार्यालयात खान यांच्या एका परिचिताने अनवधानाने दूरध्वनी केला, तेव्हा 'पाकिस्तानच्या कार्यक्रमाचे आपण अपघातानेच पुरवठादार झालो,' असे स्पष्टीकरण पीटरने दिले होते. नंतर 'हाउस ऑफ कॉमन्स'पासून जवळच असलेल्या एका पाकिस्तानी रेस्टॉरंटमध्ये जेवताना ग्रिफीन आणि खान यांनी त्या व्यवहाराला अंतिम स्वरूप दिले होते. त्या नंतरच्या काही वर्षांत ग्रिफीन वरचेवर पाकिस्तानला जाऊन विविध औद्यौगिक कारखाने, कृषी उद्योग आणि अणूकार्यक्रमाला लागणाऱ्या अवजारांची विक्री करत असे. माजी रग्बीपटू असलेल्या ग्रिफीनकडे गरजेनुसार आक्रमक किंवा मोहक आणि उमदा तरुण म्हणून स्वत:ला सादर करण्याची कला

होती. खान यांच्याशी व्यवहार करताना आपण कोणत्याही कायद्याचे किंवा नियमांचे उल्लंघन केले नसल्याचा दावा तो करत असे आणि आपल्याला अद्याप कोणत्याही गुन्ह्याखाली अटक झाली नसल्याची पुष्टीही जोडत असे. खान यांनी मात्र त्याच्याकडे एक महत्त्वाकांक्षी देशभक्त या दृष्टीनेच पाहिले.

'तुम्हाला आपल्या देशाचे अध्यक्ष व्हावे, असे कधी वाटते का?' ग्रिफीनने खानना एकदा विचारले होते.

'मुळीच नाही, मला माझ्या देशाचा विकास साधायचा असून त्यासाठी प्रसंगी सैतानापुढे लोटांगण घालण्याचीही माझी तयारी आहे,' खान उत्तरले होते.

१९९८मध्ये खान यांनी संपर्क साधला तेव्हा अभियंता ग्रिफीन आणि त्याचा मुलगा आखातात 'गल्फ टेक्निकल इंडस्ट्रीज' नावाचा एक छोटा जहाज उद्योग चालवत होते. खान यांच्या कारवायांसाठी जहाजसेवा द्यायला ग्रिफीन तयार झाला, मात्र आपण खान यांना दिलेली सेवा आणि लिबियाचा अण्वस्त्र कार्यक्रम यांचा अर्थाअर्थी काहीच संबंध नव्हता, असा दावा करून त्याने आपल्या उद्योगाची बनावट कागदपत्रे तयार केल्याचे खापर ताहिरच्याच डोक्यावर फोडले.

उत्पादन प्रक्रियेत नेटवर्कचे इतर काही माजी सदस्यही सामील झाले. पाकिस्तान आणि इराणला इलेक्ट्रॉनिक्सचा पुरवठा करणाऱ्या दोन तुर्की कंपन्यांचे मालक गुनेस सायर आणि सलीम अल्गादी याचा समावेश यादीत करण्यात आला. इराणी सौद्याच्या वेळी पायाभूत सेवा देणारा जर्मन अभियंता हेंज मेब्यूस आता मरण पावला होता, म्हणून सेंट्रिफ्युजवर नियंत्रण ठेवण्यासाठी आवश्यक असलेली गुंतागुंतीची कॅस्केड यंत्रणा तयार करण्यासाठी योग्य व्यक्तीचा शोध घेण्याची कामगिरी गोदार्द लर्चवर सोपवण्यात आली. सेंट्रिफ्युजप्रमाणेच ही यंत्रणाही तिसऱ्याच एका देशात उभारून नंतर लिबियाला समुद्रमार्गे पाठविण्यात येणार होती. या कामासाठी योग्य अशी एक व्यक्ती आपल्या परिचयाची असल्याचे लर्चने खान यांना सांगितले.

गेरहार्ड विसेर १९६०मध्ये दक्षिण आफ्रिकेत स्थलांतरित झाला होता आणि त्याने आपल्या या स्वीकृत देशाच्या अणूकार्यक्रमाशी संलग्न असा एक व्यवसाय सुरू केला होता. अण्वस्त्र बाळगल्याप्रकरणी त्याला एकदा अटकही झाली होती, पण दक्षिण आफ्रिकेच्या सरकारसाठी आपण अनेकदा गोपनीय कागदपत्रे वाहून नेली असल्याचे सांगत त्याने आपल्या या कृतीचे समर्थन केले होते. १९८० आणि १९९०च्या दशकात दक्षिण आफ्रिकेच्या अण्वस्त्र कार्यक्रमासाठी लर्चकडून व्हॅक्युम व्हाल्व विकत आले होते, लर्च तेव्हा 'लिबोल्ट-हिरो' या कंपनीतच होता. लर्च आणि विसेर हे दोघेही एकमेकांचे मित्र बनले होते आणि दक्षिण आफ्रिकेच्या सागरकिनाऱ्यावरील स्थावर मालमत्तेचा व्यवहारही ते भागीदार या नात्याने क्वचित

प्रसंगी करत होते. १९९०च्या प्रारंभी दक्षिण आफ्रिकेने आपला अण्वस्त्र कार्यक्रम बंद केल्यावर सरकारी कंत्राटदार बेकार झाले आणि विसेरच्या कंपनीसह अनेक इतर कंपन्यांना दिवाळे जाहीर करावे लागले. १९९०च्या शेवटच्या काही महिन्यांत जोहान्सबर्गबाहेर काही छोटे-मोठे उद्योग करून विसेर हातातोंडाची मिळवणी करत होता. तशात एका महागड्या आणि तणावपूर्ण अशा घटस्फोटाच्या मामल्यात अडकल्याने त्याच्या आर्थिक विवंचनेत भरच पडली. खरेतर या सर्व परिस्थितीमुळेच तो खान यांच्या कामासाठी योग्य ठरत होता.

जेव्हा लर्चने आपल्या या जुन्या मित्राला फोन केला, तेव्हा दुबईविषयी फारसे काही सांगितले नाही. तिथे आयोजित केलेल्या एका भोजन प्रसंगी जमणाऱ्या काही संभाव्य उद्योगपतींशी चर्चा केल्यास तुझा फायदा होईल, एवढेच त्याने सांगितले. त्यानंतर काही आठवड्यातच विसेर दुबईतील एका आलिशान बंगल्यात पोहोचला, याच बंगल्याचा मालक असलेल्या दुबईच्या एका उद्योगपतीने हा समारंभ आयोजित केला होता. जेव्हा विसेर खोलीच्या आत नजर टाकली, तेव्हा त्याला त्याचा मित्र लर्च तिथे दिसलाच शिवाय जिच्याबरोबर पूर्वी कधीतरी आपण व्यवसाय केला होता, अशीही एक व्यक्ती त्याला दिसली. सुमारे दशकभरापूर्वी पाकिस्तानच्या अण्वस्त्रांसाठी लागणाऱ्या विशेष अणुभट्टीच्या शोधात ताहिर आपला चुलता मोहंमद फारूक याच्यासोबत दक्षिण आफ्रिकेत गेला असताना त्याची आणि विसेरची गाठ पडली होती. तेव्हा काळसर आणि काटकुळा वाटणाऱ्या ताहिरचे आता चांगल्या बाळसेदार आणि आत्मविश्वासपूर्ण अशा उद्योगपतीत रूपांतर झाले होते. पाश्चात्त्य पद्धतीचा सूट परिधान केलेल्या ताहिरने आपली केशरचनाही आकर्षक केली होती. जेवणाची सिद्धता होईपर्यंत ताहिर आणि विसेर मनमोकळेपणाने गप्पा मारत होते. गप्पांच्या ओघात आपल्या मालकीची एक रोल्स राईस असून मलेशियापर्यंत आपला व्यवसाय विस्तारल्याची माहिती ताहिरने त्याला दिली. भोजनाच्या वेळी ताहिर आणि लर्च यांच्या मधोमध बसेपर्यंत एक श्रीलंकन माणूस आपले संभाव्य ग्राहक असल्याची विसेरला कल्पनाच नव्हती.

जेवण सुरू असतानाच संयुक्त अरब अमिरातीमधील एका तेलशुद्धीकरण कारखान्यासाठी आधुनिक तंत्रज्ञानयुक्त अशी पाइपलाइन उभारून देणाऱ्याच्या आपण शोधात असल्याचे ताहिरने सांगितले. पूर्वीप्रमाणे आता आपली कंपनी मोठी राहिलेली नाही, त्यामुळे अशी गुंतागुतीची निर्मिती आपल्याला आता शक्य नसल्याचे विसेरने सांगून टाकले. त्यावर अशी यंत्रणा मार्गी लावण्याच्या शुल्कापोटी तुला एक दशलक्ष डॉलर्स मिळतील, असे ताहिरने सांगताच विसेरने पलटी मारली. घरी परतल्यावर आपण याबाबत शोध घेतो, असे आश्वासन त्याने मोठ्या

उत्साहात दिले. दक्षिण आफ्रिकेला रवाना करण्यापूर्वी आपण तांत्रिक आराखडे प्राप्त करून घेऊ आणि ते नजरेखालून घालण्यासाठी लर्चच्या हवाली करू असे ताहिरने सांगितले. मध्यपूर्वेकडील एखाद्याला तेलशुद्धीकरण यंत्रणेसाठी दक्षिण आफ्रिकेत जावे लागेल आणि अशा प्रकारच्या तंत्रज्ञानाची मुळातच तिथे कोणाला गरज भासली असेल यावर विसेरचा विश्वासच बसला नाही, पण त्याने आपल्या या शंका दाबून ठेवल्या. त्याला एक दशलक्ष डॉलरची गरज होती. विनाकारण फाजील प्रश्न विचारायचे नसतात, हे तो फार पूर्वीच शिकला होता. विसेर म्हणतो, 'बुद्धीला कितीही ताण देऊन जाणण्याचा प्रयत्न केला, तरी ताहिरला दुबईत व्हॅक्युम पंप्स का हवे होते, हे मला अनाकलनीयच होते, कारण तिथे अशा पंप्सची आवश्यकताच नव्हती.'

ही मागणी कोण पूर्ण करू शकेल, हे जोहान्सबर्गला पोहोचण्यापूर्वीच विसेरला माहीत होते. जोहान्सबर्ग शहराच्या एका उपनगरात जॉन मेयर नावाचा तंत्रज्ञ 'ट्रेडफिन' या अभियांत्रिकी आणि उत्पादन उद्योग चालवत होता. त्या देशाच्या अणू प्रकल्पात तो विसेरचा सहकारी होता. जोहन्सबर्गला पोहोचताच विसेरने त्याचे कार्यालय गाठले. रॅन्डबर्ग या उपनगरातील त्याच्या हँगरसदृश कार्यालयात बसून बोलत असताना विसेर दुबईतील एका महत्त्वाच्या प्रकल्पाचे काम आपल्याला मिळाले असून भविष्यात त्याची कोट्यवधी डॉलरची उलाढाल होण्याची शक्यता असल्याचे सांगितले. याबाबतचे तपशील आपल्यापाशी नसले तरी तेलउद्योगासाठी या सर्व यंत्रणेची गरज असल्याचे आपल्याला सांगण्यात आल्याचे तो म्हणाला. दक्षिण आफ्रिकेच्या अचानक मृत्युमुखी पडलेल्या अण्वस्त्र कार्यक्रमाचा फटका विसेरप्रमाणेच मेयरलाही बसला होता, पण विसेरच्या मागण्या पूर्ण करण्याइतपत कर्मचारी नेमून प्रकल्प तडीस नेण्याची क्षमता ट्रेडफिनपाशी होती. ताहिरची योजना त्यांच्यापर्यंत अद्यापी आली नव्हती, पण या प्रकल्पासाठी ते एवढे उतावीळ झाले होते की, त्यांनी सरळ दुबईला जाऊन आपल्या ग्राहकालाच गाठले. जेव्हा ही जोडगोळी 'एसएमबी' कॉम्प्युटरच्या दारात पोहोचली तेव्हा अभावितपणे त्यांच्याकडून झालेल्या या करारभंगामुळे ताहिर सर्द झाला. लिबियाच्या प्रकल्पाला अतिरिक्त संरक्षण देणे, हेच तर दक्षिण अफ्रिकेसारख्या दूर देशातील कोणाची तरी निवड करण्यामागचे कारण होते आणि या दोघांना दारातच पाहून तो धास्तावल्याचे स्पष्टपणे दिसत होते. या धक्क्यातून काहीसा सावरल्यावर त्याने रेखाटने आणि पैसे चुकते करण्याचे वेळापत्रक आपला एक भागीदार तयार करत असून लवकरच ते तुम्हाला पाठविण्यात येतील असे सांगितले. आम्ही सध्या अत्यंत व्यस्त असून तुम्हाला वेळ देऊ शकत नाही, असे क्षमायाचनेच्या सुरात दोघांनाही सांगून त्याने घरी जाऊन प्रतिक्षा करा, असे सांगितले. सर्द

होण्याची पाळी आता या दोघांची होती, पण लक्षावधी डॉलरच्या लोभसवाण्या प्रस्तावाने त्यांच्या तोंडाला पाणी सुटले होते. त्याने अखेर त्यांच्या सर्व चिंतांवर मात केली आणि ते मायदेशी परतले.

काही दिवसांनंतर अठरा इंच लांबीच्या कागदाच्या भेंडोळ्यांचे एक खोके विसेरच्या कार्यालयात येऊन थडकले, ते घेऊन तो ट्रेडफिनच्या कार्यालयात आला. तेथील एका लांब-रूंद अशा टेबलावर मेयरने ते पसरले. या कागदांवरील आकृत्या एवढ्या पुसट होत्या की, मेयरला वारंवार डोके खाजवावे लागत होते, पण या कागदांचा आणि तेलउद्योगाचा काहीही संबंध नाही, हे कळण्याइतपत तो माहितगार होता. त्याच्या समोरील नियोजन आराखड्यांनुसार अत्याधुनिक पाइप यंत्रणा, सर्वोत्कृष्ट व्हॉल्व्हस आणि ज्या इतर संमिश्र सामग्रीची मागणी करण्यात आली होती, ती तेलशुद्धीकरणापेक्षा युरेनियमच्या समृद्धीकरणासाठीच जास्त योग्य वाटत होती. कागदपत्रांचे बारकाईने निरीक्षण केल्यावर एक गोष्ट त्याला प्रकर्षाने जाणवली, युरेनियम वायूचे समृद्ध युरेनियममध्ये रूपांतर बाहेर करण्याची ही यंत्रणा होती आणि त्यासाठी हजारो सेंट्रिफ्युजेसची आवश्यकता होती. अण्वस्त्र निर्मिती प्रक्रियेतील हा एक महत्त्वाचा टप्पा होता. आकडेमोड केल्यावर या कामाची किंमत ३० ते ४० दशलक्ष डॉलरच्या घरात जाईल, हे त्याच्या लक्षात आले, या एकूणच व्यवहाराचा अंतिम ग्राहक कोण आहे, अशी विचारणा त्याने विसेरकडे केली. याबाबत त्याने कानांवर हात ठेवले, मात्र संबंधित व्यक्ती ताहिर नाही, एवढे त्याला खातरीशीरपणे माहीत होते. एका अण्वस्त्र कार्यक्रमात आपण गुंतलो असल्याची खंत मेयरला क्षणभर वाटली खरी, पण एकदा झुरिच बँकेकडून गलेलठ्ठ रकमेचा एक चेक हाती आल्यावर त्याची खंत आणि शंका-कुशंका दूर पळाल्या. येत्या काही महिन्यांतच ट्रेडफिनची सर्व जागा व्यापणारा एक-दोन मजली उंच इमारती एवढा सांगाडा उभा राहाणार होता आणि मेयर त्याला 'एक अजस्त्र श्वापद' या नावाने संबोधणार होता.

काही दिवसांनंतर स्थावर मालमत्तेच्या संदर्भात विसेर दूरध्वनीवरून लर्चशी बोलत असताना त्याने 'पाइपिंग प्रणाली'चा विषय काढला. हे पाइप शेवटी कोणाकडे जाणार आहेत, याची काही कल्पना तुला आहे काय, अशी विचारणा त्याने केली तेव्हा, 'मला त्याच्याशी काही देणेघेणे नाही,' असे तुटकपणाचे उत्तर त्याला मिळाले. त्याची ही मल्लीनाथी खरी असो वा खोटी, पण ज्या काळात तस्करीच्या नेटवर्कचा विषय धगधगत होता, त्या काळात मध्यस्थांचा त्याबद्दलचा दृष्टिकोन कसा होता, याचे हे उत्तम उदाहरण ठरावे.

इकडे दुबईत लिबियासाठी प्रथमच मोठ्या प्रमाणात सेंट्रिफ्युजेस तयार करण्याचा कारखाना उभारण्याची उर्स टिनारची धडपड सुरूच होती. आवश्यक

ती उपकरणे आणि इतर सामग्री मिळवण्याच्या खटाटोपातच आधुनिक यंत्रणा हाताळण्याचे कौशल्य असलेले तंत्रज्ञ शोधणे, हीसुद्धा एक डोकेदुखी बनली होती. अनेक तेलसंपन्न अरब देशांप्रमाणेच अमिरातही घरकामे आणि इतर फुटकळ व्यावसायिक कामांसाठी फिलिपाइन्स आणि पाकिस्तानसारख्या विकसनशील देशातील कामगारांवर अवलंबून होती. टिनारच्या प्रकल्पासाठी अत्यंत कुशल कर्मचाऱ्यांची गरज होती आणि अशी कामे करण्यात स्थानिक नागरिकांना काडीचेही स्वारस्य नव्हते. परदेशातून असे कर्मचारी आणल्यास त्याला सरकारी परवान्याची गरज असायची, शिवाय त्यामुळे टिनारच्या कामाचे स्वरूप उघडे पडण्याची भीतीही होतीच. जेव्हा खान यांच्यापाशी त्याने आपल्या अडचणींचा पाढा वाचला तेव्हा संपूर्ण निर्मिती विभाग तुर्कस्तानला हलवता येईल, अशी सूचना त्यांनी केली. या प्रकल्पाला इलेक्ट्रॉनिक्स साधनांचा पुरवठा करणाऱ्या गुनेस सायरने खान यांच्या विनंतीवरून तुर्कस्तानमध्ये चाचपणी केली, पण तिथेही कुशल कामगारांची वानवा असल्याचे त्यांना उलटटपाली कळवले.

अशा विविध प्रकारांनी पिछेहाट होत असूनही ताहिर या त्यांच्या मानलेल्या मुलाशी टिनार संबंध वाढवितच होता. या प्रकल्पाची देणी चुकती करण्याकरिता किमान सहा बँकांतून पैसा फिरवण्यात येत असे, गोपनियता पाळण्याचाच तो एक भाग होता. नेटवर्कमध्ये समन्वय ठेवण्याबरोबरच त्याची आर्थिक आघाडीही ताहिर सांभाळत असे. मात्र तांत्रिक कौशल्याच्या अभावामुळे खान यांना तो फारसा महत्त्वाचा वाटत नसे. आपल्या दिवंगत वडिलांच्या जागी खान यांना तो पाहात असे आणि त्यामुळेच टिनारची लुडबुड त्याला असह्य होत असे. १९९८च्या जूनमध्ये कौलालंपूरच्या एका ख्यातनाम माजी राजनैतिक अधिकाऱ्याच्या मुलीशी लग्न करण्याचे ताहिरने निश्चित केले. सलग तीन दिवस चालणाऱ्या सोहळ्याला उपस्थित राहण्यासाठी त्याने खान यांना विशेषत्वाने निमंत्रित केले. त्यांच्यासाठी एका तारांकित हॉटेलातील स्वीट (suite)ची आणि दिमतीला एका लिमोसिनची व्यवस्थाही केली. पण इथेही त्यांच्या सोबतीला टिनार आल्याचे पाहून तो पुरता वैतागून गेला.

लिबियन प्रकल्पासाठी मोठ्या प्रमाणात अण्वस्त्रसंबंधी उपकरणांची खरेदी प्रामुख्याने युरोपमधून करावी लागत असे आणि ती सीआयए किंवा युरोपियन गुप्तचर संघटनांच्या नजरेतून सुटणे शक्यच नव्हते. या सर्व संघटनांकडे गेली काही वर्षे याविषयीच्या माहितीचा ओघ सुरूच होता, पण खान पाकिस्तानमध्ये नेमकी कशाची आयात करतात यावरच त्यांचे लक्ष केंद्रित झाले होते. सुमारे

दशकभरापूर्वी इराणकडून काही संशयास्पद खरेदी होत असल्याचे अहवाल प्राप्त होऊनही सीआयए आणि अमेरिकन सरकारमधील अण्वस्त्र प्रसारविरोधी तज्ज्ञांनी ते पुरेशा गांभीर्याने घेतले नव्हते. म्हणूनच या नव्या खरेदीसत्राचे अहवाल मिळूनही या संघटना सुस्तच राहिल्या. ही खरेदी खान पाकिस्तानच्या कार्यक्रमासाठी करत असावेत असे ते गृहीतच धरून चालले होते आणि त्याचा लिबियाशी काही संबंध असावा, हे त्यांच्या गावीही नव्हते. त्याऐवजी खान आणि उत्तर कोरिया यांच्यातील वाढत्या संबंधांची त्यांना जास्त काळजी वाटत होती, उत्तर कोरियाचा प्लुटोनियम कार्यक्रम गोठवण्यात आला होता. त्यावर मात करण्यासाठी तो देश समृद्धीकरण तंत्रज्ञान आयात करत असावा, अशी भीती अमेरिकेला भेडसावत होती.

अमेरिकचे परराष्ट्रमंत्री बॉब आइनहॉर्न पाकिस्तानच्या परराष्ट्रखात्यातील अधिकाऱ्यांशी खान आणि कोरिया यांच्यात चाललेल्या व्यवहाराबाबत कित्येक महिने इशारेवजा चर्चा करत होते. उत्तर कोरियाच्या युरेनियम समृद्धीकरणासाठी खान पाकिस्तानच्या लष्कराच्या अखत्यारीतील शाहीन एअरवेजच्या विमानांचा सर्रास वापर करत असल्याचे आइनहॉर्न यांना दोन लष्करी अधिकाऱ्यांशी झालेल्या भेटीनंतर आढळून आले होते. पाकिस्तानच्या अण्वस्त्र भांडाराची देखभाल करण्याची जबाबदारी याच अधिकाऱ्यांकडे होती आणि खान यांच्याकडून विमानांचा गैरवापर होत असल्याची माहिती गुप्तचर यंत्रणांनी आइनहॉर्नना दिली होती. 'एकतर विमानांच्या या गैरवापराच्या गुन्ह्यात तुमचा सहभाग तरी असावा किंवा लष्कराला तरी अंधारात ठेवले असावे, यांपैकी एक गोष्ट जरी खरी असली तरी तिचे मूळ गांभीर्य कमी होत नाही,' आइनहॉर्ननी त्या अधिकाऱ्यांना बजावले.

जानेवारी, १९९९मध्ये खान यांना वेळीच वेसण घालण्याची तंबी देण्यासाठी क्लिंटननी आइनहॉर्न आणि उपपरराष्ट्रमंत्री स्ट्रोब तालबोट यांना पंतप्रधान नवाज शरीफ यांच्याकडे पाठवले आणि या प्रश्नाविषयीची चिंता अधोरेखित केली. इस्लामाबाद शहराचे विहंगम दृश्य दृष्टीस पडावे, अशा ठिकाणी बांधण्यात आलेल्या शरीफ यांच्या शासकीय निवास्थानी दोघाही अमेरिकनांना भोजनासाठी निमंत्रित करण्यात आले होते. भोजन कक्ष पितळी चषक आणि सोनेरी मुलामा दिलेल्या भांड्यांनी सजवला होता. भोजन आटपत आले तेव्हा बटलर चहा आणि कॉफी देत असताना मुख्य विषय चर्चेस आला.

'श्रीयुत पंतप्रधान, कोरियाकडून पाकिस्तान क्षेपणास्त्रे आयात करत आहे अशी आमची खातरीशीर माहिती आहे. ही देवाणघेवाण क्षेपणास्त्रांपुरतीच मर्यादित राहणार नाही आणि त्याची जागा अण्वस्त्रांचा व्यापार घेईल अशी चिंता आम्हाला वाटते,' चर्चेच्या प्रारंभीच तालबोट यांनी इशारा दिला.

त्यावर मंद हास्य करत शरीफ उद्गारले, 'तालबोट महाशय, पाकिस्तान आणि

उत्तर कोरिया यांच्यात लष्करी सहकार्य आहे हे खरे आहे, पण ते पारंपरिक शस्त्रांपुरते मर्यादित असून कोणत्याही स्वरूपाच्या अण्वस्त्र तंत्रज्ञानाशी त्याचा संबंध नाही.'

उत्तर कोरियातील एका विमानतळावर शाहीन मालवाहू विमानात क्षेपणास्त्रे भरली जात असल्याची उपग्रह छायाचित्रे आइनहॉर्ननी वॉशिंग्टन सोडण्यापूर्वी पाहिली होती. हीच क्षेपणास्त्रे पुढे खान यांच्या प्रयोगशाळेत जाणार होती. आता सुरू असलेल्या संभाषणात हस्तक्षेप करून ते म्हणाले, 'पंतप्रधान महोदय, उत्तर कोरियातील अण्वस्त्र तज्ज्ञांशी निगडित असलेले हे संबंध तोडून टाकणेच महत्त्वाचे आहे, कारण 'खान संशोधन प्रयोगशाळा' त्यात गुंतली आहे. हे असेच चालू राहिले, तर पारंपरिक युद्धसामग्रीची जागा कालांतराने अण्वस्त्रे घेतील, असे आम्ही गृहीत धरू.'

यावर शरीफ यांनी अवाक्षरही काढले नाही. पाकिस्तान अण्वस्त्रांच्या बदल्यात उत्तर कोरियाकडून क्षेपणास्त्रे घेत असल्याची माहिती निदान त्यांना तरी आहे का याबद्दलच दोघांना शंका आली. या प्रकाराबाबत शरीफ अंधारात होते की नाही, हे कुणालाच ठाऊक नाही, मात्र तालबोट आणि आइनहॉर्नना त्यांनी रिकाम्या हाती परत पाठवले, यात शंका नाही.

खान यांचा उत्तर कोरियाशी सुरू असलेला व्यापार रोखण्यात पाकिस्तानला अपयश आले असले तरी भारत आणि पाकिस्तान यांच्याशी बिघडलेले संबंध पुनर्स्थापित करण्याचे क्लिंटन यांचे प्रयत्न थांबले नव्हते. या दोन्ही देशांनी आपापल्या अण्वस्त्र कार्यक्रमांची गती रोखण्याचे ठरवल्यास १९९८मधील अण्वस्त्र चाचण्यांनंतर लादण्यात आलेले निर्बंध उठविण्याची क्लिंटन यांची तयारी होती. पाकिस्तान त्या सुमारास अभूतपूर्व अशा आर्थिक संकटाचा सामना करत होता, क्लिंटन यांच्या प्रस्तावातील मूळ अटी त्याने मान्य केल्याच, शिवाय क्षेपणास्त्र विकासाला मर्यादा घालण्याच्या करारावर स्वाक्षरी करण्यासही तो तयार झाला. फेब्रुवारी महिन्यात वाजपेयी आणि शरीफ यांच्यात लाहोरमध्ये एक शिखर परिषद झाली. दोन्ही देशांनी उभयपक्षी संबंध पूर्ववत करून अण्वस्त्रांचा धोका टाळण्यावर एकवाक्यता साधली. भारत आणि पाकिस्तान या दोन्ही देशांत आपला व्यवसाय विस्तार करण्यास अनेक अमेरिकन उद्योग उत्सुक होते. क्लिंटन यांनाही या दोन्ही देशांशी असलेले ऋणानुबंध घट्ट करायचे होते. या दुहेरी दबावामुळे अखेर काँग्रेसने एका ठरावाद्वारे त्यांच्यावर लादलेले निर्बंध एक वर्षासाठी शिथिल केले.

मात्र या ठरावाची शाई वाळण्याच्या आतच भारत आणि पाकिस्तान यांच्यातील संबंध पुन्हा एकदा उताराला लागले. इस्लामी दहशतवाद्यांचे वेषांतर केलेल्या पाकिस्तानी कमांडोंनी काश्मिरमध्ये घुसखोरी करून 'कारगिल' या १५०० फूट

उंचीच्या शिखराला वेढा घातला. काश्मिरखोऱ्यातील या वादग्रस्त प्रदेशातूनच जीवनावश्यक वस्तूंचा पुरवठा पाकव्याप्त खोऱ्यात होत असल्याने हा भाग व्यूहात्मकदृष्ट्या महत्त्वाचा होता. पाकिस्तानी लष्कराच्या तिन्ही दलांचे नवे प्रमुख आणि माजी कमांडो जनरल परवेझ मुशर्रफ यांच्या नेतृत्वाखाली हा कट शिजला होता. भारताने अण्वस्त्र हल्ला केल्यास त्याला तसेच प्रत्युत्तर देण्यात येईल, असे आश्वासन मिळाल्यावर शरीफनी या अचाट धाडसाला मान्यता दिली होती. पाकिस्तानचे लष्करी आडाखे चुकणे, ही बाब भारताला नवी नव्हती. हल्लेखोर 'जिहादी' नसून प्रत्यक्षात पाकिस्तानी सैनिक आहेत, हे लवकरच उघडकीस आले आणि त्यामुळे कारगिलवर बॉम्बहल्ला करून तेथील पाकिस्तानी सैनिक निपटून काढण्यास भारत सज्ज झाला. इकडे पाकिस्तान आपली अण्वस्त्रे भारताच्या दिशेने वळवत असल्याचा सुगावा गुप्तचर यंत्रणांमार्फत अमेरिकेला लागला. क्लिंटन यांनी शरीफना तातडीने वॉशिंग्टनला पाचारण करून त्यांचा देश अण्वस्त्रांशी लुडबुड करत असल्याचा इशारा दिला. आश्चर्यचकित झालेले शरीफ मायदेशी परतले आणि त्यांनी कारगिलमधील संपूर्ण सैन्य लगोलग मागे घेत असल्याची घोषणा केली.

या नियोजनशून्य धाडसासाठी शरीफ यांनी लष्कराला दोषी धरले, पण या आततायी कृत्याला आणि त्याचा पुरता बोऱ्या वाजण्याला शरीफ हेच कारणीभूत असल्याची आवई लष्कराने उठवली. त्यानंतरच्या काही आठवड्यांत मुशर्रफ आपल्याविरुद्ध लष्करी उठाव करणार असल्याची कुणकुण लागल्याने शरीफ चिंताग्रस्त झाले, त्याच दरम्यान मुशर्रफ श्रीलंकेच्या दौऱ्यावर गोल्फ खेळण्यासाठी सपत्नीक गेले होते. १२ ऑक्टोबर रोजी परतीच्या प्रवासात असताना 'पाकिस्तान इंटरनॅशनल एअरलाइन्स'च्या प्रवासी विमानातच त्यांच्या हकालपट्टीचे आदेश शरीफ यांनी दिले, आणि त्यांना कराचीच्या विमानतळावर उतरण्यास त्यांनी मनाई केली. इंधन संपण्याच्या अवस्थेत ते अरबी समुद्रात घिरट्या घालत असताना लष्कराने शरीफ यांनाच डच्चू दिला आणि वैमानिकाला जबरदस्तीने खाली उतरविण्यास भाग पाडले आणि हादरलेल्या अवस्थेत असलेल्या आपल्या पत्नीला घेऊन विमानातून बाहेर पडेपर्यंत ते पाकिस्तानचे सर्वेसर्वा झाले होते.

अचानक झालेल्या या सत्तांतरामुळे क्लिंटन संतप्त झाले, पण जे काही घडले त्याला त्यांचे प्रशासन बंड किंवा उठाव म्हणायला तयार नव्हते. कारण तसे केल्यास काँग्रेसकडून नव्याने निर्बंध लादले जाण्याची शक्यता होती आणि पाकिस्तानातील नव्या राजवटीशी आताच सवता सुभा करणे, प्रशासनाला मान्य नव्हते. अफगाणिस्तानात दबा धरून बसलेल्या ओसामा बिन लादेनला मुळासकट उपटून टाकणे हे अमेरिकेचे मुख्य उद्दिष्ट होते, त्यामुळे कुणाला आवडो ना

आवडो तो देश मुशर्रफ यांच्यावर टीका करायला किंवा खान यांची मनधरणी करायला फारसा उत्सुक नव्हता. काही महिन्यांनंतर अमेरिकेच्या परराष्ट्र खात्याचा एक ज्येष्ठ अधिकारी सल्लामसलतीसाठी पाकिस्तानला गेला, या वेळी आपल्यासोबत त्याने आइनहॉर्न किंवा अन्य अण्वस्त्र प्रसारविरोधी अधिकाऱ्यांऐवजी दहशतवादविरोधी तज्ज्ञांना नेले. अमेरिका आणि पाकिस्तान यांच्यात एक नवे नाते सुरू झाले होते. बिन लादेनचा खातमा करण्यासाठी क्रूझ क्षेपणास्त्रांचा प्रयोग फसल्यापासूनच अमेरिकेला पाकिस्तानची गरज भासत होती. बिन लादेनला अफगाणिस्तानातील त्याच्या सुरक्षित नंदनवनातून बाहेर काढण्यासाठी अमेरिका कमांडो हल्ल्याची योजना करत होती आणि या मोहिमेत मदत करणाऱ्यांच्या यादीत पाकिस्तानचे नाव सर्वांत वर होते.

खान यांची वेगळी दखल घ्यायला मुशर्रफना अमेरिकेच्या इशाऱ्यांची गरज नव्हती. ते स्वत: एक महत्त्वाकांक्षी लष्करी अधिकारी असल्याने खान यांच्या स्वैराचारी वृत्तीची आणि क्वचित प्रसंगीच्या धाडसांची त्यांना पुरेपूर माहिती होती. खान संशोधन प्रयोगशाळेत उत्तर कोरियाच्या शास्त्रज्ञांना सेंट्रिफ्युज तंत्रज्ञानाने अवगत केले जात असल्याबद्दलही ते लष्करी बंडापूर्वीच जाणून होते. या विषयावर खान यांची जबानी घेण्याचे आदेश त्यांनी लष्कर आणि आयएसएला दिले होते, मात्र त्यावर या शास्त्रज्ञाने आपल्या कानांवर हात ठेवले होते. पाकिस्तानचे अण्वस्त्र भांडार विकसित करण्याच्या काळात खान यांचे वर्तन सहन केले गेले तर ते समजण्यासारखे होते, पण आता देश अण्वस्त्रसज्ज झाल्यानंतर आपल्या अण्वस्त्र उद्योगाला शिस्त लावण्याचा निर्धार मुशर्रफनी केला होता आणि त्याला देशाचे हे वलयांकित शास्त्रज्ञ अपवाद नव्हते. या उद्दिष्टपूर्तीसाठी त्यांनी नॅशनल कमांड ऑथॉरिटी ही नवीन संघटना स्थापन केली. ही संघटना पाकिस्तानच्या अण्वस्त्र कार्यक्रमातील त्रुटींचा अभ्यास करून त्याचा अहवाल थेट अध्यक्षांना सादर करणार होती. काही आठवड्यांनंतर म्हणजे २०००च्या फेब्रुवारीत, खान यांच्या प्रयोगशाळेत काम करणाऱ्या एका वैफल्यग्रस्त शास्त्रज्ञाने कोरियाला जाणाऱ्या एका विमानात सेंट्रिफ्युज उपकरणे भरली जात असल्याची खबर या संघटनेला दिली. कोरिया आणि पाकिस्तान यांच्यातील वस्तूंच्या बदल्यात वस्तू या धोरणानुसार ही उपकरणे रवाना होणार होती. ही माहिती आयएसआयकडे सरकवण्यात आली, पण या संघटनेचे गुप्तहेर जेव्हा विमानात चढले तेव्हा तिथे त्यांना औषधांच्या खोक्यांव्यतिरिक्त काहीच सापडले नाही. असे काही घडणार असल्याची खबर सरकारमधीलच कोणीतरी खान यांना दिली असावी आणि

त्यानंतर अण्वस्त्र उपकरणे हलविण्यात आली असावी, असा कयास मुशर्रफ यांनी बांधला. मुशर्रफ यांची सत्तेवरील पकड कधीच घट्ट होऊ शकली नाही, कारण एकतर ते निवडून आलेले नेते नव्हते, आणि लष्कर वगळता त्यांना राजकीय मूलाधार स्थापन करता आला नाही. खुद्द लष्करातही काही धर्मांध अधिकारी असे होते की, त्यांना मुशर्रफ हे नेहमीच पाश्चात्त्यधार्जिणे वाटत राहिले आणि त्यामुळेच एका मुस्लीम देशाचे नेतृत्व त्यांनी करावे, हेच त्यांच्या फारशा पचनी पडण्यासारखे नव्हते. परिणामत: खान यांच्याबाबत कोणतेही पाऊल उचलताना त्यांना सावधगिरी बाळगावी लागत असे, कारण खान हे त्या देशाचे आणि विशेषत: इस्लामिक राजकीय पक्षांचे हिरो होते.

खान यांच्या बाजूने विचार केला, तर मुशर्रफ यांच्या रूपाने प्रथमच त्यांच्यासमोर एक विचारभिन्नता असलेला राष्ट्रप्रमुख उभा ठाकला होता आणि त्यांनाही आता भावी नियोजन करताना काळजी घ्यावी लागणार होती.

आपली तस्करी गोपनीय राहावी, यासाठी खान प्रयत्नांची पराकाष्ठा करीत असत, मात्र एक दिवस आपल्या या उपद्व्यापांचा पर्दाफाश पाकिस्तान सरकार नव्हेतर अमेरिका किंवा एखाद्या पाश्चात्त्य देशाचे सरकार करील, अशी भीती त्यांना वाटत होती. केआरएलमधील आपल्या कारभारात सीआयएने अनेकवेळा घुसखोरीचे प्रयत्न केल्याचे त्यांना माहीत होते. पाकिस्तानचे नागरिक आपल्याशी एवढे एकनिष्ठ आहेत की, कोणत्याही धमकीला किंवा प्रलोभनाला ते बळी पडणार नाहीत, अशी फुशारकी ते मित्रांशी बोलताना मारत. ताहिरशी बोलतानाही ते नेटवर्क आणि त्याच्या सदस्यांविषयी अशीच कृतकृत्यता व्यक्त करीत. देशांतर्गत कारवाईपासून थोडक्यात वाचल्याने आणि त्याच सुमारास लिबियन प्रकल्पाची व्याप्ती प्रचंड वाढल्याने नेटवर्कची सुरक्षा नियमावली त्यांना नव्याने तयार करावी लागली. त्यांनी लिबियाच्या प्रकल्पाचे विभागीकरण अशा रितीने केले की, दक्षिण आफ्रिकेत कोण काम करतेय याची कल्पना स्वीसला येणार नाही आणि त्याचवेळी युरोपियन उपकरणांबाबत लिबियाही बऱ्याच अंशी अंधारात राहील. लिबिया आणि उत्तर कोरियाकडून येणाऱ्या लाखो डॉलरच्या रकमा दुबई, स्वित्झर्लंड आणि इतर काही कर लागू न करणाऱ्या देशांतून फिरत-फिरत येऊन शेवटी नेटवर्कच्या आणि खान यांच्या बँक खात्यांत येऊन पडत असत. या संपूर्ण कारवाईची माहिती खान यांच्याशिवाय फक्त दोघांनाच होती, त्यांपैकी ताहिरवर सगळी आर्थिक जबाबदारी सोपवण्यात आली होती, तर प्रकल्पाच्या तांत्रिक अंगांचा समन्वय उर्स टिनार सांभाळत होता.

खान यांची ही कार्यपद्धती यशस्वी ठरत असल्याचे गेल्या अनेक वर्षांत सिद्ध झाले होते. नेदरलॅन्डमधील कामात हेरगिरीचाही समावेश होता, त्या

अनुभवाच्या बळावर ते पाकिस्तानात आणि परदेशांत बिनदिक्कतपणे सर्व व्यवहार पार पाडत असत आणि त्याचवेळी अमेरिकेच्या दृष्टीने असलेले पाकिस्तानचे मौल्यवान महत्त्व लक्षात घेता आंतरराष्ट्रीय कायद्याच्या चौकटीबाहेर राहून आपले इप्सित ते साध्य करून घेत. पण खान हे काही अमरपट्टा प्राप्त झालेले युगपुरुष नक्कीच नव्हते. सीआयएला एक मोठे घबाड मिळण्याची शक्यता होती.

१९९९च्या शेवटच्या काही महिन्यांत खान यांच्या नेटवर्कशी निगडित असलेल्या काही मूठभर उच्च तंत्र विभूषित पुरवठादारांच्या जाळ्यात एक मोठे सावज सापडल्याची माहिती सीआयएसाठी काम करणाऱ्या जर्मन गुप्तहेराने अमेरिकेला दिली. सदर ग्राहकाची ओळख पटविण्यात जर्मन गुप्तहेराला जमले नसले तरी अण्वस्त्रांच्या काळ्या बाजाराशी पूर्वापार लागेबांधे असलेल्या आणि मोठ्या आर्थिक उलाढालींचा साक्षीदार असलेल्या स्वीस बँक मालकांची यादीच त्याने सादर केली. सीआयएचे अमेरिकेच्या बाहेरचे सर्वांत मोठे मुख्यालय व्हिएन्नात होते, आणि आण्विक कार्यक्रमांशी निगडित गोपनीय माहितीचे संकलन करणे ही येथील खासियत होती. जर्मन गुप्तहेराने दिलेली माहिती या मुख्यालयाकडे पाठविण्यात आली. माहिती खरेतर टिचभरच होती, पण तिच्या आधारे अनेक प्रश्नांची कोंडी फुटण्याची संभावना होती आणि म्हणूनच ती मोलाची होती. पाकिस्तानच्या अण्वस्त्रासाठी तंत्रज्ञान पैदा करताना खान यांनी पार पाडलेल्या भूमिकेची इत्थंभूत माहिती सीआयएच्या संग्रहात होती, आणि आपल्या मालाची ते इतर देशांना चोरून विक्री करत असल्याचे पुरावेही गेली अनेक वर्षे तिच्या दफ्तरात जमा होत होते, पण या नव्याने हाती आलेल्या माहितीमुळे खान यांच्या वर्तुळाचा एक नवा अवतार पाहायला मिळणार होता, अर्थात ही माहिती खरी असेल तर.

सीआयएच्या व्हिएन्ना शाखेच्या स्थानक प्रमुखांना युरोप आणि त्या प्रदेशातील हेरगिरीचा दांडगा अनुभव होता. त्यामुळे नव्याने हाती आलेल्या या माहितीची हाताळणी काळजीपूर्वक व्हावी असा त्यांचा कटाक्ष होता. म्हणूनच तिची शहानिशा करण्यासाठी थेट संबंधित बँक मालकाची भेट घ्यावी, ही त्यांच्या एका ज्येष्ठ अधिकाऱ्याची सूचना त्यांनी स्पष्टपणे फेटाळून लावली. कोणत्याही परदेशी गुप्तचर यंत्रणांशी स्थानिक नागरिकाने सहकार्य करायला स्वीस कायद्याने बंदी होती, त्यामुळे एखाद्या अनोळखी बँक मालकाला भेटण्याने सीआयएची हानी झाली असतीच शिवाय या माहितीचा संभाव्य स्रोतही सावध होऊन परागंदा झाला असता. म्हणून त्यांनी पाकिस्तानसह जे देश आण्विक तस्करीत सहभागी आहेत अशांची यादी मुख्यालयाकडून मागविण्याचे ठरवले. खान यांच्या बंदिस्त दुनियेतील प्रवेश मिळवून देणारा एक तरी कच्चा दुवा या यादीत असेल अशी आशा त्यांना वाटत होती. सीआयएचे व्हिएन्नातील कर्मचारी आणि लँग्लेतील

विश्लेषकांनी गेल्या अनेक वर्षातील अहवाल नजरेखालून घातले, या दरम्यान एकच नाव सातत्याने पुढे येत होते, आणि ते होते टिनार्स. पाकिस्तानला गेली दोन दशके पुरवठा करणारे एक स्वीस कुटुंब.

सीआयएच्या रडारवर हे नाव कधीमधी झळकायचे. पाकिस्तानच्या आण्विक कार्यक्रमाला लाभदायक ठरेल अशी सामग्री पाठवणाऱ्या एका जर्मन उद्योगाच्या निर्यात प्रमुखपदी फ्रेडरिक टिनार असल्याचे १९७०मध्येच अमेरिकेच्या परराष्ट्रखात्याने ओळखले होते. स्वित्झर्लंडमध्ये स्वत:ची कंपनी स्थापन केल्यानंतरही ते पाकिस्तानला आण्विक तंत्रज्ञानविषयक साहित्य विकत होते. १९९६मध्ये आखाती युद्धाचा भडका उडण्यापूर्वी काही दिवस आधी इराककडे वैशिष्ट्यपूर्ण वॉल्वस नेणारे एक जहाज जॉर्डनला अडकून पडले होते, आणि त्या संदर्भात स्वीस अधिकाऱ्यांनी त्यांची उलटतपासणीही केली होती. इराकच्या आण्विक खरेदीच्या माहितीची फेरजुळवणी करणाऱ्या आयएईएच्या निरीक्षकांना जॉर्डनमधील एका वखारीत हे जहाज पडून असल्याचे आढळले होते आणि त्यांनी स्वीस सरकारकडे मदतीची मागणी केली होती. वॉल्व मध्यपूर्वेला कशा गेल्या याबद्दल आपल्याला काहीच माहिती नाही असे टिनारनी स्वीस सरकारला सांगितले, तसेच ते अधिकृतरित्या सिंगापूरला पाठविण्यात आले होते, साहजिकच आता ते कोठे आहेत याच्याशी आपले काहीही देणे घेणे नाही असा दावाही त्यांनी केला. टिनारयांच्या या खुलाशात त्यांनी स्वीसच्या निर्यात कायद्याचा भंग होत असल्याचे कोठेही सिद्ध होत नव्हते. त्यामुळे त्यांच्यावर आणखी दबाव आणणे त्यांना शक्य झाले नाही.

त्यानंतर अनेक वर्षांनी आमच्याशी बोलताना स्वीस निर्यात नियंत्रण संघटनेचे प्रमुख ओथमार व्यास यांनी टिनार चक्क खोटे बोलत होते अशी कबुली दिली. ते म्हणाले, 'त्या वेळी आम्ही फ्रेडरिक टिनारची कसून चौकशी केली, मात्र त्यांना या प्रकरणाची माहिती असल्याचे आम्हाला सिद्ध करता आले नाही. आम्हाला या संदर्भात काहीच माहिती नसल्याचा कांगावा संपूर्ण टिनार कुटुंबीयच करत असल्याने आमच्या हाती फारसे काहीच गवसले नाही.'

टिनारांच्या माध्यमातून खान यांच्या कारवायांपर्यंतचा मार्ग शोधण्यासाठी सीआयएच्या स्थानक प्रमुखांनी मॅड डॉग हे टोपणनाव धारण केलेल्या व्यक्तीची निवड केली. मॅड डॉग सरळसोट विचारांचा, अत्यंत शिस्तबद्ध अधिकारी होता. गोपनीय कामांसाठी योग्य व्यक्तीची निवड करण्यात तो वाकबगार होता. या प्रकरणाचा तपास करताना त्याच्या हाती एक महत्त्वाचा धागा लागला. फ्रेडरिक टिनारयांचा थोरला मुलगा उर्स टिनार अलीकडेच दुबईला स्थलांतरित झाल्याचे त्याला कळले. त्यामुळे स्वित्झर्लंडच्या बाहेर आणि वडिलांच्या प्रभावापासून दूर अशा ठिकाणी त्याला गाठण्याची संधी मॅड डॉगला मिळणार होती. आपल्या या

नियोजित लक्ष्याविषयी टिपण तयार करत असताना उर्स फ्रान्समध्ये एका बेकादेशीर प्रकरणात गुंतल्याची बाब त्याला आढळून आली, म्हणून त्याने फ्रेंच गुप्तहेरखात्यातील आपल्या मित्राशी संपर्क करून त्याचे सहकार्य मागितले, या तरुण टिनारला खिंडीत गाठण्यासाठी तुम्ही एखाद्या दबावतंत्रांचा वापर करू शकता काय? फ्रेंच मित्राने त्याला अर्थातच होकार दिला, 'आम्ही तुझ्या शोधात आहोत,' असे उर्सला कळविण्यात येईल. मॅड डॉगला आश्वस्त करत तो म्हणाला.

त्यानंतर मॅड डॉगने कर्मचाऱ्यांच्या भरतीविषयी एक योजना तयार करून ती आपल्या स्थानक प्रमुखाला सादर केली. सही आणि तारखेनिशी ती लँग्ले आणि युरोप तसेच निकटपूर्व देशांतील सीआयएच्या मुख्यालयातील विभाग प्रमुखांकडे रवाना झाली. योजना संवेदनाशील असल्याने तिच्या प्रतींचे वितरण ज्येष्ठ अधिकाऱ्यांपुरतेच मर्यादित ठेवले होते, तरीही प्रत्यक्ष कायदा तोडणाऱ्या एका व्यक्तीची सीआयएमध्ये नियुक्ती करण्याच्या मुद्यावरून लँग्लेत चांगलीच वादावादी झाली. एकदा नियुक्ती झाल्यावर आपण सर्व कायद्यांपेक्षा श्रेष्ठ आहोत असे टिनारना वाटेल अशी भीती काही जुन्या जाणत्या अधिकाऱ्यांनी व्यक्त केली. यावर आपले स्पष्टीकरण देताना स्थानक प्रमुखाने म्हटले होते, 'तुम्ही कायदे तोडणे थांबवले नाहीत तर कदाचित तुमचे रक्षण करणे आम्हाला शक्य होणार नाही हे त्यांना सांगावे लागायचे, तुम्ही त्यांना हे कितीही वेळा आणि कोणत्याही पद्धतीने समजावून दिलेत तरी त्यांच्यात फारसा फरक पडत नसे.'

अर्थातच खान यांच्या नेटवर्कचा भेद करण्याच्या तुलनेत असले आक्षेप कःपदार्थ होते, म्हणून सन २०००च्या प्रारंभी मॅड डॉग आणि त्याच्या सहकाऱ्यांनी दुबई गाठली. टिनारच्या प्रत्येक हालचालीवर ते बारकाईने पाळत ठेवणार होते, त्याची आवडीची ठिकाणे ते हुडकून काढणार होते, आणि त्याला एकांतात कोठे गाठायचे हेही ठरवणार होते. सरतेशेवटी त्यासाठी एक मद्यालय निश्चित करण्यात आले. एका संध्याकाळी एका हॉटेलच्या बारमध्ये शिरताना मॅड डॉगने त्याला पाहिले. सुमारे ५ फूट ७ इंच उंचीचा, धडधाकट शरीराचा आणि सोनेरी केस असलेला तो एक साधासुधा इसम असल्याचे त्यांना आढळून आले. टिनार व्यवस्थित स्थानापन्न होईपर्यंत मॅड डॉगने काहीच हालचाल केली नाही, नंतर त्याच्या टेबलापाशी जाऊन त्याने आपल्याबरोबर दारू पिण्याचा आग्रह केला. टिनार जायला उठेपर्यंत त्यांनी इकडच्या-तिकडच्या गप्पा झाल्या. फ्रेंच सरकारच्या कोणत्यातरी भानगडीत तू अडकला असल्याचे आपल्या कानी असून तुला मदत करण्याची आपली तयारी असल्याचे मॅड डॉगने म्हणताच निघण्यासाठी उठलेला टिनार अवाक् होऊन पुन्हा आपल्या जागी पुन्हा बसला. दुबईमधून काही विशिष्ट सामग्रीची आवकजावक सुरू असून त्याबद्दल तू काहीतरी बोलावेस आणि

त्याच्या बदल्यात मी तुझी फ्रेंच प्रकरणातून सुटका करीन असा प्रस्ताव त्याने टिनारपुढे ठेवला. टिनारने त्यानंतर बरेचवेळा तेथून हलण्याचा प्रयत्न केला पण मॅड डॉग बोलतच राहिला. शेवटी काही दिवसांनी एका भोजनादरम्यान भेटण्याची टिनारने तयारी दर्शवली, आणि, शेवटी अशा अनेक भेटींनतर, काहीशा नाईलाजाने टिनार सीआयएचा खबऱ्या होण्यास तयार झाला. त्याच्या या निर्णयामुळे जगातील सर्वांत मोठ्या आण्विक तस्करी षडयंत्रात शिरण्याचा मार्ग खुला होणार होता.

सुमार दर्जाचे स्रोत आणि इलेक्ट्रॉनिक साधनांकडून मिळणारी जुजबी माहिती यांच्या भरवश्यावर अवलंबून असलेले आणि सुमारे दोन दशके गुप्तचर यंत्रणांकडून दुय्यम महत्त्वाचे ठरवून नेहमीच दुर्लक्षित राहिलेले एक प्रकरण आता विलक्षण गुंतागुंतीचे बनले होते. खान यांचे नेटवर्क नेमकी कशाची खरेदी करते आणि ते नेमके कोणाला पाठवते या बद्दलच्या माहितीचा ओघ दुबईहून सुरू झाला. त्याच काळात खान त्यांच्या नेटवर्कचा व्याप वाढवत होते, इराण आणि लिबियाच्या प्रकल्पात नेटवर्क आता चांगलेच गुंतून पडले होते, आणि या सर्वांच्या आजूबाजूला सीआयएचा वावर होता, तिच्या दृष्टीने हा सुवर्णकाळच होता. टिनारच्या माहितीची शहानिशा करण्यात आणि खबऱ्यांच्या भरतीप्रक्रियेत सहभागी असलेल्या सीआयएच्या एका अधिकाऱ्याने सांगितले की, 'नेटवर्क नेमके काय करते हे जाणून घेण्याची क्षमता टिनारमुळे आम्हाला प्राप्त झाली. तो आमचा सदस्य नव्हता पण त्याने सहकार्याची तयारी दाखवली. त्याच्यावर आमचे संपूर्ण नियंत्रण होते अशातला भाग नाही, पण आम्हाला ज्याची गरज होती, ती माहिती द्यायला त्याने सुरुवात केली होती. लिबियाला मिळणारी प्रत्येक गोष्ट आम्हाला ठाऊक होती आणि इराणमध्ये काय चाललेय हेही आम्हाला माहीत होते.'

तेहरानमधील दहशतवादी धर्मगुरू आणि त्रिपोलीतील दहशतवाद्यांचे प्रायोजक, अण्वस्त्र विकसित करण्याच्या प्रयत्नात असल्याचे पुरावे सन २०००च्या वसंत ऋतूत सीआयएच्या हाती लागले. उत्तर कोरियातील घडामोडींत आता खान यांच्या उद्योगांची भर पडली होती आणि खान यांच्यापासून असलेल्या धोक्याकडे दुर्लक्ष करणे परवडण्यासारखे नव्हते. सीआयएच्या ताफ्यात आता एका नव्या स्रोताची भर पडल्याचे कळल्याचे वृत्त संघटनेत पसरल्यावर तिचे संचालक जॉर्ज टेनेट यांनी व्हिएन्नातील स्थानक प्रमुखांचे आणि मॅड डॉगचे विशेष अभिनंदन केले. ही नवी माहिती सीआयएच्या मुख्यालयातील छोट्या अण्वस्त्र प्रसारविरोधी विभागाला अनपेक्षितपणे होणाऱ्या धनलाभासारखी वाटली, त्यांच्यातील विश्लेषकांनी लागलीच व्हॅक्युम पंप्स आणि लेथ यंत्रांच्या तपशिलांची बारकाईने तपासणी सुरू

करून टिनारने दिलेल्या माहितीची शहानिशा केली. दुबईच्या बंदरातून उत्तर कोरिया आणि लिबियाकडे रवाना होणाऱ्या सामानाचा अंदाज बांधून त्या दोन्ही देशांनी अण्वस्त्र क्षेत्रात केलेल्या प्रगतीविषयी आडाखे बांधण्यात आले आणि किफायतशीर अणूबॉम्ब निर्मितीपर्यंत त्यांची मजल गेल्याचे त्यांना आढळून आले. प्राथमिक मत बनविण्यासाठी त्यांना अंदाजांचा आधार घ्यावा लागला असला तरी आगामी तीन ते चार वर्षांत हे दोन्ही देश अण्वस्त्र सज्ज होतील अशा निष्कर्षाप्रत ते आले.

अत्यंत वरच्या पातळीवरचे सुरक्षा कवच ज्यांना प्राप्त मिळाले होते अशा मोजक्याच अधिकाऱ्यांना ही माहिती जाणून घ्यायचा अधिकार देण्यात आला होता आणि शिवाय टिनारची ओळख उघडकीस येईल असे सर्व संदर्भ पुसून टाकण्यात आले होते. लिबियाला खान हेच अण्वस्त्र सामग्री पुरवित असल्याचे वृत्त विविध सरकारी खात्यांत झिरपत गेले आणि परराष्ट्र मंत्रालयातील अधिकाऱ्यांची झोप उडाली. 'खान आणि लिबिया यांच्याविषयीच्या माहितीवर कडेकोट निर्बंध होते. कदाचित सन २०००मध्ये असेल, क्लिंटन प्रशासनाच्या अंतिम पर्वात खान आणि लिबिया यांच्या संबंधांची आम्हाला भरपूर माहिती मिळत असे. सीआयएच्या अंमलबजावणी संचालकांकडून आमच्यापैकी मोजक्या लोकांना ब्रिफिंगही होत असे. खान यांच्या वर्तुळातील काही धागेदोरे आम्हालाही माहीत होते. टिनारविषयी आम्ही जाणून होतो. ते दुबईला पोहोचल्याची बातमी आमच्यापर्यंत आली होती. आणि दुबई हे शहर आता तस्करांचे नंदनवन बनल्याचे आम्हाला ठाऊक होते,' अमेरिकेच्या परराष्ट्रखात्याच्या अण्वस्त्र प्रसारविरोधी शाखेचे तत्कालिन वरिष्ठ अधिकारी बॉब आइनहॉर्न सांगतात.

एवढे असूनही खान किंवा त्यांच्या साथीदारांविरुद्ध सरकारने कोणतीही कारवाई केली नाही. खान यांच्या नेटवर्कमधीलच कोणीतरी स्रोत असल्याची माहिती आता विशिष्ट वर्तुळापुरती मर्यादित न राहता सर्वत्र पसरू लागली. त्यामुळे ही मोहीम थांबवावी की तशीच चालू ठेवावी याबद्दल जोरदार वाद सुरू झाले. नेटवर्कचे काही भाग बंद करून मुशर्रफ यांना खान यांच्या विरोधात कारवाई करावयास लावण्याइतपत पुरावे टिनारने आधीच दिले होते. पण अशी कारवाई केल्यास खान यांची तस्करी यंत्रणा खिळखिळी होऊन इराण आणि लिबिया यांचे अण्वस्त्र प्रकल्प उद्ध्वस्त होऊन ते कायमचे पडद्याआड जातील असा युक्तिवाद काहींनी व्यक्त केला. त्यामध्ये टेनेट आणि सीआयएतील इतर काही अधिकारी, परराष्ट्र खाते आणि व्हाइट हाउसमधील काही प्रमुखांचा समावेश होता. या संदर्भात स्पष्टीकरण देताना आइनहॉर्न सांगतात, 'तुम्हाला हे सर्व थांबवायचे आहे की त्याबद्दल अधिक जाणून घ्यायचे आहे हा खरा वादाचा मुद्दा

होता. वादानंतर निश्चित निर्णय काय झाला ते आता मला स्मरत नाही, पण 'थांबा आणि वाट पाहा' असेच शेवटी ठरले असावे.

निर्णय जोखमीचा होता. दुबईतून बाहेर जाणाऱ्या सर्व प्रकारच्या मालाची माहिती टिनारने द्यावी अशी सीआयए आणि मॅड डॉग यांची अपेक्षा होती. पण त्याला सर्वकाही माहिती असावी किंवा तो सर्वकाही आपल्याला सांगत असावा याबद्दल दोघांनाही खातरी नव्हती. या शिवाय आणखीही एक धोका होताच खान यांनी यापूर्वीही स्वयंनिर्णयाच्या आधारे इराण, लिबिया आणि एका अनामिक देशाला उच्च प्रतीचे समृद्ध युरेनियम आणि अणूबॉम्बचे महत्त्वाचे भाग विकले होते. एक शक्यता अशीही होती की, अमेरिका समजत होती त्यापेक्षा कितीतरी अधिक मजल त्यांनी मारली असावी, याचा अर्थ असा की, सामग्री आणि तांत्रिक माहितीच्या आधाराने ते सर्व देश बरेच पुढे गेले असावेत.

टिनारकडून इराण आणि लिबियाला पाठविल्या जाणाऱ्या सामग्रीची यादी बरीच साह्यभूत ठरली. तिच्या आधारे सीआयएने आपली 'फॅन्सी' इलेक्ट्रॉनिक्स उपकरणे सामग्रीच्या खोक्यांत दडवून ठेवली. त्यामुळे सामग्री वाहून नेणाऱ्या जहाजाच्या सर्व हालचालींचा मागोवा काढणे तिला शक्य होणार होते. काही वेळा तर अशा जहाजांच्या मार्गात अडथळे आणण्यासाठी सीआयएनेच घातपात घडवून मालाची नासधूस केली. अशाच एका प्रकरणात, न्यू मेक्सिकोतील लॉस आल्मोस येथील राष्ट्रीय शस्त्रास्त्र प्रयोगशाळेत उत्पादन झालेले व्हॅक्युम पम्पस शोधून काढण्यात आले आणि इराणला पोहोचण्यापूर्वीच निकामी करण्यात आले.

ही माहिती एवढी उपयुक्त ठरली की, व्हिएन्नातील स्थानक प्रमुखांना सन २००१मध्ये बढती देऊन व्हर्जिनियातील मुख्यालयात पाठविण्यात आले आणि टेनेट पुढे कधीतरी खान यांच्या नेटवर्कमध्ये आम्ही कसा प्रवेश केला हे मोठ्या फुशारकीने सांगणार होते. 'आम्ही त्यांचे ग्राहक, त्यांच्या बनावट कंपन्या, त्यांना मिळणारा पैसा आणि त्यांची उत्पादन केंद्रे इत्यादी तपशिलांचे संगतवार एकत्रीकरण केले. त्यांची निवासस्थाने, त्यांचे कारखाने, एवढेच नाहीतर आम्ही त्यांच्या खासगी खोल्याही आतून पाहिल्या होत्या. हे लोक जिथे जिथे जात तिथे तिथे आम्ही पोहोचलो होतो.'

अमेरिकेच्या सर्वांत धोकादायक शत्रूंमध्ये ज्यांची गणना होते त्या इराण आणि लिबिया या देशांना सर्व सामग्री पुरविणाऱ्या खानना वेळीच का रोखले नाही हा एक साहजिक प्रश्न उरतोच. खान यांच्या कारवायांचे ठोस पुरावे असूनही अध्यक्ष जॉर्ज डब्ल्यू. बुश यांच्या नव्या प्रशासनाने मुशर्रफ यांच्यावर दबाव का आणला नाही, तसेच खान यांच्याविरुद्ध कारवाई करण्यासाठी पाकिस्तानला पुरावा का दिला नाही या सर्व गोंधळात टाकणाऱ्या प्रश्नांची उत्तरे देताना

ब्रिगेडिअर जनरल फिरोज खान सांगतात, 'खान यांच्या विरोधातील तक्रारी संदिग्ध स्वरूपाच्या होत्या. कदाचित त्यांच्या स्रोतांचे रक्षण करण्यासाठी असेल, पण जास्त तपशील देता येणार नाहीत असे अमेरिकेतर्फे आम्हाला सांगण्यात आले.' थांबा आणि वाट पाहा या नकारात्मक धोरणाचाच सीआयए आणि सरकार या वेळीही अवलंब करत होती. कदाचित एखादा उलथापालथ घडवणारा प्रसंगच त्यांना कृतिशील बनवणार होता.

फांस आवळले जाताना...

लष्कराचे *प्रमुख या नात्याने काम करताना,* कोणत्याही सरकारी नियंत्रणांना दाद न देण्याची खान यांची सवय मुशर्रफ सहन करत होते, पण आता एका देशाचे अध्यक्ष या नात्याने खान यांना पायबंद घालण्याचा निर्धार त्यांनी केला होता. अर्थात खान यांची आता त्यांना गरज उरली नव्हती, हे एक मुख्य कारण त्यामागे होतेच, शास्त्रज्ञ म्हणून खान यांची उपयोगिता संपुष्टात आली होती. पाकिस्तानच्या अण्वस्त्र भांडाराला पुरेल एवढे स्फोटक द्रव्य आता त्या देशाकडे जमा झाले होते. संपूर्ण पाकिस्तानातील आर्थिक भ्रष्टाचार शोधून काढण्यासाठी त्यांनी असाधारण अधिकार असलेल्या एका जागरुक यंत्रणेची स्थापना केली. पाकिस्तानातील खासगी आणि सार्वजनिक क्षेत्रांना वाळवीप्रमाणे पोखरणाऱ्या भ्रष्टाचाराला निपटून काढण्यासाठी त्यांनी 'राष्ट्रीय उत्तरदायित्व विभागाची' मुहूर्तमेढ केली, आणि तिच्या संचालकपदी लेफ्टनंट जनरल सईद मोहंमद अमजाद याची नियुक्ती करून आपली बांधिलकीही अधोरेखित केली. अमजाद हे अतिशय सन्माननीय आणि कर्तव्यदक्ष अधिकारी म्हणून प्रसिद्ध होते. या विभागाच्या कार्यालयाची जागा सर्वोच्च न्यायालयालगत आणि नॅशनल असेंब्लीपासून हाकेच्या अंतरावर होती, आणि एक प्रकारे ती प्रतीकात्मकही होती. भ्रष्टाचार करणाऱ्याला ताब्यात घेऊन केवळ अमजाद यांच्या सहीने त्याला ९० दिवसांची कोठडी देण्याचे अधिकार तिला बहाल करण्यात आले होते.

कायद्याची अंमलबजावणी करणे, लष्कर, गुप्तचर विभागांसह बँकिंगचे ज्ञान असलेल्या मोजक्या पण विश्वासू कर्मचाऱ्यांना एकत्र करून अमजाद यांनी हा विभाग सुरू केला. ब्रिटनमधून नुकतीच कायद्याची पदवी प्राप्त केलेल्या एका तडफदार, महत्त्वाकांक्षी आणि स्वच्छ चारित्र्य असलेल्या माजी पाकिस्तानी तपासनीसाचा त्यात समावेश होता. देशातील अतिमहत्त्वाच्या व्यक्तींपैकी एकाचा तपास सदर विभागाला करायचा असल्याचे मुशर्रफ यांनी अमजादना सांगताच

पाकिस्तानच्या सर्वांत उच्चभ्रू सामाजिक वर्तुळाचा भेद आपल्या विभागाला करायचाय याची कल्पना त्यांना आली. मात्र त्यानंतर उमटणाऱ्या प्रतिक्रिया आपला अननुभवी विभाग आणि मुशर्रफ यांच्या पचनी पडतील काय, याबद्दल ते साशंक झाले. हे काम करू शकेल, अशी तपासकामातील तरबेज व्यक्ती त्यांना ठाऊक होती आणि त्यांनी एप्रिलच्या प्रारंभीच त्या तपासनिसाला आपल्या कार्यालयात बोलावून घेतले.

अशा आकस्मिक पद्धतीने पाचारण करण्याचे कारण देताना ते म्हणाले, 'तुला देण्यासाठी अत्यंत संवेदनशील आणि तेवढीच महत्त्वाची एक गोष्ट माझ्यापाशी आहे.' आपल्या खुर्चीला एक गिरकी देऊन त्यांनी पाठीमागे असलेले एक कपाट उघडले, आणि त्यातून सुमारे फूटभर उंचीचा कागदाचा एक गठ्ठा काढून तो टेबलावर ठेवत ते म्हणाले, 'हे वाच आणि उद्यापर्यंत मला तुझे मत सांग. आता मी बाहेर जात असून तू येथे थांबू शकतोस,' असे सांगून अमजाद जाता-जाता त्या तपासनिसाला म्हणाले, 'तू इथे कॉफी पिऊ शकतोस, धूम्रपानही करू शकतोस मात्र येथून बाहेर जाऊ शकत नाहीस. मी जेव्हा परत येईन तेव्हा मला तुझे याबद्दलचे वस्तुनिष्ठ आणि प्रामाणिक मत हवे आहे, तसेच या कागदपत्रांत काही दम आहे का हेही मला जाणून घ्यायचे आहे.'

पहिल्याच पानाच्या अगदी वरच्या बाजूला एक नाव होते, 'अब्दुल कादीर खान.' या शास्त्रज्ञाला सदर तपासनीस एक-दोन वेळा सहजच भेटला होता, आणि इतर कोणत्याही पाकिस्तानी नागरिकाप्रमाणे खान हे देशातील कदाचित सर्वांत प्रभावशाली आणि सन्माननीय व्यक्ती असावेत, असे त्यालाही वाटले होते. आणि इतरांप्रमाणेच खान यांनी ऐश्वर्यप्राप्तीसाठी आपल्या सरकारी पदाचा वापर केल्याचे तोही गृहीत धरून चालला होता. हे सर्व करताना ते एकटे नव्हते, लाचखोरी आणि दलाली यांनी पाकिस्तानच्या सार्वजनिक आणि खासगी क्षेत्रांना ग्रासून टाकले होते, त्याबद्दल जागतिक बँक आणि इतर आंतरराष्ट्रीय संघटना सातत्याने त्याची निर्भत्सना करत होत्या. बेनझीर भुट्टो आणि नवाझ शरीफ या दोघांच्याही राजवटी सर्वदूर पसरलेल्या भ्रष्टाचाराच्या आरोपांत अक्षरश: रूतल्या होत्या आणि सर्वोच्च पातळीवरील भ्रष्टाचार निपटून काढण्याचे आश्वासन देत मुशर्रफ सत्तेवर आले होते. पाकिस्तानच्या एका विशिष्ट वर्गाची अतिखर्चिक जीवनशैली त्याला ज्ञात होती, पण आता दिसलेल्या भ्रष्टाचाराचे स्वरूप पाहून तोही चक्रावून गेला.

पुढचे आठ तास तपासनिसाच्या आयुष्यातील सर्वांत चित्तवेधक ठरले. या आठशे पानी टिपणातील खान यांच्या संपत्तीविषयक काही अफवा या आधीच पाकिस्तानातील इंग्रजी भाषिक दैनिकांतून प्रसिद्ध झाल्या होत्या. महत्त्वाच्या व्यक्तींना प्रश्न विचारण्याची मुभा या दैनिकांना असली, तरी आता सापडलेली बरीच माहिती नवी आणि हादरवून टाकणारी होती. टिपणाच्या एका भागात खान

यांच्या सांपत्तिक परिस्थितीची चिरफाड करण्यात आली होती. इस्लामाबादेतील लाखो डॉलर किमतीच्या सात घरांची माहिती त्यात होती. काही संपत्ती त्यांच्या तर, इतर काही त्यांच्या बायको आणि मुलींच्या नावावर होती. लंडनमधील श्रीमंत अशा केन्सिग्टन उपनगरात त्यांच्या मुलींच्या नावावर दोन घरे होती आणि त्यातील एकात दिना ही त्यांची मुलगी राहत होती. कराची, लाहोर, ॲम्स्टरडॅम आणि दुबई येथील चार बँकात आठ दशलक्ष डॉलर जमा होते. खान यांना सरकारकडून मिळणारा वार्षिक पगार ३० हजार डॉलर होता आणि ही रक्कम जमा करणे, त्या पगारात अशक्यप्राय होते. आणखी एका नोंदीने तपासनिसाचे लक्ष वेधले, टिंबक्तू शहरात हेंड्रिना खान यांच्या नावावर एक हॉटेल असल्याचे आणि १९९९मध्ये तिथे फर्निचर नेण्यासाठी पाकिस्तान एअर लाइन्सचे विमान वापरल्याचे तिथे दिसत होते. आश्चर्याची बाब म्हणजे या विमानाने लिबियाची राजधानी त्रिपोलीतही एक थांबा घेतल्याचे त्याला आढळून आले.

स्थावर मालमत्तेच्या खरेदी-विक्रीतून मिळालेली संपत्ती छुप्या बँक खात्यांत लपविण्याबरोबरच खान यांनी तिच्या साहाय्याने स्वत:चा अहंगंड जोपासण्यासाठी प्रसारमाध्यमे आणि महत्त्वाच्या धर्मादाय संस्थांशी साटेलोटे ठेवण्यात कसूर केली नाही. त्यांच्याकडून दरमहा १७५ डॉलर नियमितपणे मिळवणाऱ्या पत्रकारांची एक यादी या टिपणात सापडली. एवढे पैसे या पत्रकारांना त्यांचे मालकही देत नव्हते. त्यांचा चरित्रकार जहिद मलिकच्या मालकीचे 'पाकिस्तानी ऑब्झर्व्हर' हे तथाकथित स्वतंत्र बाण्याचे दैनिक त्यांच्याच पैशांवर चालायचे. खान यांची प्रसिद्धीलोलुपता आणि अहंमन्यता एवढी वाढत चालली होती की, त्यांनी काही धर्मादाय संस्थांशी समझोता करून त्यांच्याकडून सर्वोत्कृष्ट समाजसेवेबद्दलचे पुरस्कार मिळवण्याची व्यवस्था केली, गंमत म्हणजे हे पुरस्कारही त्यांच्याच देणगीतून दिले जायचे. अनेक लष्करी अधिकारी, राजकीय नेते, एवढेच नाहीतर काही चुकार शिक्षणतज्ज्ञांनाही रोख पैसे दिल्याचे एका यादीवरून स्पष्ट होत होते. 'खानना खुशमस्करी मनापासून आवडायची, एकदा का तुम्ही त्यांच्यावर स्तुतीसुमने उधळलीत की, त्यांचा हात नक्कीच खिशात जायचा,' त्यांचे कट्टर विरोधक परवेझ हुडबॉय सांगतात.

या टिपणाचे अनेक भाग होते आणि त्याच्यातील एकात खान यांच्या ऐश्वर्यसंपन्नतेचे साद्यंत वर्णन होते. खान आणि 'खान संशोधन प्रयोगशाळा' यांच्यातर्फे ज्या व्यक्तींशी आर्थिक देवाण-घेवाण झालेल्यांची नावे आणि तारखांचे तपशीलवार पुरावे एका भागात नोंदविण्यात आले होते. ही कागदपत्रे नुसती चाळल्यावरही खान यांना मिळालेल्या दलालीच्या रकमा, मालवाहतुकीचे परवाने आणि जहाजांविषयक कागद इत्यादींची माहिती पाहाता संचार स्वातंत्र्य असलेल्या

आतल्या गोटातील व्यक्तीनेच हे टिपण तयार केल्याचे स्पष्ट होत होते. काही नोंदीत खान यांना दहा टक्के कमिशन मिळाल्याचे दिसत होते, तर काही ठिकाणी त्यांनी प्रयोगशाळेसाठी गरजेपेक्षा जास्त साहित्य मागवून ते आपल्या खासगी सामानाच्या साठ्यात जमा केल्याचे लक्षात येत होते. एकदा त्यांच्या प्रयोगशाळेला अत्यंत वैशिष्ट्यपूर्ण अशा पंधरा ते वीस फूट लांब वायरची गरज होती, खान यांनी आपल्या अधिकारात १०० फूट लांब वायर मागवली. एवढ्या मोठ्या प्रमाणात वायर खरेदी केल्याबद्दल एक तर त्यांना दलाली मिळाली असावी किंवा त्यांनी अतिरिक्त वायर अन्य कोणाला तरी विकली असावी, असा अंदाज प्रयोगशाळेतील आतल्या गोटातील कर्मचाऱ्याने व्यक्त केला.

खान यांच्या चौर्यकर्माची व्याप्ती एवढी प्रचंड होती की, एकापाठोपाठ येणाऱ्या लष्करी आणि गुप्तचरखात्यातील अधिकाऱ्यांच्या मूक संमतीशिवाय त्यांना भ्रष्टाचार करणे शक्यच झाले नसते, अशी तपासनीसाची खातरी होती. या फायलींमधील पुराव्यांवर विचारमंथन सुरू असताना एक गोष्ट त्याला प्रकर्षाने जाणवली आणि ती म्हणजे खान यांच्या बेकायदेशीर उपक्रमांचा गुंता सोडवायचा असेल, तर त्यासाठी दीर्घकालीन तपासाची गरज असून, कदाचित त्याचे धागेदोरे लष्कर आणि सरकारी उच्चपदस्थांच्या भ्रष्टाचारी कृत्यांपर्यंत जातील. संभाव्य घोटाळ्याची व्याप्ती प्रचंड होती आणि कागदपत्रांचे वाचन केल्यावर त्यांतून उघडकीस आलेली धक्कादायक माहिती पाहून तपासनीस अक्षरश: गलितगात्र झाला. सर्व कागदपत्रे होती, तशी ठेऊन तो मध्यरात्रीच्या सुमारास घरी पोहोचला. या दरम्यान त्याच्यापाशी असलेल्या काळ्या छोट्या डायरीत केलेल्या काही नोंदीच त्याने बरोबर घेतल्या होत्या. या टिपणातील माहितीने आपण चक्रावून गेलो असून त्याचा फेरअभ्यास करण्यासाठी किमान आणखी एक दिवस लागेल असे त्याने दुसऱ्या दिवशी अमजादना सांगितले. जनरलनी मान्यता दिल्यावर त्याने आणखी एक दिवस वाचनात आणि आपल्या डायरीत काही नोंदी करण्यात घालवला.

तिसऱ्या दिवशी तो आपल्या बॉसला पुन्हा एकदा भेटला, या कागदपत्रांच्या मूल्यमापनाचा अंतिम अहवाल सादर करण्यापूर्वी त्यातील काही आरोपांची शहानिशा करायची असल्याचे त्याने सांगितले. अमजादनी लागलीच मुदतवाढ देऊन हे सारे रेकॉर्ड तयार करण्यात मोलाची कामगिरी बजावणाऱ्या कहुटातील एका माजी कर्मचाऱ्याशी संपर्क करण्याची सूचना करून त्याच दिवशी सायंकाळी दोघांच्या भेटीची व्यवस्था केली. कहुटाच्या सुरक्षा व्यवस्थेची तीन वर्षे जबाबदारी सांभाळणाऱ्या एका आयएसआय आणि लष्करी गुप्तचर यंत्रणेत काम केलेल्या उच्चपदस्थ माजी अधिकाऱ्याच्या समोर आपण बसलो आहोत, हे तपासनिसाच्या लक्षात यायला वेळ लागला नाही.

माजी अधिकाऱ्याला उद्देशून तो म्हणाला, 'सर, ए.क्यू. खान यांच्याविषयीची एक फाइल मी वाचत असून मला त्या संदर्भात तुमचे मार्गदर्शन हवे आहे.'

खान यांच्या टिपणातील बरीचशी माहिती आपणच संकलित केल्याचे काहीशा उदासीनपणे त्याने मान्य केले आणि आश्चर्याची बाब म्हणजे, हे सर्व आपण मुशर्रफ यांच्याच सांगण्यावरून केल्याचे सांगून तो म्हणाला, 'या अहवालाची एकच प्रत तयार करून मी मुशर्रफ यांच्या हवाली केली होती. कहुटात मी तीन वर्षे काम केले असून खान हे एक अत्यंत लबाड गृहस्थ आहेत, असे मी खातरीपूर्वक म्हणू शकतो. दलालीतून त्यांनी अमाप माया गोळा केली असून त्यांची प्रयोगशाळा म्हणजे दलालांचा अड्डा बनला आहे.'

सुरुवातीला आलेले औदासिन्य काहीसे ओसरल्यावर खान यांच्या कारवायांविषयी तपासनिसाच्या मनातील काही शंकांचे त्याने निरसन केले. खान यांच्या गूढ जगाचा धांडोळा घेण्यासाठी तपासनिसाने पुढच्या दोन दिवसांत सरकारी आणि सरकारबाह्य अशा अनेक व्यक्तींच्या गुप्तपणे मुलाखती घेतल्या. आपल्या मोहिमेचा थांगपत्ता लागून आपले स्रोत धास्तावू नयेत, यासाठी त्याने सर्व प्रश्न होताहोईतो बाळबोध स्वरूपाचे ठेवले, अर्थात त्यामुळे प्रत्येक आरोपाचा खरे-खोटेपणा तपासताना काही अडचणी आल्या. पण संपूर्ण देशाला हादरवून टाकणारे आणि कदाचित खान यांना तुरुंगाची हवा चाखायला लावणारे, लालसा आणि भ्रष्टाचार या अपप्रवृत्तींचे विदारक चित्र निर्माण करण्यात तो कमालीचा यशस्वी झाला होता.

आता प्रश्न एवढाच होता, त्याने नेमके काय करायचे? तपासनीस द्विधा मन:स्थितीत सापडला. खान यांचा पाठपुरावा करायचे ठरवल्यास त्याचा अख्खा विभाग तपासकामात अक्षरश: आकंठ बुडाला असता, त्याचे निकाल हाती यायला अनेक वर्षेही लागली असती आणि या संबंधातील इतर चौकशांपोटी स्रोतांकडील माहितीचे साठे आटून गेले असते. लष्कर आणि गुप्तचर यंत्रणांमध्ये राष्ट्रीय उत्तरदायित्व विभाग आणि खुद्द अमजाद यांनी आधीच भरपूर शत्रू निर्माण केले होते. खान आणि त्यांचे लागेबांधे असलेल्या व्यक्तींचा पर्दाफाश करायचे ठरल्यास डाव उलटण्याची शक्यता होतीच शिवाय विभागाचे अस्तित्वही धोक्यात आले असते आणि पाकिस्तानची क्षीण झालेली लोकशाही आणि चाचपडणाऱ्या अर्थव्यवस्थेला सुरूंग लावणाऱ्या भ्रष्टाचाराला रोखण्याचे सर्वच प्रयत्न पाण्यात गेले असते. शिवाय खान यांचे सामर्थ्य लक्षात घेता त्यांना खाली खेचण्याचा विचारही कोणी करू शकले नसते, हे वास्तव तो नाकारू शकत नव्हता.

स्वत:च्या विवेकबुद्धीशी झगडण्यात त्याने ती रात्र तळमळून काढली, आणि दुसऱ्या दिवशी अमजादना भेटून खान यांच्याविरुद्ध नि:संशयपणे ठोस असा पुरावा सादर केला. स्वत:ला शास्त्रज्ञ म्हणवून घेणारा हा गृहस्थ त्याला

मिळणाऱ्या वेतनाच्या तुलनेत कितीतरी जास्त पटीने विलासी आयुष्य जगतो, हे दर्शवणारे अनेक पुरावे देता येतील; अशी माहिती देऊन त्याने सांगितले की, 'खान यांच्या स्थावर मालमत्तेच्या आधारावरच भ्रष्टाचाराच्या आरोपाखाली त्यांच्यावर गुन्हा दाखल करता येईल.' त्यांना मिळणारी दलाली, ते करत असलेल्या मालाची विक्री आणि त्यांचे काळ्या बाजाराशी असलेले संबंध हीच त्यांच्या अमाप संपत्तीची प्रमुख स्रोते असल्याचे प्रत्येक पुराव्यात स्पष्टपणे निर्देशित होत होते.

'आता आम्ही पुढे काय करावे असे तुला वाटते,' अमजादनी विचारले.

'आपण फारच छोटी माणसे आहोत, आपल्याला हे आव्हान पेलण्यासारखे नाही, तेव्हा हा नाद काही काळापुरता तरी सोडून द्यावा, असे मला मनापासून वाटते,' तपासनीस उद्गारला.

उत्तर देण्यापूर्वी क्षणभर थांबून त्यांनी एक दीर्घ श्वास घेतला. ही वेळ चुकीची असल्याचे तपासनिसाचे मत मान्य करून ते म्हणाले की, या विभागाला आवश्यक ते राजकीय बळ मिळाले तर कदाचित वर्षभरात खान यांच्यासारख्या 'बड्या माशाला' जाळ्यात पकडणे आपल्याला शक्य होईल. तपासनिसाला त्यांचे म्हणणे पटले, पण कार्यालय सोडल्यावर त्याचे त्यालाच अपराधी वाटू लागले, जर त्याने आग्रह धरला असता तर कदाचित या प्रकरणाच्या सर्वंकष तपासासाठी योग्य अशी टीम गोळा करण्याची संधी अमजादनी त्याला दिली असती, असे त्याला वाटू लागले. तशा परिस्थितीत कदाचित इतिहासाने वेगळेच वळण घेतले असते, खान आणि त्यांच्या साथीदारांची कृष्णकृत्ये वेळीच बाहेर आली असती. पण भविष्याच्या गर्भात काहीतरी आक्रितच दडले होते.

अमजादनी या तपासाचा संपूर्ण अहवाल मुशर्रफना सादर केला आणि आपला पुढे न जाण्याचा निर्णयही त्यांना सांगितला. अध्यक्षांनी तो मान्यही केला, पण त्याचवेळी केआरएलचे हिशेब पूर्ण करण्याचे आदेश देऊन तसेच क्षेपणास्त्रांच्या निधीत कपात करून त्यांनी खान यांच्या नाड्या आवळायला सुरुवात केली. दिल्ली, मुंबई आणि भारतातील कोणत्याही महत्त्वाच्या शहरावर हल्ला करण्याइतपत अण्वस्त्रे आपल्यापाशी आहेत, असा युक्तिवाद त्यांनी केला. या निर्णयामुळे अंगाचा तिळपापड झालेल्या खाननी मुशर्रफ विरोधात प्रतिहल्ला चढवला. अमेरिकेचे लांगूलचालन करण्यासाठी मुशर्रफ हे सारे करत असून त्यामुळे शेवटी देशाच्या अण्वस्त्र साठ्याचीच हानी होणार आहे, असा कांगावा त्यांनी पाकिस्तानी पत्रकार हमिद मीर यांच्याशी बोलताना केला. खान यांच्या धाडसी मोहिमांना अप्रत्यक्षपणे मुरड घालण्याच्या प्रयत्नांचा एक भाग

म्हणून कोणत्याही अणुशास्त्रज्ञाला परदेश वारी करण्यापूर्वी सरकारची परवानगी घेणे, मुशर्रफ यांनी अनिवार्य केले. अमेरिका आणि इतर देशांत अशी बंधने लादणे ही नित्याचीच बाब असते, भुट्टो यांनी यापूर्वी असा प्रयत्न करून पाहिला होता, पण त्या अपयशी ठरल्या.

केआरएलचे हिशेब तपासण्यास खान यांनी सहकार्य करण्याचे नाकारले, विमान प्रवासाच्या अटींकडे दुर्लक्ष केले, मात्र बहुस्तरीय छाननी प्रक्रियेपासून त्यांना पळ काढता येईना, इराणला सेंट्रिफ्युज सामग्री नेण्यासाठी त्यांना एका भाड्याच्या विमानाची गरज होती, ते मिळवताना आलेल्या अडथळ्यांवरून परिस्थिती आपल्याला अनुकूल नसल्याचे त्यांच्या लक्षात आले. अधिकृतपणे हे विमान परदेश वारी करून परत येणार होते, पण दोन्ही प्रवासाच्या दरम्यान ते इराणला इंधन भरण्यासाठी थांबवावे, असा खान यांचा आग्रह होता. अशा मागण्या मान्य होणे ही खान यांच्यासाठी नित्याची बाब होती, पण इराणमध्ये ते थांबवण्याच्या खान यांच्या आग्रहामुळे अध्यक्षांच्या कार्यालयात धोक्याची घंटा वाजली. इराणमध्ये विमान थांबवण्याची कारणे विशद करत बसण्यापेक्षा प्रवासच रद्द करण्याचा निर्णय त्यांनी केला.

सन २०००च्या हिवाळ्यात खान यांच्या कारवायांवर बारीक नजर ठेवण्याचे मुशर्रफनी पुन्हा एकदा ठरवले आणि त्यांचा मागोवा घेण्यासाठी एक पथक नेमण्याचे आदेश आयएसआयच्या संचालकांना दिले. खान यांच्यावर सतत पाळत ठेवून ते जेव्हा कधी परदेशात जातील, तेव्हा आपल्याला तातडीने कळवावे असेही ते म्हणाले. गेली सुमारे दोन दशके खान यांना याच गुप्तचर संघटनेचा पाठिंबा होता. त्यांना सतत पाठिंबा आणि प्रोत्साहन देण्याचे काम याच संघटनेने केले होते, पण तिची भूमिका आता बदलली होती, आता खानना खाली खेचण्यासाठी तीच पुरावे जमा करणार होती.

ऑक्टोबरच्या उत्तरार्धात खान नेहमीच्या दोन गाड्यांच्या ताफ्यासह इस्लामाबादच्या अस्ताव्यस्त विमानतळावर पोहोचले. जुनाट टॅक्सीज् आणि मोडकळीस आलेल्या मिनीव्हॅनस यांचा रस्ता अडवत त्यांची बुलेटप्रुफ टोयोटा गाडी टर्मिनलसमोर उभी राहताच मागील गाडीतून दोन सशस्त्र सैनिक बाहेर पडून त्यांच्या शेजारी उभे राहिले. एका लष्करी अधिकाऱ्याने त्यांच्यासाठी दरवाजा उघडला. विशेष सूट परिधान केलेले खान बाहेर पडले आणि त्यांनी उपस्थित बघ्यांच्या दिशेने पाहत विजयी मुद्रेने हात हलवला. नेहमी खान यांच्याबरोबरचा कोणीतरी त्यांच्या बॅगा उचलत असे, पण आजचे चित्र काहीसे विक्षिप्तच होते. इस्लामाबादच्या फक्त धनिकांचेच कपडे शिवणाऱ्या 'गुड लुक्स फॅब्रिक्स ॲन्ड टेलर्स' या दुकानातील दोन चुरगाळलेल्या, पण उंची बनावटीच्या बॅगा त्यांच्या हातात होत्या. सुरक्षा यंत्रणा आणि पासपोर्ट विभाग बेगुमानपणे

ओलांडून ते प्रथमवर्गाच्या प्रतिक्षागृहात शिरले. अनेक राजनैतिक अधिकाऱ्यांनी, उद्योगपतींनी आणि लष्करी वरिष्ठांनी वाटेत थांबून त्यांना अभिवादन केले, पण या सर्व काळात त्यांनी बॅगांवरील मूठ सैल होऊ दिली नाही.

त्याच वेळी चहाचे घुटके घेत असलेल्या दोन व्यक्ती एका कोपऱ्यातून खान यांना सतत न्याहाळत होत्या. अनोळखी माणसांच्या कुतूहलमिश्रित नजरांची खान यांना आता सवय झाली होती, पण त्या दोन व्यक्ती त्यांच्याकडे पाहण्याचे कटाक्षाने टाळत होत्या. दुबईकडे निघालेले 'पाकिस्तान इंटरनॅशनल एअरवेज'चे विमान आल्यावर खान घाईघाईने त्यात शिरले, थोडावेळ थांबून ही जोडगोळीही आत गेली. अर्थात हे दोघेही खान यांचे नेहमीचे प्रशंसक नव्हते, तर त्यांच्यावर लक्ष ठेवण्यासाठी नियुक्त करण्यात आलेले आयएसएचे एजंट होते. दुबईच्या विमानतळावर उतरताच खान यांचा पाठलाग करत तेही निघाले. खान त्वरेने कस्टम कक्षाकडे गेले आणि केवळ राजनैतिक अधिकाऱ्यांसाठी असलेला लाल रंगाचा विशेष पासपोर्ट दाखवून ते बाहेर पडले. विमानतळाच्या बाहेर वाट पाहणाऱ्या ताहिरने त्यांना एका आलिशान मोटारीत बसवले. खान यांच्याकडे त्या दोन बॅगांव्यतिरिक्त काहीच सामान नव्हते. मर्सिडिस आणि बीएमडब्ल्यूंच्या रांगातून वाट काढत ते दुतर्फा लावलेल्या पामवृक्षांमधून जाणाऱ्या सरळसोट हमरस्त्याने मुख्य शहराच्या दिशेने निघाले. विमानतळापासून सुमारे वीस मिनिटांच्या अंतरावर असलेल्या अल मख्तूम मार्गावर खान यांचे अपार्टमेंट होते. या निवासस्थानाचा पत्ता आधीच माहीत असल्याने आयएसआयच्या एजंटांनी त्यांचा पाठलाग करण्याची घाई केली नाही आणि नंतर जेव्हा ते तिथे गेले तेव्हा खान यांच्या घरातील दिवे जळताना त्यांनी पाहिले. मात्र रात्रभर तिथे राहण्याच्या तयारीने येऊनही खान यांचा तिथे येण्यामागचा उद्देश त्यांना कळला नाही.

दुसऱ्या दिवशी बाहेर पडल्यावर प्रतिक्षेत असलेल्या एका गाडीत खान शिरले, या वेळीही त्यांच्या हातात त्या दोन बॅगा होत्या. कोणालाही संशय येणार नाही अशा अंतराने आयएसआयचे एजंट त्यांच्या मागोमाग मेट्रोपोलिटन हॉटेलमध्ये गेले. पाश्चात्त्य सूट परिधान केलेल्या दोन व्यक्ती त्यांची वाट पाहत होत्या. प्रथमदर्शनी ते दोघेही श्रीमंत अरब बँकर किंवा उद्योगपती वाटत होते. हॉटेलच्या कॉफी शॉपमध्ये त्यांनी मनमोकळेपणाने थोडावेळ गप्पा मारल्या. सुमारे अर्ध्या तासानंतर खान उठले आणि त्यांच्याशी हस्तांदोलन करून बाहेर पडले. बाहेर पडताना खान यांच्या हातात बॅगा नसल्याचे आणि खान यांनी नक्कीच त्या अरबवंशीय वाटणाऱ्या दोघांकडे दिल्याचे एजंटांच्या लक्षात आले.

पुढील दोन दिवस ताहिरचे संगणक विक्री केंद्र आणि एक-दोन वखारी वगळता इतर कोठेही जाण्याकरता खान अपार्टमेंटच्या बाहेर पडले नाहीत. तिसऱ्या दिवशी

पाकिस्तानला परत जाणारे विमान त्यांनी पकडले. त्याच विमानात आयएसआयचे दोघेही एजंट होते. संशयास्पद रितीने खानना भेटणारे ते दोघे नेमके कोण आणि त्या बॅगांत नक्की काय होते, याचाच ते शेवटपर्यंत विचार करत राहिले.

दुसऱ्या दिवशी या अनधिकृत दुबई प्रवासाचा अहवाल हाती पडताच मुशर्रफ यांनी खानना तातडीने बोलावून घेतले. दिसायला छोटेखानी असले तरी लष्करी सवयीने छाती फुगवून भारदस्त दिसण्याचा ते नेहमीच प्रयत्न करत. प्रवासाचे नियम धाब्यावर बसवणे, केआरएलच्या हिशेबांबाबत बेफिकिरी दर्शवणे आणि नेहमी गुप्तता पाळणे, इत्यादी मुद्यांवरून त्यांनी अत्यंत कडक शब्दांत खान यांना चांगलेच फैलावर घेतले. खालच्या दर्जाच्या लोकांसाठी असलेल्या नियमांची आपल्याला पर्वा नाही, असा बेमुर्वतखोर युक्तिवाद करत खान यांनी दिलगिरी व्यक्त करण्यास नकार दिला. त्या क्षणीच मुशर्रफ त्यांची हकालपट्टी करणार होते, पण निदान आतातरी नियम पाळा असा संयत सल्ला देत ते थांबले. एवढे सारे होऊनही सरकारची संमती नसताना खान पुन्हा दुबईला गेलेच. आयएसआयचे एजंट पुन्हा एकदा त्यांच्या मागावर गेले. तशाच गाठीभेटी परत एकदा झाल्या. आणि तसाच अहवाल पुन्हा एकदा सादर करण्यात आला.

खान यांचे हे वर्तन म्हणजे मुशर्रफ यांचा सरळ-सरळ उपमर्द होता आणि तो ते कदापी सहन करणार नव्हते. खान यांना सर्वसामान्य गुन्हेगाराप्रमाणे वागवणे अशक्य असले, तरी त्यांच्याकडून वारंवार होणारी नियमांची पायमल्लीही ते खपवून घेणार नव्हते. या उद्दाम शास्त्रज्ञाला वठणीवर कसे आणता येईल यावर चर्चा करण्यासाठी मुशर्रफनी आपल्या वरिष्ठ सल्लागारांना एकत्र बोलावले. देशातील सर्व नागरिकांच्या पचनी पडेल अशी कारवाई त्यांना करायची होती, त्यावर अंतिम निर्णय करण्यापूर्वी त्यांनी अनेक तास चर्चा केली. जानेवारीच्या मध्यास मुशर्रफ यांनी लष्कराच्या मुख्यालयात खानना बोलावून घेतले आणि त्यांना डच्चू देण्यात आल्याचे सांगितले. एकदा हा निर्णय अधिकृतपणे जाहीर झाल्यावर त्यांचेच अपत्य असलेल्या केआरएलमध्ये त्यांना पाऊलही टाकता येणार नव्हते. सार्वजनिकरित्या खान यांचा अपमान करणे परवडण्यासारखे नाही हे मुशर्रफ पुरते जाणून होते, म्हणूनच त्यांनी एक प्रस्ताव खान यांच्यासमोर ठेवला. 'एवीतेवी तुमच्या वयाला पंच्याहत्तर वर्षे पूर्ण होत आहेत, तेव्हा मनाचा मोठेपणा दाखवून विनम्रपणे तुम्ही सेवानिवृत्त व्हावे आणि कॅबिनेट दर्जाचे अध्यक्षांचे सल्लागारपद स्वीकारावे,' मुशर्रफनी त्यांना समजावणीच्या सुरात सांगितले.

इथे इतिहासाची पुनरावृत्ती घडत होती. १९९०मध्ये अफगाणिस्तानातून सोव्हिएटने माघार घेतल्यावर अमेरिकेला पाकिस्तान नकोसा झाला होता. अध्यक्ष जॉर्ज डब्ल्यू. बुश यांची पाकिस्तानच्या अण्वस्त्र कार्यक्रमाचा पर्दाफाश करण्याची

तीव्र इच्छा होती. मुशर्रफ यांनाही आता त्यांच्या नामांकित अणू शास्त्रज्ञाची गरज नव्हती. त्यांच्या दृष्टीने खान आता लायकीपेक्षा त्रासदायकच जास्त ठरत होते.

सतत अनेक वर्षे लष्करी अधिकाऱ्यांना आणि राजकीय नेत्यांना आपल्या तालावर नाचवल्यावर आणि पैसे फेकून आपणच पाकिस्तानच्या अणूबॉम्बचे जनक असल्याचा डांगोरा पिटल्यावर एका वेगळ्याच विश्वात रमण्याचे खान यांना जणू व्यसनच जडले होते, असले मोह टाळणे आता त्यांना अशक्य होते. जर त्यांनी मुशर्रफ यांच्याशी लढा उभारला असता, तर देशाचे अण्वस्त्र तंत्रज्ञान इराण, उत्तर कोरिया आणि लिबियाला विकल्याचे उघडकीस येऊन त्यांना अधिकच कडक चौकशीचा सामना करावा लागला असता. संपूर्ण नेटवर्क उजेडात येण्याची शक्यता होती आणि खान यांना केवळ काम गमवावे लागले नसते, तर त्यांची रवानगी तुरुंगात झाली असती, हे सर्व धोके पत्करण्याची त्यांची तयारी नव्हती. तरीही त्यांची अवस्था 'सुंभ जळाला तरी पीळ जात नाही' अशी झाली होती. 'आपल्याला या सरकारचाच कंटाळा आला आहे,' असे सांगत मुशर्रफ यांचा प्रस्ताव त्यांच्याच तोंडावर फेकावा, अशीच त्यांची सुरुवातीची प्रतिक्रिया होती. मात्र निवृत्तीची अधिकृत घोषणा होण्यापूर्वीच त्यांचे हृदय परिवर्तन झाले. एखाद्या रबरी शिक्क्यासारखे असलेले पदही नाकारणे त्यांना आता जड जात होते, हवालदिल होऊन त्यांनी त्या पदाच्या जोडीने अध्यक्षांच्या इमारतीत आपल्याला कार्यालयासाठी जागा द्यावी अशी मागणी केली. क्षणाचाही विलंब न करता मुशर्रफनी ती मान्य केली. या पाकिस्तानी नेत्याच्या एका जवळच्या सल्लागाराने नंतर सांगितले की, 'देशांतर्गत पातळीवरचा प्रतिहल्ला मुशर्रफना टाळायचा होता आणि खान यांनाही त्यांना कमी लेखायचे नव्हते. पण त्याचवेळी निर्धारपूर्वकपणे मुशर्रफना पाकिस्तानला आंतरराष्ट्रीय समुदायाच्या पंक्तीत बसवायचे होते आणि खान यांचे बेमुर्वतखोर वर्तनही सहन करायचे नव्हते. अण्वस्त्रांचा धाक आता निर्माण झाला होता, क्षेपणास्त्रे सज्ज होती. आता गलिच्छ खेळांची गच्छंती करणे आवश्यक होते.'

१० मे, २००१! 'पाकिस्तानच्या अण्वस्त्र क्षेत्रातील खान यांच्या कारकिर्दीचा अधिकृत सूर्यास्त!' मुशर्रफ यांनी आयोजित केलेल्या एका खास मेजवानीत त्यांच्या गौरवशाली सेवेचा उल्लेख करण्यात आला. खान हे सरकारशी नेहमीच संलग्न राहून त्याच्या धोरणात्मक सल्लागारपदी असतील, शिवाय त्यांचे हे पद कॅबिनेट मंत्रीपदाशी समकक्ष असेल, इत्यादी घोषणा करत मुशर्रफ यांनी त्यांना मानाचा मुजरा ठोकला. या साऱ्या देखाव्यावर आणखी एक पांघरूण घालण्यासाठी पाकिस्तान अणुऊर्जा आयागाचे संचालक त्याच रात्री सेवानिवृत्त झाले.

अर्थात त्यानंतरही खान स्वस्थ बसणे शक्य नव्हते. अन्यायाने झालेल्या अध:पतनामुळे ते संतप्त झाले होते, त्याविरुद्ध भेटेल त्याच्यासमोर ते गरळ

ओकत होते. आपल्या हकालपट्टीचा कट अमेरिकेनेच शिजवला होता, अशी तक्रार करून पाकिस्तानच्या अण्वस्त्र भांडाराचा ताबा घेणे, हे त्या देशाचे पुढचे पाऊल असेल असे भाकित ते वर्तवत राहिले. आपल्या अधोगतीला मुशर्रफ हेच जबाबदार असल्याचा आरोप तर ते वरचेवर करत होते. आता तर त्यांनी मुशर्रफना आव्हान देण्यासाठी थेट त्यांच्या विरोधात अध्यक्षपदाची निवडणूक लढण्याचा निर्णय केला. प्रचाराचा एक भाग म्हणून त्यांनी सतत सार्वजनिक जीवनात राहाण्याचा प्रयत्न सुरू ठेवून त्याच उद्देशाने त्याच वर्षीच्या उन्हाळ्यात पाकिस्तानात आलेल्या एका फिल्म कंपनीला इस्लामाबादमधील आपल्या निवासस्थानी मुलाखत दिली. अण्वस्त्रांच्या वाढत्या प्रसाराला आळा घालणे, हा या 'स्टीलिंग द फायर' नावाच्या चित्रफितीचा विषय होता आणि आधीच्या शेकडो वेळाप्रमाणेच त्यांनी पाकिस्तान व्यतिरिक्त अन्य कोणत्याही देशाला अणुतंत्रज्ञान दिल्याचा आरोप फेटाळून लावला. कॅमेऱ्याकडे थेट पाहत ते म्हणाले, 'आम्ही कोणत्याही प्रकारे अण्वस्त्र प्रसारात गुंतलेलो नाही, तुम्ही असे सहजासहजी अण्वस्त्र खरेदी करू शकत नाही, अण्वस्त्रे काही भरलेल्या ताटाप्रमाणे तुम्हाला मिळत नाहीत.'

खान यांच्या वक्तव्याच्या शेवटच्या भागाचा अर्थ अक्षरश: खरा होता, लिबियाला अण्वस्त्र देताना त्यांना एक अवघड कामगिरी पार पाडायची होती आणि तो हेतू सिद्धीस जाण्यासाठी ते प्रयत्नांची पराकाष्ठा करत होते. कहुटाची प्रवेशबंदी आणि ज्या प्रयोगशाळेतून ते उपकरणे चोरायचे तिच्याशी तुटलेला संपर्क यामुळे खान यांना आता नेटवर्कवरच जास्तीतजास्त अवलंबून राहावे लागणार होते. पण त्या प्रयत्नांतही अडथळे निर्माण झाले. लिबियाचे सेंट्रिफ्युजेस तयार करण्यासाठी प्रारंभी आवश्यक असलेले कुशल कामगार दुबईतून मिळवताना ताहिर आणि टिनार यांच्या नाकी दम येत होते आणि या प्रकल्पासाठी तुर्कस्तानमध्ये पर्यायी जागा शोधण्यात ते फारसे यशस्वी ठरत नव्हते. कोणताही अन्य पर्याय न उरल्याने खान आणि ताहिर दक्षिण आफ्रिकेकडे वळले, जॉन मेयर तिथे पायपिंग यंत्रणा आधीच विकसित करत होता, लिबियाला दिलेला शब्द पुरा करायचा असेल, तर पी-२साठी महत्त्वाची ठरणारी रोटर यंत्रणाही तोच उत्पादित करू शकेल, अशी आशा त्यांना वाटत होती. दुहेरी वापराचे आणि कमी संवेदनशील असे सुट्टे भाग युरोपमधून खरेदी करायचे त्यांनी ठरवले. सन २०००च्या उत्तरार्धात ताहिरने एका स्पॅनिश कंपनीकडून दोन लेथ यंत्रे खरेदी करून दुबईतील पिटर आणि पॉल ग्रिफीन संचालित गल्फ टेक्निकल इंडस्ट्रिजकडे रवाना केली होती. त्यानंतर त्या दोन यंत्रांपैकी एक मेयरच्या ट्रेडफिनला देण्यात आले होते, त्यांच्या साहाय्याने तो 'रोटर्स' तयार करणार होता. पण दक्षिण आफ्रिकेच्या तत्कालीन अण्वस्त्र धोरणानुसार देशांतर्गत आणि परदेशातील सर्व उद्योगांनी

मरेजिंग पोलादावर कडक नियंत्रण ठेवणे बंधनकारक होते. हे पोलाद पी-२चे रोटर बनविण्यास उपयोगी पडत असे, पण सरकारच्या निर्बंधांमुळे लेथ यंत्र ट्रेडफिनच्या कारखान्यात धूळ खात पडले होते आणि मेयर पायपिंग यंत्रणेत पुरता गुंतला होता. शेवटी त्याने ते यंत्र दुबईला परत पाठवून दिले.

या सर्वांसाठी ताहिर एखादी पर्यायी योजना आणेपर्यंत लिबियाला हजारो सेंट्रिफ्युजेस देण्यात अपयश येत होते आणि त्यामुळे संपूर्ण प्रकल्पाचे अस्तित्वच धोक्यात येत होते. ताहिरच्या मलेशियन पत्नीच्या घरचे त्या देशातील राजकीय आणि औद्योगिक क्षेत्रांशी चांगले लागेबांधे होते. सेंट्रिफ्युज रोटर्स आणि इतर सामग्री तयार करण्यासाठी आपल्याला पर्यायी जागा मिळू शकते, असे त्याने खान यांना २००१मध्ये सांगितले. ताहिरने पुढे केलेल्या या पर्यायामुळे खान सुखावले. कारण मलेशियात चांगले तंत्रज्ञ उपलब्ध होते, तिची निर्यात नियंत्रण यंत्रणा ढिसाळ होती आणि सर्वांत महत्त्वाचे म्हणजे युरोप आणि अमेरिकेच्या गुप्तचर यंत्रणांच्या टप्प्यात तो देश येत नव्हता. त्यांनी ताहिरला हिरवा कंदील दाखवला.

बिल क्लिंटनना पराभूत करून व्हाइट हाउसमध्ये त्यांच्या जागी जॉर्ज डब्ल्यू. बुश आल्यावरही परराष्ट्र मंत्रालयाच्या प्रसारबंदी आणि शस्त्रास्त्र नियंत्रण विभागाचे उपमंत्रीपद बॉब आइनहॉर्न यांच्याकडेच राहिले आणि लवकरच तिथे त्यांना रिचर्ड आर्मिटेज हा एक समविचारी मित्रही भेटला. भरदार छाती असलेल्या आर्मिटेजनी व्हिएटनाम युद्धाच्या काळात मोलाची कामगिरी बजावली होती. रेगन यांच्या कारकिर्दीत ते संरक्षणखात्यात होते. याच दरम्यान पाकिस्तान आणि खान यांच्यापासून अमेरिकेला धोका असल्याचे त्यांना जाणवले होते. अशाच एकदा गप्पागोष्टी चालू असताना सीआयएकडून थेट सुरक्षा मिळविण्यासाठी तुला तुझी सुरक्षा पातळी वाढवावी लागेल, असे आइनहॉर्ननी आर्मिटेजना सांगितले.

एकदा तो दर्जा प्राप्त झाल्यावर आर्मिटाजनी व्हाइट हाउसचे राष्ट्रीय सुरक्षा उपसल्लागार स्टिफन हॅडले यांची भेट घेवून खान आणि पाकिस्तान यांच्याविषयी जास्तीतजास्त माहिती मिळावी, अशी विनंती केली. काही दिवसांतच खान यांच्या टोळीविषयी जी काही माहिती सीआयएला होती, ती तपशिलवारपणे घेण्यासाठी आर्मिटेजना व्हाइट हाउसवर पाचारण करण्यात आले. या अतिगोपनीय बैठकीला हॅडले आणि राष्ट्रीय सुरक्षा मंडळातील अण्वस्त्र प्रसार विरोधी विभागाचे ज्येष्ठ अधिकारी बॉब जोसेफ उपस्थित होते. खान यांच्यासाठी काम करणारा उर्स टिनार हा सीआयएचा खबऱ्या असून नेटवर्कच्या सर्व जहाजांवर तो पाळत ठेवतो आणि ती माहिती संघटनेला कळवतो, तसेच नेटवर्कवर लक्ष ठेवण्याची

अत्याधुनिक यंत्रणा उभारणे त्याच्याच मदतीने शक्य असल्याचे आर्मिटेज यांच्या लक्षात आले. थोडक्यात टिनार हा सीआयएसाठी जणू एक सोन्याची खाणच होता. सीआयएप्रमाणेच राष्ट्रीय सुरक्षा मंडळानेही नेटवर्कला लक्ष्य करून मोठ्या प्रमाणात गुप्तहेर मोहीम हाती घेतली होती आणि ब्रिटिश गुप्तचर विभागही त्यांना आपल्या स्रोतांमार्फत मिळणारी माहिती देऊन सहकार्य करत होता. इराण, उत्तर कोरिया आणि लिबिया या अमेरिकेच्या तीन सर्वांत धोकादायक शत्रूंना खान अण्वस्त्र तंत्रज्ञान देत असल्याचे स्पष्ट चित्र बुश प्रशासनाला दिसत होते. पण खान यांच्या सर्व कारवाया बंद करून त्यांना अटक करण्यास पाकिस्तानला भाग पाडावे की, आणखी माहिती मिळवण्यासाठी थांबून राहावे, हा कळीचा प्रश्न उरतच होता. खान यांच्यावर कारवाई करण्यास आर्मिटेज खरोखरच घायकुतीला आले होते, पण खान आणि त्यांच्या जागतिक नेटवर्कबाबत आणखी थोडे जाणून घेण्यासाठी बॉब जोसेफ आणि सीआयए थांबण्यास तयार होती. त्यामुळे 'थांबा आणि वाट पाहा!' हे या कळीच्या प्रश्नाचे उत्तरच कायम राहिले.

वॉशिंग्टनमधील एका तज्ज्ञ सल्लागार मंडळात 'थिंक टँक' सहभागी होण्यासाठी आइनहॉर्न यांनी प्रशासनाला राम-राम ठोकला आणि त्यांच्या जागी पाकिस्तानात हंगामी राजदूत म्हणून काम केलेले महत्त्वाकांक्षी राजनैतिक अधिकारी जॉन वुल्फ यांची नियुक्ती झाली. वुल्फ यांनी नंतर आपली कारकीर्द विशद करताना सांगितले की, 'हे नवे पद स्वीकारण्यापूर्वीच खान यांच्या उपद्व्यापांची व्यापक कल्पना आम्हाला आली होती. अर्थातच त्याचे सर्व तपशील आम्हाला ठाऊक होते, असा दावा मी करणार नाही. कारण लिबियात अण्वस्त्र उभारणीत नेमके काय चाललेय याबद्दल आम्ही अनभिज्ञ होतो. पण ते त्याच्या खटपटीत आहेत हे आम्हाला माहीत होते.'

फार वाट पाहणे धोक्याचे असते, हे तेथील सर्व जणच जाणून होते. लिबियाची अण्वस्त्राच्या दिशेने जोरदार घोडदौड असून इराणही गेली कित्येक वर्षे त्या क्षेत्रात आघाडीवर आहे, हे सीआयए आणि तिच्या विश्लेषकांना माहीत होते. तेवढाच चिंताजनक असा आणखी एक धोका होता. सीआयएच्या रडारवर कधीही न येणाऱ्या एखाद्या देशाला नेटवर्क अण्वस्त्र तंत्रज्ञान विकत असण्याची शक्यता होती, तसेच आपल्या हकालपट्टीने सूडग्रस्त झालेले खानही, कहुटावर ताबा मिळवण्याच्या प्रयत्नात एखाद्या ओळखीच्या किंवा त्याहून वाईट म्हणजे एखाद्या अनोळखी देशाला समृद्ध युरेनियम देण्याची शक्यता होती.

अफगाणिस्तानच्या वायव्य सीमेवर वसलेल्या कंदाहर शहराच्या बाहेर एका शेकोटीजवळ दोन पाकिस्तानी अणू शास्त्रज्ञ बसले होते. हे शहर त्या काळी सत्तारूढ

तालिबान्यांचे मुख्यालय आणि ओसामा बिन लादेनचे आश्रयस्थानही होते. या शास्त्रज्ञांच्या शेजारी बिन लादेन आणि इजिप्शियन सर्जन आयमान अल जवाहिरी हेही बसले होते. बिन लादेनचा वारस आणि त्याचा ज्येष्ठ रणनीतिज्ञ अशी 'आयमान'ची नवी ओळख होती. रासायनिक, जैविक आणि आण्विक शस्त्रांसाठी बिन लादेन गेली अनेक वर्षे मध्यपूर्व आणि सोव्हिएटचे माजी सदस्य देश अक्षरश: पिंजून काढत होता. अमेरिका आणि इस्रायल यांच्या विरोधातील जिहादसाठी सर्वसंहारक शस्त्रे वापरण्याचा अधिकृत फतवा त्याने धार्मिक मुस्लीम नेत्यांकडून मिळवला होता. अफगाणिस्तानातील अनेक ठिकाणी अल-कायदाकडून कच्च्या रासायनिक आणि जैविक बॉम्बच्या चाचण्या सुरू होत्या, पण ते तंत्रज्ञान पूर्णपणे आत्मसात करण्यात ते अयशस्वी ठरत होते. अण्वस्त्र सामग्री शोधणे, हे तर महाकठीण काम होते. इस्तंबूलमधून अण्वस्त्र स्फोटके मिळवण्याचा प्रयत्न अल-कायदाच्या एका दहशतवाद्याने केला होता आणि त्यासाठी मोठी रक्कमही मोजली होती. पण प्रत्यक्षात त्याला देण्यात आलेले आणि अण्वस्त्राला अत्यंत निरुपयोगी असे द्रव्य म्हणजे औषध निर्मितीनंतर उरणारे किरणोत्सर्जी पदार्थ असल्याचे आढळल्यावर ते खटाटोपही वाया गेले. सुदानमध्येही अशीच चाचपणी झाली होती आणि तीही फसली होती. पण अण्वस्त्र मिळवण्याचा बिन लादेनने जणू विडाच उचलला होता आणि पाकिस्तानातून आता तिथे आलेल्या सुलतान बशीरउद्दिन महमूद आणि चौधरी अब्दुल माजिद यांनी आणखी एक उत्कृष्ट संधी उपलब्ध करून देण्याचे ठरवले होते. पाकिस्तानच्या अण्वस्त्र कार्यक्रमात युरेनियम समृद्धीकरणाच्या कामगिरीत महमूदचा मोलाचा वाटा होता, त्यामुळे त्याचे महत्त्व जरा जास्त वाढले होते. १९७४मध्ये ए.क्यू. खान एखाद्या विजयी वीराप्रमाणे पाकिस्तानला परत येण्यापूर्वी नव्या युरेनियम समृद्धीकरणासाठी पथदर्शी प्रकल्प तयार करण्याची जबाबदारी या महमूदवरच होती. नंतरच्या काळात तालिबान आणि इतर इस्लामी दहशतवाद्यांबद्दल सहानुभूती दाखविणाऱ्या सर्वांवरच मुशर्रफनी घाला घातला होता आणि त्याचा परिणाम म्हणून महमूदला सक्तीने मुदतपूर्व निवृत्ती घ्यावी लागली होती. मुस्लीम जगताचा प्रभाव वाढण्यासाठी 'कयामत'चा दिवस उजाडला पाहिजे, अशी त्याची ठाम श्रद्धा होती आणि म्हणूनच सर्व मुस्लीम देशांना पाकिस्तानने अण्वस्त्र तंत्रज्ञान देण्याचा पुरस्कार तो आपल्या लिखाणातून आणि भाषणांतून नेहमीच करायचा. तुलनेने माजिद फारसा प्रसिद्ध नव्हता, पण अण्वस्त्रासाठी युरेनियममधून इंधन वेगळे काढण्याचे अनुभवसिद्ध ज्ञान त्याला होते.

या शेकोटीजवळील बैठकीच्या सुमारे वर्षभर आधी त्यांनी 'उम्मा तमिर-इ-नौ' या 'ना नफा ना तोटा' तत्त्वावर एक संघटना सुरू केली होती, तालिबान्यांना वैज्ञानिक विषयांची माहिती देण्यापासून इतर अनेक बाबतीत ते अफगाणिस्तानला मार्गदर्शन करत होते. या संघटनेच्या मंडळाने अनेक पाकिस्तानी उद्योगपती

आणि लष्करी अधिकाऱ्यांना तालिबानची उद्दिष्टे पटवून दिली होती. अफगाणिस्तानात मुक्त संचाराची परवानगी असलेली, ती एकमेव बिगरसरकारी संघटना होती. काबुलमधील एका इमारतीत त्यांनी आपले कार्यालय थाटल्यानंतर थोड्या दिवसांतच मुल्ला उमर आणि बिन लादेन यांची त्यांनी भेट घेतली नंतर त्यांच्या गप्पाही रंगू लागल्या, पण सुरुवातीच्या काळातील मदतकार्य हा विषय लवकरच मागे पडला आणि त्याची जागा अण्वस्त्रांनी घेतली. अशाच एका अफगाण भेटीदरम्यान महमूदने काबुलमधील बिन लादेनच्या एका सहकाऱ्याला अण्वस्त्र निर्मिती आणि त्याच्या संहारक शक्तीचे 'महत्त्व' पटवून दिले.

त्याच ऑगस्टमध्ये दोघेही शास्त्रज्ञ बिन लादेनच्या घराजवळ मुक्कामास असताना एक संभाषण त्यांच्या कानांवर पडले. अल-कायदाशी संलग्न असलेल्या 'इस्लामिक मुव्हमेंट ऑफ उझबेकिस्तान' या जहालमतवादी संघटनेकडून एक प्रकारचे किरणोत्सर्जी द्रव्य आपल्याला मिळाल्याचा किंवा मिळण्याची शक्यता असल्याचा दावा बिन लादेन त्या वेळी करत होता. हा तथाकथित 'डर्टी बॉम्ब' (गलिच्छ बॉम्ब) आपल्या किरणोत्सर्गाने किती भूप्रदेश दूषित करू शकतो, हा या संभाषणाचा मुख्य विषय होता. त्याचवेळी बिन लादेन, अल जवाहिरी आणि त्यांचे निकटतम सहकारी अचानकपणे अफगाणिस्तानच्या ईशान्येकडील पर्वतांच्या दिशेने निघाल्याने चर्चा अर्धवट राहिली. मात्र लवकरच काहीतरी अघटित असे घडणार असून मुस्लीम जगताने जिहादसाठी तयार राहावे, अशी इशारेवजा माहिती बिन लादेनने आपल्या अनुयायांना दिली.

११ सप्टेंबरनंतर अमेरिकेच्या राष्ट्रीय सुरक्षाविषयक संकल्पनेत आमूलाग्र बदल झाले. ध्यानीमनी नसताना आपल्या कमकुवतपणाची जाणीव झालेल्या त्या देशाच्या नेत्यांनी वाट्टेल ती साधने वापरून देशाच्या सीमा सुरक्षित करण्याचा आणि शत्रूचा समूळ नायनाट करण्याचा चंग बांधला. एखादे प्रवासी विमान अपहृत करून आणि ते इमारतीवर धडकावून हजारो नागरिकांचा बळी घेणारे दहशतवादी काहीही करू शकतात, अमेरिकेतील एखाद्या शहरात ते अण्वस्त्राचा स्फोटही करू शकतात. शीत युद्ध टिपेस पोहोचले असताना अमेरिका अशीच भयग्रस्त झाली होती, आणि यावेळचा शत्रू तर चांगलाच चकवा देणारा होता.

याल तर आमच्याबरोबर...!

१२ *सप्टेंबरच्या सकाळी जनरल मुशर्रफ कराचीतील* आपल्या कार्यालयात प्रादेशिक नेत्यांशी चर्चा करत असतानाच त्यांच्या एका सहायकाने त्यांच्या कानात अमेरिकेचे परराष्ट्रमंत्री कॉलिन पॉवेल दूरध्वनीवरून तुमच्याशी बोलू इच्छितात असे सांगितले. बैठक संपल्यावर आपण त्यांच्याशी बोलू असे मुशर्रफनी सांगताच, त्यांना घाई असून ते तातडीने तुमच्याशी बोलू इच्छितात, असे सहायकाने त्यांना सांगितले. बैठकीला हजर असलेल्यांची दिलगिरी व्यक्त करत मुशर्रफ तेथून उठले आणि शेजारील एका खासगी खोलीत दूरध्वनी घेण्यासाठी गेले. फारशी प्रस्तावना न करता पॉवेलनी एकदम विषयालाच हात घातला. 'वर्ल्ड ट्रेड सेंटर' आणि 'पेंटागॉन' यांच्यावरील हल्ल्याने अमेरिका युद्धाला सज्ज झाली असून आता कोणाबरोबर जायचे याची निवड पाकिस्तानने करायची आहे असे ते म्हणाले, 'तुम्ही एकतर आमच्याबरोबर असू शकता किंवा आमच्या विरोधात असू शकता,' मुशर्रफना त्यांनी स्पष्टपणे सांगितले. जगातील इतर नेत्यांप्रमाणेच या दहशतवादी हल्ल्यामुळे तेही प्रचंड हादरून गेले होते. त्यांनी आपली सहानुभूती व्यक्त करून क्षणाचाही विलंब न लावता अल-कायदाविरुद्धच्या लढ्यात आपण आणि पाकिस्तान, अमेरिकेच्या बाजूने असेल असे आश्वासन दिले.

हे आश्वासन देऊन ते फार मोठी जोखीम पत्करत होते. कारण एक प्रकारे त्यांना आता त्यांच्याच देशवासियांविरुद्ध लढावे लागणार होते. मुशर्रफ यांच्या मंत्रिमंडळात सुन्नी पंथीयांचा पगडा होता आणि शियाबहुल इराणची प्रतिरोधकशक्ती म्हणून ते तालिबानचा वापर करत होते. त्याच्याच जोडीला राजकीय आणि आर्थिक मदत करून सुन्नीपंथीय त्या राजवटीशी मैत्रीपूर्ण संबंध ठेवून होते. पाकिस्तानची जनता आणि मुशर्रफ यांच्याच अनेक ज्येष्ठ अधिकाऱ्यांचे तालिबानशी घनिष्ठ संबंध होते, शिवाय हे अधिकारी आणि तालिबान यांची मुस्लीम मूलतत्त्ववादी मते मिळतीजुळती होती, त्यामुळेच या सर्वांचा विरोध त्यांना सहन करावा लागणार होता. पण या

पाकिस्तानी नेत्याला निवडीचे स्वातंत्र्य होतेच कुठे? अमेरिकेचा क्रोधाग्नी आता भडकला होता, त्यात अफगाणिस्तानची आहुती पडणारच होती, तशीच गत होणे टाळायचे असेल, तर त्याला पाठिंबा देण्यावाचून गत्यंतर नव्हते.

याच पद्धतीची बोलणी अमेरिका आणि इतर देशांच्या नेत्यांत सुरू होती. या बोलण्यांदरम्यान अमेरिकेने आपली भूमिका अत्यंत कठोर शब्दांत स्पष्ट केली की, तिला तिच्या सर्व मित्रदेशांकडून ११ सप्टेंबर रोजी ज्यांनी हल्ला केला त्यांच्याविरुद्ध कारवाई करताना निरपेक्ष सहकार्याची अपेक्षा आहे. मात्र अमेरिकेच्या धोरणात्मक दृष्टीने पाकिस्तान वगळता महत्त्वाचा कोणताही देश नव्हता. ज्या प्रमाणे सोव्हिएटशी लढणाऱ्या अफगाण गनिमांना शस्त्रे पुरवताना पाकिस्तानने आपला भूप्रदेश अमेरिकेला वापरू दिला होता, त्याचप्रमाणे आता अल-कायदा आणि बिन लादेन यांना समूळ नष्ट करण्यासाठी त्या देशाला पाकिस्तानचीच गरज भासणार होती. त्याच दिवशी सायंकाळी आयएसआयचे प्रमुख लेफ्टनंट जनरल महमूद अहमद यांना बुश प्रशासनाने अमेरिकेच्या परराष्ट्रखात्यात तातडीने बोलावून घेतले आणि सकाळच्या दूरध्वनीबाबत एखाद्याच्या मनात शंकाकुशंका असतील तर त्या दूर केल्या. सीआयएच्या निमंत्रणावरून पाहुणे या नात्याने अहमद त्या काळी वॉशिंग्टनमध्ये होते आणि या भेटीला जाण्यापूर्वी त्यांनी मुशर्रफना दूरध्वनी करून या वेळी कोणती भूमिका घ्यावी, याबद्दल मार्गदर्शन करावे अशी मागणी केली. अमेरिकेला पाठिंबा देण्याच्या पाकिस्तानच्या निर्धाराचा पुनरुच्चार करावा आणि बैठकीचा अहवाल तातडीने आपल्याला कळवावा असे मुशर्रफनी त्यांना सांगितले. अल-कायदा आणि तिच्या सहकार्यांविरुद्ध पुकारलेल्या युद्धात सहकार्य केले नाहीत, तर आम्ही तुमच्यावरच बॉम्ब हल्ला करू आणि तुमची रवानगी पुन्हा अश्मयुगात करून टाकू अशी धमकी उपपरराष्ट्रमंत्री रिचर्ड आर्मिटेजनी आपल्याला दिल्याचे अहमद यांनी म्हटले होते. या आरोपाचे आर्मिटेजनी नंतर खंडन केले तरी अमेरिका आता कोणत्याही स्वरूपाच्या वाटाघाटी करण्याच्या मन:स्थितीत नाही, असा संदेश अहमद यांनी आपल्या नेत्याला दिला. दुसऱ्या दिवशी सीआयएच्या मुख्यालयात अहमदना मागण्यांची एक यादीच देण्यात आली. तालिबानला पाकिस्तानकडून होणारी मदत त्वरित थांबवावी, अफगाणिस्तानची सीमा बंद करण्यात येऊन अमेरिकेच्या टेहळणी विमानांना सर्वदूर फिरण्यासाठी पाकिस्तानचा भूप्रदेश वापरण्याची परवानगी द्यावी, इत्यादींचा त्यात समावेश होता. या सर्व मागण्या आम्ही स्वीकारतो असे सांगत अहमदनी अमेरिकेला जाताजाता मधाचे बोट लावण्याचा प्रयत्न केला. ते म्हणाले की अल-कायदाचा नेता मुल्ला उमर हा शांतताप्रिय माणूस असून या हल्ल्यामागे अल-कायदाचा हात असल्याची त्याला मनापासून खातरी पटल्यास तो बिन लादेनला तुमच्या

हवाली करू शकतो. ११ सप्टेंबरच्या हल्ल्यासाठी अल-कायदाला दोषी ठरवणे अहमदना पटत नव्हते, पण पाकिस्तानला परत येईपर्यंत त्यांनी हे विचार स्वत:पाशीच ठेवले. मायदेशी परतल्यावर मात्र त्यांनी तोंड उघडले, इस्लामविरुद्ध युद्ध करण्याच्या अंत:स्थ हेतूने अमेरिकेनेच हा हल्ला घडवून आणला असे मत त्यांनी मुशर्रफ यांच्याकडे व्यक्त केले आणि नंतरच्या काही आठवड्यातच त्यांचा हा सिद्धांत अवघ्या मुस्लीम जगताने उचलून धरला.

एकीकडे अमेरिका या युद्धाची तयारी करत असतानाच दुसरीकडे पाकिस्तानही दिलेल्या शब्दाला जागत होता, त्याने तालिबानची रसद तोडून टाकली आणि अमेरिकेसाठी आपले गुप्त विमानतळ खुले केले. युद्ध टाळण्याच्या हेतूने महमूद यांनी एका शिष्टमंडळासह कंदाहरला भेट दिली. त्या काळात हे शहर तालिबानचे आध्यात्मिक मुख्यालय आणि तिच्या म्होरक्यांचे आश्रयस्थान होते. मुल्ला उमर तिथेच राहात होता. त्याने बिन लादेनला अमेरिकेच्या स्वाधीन करावे अशी मागणी करण्यासाठी हे शिष्टमंडळ तिथे गेले होते. अमेरिकेवरील दहशतवाद्यांचे हल्ले आणि प्रतिहल्ल्याच्या रूपाने अफगाणिस्तानवर होऊ घातलेली संहारक कारवाई या दोन मुद्यांवर तालिबानमध्येच फूट पडली होती. अमेरिका हा देश अफगाणिस्तानचा मित्र असून त्याच्याविरुद्ध कारवाई करण्याचा धार्मिक अधिकार बिन लादेनला नाही, असा युक्तिवाद काही जण करत होते. त्याला अमेरिकेच्या हवाली करावे असेही त्यांचे म्हणणे होते. तालिबान आणि अफगाणिस्तानला अशा डळमळीत अवस्थेत ठेवणाऱ्या बिन लादेनवर मुल्ला उमर संतापला होता, पण अमेरिकेपुढे शरणागती पत्करली तर व्यक्तीश: आपणही सत्तेवर राहू शकत नाही असा युक्तिवाद करत त्याने बिन लादेनला संरक्षण दिले.

तिकडे पाकिस्तानात, मुस्लीम मित्र देशांवरील अमेरिकेच्या संभाव्य हल्ल्याचा निषेध करण्यासाठी लाखो नागरिक प्रमुख शहरांच्या रस्त्यांवर उतरले. मुशर्रफ यांची 'टोकाचे धर्मनिरपेक्षतावादी' अशी गणना करणाऱ्या धार्मिक दहशतवाद्यांचाही त्यात समावेश होता. मुशर्रफ यांनी अमेरिकेला मदत केल्यास त्यांचीच सत्ता उलथवून टाकण्याची धमकी ते देत होते आणि त्यांना आयएसआयमधील काही गटांचा पाठिंबाही होता. या घटकांच्या भावना न दुखावता अमेरिकेचे समाधान करण्याची तारेवरची कसरत मुशर्रफना करावी लागत होती.

मुशर्रफ यांची ही तारांबळ अमेरिकेच्या लक्षात आली होती. अशा अत्यंत आणीबाणीच्या काळात त्यांची खरोखरच हकालपट्टी झाली तर सरकारचा आणि पर्यायाने त्या देशाच्या अण्वस्त्र भांडाराचा ताबा कदाचित दहशतवाद्यांकडे जाण्याची शक्यता होती आणि अमेरिकेच्या दृष्टीने ही बाब चिंताजनक होती. वॉशिंग्टन अशा प्रकारचे अस्थैर्य मुळीच सहन करणार नव्हते. प्रामुख्याने पाकिस्तानच्या

अण्वस्त्र सुरक्षिततेच्या मुद्यावर वाटाघाटी करण्याच्या उद्देशाने पॉवेलनी ऑक्टोबरमध्ये त्या देशाला भेट दिली. अण्वस्त्रांच्या सुरक्षा यंत्रणेत सुधारणा घडवून आणण्यासाठी अमेरिका मदत करायला तयार असल्याचे त्यांनी मुशर्रफ यांना सांगितले. अनेक लोकांनी एकाचवेळी काही सांकेतिक आकड्यांचा वापर केल्याखेरीज अण्वस्त्रे कार्यरत होऊ शकणार नाहीत अशी 'पर्मिसिव्ह ॲक्शन लिंक' नावाची प्रणाली आम्ही विकसित केली असून ती पाकिस्तानला द्यायची आपली तयारी असल्याचेही त्यांनी सांगितले. मात्र आपल्या अण्वस्त्रे लपवलेल्या खऱ्या जागा हुडकून काढणे आणि राजकीय अस्थिरतेच्या काळात त्यांचा ताबा घेणे हाच यामागे अमेरिकेचा अंत:स्थ हेतू असावा अशी भीती पाकिस्तानच्या नेत्यांना वाटत होती. या संदर्भात त्या वेळच्या एका ज्येष्ठ अमेरिकन अधिकाऱ्याने म्हटले होते की, 'आमच्या हेतूंबद्दल शंका घेणारे काही अधिकारी तेव्हा पाकिस्तानच्या सत्तेत होते. 'ट्रोजन हॉर्स'प्रमाणे आम्ही घुसखोरी करून त्यांच्या अण्वस्त्र भांडाराचा कब्जा घेऊ या भयगंडाने ते पछाडलेले होते.' अर्थातच पॉवेल यांचा प्रस्ताव त्या वेळी फेटाळण्यात आला.

११ सप्टेंबरच्या हल्ल्याच्या काही दिवस आधी दोघा पाकिस्तानी शास्त्रज्ञांनी अल-कायदाच्या नेत्यांची अफगाणिस्तानमध्ये भेट घेतल्याचे पॉवेल यांच्या शिष्टमंडळाने सीआयएच्या कानांवर घातले आणि अण्वस्त्रांसारख्या सर्वसंहारक शक्ती विरोधकांच्या हाती पडतील, ही आपली भीती अधोरेखित केली. या भेटीचे तपशील काहीसे धूसर असले, तरी त्यात सहभागी झालेल्या शास्त्रज्ञांची नावे सुलतान बशिरूद्दीन महमूद आणि चौधरी अब्दुल माजिद अशी असल्याचे सीआयएला ठाऊक होते. त्यांची अटक करण्यास पाकिस्तानने मान्यता दिली, आणि त्याच महिन्याच्या शेवटी त्यांना आयएसआयच्या कोठडीत ठेवण्यात आले. त्यांची अटक का, कशी आणि कुठे झाली ते त्यांच्या कुटुंबीयांपासूनही लपवून ठेवण्यात आले. सुमारे चार आठवड्यांच्या झडतीनंतर पाकिस्तानच्या अण्वस्त्र कार्यक्रमाशी त्यांचा फारसा संबंध नसल्याचे आणि अल-कायदासाठी ते निरुपयोगी असल्याचे आयएसआयच्या लक्षात आल्यावर त्यांना सोडण्यात आले. तरीही सीआयएचा संशय फिटत नव्हता, अफगाणिस्तानात दहशतवाद्यांना प्रशिक्षण देणारी नवी केंद्रे अल-कायदाने सुरू केल्याचे भरपूर पुरावे सीआयएच्या दफ्तरात प्रत्यही जमा होत होते आणि त्यामुळे अमेरिकेच्या चिंतेत भर पडत होती. महमूद आणि माजिद यांना खुद्द बिन लादेनची भेट घेतली होती आणि अल-कायदासाठी अण्वस्त्र निर्मितीत साह्य करू असे आश्वासनही दिले होते, असे सीआयएच्या नोंदींवरून स्पष्ट दिसत होते. अल-कायदाच्या या केंद्रात रासायनिक आणि जैविक अस्त्रांची प्रायोगिक चाचणी होत असल्याचा अहवाल अमेरिकन सैन्याच्या बरोबरीने काम करणाऱ्या सीआयए एजंटांच्या हाती आला आणि त्या देशाची भयग्रस्तता आणखीनच वाढली. या सर्व बाबी लक्षात घेता, आयएसएने

शास्त्रज्ञांच्या केलेल्या चौकशीतच काहीतरी काळेबेरे असल्याचा संशय सीआयएचे प्रमुख जॉर्ज टेनेट यांनी व्यक्त केला आणि त्याच कामगिरीवर आपल्या माणसांना पाठवण्याचे ठरवले.

१ डिसेंबर, २००१च्या मध्यरात्री अमेरिकेच्या हवाई दलाचे एक बोईंग इस्लामाबादच्या धावपट्टीवर उतरले आणि त्यातून बाहेर पडलेले तिघे तिथे उभ्या असलेल्या एका व्हॅनमध्ये चढले. या तिघांमधील टेनेट यांच्यासमवेत सर्वसंहारक अण्वस्त्रविषयक तज्ज्ञ आणि सीआयएचे विश्लेषक केविन आणि सीआयएच्या सर्वसंहारक शस्त्रास्त्र नियंत्रण शाखेचे प्रमुख रॉल्फ मोवॅट लार्सन हे अधिकारी होते. लार्सन यांनी याआधी युरोप आणि सोव्हिएटमध्ये सीआयएचे प्रमुख म्हणून काम केले होते. अमेरिकेच्या लष्करी अकादमीचे ते पदवीधर होते आणि दोन दशकांपूर्वी लष्करात ते मोठ्या हुद्यावर कार्यरत होते. या दोघा शास्त्रज्ञांना फेरअटक करून चौकशीच्या दुसऱ्या फेरीसाठी सीआयए आणि एफबीआयच्या ताब्यात द्यावे, अशी मुशर्रफना आग्रही विनंती करण्याच्या उद्देशाने ते येथे आले होते. याच काळात अफगाणिस्तानातील अल-कायदा आणि तालिबान शक्तींचा खात्मा करण्यात अमेरिकेचे सैन्य गुंतले होते. पाकिस्तानातील अमेरिका विरोधी संताप आवरण्यासाठी प्रयत्न करत होते, मात्र तसे करतानाच अमेरिका आणि मुशर्रफ यांच्यातील मैत्रीसंबंध धोक्याच्या पातळीवर आणून ठेवत होते. मुशर्रफ यांच्या वाढत्या संकटात भर पडू नये यासाठी टेनेट यांचा दौरा गोपनीय राहावा असे अमेरिकेला वाटत होते.

आपल्या खाकी गणवेशात मुशर्रफ सीआयएच्या संचालकांना भेटले आणि त्यांना आपल्या कार्यालयात घेऊन गेले. काही वेळ चहापाणी आणि मनमोकळ्या गप्पा झाल्या, पण अर्ध्या जगाला प्रदक्षिणा घालून आलेले टेनेट काही चहासाठी आले नव्हते, याची मुशर्रफना कल्पना होती. बिन लादेन आणि पाकिस्तानी शास्त्रज्ञ यांच्या ऑगस्टमध्ये झालेल्या भेटीची पुराव्यानिशी माहिती देत ते मुशर्रफना म्हणाले, 'आम्ही एका फार मोठ्या संकटात आहोत, हे संकट आमच्याप्रमाणे तुमच्यासाठीही आहे, आपल्याला अण्वस्त्राची गरज असल्याचा लकडा अल-कायदाने गेली काही वर्षे लावला होता. आता ते त्यांच्या हाताशी आले असून ही परिस्थिती आम्ही मान्यही करणार नाही आणि सहनही करणार नाही.'

'ते शक्यच नाही मि. टेनेट,' प्रत्युत्तर देत मुशर्रफ म्हणाले, 'प्रचंड मेहनत आणि अमाप पैसा ओतून आम्ही आमचे अण्वस्त्र विकसित केले आहे, आणि तुम्ही म्हणता अल-कायदा ते उत्पादित करत आहे, हे अशक्यच नाहीतर अविश्वसनीय आहे.'

'जर ते अविश्वसनीय असते तर अध्यक्षांनी मला येथे पाठवलेच नसते,' टेनेट उत्तरले.

मोवेट-लार्सननी एखादी दहशतवादी संघटना अण्वस्त्रप्राप्तीसाठी कोणत्या मार्गांचा अवलंब करू शकते, याचे विवरण केले. यात चोरीच्या आणि काळ्याबाजाराच्या माध्यमातून समृद्ध युरेनियम मिळवण्यापासून खुल्या बाजारात उपलब्ध होणाऱ्या सुट्या भागांपर्यंत सर्व घटकांचा समावेश होता. ही सामग्री नसतानाही ते गावठी अण्वस्त्र तयार करू शकतात आणि त्यासाठी पाकिस्तान हे त्यांचे संभाव्य खरेदीकेंद्र असू शकते; हेही या वेळी ठसवण्यात आले. अत्यल्प प्रमाणातील दुय्यम दर्जाच्या समृद्ध युरेनियमच्या साहाय्याने केलेले दोन अणुस्फोटही हजारोंचा बळी घेऊ शकतात. या शिवाय अण्वस्त्राला किरणोत्सर्जी पदार्थात गुंडाळून त्याचा 'डर्टी बॉम्ब' करण्याच्या तयारीत ते असल्याची माहिती सीआयएकडे आहे, असेही ते म्हणाले.

महमूद आणि माजिदना फेरअटक करून सीआयए आणि एफबीआयमार्फत त्यांची चौकशी व्हावी, असा आग्रह टेनेटनी धरला. या अटकेची वाच्यता होणार नाही अशी आशा व्यक्त करत मुशर्रफनी त्याला काहीशा नाराजीनेच मान्यता दिली. अखेर तीन दिवसांनंतर टेनेट यांच्या या 'गोपनीय' दौऱ्याचे भांडे फुटलेच, आणि अमेरिका विरोधी निदर्शने करणाऱ्या धार्मिक दहशतवाद्यांचा बिमोड करण्याच्या हेतूने सीआयएचे प्रमुख येथे आले असून ते मुशर्रफना फशी पाडत असल्याचा दावा अमेरिका आणि पाकिस्तानचे अधिकारी करू लागले. तशातच अमेरिकेच्या आदेशांवरून दोघा शास्त्रज्ञांसह त्यांच्या अनेक पाठीराख्यांना घेतल्याची बातमी वाऱ्यासारखी पसरली. अशा परिस्थितीत उद्‌भवणारा मोठा उद्रेक टाळण्यासाठी अमेरिका आणि पाकिस्तानच्या अधिकाऱ्यांनी सारवासारव सुरू केली. हे दोघेही शास्त्रज्ञ आता सेवानिवृत्त झाले असून त्यांचा प्रत्यक्ष अण्वस्त्र निर्मितीशी काहीच संबंध नाही, असे त्यांनी पत्रकारांना सांगितले. अण्वस्त्र बांधणीसाठी बिन लादेनने आपल्या वडिलांकडे मदत मागितल्याचे महमूदच्या मुलाने मान्य केले, पण तसे करणे अत्यंत कठीण असल्याचे त्यांनी अल-कायदाच्या त्या नेत्याला सांगितल्याचेही तो म्हणाला. बिन लादेनला मदत करण्यास आपल्या वडिलांनी नकार दिला असा दावा त्याने केला. गोपनीय चौकशीच्या दरम्यान जेव्हा सीआयएने त्यांच्या आणि बिन लादेनच्या संबंधांचे पुरावेच सादर केले, तेव्हा त्यांना तोंड देताना मात्र दोघाही शास्त्रज्ञांना तत्परतेने सगळी माहिती दिली. उझबेकमधील आपल्या मित्रांच्या माध्यमातून स्फोटक द्रव्य मिळण्याचे संकेत देऊन त्याने या द्रव्याचा अण्वस्त्र किंवा 'डर्टी बॉम्ब'साठी कसा उपयोग करता येईल अशी विचारणा आपल्याकडे केल्याचा कबुलीजबाब त्यांनी दिला. केवळ किरणोत्सर्जी पदार्थ वापरून अण्वस्त्र निर्मिती शक्य नसल्याचे त्यांनी बिन लादेनला सांगितले, पण त्याच्याशी झालेली चर्चा व्यापक स्वरूपाची होती आणि त्यात लांब पल्ल्याच्या सर्वसंहारक शस्त्रास्त्रांचा

मुद्दा होता असेही ते म्हणाले. आपल्या देशाने केवळ अण्वस्त्र निर्मिती करून थांबू नये, तर त्यांचा फैलाव इतर इस्लामी देशातही करावा असा आग्रह धरणारा उच्चभ्रूंचा एक वर्ग पाकिस्तानात होता. त्या अत्यंत धोकादायक आणि दहशतवादी वर्गाचे जणू प्रतिनिधीत्वच महमूद करत असावेत, असे झडती घेणाऱ्या सीआयएच्या अधिकाऱ्यांना वाटले. मात्र सरतेशेवटी या दोघांही शास्त्रज्ञांनी कोणत्याही कायद्याचा भंग केला नसल्याचे पाकिस्तानी अधिकाऱ्यांनी ठरवले आणि त्यांची पुन्हा एकदा कोणाला कळूही न देता सुटका केली.

सीआयएचे प्रमुख आणि पाकिस्तानी अध्यक्षांच्या संभाषणात एका नावाचा उल्लेख मुळीच झाला नाही आणि ते नाव होते, ए.क्यू. खान. मुशर्रफ यांच्या दृष्टीने खान आदल्या वर्षीच बाजूला फेकले गेले होते. मुशर्रफ सत्तेवर राहिल्यास आपला कार्यभाग साधणे दूरच, उलट अल-कायदा आणि बिन लादेनचा शेवटही ते करतील; अशी भीती तालिबानला वाटत असावी, या निष्कर्षाप्रत टेनेट आले होते. १९९८च्या आधीच कधीतरी खान यांच्याकडे विशेष दूत पाठवून अण्वस्त्र बांधणीसाठी मदत करावी अशी विनंती केली होती, पण खान यांनी असे धाडस करण्यास नकार दिल्याचे सीआयएने शोधून काढले होते. अशी पूर्वमाहिती मिळाल्यानंतर आणि घातक अण्वस्त्रे दहशतवाद्यांच्या हातात पडण्याची भीती असूनही मुशर्रफना धोक्यापासून वाचवण्यासाठी खान यांच्या कृत्यांकडे दुर्लक्ष करण्याची टेनेट यांची इच्छा होती. आपल्या आत्मचरित्रात भेटीतील या सर्व घटनांचे स्पष्टीकरण देताना टेनेट म्हणतात, 'खान याचा विषय त्या विशिष्ट टप्प्यावर आणून मला एकूण चर्चेचा ओघ अन्यत्र वळवायचा नव्हता, तो विषय नंतर कधीतरी हाताळता आला असता.'

खान यांना बाजूला टाकल्याचे गृहीत धरून मुशर्रफनी मोठी चूक केली होती. त्यांच्या प्रयोगशाळेत त्यांनाच मज्जाव केल्याने इराण आणि लिबियाला पुरवठा करण्याचे काम गुंतागुंतीचे झालेले असले तरी असे अडथळे पार करणे अशक्यप्राय नक्कीच नव्हते. जानेवारीच्या उत्तरार्धात खान यांच्या हकालपट्टीचा निर्णय झाल्यावर शेवटच्या आठवड्यात त्यांनी स्वतःच्या टेबलाबरोबरच तंत्रज्ञान विषयाचे कपाटही साफ केले. पी-१ आणि पी-२ सेंट्रिफ्युजेसच्या डिझाइन्ससह त्यांनी इतर शेकडो कागदपत्रांच्या इलेक्ट्रॉनिक प्रती काढल्या आणि संपूर्ण तयार झालेले आठ सेंट्रिफ्युजेस दुबईकडे रवाना केले.

लिबियाच्या हजारो सेंट्रिफ्युजेससाठी या आठ प्रारूपांचा उपयोग होणे अपेक्षित होते, पण कारखान्याची जागा निवडताना नेटवर्कला अडथळ्यांचा सामना करावा

लागत होता – दुबई, तुर्कस्तान आणि दक्षिण आफ्रिका या देशांत जमण्यासारखे नव्हते आणि खान याच्या हकालपट्टीने तर हे काम पूर्वी कधी नव्हे एवढे अधिकच महत्त्वाचे बनले होते. नवी जागा शोधण्याचे काम खानने उर्स टिनारवर सोपवले आणि त्याला त्यात जेव्हा अपयश आले तेव्हा मत्सरग्रस्त ताहिर मनोमन सुखावला. कारण टिनारची जवळिक त्याला अजूनही खुपत होती. मॅजेस्टिक पॅलेस या दुबईतील चार खोल्यांच्या शानदार सदनिकेत ताहिर आपली बायको आणि दोन लहान मुलांसह राहात होता. एक चॉकलेटचे मोठे दुकान आणि खास खवय्यांसाठी असलेल्या खजुराच्या दुकानासह त्याचे तिथे अनेक उद्योग होतेच, शिवाय क्वालालंपूरच्या उपनगरातही त्याचा एक महागडा बंगला होता.

कुशल कामगार, उत्कृष्ट औद्योगिक सुविधा आणि सर्वांत महत्त्वाचे म्हणजे तुलनेने आयात निर्यातीवरील सैलसर बंधने इत्यादी घटकांमुळे क्वालालंपूर झपाट्याने प्रगती करत होता, त्यामुळे सन २००१च्या हिवाळ्यात तो या शहराकडे सेंट्रिफ्युजेस उत्पादनाच्या कारखान्यासाठी आदर्श जागा म्हणून पाहू लागला. तेवढेच महत्त्वाचे म्हणजे बहिरी ससाण्याची नजर असलेल्या सीआयए किंवा युरोपीय गुप्तचर संघटनांपासून ते दूर होते. ताहिरचे हात वरपर्यंत पोहोचले होते, त्यामुळे या सौद्यात फारश्या अडचणी येण्याची शक्यता नव्हती. मलेशियातील तेल आणि नैसर्गिक वायू उद्योगातील 'स्कोमी ग्रुप' या कंपनीत त्याची बायको नजीमा सईद माजिद हिची फार मोठी गुंतवणूक होती. मलेशियाचे पंतप्रधान अब्दुल्ला बडवाई यांचा एकुलता एक मुलगा कमालुद्दीन अब्दुल्ला हा या कंपनीत एक भागीदार होता.

मलेशियात प्रकल्प उभारण्याची शक्यता जेव्हा ताहिरने खान यांच्या कानांवर घातली तेव्हा त्यांना तांत्रिकदृष्ट्या पुढारलेल्या एका मुस्लीम देशात काम करण्याची संधी मिळणार ही कल्पना अत्यंत आवडली, आणि पुढील सर्व सोपस्कार पार पाडण्याचे सर्वाधिकार त्यांनी ताहिरवर सोपवले. डिसेंबर, २००१मध्ये स्कोमी इंडस्ट्रीची पूरक कंपनी 'स्कोमी प्रिसिजन इंजिनिअरिंग'(Scomi Precision Engineering) हिच्याशी ताहिरने एक करार केला. मध्यपूर्वेतील तेल आणि जल प्रक्रिया उद्योगाकरिता लागणाऱ्या धातूच्या ट्यूब तयार करण्यासाठी आपल्याला स्कोमीच्या कारखान्यांपैकी एक वापरायचा आहे, असे त्याने सांगितले. स्कोमीच्या एका कारखान्याची फेररचना करण्यात येऊन तिथे सामावून घेण्याच्या दृष्टीने विद्यमान कर्मचाऱ्यांना फेरप्रशिक्षण देता येईल, असे स्पष्टीकरण त्याने दिले. कारखान्याची सूत्रे घेण्यासाठी क्वालालंपूरला जायला उर्स टिनार तयार झाला, २००२चा वसंत ऋतू आला, तेव्हा तो कारखान्यातील एक महत्त्वाचा अधिकारी म्हणून कामही पाहू लागला होता. त्याच्या वडिलांच्या आणि जर्मनीतील इतर

औद्योगिक संबंधांचा वापर करून त्याने सेंट्रिफ्युजेससाठी लागणारी विशिष्ट लेथ यंत्रे तसेच इतर सामग्री मागवायला सुरुवात केली होती. अर्थात काही अडचणी कायम होत्या. लिबियाला पी-२ सेंट्रिफ्युजेसची गरज होती आणि अत्याधुनिक सामग्री हवी होती. पी-२च्या रोटरसाठी लागणाऱ्या कार्बन फायबरचीही चणचण भासत होती, त्याच्या निर्यातीवर सीमाशुल्क विभागाची करडी नजर होती, म्हणून त्याच्या जागी सहजतेने उपलब्ध असलेले अतिकणखर पोलाद वापरण्याचा निर्णय टिनारने केला. एका जर्मन कंपनीच्या सिंगापूरातील कार्यालयात त्याने ३३० टन ॲल्युमिनियमची मागणी नोंदवली. यंत्रे आणि सामग्री मलेशियात येताच कहुटातील सेंट्रिफ्युजच्या प्रतिकृती बनविण्यास त्याने प्रारंभ केला. पाकिस्तानच्या अत्याधुनिक पी-२वर आधारित किमान १०००० सेंट्रिफ्युजेसना पुरतील एवढे सुट्टे भाग तयार करणे हे त्याचे प्राथमिक उद्दिष्ट होते, आणि हे भाग मग दुबईमार्गे लिबियाला रवाना करण्यात येऊन त्यांच्या साहाय्याने तिथे वर्षाला अनेक बॉम्ब तयार करता येतील इतके युरेनियम उत्पादन करणे, हे त्याचे अंतिम ध्येय होते.

टिनारचे मलेशियाला जाणे सीआयएसाठी दुधारी तलवारीसारखे होते. सेंट्रिफ्युज निर्मितीच्या स्थितीची माहिती पुरवण्याची क्षमता त्याच्याजवळ नक्कीच होती, पण लिबियाच्या दिशेने सामग्रीचा ओघ वळवण्यासाठी दुबई हेच मध्यवर्ती केंद्र राहाणार असल्याने त्याला मर्यादा पडणार होत्या. टिनार मलेशियाला स्थलांतरित होत असल्याचे कळताच मॅड डॉगने व्हिएन्नातील आपल्या पर्यवेक्षकाला सांगून क्वालालंपूरमध्ये प्रदीर्घ वास्तव्य करण्यासाठी बांधाबांध सुरू केली.

ताहिर त्याच्या कारखान्यात नेमके काय करत होता, हे कळण्यासाठी आवश्यक ते ज्ञान आमच्या निरीक्षकांकडे आणि स्कोमीच्या अधिकृत कर्मचाऱ्यांकडे नव्हते असे नंतर कधीतरी मलेशियाचे सरकार सांगणार होते. जर्मनी आणि सिंगापूरहून आयात केलेल्या साहित्यावर काम सुरू असल्याचे दिसत असूनही आपल्याला अंधारात ठेवल्याचा कांगावा मलेशिया सरकारने केला. ताहिर खरोखरच तेल आणि जल प्रक्रिया उद्योगासाठी ट्यूब्ज तयार करत अशा समजाखाली आम्ही वावरत होतो असेही स्पष्टीकरण त्या सरकारने दिले.

मलेशियातील कारखान्याची जुळवाजुळव सुरू असतानाच तिकडे दक्षिण आफ्रिकेतही दर्जेदार पाइप यंत्रणा आकार घेत होती. लिबियातील हजारो सेंट्रिफ्युजेसना जोडण्याच्या कामी ही यंत्रणा वापरण्यात येणार होती. कहुटातील सेंट्रिफ्युजेसच्या कक्षाची दृश्ये असलेली चित्रफित आपल्याला द्यावी अशी मागणी जॉन मेयरने ताहिरपाशी केली. मूळ डिझाइन्स आणि चित्रफितीच्या साहाय्याने पाइप्स, वॉल्वस आणि उच्च दाबाच्या टाक्यांचे चित्र मेयरने आपल्या मनश्चक्षूंसमोर उभे केले. या प्रगतीचा अहवाल ताहिरला कळवताच कंत्राटापोटी मेयरला ३३ दशलक्ष डॉलरचा

चेक मिळाला. मेयरकडून २००२पर्यंत हे काम पूर्ण होणे अपेक्षितच नव्हते, पण या यंत्रणेची मोहक गुंतागुंत पाहून तो देहभान विसरून त्यात समरस झाला.

पाकिस्तानव्यतिरिक्त दुसऱ्या एखाद्या मुस्लीम देशाला अण्वस्त्र द्यावे हे खान यांचे अनेक वर्षांचे स्वप्न होते, ते आता पूर्ण होण्याच्या अगदी समिप आले होते. अडचणी आणि अडथळे असूनही आणखी एक चमत्कार घडविण्याच्या ते अगदी उंबरठ्यावर येऊन ठेपले होते. सन २००२च्या सुरुवातीलाच सुमारे डझनभर मालवाहू जहाजे लिबियाच्या दिशेने निघाली, तिथे युरेनियम समृद्धीकरणाचा पथदर्शी प्रकल्प उभा राहात होता, आणि याच प्रकल्पातील कर्मचाऱ्यांना समृद्धीकरण प्रक्रियेचे सुधारित प्रशिक्षण दिले जात होते. त्रिपोलीच्या परिघावरील अल हसन येथील एका निर्मनुष्य आणि आडजागीच्या वखारीत हा पथदर्शी प्रकल्प उभारला जात होता. खानना सहजतेने उपलब्ध असलेल्या पी-१ सेंट्रिफ्युजेसच्या साहाय्याने प्राथमिक चाचण्या होणार असल्या तरी मलेशियात तयार होत असलेल्या १०००० सेंट्रिफ्युजेसवर हातखंडा मिळवून देणे हे त्यांचे अंतिम उद्दिष्ट होते. दुबईतील वास्तव्यात लिबियाच्या वीस कर्मचाऱ्यांना टिनारने प्रशिक्षित केले होते आणि अल हसन येथे लहान आकाराचे तीन छोटे सेंट्रिफ्युजेस चाचणीसाठी तयार होते. बॉम्बच्या दिशेने आता लिबियाची खरीखुरी वाटचाल सुरू झाली होती.

समृद्धीकृत युरेनियमसाठी 'युरेनियम हेक्झाफ्लुरोइड' या वायूची आवश्यकता असते, अणूकार्यक्रमातील वापरामुळे या वायूवर अत्यंत कडक निर्बंध लादण्यात येतात, मात्र सप्टेंबर, २०००मध्ये कहुटाहून सेंट्रिफ्युजेसचे भाग घेऊन त्रिपोलीकडे निघालेल्या विमानातील नऊ खोक्यांतून या वायूचे दोन छोटे सिलिंडर आणण्यात खान यशस्वी झाले होते आणि प्राथमिक चाचण्यांसाठी ते पुरेसे होते. पाकिस्तानी हवाई दलाच्या अखत्यारितील शाहिन एअर इंटरनॅशनलच्या विमानांतून ही खोकी आली होती. प्रक्रियापूर्ण युरेनियमचे वायूत रूपांतर करणे शक्य होईपर्यंत पुरेसा वायू देण्याची मागणी लिबियाच्या अणूकार्यक्रमाचे प्रमुख ममद मुताक महंमद यांनी खान यांच्याकडे वारंवार केली होती, पण कहुटातील साठ्याचे मार्ग बंद झाल्याने खान यांना आपल्या उत्तर कोरिया या जुन्या मित्राकडे वळण क्रमप्राप्त होते.

हकालपट्टी झाल्यावरही खान यांचा उत्तर कोरियाशी अण्वस्त्र व्यापार अखंडपणे सुरू होता, ते प्याँगयांगला भेटी देऊन तिथल्या गोपनीय समृद्धीकरण कार्यक्रमावरील शास्त्रज्ञांशी चर्चा करीत. २००१च्या फेब्रुवारीत, उत्तर कोरियाकडून दोन टन 'युरेनियम हेक्झाफ्लुरोइड' भरलेला एक सिलिंडर त्यांनी दुबईमार्फत लिबियाच्या दिशेने पाठविण्याची व्यवस्था केली. 'वस्तूच्या बदल्यात वस्तू' या त्यांच्या नेहमीच्या व्यवस्थेत बदल करून त्यांनी लिबियाच्या पैशातून या वेळी रोखीने

बिल चुकते केले.

तोपर्यंत लिबियाकडून नेटवर्कला लाखो डॉलर मिळाले होते. युरोप आणि मध्यपूर्वेकडील अनेक बँकातील खात्यांत हे पैसे इलेक्ट्रॉनिक साधनांच्या माध्यमांतून परस्पर फिरवण्यात आले. आपल्या नावाच्या वापराच्या बदल्यात पैसे आकारणाऱ्या काही जणांच्या खात्यांत यापैकी थोडी रक्कम गुंतवण्यात आली तर इतर पैसे स्वित्झर्लंड आणि लिशेन्स्टीन येथील विशेष क्रमांकाच्या खात्यात जमा झाली. वैयक्तिकपणे खान यांना मिळालेली दलाली चार वेगवेगळ्या देशांतील त्यांच्या चार खात्यांत विभागण्यात आली. जगभरातील व्यवस्था कसे काम करतात याचे हे उत्तम उदाहरण ठरावे. खान यांच्या दुबईतील एका बँक खात्यात एका लिबियन बँकेने २० लाख डॉलर तारेने जमा केले, खान यांनी त्यातील दोन लाख डॉलर कमिशनपोटी वळते करून उर्वरित रक्कम दुबईतील एका उत्तर कोरियन बँकेकडे पाठवली. हिच रक्कम तिसऱ्याच एका बँकेने मकाऊ बेटांवरील एका अर्थसंस्थेकडे रवाना केली. चीनच्या दक्षिणेकडील समुद्रात वसलेले हे बेट अमलीपदार्थांचे तस्कर, गुप्तहेर आणि शस्त्रास्त्रांच्या दलालांचा स्वर्ग समजले जाते, पैशांच्या चोरट्या व्यापारासाठी उत्तर कोरियाही याच बेटाचा पूर्वापार वापर करत आला आहे. या प्रकरणातील पैसे न्यू हॅप हिंज इन्व्हेस्टमेंट कंपनी या उत्तर कोरिया संचालित संस्थेत जमा झाले, रासायनिक, जैविक आणि आण्विक तंत्रज्ञान विकण्यासाठी तो देश याच संस्थेचा वापर करत असल्याचा आरोप अमेरिका वारंवार करत आली होती.

राजनैतिक सोंगट्यांचा खेळ

१४ *ऑगस्ट, २००२ वॉशिंग्टन शहर उन्हाने* भाजून निघत होते, त्याच वेळी अलिराजा जाफरदा हा इराणमधून हद्दपारित झालेला एक नागरिक नॅशनल प्रेस क्लबच्या व्यासपीठावर घुसला. उपस्थित पत्रकारांपैकी काही जणांनीच त्याच्याविषयी किंवा तो प्रतिनिधीत्व करत असलेल्या 'नॅशनल कौन्सिल ऑफ रेझिस्टन्स ऑफ इराण' (एनसीआरआय) या संघटनेविषयी ऐकले होते. इराणच्या छुप्या अणूकार्यक्रमाचा तो भांडाफोड करणार होता आणि त्याची ही बातमी येत्या काळात मोठी खळबळ उडवून देणार हे पत्रकारांच्या लागलीच लक्षात आले. 'आजपर्यंत इराणने आपला अण्वस्त्र कार्यक्रम जगापासून यशस्वीपणे दडवून ठेवला, मात्र मी आज तुमच्यासमोर तो उघडा करणार आहे.' टीव्हीचे कॅमेरे सरसावले, पत्रकारांनी आपापली नोटबुके काढली, 'या दोन छुप्या प्रकल्पांपैकी एक नातांझ शहरात तर दुसरा अराक अणू केंद्रात आहे.'

अराक आणि नातांझ येथे गेले काही दिवस काम सुरू असल्याचे सर्वश्रुत होते, पण अमेरिकेच्या टेहळणी उपग्रहांना आणि इतर गुप्तचर यंत्रणांना इराणने या बाबतीत चकवा दिला होता. शक्य ती सर्व काळजी घेऊन इराणने या दोन जागांची निवड करून आपला अणूकार्यक्रम गुप्त ठेवण्याचा प्रयत्न केला होता. प्रत्येक शहर दुर्गम ठिकाणी होते आणि त्या देशाच्या छोट्या आणि परिचित अणू प्रकल्पांपासून अलिप्त होते. जाफरदाचा छोटेखानी आकाराचा हद्दपारीत गट आतापर्यंत अत्यंत गोपनीय असलेल्या एका रहस्याचा भेद करत होता आणि नजिकच्या काही महिन्यांत त्याने केलेल्या आरोपांचे पडसाद उमटत राहाणार होते.

सदाबहार फळबागा आणि चैतन्यदायी वातावरण यासाठी ख्यातनाम असलेले नातांझ शहर तेहरानच्या दक्षिणेकडे २०० मैलांवर वसले आहे. युरेनियमच्या समृद्धीकरणाची यंत्रे ठेवण्यासाठी इराण सरकार तिथे दोन प्रचंड आकाराचे बोगदे खणत असल्याचे त्याने सांगितले. १९८१मध्ये इराकच्या ओसिराक अणुभट्टीला

बॉम्बहल्ल्यांनी बेचिराख केले होते, त्याची पुनरावृत्ती टाळण्यासाठी इराणने हे तळमजले जमिनीच्या पंचवीस फूट खाली खोदले असून त्यावर साडेआठ फूट जाडीचा काँक्रिटचा थर दिला आहे. पर्शियन गालिच्यांसाठी ख्यातनाम अशा, ४ लाख लोकवस्तीच्या अराकजवळ जड पाण्याचे संकुल तयार असून या पाण्याचा वापर अण्वस्त्रयोग्य प्लुटोनियम निर्मितीसाठी होणार आहे. या मोठ्या प्रकल्पांव्यतिरिक्त इराणच्या छुप्या अण्वस्त्र कार्यक्रमाला सहायभूत ठरतील, अशा अनेक बनावट कंपन्या आणि छोटे उद्योग कार्यरत असल्याची माहितीही त्याने दिली. बहुतेक गोपनीय अणू प्रकल्पांच्या ज्ञात जागा, प्रस्थापित संशोधन केंद्रे आणि लष्करी संस्थांशी संलग्न असल्या तरी त्यापैकी एक मात्र गूढपणे उपरी म्हणावी अशी होती. तेहरानच्या सीमेवर 'कालाय इलेक्ट्रिक कंपनी' नावाचा एक कारखाना असून लोकांच्या समजुतीप्रमाणे तिथे घड्याळे तयार होतात, मात्र प्रत्यक्षात तिथे सेंट्रिफ्युज विकासाचे काम चालते असे जाफरदाने सांगितले.

तो पुढे म्हणाला की, इराणच्या विद्यमान राजवटीवर नाराज झालेल्या नागरिकांनीच ही माहिती बाहेर काढली असून ते आता रस्त्यावर उतरले आहेत. सरकारला बदनाम करून पदच्युत करण्याच्या मन:स्थितीत ते आहेत. हा सर्व उलगडा केला असला तरी १९९७मध्ये अमेरिकेने दहशतवादी घोषित केलेल्या 'पीपल्स मुजाहिद्दिन ऑफ इराण' या संघटनेशी एनसीआरआयचे असलेले संबंध त्याने लपवून ठेवले. दहशतवादी असा शिक्का बसूनही एनसीआरआयचे एक छोटे कार्यालय वॉशिंग्टनमध्ये होते. बुश प्रशासनातील उदारमतवाद्यांशी त्याने संबंध जोडलेच, पण एनसीआरआयच्या प्रवक्तेपदाच्या जोडीने तो फॉक्स न्यूजचा इराणविषयक विश्लेषक म्हणूनही काम करत होता.

त्याने त्या दिवशी दिलेले काही तपशील वस्तुस्थितीला धरून नव्हते. नातांझमधील समृद्धीकरणाचे कक्ष जमिनीपासून पंचाहत्तर फूट खोलीवर होते, आणि अराकचे काम नुकतेच सुरू झाले होते. मात्र नातांझमधील काम चालू असून अराकमध्ये बांधकामाचा प्रारंभ झाल्याच्या वृत्ताला दुसऱ्याच दिवशी दुजोरा मिळाला. 'इन्स्टिट्यूट फॉर सायन्स अ‍ॅन्ड इंटरनॅशनल सिक्युरिटी' या वॉशिंग्टनमधील प्रभावी जागरुक संघटनेने त्या दिवशी इंटरनेटवरून उपग्रह छायाचित्रे प्रसिद्ध केली. या छायाचित्रांत दोन्ही ठिकाणी सुरू असलेले काम स्पष्ट दिसत होते.

आंतरराष्ट्रीय अणुऊर्जा आयोगाच्या व्हिएन्नातील मुख्यालयात इराणवर झालेले आरोप एखाद्या बॉम्बसारखे कोसळले. सद्दामच्या गुप्त अणूकार्यक्रमाचा पर्दाफाश झाल्यावर आणि उत्तर कोरियाचा लपवलेला बॉम्ब प्रकल्प उजेडात आल्यावर आणखी एखादा छुपा बॉम्ब प्रकल्प शोधण्यात दिरंगाई होऊ नये यासाठी आयोग हॅन्स ब्लिक्सने केलेल्या सूचनांची अंमलबजावणी करून निरीक्षण पद्धतीत प्राण

फुंकण्याचे प्रयत्न करत होता. इराणवरच्या नव्या आरोपांमुळे जुना प्रश्न पुन्हा एकदा ऐरणीवर आला, या सर्व आरोपांवर कारवाई करण्यासाठी आवश्यक असलेली साधने आणि पात्रता आयोगापाशी आहे काय?

सुरुवातीपासूनच कोणत्याही आंतरराष्ट्रीय संघटनेशी मुकाबला करते, समयी आयोगाला अनेक अडथळ्यांची शर्यत पार करावी लागत असे. आयएईएसारख्यांच्या हाती अधिकार सोपवायला बरेच देश नाखूश असत, मग अधिकाराची अपेक्षा असलेली ती संघटना अमेरिकन असो, जागतिक अन्न कार्यक्रम असो की आयएईए असो, अशा देशांची ही नाखुशी लपून राहात नसे. मात्र सद्दामने अख्ख्या जगाला अंधारात ठेऊन बॉम्ब पूर्ण तयार करण्यात आणल्याने सर्व संबंधित खडबडून जागे झाले, आयएईएला नवसंजीवनी देण्याची गरज असल्याचे प्रतिपादन करणारी जणू एक चळवळच अनेक देशात सुरू झाली. १५ मे, १९९७ रोजी एआयईएच्या ३५ सदस्यांचे एक विशेष सत्र होऊन त्यात पहिले पाऊल उचलण्यात आले, या सत्रात 'ॲडिशनल प्रोटोकॉल' या दस्तऐवजाला मंजुरी देण्यात आली, याच दस्तऐवजात १९९२मध्ये ब्लिक्स यांनी केलेल्या प्रस्तावांचा समावेश करण्यात आला. सध्या अस्तित्वात असलेल्या करारानुसार सदस्य देश एआयएईच्या निरीक्षकांना त्यांच्या अणू प्रकल्पात जायची परवानगी देत असत, सुधारित करारानुसार आता अधिक सखोल निरीक्षणांचे पर्व सुरू होणार होते. केवळ चोवीस तासांची नोटीस देऊन कोणत्याही संशयास्पद ठिकाणाला भेट देण्याचे अधिकार एआयईएच्या अधिकाऱ्यांना बहाल करण्यात आले होते. त्यांच्या दृष्टीने कोणत्याही देशाला एवढ्या कमी अवधीत आपला छुपा अणूकार्यक्रम झाकून ठेवणे अशक्य होते. एखाद्या देशाचा अणूकार्यक्रम घोषित असो किंवा नसो, त्यात जर काही संशयास्पद किंवा विसंगतीपूर्ण बाबी आढळून आल्यास त्याबद्दलही औपचारिक प्रश्न विचारण्याचे हक्क आयोगाला मिळत होते.

या बदलांमुळे आयोगाच्या तपास शाखेला एक नवी शक्ती प्राप्त झाली होती हे खरे, पण या शक्तीची खऱ्या अर्थाने अंमलबजावणी होणे अपेक्षित असेल, तर तिच्या कार्यसंस्कृतीत आमूलाग्र बदल होणे गरजेचे होते. आयोगाच्या बहुसंख्य निरीक्षकांना आणि इतर अधिकाऱ्यांना परिस्थितीचा स्वीकार करण्यापेक्षा ती नाकारण्याची सवय लागली होती. इराककांडानंतरच्या काळात ब्रिक्स आणि इतरांना हीच गोष्ट खटकली होती, एआयएईएची एकूण मानसिकताच बदलण्याची आवश्यकता त्यांनाही पटत होती. पण आयोगाचा विस्तार फारच मोठा होता, तिचे प्रशासन गुंतागुंतीचे होते, आणि त्यामुळे बदलांची गतीही धीमी होती. १९९०च्या उत्तरार्धात आयएईएची मानसिकता बदलण्यापेक्षा नव्या दमाच्या निरीक्षकांची भरती करणे अधिक श्रेयस्कर ठरेल असे काही ज्येष्ठ अधिकाऱ्यांना जाणवले. १९९९मध्ये आयोगाच्या आपत्ती

निवारण शाखेच्या प्रमुखपदाची सूत्रे घेणारे पायरे गोल्डस्मिथ म्हणतात, 'पूर्वीच्या काळातील निरीक्षक म्हणजे केवळ हिशेब तपासनीस असत, आता आम्हाला त्यांच्याकडून विश्लेषक बुद्धिमत्ता आणि गुप्तहेराची चलाखी या गुणांचीही अपेक्षा होती. आमचा भर सामूहिक प्रयत्नांवर आणि कोणत्याही संशयास्पद घटनेतील विसंगती आणि सातत्यहिनता शोधण्यावर होता.'

'ॲडिशनल प्रोटोकॉल'ची अंमलबजावणी करायची झाल्यास नव्या दुरुस्तीवर सही करण्यासाठी प्रत्येक देशाचा पाठपुरावा करणे आले आणि त्या अनुषंगाने सरकारच्या यथायोग्य विभागाकडून त्यासाठी मान्यताही मिळवणे हेही आलेच. अमेरिकेचा विचार केला तर क्लिंटन प्रशासनाने जून, १९८८मध्ये प्रोटोकॉलवर सही केली, पण रिपब्लिकनांचा प्रभाव असलेल्या सिनेटकडून मान्यता न मिळण्याच्या भीतीने त्यांनी तो दाखल केलाच नाही. या प्रोटोकॉलला मान्यता दिलेल्या देशांतच नवी निरीक्षण प्रणाली वापरता येणार होती. पण २००२च्या ग्रीष्म ऋतूपर्यंत आयएइएशी संरक्षणात्मक करार केलेल्या १४०पैकी फक्त २६ देशांनी प्रोटोकॉलला संमती दिली. यात कॅनडा आणि ऑस्ट्रेलियाचा समावेश होता, मात्र संमती देणाऱ्या इतर देशांचा अणूकार्यक्रमाशी काडीचाही संबंध नव्हता. चीन या एकमेव अण्वस्त्रसज्ज देशाने प्रोटोकॉल कराराला मान्यता दिली. नवी निरीक्षण प्रणाली वाजवीपेक्षा जास्तच हस्तक्षेप करणारी असल्याचा आरोप करत अमेरिका आणि रशियाने त्याला हरकत घेतली. फ्रान्स आणि ब्रिटन त्याला २००४पर्यंत मान्यता देणार नव्हते. हा प्रोटोकॉल अमान्य असलेल्या इतर देशांपैकी एक होता इराण.

ओली हिनोनेन व्हिएन्नाच्या बाह्य उपनगरात राहात होते. १५ ऑगस्ट रोजी वॉशिंग्टनमधील जाफरदाच्या पत्रकार परिषदेनंतर काही तासांनी ते आपला ब्रेकफास्ट घेत बसले होते, अचानक त्यांनी पेपर उघडून जाफरदाच्या गौप्यस्फोटाचे वर्णन वाचले. जे वाचले ते अविश्वसनीय होते. इराणच्या कार्यक्रमाकडून धोका असल्याचे पुसटसेही संकेत तपासणी दरम्यान सापडले नव्हते, हे आयएईएचे एक ज्येष्ठ अधिकारी या नात्याने ते जाणून होते. नातांझमध्ये संयंत्राची बांधणी सुरू असल्याची तर त्यांना गंधवार्ताही नव्हती. अराकचा जड पाण्याचा प्रकल्प आणि कालायाच्या घड्याळांच्या कारखान्याविषयी तर ते अनभिज्ञच होते. कारण इराणने एनपीटीवर सही केली होती, कोणत्याही स्वरूपाच्या अणूकार्यक्रमाचा अहवाल आयोगाला देणे त्याला अपरिहार्यपणे बंधनकारक होते, तरीही हिनोनेन यांच्या निदर्शनास यापैकी काहीही आले नव्हते. साधारणपणे आत्मसमाधानी म्हणून सर्वज्ञात असलेले हिनोनेन यांची गाडी आयएईए मुख्यालयाच्या गॅरेजमध्ये पोहाचली तेव्हा ते

संतापाने फणफणत होते. धावतच जाऊन त्यांनी त्यांच्या कार्यालयातील इंटरनेटवरील जाफरदाच्या पत्रकारपरिषदेचे इतिवृत्त हस्तगत केले.

आयएईएमध्ये हिनोनेन यांनी उणीपुरी वीस वर्षे काढली होती. अण्वस्त्र प्रसाराला आळा घालणे हे त्यांचे ध्येय होते, १९६३मध्ये आयएईएमध्ये रूजू होण्यापूर्वी त्यांनी 'रेडिओकेमिस्ट्री' या विषयाची डॉक्टरेट मिळवली होती आणि फिनलंडच्या अणूसंशोधन केंद्रात संशोधक म्हणून कामही केले होते. प्रखर बुद्धिमत्ता आणि अचल निर्धार या गुणांच्या बळावर एकेक पायऱ्या पार करत ते आयएईएच्या बी तुकडीच्या प्रमुखपदी पोहोचले होते. आयएईएच्या करारांचा भंग करणाऱ्या सर्व देशांवर नजर ठेवण्यासाठी नियुक्त केलेल्या तीन तुकड्यांपैकी ही एक होती. मजबूत शरीरयष्टी आणि लालसर केसांची कपाळावर रूळणारी बट हा त्यांचा खासा अवतार असे. कोणत्याही फिनीश नागरिकाप्रमाणे भावनांचे जाहीर प्रदर्शन ते टाळत. संतप्त राजदूतांचे शाब्दिक हल्ले ते सहजतेने पेलत आणि तितक्याच शांततेने प्रशासनांतर्गत वादही सोडवत. बऱ्याचदा शांत होऊन परत गेलेल्या पाहुण्याची जेव्हा ते खिल्ली उडवत तेव्हा त्यांच्या सहकाऱ्यांची हसून-हसून मुरकुंडी वळत असे. त्या विशिष्ट सकाळी मात्र ते हास्यविनोद करण्याच्या मन:स्थितीत नव्हते. इराण त्यांच्या विशेष यादीत होता, तेहरान आणि एस्फान येथील अणूसंशोधन केंद्रांना त्यांनी अनेकदा भेटी दिल्या होत्या. अणूबॉम्ब निर्मिती सारखे महाकाय काम करण्यासाठी आवश्यक ते तांत्रिक ज्ञान, औद्योगिक सुविधा आणि अमाप धनसंपत्ती याची इराणकडे वानवा नाही याचीही त्यांना कल्पना होती, तरीही इराणच्या गोपनीय अण्वस्त्र कार्यक्रमाची त्यांना सुतरामही कल्पना नव्हती. कोणत्याही आंतरराष्ट्रीय संघटनेप्रमाणे आयएईएमध्येही प्रशासकीय गलथानपणाचा वरचश्मा होता, अगदी आणीबाणीसदृश स्थितीतही ती अजगरासारखी सुस्त पडून राहात असे. १९९७मध्ये हान्स ब्लिक्स यांच्या जागी आयोगप्रमुखपदी नियुक्ती होईपर्यंत मोहंमद अल बरादी न्यू यॉर्क विद्यापीठात विधीविषयाचे प्राध्यापक होते, एक आदरणीय इजिप्शियन अशी त्यांची ख्याती होती. देशाच्या राजनैतिक सेवेत भरती होण्यापूर्वी त्यांनी कैरो विद्यापीठातून कायद्याचे शिक्षण घेतले आणि त्यानंतर जिनिव्हा आणि न्यू यॉर्कमध्ये राजदूत म्हणून काम पाहिले. १९८४मध्ये ते आयएईएमध्ये रूजू झाले, आयोगाच्या महासंचालकपदी नियुक्ती होण्यापूर्वी त्यांनी संघटनात्मक पातळीवर अनेक कामे केली.

आयएईएला अधिक अग्रेसर निरीक्षक संघटना म्हणून नवे अस्तित्व देण्याच्या कामाचा श्री गणेशा ब्लिक्सनी केला होताच, अल बरादींनी तोच वारसा पुढे चालवत त्यांच्या ध्येयाचा मोठ्या उत्साहाने पाठपुरावा केला. तरीही संघटना घायकुतीला येऊन निर्णय करते असे वाटणारे जसे काही देश होते, तसे तिच्या

मंदगतीवर नाराज असलेलेही काही देश होते. या दोघांनाही संत्रस्त न करता सांभाळून घेण्याची तारेवरची कसरत अल बरादींना करावी लागे. दहशतवाद्यांच्या हाती अण्वस्त्रे पडतील या शक्यतेने त्यांच्या जीवाला घोर लागला होता, पण असा सर्वनाश टाळण्यासाठी संवाद आणि राजनैतिक कौशल्य हीच सर्वांत प्रभावी साधने असल्याचे त्यांचे ठाम मत होते. जगातील सर्वांत आघाडीच्या अणू नियंत्रण संघटनेचे प्रमुख या नात्याने आपल्या कामाचे विश्लेषण करताना ते म्हणतात, 'सर्व वादग्रस्त मुद्दे संवादांच्या माध्यमातून सुटू शकतात, हे मी संघटनेतील सर्वांना पटवून दिले. हे सर्वकाही एखाद्या छोट्याशा कुटुंबाप्रमाणेच असते, तुमचे वाद सोडवण्यासाठी तुम्हाला जेवणाच्या टेबलवर एकत्र यावे लागते आणि तोडगा शोधावा लागतो. काही जण या पद्धतीला बोटचेपेपणाही म्हणतील, तुम्ही टेबलावर मुठी आदळल्या आणि आरडाओरडा केला नाहीत तर ते तुम्हाला मवाळही समजतील. माझ्यामते एखाद्याला असे वाटणे पूर्णपणे चुकीचे आहे.'

इराणविषयी वॉशिंग्टनमध्ये पत्रकार परिषद झाल्याच्या दुसऱ्या दिवशी, परिषदेदरम्यान इराणच्या गुप्त अण्वस्त्र कार्यक्रमासंदर्भात झालेल्या आरोपांचे स्पष्टीकरण मागणारे पत्र आयएईएमधील इराणचे राजदूत अली अकबर सालेही यांना पाठविण्याच्या सूचना अल बरादींनी हिनोनेन यांना केल्या. उलट टपाली पाठवलेल्या पत्रात सालेही यांनी जाफरदाच्या हद्दपार गटाची निभर्त्सना केलीच, शिवाय अमेरिकेनेच त्याला दहशतवादी घोषित केल्याचे निदर्शनास आणले आणि इराणवरील आरोपांवर भाष्य करण्याचे टाळले. इराणच्या या अनिर्णित प्रतिसादानंतर अल बरादींनी आपल्या मुख्यालयाच्या सत्ताविसाव्या मजल्यावर पायरे गोल्डस्मिथ, हिनोनेन आणि इतर काहीजण अशा सुमारे डझनभर ज्येष्ठ अधिकाऱ्यांची बैठक बोलावली. तिथे एका आयताकृती टेबलाभोवती बसून या युद्धखोर अण्वस्त्र कार्यक्रमविषयक आरोपांच्या मुळापाशी कसे जाता येईल यावर चर्चा केली. सदर हद्दपार गटाचा स्वत:चा असा एक कार्यक्रम असणार, वेळप्रसंगी ते सत्यापलोप करणार हेही गृहीत धरायला पाहिजे, अशा परिस्थितीत या कथित आरोपांची सत्यता किती, हा प्रश्नही महत्त्वाचा ठरत होता. दुसरीकडे संयुक्त राष्ट्रसंघाचे माजी अण्वस्त्र तज्ज्ञ डेव्हिड अलब्राइट संचालित 'इन्स्टिट्यूट फॉर सायन्स ॲन्ड इंटरनॅशनल सिक्युरिटी' या संस्थेने वेबसाइटवर पाठविलेल्या उपग्रह छायाचित्रांवरून नातांझमध्ये काहीतरी घडते आहे हे स्पष्ट होत होते.

अल बरादी अणुशास्त्रज्ञ नसल्याने त्यांची सारी मदार हिनोनेन यांच्यावरच होती. उपग्रह छायाचित्रे आणि इराणचे उपद्व्याप या संबंधीची माहिती ते हिनोनेनकडूनच समजावून घेत. अल बरादी आणि हिनोनेन यांची घनिष्ट मैत्री होती, १९९०च्या आधीपासून ते उत्तर कोरियात बरोबरीने काम करत होते आणि त्या वेळेपासूनच

हिनोनेन यांच्या संयमी स्वभावावर आणि त्यांच्या न्यायनिष्ठेवर अल बरादींचा विश्वास होता. केवळ छायाचित्रांवरून इराणवरील आरोप गांभीर्याने घेण्याची गरज असल्याचे प्रतिपादन हिनोनेन यांनी करताच, आपल्या संघटनेपुढे एक नवे संकट उभे ठाकले आहे याची अल बरादींना कल्पना आली. इराणच्या या लपवाछपवीला इतर माहितीही बळकटी देत होती. जाफरदाने दिलेली माहिती अमेरिकन गुप्तचर विभागाच्या सूत्रांनुसार विश्वासार्ह असल्याचे आयएईएमधील अमेरिकेचे राजदूत केनेथ ब्रिल यांनी अल बरादींना सांगितले, मात्र त्यांची संघटना आणि अमेरिकन सरकार यांच्यातील पूर्वापारपासूनच्या बेबनावाला अनुसरून कोणतेही ठोस पुरावे देण्याचे ब्रिल यांनी टाळले.

जेव्हा आपले काम साधायचे असेल तेव्हाच अमेरिका एआयईएबरोबर माहितीची देवाणघेवाण करायची आणि तिला अडचणीचे वाटेल तेव्हा सोईस्करपणे कानांवर हात ठेवायची, या प्रकरणाचा विचार केला तर इराणकडे अंगुलीनिर्देश करणे बुश प्रशासनाला सोयीचे होते, कारण त्यांनी इराणला 'अभद्रांचा देश' ही उपाधी आधीच बहाल केली होती. आयएईएच्या अंदाजपत्रकात अमेरिकेच्या अर्थसाह्याचा सिंहाचा वाटा होता, तिच्यातील अनेक शास्त्रज्ञांना अमेरिकेने पुरस्कृतही केले होते, पण काही देश अमेरिकेच्या विरोधात असून, त्या देशांचे तसेच अण्वस्त्रसज्जतेच्या वाटेवरील काही देशांचेही शास्त्रज्ञ आयएईएमध्ये काम करायचे, त्यांच्यापासूनचा संभाव्य धोका टाळण्यासाठी अमेरिका त्या संघटनेला माहिती देताना फारशी उत्साही नसे आणि म्हणूनच खान यांच्या नेटवर्कचा जगभर पाठपुरावा करूनही सीआयए आणि एमआय-६ या दोन्ही गुप्तचर संघटनांनी आयएईएला कायमच अंधारात ठेवले, एवढेच नाहीतर इराण, उत्तर कोरिया आणि लिबियाला खान यांचे नेटवर्क सक्रिय मदत करत असल्याचे माहीत असूनही या अनुक्रमे अमेरिकन आणि ब्रिटिश संघटनांनी आयएईएकडे चकार शब्दही काढला नाही.

जुलै महिन्यात इराणचा गौप्यस्फोट झाल्याच्या बरोबर एक महिना आधी, लंडनमधील एका गुप्तसत्रात ब्रिटनमधील सर्व गुप्तहेर संघटना आणि ज्येष्ठ राजकीय धुरीण यांची एक बैठक होऊन त्यात खान यांच्या कारवायांवर सविस्तर चर्चा झाली. मध्यपूर्वेतील अनेक देशांना ते अणू तंत्रज्ञान विकत असून लिबियातील छुप्या अण्वस्त्र विकासाच्या केंद्रस्थानीही तेच असल्याचा निष्कर्ष एका अहवालात काढण्यात आला होता. या अहवालाची सत्यासत्यता पडताळणे, हे या बैठकीचे उद्दिष्ट होते. खान यांनी आपला कारभार पाकिस्तानातून दुबईला हलविला असून त्यांच्या सहकाऱ्यांनी मलेशियात एक कारखाना उभारल्याचे ब्रिटिश आणि अमेरिकन सरकारांना माहीत असल्याचे या अहवालात स्पष्ट होत होते. 'अण्वस्त्र निर्मितीसाठी ग्राहकाला लागणारे समृद्ध युरेनियम देणारा पहिला आणि एकमेव खासगी

उद्योग,' अशा शब्दांत या अहवालात नेटवर्कच्या कारवायांचे वर्णन करण्यात आले होते. या नेटवर्कसाठी उपयोगात असलेली अनेक बँक खाती आणि पुरवठादारांच्या नावांची यादी सीआयए आणि एमआय-६ने मिळवली होती.

ही माहिती आयएईएच्या दृष्टीने मौल्यवान ठरली असती, पण हद्दपार गटाने केलेला आरोप अचूक असल्याचा आपला विश्वास असल्याचे अमेरिकन राजदूताने त्या संघटनेला सांगितले होते. कोणताही ठोस पुरावा हाताशी नसतानाही झालेले आरोप संपूर्ण चौकशीयोग्य आहेत, अशी अल बरादींची खातरी झाली. अल बरादींसह काही ज्येष्ठ अधिकारी नातांझ आणि इतर ठिकाणांना लवकरात लवकर भेट देऊ इच्छितात असे इराणला कळविण्यास त्यांनी हिनोनेनना सांगितले. नातांझ किंवा अन्य कोणत्याही ठिकाणी इराण अण्वस्त्र कार्यक्रम राबवत असल्याचे सिद्ध करणारा ठोस पुरावा नसल्याने आयएईएला तिथे भेट देण्याचा अधिकार पोहोचत नव्हता. पण ऑक्टोबरमध्ये नेहमीच्या निरीक्षणासाठी एक दौरा आयोजित करण्यात आला आणि या पथकासोबत अल बरादी असतील अशी व्यवस्था करण्याचे ठरले. याच भेटीत ते नातांझ, अराक आणि कालाय या ठिकाणीही भेट देणार होते.

दुसऱ्या दिवशी आयएईएच्या इराणी शिष्टमंडळाचे अधिकारी अलीराजा इस्माइल यांना हिनोनेन यांनी फोन करून ऑक्टोबरमध्ये इराणला येणाऱ्या निरीक्षकांच्या पथकाबरोबर अल बरादीही येण्याचे निश्चित करत असून ते नातांझ आणि इतर संशयास्पद जागांना भेट देणार असल्याचे कळवले. या परवानगीसाठी तुम्हाला राजदूत सालेही यांच्याशी बोलावे लागेल असे इस्माइलनी त्यांना सांगितले आणि त्याबरोबरच दुर्दैवाने ते सध्या रजेवर असल्याची पुस्तीही जोडली.

इराणींशी कोणत्याही संदर्भात सामोरे जाताना वाटाघाटींचे चऱ्हाट अटळ असते, हे अनेक वर्षांच्या अनुभवानंतर हिनोनेन यांच्या चांगलेच अंगवळणी पडले होते आणि आजचे घडणेही काही वेगळे नव्हते. एखाद्या उंदरा मांजराच्या खेळाप्रमाणे या सर्वांची सुरुवात झाली आणि त्यापुढे घडत गेले ते असे : आयएईए प्रथम वादग्रस्त जागा पाहाण्याची मागणी करणार होती आणि तिला परवानगीसाठी महिनोंमहिने वाट पाहावी लागणार होती. या मधल्या काळात इराण सर्व संशयास्पद कामे थांबवणार होता आणि खोट्यानाट्या कहाण्या रचणार होता. या प्रकरणात अल बरादींच्या परवानगीचे रूपांतर राजनैतिक बुद्धिबळात होणार होते आणि हा खेळ इराणी घडाळ्यानुसार चालणार होता. ५ सप्टेंबर रोजी अल बरादींनी सालेही आणि इराणच्या अण्वस्त्रविषयक शिष्टमंडळाची व्हिएन्नात भेट घेतली. आरोप करणाऱ्या संघटनेच्या गुणवत्तेकडे दुर्लक्ष करून आयएईएकडे आलेल्या सर्व पुराव्यांची शहानिशा आपली संघटना करणार आहे. तसेच आपल्याला त्या गटाने नमूद केलेल्या सर्व जागांना भेट द्यायची आहे, असे त्यांनी सालेहीना

सांगितले. प्रत्युत्तरादाखल बोलताना अशी परवानगी द्यायला आपण असमर्थ असल्याचे सांगून त्यांनी तुमची विनंती तेहरानला कळवतो, असे आश्वासन दिले.

पूर्वीच्या वेळापत्रकानुसार ऑक्टोबरमधली तारीख इराणकडून निश्चित करण्यात आली, मात्र भेट देणाऱ्यांच्या यादीत अल बरादींचे नाव नव्हते, त्यामुळे त्यांना न घेताच हिनोनेन पुढे गेले. नेहमीप्रमाणेच आण्विक ठिकाणे म्हणून पूर्वघोषित नसल्याने नातांझ, अराक आणि कालाय या जागा वगळून इतर किरकोळ महत्त्वाची ठिकाणे दौऱ्यावरील पथकाला दाखवण्यात आली. या सर्व ठिकाणांना हिनोनेन यांनी याआधीही भेट दिली होती, पण आज ते त्यांच्याकडे एका वेगळ्याच नजरेने पाहात होते. तेथील कामात काही बेकायदेशीर घटक असल्याचे पुरावे त्यांना आढळले नाहीत, मात्र त्याचवेळी काही सूक्ष्म बदल त्यांच्या नजरेतून सुटले नाहीत. उदाहरणार्थ, 'ऑफ लिमिट' असे लिहिलेल्या पाट्या त्यांना नेहमीपेक्षा जास्त प्रमाणात पाहायला मिळाल्या, तर काही ठिकाणी अपेक्षेपेक्षा जास्त सामग्रीही त्यांना दिसली.

व्हिएन्नाला परतल्यावर आधीच्या निरीक्षणादरम्यान जमवलेली जुनी कागदपत्रे त्यांनी पुन्हा एकदा चाळली, एखाद्या छुप्या अणूकार्यक्रमाला साह्यभूत ठरतील अशी काही उपकरणे आणि सामग्री आयात झाली होती काय; ते पाहून त्यांना इराणविरुद्ध प्रकरण तयार करायचे होते. परदेशी गुप्तहेर संघटनांसह इतर काही स्रोतांकडेही अधिक माहितीसाठी त्यांनी धाव घेतली. अखेर त्यांचा सांगोपांगपणा आणि चिकाटी फळास आली. आयएईएला काहीच न कळवता चीनकडून इराणने १९९०च्या दशकात 'युरेनियम हेक्झाफ्लुरॉइड' आयात केल्याचे त्यांना आढळून आले. दोन कारणांसाठी हा शोध महत्त्वाचा होता, या कृत्यामुळे इराणने आयएईएशी केलेल्या सुरक्षा कराराचा भंग होणार होता, दुसरे म्हणजे इराण आपल्या आण्विक हालचाली लपवून ठेवत असल्याचे भरभक्कम पुराव्यांनीशी सिद्ध होणार होते. इराण्यांशी संपर्क करण्यापूर्वी आयएईएमधील चिनी शिष्टमंडळाला या व्यवहाराबद्दल विचारावे असे हिनोनेन यांनी गोल्डस्मिथना सांगितले. आश्चर्याची गोष्ट म्हणजे १९९१मध्येच आपण इराणला दोन टन युरेनियम हेक्झाफ्लुरॉइड विकल्याचे चीनने मान्य केले. इराण्यांशी आयएईएला आत्ताच संघर्ष करायचा नव्हता, म्हणून चीनकडून आलेले मूळ पत्र त्यांनी फाइल केले आणि इराणच्या पुढल्या दौऱ्यासाठी त्याची एक प्रत आपल्यापाशी ठेवली.

वॉशिंग्टनमधील गौप्यस्फोटानंतर तब्बल सहा महिन्यांनी, म्हणजे २० फेब्रुवारी, २००३ रोजी अल बरादींना इराणच्या सरकारने भेटीची परवानगी दिली. त्यातही

भेटीसाठी फक्त दोन दिवस देण्यात आले आणि या भेटीला निरीक्षण भेट न म्हणता फक्त सदिच्छा दौरा म्हणावे, अशी आग्रहपूर्ण अट घातली. इराणला पोहोचल्यावर वेळ न दवडता अल बरादी आणि त्यांच्याबरोबरचे शिष्टमंडळ तेहरान विमानतळावरून थेट नातांझच्या बांधकामस्थळी गेले. तिथे कामाचे दोन भाग केल्याचे त्यांना आढळले. एका भागात वखारीसारखी एक इमारत तयार झाली होती तर दुसऱ्या एका ठिकाणी खोदकामाची यंत्रे जमिनीत एक बोगदा खणत होती. सेंट्रिफ्युजच्या पथदर्शी चाचणीसाठीच सदर वखार असल्याची कबुली देऊन इराणींनी बोगद्यांतर्गत ५० हजार सेंट्रिफ्युजेस चालू करून ऊर्जेची गरज भागवणार असल्याचे सांगितले. आपण काहीतरी चुकीचे करत असल्याचा थांगपत्ताही लागू न देता इराणने केलेल्या प्रचंड व्यापाच्या या प्रगतीने आयएईएचे सदस्य स्तिमित झाले. मात्र इराणच्या या कृतीने आयएईएच्या अटींचा किंवा अण्वस्त्रबंदी कराराचा भंग झाला की नाही, हा प्रश्न अनुत्तरितच राहिला.

अल बरादी आणि उर्वरित शिष्टमंडळाला पथदर्शी प्रकल्प फिरवून दाखवताना इराणच्या अणुऊर्जा संघटनेचे अध्यक्ष गुलामराजा आगा आपलीच कार्यपूर्ती पाहून उचंबळून आले होते. या पथदर्शी प्रकल्पात बांधणीच्या विविध टप्प्यात सुमारे शंभर सेंट्रिफ्युजेस रांगेत लावण्यात आले होते. तिथे पडलेला एक सुट्टा भाग उचलून ही सर्व सामग्री स्थानिक पातळीवर तयार झाल्याचे आगा यांनी मोठ्या छातीठोकपणे सांगितले. हे काम आता पूर्णत्वाकडे पोहोचल्याचे सांगून ते म्हणाले की, 'पहिले १०० सेंट्रिफ्युजेस मेअखेर पथदर्शी प्रकल्पात बसविण्यात येतील.' सदर पथदर्शी प्रकल्पात कोणताही अणुजन्य पदार्थ वापरण्यात आला नसल्याचे आगांनी जोरदारपणे सांगितले. कारण तसे झाले असते, तर इराणला या नव्या उपक्रमाची माहिती आयएईएला देणे बंधनकारक ठरणार होते. खरे तर धोक्याच्या घंटा वाजल्या होत्या, तरी सुद्धा आगा जे सांगत होते, ते खरे असले तर नातांझमधील कामाने आयएईएच्या निर्बंधांचा भंग होत नव्हता.

सेंट्रिफ्युजेसची जवळून पाहाणी करण्यासाठी हिनोनेन इतरांपेक्षा थोडे मागे रेंगाळले, यंत्रांची बाह्य गुणवत्ता पाहून ते प्रभावित झाले खरे, पण यंत्रांची डिझाइन्स परिचित असल्याचे त्यांना जाणवले. ते काही सेंट्रिफ्युजचे तज्ज्ञ नव्हते, मात्र जगभरातील हजारो सेंट्रिफ्युजेस त्यांनी पाहिले होते. विचार करत ते स्वत:शीच उद्गारले, 'एकतर या लोकांना कोणीतरी मदत करत असणार किंवा ते जादूगार तरी असणार.'

तेहरानला परतल्यावर अल बरादींनी मोठ्या संख्येने त्यांच्याकडे आलेल्या इराणच्या राजकीय आणि धार्मिक नेत्यांची भेट घेतली, त्यात सुधारणावादी अध्यक्ष मोहंमद खातामी यांच्यापासून कट्टरपंथिय नेते हशेमी रफसंजानी यांचा

समावेश होता, लष्कराचे माजी प्रमुख आणि अध्यक्ष असलेल्या याच रफसंजानी यांनी १९८०मध्ये अण्वस्त्र कार्यक्रम पुन्हा सुरू केला होता. आपल्या अमाप तेल आणि वायू भांडाराचे रक्षण करायचे असल्याने अण्वस्त्रप्रसारबंदी करारानुसार, नागरी कारणांसाठी युरेनियम समृद्धीकरणाचा इराणला हक्क असल्याचे ठाम प्रतिपादन त्या काळात सुधारणावादी नेतेही करत होते. अल बरादी आणि त्यांच्या पथकाला आधीच माहीत असलेला मुद्दा इराणने पुन्हा एकदा बोलून दाखवला. जोपर्यंत एखादा देश आपण अण्वस्त्र सामग्री वापरणार असल्याची माहिती आयएईएला सहा महिने अगोदर देतो त्याला पथदर्शी प्रकल्प उभारता येतो. नातांझ किंवा इतर कोणत्याही ठिकाणी आम्ही युरेनियम समृद्धीकरण प्रकल्प सुरू केला नसून किरणोत्सर्जी सामग्रीच्या साहाय्याने सेंट्रिफ्युजची चाचणीही केली नसल्याचा हेका इराणने लावून धरला आणि अर्थात त्यामुळे आयएईएच्या निर्बंधांचा भंगही होत नव्हता. जर इराणने कोणत्याही आंतरराष्ट्रीय निर्बंधांचा भंग केला नसेल, तर नातांझ आणि इतर ठिकाणचे बांधकाम तो इतक्या लपतछपत का करत होता यावर इराणचे उत्तर तयार होते, १९७९च्या क्रांतीनंतर अमेरिका आणि इतर काही पाश्चात्त्य देशांनी आमच्यावर निर्बंध लादले होते, त्यांच्या रडारवर येऊ नये यासाठी आम्ही असे वागलो.

मात्र इराणचा कार्यक्रम संपूर्णपणे देशी बनावटीचा असल्याच्या दाव्यावर आयएईएमधील कोणाचाही विश्वास बसला नाही. त्यांना हा टप्पा गाठण्यासाठी जे तंत्रज्ञान आणि यंत्रसामग्री वापरण्यात आली होती, ती केवळ इराणबाहेरच्या एखाद्या वाकबगार उत्पादकाकडेच उपलब्ध होऊ शकली असती. ही अणू सामग्री इराणने नेमकी कोठून प्राप्त केली, हे जाणून घ्यायला आयएईए उत्सुक होती. पण एकूण टाळाटाळच करण्याकडे इराणचा कल होता, काही सामग्री युरोप आणि इतर काही ठिकाणांहून खरेदी केल्याची कबुली इराणने दिली, मात्र या व्यवहाराची कागदपत्रे गहाळ झाली असून संबंधित व्यक्ती आता मरण पावल्या असल्याचे सांगून त्यांनी वेळ मारून नेली.

काही आण्विक सामग्री पुरवून चीनने इराणला मदत केली असल्याचे सूचक उद्गार अल बरादी यांनी आगांशी सुरू असलेल्या चर्चेदरम्यान काढले. असे काही घडले असल्याची आपल्याला काहीच कल्पना नसल्याचे आगा यांनी म्हणताच, हिनोनेननी आपला हुकमी पत्ता बाहेर काढला, त्यांनी इराणला १.८ टन वजनाचे आण्विक साहित्य विकल्याची कबुली देणारे चीनचे पत्रच सादर केले. असे अघोषित साहित्य बाळगणे हाच मुळी आयएईएच्या कराराचा भंग होता आणि मोठ्या नाईलाजानेच असा व्यवहार झाल्याचे आगांना कबूल करावे लागले. इराणला भूतकाळातील चुका निस्तरायच्या असून, या खरेदीची माहिती

आम्ही आयएईएला देणारच होतो अशी सारवासारव करून त्यांनी या अणू सामग्रीचा इराणने अद्याप वापर केलेला नाही असा दावाही केला.

इराणच्या बाबतीत हे आता नेहमीचेच झाले होते, सर्वप्रथम ते सर्व आरोप फेटाळून लावायचे, आरोप सिद्ध करणारा पुरावा दिला की ते चुकांवर पांघरूण घालण्याचा प्रयत्न करायचे आणि शेवटी, पुन्हा या चुकीची पुनरावृत्ती होणार नाही अशी कबुली देऊन मोकळे व्हायचे.

सेंट्रिफ्युजच्या चाचणीसाठी आम्ही चीनच्या 'युरेनियम हेक्झॉफ्लोराइड'चा वापर केलेला नसल्याच्या इराण्यांच्या दाव्यावर विश्वास ठेवायला अल बरादी आणि त्यांचे पथक तयार नव्हते. अण्वस्त्रसज्ज देशांच्या पंक्तीत बसण्याचे सद्दामचे स्वप्न आखाती युद्धानंतर धुळीस मिळाले होते, अण्वस्त्रसज्जतेच्या बाबतीत इराकची त्या काळी जी अवस्था होती, त्याच्याही पुढचा पल्ला इराणने अल्पावधीत गाठला होता, आणि नातांझ परिसरात सुरू असलेली कामे पाहून आयएईएची त्याबद्दल खातरीच पटली होती. सेंट्रिफ्युजेसची चाचणीही न घेता इराणने एवढी प्रगती केल्याची गोष्टच मुळी अशक्यप्राय वाटत होती. दोन दिवसांचा सशर्त दौरा आटोपून अल बरादी माघारी परतले, मात्र हिनोनेन आणि अन्य काही निरीक्षक मागे राहिले. मार्चमध्ये आयएईएला ते आपला अंतिम अहवाल सादर करणार होते, त्यापूर्वी इराण नेमके काय करतोय ते पाहाण्याचा आणि ते स्वच्छपणे समजून घेण्याचा त्यांनी निर्धार केला होता.

अल बरादींच्या निर्गमनानंतर पाच दिवसांनी, म्हणजे २६ फेब्रुवारी रोजी, इराणच्या अणुऊर्जा संघटनेच्या ज्येष्ठ अधिकाऱ्यांना गोल्डस्मिथ आणि हिनोनेन भेटल आणि 'कालाय इलेक्ट्रिक'ला आपल्या सहकाऱ्यांसह भेट देण्याची परवानगी मागितली. हद्दपार गटाच्या यादीत या प्रकल्पाचा उल्लेख होता आणि त्याला भेट देण्याची परवानगीही पहिल्यांदाच मागितली जात होती. सेंट्रिफ्युजेसच्या भागांची जुळणी करून ते नातांझला पाठविण्यात येतात असे इराणने मान्य करून तिथे स्फोटक द्रव्यांची चाचणी होत असल्याचा स्पष्ट शब्दांत इन्कार केला. एवढ्या कमी पूर्वसूचनेवर अशा दौऱ्याची परवानगी देणे अशक्य असल्याचे त्यांनी सांगितले, मात्र गोल्डस्मिथनी आग्रहच धरल्यावर त्याबाबत काय करता येईल, ते पाहतो असे ते म्हणाले. 'ॲडिशनल प्रोटोकॉल'च्या अंतर्गत आयएईएला इराणवर सक्ती करता आली असती, पण त्याने अद्याप त्या करारावर सही केली नव्हती.

मंडळाला अहवाल सादर करण्यासाठी हिनोनेन यांना व्हिएन्नाला परतावेच लागले, पण त्यांचे इतर सहकारी पुढील तपासासाठी मागेच थांबले. १२ मार्चच्या

दुपारी त्यांना त्यांच्या इराणी यजमानांसोबत कालायला नेण्यात आले. तेहरान शहराच्या पूर्व सीमेवरील एका निर्जन औद्योगिक वसाहतीतील तीन इमारतींच्या संकुलात असलेल्या या प्रकल्पाभोवती काटेरी तारांचे कुंपण घालण्यात आले होते. एका छोट्या इमारतीत कार्यालये आणि कर्मचाऱ्यांसाठी कॅफे होता, मात्र उर्वरित दोन इमारतीत वरकरणी तरी सेंट्रिफ्युजचे काम सुरू असावे असे वाटत होते. एका मोठ्या इमारतीच्या दारात निरीक्षक थांबताच, सोबतच्या इराणी अधिकाऱ्याने त्यांची माफी मागून आपल्यापाशी इमारतीच्या किल्ल्या नसल्याचे सांगितले. या इमारतींत प्रवेश देण्याची इराणींची मुळातच इच्छा नव्हती, असा संशय निरीक्षकांना आला, पण रिकाम्या हातांनी परतायचे नाही, असा त्यांनीही निर्धार केला होता. अणूचे कण गोळा करण्याकरिता वापरात येणारी 'एन्व्हायर्नमेंटल सॅम्पलिंग' नावाची चाचणी घेण्यासाठी आपल्याला दुसऱ्या इमारतीत जायचे आहे असे त्यांनी सांगितले.

इराकमध्ये फजितवाडा झाल्यावर आयएईएने सदर चाचणी प्रणाली विकसित केली होती. तिची कार्यपद्धती सरळसोट होती, टेनिस बॉलच्या आकाराचे सहा कापसाचे गोळे एका पॅकेटमध्ये असायचे, ज्या ठिकाणी किरणोत्सर्जी पदार्थ असल्याची शंका असेल तिथे तो गोळा फिरवायचा, एखाद्या खोलीतील अणुसाहित्य कित्येक महिने आधी बाहेर काढलेले असले आणि ती खोली पूर्णपणे साफ केलेली असली, तरी तिथे सूक्ष्म अणूकण सापडतातच. एका सहा मैल लांबीच्या, नऊ मैल रूंदीच्या आणि १५० फूट खोलीच्या शेतावर एक झुडूप सापडले होते, त्याच्यावर सापडलेले अणूकण आणि या प्रकारच्या खोलीत सापडलेल्या अणूकणांची तुलना करून शास्त्रज्ञांनी या चाचणीची विश्वासार्हता मान्य केली होती. चाचणीनंतर गोळे सिलबंद करून वेगवेगळ्या ठिकाणी रवाना करण्यात यायचे, त्यापैकी एक संग्रहासाठी, एक जिथे चाचणी होणार त्या देशासाठी, एक व्हिएन्नाबाहेरील प्रयोगशाळेसाठी आणि तीन बाहेरच्या प्रयोगशाळेतील निष्पक्ष चाचणीसाठी रवाना व्हायचे. अशा पार्श्वभूमीची ही चाचणी अत्यंत विश्वासार्ह मानण्यात येत असे आणि आता कालायमध्ये तीच प्रणाली वापरली जाणार होती. बोटांच्या ठश्यांप्रमाणेच किरणोत्सर्जी कणांचे वैशिष्ट्यपूर्ण गुणधर्म असतात, जर एखाद्या ठिकाणी अशा कणांचा शोध लागला तर तिथे कधीकाळी अणू सामग्री असल्याचे निर्णायक पुराव्यानिशी सिद्ध होत असते. आयएईएच्या संग्रहातील नमुन्यांशी हे नमुने पडताळता येतात. अण्वस्त्र कार्यक्रमाशी निगडित अशा अनेक देशांचे नमुने या संग्रहात असतात. सर्व परिस्थिती पोषक असेल, तर या आणि बोटांच्या ठश्यांच्या चाचण्यात मुळीच फरक नसतो.

आयएईएचे निरीक्षक त्यांच्या चाचणी साहित्यासह तयार असल्याचे पाहताच इराण्यांनी त्यांना कोणतेही नमुने किंवा फोटो घेण्यास मनाई केली आणि अशा

कामांना परवानगी देण्याचे अधिकार आपल्याला नाहीत असे सांगितले. तीन दिवसांनंतर सर्व निरीक्षक व्हिएन्नाला परतणार होते, त्या अवधीत किल्ल्या आणि परवाना आणतो, असे आश्वासन देऊन त्या अधिकाऱ्याने वेळ साजरी केली, पण १५ मार्च रोजी धार्मिक सुट्टी असल्याने काहीच करता येत नाही, असे त्यांनी निरीक्षकांना कळवले आणि फोटो किंवा नमुने न घेताच ते व्हिएन्नाला परतले.

नातांझ आणि कालाय येथील पर्यावरणाचे नमुने तपासण्यासाठी, संशोधन केंद्रातील सुट्या भागांचे मूल्यमापन करण्यासाठी आणि इराणची सेंट्रिफ्युज चाचणी क्षमता जास्तीतजास्त अवगत करून घेण्यासाठी निरीक्षकांचे आणखी एक पथक मे महिन्यात तेहरानला पोहोचले. आयएईएसाठी काम करणाऱ्या ट्रेव्हर एडवर्ड या नामांकित ब्रिटिश सेंट्रिफ्युज तज्ज्ञाचा या पथकात समावेश होता. नातांझची भेट सुरळीतपणे पार पडली आणि या वेळी काही प्रमाणात नमुनेही जमा करता आले. इराणींना तिथे लपवण्यासारखे काहीच नव्हते कारण तिथे किरणोत्सर्जी पदार्थांचा वापर झालाच नव्हता. जेव्हा कालायचा मुद्दा आला तेव्हा त्यांना प्रथमच दोन मोठ्या इमारतीत निरीक्षकांना प्रवेश देण्यात आला, याच ठिकाणी सेंट्रिफ्युजेसचे काम सुरू असल्याची कबुली इराणींनी दिली होती. दोनपैकी एक इमारत जुनी आणि कोंदट होती, तिथे बऱ्याच दिवसांत काही काम झाल्याचे जाणवत नव्हते. दुसऱ्या इमारतींची गोष्टच वेगळी होती. जमिनीपासून छतापर्यंत नुकतेच तिचे नूतनीकरण झाले होते, हालचालींनुसार उघडझाप करणारे दिवे बसवण्यात आले होते. लाद्या तर इतक्या नव्या होत्या की त्यांचे सांधे अद्यापी ओलसर लागत होते. दुसऱ्या मजल्यावरील एका खोलीत घड्याळांची खोकी रचून ठेवल्याचे निरीक्षकांच्या लक्षात आले, सर्व घड्याळे जपानी बनावटीची होती आणि कधीकाळी येथेही त्यांची निर्मिती होत असल्याचे भासवण्यात येत होते. कालायमध्ये पूर्वी जे घडले होते त्याचा मागमूसही शिल्लक राहाणार नाही याची पुरेपूर काळजी घेण्यात आली होती. पर्यावरण चाचणीसाठी जेव्हा निरीक्षकांनी कापसाचे बोळे बाहेर काढायला सुरुवात केली तेव्हा त्यांना अडवून अशा चाचण्या आणि छायाचित्रणास अद्यापी बंदी असल्याचे सांगण्यात आले. इराणी काहीतरी लपवीत असल्याबद्दल सर्व निरीक्षकांत एकमत झाले. कालायमध्ये त्या वेळी हजर असलेल्या एका निरीक्षकाने सांगितले की, 'संपूर्ण इमारतीचे अतिदक्षतापूर्वक नूतनीकरण झाले होते, याचे कारण काय असे विचारताच ते बावरल्यासारखे व्हायचे आणि या इमारतींचे रंगकाम सात वर्षांपूर्वीच झाल्याचेही सांगायचे.'

निरीक्षकांच्या पथकाने इराण सोडेपर्यंत तो देश समृद्धीकरण कार्यक्रम लपवित असल्याची अफवा टिपेला पोहोचवली होती. कालाय प्रसंगाचीच पुनरावृत्ती इतर ठिकाणीही झाली, इराणच्या लपवाछपवीचे रहस्य मात्र शेवटपर्यंत त्यांना उलगडले

नाही. त्यांना जे पाहायची परवानगी मिळाली होती, त्यावरही प्रश्नचिन्ह उभे राहिले. इराणला सेंट्रिफ्युजेसचे आराखडे नेमके कोठून मिळाले, हा सर्वांत कळीचा प्रश्न होता. जेव्हा ट्रेव्हर एडवर्डनी पथदर्शी प्रकल्पाला भेट देऊन तेथील सुट्ट्या भागांची पाहणी केली, तेव्हा त्यांची डिझाइन्स हॉलंडमधील युरेन्कोमधूनच आली असावीत, हे त्यांनी ओळखले. १९७० आणि १९८०च्या दशकांत ब्रिटिश सरकारसाठी त्यांनी तिथे काम केले असल्याने अशी डिझाइन्स ओळखणे हा त्यांच्या हातचा मळ होता. तरीही एक प्रश्न उरत होताच, इराणने ही परियोजना मिळवलीच कशी?

हेरगिरीचे खेळ

आ*यएईए आणि इराण यांच्यात २००३च्या उन्हाळ्यात* सुरू असलेले निरीक्षणाचे नाट्य अमेरिकेचे लोकप्रतिनिधी आणि गुप्तचर यंत्रणा बारकाईने अवलोकित होते. आपल्या 'स्टेट ऑफ द युनियन'च्या भाषणात अध्यक्ष बुश यांनी इराणचे वर्णन 'ॲक्सिस ऑफ इव्हिल' अशा शब्दांत केलेच होते आणि नागरी अणूकार्यक्रमाच्या बुरख्याआड तो देश अण्वस्त्रकार्यक्रम लपवीत असल्याचा आरोप त्यांचे प्रशासन सातत्याने करत होते, शिवाय आपला अणूकार्यक्रम पूर्णत: शांततेसाठी असल्याच्या इराणच्या दाव्याचीही ते पुन:पुन्हा निर्भत्सना करत होते. अण्वस्त्रधारी इराण आम्ही स्वीकारू शकत नाही आणि त्याला अण्वस्त्रसज्जतेपासून रोखण्याचे सर्व पर्याय आमच्याकडे तयार आहेत, असा इशारा खुद्द बुश यांनीच दिला होता. इराणच्या महत्त्वाच्या अणू केंद्रांवर विमाने आणि क्षेपणास्त्रांचा हल्ला करण्याची तयारी अमेरिकेचे संरक्षण खाते करतच होते आणि त्यासाठी त्यांची इस्त्राइलशी सल्लामसलत सुरू होती.

इराणच्या कामचलाऊ अण्वस्त्राने अमेरिकेप्रमाणेच इस्त्राइलचीही झोप उडाली होती आणि इराणला युरेनियम समृद्धीकरणाच्या तंत्रज्ञानावर कौशल्य संपादन करू देता कामा नये, असा इशारा अमेरिकेला देऊन कोणत्याही परिस्थितीत आपल्या आणि इराण यांच्यातील धोक्याच्या रेषेचे उल्लंघन होऊ देता कामा नये असे बजावले होते. त्या काळात कार्यरत असलेल्या एका इस्त्राइली गुप्तहेराने म्हटले होते की, 'एकदा का ते युरेनियम समृद्धीकरणाचे तंत्र नातांझमध्ये शिकले की, आम्हाला अंधारात ठेऊन देशात कोठेही त्याचा प्रयोग करू शकत होते. युरेनियम समृद्धीकरणाची क्रिया एखाद्या छोट्या खोलीत किंवा एखाद्या मशिदीतही शक्य असते आणि ती शोधून काढणे दुरापास्त असते, हीच या तंत्रज्ञानाची गोम आहे.' तरीही नातांझ आणि इराणच्या इतर अणू केंद्रांवर हल्ला करण्याचा निर्णय घ्यायला अद्याप पुरेसा वेळ आहे, असा विचार इस्त्राइल आणि अमेरिकेच्या

नेत्यांनी केला, कारण अशा हल्ल्यांनंतर मध्यपूर्व पेटून उठली असती आणि इराणनेही प्रतिहल्ला केला असता. महत्त्वाची गोष्ट म्हणजे इराणच्या लक्ष्यस्थानी त्या वेळी लाखो अमेरिकन सैनिक होते. अफगाणिस्तानातील तकलादू शांतता टिकवण्यासाठी हजारो अमेरिकन सैनिक तैनात होते. २००३च्या घुसखोरीनंतर तर त्यांची इराकमधील संख्या दीड लाखांहून जास्त होती.

इकडे इराणच्या दृष्टीने विचार केला तर, आपल्या दोन्ही शेजारी देशांतील अमेरिकाधार्जिण्या राजवटींनी तो अस्वस्थ झाला होता आणि सद्दामच्या पदच्युतीनंतर तर वातावरण अधिकच चिघळले होते. आता आपल्या देशाचे रक्षण अण्वस्त्रांच्याच साहाय्याने झाले पाहिजे, असा आग्रह त्या देशातील प्रभावी गट करू लागले होते. आपल्या अण्वस्त्र छत्रछायेखाली इराण आता इराकमधील शिया बांधवांच्या मदतीसाठी मध्यस्थाची भूमिका पार पाडू शकत होता आणि त्याचवेळी अफगाणिस्तानमधील हितसंबंधही जपू शकत होता. जर इराण अण्वस्त्रसज्ज झाला, तर इस्राइलला नेस्तनाबूत करण्याच्या त्याच्या धमक्या अधिक अर्थपूर्ण ठरणार होत्या.

इराणच्या अणू हेतूंविषयी कांगावा करण्यासाठी अमेरिकेपाशी अनेक पळवाटा असल्या तरी इराक हल्ल्याच्या समर्थनार्थ त्या देशाने जगाला सांगितलेली कारणे अगदीच बिनबुडाची निघाल्याने तो आपली विश्वासार्हताच गमावून बसला होता. सद्दामने रासायनिक आणि जैविक शस्त्रास्त्रांचा साठा केला असून अण्वस्त्र बाळगण्याची त्याची तृष्णा अद्याप शमलेली नाही, असे सांगत अमेरिकेने त्याच्यावर हल्ला केला होता, अशा वल्गना करणाऱ्या देशांची दखल इराणने घेतली होती आणि ते देश कसे तोंडघशी पडले, हेही तो जाणून होता.

इराकवर केलेल्या हल्ल्याची कारणे सादर करण्यासाठी बुश यांनी ५ फेब्रुवारी, २००३ रोजी परराष्ट्रमंत्री कॉलिन पॉवेल यांना संयुक्त राष्ट्रांच्या सुरक्षा समितीसमोर पाठवले आणि त्याच क्षणी अमेरिकेच्या इराकविरोधी प्रचारातील मुद्दा सर्वांनाच सुस्पष्ट झाला. सद्दामच्या सर्वसंहारक शस्त्रास्त्र कार्यक्रमाचा भाग म्हणून दाखविण्यात येणाऱ्या उपग्रह छायाचित्रांवर आणि काही स्लाइड्सवर पॉवेल यांची भिस्त होती आणि ती दाखवूनच पॉवेल सद्दामला आरोपीच्या पिंजऱ्यात उभे करू इच्छित होते. अमेरिकेतील अन्य कोणत्याही प्रशासकीय अधिकाऱ्यापेक्षा पॉवेल यांच्या शब्दाला जगात मान होता. हल्ल्याचे स्पष्टीकरण राष्ट्रसंघात करताना ते म्हणाले, 'इराकच्या सर्वसंहारक शस्त्रांनी जगासमोर उभा केलेला धोका आणि या क्षणी आपल्या सर्वांनाच असलेला धोका यांचे गांभीर्य सारखेच आहे.' अणूबॉम्ब बनविण्याच्या मुद्यावर तो पक्का असल्याचे दर्शवणारे भरपूर पुरावे आमच्या गुप्तहेर यंत्रणांकडे असल्याचे सांगून त्यांनी 'सद्दामचा हा निर्धार इतका पक्का आहे की, निरीक्षण प्रक्रिया पुन्हा सुरू होऊनही अकरा वेगवेगळ्या देशांकडून

उच्च प्रतीच्या ॲल्युमिनियम ट्यूब मिळवण्याच्या त्यांच्या प्रयत्नात अद्यापी खंड पडलेला नाही,' अशी पुष्टीही जोडली.

पॉवेल यांच्या इतर पुराव्यांप्रमाणेच 'ट्यूब्स'चा विषयही प्रशासनांतर्गत वादाचा मुद्दा ठरला. ट्यूबचा पहिला हप्ता २००१मध्ये पकडण्यात आला आणि त्या ट्यूब कोणत्यातरी गोपनीय युरेनियम समृद्धीकरण कार्यक्रमासाठी जात होत्या असे सीआयएच्या शास्त्रज्ञांनी निश्चित केल्याची माहिती जॉर्ज टेनेट यांनी त्यानंतर लोकप्रतिनिधीगृहाच्या गुप्तचर समितीला दिली. मात्र सरकारमधील सर्वांनाच टेनेट यांचे मत स्वीकारावेसे वाटले नाही आणि या ट्यूबचे परीक्षण करून त्या अण्वस्त्र कार्यक्रमासाठी मुळीच उपयुक्त नसल्याचा निर्वाळा 'ओक रिज' राष्ट्रीय प्रयोगशाळेने दिला. उलट संयुक्त राष्ट्रांच्या अटींनुसार इराकला पारंपरिक शस्त्रास्त्रे उत्पादित करण्याची परवानगी मिळाली आहे, त्यासाठी याच ट्यूबचा उपयोग होऊ शकतो असेही या प्रयोगशाळेने म्हटले होते. इराकवरील हल्ल्याच्या समर्थनाविरोधात जी मते व्यक्त झाली त्यांना दुर्लक्षिले गेले आणि इराक अण्वस्त्रांचा पाठपुरावा करत असल्याचे ठोस पुरावे आपल्यापाशी असल्याचा गौप्यस्फोट प्रशासनाने न्यू यॉर्क टाइम्सकडे केला.

ओक रिजमध्ये ट्यूबचे विश्लेषण करणारे एक सल्लागार ह्युस्टन वूड यांनी म्हटले आहे की, 'मी जेव्हा ते वाचले तेव्हा लोक दुसऱ्याच कुठच्यातरी ट्यूबसंदर्भात बोलत असावेत, असे मला वाटले. त्या ट्यूब सेंट्रिफ्युजेससाठी होत्या, असे लोकांना मोठ्या कंठरवाने बोलताना ऐकून मी चक्रावून गेलो. विज्ञान असा आक्रस्ताळेपणा करत नाही. शास्त्रज्ञांनी योग्य तो निर्णय केला होता. त्या ट्यूबचे मूल्यमापनही केले होते आणि आता जे काही घडत होते ते आम्हालाच समजत नव्हते.'

इराकचे प्रकरण लावून धरण्याचा एक भाग म्हणून पॉवेल ज्या प्रकारे ट्यूबचा वापर करत होते, ते पाहून व्हिएन्नातील आयएईएच्या कार्यालयातील तज्ज्ञही आश्चर्यचकित झाले. त्या आधीच्या हिवाळ्यात 'न्यू यॉर्क टाइम्स'मधील बातमी त्यांनीही वाचली होती आणि सदर ट्यूब अणूकार्यक्रमासाठी उपयोगी नसल्याच्या निष्कर्षाप्रत ते आले होते. त्याहून महत्त्वाचे म्हणजे या अगोदर आयएईएच्या ज्या पथकांनी त्या आधीची सुमारे दोन दशके इराकला जाऊन तपासणी केली होती त्यांनाही सद्दामकडून अण्वस्त्राचा पाठपुरावा होत असल्याचे काहीही पुरावे मिळाले नव्हते. अमेरिकेच्या ट्यूबविषयी शंका घेणाऱ्या आयएईएच्या अधिकाऱ्यांमध्ये इराकच्या निरीक्षण पथकाचे प्रमुख जॅक्स बाउट यांचा समावेश होता. त्यांच्या पथकाला इराकमध्ये अणूकार्यक्रमाची कोणतीही चिन्हे सापडली नव्हती आणि त्यांनी प्रत्येक संभाव्य ठिकाणाला भेट दिली होती, असा बाउट यांचा खातरीपूर्ण विश्वास होता. इतर देशांत तपासणी करताना अनेक निर्बंध

आडवे यायचे, इराकच्या बाबतीत मात्र गोष्टच वेगळी होती. तेथील अधिकाऱ्यांनी निरीक्षकांना त्यांच्या इच्छेनुसार वाट्टेल तिथे मुक्तपणे संचार करण्याची परवानगी दिली होती.

कथित ट्यूब हा काही बाउटना वाटणाऱ्या काळजीचा एकमेव मुद्दा नव्हता. इराक हा आफ्रिकेतून युरेनियम खरेदी करत असल्याचा गुप्तचर यंत्रणांचा दावा आणि ॲल्युमिनियमच्या ट्यूब यांचा दाखला देत बुश यांनी आपल्या राष्ट्रीय भाषणाचा उपयोग इराकवरील हल्ल्याच्या समर्थनासाठी केला होता. 'सद्दाम हुसेन यांनी अफ्रिकेकडून फार मोठ्या प्रमाणात युरेनियमची मागणी केल्याचे ब्रिटिश सरकारच्या निदर्शनास आले आहे.' पुढे अत्यंत कुख्यात ठरलेले शब्द त्यांनी याच भाषणात उच्चारले, 'या कारवायांचे विश्वासार्ह असे स्पष्टीकरण सद्दाम हुसेन यांनी दिलेले नाही. त्यांच्यापाशी लपविण्यासारखे बरेच काही असावे हे नक्की.'

आफ्रिकेतील नायजेर या देशाकडून कच्चे युरेनियम घेण्याचा प्रयत्न सद्दामची माणसे करत असल्याचे एका ब्रिटिश टिपणावरून २००२मध्येच बाउटना कळले होते. ते आणि त्यांचे निरीक्षक या गोष्टींचा पाठपुरावा होऊ शकेल; या आशेने ते टिपणाची मूळ प्रत मिळविण्याच्या प्रयत्नात होते, पण त्यांना यश आले नाही. सुरक्षा समितीसमोरील पॉवेल यांच्या भाषणाच्या दिवशीच एका अमेरिकन अधिकाऱ्याने अखेर या टिपणाच्या प्रती आयएईएच्या न्यू यॉर्कमधील प्रतिनिधीकडे सुपूर्द केल्या आणि काही दिवसांतच त्या व्हिएन्नातील बाउट यांच्या टेबलावर येऊन धडकल्या. इराक आणि नायजेर यांच्या अधिकाऱ्यातील पत्रव्यवहार त्यात होता, त्यातील अनेक पत्रे नायजेरिया सरकारच्या लेटरहेडवर लिहिलेली होती. त्यांचा बारकाईने अभ्यास केल्यावर ती विसंगतींनी भरल्याचे आणि धादांत खोटी असल्याचे बाउटना आढळून आले. १० ऑक्टोबर, २००० या तारखेच्या पत्रावर सही करणारे नायजेर परराष्ट्रमंत्री १९८९पासून त्या पदावरच नसल्याचे इंटरनेट पाहिल्यावर बाउट यांच्या लक्षात आले. नायजेरचे अध्यक्ष टांजा ममादू यांच्या नावावरील पत्रातील मजकूर सदोष आणि सही बनावट असल्याचे दिसत होते. या पत्रांचे मूल्यमापन करणाऱ्या आयएईएच्या एका अधिकाऱ्याने सांगितले की, या चुका एखाद्या कनिष्ठ कर्मचाऱ्यानेही शोधल्या असत्या.

दिनांक ७ मार्च या दिवशी, अमेरिका इराकला वेढा घालण्याच्या उंबरठ्यावर असताना मोहंमद अल बरादी सुरक्षा समितीसमोर उभे राहिले आणि पुढील तपास पूर्ण करू द्यावा अशी विनंती करू लागले. योगायोग म्हणजे पॉवेल यांच्या भाषणाला त्याच दिवशी एक महिना पूर्ण होत होता. मोजक्या आणि संयत शब्दांत अल बरादींनी पॉवेल यांच्या सादरीकरणातील विसंगतींवर अचूक बोट ठेवले आणि अमेरिकेच्या युद्धखोरपणातील हवा काढून घेतली. ते म्हणाले,

'इराकमधील १४१ जागांची सुमारे तीन महिने खर्च करून तपासणी केल्यावर तो देश आपला अण्वस्त्र कार्यक्रम पुनरुज्जीवित करत असल्याचा विश्वसनीय पुरावा आम्हाला सापडलेला नाही. 'ज्या काही विशिष्ट जागा निरुपद्रवी असल्याचा निर्वाळा अल बरादी देत होते, नेमक्या त्याच जागा दाखवून पॉवेल आपला मुद्दा रेटत होते. अमेरिकेच्या दाव्यांतील विसंगती निदर्शनास आणताना अल बरादींनी पुढे सांगितले की, पारंपरिक शस्त्रांची झिज होऊ नये यासाठीच आम्ही ॲल्युमिनियमचा वापर करत आहोत असे इराकचे म्हणणे असून संबंधित कागदपत्रेही त्याला दुजोरा देतात. नायजेर कागदपत्रांविषयी त्यांनी सांगितले की, काही बाहेरच्या संघटनांच्या साहाय्याने तपास केल्यावर त्यांपैकी कोणतीही कागदपत्रे अस्सल नसल्याचे आम्हाला आढळून आले.

त्याच सायंकाळी आयएईएच्या निष्कर्षांवर पॉवेलनी संतप्त प्रतिक्रिया दिली. ते म्हणाले, 'डॉ. अल बरादींचा अहवाल मीही मोठ्या रसिकतेने ऐकला. १९९१मध्ये इराककडे अण्वस्त्र कार्यक्रम नसल्याचा निर्वाळा देणारे तेच होते, पण वास्तव वेगळेच असल्याचे आम्हाला वेळीच कळून चुकले.'

अल बरादींनी अमेरिकेला धारेवर धरण्याच्या आधीपासूनच परराष्ट्रखात्याचे उपमंत्री जॉन बोल्टन हे अल बरादींचे कट्टर विरोधक होते. आक्रमक वृत्तीचे आणि फटकळ स्वभावाचे पुराणमतवादी अशी ख्याती असलेल्या बोल्टन यांचा आयएईएसारख्या बहुद्देशीय संघटनांना तत्त्वतः विरोध होता, आपल्या उद्दिष्टांनुसार खऱ्याचे खोटे करणारा एक नेता अशीही त्यांची ओळख होती. अमेरिकेच्या कठोर पवित्र्याला पाठिंबा देण्यासाठी ते इराक आणि उत्तर कोरिया यांच्या विरोधातील पुरावे निकामी करतात असे त्यांच्या टिकाकारांचे आरोप होते. परराष्ट्रखात्याच्या माहिती आणि संशोधन विभागाचे माजी प्रमुख कार्ल फोर्ड (ज्यु.) म्हणतात, 'त्यांच्या मुद्यांत सत्यांश फारच कमी असायचा, पण विद्वान लोकांनी अगोदर जिथे जायला पाहिजे तिथे ते आधीच पोहाचले आहेत असे त्यांच्या वक्तव्यांवरून वाटायचे हे मात्र खरे.'

माजी सिनेटर जेसी हेम्स यांचे शिष्य आणि उत्तर कॅरोलिनाचे लोकप्रतिनिधी असलेले बोल्टन एकदा म्हणाले होते, 'जर न्यू यॉर्कमधील संयुक्त राष्ट्रसंघाच्या इमारतीचे दहा मजले कोसळले तर काहीही फरक पडत नाही, कारण संयुक्त राष्ट्रसंघ अशी काही गोष्टच मुळी अस्तित्वात नाही.' २००१मध्ये बुश प्रशासनात रूजू झाल्यावर लगेचच त्यांनी आयएईएची रसद तोडण्याचा प्रयत्न केला, तशातच इराक रासायनिक, जैविक किंवा आण्विक शस्त्रे विकसित करत असल्याचे

पुरावे शोधून काढण्यात लष्कर आणि गुप्तचरखात्यांना अपयश आल्यावर ते संतप्त झाले होते आणि अल बरादी इराकचे हितसंबंध जपतात असा समज झाल्यानंतर तर त्यांचा क्रोधाग्नी अधिकच भडकला होता.

इराककडे सर्वसंहारक शस्त्रे शोधताना प्रशासनाची फसगत झाली होती आणि तेहरानच्या गोपनीय अण्वस्त्र कार्यक्रमाकडे अंगुलीनिर्देश करताना अडचणी ठरत असली, तरी त्यांना अल बरादी आणि आयएईएची गरज भासत होती. या अपयशामुळे अमेरिकेने पुन्हा आवाज उठवण्याचा प्रयत्न केल्यास त्यावर आंतरराष्ट्रीय समुदायाचा विश्वास बसला नसता. कोणाला आवडो ना आवडो, अमेरिका आणि बोल्टन यांना आता आयएईए आणि अल बरादींशिवाय पर्यायच उरला नव्हता.

त्या उन्हाळ्याच्या प्रारंभापासूनच इराणबाबतची संवेदनशील माहिती आयएईएला द्यायला प्रशासनाने सुरुवात केली. आयएईएच्या संकुलापासून जवळच असलेल्या एका गगनचुंबी इमारतीच्या ३७व्या मजल्यावरील एका खोलीत सुरुवातीची देवाणघेवाण चालायची. तिथे आयएईएच्या काही मोजक्या अधिकाऱ्यांना अमेरिकेचे राजनैतिक अधिकारी आणि अणुतज्ज्ञ इराणच्या अणू प्रयत्नांची ताजी माहिती द्यायचे. या माहितीतील काही छायाचित्रांत कालाय परिसरात मालमोटारी आणि बुलडोझर काम करताना दिसायचे. आयएईएच्या निरीक्षकांनी त्या परिसराला भेट देण्याच्या कित्येक आठवडे आधीची म्हणजे एप्रिल आणि मे महिन्यातील ही छायाचित्रे होती. इमारतीच्या सभोवतालची हजारो टन माती उकरून ती बाहेर टाकली जात होती. त्याच वेळी अनेक ट्रकमधून आलेला सिमेंटचा राडारोडा तिथे टाकला जात होता. स्वतःच्या गुप्तचर यंत्रणेचा अभाव आणि व्यावसायिक उपग्रह छायाचित्रांची मर्यादित उपलब्धता यांसारख्या त्रुटींमुळे आयएईएला इराणविषयक धोरण बनवताना अमेरिकेवर अवलंबून राहावे लागत होते.

इराणने कालायमधील समृद्धीकरण प्रकल्पाचे पुरावे नष्ट करण्याचे प्रयत्न केल्याच्या आयएईएच्या दाव्याला या छायाचित्रांमुळे दुजोराच मिळाला. तरीही जर त्या इमारतीत कधीकाळी किरणोत्सर्जी साहित्य असलेच तर ते शोधून काढण्याचा आयएईएच्या अधिकाऱ्यांना विश्वास वाटत होता, अर्थात त्यासाठी त्यांना इमारतीत प्रवेश मिळवून तेथील नमुने घेणे आवश्यक होते. कालाय संकुल ही इराणच्या अण्वस्त्र कार्यक्रमाची जागा असल्याचे निश्चित झाल्यानंतर सहा महिन्यांनीही चाचणीसाठी इराणचे मन वळवणे आयएईएला शक्य झाले नाही. अखेर परवानगी मिळाली, पण त्या आधी हिनोनेना इराणला खास भेट देऊन चाचण्या करणे आणि हा प्रश्न कायमचा निकाली लावणे, तुमच्याच देशाच्या हिताचे असल्याचे पटवून द्यावे लागले. सदर इमारतीच्या आत घडलेल्या सर्व घटनांचे पुरावे नष्ट झाल्याचे गृहीत धरून इराणने मोठ्या धूर्तपणे आयएईएला परवानगी दिली.

इराणने असे काहीही प्रयत्न केले तरी तिथे स्फोटक द्रव्याचे नमुने नक्कीच सापडतील अशी हिनोनेनना सार्थ अपेक्षा होती.

कालाय येथे इराणने मोठ्या प्रमाणात स्वच्छता मोहीम राबवल्याची माहिती मिळाल्याने उत्साहित झालेल्या हिनोनेन यांनी त्या देशाच्या अधिकाऱ्यांकडे संकुलाची निरीक्षकांकरवी संपूर्ण पहाणी करू देण्याची मागणी केली. या वेळी इराणींनी काहीशी सौम्य भूमिका घेतली, त्यानुसार ९ ऑगस्ट रोजी पर्यावरण चाचणी साहित्यासह ज्या ठिकाणी अणूकार्यक्रम राबवला गेल्याची शक्यता निरीक्षकांच्या पथकाला वाटत होती, तिथे जाण्याची परवानगी देण्यात आली. त्या दिवशी हवेत कमालीचा उकाडा होता आणि ही कामगिरी निरीक्षकांच्या दृष्टीने जास्तीतजास्त त्रासदायक व्हावी, या उद्देशाने इराणींनी तेथील वातानुकूलित यंत्रणा बंद केली. घामाने डबडबलेल्या अवस्थेतच त्यांनी उपलब्ध पृष्ठभागांवर, खोल्यांच्या कोपऱ्यांतून आणि खिडक्यांच्या काठांवर कापसाचे बोळे फिरवून आण्विक प्रयोगांचे अदृश्य पुरावे गोळा करण्यास सुरुवात केली. सुमारे दोन तासांच्या प्रयत्नांनंतर निरीक्षकांनी आवराआवर केली आणि ते बाहेर पडले, मात्र इराण धादांत खोटी विधाने करत असल्याचे त्याच वेळी त्यांनी जाणले होते.

इस्लामाबादच्या आपल्या घरात बसून ए.क्यू. खान स्वतःचाच बचाव करण्यात गुंग होते. नातांझविषयीच्या आरोपांचा २००२च्या ऑगस्टमध्ये इराणमधील हद्दपारित गटाकडून गौप्यस्फोट झाल्यावर आता आपल्यालाही धोकादायक परिस्थिताचा सामना करावा लागणार हे त्यांना कळून चुकले होते. अर्थात नातांझ आणि अन्य ठिकाणी सुरू असलेल्या कामांची त्यांना पुरेपूर जाणीव होती. अखेर खान यांनी पुरवलेल्या योजनांच्या आणि काही सेंट्रिफ्युजेसच्या मदतीनेच इराण त्याच्या यंत्रांसाठी 'रिव्हर्स इंजिनिअरिंग'चा वापर करत होता. हेच सेंट्रिफ्युजेस पथदर्शी प्रकल्पासाठी आणि नातांझमधील समृद्धीकरणासाठी वापरले जाणार होते, मात्र अमेरिका आणि इस्राइलच्या हल्ल्याच्या भीतीने संपूर्ण कारखानाच गाडून टाकण्याची कल्पना इराणचीच होती. इराणची संकटे काही प्रमाणात कमी करण्याचा खान यांचा प्रयत्न सुरूच होता, मात्र स्वतःची बरीचशी सामग्री देशातच करण्याचा निर्णय इराणने घेतल्याने नेटवर्कच्या मदतीला गळती लागली होती. त्यातही आयएईएने तेहरानवर दबाव आणला असता, तर नातांझमधील प्रकल्पासाठी प्रारूपे आणि संकल्पना आराखडे पुरवल्याचा दोष खान यांच्यावरच ठेवण्यास इराणने मागे-पुढे पाहिले नसते.

आपल्या खाणाखुणा झाकून टाकण्याच्या निर्धाराने खान यांनी दोन फोन

कॉल केले. प्रथम ताहिरशी बोलून त्यांनी इराणशी झालेल्या सर्व व्यवहारांची कागदपत्रे नष्ट करावयास सांगितले. दुसरा फोन त्यांनी इराणच्या अणुऊर्जा संघटनेच्या उच्चपदावरील ओळखीच्या एका व्यक्तीला करून त्याला नेटवर्क आणि इराण यांच्यातील सौद्यांच्या कागदपत्रांची विल्हेवाट लावण्याचे आदेश दिले. अण्वस्त्र कार्यक्रमाच्या प्राथमिक टप्प्यात सहभागी असलेल्या लोकांशी बोलण्याची इच्छा आयएईएच्या सदस्यांनी व्यक्त केल्यास ते आता हयात नसल्याचे सांगावे, अशी सूचना खान यांनी इराणला केली. खान चिंताग्रस्त झाले होते, मात्र त्यांची घाबरगुंडी उडाली नव्हती. सरतेशेवटी त्यांच्या बहुसंख्य मित्रदेशांचे अमेरिकेशी राजनैतिक संबंध नव्हते, आणि हे देश आयएईएशी खोटे बोलायला एका पायावर तयार होते.

२००२च्या हिवाळ्यात, उत्तर कोरिया आणि खान यांच्यातील व्यवहारही थोडेसे थंडावले, पाकिस्तानने दिलेले तंत्रज्ञान आणि सामग्री वापरून गोपनीय अणूकार्यक्रम राबवल्याचा आरोप अमेरिकेने उत्तर कोरियावर केला होता, प्लुटोनियम कार्यक्रमाचे नियंत्रण करणाऱ्या आपल्या देशातील आयएईएच्या निरीक्षकाची हकालपट्टी करून आणि अण्वस्त्रबंदी करारातून बाहेर पडून उत्तर कोरियाने त्याला प्रत्युत्तर दिले. पण कशालाही न जुमानता लिबिया आणि नेटवर्क यांच्यातील व्यवहार सुरूच होते, गडाफी राजवटीला अब्जावधी डॉलर किमतीचे तंत्रज्ञान पुरवून त्रिपोली बाहेरचा अणू कारखाना अंतिम टप्प्यात नेण्यासाठी नेटवर्क सर्वतोपरी मदत करीत होते.

खान यांच्या इराण आणि लिबिया यांच्यातील व्यवहाराबाबत अमेरिका आणि ब्रिटन आयएईएला अंधारात ठेवत असले तरी इराणच्या कार्यक्रमाबद्दल थोडीतरी माहिती त्या संघटनेला देणे हेच हितावह असल्याचे वॉशिंग्टनला वाटले. इराणींना वागणूक देताना अल बरादी कमालीची सौम्य भूमिका घेतात असे बुश प्रशासनातील एक प्रभावी गट आणि त्यांचे नेते बोल्टन यांना अद्यापी वाटत होते. अल बरादी हे स्वत: मुस्लीम असून त्यांनी एका इराणी महिलेशी विवाह केल्याने ते तेहरानचे वर्तन सहजपणे घेतात अशा वावड्याही त्यांनी उठवल्या होत्या.

अल बरदींना सलग तिसऱ्यांदा आयएईएचे महासंचालकपद मिळू द्यायचे नाही, यासाठी बोल्टन प्रभृती प्रयत्नशील होते. सप्टेंबरमध्ये आयएईएसारख्या मोठ्या संघटनांच्या देणगीदार देशांनी कित्येक वर्षांपूर्वी संमत केलेल्या एका ठरावाचा हवाला देऊन अल बरादींच्या तिसऱ्या नियुक्तीला त्यांनी विरोध दर्शवला.

संघटनेच्या देणगीत कपात करण्याची पुन्हा एकदा धमकी देत बोल्टन यांनी अल बरादींवरील दबाव वाढविण्याचा प्रयत्न केला, मात्र अमेरिकेला अशा संकटसमयी आयएईएसारख्या संघटनांचीच जास्त गरज असल्याचे सांगत बोल्टन यांचे उपखातेप्रमुख जॉन वुल्फ यांनी आपल्या साहेबालाच गप्प केले.

पण बोल्टननी आपला हट्ट सोडला नाही, आयएईएच्या प्रमुखांचे दूरध्वनी संभाषण चोरून ऐकण्याचे आदेश त्यांनी राष्ट्रीय सुरक्षा संघटनेला (एनएसए) दिले. अशी कृती करायला अमेरिकेत न्यायालयाची संमती आवश्यक असली तरी परदेशी व्यक्तीच्या संदर्भात हे नियम लागू होत नव्हते. २००३च्या हिवाळ्यात एनएसए अल बरादींचे कार्यालय आणि निवासी टेलिफोन चोरून ऐकत असतानाच इराणचे त्यांच्याशी तथाकथित साटेलोटे असल्याचे पुरावेही गोळा करत होती. या चोरून ऐकलेल्या संभाषणांतून अल बरादींच्या विसंगत वर्तनाचे कोणतेही पुरावे हाती आले नाहीत. तशातच जेव्हा 'वॉशिंग्टन पोस्ट'ने ही बातमी छापली तेव्हा त्याचे तीव्र पडसाद उमटले आणि अल बरादींना पाठिंबा देणाऱ्यांची संख्या वाढली, पण छिद्रान्वेषी राजनीतिज्ञ आणि ज्येष्ठ अधिकाऱ्यांना त्याचे मुळीच आश्चर्य वाटले नाही. या संदर्भात स्पष्टीकरण देताना आयएईएचे प्रवक्ते मार्क गोडेची यांनी सांगितले की, 'अशा गोष्टी चालायच्याच हे आम्ही नेहमी गृहीत धरतो. खरे तर काहीतरी विपरीत घडेल अशी आमची अपेक्षा होती, पण सत्य काय आहे, हेही आम्हाला माहीत होते.' खासगीत अल बरादी अतिशय संतप्त झाले होते, पण सार्वजनिकरित्या ते हसतमुख राहिले, 'व्यावसायिक पातळीवर मला काहीही लपवायचे नाही. पण तुमची पत्नी किंवा मुलगी यांच्याशी तुम्ही खासगीत काहीही बोलू शकत नसल्याचे लक्षात आल्यावर सर्व गोष्टी वेदनादायी वाटतात. माझ्यावर एकत्रितपणे चिखलफेक करण्याचा प्रयत्नही झाला. उदाहरणार्थ, मुस्लीम देशांशी एखादा इजिप्शियन तटस्थपणे वागूच शकत नाही, तो आपली सर्व गुपिते त्यांच्यापाशी उघडी करणारच असे ते म्हणायचे. इतक्या खालच्या पातळीवरील लोकांवर मी भाष्य करू इच्छित नाही.' डेर स्पिगेल या जर्मन मासिकाच्या मुलाखतीत ते म्हणाले होते.

नेमक्या त्याचवेळी अमेरिकन आयएईएला गुप्त सूचना पुरवत होते, इराणच्या अणू प्रयत्नांची माहिती उघड करून त्या देशावर राजनैतिक दबाव आणण्याची महत्त्वाकांक्षी मोहीम इस्राइल राबवत होता. अण्वस्त्रसज्ज इराणमुळे आपले अस्तित्वच धोक्यात येईल अशी भीती त्या देशाच्या नेत्यांना वाटत होती, आणि जग समजते त्यापेक्षा इराण चार पावले पुढेच असल्याचे त्यांच्या गुप्तहेर संघटनांचे म्हणणे होते. खबऱ्यांच्या नेटवर्कच्या साहाय्याने इस्राइलचे लष्कर आणि गुप्तचर संघटना, इराणचे बारकाईने निरीक्षण करीत होत्या, त्यासाठी तो देश इलेक्ट्रॉनिक्स

साधनांचा वापर करत होता. मिळालेल्या माहितीची अमेरिकेशी देवाणघेवाण करून त्यावर फेरप्रक्रियाही करत होता. अमेरिकेप्रमाणे इस्राइलही विश्वासार्हतेच्या प्रश्नाचा सामना करत असल्याने आंतरराष्ट्रीय समुदायाचा विश्वास मिळवताना त्याला कठीण जात होते. इस्राइलचे अण्वस्त्रभांडार हे एक कायमस्वरूपी उघड गुपित होते आणि त्याचे अण्वस्त्र प्रकल्पही आयएईएच्या नजरेच्या टप्प्यात होते. त्यामुळे इराणच्या हेतूंमुळे निर्माण होणारी जागतिक स्तरावरील चिंता आणखी वाढावी म्हणून ते पद्धतशीर प्रयत्न करीत होते.

२००३च्या उन्हाळ्याच्या सुरुवातीलाच आंतरराष्ट्रीय प्रसारमाध्यमांना इराणविषयी ताजी माहिती देण्याचे काम मोसाद या इस्राइली गुप्तचर यंत्रणेवर सोपवण्यात आले. माहिती देण्याची ही पद्धत आधुनिक आणि व्यापक होती. इराणच्या अणुप्रयत्नांची माहिती इस्राइलचे अण्वस्त्र तज्ज्ञ देत, बहुतेक वेळा माहितीच्या सोबत इराणमधून हस्तगत केलेली कागदपत्रेही असत. एकदा तर अणुपुरवठा गटासाठी फ्रेंच सरकारने मे, २००३मध्ये तयार केलेला एक अहवालच पत्रकारांना देण्यात आला. जागतिक स्तरावरील अणू सामग्रीच्या वितरणावर नियंत्रण घालण्याच्या हेतूने या गटाची स्थापना झाली होती. इराणच्या नुकत्याच शोधण्यात आलेल्या अणूकार्यक्रमाची थोडक्यात माहिती या अहवालात देण्यात आली होती आणि त्याच्या तथाकथित नागरी कार्यक्रमामागे लष्करी उद्दिष्टे लपलेली असल्याची इशारेवजा सूचनाही करण्यात आली होती. 'काही वर्षांतच हा देश अणू स्फोटक सामग्री मिळविण्यात यशस्वी होऊन नंतर प्रत्यक्षात अण्वस्त्र तयारही करील असा अंदाज फ्रान्सने व्यक्त केला आहे.' असे या अहवालात नमूद करण्यात आले होते. ज्या ठिकाणी इराणी अण्वस्त्रे लपवून ठेवत होते, त्या ठिकाणांची माहितीही मोसादने गोपनीय सूत्रांच्या हवाल्याने आणि उपग्रह छायाचित्राच्या साहाय्याने दिली होती. बहुतेक सर्व गोपनीय माहिती इस्राइलच्या गुप्तहेरांनी गोळा केलेली असली तरी आपले अस्तित्व अबाधित ठेऊन अमेरिकाही ती मुक्तपणे प्रसारमाध्यमांना पुरवत होती.

याचा अर्थ गौप्यस्फोट करण्यात अमेरिका पिछाडीवर होती असा नाही. आयएईएतील इराण प्रकरणाचे वार्तांकन करणाऱ्या प्रतिनिधींना बोल्टन क्वचित प्रसंगी फोन करून वरकरणी निरुपद्रवी भासावी अशी माहिती देऊन वातावरण तप्त राहील याची काळजी घ्यायचे. अमेरिकेकडून बऱ्याचदा येणाऱ्या चुकीच्या माहितीमुळे आयएईएतील राजनैतिक अधिकारी कधी कधी संतप्त व्हायचे आणि आपले दफ्तर स्वच्छ ठेवण्यासाठी सार्वजनिक क्षेत्रात जी माहिती असणे आवश्यक आहे असे त्यांना वाटायचे ती हळुवारपणे माध्यमांकडे पोहोचवायचे.

विविध प्रकाशने, वृत्तसंस्था आणि दूरचित्रवाणीवरून मिळणाऱ्या मिश्र स्वरूपाच्या

बातम्यांमुळे इराणच्या कार्यक्रमाबद्दल सर्वसाधारणपणे भीती निर्माण होत असे आणि त्या देशाच्या काही विशिष्ट ठिकाणांवर प्रकाश पडत असे. या लेखांचा वापर करून आयएईए इराणला अशी ठिकाणे आणि त्याच्या हालचालींविषयी प्रश्न विचारत असे, तर क्वचित प्रसंगी लेखांतील मुद्दे ग्राह्य धरून वादग्रस्त भागांचा दौरा करण्याचा आग्रहही धरत असे आणि त्यामुळे एका अर्थी अमेरिका आणि इस्राइलकडून आयएईएकडे येणाऱ्या माहितीच्या ओघाचे रक्षणही होत असे. संशयास्पद ठिकाणांविषयी सीआयए आयएईएशी बोलत असे, मात्र तीच माहिती प्रकाशित किंवा प्रसारित झाल्याशिवाय कथित ठिकाणी पाठविण्याची परवानगी सीआय मागत नसे.

माध्यमांच्या वाढत्या सावधगिरीमुळे पाकिस्तान आणि खान पुन्हा एकदा प्रकाशझोतात आले. १९९०मध्ये अमेरिकन वृत्तपत्रात प्रकाशित झालेल्या दोन-तीन लेखांमुळे पाकिस्तानकडून इराणला अण्वस्त्र सामग्री मिळत असल्याचे उजेडात आले, मात्र हे आरोप फेटाळले गेले. पण २००३ हे वर्ष संपता-संपता खान आणि इराणच्या प्रयत्नांना जोडणारे दुवे प्रकाशित झाले आणि आयएईएमध्ये ओली हिनोनेन आणि ट्रेव्हर एडवडर्स यांना वाटणारे संशय अधोरेखित झाले.

गटांगळ्या सुरू झाल्या...

म*लेशिया, इंडोनेशिया आणि सिंगापूर या तीन* देशांच्या किनारपट्ट्यांना स्पर्श करणारी मलाक्काची सामुद्रधुनी सुमारे ५०० मैल लांबीची असून जहाजांच्या दळणवळणांसाठी ती धोकादायक मानली जाते. संपूर्ण जगातील एक-चतुर्थांश सागरी व्यापार याच सामुद्रधुनीतून होत असल्याने हजारो तेलाचे टँकर्स, मालवाहू जहाजे आणि नौका यांनी हा भाग नेहमीच गजबजलेला असतो. अर्थातच या भागात आधुनिक काळातील सागरी चाचे नेहमी वास्तव्य करून असतात. याच सागरी प्रदेशातील हजारो छोटी-छोटी बेटे आणि उपनद्या हे या चाच्यांचे आश्रयस्थान. ऑगस्ट महिन्यातील उत्तरार्धात अशाच एका भल्या पहाटे मलेशियाच्या सागरी हद्दीपासून दूर उभ्या असलेल्या एका निनावी जहाजावर चाळीस फूट लांबीची सहा लाकडी खोकी चढविली जात होती. सर्व खोक्यांवर 'कृषी सामग्री' अशी अक्षरे लिहिण्यात आली होती. 'स्कोमी प्रिसिजन इंजिनिअरिंग' या उद्योगाकडून आलेल्या या खोक्यांसोबत जी कागदपत्रे होती, त्यावरून ती दुबईतील 'आर्यश (Aryash) ट्रेडिंग' कंपनीकडे निघाली होती. गोदीच्या दुसऱ्या बाजूला दूरवर उभे राहून दोघे जण या सर्व हालचालींवर पाळत ठेवत होते. हा सर्व माल शेवटी नेमका कोठे पोहोचणार आहे यांची त्यांना पूर्ण कल्पना होतीच, शिवाय खोक्यात नेमकी कोणती सामग्री आहे याचेही त्यांना ज्ञान होते. त्यांच्या माहितीनुसार या कार्गोमध्ये सुमारे २५ हजार पोलादी पट्ट्यांनी ही सर्व खोकी बांधण्यात आली होती. आतील सर्व सामग्री अतिशय उच्च दर्जाच्या ॲल्युमिनियमपासून तयार करण्यात आली होती आणि तिच्या प्रवासाचा अंतिम टप्पा होता, लिबियातील एक कारखाना जिथे फक्त बॉम्बची निर्मिती व्हायची.

लिबियातील बॉम्ब निर्मितीचा कारखाना २००२च्या डिसेंबर महिन्यात सुरू झाला. खान यांच्या नेटवर्कतर्फे स्कोमी उद्योग चालविला जायचा, लिबियाला पाठविण्यात येणारी ही सामग्री आतापर्यंत तुलनेत सर्वांत मोठ्या आकाराची होती. अशाच प्रकारे

या आधी तीनवेळा सामग्री रवाना झाली होती. आजची ही चौथी खेप होती आणि जाणारी सामग्री ही आकाराने सर्वांत मोठी होती. स्कोमीमध्येच काम करणारा उर्स टिनार गेले वर्षभर या सर्वांचे बारकाईने निरीक्षण करून सर्व माहिती सीआयएला पुरवत होता आणि या माहितीच्या आधारानेच ते दोघे गोदीवरील हालचाली टिपत होते. गेल्या वर्षभरात टिनारने ही सर्व माहिती आपला मित्र 'मॅड डॉग' याच्या मध्यस्थीने सीआयएकडे पाठविण्याची व्यवस्था केली होती.

आज हे सारे घडताना गोदीतून पाळत ठेवणाऱ्या दोघांपैकी एक होता – 'मॅड डॉग'

काही वेळातच त्या मलेशियन जहाजाने हिन्दी महासागराच्या विशाल जलप्रदेशात प्रवेश केला. सुमारे दोन हजार मैलांचा प्रवास करून ते पर्शियाच्या आखातात प्रवेश करणार होते आणि ते सुटल्यापासून काही क्षणातच सीआयएने उपग्रहाच्या साहय्याने त्यांच्यावर नजर ठेवायला सुरुवात केली. अर्थातच हे जहाज प्रथम दुबईला जाणार होते. तेथे त्यातील तो सर्व माल उतरवून घेऊन पुन्हा तो आणखी एका वेगळ्याच जहाजावर चढविण्यात येणार होता आणि तो शेवटी कोठे जाणार होता, या साऱ्याचे तपशील सीआयएपाशी असल्याने जहाजाने उपग्रहाची नजर चुकवली तरी त्या एजन्सीला फारशी काळजी करण्याचे कारण नव्हते. कारण जहाजाच्या शेवटच्या थांब्यावरही पाळत ठेवायला सीआयएचे गुप्तहेर होतेच.

मलेशियाच्या अगदीविरुद्ध बाजूला, हिन्दी महासागराच्या पश्चिम किनारपट्टीवर जोहान्सबर्ग शहरात जॉन मेयर आपल्या ट्रेडफिन कारखान्यात बसून स्टेनलेस स्टीलच्या नळ्या, व्हॉल्व आणि टाक्यांची अंतिम चाचणी घेण्यात गर्क होता.

व्हॅक्युम व्हॉल्वची चाचणी घेण्यासाठी 'युरेनियम हेक्झोफ्लोराइड'ऐवजी त्याने आणि त्याच्या सहकाऱ्याने हेलियम या वायूचा वापर केला होता. संपूर्ण यंत्रणा अतिशय योग्यपद्धतीने कार्यरत झाल्यावर त्यांनी सुटकेचा निःश्वास सोडला. चाचण्या आटोपताच मेयरने सर्व सुट्ट्या भागांची छायाचित्रे घेतली आणि भागांची क्रमवार वर्गवारी केली. त्यानंतर सुमारे दोन मजली इमारतींच्या उंचीएवढी ही यंत्रणा सुटी करण्यात येऊन चाळीस फूट लांबीच्या अकरा कंटेनरमध्ये भरण्यात आली. सर्व छायाचित्रांच्या साहाय्याने काही तक्ते तयार करण्यात आले. या यंत्रणेची पुन्हा जेव्हा जुळणी होणार होती, तेव्हा तेथील अभियंत्यांना हेच तक्ते मार्गदर्शक ठरणार होते. सर्व नियोजन काटेकोरपणे तपशील देऊन तयार करण्यात आले होते. फेरजुळणी करताना प्रत्येक टप्प्यावर कुशल आणि अकुशल अशा किती कामगारांची गरज भासेल, त्याला किती वेळ लागेल इत्यादी बारीकसारीक तपशीलही त्याला दिले होते. सदर कागदपत्रांची नंतर छाननी करणाऱ्या एका तज्ज्ञाने म्हटले आहे. ऑगस्ट

महिन्यात मेयरचा माल पाठविण्यास सज्ज झाला होता, मात्र तो नेमका कोठे जाणार होता याची कल्पना अद्यापि त्याला देण्यात आली नव्हती.

अर्थात मेयरच्या मनात शंका उत्पन्न व्हाव्यात अशा काही घटना गेल्या काही दिवसांत घडल्या होत्या. मे महिना संपता संपता, दोन अरब त्याच्या ट्रेडफिन कारखान्यात आले होते. जवळच असलेल्या हॉलिडे इनमध्ये त्यांचा सुमारे आठवडाभर मुक्काम होता. त्या अवधीत ते न चुकता ट्रेडफिनला भेट देऊन कामाची पाहाणी करत होते. ते फारसे बोलत नव्हते. जे काही संभाषण चालायचे ते त्या दोघांतच आणि तेही अरेबिक भाषेत. तयार झालेला माल शेवटी कोठे जाणार आहे असे मेयरने त्यांना विचारलेही मात्र त्यावरही त्यांनी गप्प राहाणे पसंत केले. चाचण्या यशस्वी झाल्याचे पाहून त्यांनी संमतीदर्शक मान हलविली आणि ते निघून गेले. या भेटीनंतर थोड्याच दिवसांत त्याच्या दक्षिण अफ्रिकेतील बँक खात्यात पैश्यांचा आणखी एक हप्ता जमा झाला. या आधीचे सर्व व्यवहार दुबईतील एका बँकेमार्फत झाले होते. या वेळी मात्र ते लिबियातील एका बँकेकडून आले होते. आणि त्यामुळेच मेयरच्या चिंतेचा विषय बनले होते. आपण जे काही करत आहोत, त्याचा सेंट्रिफ्युजसाठी वापर होणार असल्याचे तो खातरीने जाणून होता, मात्र एका वाळीत टाकलेल्या आंतरराष्ट्रीय दहशतवादी देशासाठी आपण काम करतो आहोत, याचा त्याला अंदाज नव्हता.

लिबियात जे आण्विक यंत्र उभारले जात होते. त्यातील सर्वांत गुंतागुंतीचा भाग तयार करण्याची जबाबदारी मेयरवर सोपविण्यात आली होती. यावेळपर्यंत खान यांच्या नेटवर्कने अण्वस्त्र निर्मितीशी निगडित असलेली सामग्री त्रिपोलीकडे मोठ्या प्रमाणात रवाना केली होती. त्यात तुर्कस्तानातून आलेले शक्तिमान असे इलेक्टॉनिक रेग्युलेटर्स आणि पॉवर सप्लायर्स, स्वित्झर्लंड आणि दक्षिण आफ्रिकेत तयार झालेली आधुनिक अवजारे, पाकिस्तानातून आयात झालेली पी-२ सेंट्रिफ्युजची प्रारूपे (Prototypes) सिंगापूर आणि मलेशियातील दणकट ॲल्युमिनियम आणि पोलाद आणि चीनमध्ये तयार झालेला 'युरेनियम हेक्झॉफ्लोराइड' यांचा समावेश होता. दुबईतून निघून दक्षिण आफ्रिकेचा प्रवास करून लिबियात पोहोचलेल्या दोन लेथ मशिन्सही यात होत्या. एकदा ही सर्व यंत्र सामग्री त्रिपोलीत जमा झाल्यावर ती संगणकांच्या साहयाने नियंत्रित करण्यात येणार होती आणि नंतरच सेंट्रिफ्युजेस कार्यरत होणार होते. या अत्याधुनिक यंत्रणेच्या हाताळणीचे प्रशिक्षण लिबियातील काही मोजक्या तंत्रज्ञांनी दुबई, स्पेन आणि इतर काही देशात जाऊन आत्मसात केले होते. अर्थातच, दक्षिण अफ्रिकेकडून काही पाइप्स आणि मलेशियाकडून काही सेंट्रिफ्युजेसचे सुट्टे भाग येणे बाकी होते, तरीही युरेनियम समृद्धीकरणापासून लिबिया आता खूप दूर नव्हता.

त्यातील काही यंत्रणा या नागरी अणूकार्यक्रमासाठीही वापरात येत असल्याने त्या नावाजलेल्या उद्योगांकडून आल्या होत्या. मात्र त्यांचा अंतिम उपयोग अणूबॉम्बसाठी होणार असल्याबद्दल तेही अनभिज्ञ होते. अर्थात, यापैकी बरीच यंत्रणा खोट्या कागदपत्रांच्या आधारावर आली होती, त्यांच्या खोक्यांच्या वेष्टणांवर 'औद्योगिक किंवा शेतीच्या वापरासाठी' अशी अक्षरे लिहिण्यात आली होती. पाकिस्तानामधून चोरट्या मार्गाने अशी सामग्री इराणला पोहोचविण्याचा दांडगा अनुभव नेटवर्कच्या गाठीशी होता, त्यामुळे सीमाशुल्क अधिकारी आणि गुप्तेहरांच्या डोळ्यात धूळफेक करण्यात ते पारंगत झाले होते. पण हे सर्वच व्यवहार एक प्रकारच्या अविश्वासाच्या वातावरणात पार पडत असल्याने त्यांचे हिशेब ठेवताना समस्या निर्माण व्हायच्या. कायदेशीर मालवाहतूक करणाऱ्या जहाजांकडे सर्व कागदपत्रे असायची; त्यामुळे मालाचे नेमके स्वरूप काय, त्याची किंमत काय ही सर्व माहिती उपलब्ध व्हायची. मात्र मालाविषयीची जाणीवपूर्वक चुकीची माहिती देण्यात यायची तेव्हा तो घेणाऱ्याला आपण काय मागितले होते आणि काय मिळाले, याचा अंदाजच करणे अशक्य व्हायचे. ह्यासाठी नंतरची कटकट टाळण्यासाठी नेटवर्कने सर्व सामग्रीची डिजिटल छायाचित्रे घ्यायला सुरुवात केली.

लिबियातील या सर्व कारवायांच्या व्याप्तीची ज्यांना पूर्ण कल्पना असे, त्यांच्या दृष्टीने 'गोपनीयता' ही एक महत्त्वाची बाब बनायची. 'गोपनीयता' या एका शब्दाने जणू या साऱ्यांना झपाटून टाकलेले असायचे. मलेशियातील प्रकल्पात तेथील अभियंते जेव्हा एखादे काम पूर्णत्वास न्यायचे, तेव्हा उर्स टिनार त्यांची मूळ प्रारूपे हस्तगत करायचा आणि आपण हे सारे व्यावसायिक गोपनीयतेपोटी करतो, असे मालकांना सांगायचा. पण असे करण्यामागचा त्याचा अंत:स्थ हेतू वेगळाच असायचा. खान यांचे नेटवर्क पुढे-मागे सीआयएच्या जाळ्यात येणार हे तो चांगलेच ओळखून होता आणि तसे जेव्हा होईल, तेव्हा या सर्वांत आपण कोठेही दिसणार नाही याची तो काळजी घेत होता आणि त्याचाच भाग म्हणून प्रारूपांवरील आपल्या खाणाखुणा पुसून टाकत होता. अमेरिका आपले रक्षण करील अशी त्याची अपेक्षा असावी तरी आपला मागमूस राहू नये, याची खबरदारी तो स्वत:ही घेत होता.

खान यांच्या साम्राज्याचा महाव्यवस्थापक आणि प्रमुख वित्त अधिकारी या दोन्ही आघाड्या ताहिरच सांभाळायचा. अण्वस्त्रनिर्मितीसाठी कोठूनही आयात होणारी यंत्रसामग्री प्रथम त्याच्या दुबईस्थित एसएमएस कॉम्प्युटर या कंपनीत दाखल व्हायची, तेथून त्याची पुन्हा एकदा वेगळी बांधाबांध व्हायची आणि नंतर ती लिबियाला पाठवली जायची, जेव्हा पुरवठादारांना रक्कम अदा करण्याचा प्रश्न यायचा तेव्हा तो अनेक आंतरराष्ट्रीय बँका आणि वित्तसंस्थांच्या माध्यमातून

लाखो डॉलर्स इकडचे तिकडे फिरवायचा. या सर्व व्यवहारांबाबत मेयर्सप्रमाणे इतर पुरवठादारांच्या मनातही शंकाकुशंका यायच्या, पण भरभक्कम रकमा पाहून ते जास्त काही प्रश्न विचारायच्या फंदात पडत नसत. हा सर्व देखावा अर्थातच खर्चिक असायचा. एकतर सामग्रीसाठी बाजारभावापेक्षा चढ्या किमतीने पैसे मोजावे लागायचे; शिवाय मध्यस्थ, बनावट कंपन्या आणि खुद्द नेटवर्कशी संबंधित असलेल्या व्यक्तीही आपले खिसे गरम करून घ्यायचे. लिबियाशी होत असलेल्या व्यवहारातील अर्थकारणाशी यांपैकी कोणाला ही सोयरसुतक नव्हते, काही जणांच्या मते लिबियाला मिळणाऱ्या प्रत्येक वस्तूला बाजारभावाच्या तुलनेत दुप्पट रक्कमेचा भुर्दंड पडायचा, मग कधीतरी त्रिपोलीकडूनही नाराजी व्यक्त व्हायची, पण तीही अल्पकाळच टिकायची. २००३ या वर्षीच्या मे महिन्यापर्यंत लिबियाने किमान ८० दशलक्ष डॉलर्स खर्च केले असावेत, तरी तिच्या स्वप्नातला अणूबॉम्ब दृष्टीच्या टप्प्यात येत नव्हता.

वरकरणी पाहता सर्वकाही सुरळित चालले आहे असे कोणालाही वाटेल. पण सीआयए आणि ब्रिटनची एमआय-६ या दोन्ही संघटना एकाचवेळी दोन आघाड्या सांभाळत होत्या, लिबियाच्या दिशेने जाणाऱ्या सर्व जहाजांची टेहळणी एकीकडे सुरू असतानाच, त्या देशाने अण्वस्त्राचा नाद सोडावा यासाठी राजनैतिक पातळीवर ही प्रयत्नांची पराकाष्ठा सुरू होती.

आंतरराष्ट्रीय समुदायाबरोबर संबंध सुधारण्यासाठी वाटाघाटींचा मार्ग निवडण्याची लिबियाची ही पहिलीच वेळ नव्हती. क्लिंटन प्रशासनकाळात लिबियाचा एक गुप्तचरखात्याचा अधिकारी सीआयएच्या एका एजंटाला भेटला होता. त्या वेळी त्याने प्रस्तावही मांडला होता. १९८०च्या दशकात आंतरराष्ट्रीय दहशतवादाला पाठिंबा दिल्यानंतर त्या देशावर निर्बंध लादण्यात आले होते. त्यात थोडीफार सवलत दिल्यास लिबिया आपला रासायनिक अस्त्रांचा कार्यक्रम सोडून देईल असे त्या प्रस्तावात नमूद करण्यात आले होते. क्लिंटन प्रशासनाने हा ठराव आहे त्या स्वरूपात स्वीकारण्यास नकार दिला होता. स्कॉटलंडमधील लॉकरबी येथे १९८०मध्ये 'पॅन ॲम' कंपनीचे एक प्रवासी विमान पाडण्यात आले होते. या घातपाताची जबाबदारी घ्यायला गडाफी तयार असतील तर लिबियाच्या प्रस्तावावर विचार होऊ शकतो, असे त्या वेळी सांगण्यात आले होते आणि ही अट गडाफींनी सपशेल नाकारली होती. क्लिंटनने मात्र जास्त स्वागतशीलता दाखवली. याने फारसा गाजावाजा न करता वाटाघाटी केल्या. दोन्ही देशांतील परस्परसंबंध सुधारण्याची हीच संधी आहे असे मानले. आणि जुलै, १९९९मध्ये त्रिपोलीत

आपला दूतावासही सुरू केला. लिबियाचे पुनर्वसन करण्याच्या प्रयत्नांचा एक भाग म्हणून दोन्ही देशात समेट घडवून आणण्यासाठी पुढची दोन वर्षे ब्रिटनने पुढाकार घेतला. या वाटाघाटी अतिशय मंद गतीने चालू होत्या. एवढेच नाहीतर विमानात बॉम्बस्फोट घडवून आणणाऱ्या एका दहशतवाद्याला जानेवारी २००१मध्ये दोषी ठरविण्यात येऊनही हे विमान पाडण्याची, त्यात ठार झालेल्यात बहुसंख्येने अमेरिकन नागरिक असूनही गडाफी त्यांना नुकसानभरपाई देण्यास राजी नव्हते.

फ्रान्सच्या आकारमानाच्या तिप्पट असलेल्या लिबियात १९६९मध्ये गडाफी सत्तारूढ झाले, आणि लगेचच त्यांनी स्वत:च तयार केलेली क्रांतीविषयक प्रणाली त्या देशावर लागू केली. गडाफी यांनी आपली प्रतिमा 'लार्जर दॅन लाइफ' ठेवण्याचा प्रयत्न सातत्याने केला. देशात किंवा परदेशात फिरताना ते असंख्य पदकांनी व्यापलेला लष्करी गणवेश परिधान करायचे. त्यांच्या शरीररक्षकांत बायकांचा ताफा असायचा. त्रिपोली शहरात त्यांची मोठमोठ्या आकाराची चित्रे लावलेली असायची. गडाफी ही पाश्चात्त्य सरकारे आणि त्यांच्या शेजारी देशांसाठी डोकेदुखी बनली होती. ते आपली संपत्ती आयरिश रिपब्लिकन आर्मीला वित्तपुरवठा करण्यासाठी, परदेशात गेलेल्या आपल्या विरोधकांच्या हत्या घडवून आणण्यासाठी आणि अबू जिदालसारख्या जहाल दहशतवाद्याला वर्षानुवर्षे आश्रय देण्यासाठी वापरत असत. पण त्याचवेळी ते महिलांच्या हक्कांना पाठिंबा देत. इस्लामी मूलतत्त्ववादाला त्यांनीच नाकारले होते. याच तेलाच्या पैशातून त्यांनी लिबियातील गरीब नागरिकांसाठी स्वस्त गृहप्रकल्प उभारले. त्यांना दैनंदिन वस्तू मोफत पुरवल्या अर्थात १९९०च्या लॉकरबी प्रकरणानंतर लादण्यात आलेल्या निर्बंधामुळे त्यांच्या या दानशूरपणाला खीळ बसली.

११ सप्टेंबरनंतर मात्र त्यांची सर्व नशा उतरली. आंतरराष्ट्रीय दहशतवादाने आता अत्यंत धोकादायक आणि क्रौर्यपूर्ण वळण घेतल्याची जाणीव त्यांना झालीच शिवाय आपण आपल्या भूमिकेत बदल केला नाही, तर अमेरिका आपल्याला चिरडून टाकील; ही भीतीही त्यांना सतावू लागली. जेव्हा अमेरिकेला कोणी ठेचण्याचा प्रयत्न करतो किंवा तिच्या अस्तित्वाला धोका निर्माण होईल असे वागतो, तेव्हा काय परिणाम होतात याचे वेदनादायक अनुभव त्यांच्या गाठीशी होते. जरी १२ सप्टेंबर रोजी मुशर्रफ किंवा अन्य नेत्यांप्रमाणे गडाफींना कॉलिन पॉवेल यांचा फोन आला नसला तरी तो देश आपल्याला बेचिराख करू शकतो. या विचाराने ते अस्वस्थ झाले. वाळवंटातील आपल्या सुरक्षित निवासस्थानातून बाहेर पडून त्यांनी अखेर बिन लादेन आणि अमेरिकेवरील हल्ल्याची जाहीरपणे निंदा केली. कैरोतील अमेरिकन दूतावासात आलेल्या एका तारेनुसार त्यांनी प्रत्येक अरब राष्ट्राने या हल्ल्याचा निषेध करावा, असे आवाहन केल्याचे उघडकीस आले. जेव्हा होऊ घातलेल्या सर्वंकष

युद्धातून तुमची सुटका होणार नसल्याची आम्ही हमी देऊ शकत नाही असे अमेरिकेने त्यांना कळवले, तेव्हा त्यांनी सौदी अरेबियाचे राजे अब्दुला यांना विनवणी करून आपल्या बाजूने रदबदली करण्याची विनंती केली.

सत्तेवर आल्यानंतरची सुमारे चार दशके त्यांनी निरंकुश सत्ता उपभोगली, ते इतर देशांशी ते नेहमीच धूर्त आणि कावेबाजपणे वागले, पण आता त्यांना अमेरिकेच्या भयगंडाने ग्रासले होते. त्यांनी 'लॉकरबी'चा प्रश्न वाटाघाटींच्या माध्यमातून सोडविण्यासाठी अमेरिका आणि ब्रिटनकडे पथके रवाना केली. ऑक्टोबर, २००१मध्ये आलेल्या पथकाचे नेतृत्व मुसा कौसा याच्याकडे होते. गडाफींच्या गुप्तहेर यंत्रणेचा प्रमुख असलेला हा अधिकारी लॉकरबीसारख्या नाजूक विषयावर वाटाघाटी करण्याच्या संदर्भात काहीसा विचित्र वाटत होता. १९७०मध्ये त्याने मिशिगन विद्यापीठातून समाजशास्त्राची पदवी घेतली असली, तरी युरोपभर दहशतवादी थैमान घालणारा अशीच त्याची ख्याती होती. लिबियातील राजवटीवर टीका करणाऱ्या दोघा फितुरांची हत्या झाल्यावर मुसा याची लंडनमधील दूतावासातून हकालपट्टी करण्यात आली होती. १९९५मध्ये एमआय-५ या ब्रिटनच्या अंतर्गत गुप्तचर यंत्रणेचा अहवालात कौसा हा लिबियाच्या गुप्तचर यंत्रणेचा प्रमुख असल्याचे म्हटले होते. आफ्रिका आणि युरोपमधील अतिरेकी हल्ल्यांमागे याच संघटनेचा हात असल्याचा संशय व्यक्त केला जात होता. १९८३मध्ये बर्लिनवर झालेला हल्ला आणि १९८९मध्ये नायजेरमध्ये १७० जणांचा बळी घेणारा विमान अपघात या दोन्ही घटनांसाठी कौसाला दोषी ठरविण्यात आले होते.

मात्र ११ सप्टेंबरनंतरच्या घटनेनंतर जे काही बरेवाईट परिणाम झाले त्यात कौसाचे हे अपराध सर्वांनीच पोटात घातले. पॅन ॲमचा वाद निस्तरण्याबरोबर लिबियाचे अमेरिका आणि ब्रिटनशी असलेले संबंध पुनर्स्थापित करणे आणि गडाफींविषयी विश्वास निर्माण करणे या जबाबदाऱ्या कौसावर सोपविण्यात आल्या होत्या. अजूनही ज्या देशाला आपण शत्रू मानतो, त्याच्याशी वाटाघाटी करण्याची तयारी दर्शविण्यामागे अमेरिकेचे स्वतःचे असे काही हेतू होते. बुश यांनी पुकारलेल्या दहशतवादाविरुद्धच्या युद्धात गडफींना सामील करावे या हेतूनेच परराष्ट्रखात्याचे उपमंत्री विल्यम बर्नस वाटाघाटींसाठी बसणार होते.

या वाटाघाटी पुढे अनेक महिने चालू होत्या, पण मे, २००२मध्ये विमान दुर्घटनेची जबाबदारी गडाफींनी स्वीकारली आणि मरण पावलेल्या प्रवाशांच्या नातेवाईकांना २६ दशलक्ष डॉलर नुकसानभरपाईपोटी देण्याची तयारी दर्शवली. त्यांच्या निर्णयाने संपूर्ण जगाचाच गडाफींकडे पाहण्याचा दृष्टिकोन बदलला. मात्र अमेरिकन आणि ब्रिटन यांचा हिशेब चुकता झाला नव्हता. लिबियाकडे रासायनिक अस्त्रांचा मोठा साठा असल्याचे हे दोन्ही देश जाणून होतेच, पण त्याचा

अण्वस्त्रकार्यक्रम काटेकोरपणे गोपनीय ठेवण्यात आल्याची माहितीही त्यांना होती. त्रिपोलीला अण्वस्त्रांशी निगडित असलेल्या सामग्रीचा पुरवठा करणाऱ्या नेटवर्कचा किती भेद करण्यात आला आहे याचा थांगपत्ता लागू न देता, त्या देशाने अण्वस्त्र कार्यक्रम रद्द करावा, अशी अमेरिका आणि ब्रिटनची इच्छा होती आणि म्हणूनच त्यांनी वाटाघाटींचा डाव टाकला होता. जर सर्व निर्बंध उठवावे अशी लिबियाची मागणी असेल, तर त्या देशाने आपल्याकडील सर्व मानवसंहारक अस्त्रांचा त्याग केला पाहिजे, अशी अट या दोन्ही देशांच्या प्रतिनिधींनी घातली.

अरब जगतात सर्वशक्तिमान नेता म्हणून मिरवायचे स्वप्न उराशी बाळगूनच गडाफी यांनी आपला शस्त्रास्त्र कार्यक्रम राबवला होता, तोच सोडून द्यायचा निर्णय, विमान दुर्घटनेची जबाबदारी स्वीकारून नुकसानभरपाई देण्याच्या निर्णयापेक्षा कितीतरी पटीने महाग पडणार होता. मानवसंहारक अस्त्रांच्या निर्णयावर मार्च, २००३पर्यंत फारशी हालचाल झाली नव्हती. मात्र गडाफींचा मोठा मुलगा आणि वारसदार सैफ इस्माईल गडाफी याने पुढाकार घेऊन ब्रिटिश गुप्तचर यंत्रणेशी संपर्क केला. मध्यपूर्वेची घडी नीट बसविण्यासाठीच्या उपाययोजनांवर आपल्याला चर्चा करायची असल्याचे त्याने कळवले आणि सदर चर्चा लंडनमधील एखाद्या हॉटेलमध्ये व्हावी, असा आग्रह धरला. आखाती युद्धास तोंड फुटण्याच्या आदल्याच दिवशी म्हणजे १९ मार्च रोजी सैफने दोघा ब्रिटिश गुप्तहेरांची भेट घेतली. भेटीदरम्यान तो थोडासा उदास झाला होता आणि याची कबुली त्याने स्वत:च नंतर एका मुलाखतीत दिली – 'ज्यांना मी आत्तापर्यंत सैतान म्हणूनच पाहत आलो, जे माझे कायमचे शत्रू होते अशा ब्रिटिश गुप्तेहरांना मी सामोरा जात होतो. हा सारा अनुभवच माझ्यासाठी अभूतपूर्व होता, काहीतरी चुकणार अशी एक अनामिक भीती मला छळत होती. आणि त्याचवेळी त्यांच्यापैकी एकाने मला सांगितले की, 'एका मोठा घटनेचा प्रारंभ होतो आहे, या क्षणाची दखल इतिहास घेतल्याशिवाय राहणार नाही, एका लहानशा हॉटेलमधील एका लहानशा खोलीत एक नवा अध्याय सुरू होतो आहे.'

मध्यपूर्वेतील राजकीय प्रक्रिया सुरक्षित करण्यासाठी आपल्या वडिलांनी सुरू केलेल्या संयुक्त प्रयत्नांबद्दल सैफला बोलायचे होते. त्यावर उपस्थितांपैकी एक ज्येष्ठ ब्रिटिश अधिकारी उद्‌गारला, 'आता आपण मित्र झालो आहोत, ही आनंदाची बाब आहे आणि मध्यपूर्वेसंदर्भात तुमच्याबरोबर काम करण्याची आमचीही तयारी आहे. पण त्यापूर्वी त्याहीपेक्षा काही महत्त्वाच्या मुद्यांवर आपल्याला तोडगा काढायचा आहे.' लिबियापाशी मानवसंहारक अस्त्रे असल्याच्या अफवेविषयीच त्यांना बोलायचे असावे, अशी शंका त्याच्या मनात आली आणि त्याने तोही विषय चर्चा करण्यालायक असल्याचे मान्य केले. तो म्हणाला, 'मी माझ्या

वडिलांना चांगला ओळखतो आणि त्यांची विचारसरणीही मला पूर्णपणे ज्ञात आहे. मानवसंहारक अस्त्रांचा मुद्दा हाताळण्याची त्यांचीही इच्छा आहे. योग्य देवाणघेवाण आणि योग्य अटी असतील, तर पाश्चात्त्यांशी ते या विषयावर चर्चा करू शकतात.'

लिबियाच्या गोपनीय अण्वस्त्र कार्यक्रमाच्या प्रत्येक बाजूविषयी आपल्याला खातरीशीर माहिती नसल्याचा दावा काही ज्येष्ठ गुप्तचर अधिकारी करत असले तरी सुमारे तीन वर्षांपासून या कार्यक्रमाविषयीची माहिती सीआयए आणि ब्रिटिश यंत्रणा परस्परांना देत होते. लिबियाने या क्षेत्रात किती पल्ला गाठलाय हे जाणून घेण्याची हीच संधी असल्याचे या दोन्ही संघटनांनी ताडले. शिवाय लिबियाने अणूबॉम्ब तयार केलाच असेल तर गडाफींना त्याचा नाद सोडण्याची गळ आताच घालता येईल, हेही त्यांना कळून चुकले होते. आपल्या वडिलांचा एक सच्चा प्रतिनिधी म्हणून सैफकडे त्या वेळी पाहिले गेले. तशातच त्याने मानवसंहारक अस्त्रांवर चर्चा करण्याची तयारी दाखवल्याने एक मोठी कोंडी फुटण्याची शक्यता निर्माण झाली होती. या चर्चेची माहिती अमेरिकेला कळविण्यात आली आणि जॉर्ज टेनेट यांनी दुसऱ्या दिवशी अध्यक्ष बुश यांना द्यायच्या माहितीत तिचा समावेश केला. काही वेळातच ब्रिटनचे पंतप्रधान टोनी ब्लेअर कॅम्पडेव्हिड येथे बुश यांच्याशी चर्चा करायला दाखल झाले, त्या वेळी इराकी युद्ध काही दिवसांवर येऊन ठेपले होते. टेनेट आणि त्यांचे ब्रिटिश समकक्ष अधिकारी सर रिचर्ड डिअरलव्ह यांनी या चर्चेत भाग घेतला. चर्चेच्या केंद्रस्थानी इराक युद्ध हा विषय असला, तरी लिबियाच्या धाडसी कारवायाही त्यांच्या कार्यक्रम पत्रिकेवर होत्या. गडाफींच्या अंतिम हेतूंविषयीही या वेळी वाद रंगला; पण आपला अण्वस्त्र कार्यक्रम लायकीपेक्षा जास्त त्रासदायकच असल्याची जाणीव त्यांना झाल्याचे या नेत्यांनी ओळखले. गडाफी यांच्याशी वाटाघाटी करताना योग्य व्यक्तीची निवड करण्याचा सल्ला बुश यांनी दिला होता, तो सांगून टेनेट बैठकीतून निघून गेले.

या नव्या मोहिमेसाठी टेनेट यांनी स्टिफन केप्स यांची निवड केली. अमेरिकेच्या मरिन दलात अधिकारी या नात्याने काम केल्यावर ते १९८१मध्ये सीआयएमध्ये रुजू झाले होते. त्यानंतर मध्यपूर्व आणि युरोपमध्येही त्यांना पाठवण्यात आले होते. त्यांच्या या नव्या निवडीविषयी सीआयएचे तत्कालीन उपसंचालक जॉन मॅकलगीन म्हणतात, 'ती अतिशय सुयोग्य अशी निवड होती. जर त्यांच्याऐवजी अन्य कोणालाही वाटाघाटींसाठी पाठवले असते, तर सारेच महाकठीण होऊन बसले असते. गुंतागुंतीचे आणि मुख्य म्हणजे जोखीमपूर्ण झाले असते. सध्या केप्स वॉशिंग्टनमध्ये होते. खान यांच्या नेटवर्कचा भेद करणाऱ्या पथकाचे ते

प्रमुख होते. त्यामुळेच गडाफींची अण्वस्त्र सामग्री खरेदी करण्याची उडी कुठपर्यंत पोहोचली आहे, याचीही त्यांना इत्थंभूत माहिती होती. त्यांनी मागील दाराने कौसाशीही संपर्क ठेवला होता. त्यानंतरच्या काही दिवसांत टेनेट आणि केप्स यांनी बुश आणि उपाध्यक्ष डीक चेनाई यांच्या अनेकदा भेटी घेतल्या आणि लिबियाच्या वाटाघाटींचा प्रश्न कसा हाताळायचा यावर चर्चा केली.

या साऱ्या घडामोडीच चकवा देणाऱ्या होत्या, एकीकडे बुश यांनी दहशतवादाविरुद्ध युद्ध पुकारले होते आणि त्याच वेळी ज्याला कायमच शत्रूवत वागणूक दिली त्या गडाफींशी ते गुफ्तगू करताना दिसणे अडचणीचे ठरले असते. शिवाय गडाफींच्या गैरवर्तनाला अमेरिका पाठिंबा देत असल्याचे चित्र निर्माण झाले होते आणि चेनई यांनी त्याला विरोध दर्शविला होता. तरीही या कळीच्या क्षणी गडाफींनी आपला अण्वस्त्र कार्यक्रम सोडला असता तर तो बुश आणि चेनई यांच्या दराऱ्याचा विजय मानला गेला असता. दक्षिण आफ्रिका वगळता इतर कोणत्याही देशाने आपला अण्वस्त्र कार्यक्रम गुंडाळला नव्हता. त्या पार्श्वभूमीवर तर गडाफींनी मान तुकविण्याइतके मोठे बक्षिस असूच शकणार नव्हते.

त्यानंतरच्या काही आठवड्यात केप्स आणि त्यांच्या ब्रिटिश समकक्ष अधिकाऱ्यांनी मुसा कौसाच्या लंडनमध्ये आणि इतर युरोपीय देशांच्या राजधान्यांमध्ये वारंवार भेटी घेतल्या. प्रगती गोगलगायीच्या गतीने पुढे सरकत होती. या सर्व वाटाघाटी फिस्कटतील या भीतीने लिबियाकडे रासायनिक अस्त्रे असल्याचे कौसा मान्यच करत नव्हता. त्यामुळे अण्वस्त्र कार्यक्रम बासनात गुंडाळण्याचा मुद्दा दूरच राहिला. ब्रिटनचा दूतावास त्रिपोलीत होता. शिवाय तेथील राजदूत उत्तम अरेबिक बोलायचा. या दोन कारणास्तव वाटाघाटीतही ब्रिटिशांनी पुढाकार घेतला. मात्र अमेरिकेचे आशीर्वाद नसतील तर गडाफींना पुन्हा आंतरराष्ट्रीय समुदायात स्थान मिळणे अवघड होते हेही स्पष्ट दिसत होते.

याच वाटाघाटीत सहभागी झालेल्या एका ब्रिटिश अधिकाऱ्याने म्हटले होते. 'लिबियाचे प्रकाराच मुळी तर्कसंगत नव्हते. जर तुमच्या हितसंबंधांच्या आड येत नसेल तर महासंहारक अस्त्रांचा मुद्दा काढण्याचे कारणच काय होते? हे सर्व आम्हाला समजते,' अशी कबुली अशा बऱ्याच लिबियन नागरिकांनी माझ्याकडे व्यक्त केली. ते म्हणायचे, 'हा सारा शीतयुद्ध संपल्यानंतर सुरू झालेला खेळ आहे. आता हा खेळ खेळणे अधिकच अवघड झाले आहे, लिबियाचे हेतू काहीतरी वेगळेच आहेत आणि आमच्या हळवेपणाच्या कल्पना तर त्याहूनही वेगळ्या आहेत.'

आपल्या शस्त्रास्त्रांचा कार्यक्रम रद्द करण्याचा निर्णय करून त्या निर्णयाशी प्रतारणा न करण्याची शक्ती असलेल्या काही मोजक्या नेत्यांत गडफीचा समावेश

होता. अणूकार्यक्रमापासून आपल्याला फायदे कमी मिळतील आणि तोटेच जास्त होतील अशी तर्कसंगत मांडणी त्यांने केल्याचे दिसत होते. मात्र त्याचवेळी ज्या स्वप्नांचे मजले बांधण्यासाठी अब्जावधी डॉलर्स खर्ची पडले, ते दीर्घकाळ स्वप्न नष्ट करायला गडाफी टाळाटाळ करत होता. पहिले पाऊल उचलायला त्याला इतर कोणाच्यातरी धक्क्याची गरज होती.

२००३च्या ग्रीष्म ऋतूतही हे वाटाघाटींचे गाडे पुढे सरकेना, तेव्हा केप्स आणि ब्रिटनचे ज्येष्ठ गुप्तचर अधिकारी मार्क ॲलन सीआयएच्या एका नोंदणी नसलेल्या विमानाने लंडनहून ट्युनिशियाला रवाना झाले. तेथे गडाफी त्या देशाचा अधिकृत अतिथी या नात्याने आधीच पोहोचले होता. ॲलन यांना हा नेता आकर्षक आणि आत्मविश्वासपूर्ण वाटला आणि तो सहजासहजी अण्वस्त्र कार्यक्रमाचा त्याग करणार नाही हेही त्या क्षणी कळून चुकले. वाटाघाटीत भरपूर तास खर्च करूनही दोन्ही अधिकारी रिकाम्या हातानी परतले. सप्टेंबरमध्ये केप्स आणि ॲलन पुन्हा एकदा गडाफीच्या गढीतच पोहोचले. संबंधित देशात सौहार्दपूर्ण वातावरण निर्माण होण्याच्या शक्यता या वेळी निर्माण झाल्या. मात्र तेवढेच! लिबियाकडे अण्वस्त्रे असल्याची कबुली संदर्भात गडाफीनी चकार शब्दही काढला नाही. मग अण्वस्त्र कार्यक्रम मोडीत काढण्याचा करार करणे दूरच राहीले. लिबियाच्या या सर्वशक्तिमान नेत्याला अंतिम आणि अपरिवर्तनीय निर्णयाप्रत आणण्यासाठी आणखी कशाची तरी आवश्यकता होती आणि त्याचवेळी 'काहीतरी' हिन्दी महासागराच्या वाटेने दुबईच्या दिशेने सरकत होते.

खान यांचा खेळ आता संपत आल्याची जोरदार भावना सीआयएमध्ये निर्माण झाली होती. हा पाकिस्तानी शास्त्रज्ञ अणू तंत्रज्ञान काळ्या बाजारात विकत होता हे सिद्ध करून सज्जड पुरावा स्कोमीवरील माल जप्त केल्यावर हाती आला होता. एकीकडे मलेशिया ते दुबई असा प्रवास करणाऱ्या त्या जहाजावर सीआयए उपग्रहांच्या साहायाने पाळत ठेवून होती. तर दुसरीकडे संयुक्त राष्ट्रसंघाच्या वार्षिक बैठकीसाठी आलेले मुशर्रफ आणि बुश यांची भेट घडवून आणण्याचा घाट व्हाइट हाउसने घातला होता. जप्त केलेला माल नियोजित ठिकाणी पोहोचण्याची प्रक्रिया सुरू असतानाच अल-कायदा आणि तिच्या बांडगुळासारख्या वाढलेल्या इतर संघटनांच्या पुढे काय वाढून ठेवलेय हे मुशर्रफ यांच्या कानी घालणे आवश्यक ठरले होते आणि म्हणूनच अमेरिकेच्या दृष्टीने तो देश अत्यंत महत्त्वाचा मित्र ठरला होता. २४ सप्टेंबरच्या दुपारी वॉल्डरोफ हॉटेलच्या ५३व्या मजल्यावरील बुश यांच्या स्वीटमध्ये ही बैठक झाली. दहशतवादाविरुद्धच्या लढ्यात सहकार्य मिळवण्याची एक संधी म्हणून ही बैठक आयोजित करण्यात आल्याचे नंतर

प्रसारमाध्यमांना कळविण्यात आले. बैठक संपता-संपता, 'उद्या तुम्हाला भेटण्यासाठी जॉर्ज टेनेट येणार आहेत, ही भेट अत्यंत गंभीर असून तुमच्या दृष्टिकोनातून तर अतिशय महत्त्वाची आहे,' असे उद्‌गार बुश यांनी काढले आणि त्या बैठकीची निश्चितता स्पष्ट करून घेतली.

दुसऱ्या दिवशी सकाळी टेनेट मुशर्रफ यांच्या खोलीवर सकाळीच पोहोचले. सुरुवातीचा काही काळ हास्यविनोदाने गेल्यावर टेनेट अचानक गंभीर झाले आणि आपल्याकडे एक वाईट बातमी आहे असे म्हणाले. 'ए.क्यू. खान पाकिस्तानशी देशद्रोह करताहेत, त्यांनी तुमच्या देशाची अत्यंत संवेदनशील अशी गुपिते चोरली असून जास्तीतजास्त बोली लावणाऱ्याला ती विकली आहेत. खान यांनी तुमची अण्वस्त्रविषयक गुपिते चोरली आहेत हे आम्हाला खातरीशीरपणे माहीत आहे कारण तीच गुपिते आम्ही त्यांच्याकडूनच चोरली आहेत.' टेनेट म्हणाले.

उत्साहाच्या भरात टेनेट यांनी आपल्या ब्रिफकेसमधील कागदपत्रे आणि आराखडे बाहेर काढून मुशर्रफ यांच्यासमोरील टेबलावर मांडले, यात ब्रिटिश गुप्तचर एजंटांनी अनेक वर्षांपूर्वी खान यांच्या हॉटेलरूममधून मिळवलेल्या कागदपत्रांचा समावेश होता. कागदपत्रे चाळतांना कहुटातील प्रकल्पांतर्गत असलेल्या सेंट्रिफ्युजचे तपशील, चित्र त्यांनी ओळखले. बारकाईने पाहिल्यावर त्यांच्या लक्षात आले की, कागदपत्रांवर असलेल्या चित्रांना क्रमांकही देण्यात आले आहेत. त्यांच्यावर असलेल्या तारखा आणि सह्या यांचा तर मुशर्रफ सरकारच्या स्वत:च्या अण्वस्त्र कार्यक्रमाशी मिळत्याजुळत्या असल्याचेही त्यांच्या लक्षात आले. या कागदपत्रांवर खान यांच्या नावाचा उल्लेख कुठेच आढळला नाही, पण खान हे पाकिस्तानचे अण्वस्त्र तंत्रज्ञान विकत होते याबद्दल शंका येण्याचे कारणच उरले नव्हते.

टेनेट आपला मुद्दा बळकट करत होते. पी-२ची एक ब्लू प्रिंट काढून ते म्हणाले, 'हे त्यांनी इराणला विकले आहे.' पी-२चे एक डिझाइन उचलत त्यांनी सांगितले की, 'आणि हे ही त्यांनी अनेक देशांना विकले आहे,' शेवटी तर त्यांनी कागदाचा एक गठ्ठाच बाहेर काढला आणि म्हणाले, ''लिबियाच्या युरेनियम प्रक्रिया प्रकल्पाला विकलेल्या सामग्रीची ही चित्रे आहे.''

सीआयएचे संचालक पुढे बोलतच होते, ''मि. प्रेसिडेंट, लिबिया किंवा इराण 'देव करो तसे न होवो', पण अल-कायदाच्या हातात तुमच्या देशाकडून कामचलाऊ का होईना पण अण्वस्त्रे पडत असतील आणि जर हे जगाला माहीत झाले, तर त्याचे परिणाम प्रलयंकारी असतील अशी मला भीती वाटते.'' खान यांच्या कारवायांना पूर्णपणे खीळ घालण्यासाठी अमेरिका आणि पाकिस्तान यांनी हातमिळवणी करावी, अशी सूचनाही टेनेटनी या वेळी केली.

मुशर्रफना भावना आवरता आल्या नाहीत; तरीही त्यांनी आपल्या आयुष्यातील

तो सर्वांत लाजिरवाणा क्षण होता, हे मान्य केले. काही प्रश्न विचारून झाल्यावर त्यांना सदर कागदपत्रे बरोबर नेण्याची परवानगी मिळाली. मुशर्रफ यांनी टेनेट यांचे आभार मानले आणि इथून पुढे काळजी घेईन असे आश्वासन दिले.

हे सर्व आपल्या नाकाखाली घडत होते, याचा 'साक्षात्कार' मुशर्रफना झाला. खान यांच्या परदेशांच्या वाऱ्या, भाड्याची विमाने, त्यांचा प्रचंड धनसंचय आणि मुशर्रफ यांच्याच आदेशाने खान आणि काही संशयित व्यक्तींच्या भेटीची करण्यात आलेली तपासणी, या सर्वांची संगती त्यांना आता लागत होती, खान यांच्याशी आपण शांतपणे पूर्ण धैर्याने सामना करू अशी मुशर्रफ यांना आशा वाटत होती, पण त्याचवेळी त्यांना देशाची नाचक्की टाळायची होती आणि टेनेट यांनी वर्तवलेले प्रलयंकारी दुष्परिणामांचे भाकितही खोटे पाडायचे होते.

मुशर्रफ आणि टेनेट यांच्या भेटीनंतर थोड्याच दिवसांत मलेशियाचे जहाज दुबईला पोहोचले. त्याच्यावरची पाच खोकी खाली उतरविण्यात येऊन ताहिरच्या नेहमीच्या वापरात असलेल्या वखारीत नेण्यात आली. दोन दिवसांनंतर ती एका जर्मन नागरिकाच्या मालकीच्या 'बीबीसी चायना' या मालवाहू जहाजावर चढवण्यात आली. हे जहाज लिबियाला निघाले होते. पर्शियन आखाताच्या बाजूने जहाज निघाले आणि पाणी कापत कापत लाल समुद्राच्या वाटेने सुवेझ कालव्यात शिरले. प्रवास अर्ध्यावर असतानाच जहाजाच्या मालकाचा कॅप्टनला संदेश आला की, भूमध्य समुद्रात पोहोचताक्षणी जहाजाने दिशा बदलावी. जहाज आता इटलीतील टोरँटो बंदरातच लागेल असेही कॅप्टनला सांगण्यात आले. हा आदेश अतिशय विक्षिप्त होता आणि त्याचे कारणही हॅम्बर्ग येथील कार्यालयाने दिले नव्हते. कॅप्टनने आपल्या जहाजाची दिशा लागलीच बदलली. भूमध्य समुद्रात बीबीसी चायनाच्या मागे सावलीसारख्या असणाऱ्या अमेरिकन नौदलाच्या दोन छोट्या मालवाहू जहाजातही हा बदल घडवून आणला होता.

बीबीसी चायनावर माल चढवला जात असल्याचे सीआयएने पाहिले होते. पण पुढचे पाऊल गोत्यात आणणारे होते. अमेरिकन आणि ब्रिटिशांना हे जहाज सुरक्षित बंदरात नेऊन खाली करायचे होते. तेही कमालीची गुप्तता पाळून त्यासाठी त्यांनी अर्धसत्यावर आधारित कहाणी तयार केली, हे जहाज अभावितपणे खान यांची अण्वस्त्र सामग्री वाहून नेत आहे असे त्यांनी जहाजाच्या जर्मन मालकाला आणि इटालियन अधिकाऱ्यांना कळवले, मात्र त्याचबरोबर त्यांनी लिबियाचा उल्लेख केला नाही. ४ ऑक्टोबर रोजी जहाज टोरँटोला पोहोचले आणि इटालियन आणि जर्मन अधिकाऱ्यांशी त्याची गाठ पडली. त्यांनी आपल्याला हव्या असलेल्या खोक्यांचे क्रमांक कॅप्टनने दिले. जहाजावरील कर्मचाऱ्यांनी नेमकी तीच खोकी शोधून काढण्याचे किचकटीचे काम सुरू केले. सर्व खोकी

गोदीत उभ्या असलेल्या अमेरिकेच्या लष्करी ट्रकमध्ये भरण्यात आली आणि जवळच्या वखारीत नेण्यात आली. या खोक्यांत नेमके काय दडले होते, याचा थांगपत्ता जहाजाच्या कॅप्टनला शेवटपर्यंत लागला नाही आणि तो लिबियाच्या दिशेने निघाला. कोणतेही ओळखीचे चिन्ह नसलेल्या पण कडेकोट बंदोबस्तातील या वखारीत दुसऱ्या दिवशी सकाळी सीआयएच्या तज्ज्ञांनी खोकी उघडली आणि त्यात सेंट्रिफ्युजचे हजारो सुट्टे भाग असल्याची खातरी करून घेतली. हा संदेश सीआयएच्या लँग्ले या मुख्यालयात आणि ब्रिटनमध्ये एमआय-६च्या मुख्य कार्यालयात लगोलाग पाठवण्यात आला.

शेवटी गडाफींना हवे तसे नाचवता येईल, एवढा दारूगोळा सीआयएच्या हाती आला होता. जहाजाला वेढा घालण्यासाठी गुप्तचर यंत्रणांचा झालेला वापर अंधारात ठेवून सज्जड पुराव्याच्या आधाराने गडाफींशी दोन हात करण्याची परवानगी बीबीसी चायनानेच या दोन्ही देशांना दिली होती. त्याच दिवशी सर्व खोकी उघडण्यात आली. कौसाची परवानगी घेऊन ॲलन आणि केप्स त्रिपोलीकडे निघाले. या परवानगीसाठी त्यांनी दोनच दिवसांपूर्वी कौसाला फोन केला होता. तेथे गडाफींच्या एका खाजगी जेटमध्ये ते चढले आणि दोन तासांनंतर लिबियाच्या आक्राळविक्राळ वाळवंटातील एका धावपट्टीवर उतरले. धावपट्टीच्या जवळच असलेल्या एका सुसज्ज राहुटीत त्यांचीच वाट पाहात असलेले गडाफी त्यांना दिसले. थंडगार होत चाललेल्या रात्रीच्या वातावरणात ते स्थानापन्न होताच, एका नोकराने राहुटीच्या दाराशी एक धगधगती शेगडी ठेवली आणि पंखा घेऊन गरम हवेला आत ढकलू लागला. कोस यांच्या दृष्टीने वाटाघाटींची वेळ आता संपली होती. गडाफी अण्वस्त्रे बांधण्याच्या प्रयत्नात होते हे सिद्ध करणारा पुरेसा पुरावा अमेरिकेपाशी होता. जर त्यांनी अणूकार्यक्रम सोडण्यास नकार दिला तर त्यांचे सगळेच मुसळ केरात जाणार होते. आंतरराष्ट्रीय समुदायाने मोठ्या सन्मानाने आपल्याला पुन्हा जवळ करावे यासाठी त्यांनी केलेल्या वाटाघाटी निष्फळ ठरणार होत्या. तशाप्रकारचा कोणताही करार होण्याची शक्यता नव्हतीच, पण सर्वांत वाईट गोष्ट म्हणजे गडाफी आणि त्यांच्या देशाला या साऱ्याचे स्पष्ट परिणाम भोगावे लागणार होते.

'तुम्ही गटांगळ्या खात आहात आणि मी तुमच्यासाठी जीवनरक्षक आहे.' केप्सनी लिबियाच्या सर्वेसर्वाला सांगितले.

गडाफींनी हे म्हणणे मान्य केले आणि आपल्याला कुणीतरी वाचवायला हवे अशी कबुली दिली.

जेव्हा करार हाताशी असतो, तेव्हा त्याची गोपनीयता कैकपटींनी वाढते. जर गडाफींनी अण्वस्त्रांचा त्याग करण्याची आणि मानवसंहारक अस्त्रे मोडित काढण्याची

तयारी दर्शविल्याची बातमी फुटली असती तर, अरब वृत्तपत्र जगताने आणि खुद्द त्यांच्याच नागरिकांनी त्यांची नाचक्की केली असती, या कराराची माहिती बुश, ब्लेअर आणि काही अतिमहत्त्वाच्या मोजक्या अधिकाऱ्यांना कळविण्यात आली. एकीकडे तांत्रिक बाबींची पूर्तता करतानाच मूळ करार गोपनीय ठेवण्याचा निर्धार दोन्ही देशांनी केला. लिबियाच्या कोठारातील रासायनिक शस्त्रे, अण्वस्त्र उपकरणे यांची यादी तयार करण्याचे प्राधान्याने हाती घेण्यात आले. दुसरे आणि तितकेच महत्त्वाचे म्हणजे लिबियाच्या तावडीतून अतिसंवेदनशील आण्विक सामग्री सोडवून त्याची रासायनिक अस्त्रे नष्ट करण्याविषयीचा करार प्रत्यक्षात आणणे गरजचे होते. आणि हे सर्व करताना लिबियाचा चंचलवृत्तीचा नेता डोक्यात राख घालून घेऊन चालता होणार नाही याचीही काळजी घेणे क्रमप्राप्त होते.

हा करार झाल्यानंतर दोन आठवड्यांनी रासायनिक जैविक आणि अणू क्षेत्रातील तज्ज्ञांची पथके ब्रिटनकडून चालवल्या जाणाऱ्या सीआयएच्या विमानात चढली. ती लिबियात जाऊन जेथे अण्वस्त्र निर्मितीचे काम चालायचे त्या जागा नजरेखालून घालणार होती. कोणत्याही मार्गाने या गुप्त उड्डाणाचा सुगावा युरोपीय महासंघाच्या कायदेमंडळ असलेल्या युरोपीय समितीला लागला आणि संपूर्ण मोहिमेचाच खेळखंडोबा होण्याची आफत आली. सुदैवाने लिबियातील संशयित अतिरेक्यांना परत पाठविण्यासाठी सीआयए सदर विमान वापरत असल्याचे आणि त्यासाठी या महानाट्याचा देखावा करत असल्याची त्या कायदेमंडळाची समजूत झाली. हा दौरा दोन दिवस टिकला म्हणून जेथे लिबियाने रासायनिक अण्वस्त्रांची पिंपे दडवून ठेवली होती आणि अण्वस्त्रे तयार करण्यासाठी ज्या जागा निवडल्या त्यांचा नव्याने आणि तपशीलवार ठोकताळा घेण्यासाठी डिसेंबरच्या सुरुवातीलाच ही पथके पुन्हा लिबियात पोहोचली. या वेळी त्यांनाच अचंबित करणाऱ्या अशा अण्वस्त्राच्या माहितीने भरलेले कॅटलॉग दहा दिवस खर्च करून तपासावे लागले. उर्स टिनारने सीआयएला कळविल्यापेक्षा किती जास्त पटीने लिबियाने अण्वस्त्र सामग्री गोळा केली होती, अर्थात टिनारने ही माहिती जात्याच लपवून ठेवली की त्यालाच त्याची व्याप्ती कळली नव्हती हे आताच निश्चित करणे अवघड होते. गडाफी आपल्या मनोभूमिकेत बदल करण्याची शक्यता आताही होती, पण शस्त्रास्त्रांचे साठे करण्याच्या त्याच्या जागांविषयी अमेरिका आणि ब्रिटनच्या गुप्तहेरखात्यांना भरपूर माहिती मिळाली होती. ती माहिती गडाफींची स्वप्ने धुळीस मिळवण्यास पुरेशी होती.

लंडन शहराच्या मध्यवर्ती भागात पिकॅडली नावाचा चौक आहे. त्याच्यापासून हाकेच्या अंतरावर पॉल मॉल या नावाने ख्यात असलेली एक उच्चभ्रू बाजारपेठ असून तिच्या मधोमध ट्रॅव्हलर्स क्लब आहे. व्हिक्टोरियन काळापासून फक्त धनाढ्य

पुरुषांची मक्तेदारी असलेल्या या क्लबने अनेक ऐतिहासिक घटनांत सहभागी होण्याचे भाग्य अनुभवले आहे. मात्र १६ डिसेंबर माध्यान्हीला एक अनपेक्षित गट त्यात घुसला. त्यांना मुख्य लॉबीपासून काही अंतरावर असलेल्या खासगी खोल्यांत नेण्यात आले. एक औपचारिक भोजनासाठी लावलेल्या भल्यामोठ्या शिसवी टेबलाभोवती मांडलेल्या खुर्च्यांचा त्यांनी ताबा घेतला. मध्यभागी मुसा कौसा आणि त्याच्या शेजारी लंडन लिबियाचे आणि रोमचे राजदूत स्थानापन्न झाले होते. त्यांच्या समोरच्या रांगेत ब्रिटनच्या परराष्ट्रखात्याचे अधिकारी विल्यम इर्मन आणि राष्ट्रकुल कार्यालयाचे अधिकारी डेव्हिड लॅब्समन बसले होते. एमआय-६चे आणखी एक अधिकारी मार्क ॲलनही तेथे होते. अमेरिकेच्या बाजूने राष्ट्रीय सुरक्षा समितीच्या प्रसारबंदी खात्याचे प्रमुख रॉबर्ट जोसेफ आणि स्टिव्ह केप्स प्रतिनिधित्व करत होते.

भोजन समारंभ थोडक्यात आटोपला पण अमेरिका आणि ब्रिटनने एकमेव मुद्याचा आग्रह अखंडपणे धरल्याने प्रत्यक्ष बैठक सुमारे १० तास लांबली. त्यांनी गडाफी यांनी रासायनिक अस्त्रे नष्ट करून, अण्वस्त्र कार्यक्रम रद्द करत आहोत असे निसं:दिग्ध जाहीर निवेदन द्यावे, असा हेका लावला होता. जेव्हा याविषयीच्या नेमकेपणाचा मुद्दा पुढे आला तेव्हा लिबियाने काळ्या बाजारातून खरेदी केलेली सर्व आण्विक सामग्री सोडून द्यावी आणि रासायनिक अस्त्रांची भांडारे नष्ट करावी असा जोरदार आग्रह अमेरिका आणि ब्रिटनच्या प्रतिनिधींनी धरला. या व्यतिरिक्त त्यांनी युरोपपर्यंतचा पल्ला गाठण्याची क्षमता असलेली क्षेपणास्त्रे परत करावी, 'ॲडिशनल प्रोटोकॉल'वर सही करावी आणि आयएईएला संपूर्ण निरीक्षण करण्याची परवानगी द्यावी या अटीही घातल्या.

या बैठकीचे वर्णन करताना त्यातील एक सहभागी अधिकारी सांगतात, 'ही बैठक खरोखर कठीण होती. ज्याच्यासाठी अमाप पैसा खर्च केला आणि ज्यावर शेकडो कुटुंबांचे संसार उभे होते अशा गोष्टीवरच ते पाणी सोडत होते. त्यांना असे अचानक तोंडघशी पाडून भिकेला लावणे तसे सोपे नव्हते. या प्रश्नाला एक राजकीय कंगोराही होता, तो म्हणजे या सर्वांवर लिबियाच्या शेजारील अरब राष्ट्रांची प्रतिक्रिया काय असेल? आणि त्यात इतरही अडथळे होते. क्षेपणास्त्रांचा त्याग करणे लिबियावर बंधनकारक नव्हते. सेंट्रिफ्युजेस आणि इतर आण्विक उपकरणे अबाधित ठेवण्याचाही ते प्रयत्न करू शकत होते. त्यासाठी त्यांना फार काही करण्याची गरज नव्हती. ही सर्व सामग्री शांततेच्या मार्गासाठी असल्याचे त्यांनी जाहीर करण्याचा अवकाश, एआयईए त्याला तत्काळ राजी झाली असती.' परंतु अमेरिका ब्रिटनच्या दृष्टीने हा खेळाचा अंतिम अध्याय होता, त्यासाठी गडाफींनी सर्व आक्षेपार्ह वस्तूंना तिलांजली देण्याचा निर्णय करायला हवा होता.

एका महत्त्वाच्या अब्रू टाळण्याच्या मुद्यावर लिबियाने विजय मिळवला. अमेरिका आणि ब्रिटनची मागणी पूर्ण करून गडाफींनी जाहीर निवेदन न करण्याचा निर्णय केला आणि ती जबाबदारी परराष्ट्रमंत्र्यावर टाकून स्वत:ची नामुश्की टाळली. तरीही या सर्व प्रकारातून आपण आता बाहेर पडलो, हे जगाला दाखविण्यासाठी आणि करारावर शिक्कामोर्तब करण्याची गडाफींना सार्वजनिक निवेदन करावेच लागले असते. सरतेशेवटी गडाफीनी निवेदनाची भाषा बदलण्याची तयारी दर्शविल्यावर आणि करण्याच्या मुद्यावर त्याला ब्रिटन आणि अमेरिकेच्या प्रतिनिधींनी दिलेल्या मान्यतेनंतर वाटाघाटींचे ताबूत शांत झाले. शेवटी सर्वमान्य अशा तोडग्यातील भाषा निश्चित करण्यासाठी त्यातील प्रत्येक वाक्यावर चर्वितचर्वण झाले. प्रत्येक गोष्ट मान्य झाल्याशिवाय कोणतीच गोष्ट मान्य होत नसते,' अशी टिप्पणी दुसऱ्या एका सहभागी अधिकाऱ्याने केली.

अंतिम उद्दिष्ट मात्र लोंबकळत राहिले, ही बातमी फुटली तर संपूर्ण करारच रुळावरून घसरेल ही भीती वाढू लागली. त्यामुळे लिबियाने होता होईतो लवकरात लवकर जाहीर निवेदन करावे यासाठी ब्रिटन आणि अमेरिका लिबियाला पुढे ढकलायला लागले. बऱ्याच चालढकलीनंतर ही ऐतिहासिक घोषणा करण्यासाठी १९ डिसेंबर ही तारीख मुक्रर करण्यात आली. आपण निवेदकाची पूर्ण पूर्वतयारी करू असे वाटल्याने लिबियाने ही अलीकडची तारीख निश्चित केली होती. या बातमीची पूर्वकल्पना मूठभर ज्येष्ठ अधिकाऱ्यांना दिली होती. अंधारात ठेवण्यात आलेल्या नेत्यांत जॉन बोल्डनचा समावेश होता. कारण या वाटाघाटीचा गौप्यस्फोट करून तो करारच चव्हाट्यावर आणील, अशी भीती त्याच्याबद्दल वाटत होती. आता काय ऐकायला मिळणार याची नक्की कल्पना असलेल्या मूठभर ब्रिटिश अधिकाऱ्यांपैकी एक जण १९ तारखेला संपूर्ण दिवस अस्वस्थपणे येरझाऱ्या घालत होता. संध्याकाळ संपून रात्र झाली तेव्हा मात्र त्याच्याच्याने राहावले नाही आणि त्यांनी लिबियातील राजदूताला फोन लावला.

"त्यांनी हे नभोवाणीवर आधीच प्रसारित केलेय काय?" ॲंथनी लिंडेन या राजदूताला त्यांनी विचारले.

'सध्या टीव्हीवर फुटबॉल सामना सुरू आहे," लिंडेन उत्तरले.

जसजसा उशीर होत गेला तसतशी या ब्रिटिश अधिकाऱ्याची काळजी वाढू लागली. अगदी शेवटच्या क्षणी गडाफींचे मतपरिवर्तन झाले असणार आणि ते ही सर्व घटनाच रद्द करणार असे त्याला वाटू लागले.

शेवटी फुटबॉलचा सामना संपला आणि लिबियाचे परराष्ट्रमंत्री मोहंमद अब्दर रेहमान चलगम यांचा चेहरा पडद्यावर दिसू लागला. आपला देश अण्वस्त्र कार्यक्रम खुला करून रासायनिक अस्त्रे मोडीत काढील असे निवेदन त्यांनी केले.

त्यानंतर गडाफीही आले. देशाला उद्देशून केलेल्या आपल्या छोटेखानी भाषणात त्यांनी, 'हा एक शहाणपणाचा निर्णय असून आम्ही टाकलेले ते एक हिंमतीचे पाऊल आहे,' अशा शब्दांत निर्णयाचे समर्थन केले.

वॉशिंग्टनमध्ये पहाटे ५ वाजल्यानंतर आणि लंडनमध्ये दहा वाजण्याच्या सुमारास बुश आणि ब्लेअर आपापल्या देशाच्या जनतेसमोर टीव्हीच्या पडद्यावर झळकले, आणि त्यांनी गडाफींवर स्तुतीसुमनांचा वर्षाव केला. इराकशी युद्ध सुरू करून ९ महिन्यांचा कालावधी लोटला तरी सद्दामने रासायनिक, जैविक आणि आण्विक अस्त्र विस्ताराचा कार्यक्रम पुन्हा हाती घेतल्याचे सिद्ध होत नव्हते, त्यामुळे बुश यांच्या या युद्धाच्या समर्थनाचे वस्त्रहरण झाले होते. अमेरिकेचा प्रथमपासूनचा मित्र असलेल्या ब्रिटनचे पंतप्रधानही देशांतर्गत टीकेचे धनी होत होते. शेवटी मुअम्मर गडाफींनेच पुरवलेला जीवनरक्षक गॅस मास्क त्यांनी खेचून घेतला. बुश यांनी त्याच्या विशेष उपयोग करून इराकमधील अपयशाने मलिन झालेली सीआयएची प्रतिमा आता पुन्हा उजळली असल्याचा दावा केला. सद्दाम हुसेन आणि इतर युद्धखोर नेत्यांना धडा शिकविण्यासाठी गडाफींचा निर्णय उपयोगी पडल्याची मल्लीनाथीही त्यांनी केली. दूरचित्रवाणीवर केलेल्या भाषणात त्यांनी सांगितले की, जे देश मानवसंहारक अस्त्रे बाळगण्याची स्वप्ने बघतात, अशांना उत्तर कोरियावर अमेरिकेने आणलेला दबाव आणि इराकमधील युद्धाने अचूक संदेश पाठवला आहे. ही शस्त्रे प्रभाव किंवा प्रतिष्ठा यांपैकी काहीच मिळवून देत नाहीत. ती संबंधित देशांना एकाकी पाडतात आणि अप्रिय दुष्परिणामांचा सामना करायला लावतात.

दुसऱ्या दिवशी ब्रिटनच्या पंतप्रधानांच्या निवासस्थानी एक निरोप्या पोहोचला. त्याच्या हातात खजुराचा एक बॉक्स आणि मोसंब्यांची एक करंडी होती. गडाफींनी ब्लेअर यांचे आभार मानणारा संदेशही त्यासोबत होता.

खान यांच्या नेटवर्कला मात्र एक वेगळाच संदेश मिळणार होता.

अण्वस्त्रांचा खुलेआम बाजार

शनिवार, *२० डिसेंबर. व्हिएन्ना शहरातील* प्रसिद्ध ख्रिसमस मार्केटमध्ये ओली हिनोनेन त्यांच्या पत्नीसह शॉपिंग करत होते, तेवढ्यात त्यांच्या सेलफोनची रिंग वाजली. अल बरादींचे सेक्रेटरी पलीकडून बोलत होते. संदेश तातडीचा होता. महासंचालकांच्या कार्यालयात होणाऱ्या एका बैठकीला हिनोनेन यांनी उपस्थित राहाणे अपेक्षित होते. त्यांनी त्यांच्या कुटुंबाला तेथेच सोडले आणि गाडी घेऊन ते आयएईकडे निघाले. एक-दोन तासांत घरी परततो, असे आश्वासन त्यांनी आपल्या बायकोला त्या वेळी दिले; पण त्यांना खूपच उशीर होणार होता.

बेल्जियम या आपल्या मायदेशी सुट्टीची मजा घेण्यासाठी हिनोनेन यांचे अधिकारी पायरे गोल्डस्मिथ यांनी आदल्या दिवशीच्या दुपारीच व्हिएन्नाला निरोप दिला होता. गेल्या वर्षीची ख्रिसमस सुट्टी त्यांना उत्तर कोरियात घालवावी लागली असल्याने यंदाच्या तब्बल दोन आठवड्यांच्या सुट्टीत त्यांना भरपेट मजा करून घ्यायची होती. उत्तर कोरियाचा प्लुटोनियम कार्यक्रम गोठविण्यात आल्यावर एईआयच्या तेथील निरीक्षकाला काढून टाकण्याचा निर्णय त्या देशाने घेतला होता, तो मागे घ्यावा यासाठी सुरू असलेल्या वाटाघाटीत हिनोनेन यांचा सहभाग होता. वाटाघाटी फिस्कटल्या होत्या. दिनांक २० रोजी सकाळी त्यांनी आपला सेलफोन उघडला तेव्हा त्यांना मेसेज दिसला, 'तुम्हाला तातडीने व्हिएन्नाला पोहोचायचे आहे. लिबिया संदर्भात काही पेचप्रसंग निर्माण झाले आहेत.' गोल्डस्मिथ तातडीने तसेच विमानतळाच्या दिशेने निघाले.

एका अमेरिकन अधिकाऱ्याने फोन करून लिबियाचा निर्णय आदल्या दिवशीच्या रात्रीच त्यांना कळवला होता. पण इतरांशी संपर्क करायचा असल्याने अल बरादी सकाळपर्यंत थांबले. या सर्व घडामोडी घडत असताना त्याबाबत अंधारात ठेवण्यात आलेली एआयईए ही काही एकटीच संघटना नव्हती. आयएईएमधील अमेरिकन राजदूत केनेथविल त्या वेळी हिमक्रीडेचा आनंद घेण्यात मश्गूल होते.

या ताटकळत राहिलेल्या निर्णयाबद्दल त्यांना काहीच माहीत नव्हते. साहजिकच या प्रश्नाचे तपशील आणि गुप्त माहिती या दोघांनाही त्यांना मुकावे लागले होते. खरे तर ही सर्व माहिती मध्यरात्रीच त्यांच्या कार्यालयात येऊन पडली होती. ती वाचायला तेथे त्या वेळी फक्त ड्युटी ऑफिसरच हजर होता. लिबियाच्या अणूकार्यक्रमाबाबत कोणती माहिती शोधून काढण्यात आली आहे, आणि त्या संदर्भात आयएईए बरोबर कोणत्या मुद्यांवर चर्चा करायची याबद्दल तिने साद्यंत स्पष्टीकरण केले होते.

जरी एकीकडे इराणविषयीच्या माहितीचा रतीब वॉशिंग्टनकडून सुरू असला तरी लिबियाचा अणूकार्यक्रम नष्ट करण्यात एआयईएला सहभागी करावे की नाही, या मुद्यावर अमेरिकन सरकारमध्ये मतभिन्नता होती. खरे तर गडाफींनी जाहीर निवेदन करेपर्यंत बोल्टनना या वाटाघाटींची गंधवार्ताही नव्हती. तरी लिबियाला अण्वस्त्र उद्योगांला बाहेर ढकलण्याचे श्रेय फक्त अमेरिका आणि ब्रिटनलाच द्यायला हवे असा युक्तिवाद करून या सर्व घडामोडींपासून एआयईएला दूर ठेवले जावे अशी जोरदार मागणी त्यांनी केली. छुपा अणूकार्यक्रम उकरून काढण्यास एआयईए असमर्थ असल्याचे लिबिया प्रकरणावरून पुन्हा एकदा सिद्ध झाले आहे, अशीही त्यांची तक्रार होती. मात्र कॉलिन पॉवेल यांनी बोल्टन यांच्यावर मात केली, लिबियाची अणू संस्थाने तोडण्याच्या मोहिमेत एआयईए कायदेशीर भूमिका बजावू शकते तसेच अशा मोहिमेत तिच्यासारख्या आंतरराष्ट्रीय मान्यताप्राप्त संघटनेला सहभागी केल्यास एक चांगला राजकीय पायंडा पडेल असे वॉशिंग्टनला त्यांनी परोपरीने समजावून दिले.

शनिवारी दुपारी ब्रिटनचे दोन गुप्तचर अधिकारी व्हिएन्नामध्ये पोहोचले आणि लागलीच अल बरादीच्या कार्यालयात गेले. संचालकांशी त्यांची भेट घडवून आणण्यासाठी हिनोनेन, जॅक्स बाउट आणि काही मोजके ज्येष्ठ अधिकारी जमले होते. गोल्डस्मिथ अद्यापी विमान प्रवासातच होते. अमेरिकेच्या दूतावासातील दोन राजनैतिक अधिकारीही आले होते, मात्र या बैठकीला उपस्थित राहणे ब्रीलना जमले नाही. दोन ब्रिटिश राजनैतिक अधिकारीही आले होते. लिबियात सापडलेल्या अण्वस्त्र सामग्रीचा प्रकार आणि संख्या ब्रिटन आणि अमेरिका यांनी संयुक्त मोहीम राबवून तिथल्या वेगवेगळ्या अणुसंस्थानांचे केलेले निरीक्षण या विषयावरचे एक लांबलचक सादरीकरण गुप्तचर संघटनांच्या प्रतिनिधींनी केले. चौकशी अद्याप प्राथमिक टप्प्यात असली तरी, अगदी सर्वच्या सर्व सामग्री नसली तरी तिचा एक मोठा भाग ए.क्यू. खान यांनी पुरवला असल्याचे या प्रतिनिधींनी सांगितले. जरी या प्रतिनिधींनी तेव्हा उल्लेख टाळला असला तरी खान हेच प्रमुख पुरवठादार असल्याची कबुली लिबियाने स्टिफन केप्स यांच्याकडे

दिली होती; त्यांपैकी अनेक खोक्यांवर खान रिसर्च लॅबोरेटरीची चिन्हे होती, या वस्तुस्थितीच्या आधारावर केप्स यांनी लिबियाची कबुली मान्य केली होती.

अल बरादी यांना माहिती देताना या प्रतिनिधींनी सांगितले की, अगदी एआयईएच्या नियंत्रणाखाली असलेल्या अणुभट्टीतील अत्यल्प प्रमाणातील युरेनियमपासून अणूसंबंधी जे काही असेल, ते सोडून द्यायची तयारी गडाफींनी केल्यातच जमा आहे. ते पुढे म्हणाले, 'लिबियाचा विचार आणि कृती यांचे प्रत्यक्षपणे निरीक्षण करण्यासाठी लवकरच अल बरादींना निमंत्रित केले जाणार आहे. शेवटी लिबियाचा अणूकार्यक्रम विलग करून तो जहाजात भरून सुरक्षित राहावा आणि त्याची तपासणी व्हावी म्हणून अमेरिकेला पोहोचेपर्यंतच्या सर्व काळात एआयईएने नजर ठेवण्याची भूमिका पार पाडावी, अशी अमेरिका आणि ब्रिटन या दोन्ही देशांची इच्छा असल्याचेही या प्रतिनिधींनी सांगितले.

गडाफींच्या या निर्णयाने एआयईएमधील सर्वांनाच आश्चर्याचा धक्का बसला. एआयईए स्वत:च्या अधिकारात कोणताही अणूकार्यक्रम शोधून काढू शकत नाही. या वक्तव्यामुळे आणि लिबियाने परस्पर केलेल्या गौप्यस्फोटाने नाराज झालेले. अल बरादी मोहिमेच्या दुसऱ्या टप्प्यात तरी आपल्याला वाव देण्यात येत असल्याबद्दल काहीसे खूश झाले. इराकमधील अण्वस्त्रांबाबत केलेल्या दाव्यांना अल बरादींनी आव्हान देऊन तोंडघशी पाडल्यापासून त्यांच्या आणि अमेरिकन प्रशासनाच्या संबंधात कटुता निर्माण झाली होती. इराणने आपला अणूकार्यक्रम खुला केला नसल्याचे कारण पुढे करत त्या देशावर निर्बंध लादण्यात यावे, यासाठी अमेरिका प्रयत्नशील होती. त्याला सातत्याने अल बरादींनी विरोध दर्शविल्यावर हे संबंध अधिकच खालच्या पातळीवर गेले. लिबिया प्रकरणातून आयएईएला वगळण्यात आले असते, तर अल बरादींना त्याचा फारसा धक्का बसला नसता. त्यामुळे लिबियाचे हितसंबंध जपण्यासाठी आयएईए आपली सर्व साधने समर्पितपणे वापरू देईल असे आश्वासन त्यांनी ब्रिटिशांना दिले. शिवाय ही सामग्री मुळातच तेथपर्यंत कशी पोहोचली याचे संपूर्ण निरीक्षण करण्याची ग्वाहीही त्यांनी दिली.

एकीकडे गडाफी यांच्याशी आपली चर्चा होण्याची पुसटशीही शक्यता नसल्याची जाणीव असलेले हिनोनेन, लिबियाकडे गोपनीय अणु कार्यक्रम असल्याचे कळताच चकित झाले होते. मे महिन्यात नेहमीच्या निरीक्षण भेटीसाठी ते तेथे गेले असताना लिबिया काळ्या बाजारातून अणू तंत्रज्ञान घेत असल्याची अफवा त्यांच्या कानावर आली होती, मात्र ती माहिती पुरेशी नव्हती आणि त्याचा मागोवा घेण्याइतपत त्यांच्यापाशी वेळही नव्हता. खान यांच्या सहभागाची शक्यता तर मुळीच नसल्याचे त्यांचे मत होते. इराणची सेंट्रिफ्युज यंत्रणा पाकिस्तानच्या

डिझाइन्सशी मिळतीजुळती असल्याचे उजेडात आल्यावर खान यांनी किंवा त्यांच्या जवळच्या सहकाऱ्याने पुरवलेल्या योजनेनुसार इराण यंत्रसामग्री विकसित करत असल्याचा तपास आयएईएने सुरू केला होता. या गौडबंगालाला निरीक्षक जसजसे उजेडात आणत गेले तसतशी संशयाची सुई पाकिस्तान आणि खान यांच्या दिशेने वळायला लागली. खान यांच्या या भूमिकेबद्दलचा संशय इतका बळावत गेला की त्याची खातरी करून घेण्यासाठी शेवटी आयएईएने पाकिस्तानला पत्र पाठवून खुलासा मागवला. अल बरादींच्या संशयाला उत्तर देण्यासाठी नोव्हेंबरच्या तिसऱ्या आठवड्यातच पाकिस्तान अणुऊर्जा आयोगाचे एक शिष्टमंडळ येऊन भेटले. जेव्हा जेव्हा अण्वस्त्रप्रसारात आपला देश गुंतल्याची शंका उत्पन्न केली जाई तेव्हा तेव्हा तिचे निराकरण जातीने संबंधित ठिकाणी पोहोचत असे. त्यांनी या वेळीही तेच केले. इराणच्या अणूकार्यक्रमाला खान किंवा त्यांच्या देशातील अणूसंबंधी निगडित असलेल्या कोणत्याही व्यक्तीने मदत केल्याचा आरोप त्यांनी फेटाळून लावला.

त्या शनिवारी महासंचालकांच्या कार्यालयात लिबियाची माहिती ऐकत असताना, गुप्तचर प्रतिनिधींनी दिलेल्या तपशिलांमुळे हिनोनेनना जबरदस्त तडाखा बसला. एका अत्यंत धोकादायक अण्वस्त्र प्रसाराच्या एका वेगळ्याच पैलूमुळे जगात संघर्ष निर्माण होऊ शकतो, याची जाणीव त्यांना त्या वेळी प्रथमच झाली आणि या जाणिवेतूनच संपूर्ण जगात अण्वस्त्रप्रसार काय हाहा:कार माजवू शकतो याचा नव्याने अर्थ लावण्याची गरज असल्याचे त्यांच्या मनात येऊन गेले. एका देशाने दुसऱ्याकडे अणूतंत्रज्ञान हस्तांतरित करणे हे जुने मॉडेल होते. खान एका नव्या मॉडेलचे प्रतिनिधी होते, त्याचा वापर आपल्या देशाच्या नियंत्रकांना झुगारून आणि क्वचित त्या देशाला अंधारात ठेवून होत होता. इराण आणि लिबियाला एकट्या युद्धखोर शास्त्रज्ञाने अत्याधुनिक सामग्री पुरवल्याचे दिसत होते. या सर्वांवर कडी म्हणजे खान यांनीच पुरवलेल्या तंत्रज्ञाच्या आधाराने उत्तर कोरियाही एक युरेनियम समृद्धीकरणाचा प्रकल्प राबवत असून तो लपवूनही ठेवत आहे, असे कळल्यावर त्या देशाशी झालेला आंतरराष्ट्रीय करारही बारगळला होता. विनाशाची बीजपेरणी खान यांनी आणखी कुठे-कुठे केली आहे, हे कोणास ठाऊक?

माहिती देऊन ब्रिटनचे प्रतिनिधी निघून गेल्यावर काही मिनिटांच्या आतच लिबियाचे एक प्रतिनिधीमंडळ तेथे पोहोचले. अल बरादींना औपचारिक निमंत्रण देण्यासाठी ते खास व्हिएन्नात आले होते. दोन आठवड्यांनी मोहमंद अल बरादी दुसऱ्यांदा लिबियाला जात होते आणि या वेळी त्या देशाच्या गौप्यस्फोटाची

घटना ताजी होती. इराण आणि लिबिया यांच्या अणूकार्यक्रमातील फरकाने ते या वेळी काहीसे सुखावले होते. नातांझ आणि इतर ठिकाणी इराणने आपला अणूकार्यक्रम सुरूच ठेवला होता. मात्र त्याचवेळी लिबिया आपला कार्यक्रम मोकळेपणाने सोडून देत होता. गडाफींनी परवानगी दिल्यावर त्रिपोलीच्या आंतरराष्ट्रीय विमानतळावर उतरताना ऑस्ट्रियन जेट लायनरला थोडेसे हायसे वाटले. याच विमानातून अल बरादी आणि आयएईएचे इतर पदाधिकारी प्रवास करत होते.

विमानातून पाय बाहेर टाकल्याक्षणी आयएईएच्या प्रतिनिधी मंडळाला सीमाशुल्क विभागाच्या मागे उभ्या असलेल्या बीएमडब्ल्यू मोटारींच्या ताफ्यात बसविण्यात आले. तेथून कोरिंथिया आफ्रिका हॉटेलपर्यंतच्या मार्गावर त्यांना त्या देशाच्या महान नेत्याची चित्रे लावलेली पाहायला मिळाली. पश्चिम जगतापासून दूर आणि हेतुपुरस्सरपणे अलिप्त ठेवलेल्या त्रिपोलीत चार तारांकित असे एकच हॉटेल होते. लिबियाने काळ्या बाजारातून नेमकी कशाची खरेदी केली ते समक्षच पहायला मिळण्याची संधी आयएईएच्या पथकाला मिळणार होती. मात्र तो अनुभव मिळमिळीत असल्याचे सिद्ध झाले. कारण आपला अणूकार्यक्रम खोल बंकरमध्ये लपविण्याचा किंवा सहारा वाळवंटातील संकुलात दडवून ठेवण्याचा प्रयत्न लिबियाने मुळातच केला नव्हता. उलट लिबियाला जेथे बॉम्बचे कारखाने सुरू करायचे होते, अशा भोळ्याभाबड्या वाटणाऱ्या गाळ्यांच्या इमारती आणि अगदीच निरुद्रवी म्हणाव्यात अशा वखारींची प्रतिनिधीमंडळाला सैर करवण्यात आली. त्यांनी पाच हजार सेंट्रिफ्युजेची उपकरणे पाहिली. त्यांच्यापैकी २० यंत्रे पूर्णावस्थेत होती आणि त्यांची जागेवर चाचणी घेण्यात आली होती. इतर खोकी तर उघडलेलीही नव्हती. जेव्हा प्रतिनिधी मंडळाने या खोक्याचे चिकित्सकपणे निरीक्षण केले, तेव्हा त्यांना लिबियाचा अणूबॉम्ब तयार करण्यासाठी लागणारी चकाकती तेलपाणी, केलेली यंत्र-अवजारे पाहायला मिळाली. सेंट्रिफ्युजचे अन्न समजल्या जाणाऱ्या 'युरेनियम हेक्झाल्फुरॉइड' वायूचे टनभर वजनाचे दोन सिलिंडरही उभे केल्याचे त्यांच्या लक्षात आले. लिबिया एका गुंतागुंतीच्या आणि दीर्घकालीन खरेदी करण्यात व्यस्त होता, हे ठळकपणे दिसत होते आणि सर्व सामग्री व उपकरणे जगाच्या कानाकोपऱ्यातून आल्याचे कागदपत्रांवरून स्पष्ट होत होते. सेंट्रिफ्युजचे सुधारित भाग खान यांच्या स्वत:च्या साठ्यातून आले होते. त्यांच्यापैकी काही भागांनी तर केआरएलची लेबलेही धारण केली होती. सेंट्रिफ्युजचे इतर भाग मलेशियाला ऑर्डर देऊन मागवण्यात आले होते, दक्षिण अफ्रिकेचे व्हॅक्युम पंप, सिंगापूरचे विशिष्ट स्टील आणि ॲल्युमिनियम, स्वित्झर्लंडची तौलनिक यंत्रणा, तुर्कस्तानचे ऊर्जा नियंत्रक या साऱ्यांचा त्यात समावेश होता.

जेव्हा हिनोनेन मुख्य वखारीतून फेरफटका मारत होते तेव्हा करीम नावाच्या

एका लिबियन व्यक्तीने सेंट्रिफ्युजेसमधील ऊर्जा ओघावर नियंत्रण ठेवण्यासाठी वापरात येणारी यंत्रणा ठेवलेले पाच फूट उंचीचे डझनभर कंटेनर त्यांना दाखवले. 'इकेए' या एका तुर्की कंपनीच्या लेबलांनी त्यांच्यावर खुणा करण्यात आल्या होत्या.

याच करीमने इस्तंबूलमधील खान यांच्या पहिल्या बैठकीस हजेरी लावली होती. कंटेनर्सकडे काहीशा द्वेषाने नजर टाकत तो उद्गारला, 'या कंपनीचा मालक ज्यू आहे आणि यामुळे या जगात पवित्र असे काही राहिलेलेच नाही.'

एकदा उघडे पडल्यावर काही राखून ठेवण्यात लिबियन तयार नव्हते असे दिसले. अमेरिका आणि ब्रिटनप्रमाणे त्यांनी आयएईएच्या पथकाला सांगून टाकले की, कोणत्याही क्षणी सुरू करता येईल असा बॉम्ब निर्माण कारखाना देण्याचे खान यांनी आम्हाला आश्वासन दिले होते आणि त्याला पूरक म्हणूनच त्यांनी त्यांच्या सहकाऱ्यांच्या मदतीने अण्वस्त्र सामग्रीच्या खरेदीचा घाट घातला होता. लिबियाच्या हिशेबानुसार खान यांच्या नेटवर्कला याआधीच ८० दशलक्ष डॉलर्स चुकते झाले होते. या प्रकल्पासाठी ५०० दशलक्ष का एक अब्ज डॉलर्स मोजावे लागतील, याची आम्हाला काहीच कल्पना नव्हती, हे त्यांनी मान्य केले. इराणने प्रारूपे आणि डिझाइन्स बाहेरून विकत घेतली. आपले देशांतर्गत कुशल तंत्रज्ञ आणि तांत्रिक सुविधा यांचा वापर करून नातांझ येथील प्रकल्प उभारला होता. दुसरीकडे निर्मितीक्षमता आणि कुशल तंत्रज्ञ यांच्या अभावाने संपूर्ण प्रकल्पच विकत घेण्यावाचून लिबियाला गत्यंतर नव्हते.

अल बरादींनी गडाफींची भेट मागितली, पण वेळ निश्चित करण्याबाबत तेथील अधिकाऱ्यांनी त्यांची असमर्थता दर्शविली. तिसऱ्या दिवशी शिष्टमंडळ इतर जागांची पाहाणी करण्यासाठी बाहेर पडत असतानाच कोणतीही पूर्वकल्पना न देता गडाफींनी अल बरादींना भेटीचे निमंत्रण दिले. अल बरादी आणि त्यांच्यासोबत आलेले कॅनडाचे एक राजनैतिक अधिकारी मार्क घोझेकी यांना एका सरकारी वाहनात अक्षरश: कोंबण्यात आले आणि त्रिपोलीच्या मध्यभागी असलेल्या एका जुन्या लष्करी छावणीत नेण्यात आले. गडाफींच्या लपण्याच्या अनेक गुप्त जागांपैकी ती एक होती. यावेळची चर्चा फारशी गरमागरम स्वरूपाची नव्हती. लिबियाने तिच्या इतिहासात एका नव्या पर्वाचा प्रारंभ केला असून, आंतरराष्ट्रीय समुदायाच्या मुख्य प्रवाहात सामील होण्याची ज्या देशाची इच्छा आहे, इजिप्त ज्याचा अनेक वर्षांपासून पाठपुरावा करत आहे, तो अण्वस्त्रमुक्त मध्यपूर्व अस्तित्वात आणण्यास वचनबद्ध आहे, असे गडाफी म्हणाले. आपल्या मुद्यावर भर देत त्यांनी सांगितले की, या प्रस्तावाचा एक म्हणून इस्रायलने त्याचा अणूकार्यक्रम थांबवला पाहिजे. गडाफींच्या बांधिलकीचे स्वागत करत आयएईएही लिबियाशी सहकार्य करील, असे वचन अल बरादी यांनी दिले.

त्या संध्याकाळी त्रिपोलीतील रस्त्यावरील जीवन कसे असते, हे पाहण्यासाठी घोझेकी आणि पायरे गोल्डस्मिथ हॉटेलबाहेर पडले, या जागेला यापूर्वी काही मोजक्याच पाश्चात्त्यांनी भेट दिली होती. गॉगल लावलेल्या आणि साध्या कपड्यात असलेल्या दोन व्यक्ती सुरक्षित अंतर ठेवून त्यांचा पाठलाग करत होत्या. काही पावले चालल्यावर घोझेकीने मागे वळून त्या जोडगोळीला गाठले. त्यांनी जेव्हा त्यांना तुम्ही हे काय करताय असे विचारले, तेव्हा स्मितहास्य करून त्यांनी आपल्याला पाहुण्यांची काळजी घेण्याचे आदेश आहेत असे त्यांनी सांगितले. तिढा सुटला आणि या तथाकथित यजमानांनी गाइडची भूमिका घेतली; त्यानंतर त्या दोघांनाही स्थानिक बाजारपेठेतील गुंतागुंतीची एक रचना समजावून दिली. हॉटेलमध्ये परतल्यावर घोझेकी यांच्या मनात दुसऱ्याच एका बाजारपेठेचे विचार थैमान घालू लागले. तो होता काळाबाजार, नुसता काळाबाजार नाहीतर अण्वस्त्रांचा काळाबाजार. 'गेल्या अनेक वर्षांत इतकी जीवघेणी घटना आपण प्रथमच अनुभवत आहोत. हे वरकरणी अत्यंत सभ्य भासणारे नेटवर्क आहे, त्याने तीन खंड आणि कदाचित डझनभर देशांवर गारूड घातले आहे,' ते गोल्डस्मिथना म्हणाले.

अण्वस्त्रांचा काळाबाजार भीतिदायक होताच, पण त्यातही काहीतरी आशादायक असल्याचे आयएईएच्या पथकास दिसले. लिबिया या सर्व व्यवहारातील देणी चेकने देत होता आणि प्रचंड पैसा खर्च करून त्याला लागणारी व्यापक खरेदी करत होता. लिबियाची वाटचाल पाहता तो अण्वस्त्र निर्मितीच्या जवळ आल्याचा इशारा अमेरिका देत होती. मात्र त्या देशाचा कार्यक्रम प्रत्यक्ष अण्वस्त्र निर्मितीच्या जवळपासही पोहोचल्याचे आयएईएच्या तज्ज्ञांच्या नजरेस पडत नव्हते. गडाफी यांनी सैल सोडलेले चेकबुक आणि खान यांचे मार्गदर्शन लाभले तरी बॉम्ब बनवण्यासाठी जी तांत्रिक क्षमता लागते ती लिबियन लोकांना कधीतरी प्राप्त करता येणे शक्य होईल का? असे प्रश्न पथकातीलच काही जण विचारू लागले होते.

१९९७पासून खान यांच्याशी संपर्क ठेवण्याचे काम शिताफीने करणारा आणि लिबियाच्या अणूकार्यक्रमाचा प्रमुख असलेला मोहंमद मताक मोहंमद, अल बरादी आणि इतरांना राष्ट्रीय विज्ञान संशोधन मंडळाच्या कार्यालयात भेटला. अल बरादींचा लिबिया भेटीचा तो शेवटचा दिवस होता. मात्र या भेटीनंतर त्यांना याआधी जे काही आशादायक चित्र दिसले होते ते मात्र पुसट झाले. खान यांच्याशी दुबई, इस्तंबूल, कॅसाब्लँका आणि इतर ठिकाणी झालेल्या भेटींचे त्याने वर्णन केले. असेच वर्णन त्याने केप यांच्याकडेही केले होते. खान आणि त्यांच्याकडून खरेदी केलेल्या वस्तू संदर्भातील कागदपत्रांचा गठ्ठाच त्याने सादर केला आणि जागतिक पातळीवर ज्या ज्या ठिकाणी अण्वस्त्र सामग्रीची तस्करी चालते त्याचा नकाशाच त्यांच्यापुढे ठेवला. हा नकाशा समजून घेणे अल

बरादी आणि त्यांच्या सहकाऱ्यांपैकी कोणालाही जमले नाही. मात्र सर्वांत धक्कादायक गौप्यस्फोट अद्याप व्हायचाच होता.

बैठक सुरू असताना मोहंमद अचानकपणे उठला आणि त्याच्या कार्यालयाच्या एका कोपऱ्यात ठेवलेल्या आणि एरवी निरूपद्रवी वाटणाऱ्या दोन बॅगा घेऊन आला. टेबलावर त्या व्यवस्थित ठेवून त्याने आपण आणि आपला देश आयएईएशी संपूर्ण सहकार्य करायला तयार असल्याचे सांगितले. दोन्ही बॅगांवर इस्लामाबादमधील टेलरिंग शॉपची चिन्हे होती. या बॅगा म्हणजे नेमके काय आहे याची तेथील कोणालाच कल्पना नव्हती, पण सुमारे तीन वर्षांपूर्वी दुबईत आयएसआयच्या दोघा कर्मचाऱ्यांनी पाळत ठेवून त्या हॉटेल लॉबीमधील एका अज्ञात व्यक्तीला त्या देताना खान यांना पाहिले होते, त्याच या बॅगा होत्या. या बॅगांत डोकावून पाहण्याची परवानगी मिळवतानासुद्धा सर्वोच्च पातळीवर वादावादी झाली होती. एवढी की अमेरिका लिबियाविषयीच्या माहितीवर केवळ आपलाच हक्क आहे असे समजू लागली होती.

आयएईएचे पथक त्रिपोलीला जाण्याच्या आदल्या दिवशीच ज्येष्ठ अमेरिकन पदाधिकाऱ्यांमध्ये वादळी चर्चा झाली होती. अमेरिकेच्या पदाधिकाऱ्यांचे नेतृत्व करायला बोल्टन खास व्हिएन्नाला आले होते. आयएईएच्या कोणत्याही सदस्याच्या नजरेत बॉम्बच्या डिझाइन्सप्रमाणे धोक्याचे आहे, त्यांची संवदेनशीलता इतकी तीव्र आहे की, केली या अमेरिकन अधिकाऱ्याच्याही ती दृष्टीस पडता कामा नयेत, असा जोरदार युक्तिवाद त्यांनी केला. खान नेटवर्कने आतापर्यंत किती आणि कोणत्या प्रकारची सामग्री पुरविली आहे, हे तपासून घेण्यासाठी बाउट आणि केली यांना बॅगातील कागदपत्रे दाखवणे आवश्यक आहे असे प्रत्युत्तर अल बरादींनी त्यांना दिले. अशा विध्वंसक कागदपत्रांचा प्रसार होऊ नये म्हणून ते कोणाला दिसण्याला बोल्टन विरोध करणे साहजिकच होते, पण लिबियाच्या अण्वस्त्रविषयक कागदपत्रांवर स्वत:चेच हक्क अबाधित ठेवण्यामागे त्याचेही काही हितसंबंध होते. एक शक्यता अशीही होती की, सीआयएने खान यांच्या नेटवर्कमध्ये घुसखोरी करून त्याची साद्यंत माहिती मिळवल्यानंतरच्या काळात गुप्तपणे खान आणि लिबियात देवाणघेवाण झाल्याचे सिद्ध झाले असते, तर सीआयएला प्रसारमाध्यमांनी सोडले नसते त्यामुळे सीआयएच्या विजयालाही बट्टा लागला असता. शेवटी मात्र बोल्टनना नमते घ्यावे लागले. मात्र बाउट आणि केली सदर कागदपत्रांचे निरीक्षण करणारे असले, तरी त्याच्यावर अंतिम ताबा अमेरिकेचाच असेल असे त्यांनी विशेषत्वाने सांगितले.

त्या दिवशी सकाळी साडेनऊच्या सुमारास बाउट आणि केली यांना राष्ट्रीय वैज्ञानिक संशोधन मंडळात नेण्यात आले. आदल्या भेटीदरम्यान येथेच बाउट आणि मोहंमद यांची भेट झाली होती, गाडीत त्यांच्या सोबतीला एक लिबियन यजमानही होता. चेहऱ्यावरची सुरकुतीही हलू न देता तो ड्रायव्हरशेजारी बसला होता. खान यांच्याकडून सामग्री खरेदी करण्यासाठी उभारण्यात आलेल्या या तथाकथित प्रयोगशाळेतील एका कार्यालयात केली आणि बाउट यांना नेण्यात आले. कार्यालयात फक्त तीनच टेबले होती. ते स्थानापन्न झाल्यावर काही सेकंदातच एक पेटी घेऊन एक सुरक्षा कर्मचारी तेथे आला. याच पेटीवर गेल्या महिन्यात बाउट यांनी आयएईएचे सील ठोकले होते. पेटी अद्याप एकसंध असल्याचे दिसत होते. बाउटनी त्यातील कागदपत्रे बाहेर काढून त्यांचे फूटभर उंच होतील, असे दोन गठ्ठे तयार केले. त्यांच्या सोबतचा लिबियन यजमान एका कोपऱ्यात वर्तमानपत्र वाचत बसला, अर्थात अधूनमधून तो या दोघांवर कटाक्ष टाकत होताच. बाउटनी केलेले दोन गठ्ठे त्यांनी आपापसात वाटून घेतले आणि पुढचे आठ तास दोघेही वाचनात अक्षरश: गुंग झाले. कागदपत्रे चाळताना होणाऱ्या आवाजाव्यतिरिक्त अन्य कोणताही आवाज तेथे नव्हता. एसीची घरघर सुरू होती. क्वचितच एखाद्या डिझाइन्सवर दोघेजण काहीतरी टिपण करत आणि छोटासा नि:श्वासही सोडत. एखादा कागद चाळताना किंवा एखादी नवी फाइल उघडून वाचताना बाउट यांना वाटणाऱ्या धोक्यावर शिक्कामोर्तब होत होते.

हस्तलिखित अहवाल, तपशीलवार चित्रे, इंजिनिअरिंग आकृत्या यांच्यासारख्या शेकडो कागदांनी एक बॅग भरली होती. त्यात 'इंप्लोजन'पद्धतीचा बॉम्ब तयार करण्याची नेमकी आणि अचूक असलेली चित्रे, कृती आराखडे यांचा समावेश होता. 'इंप्लोजन बॉम्ब' लिबियाच्या क्षेपणास्त्रावर सहज बसू शकेल, एवढ्या लहान आकाराचा होता. मात्र त्याची ताकद हिरोशिमा आणि नागासाकीवर टाकल्या गेलेल्या अणूबॉम्बएवढी होती. सर्व अहवाल आणि योजना जरी इंग्लिश भाषेत लिहिलेल्या असल्या तरी त्याच्या वापरातून तयार होणाऱ्या बॉम्बच्या क्षमतेची कल्पना बाउटना नुसत्या अनुभवावरून करता आली. १९६६मध्ये चीनने ज्या अण्वस्त्राची चाचणी क्षेपणास्त्राद्वारे घेतली होती, त्याच्याशी या कागदपत्रात नमूद करण्यात आलेल्या बॉम्बचे साधर्म्य होते. या बॉम्बचे वय लक्षात घेऊनही त्याच्या डिझाइनवर ते वजनाने हलके आणि अत्याधुनिक वाटत होते. अमेरिका आणि सोव्हिएट युनियन यांनी तयार केलेली अण्वस्त्रे या अण्वस्त्राच्या तुलनेत जुनाट आणि बोजड वाटत होती.

दुसऱ्या बॅगेतील कागदपत्रांचा संग्रह गबाळग्रंथी होता. त्यातील काही कागदपत्रे सहजपणे उपलब्ध होण्यासारखी तर काही अमेरिकेच्या ऊर्जा खात्याकडून किंवा

राष्ट्रीय शस्त्रास्त्र प्रयोगशाळेकडून अगदी इंटरनेटवरून सुद्धा मिळवता आली असती. इतर कागदपत्रांमध्ये विविध चर्चा सभातील टिप्पणे आणि चीनला भेट दिल्यावर मिळालेली बॉम्ब बांधणीविषयीची माहितीपत्रके यांचा समावेश होता. ही टिपणे संगतवार लावण्यात आली होती आणि तिच्यात किमान वर्षभर गोळा केलेल्या माहितीचा समावेश होता. ही टिप्पणेही इंग्रजी भाषेत होती, मात्र त्यांच्या मार्जिनमध्ये रखडलेल्या नोंदी पाहून बाउटना ती करणारी व्यक्ती पाकिस्तानी असल्याचे लक्षात आले. 'मुनिरचा बॉम्ब अधिक मोठा असेल,' एका टिपणात नमूद करण्यात आले होते. कदाचित मुनिरखानने विकसित केलेल्या अण्वस्त्रांचा याच्याशी संदर्भ असावा.

या योजनांच्या माध्यमातून अण्वस्त्र निर्मितीकडे जाणारा मार्ग स्पष्ट दिसत होता. तरीही खानने लिबियाला सर्वकाही देताना हातचे थोडे राखून ठेवले असावे असा संशय बाउट आणि केली यांना प्रथमदर्शनी आला. एखादा दर्दी बल्लवाचार्य जेव्हा नवा खाद्यपदार्थ शिकवताना एखादे तरी गुपित शिष्यापासून लपवून ठेवतो, तसे खान यांनी किमान एक महत्त्वाचा भाग या सर्वांतून वगळला होता. कदाचित हा महत्त्वाचा भाग अगदी शेवटच्या क्षणी देऊन पैसे उकळण्याचा खान यांचा बेत असावा असा तर्क या दोघांनी लावला. ही त्रुटी असली तरी कामचलाऊ अण्वस्त्र निर्मितीच्या बांधणीची सुरुवात कशी करायची याची मौल्यवान माहिती या कागदपत्रांत होती. आपली कागदपत्रे चुकीच्या माणसाच्या हातात पडण्याची भीती वाटल्याने बाउट आणि केली यांनी कमीतकमी आवश्यक अशाच नोंदी घ्यायचे ठरवले.

अण्वस्त्र निर्मितीचे तंत्रज्ञान ६० वर्षे जुने होते. त्याबद्दलची महत्त्वाची माहिती सर्वदूर पसरणे अटळ होते आणि आता तर इंटरनेटने त्याची उपलब्धता अधिकच व्यापक केली होती. मात्र प्रयोगसिद्ध झालेल्या अण्वस्त्राचे डिझाइन एखाद्याकडे असणे हीच बाब अधिक गंभीर होती. त्याच्यापासून निर्माण होणाऱ्या धोक्याचा विचार आता बाउट यांच्या मनात रेंगाळू लागला होता. त्यांच्यासमोरील कागदपत्रांच्या प्रती लिबियातीलच कोणी करून ठेवल्या असल्या तर ते कळणे अवघड होते. शिवाय ही माहिती खान यांनी अन्य कोणालातरी दिली असण्याची शक्यता होती आणि त्या व्यक्तीनेही त्याच्या प्रती आपल्याजवळ ठेवल्या असाव्यात या विचारांनी बाउट यांच्या चिंतेत भरच पडली.

आकडेवारीचे स्तंभ आणि वैज्ञानिक परिमाणे आणि पानोपानी भरलेली आकृत्यांसह असलेली क्लिष्ट माहिती सतत आठ तास वाचल्यावर दोघांचे डोळे चुरचुरू लागली आणि विचारशक्ती काम देईनाशी झाली. बाउट आणि केली यांनी कागदपत्रे पुन्हा खोक्यात ठेवली आणि त्यावर नवे सील ठोकले. खान

यांच्या नेटवर्कने जगाला नेमका किती धोका उत्पन्न केलाय हे अभ्यासायची गरज त्यांना वाटत होती. त्यामुळे बोल्टन यांनी दोन दिवसांपूर्वी विरोध करूनही बाउटना सर्व कागदपत्रे व्हिएन्नाला न्यायची होती. अण्वस्त्रांच्या योजना बाळगण्यासाठी आवश्यक ती सुरक्षा यंत्रणा आयएईएच्या मुख्यालयापाशी नव्हती. म्हणून त्यांनी त्या व्हिएन्ना शहरातील अमेरिकेच्या दूतावासात ठेवण्यासाठी त्या देशाचे मन वळवावे, अशी आशा बाउटना वाटू लागली. कारण तसे झाले असते तर, दोघांनाही तेथे सहज प्रवेश करून कागदपत्रांचा अधिक अभ्यास करणे शक्य झाले असते. सामानाची फेरबांधणी केल्यावर बाउट त्या बॅगा घेऊन मोहंमदच्या कार्यालयात आले तेथे माले त्यांची वाटच पाहात बसला होता. 'या सर्व योजना व्हिएन्नाला नेण्याची गरज आहे,' बाउटनी मालेला सांगितले, 'सुरक्षिततेच्या कारणासाठी आम्ही पुरेशी टिपणे करू शकलेलो नाही. म्हणून ती तुमच्या दूतावासाच्या जवळपासच कुठेतरी असावीत, असे आम्हाला वाटते.'

माले वयाच्या साठीत होते. सुमारे दशकभरापूर्वी लष्करात असताना कमावलेले शरीर त्यांनी अजूनही जपून ठेवले होते. अमेरिकेच्या परराष्ट्रखात्याच्या प्रसारविरोधी विभागात राजदूत या हुद्यावर रूजू होण्यापूर्वी त्यांनी अण्वस्त्रे आणि जैविक अस्त्रे यांचा अभ्यास करण्यात २८ वर्षे घालवली होती. आयएईए आणि त्यातही विशेषकरून अल बरादी नेहमीच बोटचेपेपणा करतात असे बोल्टन यांच्याप्रमाणे त्यांचेही मत होते. पण आयएईएशी सहकार्य करण्याचा त्यांना आदेश होता, तेव्हा बाउट यांचे म्हणणे ते ऐकून घेत होते.

ते म्हणाले, 'आम्ही तुमची मागणी नक्कीच पूर्ण करू शकतो, पण ती खोकी वाहावयाला तुम्हाला एक बटालियन आणावी लागेल.'

यावर खांदे उडवण्यापलीकडे बाउट काहीच करू शकत नव्हते. सर्व योजना अण्वस्त्र सामग्रीसह अखेर अमेरिकेलाच जाणार होत्या.

त्याच संध्याकाळी कोरिंथिया बाब आफ्रिका हॉटेलमध्ये जमलेल्या आयएईएच्या अधिकाऱ्यांच्या बैठकीत बाउट यांनी पाहिलेल्या सर्व कागदपत्रांविषयी मोजक्या पण निसंदिग्ध शब्दांत माहिती दिली, शिवाय माले यांच्याशी झालेल्या चर्चेबाबत तपशीलवार विवेचन केले. अण्वस्त्राच्या बांधणीतील किमान महत्त्वाचा दुवा सापडत नसल्याचे स्पष्ट करून दोघांनी सांगितले की संपूर्ण योजना मात्र अण्वस्त्रांकडे जाण्याचा जवळचा रस्ता दाखवते हे नक्की! "ही डिझाइन्स प्रयोगशाळेत बनविण्यात आली आहेत, आणि ती संशयातीत आहेत,'' बाउट अत्यंत गांभीर्याने सांगत होते. "ज्या शास्त्रज्ञांना अणूबॉम्ब तयार करायचा असेल त्याला सुरुवात करण्यासाठी ही माहिती खचितच उपयोगी पडेल आणि त्याबद्दल शंका घेण्याचे काहीच कारण नाही.''

ते पुढे म्हणाले, "योजनांवर नजर टाकल्यानंतर मोहंमदशी आपली चर्चा

झाली, तेव्हा या योजनांना अद्याप कोणी हात लावला नसल्याचे आणि त्या आपल्या कार्यालयात पडून असल्याचे त्याने शपथपूर्वक सांगितले. मोहमंद खोटे बोलत असल्याचे पुरावे नाहीत. पण त्याने ब्रिटिश आणि अमेरिकनांना या कागदपत्रांच्या प्रती काढू दिल्या होत्या, त्यामुळे एखाद्या क्षणी त्यानेही तसे केले होते की काय असा प्रश्न उभा राहातो. बाउट आणि केली यांचे म्हणणे ऐकल्यावर आता या कागदपत्रांचे सुरक्षितपणे जतन करणे फारसे महत्त्वाचे उरलेले नाही असा अंदाज हिनोनेन यांनी व्यक्त केला. एवढ्या महत्त्वाच्या कागदपत्रांच्या प्रती काढण्याच्या मोहापासून लिबियनांनी स्वत:ला दूर ठेवले यावर त्यांचा विश्वास बसणे कठीण होते. गडाफींनी ऐनवेळी विचार बदलले असते तर एखाद्याला या कागदपत्रांचा हमीपत्रांसारखा वापर करता आला असता आणि ते समजण्यासारखेही होते. जरी त्यांनी अधिकृतरित्या तसे काही केले नसले तरी एखाद्याला फेरविक्रीसाठी प्रती काढण्यापासून कोणी थांबवले असते? चाचणीकृत अण्वस्त्र डिझाइनला काळ्या बाजारात प्रचंड किंमत मिळाली असती.

दोन दिवसांनंतर आयएईएच्या दौऱ्याच्या समाप्तीप्रित्यर्थ लिबियाच्या अणू विभागाच्या पथकाने त्यांच्या हॉटेलजवळ असलेल्या एका माशांसाठी प्रसिद्ध असलेल्या रेस्टॉरंटमध्ये एका पार्टीचे आयोजन केले होते. मत्स्याहार ही या रेस्टॉरंटची खासियत होती. खान यांच्या नेटवर्ककडून लिबियासाठी खरेदी करण्याच्या मोहिमेत महत्त्वाची भूमिका बजावणाऱ्या लिबियन नागरिकाच्या शेजारी आयएईएच्या प्रसारमाध्यम प्रमुख मेलिसा फ्लेमिंग बसल्या होत्या. त्याने तिला आपले नाव सांगण्यास नकार दिला. पण 'अण्वस्त्र कार्यक्रमाचा आणि ती मिळवण्यासाठी आपल्या देशाने ज्या मार्गांचा अवलंब केला, त्या सर्वांचाच आपण तिरस्कार करतो,' असे त्या म्हणाल्या.

अधिक स्पष्टीकरण देताना त्याने पुढे सांगितले, 'मला बायको आणि मुले आहेत, त्यांनी मला मान द्यावा यासाठी मी झटत असतो. आम्ही जे काही करत आहोत, ते आमच्या धार्मिक विश्वासाला तडे घालवणारे आणि बेकायदेशीर असे कृत्य आहे. आम्ही सर्व व्यवहार ज्या पद्धतीने केला तो पाहिल्यावर मी नेहमीच अस्वस्थ होतो आणि काळ्या बाजाराने आम्हाला चांगलाच गंडा घातला अशी माझी समजूत आहे.'

खान यांना आपण प्रत्यक्षात कधीच भेटलेलो नाही याची कबुली देऊन त्या लिबियन व्यक्तीने सांगितले की, दुबईत झालेल्या अनेक बैठकात मी सामील झालो होतो आणि त्या बैठकांत खान यांचाही सहभाग असे. लिबियाकडून

जास्तीतजास्त पैसा कसा उकळता येईल, यासाठी ताहिर आणि त्याचे साथीदार सतत प्रयत्नशील असत. याचे उदाहरण देताना तो पुढे म्हणाला की, 'जर एक विशिष्ट उपकरण विकत घ्यायची तयारी लिबियाने दर्शवली, तर त्या देशाच्या तंत्रज्ञांसाठी दुबईत विशेष प्रशिक्षण घेण्याची त्याची तयारी होती.'

त्याच्या प्रांजळपणावर विश्वास ठेवून फ्लेमिंग पार्टीतून बाहेर पडली.

आयएईएच्या पथकाने बहुतेक सर्व अण्वस्त्र संबंधी सामग्रीची तपासणी करून त्यांना सील ठोकल्यावर ब्रिटिश आणि अमेरिकनांनी ते अमेरिकेकडे पाठविण्यासाठी सिद्ध केले. हे सर्व सामान अमेरिकेत नेण्यासाठी परराष्ट्रखात्याने सी-१३० बनावटीचे एक मालवाहू विमान तयारही ठेवले होते, पण माले यांनी त्याला आक्षेप घेतला. या विमानात हवेतल्या हवेत इंधन भरता येत नसे, याचा अर्थ अर्ध्या वाटेवर ते कुठे ना कुठे तरी उतरवावे लागणार होते. या विमानाला धोका पोहोचण्याची शक्यता फार दूरची असली, तरी लष्करी अधिकारी म्हणून काम केलेल्या त्या अधिकाऱ्याला कोणतीही जोखीम पत्करायची नव्हती. पेंटागॉनशी (अमेरिकेचे संरक्षण खाते.) हुज्जत घातल्यावर मालेनी राष्ट्रीय सुरक्षा समितीच्या बॉब जोसेफ यांना फोन केला आणि आपली समस्या विशद करून सांगितली. हे सर्व प्रकरण निस्तरण्याचे आश्वासन देऊन जोसेफ लगेच कामाला लागले.

एका तासाच्या अवधीतच मॅककॉर्ड हवाई तळावरील कर्मचारी एका सी-१७ ग्लोबमास्टर विमानाला सज्ज करू लागले. या विमानाला अण्वस्त्र सामग्री वाहण्याचा विशेष परवाना होता आणि त्याला हवेतल्या हवेत इंधन भरण्याची सुविधा उपलब्ध होती. या तयारीचाच एक भाग म्हणून संपूर्ण विमानाला नवा रंग द्यायचा होता. कारण अमेरिकेशी मैत्री वाढत असल्याचे मान्य करूनही त्या देशाच्या खाणाखुणा दृग्गोचर होतील असे विमान किंवा अन्य काहीही आपल्या भूमीत येता कामा नये असा लिबियाचा कटाक्ष होता. अमेरिकन नौदलाचे बोधचिन्ह झाकण्यासाठी हा सारा खटाटोप चालला होता. शिवाय हे विमान त्रिपोलीबाहेरच्या विमानतळावर रात्री काळोख पडल्यावर उतरवावे लागेल आणि पहाटे उजाडण्यापूर्वी त्याला उड्डाण करावे लागेल अशा अटी मुसा कौसाने मालेना घातल्या.

२८ जानेवारी रोजी रात्री सुमारे साडेनऊ वाजण्याच्या सुमारास त्रिपोलीबाहेरच्या जुन्या लष्करी तळावर सी-१७ टेकले. हँगर्समध्ये अण्वस्त्र सामग्री त्याची वाटच पाहात होती आणि थोड्याच वेळात ती सुसाट वेगाने विमानात चढविण्यात आली. विमानात सर्वप्रथम पाकिस्तान आणि उत्तर कोरियाकडून घेतलेले 'युरेनियम हेक्झाफ्लोराइड'चे सिलेंडर ठेवण्यात आले, त्यानंतर पी-२ रोटर्स, पूर्णावस्थेतील पी-१ सेंट्रिफ्युजेसचे संच आणि दोन स्पॅनिश लेथ यंत्रे ठेवण्यात आली. दीर्घपल्ल्याच्या स्कड क्षेपणास्त्रांच्या दिशादर्शक यंत्राचे सेट रॅम्ब टॅपवरून चढविण्यात आले.

१००० टनी क्षेपणास्त्रेही त्यात होती आणि लवकरच ती अमेरिकेच्या अधिकृत जहाजावर हलवण्यात येणार होती. अण्वस्त्रांच्या योजना असलेली बॅग माले यांनी स्वत: पायलटच्या हातात दिली.

२९ जानेवारीच्या पहाटे २:१७ वाजता विमानाने ओक रिजकडे उड्डाण केले, टेनेसी राज्यातील या ऊर्जा विभागाचा अति गोपनीय असा 'वाय-१२' हा 'राष्ट्रीय सुरक्षा संकुल' तेथे होता, तेथे या सर्व सामग्रीची बारकाईने उत्तरीय तपासणी होणार होती.

विमान निघून गेल्यावर लिबियाच्या अजूनही शिल्लक राहिलेल्या आणि यादीत समाविष्ट होणाऱ्या सामग्रीचा हिशेब अमेरिका आणि ब्रिटिश यांचे तज्ज्ञ करू लागले. अशी सामग्री लिबियाने वर्गवारीप्रमाणेच काही शाळांत आणि निरुपद्रवी असणाऱ्या गॅरेजमध्ये साठवून ठेवली होती. ती जसजशी बाहेर यायला लागली, तसतसे अमेरिकनांच्या लक्षात आले की, त्यांनी कल्पना केली होती, त्यापेक्षा कितीतरी अधिक पटीने लिबियाने सामग्री गोळा केली होती.

याचाच अर्थ असा की, परिस्थिती कितीही अनुकूल असली तरी हेरगिरी करणारे कोणत्याही मोहिमेचे तंतोतंत चित्र देण्यात अयशस्वी ठरतात. टेहळणी यंत्रणा आणि खबरे यांनी लावलेल्या जाळ्याबाहेर न चुकता काही घटना घडतच असतात. खान यांचे प्रकरण जरी लक्षात घेतले, तरी टिनार आणि इतर मानवी आणि इलेक्ट्रॉनिक स्त्रोतांनी नेटवर्ककडून लिबियाकडे जाणाऱ्या तंत्रज्ञानाकडे मोठ्या प्रमाणात दुर्लक्ष केले होते. त्यांच्या नजरेतून कित्येक टन वजनाची संवेदनशील उपकरणे सुटली होतीच, पण त्याहून गंभीर म्हणजे लिबियाकडे जाणाऱ्या अण्वस्त्रांचा त्यांना थांगपत्ताही लागला नव्हता.

दुसऱ्या टप्प्यातील वाहतुकीसाठी मालवाहू विमानाऐवजी जहाजाचा वापर करावा, असे माले यांनी ठरवले. परराष्ट्रखात्याच्या एका ज्येष्ठ सल्लागाराने म्हटले आहे, 'ही सर्व सामग्री खान यांच्या नेटवर्कनेच पुरवली होती असे आम्हाला वाटत होते आणि आमच्यापाशी आलेली गोपनीय माहितीही पूर्वीपेक्षा कधी नव्हे एवढी उत्कृष्ट होती. लिबियापासून आम्ही जे काही शिकलो त्याने आमची मती कुंठित झाली. ते केवळ चमत्कार वाटावे असे होते. कोणीही आतापर्यंत विचारही केला नसेल इतके तीन ते पाच पट साहित्य त्यांच्यापाशी होते.'

मालाचे पहिले जहाज मार्गस्थ केल्यावर माले आणि इतर काही अधिकाऱ्यांनी लिबिया सोडला. मार्चमध्ये जेव्हा ते परत आले तेव्हा इंडस्ट्रियल चॅलेंज हे महाकाय जहाज त्रिपोली बंदरापासून दूरवरच्या एका टोकाला नांगर टाकून बसल्याचे त्यांना दिसले. लिबियाने खरेदी केलेल्या एक हजार टन वजनाच्या अण्वस्त्र सामग्रीची ते वाट पाहात होते. कोणाचेही लक्ष आकर्षित करणे टाळण्यासाठी सर्व सामान आधी

धक्क्यावर नेण्यात यावे आणि काळोख पडताच ते जहाजात भरावे असा लिबियन अधिकाऱ्यांचा आग्रह होता, पण या योजनांपुढे अडचणी उभ्या राहिल्या.

माले म्हणाले, 'पहिल्या रात्री आम्हाला फक्त तीन ट्रक भरून सामान मिळाले, दुसऱ्या रात्री आम्हाला चार ट्रक देण्यात आले खरे, पण ते वाहतुकीत अडकल्याने फारच उशीरा पोहोचले. संबंधित खात्याचे अधिकार असलेल्या लिबियन कर्मचाऱ्यांच्या कानावर मी गोष्ट घातली, आणि आपल्याला कामात सुधारणा केली पाहिजे असे सांगितले, पण तिसऱ्या रात्रीही पुन्हा तीन ट्रकच पाठविण्यात आले. मी पुन्हा तक्रार केली.'

दोन्ही बाजू हताश झाल्या होत्या. सर्वकाही जहाजावर चढण्यापूर्वीच लिबियन सर्व कारवाया अचानकपणे थांबवतील, या चिंतेने अमेरिका आणि ब्रिटनला ग्रासले होते आणि जर एवढी अवजड सामग्री त्रिपोलीच्या रस्त्यांवरून जाताना दिसली, तर देशात नेमके काय घडते आहे, याचा सुगावा जनतेस लागेल आणि त्याचा उलटा परिणाम सरकारला भोगावा लागेल, अशी भीती लिबियाच्या अधिकाऱ्याना वाटत होती. या सर्व समस्येवरचे उत्तर एखाद्या एकाधिकारशाही देशात सापडू शकते तसे होते. चौथ्या रात्री अधिकाऱ्यांनी त्रिपोली शहरातील सर्व मुख्य मार्ग, हमरस्ते आणि अगदी गल्लीबोळ सुद्धा बंद केले, आणि दुसऱ्या दिवशी सकाळी आवश्यक तो सर्व माल त्रिपोली बंदरावर हजर होता, तरीही हे सामान जहाजापासून सुमारे १०० मीटर अंतरावर होते आणि हा शेवटचा टप्पाच अवघड असल्याचे सिद्ध झाले.

संपूर्ण त्रिपोली बंदरात वाळूचे प्रचंड वादळ सुरू झाले, वाऱ्याचा वेग ५० मैल एवढा होता, त्याने संपूर्ण बंदर धुऊन काढलेच आणि माल जहाजावर चढवणे प्रचंड क्रेननाही अशक्य करून टाकले. 'खोकी उडून जाऊ नयेत, यासाठी आम्हाला ५५ टनी पत्रे मध्ये टाकावे लागले आणि ते कागदाच्या कपट्यासारखे उडून गेले,' माले म्हणाले. ३६ तासांनंतर वादळ शमले आणि त्यानंतरच सर्व सामान जहाजावर चढविण्यात आले. आता बंदर सोडलेल्या 'इंडस्ट्रीयल चॅलेंजर' या जहाजात अण्वस्त्राचे उरलेसुरले भाग होते.

अण्वस्त्र बाळगण्याच्या पातळीला लिबिया किती पोहोचला होता याविषयीचे अंदाज वेगवेगळे होते. सामग्री आणि योजनांची पाहाणी केल्यावर काही तज्ज्ञांनी लिबियाकडे लवकरच समृद्धीकरण प्रक्रिया सुरू केली असती आणि काही वर्षांतच अण्वस्त्र योग्य इंधनही तयार झाले असते.

चीनच्या आराखड्याप्रमाणे तयार झालेले अण्वस्त्र लिबियाच्या स्कड क्षेपणास्त्राला भारी पडले असते, मात्र मालवाहू विमानात किंवा जहाजात ते लपवून ठेवता येणे शक्य होते किंवा अन्य काही साधनांचाही विचार झाला असता असे म्हटले आहे.

लिबियाच्या अणूकार्यक्रमाची व्यापकता आणि भीतिदायक स्वरूप लक्षात घेता आणि त्याने बॉम्ब बनविण्याची शक्यता पाहिल्यावर सीआयएच्या टेहळणीखालीही खान यांना काम करू देणे किती धोकादायक सिद्ध होऊ शकतं, याचे ठळक प्रदर्शन घडते. त्यांच्या हालचालींवर पाळत ठेवण्याच्या वर्ष-दीड वर्षांच्या काळातही ते एका युद्धखोर हुकूमशहाला अण्वस्त्रांच्या योजना यशस्वीपणे पुरवण्याची व्यवस्था करत होते आणि त्यांनी याच काळात इराण, उत्तर कोरिया आणि इतर एखाद्या अप्रसिद्ध देशालाही ते दिल्याची शक्यता होती. लिबियाच्या अणूकार्यक्रमातील हवा काढून घेतली गेली असली, तरी जग या धमकीतून मुक्त झाले, अशा भ्रमात आयएईएमधील कोणीच नव्हता.

अण्वस्त्रांचा 'वॉल-मार्ट'

जा*नेवारी संपता-संपता, ओली हिनोनेन त्रिपोलीहून* परत आले. लिबियाने त्यांच्याकडे सुपूर्द केलेली खरेदी-विक्रीची कागदपत्रे, वेगवेगळी डिझाइन्स आणि इतर दस्ताऐवज यांचा ते स्वत: आणि आयएईएमधील मोजके तज्ज्ञ अभ्यास करू लागले. त्रिपोली शहर आणि आजूबाजूच्या प्रदेशात विखुरलेले आणि ओसाड शाळांत सापडलेले सेंट्रिफ्युजेस, त्याचे सुटे भाग, अवजारे, डाय-मशिन्स, खास करून उत्पादित केलेली इलेक्ट्रॉनिक उत्पादने आणि इतर सामग्री यांच्या याद्या त्यांनी बारकाईने नजरेखालून घातल्या. अण्वस्त्र कार्यक्रमात प्रत्यक्ष सहभागी झालेल्या काही लिबियन अधिकाऱ्यांच्या मुलाखतीही त्यांनी वाचल्या. या सर्व मुलाखतींदरम्यान लिबियन्स आपल्या तथाकथित वैज्ञानिक प्रकल्पावर बोलायला उत्सुक असल्याचे दिसले, मात्र त्यातील काही जणांनी आपल्या देशाला लागलेली अण्वस्त्राची तहान आणि त्यासाठी केलेल्या प्रयत्नांबद्दल बोलताना हात आखडता घेतला. खान यांच्याशी प्राथमिक पातळीवर चर्चा करण्याचे त्यांनी आडपडदा न ठेवता कबूल केले. त्याचप्रमाणे दुबई, कासाब्लँका आणि इतर काही अनामिक ठिकाणी झालेल्या बैठकांविषयीही ते खुलेपणाने बोलले. बरीचशी यंत्रसामग्री कहुटातून आली होती आणि त्यावर त्या प्रकल्पाची बोधचिन्हे होती. या सर्व गोष्टी लिबियन देत असलेल्या माहितीवर शिक्कामोर्तब करत होत्या. नेटवर्कची सर्वव्यापकता उलगडत जात होती, खान एखाद्या रिंगमास्टरप्रमाणे वाटाघाटींवर वर्चस्व ठेवून असायचे, संपूर्ण जगातून सामग्रीबरोबरच प्रशिक्षणाचा ओघ सुरू होता, प्रशिक्षक लिबियाला तांत्रिक सल्ला देत होते आणि या खटाटोपांचे पर्यवसान अखेर 'अणूबॉम्ब' निर्मितीत होणार अशी ग्वाहीही देत होते.

एवढे सगळे असले, तरी हिनोनेन यांना या कारवाईचे एकसंध चित्र तयार करण्यात अडचणी येत होत्या. खान आणि त्यांच्या सहकाऱ्यांनी खोट्या कागदपत्रांचा वापर करून आपला मागमूस पुसून टाकला होता. याच उद्देशाने त्यांनी काही

माहिती लिबियनांपासून लपवूनही ठेवली होती. हिनोनेन यांच्या दृष्टीने जगातील सर्वांत धोकादायक असे हे अण्वस्त्र प्रसारण होते आणि त्यांना हे चित्र पूर्ण करायचे होते.

सुमारे दोन वर्षांपूर्वी इराणकडेही त्याचा अण्वस्त्र कार्यक्रम असल्याचे उघडकीस आले होते आणि तेव्हापासूनच खान आणि पाकिस्तान यांनी या कार्यक्रमाला साह्य केले असल्याचे उत्तरोत्तर आयएईएच्या निरीक्षकांना पटत गेले. मात्र हिनोनेन यांनी इराणमध्ये पाहिले होते आणि लिबियात जे जाणून घेतले होते, त्यांची तुलना केल्यावर हे दुवे कल्पना केली होती, त्यापेक्षा अधिक मजबूत होते, फक्त ते सिद्ध करायचे होते. लिबियात सापडलेली अण्वस्त्र सामग्री आणि तंत्रज्ञान याचे इराणमधील अशाच प्रकारच्या साहित्याशी विलक्षण साधर्म्य होते. त्याहून अधिक बोलकी बाब म्हणजे त्रिपोलीत सापडलेली युरेन्कोतील डिझाइन्सशी मिळतीजुळती असणारी सेंट्रिफ्युजेस यंत्रे नातांझमधील सेंट्रिफ्युजेसशी मिळतीजुळती होती आणि नातांझचा पथदर्शी प्रकल्प सुरूही झाला होता. इराणींच्या हेतूंबद्दल शंका घ्यायला अजूनही वाव होता. ते दावा करतात त्याप्रमाणे खरोखरच अणूचा वापर ऊर्जा निर्मितीसाठी करणार आहेत की, त्यांना अण्वस्त्रच बनवायचे याबद्दल कोणालाच खातरी नव्हती. शिवाय एक अंतिम प्रश्न शिल्लक राहत होताच आणि त्याचे उत्तर मिळणे फारसे सोपे नव्हते. लिबियाला विकलेले अणूतंत्रज्ञान आणि सामग्रीच खान यांनी इराणला पुरवली होती का? हा कळीचा प्रश्न होता. या प्रश्नाचे उत्तर शोधून काढायचे ठरविल्यास हिनोनेन आणि आएएईएला अधिक तपास करावा लागला असता आणि तोही परवानगी नसलेल्या एका देशात. आणि याची पहिली पायरी होती, लिबियाने जी माहिती उघडपणे दिली होती ती आणि इराणमध्ये आयएईएच्या निरीक्षकांना जे काही सापडत होते त्याची तुलना करणे, केवळ साधर्म्यावरच नव्हे, तर ज्या गोष्टी वगळल्या जात होत्या त्यांचीही दखल घेणेही क्रमप्राप्त होते.

इराणने एका विशिष्ट गोष्टीचा उल्लेख टाळला होता. त्याचे उत्तर मिळविण्यासाठी जानेवारीच्या शेवटच्या आठवड्यात हिनोनेन यांनी ब्रिटिश सेंट्रिफ्युज तज्ज्ञ ट्रॅव्हर एडवर्ड यांना तेहरानला पाठवले. कहुटात तयार झालेली दोन पी-२ सेंट्रिफ्युजेस लिबियाने आधीच आयएईएकडे सुपूर्द केली होती. मात्र इराणने संघटनेला पहिल्यांदा दिलेल्या माहितीच्या दरम्यान त्याचा साधा उल्लेखही केला नव्हता. आता लिबियानेच आपला सर्व अणूकार्यक्रम साधार उघडा केल्यावर इराणचाही नाइलाज झाला. आपण एका परदेशी स्रोताकडून सेंट्रिफ्युजेसची प्रारूपे १९९४च्या दरम्यान विकत घेतल्याची कबुली त्यांनी दिली. मात्र 'दुर्दैवाने' या व्यवहाराची कागदपत्रे गहाळ झाली असून त्या व्यवहारात सामील झालेल्यांपैकी आता कोणीही हयात नाही, अशी पुष्टीही त्यांनी जोडली.

प्रत्यक्ष सेंट्रिफ्युज तंत्रज्ञान मिळवण्यापेक्षा या सर्वांचा आणि खान यांचा काहीही संबंध नसल्याचे प्रस्थापित करण्यासाठी इराण ही थापेबाजी करत होता. कारण एकदा का खान यांचे नाव आपल्या अणूकार्यक्रमाशी जोडले गेले की, आपल्या कार्यक्रमाकडे केवळ अणुऊर्जा प्रकल्प म्हणून कोणीही बघणार नाही अशी भीती त्या देशाला वाटत होती. कारण खान यांची ओळख 'इस्लामी बॉम्बचे जनक' अशीच होती. लिबियाने खान यांच्याकडे थेट अंगुलीनिर्देश केल्यावरही इराण त्यांच्याशी दुरन्वयानेही संपर्क आल्याचे नाकारत होता. ती कहाणीही आता उलगडू लागली होती.

एडवर्डस तेहरानमध्ये असतानाच सुमारे वर्षभर आधी आयएईएलने केलेल्या पर्यावरण चाचणीचे अहवाल सकारात्मक असल्याचे सिद्ध होत होते. कालाय येथे जमा केलेल्या नमुन्यांच्या तपासणीनुसार त्या भागात अत्यंत तीव्र स्वरूपाच्या युरेनियमचा वापर झाल्याचे निष्पत्तीस आले होते. तेहरानच्या बाहेर युरेनियमचे समृद्धीकरण झाले नसल्याचा इराणचा दावा आणि इराणी कर्मचारी तेथील पुरावे नष्ट करताना आयएईएला त्या परिसरात परवानगी देण्याची कारणे यांच्यातील विरोधाभास या चाचण्यांच्या निकालांमुळे उघडकीस येत होता. चाचण्यांच्या अहवालामुळे इराणचा बुरखा पुरता फाडला गेला होता. तरीही सारवासारवाच्या प्रयत्नांचा एक भाग म्हणून चाचण्यांच्या वेळी मिळालेले नमुने म्हणजे पाकिस्तानच्या वापरलेल्या सामग्रीतून आलेले दूषित घटक होते असे सांगण्यास त्यांनी प्रारंभ केला आणि खान याच्यापैकी कशातच गुंतलेले नव्हते हे तुणतुणे चालूच ठेवले.

२४ फेब्रुवारी, २००४ रोजी आयएईएच्या कर्मचाऱ्यांनी इराणच्या अणुकार्यक्रमाचे विश्लेषण करणारा एक १३ पानी अहवाल तयार केला. गव्हर्नर मंडळाच्या पुढील महिन्यात होणाऱ्या बैठकीच्या पूर्वतयारीचा तो भाग होता. या अहवालाला अंतिम स्वरूप देण्यापूर्वी त्यातील आशय अनेक वेळा पारखून घेण्यात आला; शिवाय आयएईएमधील तज्ज्ञांनाही तो परीक्षणासाठी वारंवार दाखविण्यात आला. एकदा तर अहवालातील भाषा इराणी तज्ज्ञांनाही दाखविण्यात आली. त्यावर त्यांनी त्यांतील काही परिच्छेद सौम्य करण्याची सूचना केली आणि अहवालासाठी सहकार्य केल्याचे श्रेय मिळावे अशी मागणी केली. अहवालाच्या मसुद्यात तडजोड करण्यात आली. काही मर्यादेपर्यंत इराणने त्यासाठी सहकार्य केल्याबद्दल त्याची प्रशंसा करण्याबरोबर लिबियाने जो मोकळेपणा दाखवला, तसा इराणने न दाखविल्याबद्दल त्यात टीका करण्यात आली. लिबियाने आपला अणूकार्यक्रम युद्धासाठीच होता, याची थेट कबुली दिली होती. तर इराण आपला कार्यक्रम नागरी स्वरूपाचा असल्याचे अद्यापी सांगत होता, 'मूळ तंत्रज्ञान हे अत्यंत समान होते आणि ते एकाच परदेशी स्रोताकडून विकत घेण्यात आले

होते,' असे त्यात नमूद करण्यात आले होते.

हा मसुदा पाहून बोल्टन संतप्त झाले आणि त्याची भाषा अधिक कठोर असावी असा आग्रह धरू लागले. आयएईएमधील अमेरिकेचे राजदूत केनेथ ब्रिल यांनी बोल्टन प्रभृतींच्या तक्रारी संघटनेच्या कानावर घातल्या. सदर अहवाल 'शुचिर्भूत' करण्यात आल्याचा युक्तिवाद करून ते म्हणाले, 'इराणींनी केलेला खोटेपणा संयुक्त राष्ट्रसंघाच्या सुरक्षा समितीसमोर आणला गेला पाहिजे, कारण अशी फसवाफसवी केल्याने तो देश निर्बंधास पात्र ठरू शकतो.' अल बरादी मात्र अमेरिकेने तयार केलेल्या संघर्षाच्या मार्गावरून चालण्यास राजी नव्हते. इराण खरोखरच अण्वस्त्रांचा पाठपुरावा करत असल्याचा ठोस पुरावा हाती लागला नाही. तर इराक सदृश युद्धास तोंड फुटू शकते, अशी भीती त्यांना वाटत होती.

दक्षिण अफ्रिका, व्हेनेझुएला, इजिप्त आणि मलेशिया यांसारख्या काही अलिप्तावादी देशांचा अल बरादींना पाठिंबा मिळाला. इराणचा अणूकार्यक्रम नागरी स्वरूपाचा नाही या दाव्याला विरोध करणारा कोणताही सबळ पुरावा नसल्याचे अल बरादी यांचे मत सर्वसाधारणपणे कोणत्याही महासत्तेशी लागेबांधे न ठेवणाऱ्या या देशांनी स्वीकारले. या देशांचे इराणशी चांगले संबंध असल्याने या मतास पाठिंबा देण्यास ते उद्युक्त झाले हा एक भाग; पण त्याहूनही दुसरा महत्त्वाचा भाग म्हणजे जर अमेरिकेने इराणवर आर्थिक निर्बंध लादले असते, तर त्यांच्याही नागरी अणूकार्यक्रमावर गदा येण्याची शक्यता होती. एकीकडे इराणच्या हेतूंविषयी शंका घेत असतानाच दुसरीकडे खुद्द बुश प्रशासन अणूबॉम्बच्या दुसऱ्या पिढीतील प्रतिकृतींची चाचपणी करत होते, या अमेरिकेच्या दुटप्पीपणामुळेही ते रागावले होते.

व्हिएन्नातील आपल्या कार्यालयात असताना मलेशियाचे आयएईएमधील राजदूत म्हणाले होते की, 'एकीकडे छोट्या देशांच्या अण्वस्त्र कार्यक्रमाला नकार द्यायचा आणि त्याचवेळी स्वत:पाशी असलेल्या अण्वस्त्रांचा इतरांना धाक दाखवायचा हा अमेरिकेचा दुटप्पीपणा आहे. अमेरिकेने आपले अण्वस्त्र भांडार विस्तारित करण्याऐवजी कमी केले पाहिजे आणि इतर देशांशी त्याने न्याय्य आणि वस्तुनिष्ठतापूर्वक वागले पाहिजे.'

इराणला संशयाचा फायदा देण्याची अल बरादी यांची तयारी होती, असे वाटते, लिबिया आणि इराणला मदत केल्याबद्दल त्यांनी खान यांच्यावर कडक ताशेरेही ओढले. 'अणू सामग्रीच नाहीतर प्रत्यक्ष अण्वस्त्रे विकणाऱ्या नेटवर्कचे ते संचालक आहेत,' अशाही शब्दांत त्यांनी खान यांची संभावना केली. उत्तर कोरिया इराण आणि लिबिया यांच्याव्यतिरिक्तही खान यांचे कोणी ग्राहक होते असे तुम्हाला वाटते का? या प्रश्नाला उत्तर देताना ते म्हणाले होते, 'हा लाख मोलाचा प्रश्न आहे आणि अत्यंत महत्त्वाचाही आहे, याचे उत्तर सहजासहजी देणे

शक्य नाही आणि हीच चिंतेची बाब आहे. ए.क्यू. खान फक्त पैशांसाठी हे सारे करत नव्हते, हे आम्हाला माहीत आहे. त्याच्यामागे एक विशिष्ट विचारसरणी आहे. आम्हाला खान यांना कशामुळे प्रेरणा मिळत होती, ते समजून घ्यावे लागेल. आपल्याला हे कोडे पुन्हा एकदा नव्याने सोडवावे लागेल.'

अल बरादी म्हणजे एक चश्मा लावणारी, टक्कल असलेली, मृदूभाषी व्यक्ती अशी त्यांची ओळख असली तरी इराणच्या अणूकार्यक्रमाचा तळ गाठण्यासाठी त्यांनी त्या देशाबरोबरची संवाद प्रक्रिया मोठ्या चिकाटीने चालूच ठेवली. मात्र खान यांनी मागे ठेवलेल्या पाऊलखुणांचा तपास घेणे दिवसेंदिवस धोकादायक बनत चालले असल्याचे जाणवल्यावर एकटी आयएईए त्याला पुरी पडणार नाही हे त्यांना कळून चुकले. त्यांनीच केलेल्या विनंतीनुसार आयएईएच्या गव्हर्नर मंडळाने औपचारिक चौकशी करण्याचे अधिकार त्यांना आणि आयएईएच्या काही सदस्यांना दिले. लिबिया आणि इराणच्या अणूकार्यक्रमाचे तौलनिक मूल्यमापन करण्याचे अधिकार अल बरादी यांनी हिनोनेन आणि त्यांच्या छोट्या गटाला पूर्वीच दिले होते. या नव्या अधिकारांमुळे खान यांच्या नेटवर्कची खरी व्याप्ती किती आहे, ते ठरवणे सोपे जाणार होते. अल बरादी यांनी खान यांच्या नेटवर्कला सार्वजनिकरित्या 'न्यूक्लिअर वॉलमार्ट' म्हणून संबोधायला सुरुवात केलीच होती. आता त्यांनी त्याच्या पाळामुळांपर्यंत जाण्यास हिनोनेनींना सांगितले.

आयएईएने या पूर्वी हाती घेतलेल्या कोणत्याही मोहिमेच्या तुलनेत ही कामगिरी अधिक आव्हानात्मक होती. नेटवर्कच्या कार्यपद्धतीचा अभ्यास पायरीपायरीने करताना हिनोनेन यांना संपूर्ण जग पालथे घालावे लागणार होते. त्यांना मिळालेले अप्रत्यक्ष अधिकार सीआयए आणि एमआय-६ची मदत असली तरी त्यांच्या मागोवा घेणाऱ्या पथकाला स्वत:च्या हिमतीवर आणि विश्लेषणाच्या कौशल्यावरच अधिकतर अवलंबून राहावे लागणार होते. प्रसारणविरोधाच्या नावाखाली त्यांना नेटवर्कच्या कर्मचाऱ्यांना एकमेकांविरुद्ध, तसेच त्यात सामील असलेल्या कंपन्यांविरुद्ध उठवावे लागणार होते. त्यांच्या या पथकामध्ये एडवर्डस, लिबियाला यापूर्वी भेट दिलेले अमेरिकेचे अण्वस्त्र तज्ज्ञ बॉब केली आणि जपानच्या अणूकार्यक्रमात 'केमिकल इंजिनिअरिंग' म्हणून काम केलेल्या आणि काही काळापूर्वीच त्यांच्या निरीक्षकांमध्ये सामील झालेल्या मिहुरा योनेमुरा या तरुण जपानी युवतीचा समावेश होता.

पथकाच्या सदस्यांच्या प्राथमिक बैठकांतच हिनोनेन यांनी आपली भूमिका स्पष्ट करताना सांगितले की, 'कोणीही आपल्याशी संवाद साधला पाहिजे, असे बंधन नाही. आपण काही पोलीस नाही. त्यामुळे एखाद्याला अटक करून त्याला बोलते करणे हे आपले काम नाही. माझ्यामुळे कुणी तुरुंगात गेले, तर त्याबद्दल मला फारशी फिकीर वाटत नाही. मला फक्त नेटवर्कच्या गाभ्यापर्यंत जाऊन ती कीड संपवायची

आहे आणि ती परत डोके वर काढणार नाही याची काळजी घ्यायची आहे.'

आपल्या कृष्णकृत्यांच्या पाऊलखुणा नष्ट करण्यासाठी खान यांना बऱ्याच महिन्यांचा अवधी मिळाल्याने गोष्टी आणखीनच कठीण होऊन बसल्या. २००२च्या ऑगस्टमध्ये नातांझची रहस्ये चव्हाट्यावर आल्यानंतर खान सावध झाले. नातांझ उघडे पडल्यामुळे आगामी संकटाची चाहूल त्यांना लागली आणि इराणशी संबंध दर्शवणारी सर्व कागदपत्रे नष्ट करण्याचे आदेश त्यांनी ताहिरला दिले. एवढे करून ते थांबले नाहीत. त्यांनी आयएईएशी सहकार्य करू नये, अशी विनंती इराणला केली. 'लिबियाचा अणूकार्यक्रम जगासमोर येण्यापूर्वीपासूनच दुर्दैवाने इराण आपल्या कार्यक्रमासंबंधीचे पुरावे नष्ट करत होता. त्यांना टेहळणीचा सुगावाही आधी लागला होता.' व्हिएन्नात त्याकाळी काम करत असलेल्या एक अमेरिकन राजनैतिक अधिकाऱ्याने म्हटले आहे.

बीबीसी चायनाला वेढा घातल्याचे वृत्त सर्व दूर पसरण्याआधीच कौलालंपूरहून पाठविण्यात आलेल्या पाच पेट्या त्या जहाजावरून हलविण्यात आल्याची बातमी लिबियातील एका स्रोताकडून ताहिरला कळली होती. आता आणखी काहीतरी विपरीत घडणार असल्याची चाहूल लागल्याने त्याने सर्व नोंदी नष्ट करून टाकल्या होत्या आणि एसएमबीच्या कॉम्प्युटरवरील सर्व संबंधित फाइलीही पुसून टाकल्या होत्या. त्यानंतर आपल्या बायकोच्या राजकीय लागेबांध्यांचा काहीतरी उपयोग होईल, या आशेने तो कौलालंपूरला गेला होता. बीबीसी चायनाला अडविण्यात आल्याचे वृत्त कानी पडताच क्षणी उर्स टिनारनेही आपला गाशा गुंडाळून मलेशियाला रामराम ठोकला होता. स्वित्झर्लंड या आपल्या सुरक्षित धावपट्टीवर पोहोचण्यापूर्वीच त्याने स्कोमीच्या कॉम्प्युटरमधील हार्डड्राइव्ह काढून टाकले आणि आपला नामोनिशाणही नष्ट केला.

या धोक्यांच्या घंटाचे आवाज जोहान्सबर्गपर्यंत पोहोचायला मात्र उशीर झाला. आपण तयार करत असलेल्या यंत्रसामग्रीचा ग्राहक लिबिया हाच असल्याचे गडाफी याने डिसेंबरमध्ये केलेल्या जाहीर निवेदनामुळे जॉन मेयर्सला खातरीपूर्वक पटले होते. त्याने जेरार्ड विसेरला फोन केला आणि विसेरने घाईघाईने ट्रेडफिनशी संपर्क साधला. लिबियासाठी तयार केलेला दोन मजली उंचीचा सांगाडा नष्ट करण्याचा आदेश त्याने मेयरला दिला. 'सर्व साहित्य भट्टीत घाल आणि वितळवून टाक विसेर!' असे त्याने सांगितले होते. पाकिस्तानकडून आलेली खंडीभर डिझाइन्स आणि व्हिडीओ टेप्स 'इस्टरच्या शेकोटीसाठी राहू देत. मेयर्सच्या दृष्टीने त्याने जे काही केले होते, ती एक उत्तम कलाकृती होती. ती सहजासहजी नष्ट करण्यास त्याचे मन धजावेना. शिवाय या मालाची पाठवणी केल्यावर त्याला आणखी १५ लाख डॉलर्सची कमाई अपेक्षित होती. पण कोणत्याही परिस्थितीत सर्व पुरावे नष्ट झालेले

विसेरला स्वत:च्या डोळ्यांनी पाहायचे होते, म्हणून त्याने मेयर्सला उर्वरित रक्कम स्वत:च्या खिशातून दिली. तरीही मेयर्सची नकारघंटा चालूच राहिली. शेवटी वाढत्या नैराश्यापोटी विसेरने मेयरला टेलिफोनवरून संदेश पाठवला, 'पक्षी त्याच्या पीसांसह नष्ट झाला पाहिजे, त्यांनी आपल्या सर्वांना मातीत घातले आहे.'

खान यांच्या कारवाया आता अशा टोकापर्यंत गेल्या आहेत की, त्यांच्यावर नियंत्रण ठेवणे आता कोणालाच शक्य नाही. शिवाय त्यांनी धोक्याची पातळी कधीच गाठली आहे, असे सांगत २००३च्या सुरुवातीलाच ब्रिटिशांनी त्यांच्यावर लगाम घालण्याचे जोरदार प्रयत्न सुरू केले. नेटवर्कच्या प्रत्येक घटकाचे निर्मूलन करून खान यांना रोखायचे असेल, तर आणखी काही अवधी लागेल असे सांगत टेनेट आणि केप्स दोन पावले मागे सरकले.

बीबीसी चायनावरील सामानाद्वारे भरपूर पुरावे हाती लागले होते आणि खान यांच्या काळ्या बाजाराला कुलूप ठोकण्यासाठी आवश्यक असलेल्या घटना मालिकेला त्यामुळे चालना मिळाली होती. या शोधामुळे थोडेतरी हातपाय हलवणे मुर्शरफ यांना अत्यावश्यक बनले. पण जी व्यक्ती अध्यक्षांच्या सल्लागार पदावरच आहे. तिच्याविरुद्ध कितपत कठोर कारवाई करायची या यक्ष प्रश्नाने त्यांची झोप उडाली होती. सत्तारूढ झाल्यापासून त्यांनी अफगाणिस्तानमधील तालिबान्यांच्या मुसक्या आवळत आणल्या होत्या आणि बुश यांच्या दहशतवादाविरुद्धच्या युद्धातही महत्त्वाची भूमिका पार पाडली होती. अमेरिका आणि इतर काही देशांनी त्यांना आर्थिक सवलती देऊन त्यांच्या कामाची पोहोचपावतीही दिली होती. मात्र घरच्या आघाडीवर मुशर्रफना अनेक संकटांचा सामना करावा लागत होता, पाकिस्तानातील इस्लामी अतिरेक्यांना पायबंद घालण्याच्या अमेरिकेच्या आवाहनाचा ते स्वीकार करू शकत नव्हते.

अतिरेक्यांचा हा गट संख्यात्मकदृष्ट्या प्रबळ नव्हता. पण मुशर्रफ यांच्या विरोधात प्रभावी फळी तयार करण्याचे सामर्थ्य त्याच्यात नक्कीच होते. या बाबतीत जास्त ताणले तर आपणच गाळात जाऊ हे त्यांना पक्के ठाऊक होते. याच कारणास्तव ते खान यांना आपल्या मार्गातून दूर हटवू शकत नव्हते. पण गडाफीने सार्वजनिक घोषणा करण्याआधीच लिबियातील घटनांनी अनेक समीकरणे बदलली होती. कॉलिन पॉवेलनी तर मुशर्रफना खासगीत इशाराही दिला होता की, आम्ही लवकरच लिबियाचा प्रश्न घेऊन लोकांसमोर जाणार आहोत, हे आम्हाला माहीत आहे. लोकांचा सामना करण्यापूर्वी तुम्हीही खान यांच्या प्रश्नांचा सामना करणे इष्ट ठरेल.'

आता खान यांच्याविरुद्ध काहीतरी ठोस पावले उचलण्यावाचून मुशर्रफ यांच्यासमोर अन्य पर्यायच उरला नव्हता. पण ह्या पाकिस्तानी नेत्याची धाव कुठपर्यंत जाऊ शकते, हा कळीचा प्रश्न अनुत्तरितच राहात होता. अलीकडेच इस्लामी दहशतवाद्यांनी केलेल्या प्राणघातक हल्ल्यातून मुशर्रफ कसेबसे वाचले होते. आता केवळ अमेरिकेशी सौदेबाजी करण्याच्या प्रयत्नांचा एक भाग म्हणून पाकिस्तानच्या एका 'हिरो'ला तुरुंगात टाकणे म्हणजे तिरस्काराच्या एका नव्या वाटेला आमंत्रण देण्यासारखे होते. बरे लिबियाने केलेल्या गौप्यस्फोटामुळे पाकिस्तानी मानसिकतेत फारसा फरकही पडण्याची शक्यता नव्हती. त्याचवेळी अल-कायदाचा बिमोड करण्यापोटी अमेरिकेने देऊ केलेल्या तीन अब्ज डॉलरवर पाणी सोडण्याचीही त्यांची तयारी नव्हती. शिवाय हे सर्वप्रकरण हाताळताना अधिक काळजी घेण्याचे आणखी एक महत्त्वाचे कारण होतेच, १९८७मध्ये जेव्हा खान आणि इराण यांचे प्रेमसंबंध सुरू झाले होते, तेव्हा त्याला पाकिस्तानच्याच लष्करातील अनेक उच्चपदस्थांचा आशीर्वाद होता. तर इतरांनी त्यांच्याकडे काणाडोळा केला होता. खान यांना खाईत लोटण्याचा प्रयत्न केल्यास लष्करातील काही जणांच्या संतापाला तोंड द्यावे लागले असतेच; शिवाय मुशर्रफना स्वत:चे स्थानही गमवावे लागले असते.

मुशर्रफ यांनी त्यांच्यासारख्या सर्व लष्करी अधिकाऱ्यांची आणि महत्त्वाच्या सल्लागारांची मते अजमावली. खान यांच्यावर शिस्तभंगाच्या कारवाईचा बडगा उचलला पाहिजे यावर सर्वांचेच एकमत झाले. मात्र त्यासाठी कोणत्या मार्गाचा अवलंब करायचा यावर मतमतांतरे होती. काही अधिकाऱ्यांच्या मते खान यांची रवानगी थेट तुरुंगात करावी आणि पाकिस्तान कोणत्याही परिस्थितीत अण्वस्त्र प्रसाराला थारा देणार नाही, तसेच पाकिस्तानचा अणूकार्यक्रम सुरक्षित हातात आहे हा संदेश आंतरराष्ट्रीय समुदायाला द्यावा.

११ सप्टेंबरनंतर इतरांना धडा शिकविण्याच्या प्रयत्नात अमेरिका पाकिस्तानच्या अण्वस्त्र भांडाराचा ताबा मिळवण्यासाठी हल्ला करील अशी अफवा पसरल्याने त्या देशाच्या लष्कराला रेड ॲलर्ट मिळाला होता. खान यांच्यावर कठोर कारवाई झाल्यास त्याचे परिणाम उलटेच होतील आणि कदाचित देशात बंड होईल अशी भीती काही नेत्यांना वाटली आणि त्यांनी मुशर्रफना सबुरीने घेण्याचा सल्ला दिला. एकाच वेळी पाकिस्तानी जहाल राष्ट्रवादी आणि अमेरिका या दोघांचेही समाधान करू शकेल असा तोडगा आपल्याला काढावा लागेल हे मुशर्रफना कळून चुकले होते. आपली भूमिका स्पष्ट करताना ते म्हणाले होते, "जगातील काही अत्यंत निष्ठूर देशांना अणू सामग्री पुरवणारा एक देश या दृष्टीने आपल्याकडे पाहिले जात आहे. आणखी काही अनर्थ घडण्यापूर्वीच मला पावले उचलली पाहिजेत आणि निर्णायक तोडगा काढला पाहिजे आणि नेमके काय घडले, हेही शोधून काढले पाहिजे."

डिसेंबर महिन्याच्या शेवटी-शेवटी पाकिस्तानी गुप्तहेरांनी खान यांच्या प्रयोगशाळेतील एकेका शास्त्रज्ञाला गुपचूपपणे उचलायला सुरुवात केली. या अटकेचे वृत्त बाहेर पडलेच. यात सीआयए आणि एफबीआय यांचाही समावेश असल्याच्या अफवा पसरल्या. ही कुजबूज खान यांच्या कानांपर्यंत गेली; पण त्यांनी जरी पळून जाण्याचा विचार केला असला, तरी प्रत्यक्षात तसा प्रयत्न केला नाही. पूर्वीच्या वादळांप्रमाणे हेही एक पेट्यातील वादळ ठरेल, असे त्यांना वाटले. या धरपकडीत सुमारे ३० शास्त्रज्ञांना ताब्यात घेण्यात येऊन त्यांची तथाकथित 'हॉटरूम'मध्ये रवानगी करण्यात आली. या खोल्यांचे किमान तापमान १०० डीग्री असते आणि येथे चालणारी उलटतपासणी कित्येक तासांची असते. गोपनीय कोड पुढे सरकवणे तसेच परदेशांना आणि काही व्यक्तींना अणूसामग्री, स्फोटक यंत्रे, उपकरणे, माहिती, कागदपत्रे, रेखाटणे, नियोजन आराखडे, लेख आणि नोंदी पुरवण्याच्या कामी प्रत्यक्ष-अप्रत्यक्षपणे ज्यांचा हातभार लागला अश्या केआरएलमधील सहा शास्त्रज्ञांना ताब्यात घेण्यात आल्याची घोषणा सरकारने केली. त्यात खान नव्हते, पण त्यांच्यापैकी तिघेजण केआरएलचे संचालक होते आणि इतर तिघे केआरएलच्या पगारपत्रकावरील लष्करी अधिकारी होते. गुन्हेगारी स्वरूपाच्या आरोपांना सामोरे जाताना या सर्वांनाच वाचा फुटली आणि त्यांनी खान यांनाच या सर्वांसाठी जबाबदार धरले आणि स्वतःची सुटका करून घेतली.

अमेरिका आणि खुद्द त्यांच्या सहकाऱ्यांनी दिलेल्या पुराव्यांच्या आधारावर डिसेंबरमध्ये दोघा पाकिस्तानी जनरलनी खान यांची प्राथमिक उलटतपासणी घेतली. खान यांनी त्यांना संतापजनक आणि अपमानास्पद वागणूक देऊन आपल्या कार्यालयातून निघून जाण्यास सांगितले. जेव्हा त्यांनी आपल्या सहकाऱ्यांवर केलेले आरोप ऐकले तेव्हा ते अध्यक्षांच्या इमारतीतूनच काम करत होते आणि तिथेच त्यांनी हा हल्ला परतवून लावण्याचा निर्धार केला. त्यांनी याहीवेळी पूर्वीच्याच खेळीचा अवलंब केला. प्रसारमाध्यमांना बोलावून त्यांनी आपली कहाणी विशद केली आणि लोकांचा पाठिंबा मिळवला. पाकिस्तानमधील एक पत्रकार आणि जुना मित्र हमिद मिर याला टेलिफोन करून त्यांनी आपल्या कार्यालयात बोलावून घेतले. कार्यालयात पाऊल टाकताक्षणीच खान त्याला थकल्यासारखे आणि काहीसे अस्ताव्यस्त वाटले; पण त्यांची मग्रुरी कायम होती. या अटकसत्राबद्दल मिरने त्यांना काही प्रश्न विचारले आणि इराण आणि लिबियाला मदत केल्याचा आरोप असलेल्या वॉशिंग्टन पोस्टमधील लेख वाचून दाखवला. पाश्चात्त्य प्रसारमाध्यमे, अमेरिका आणि त्यांच्या सरकारवर गरळ ओकतच खान यांनी या प्रश्नांची उत्तरे दिली. 'हा सर्व अपप्रचार आहे.' ते गरजले, 'आयएसआय आणि सीआयए या दोन्ही संघटना माझ्या जीवावर

उठल्या आहेत. मला ठार करणे हेच त्यांचे उद्दिष्ट आहे. काही करून त्यांना माझा काटा काढायचा आहे. मुशर्रफना शक्य झाले तर ते मला अटक करून अमेरिकेच्या हवाली करतील, पण मी त्यांना रोखू शकतो.'

खान पुढे काही बोलण्यापूर्वीच शेजारच्या खोलीत बसून या दोघांचे संभाषण चोरून ऐकणारा आयएसआयचा एक अधिकारी तेथे आला आणि चकारही शब्द न बोलता तेथे बसला. पाकिस्तानी प्रसारमाध्यमांतून काय प्रसिद्ध करायचे असते आणि काय नसते, याविषयी आयएसआयने आखून दिलेल्या लक्ष्मणरेषेचा पुरता अनुभव असलेल्या मिरला आताची ही मुलाखत 'ऑफ द रेकॉर्ड' असल्याचे लक्षात आले आणि कॉफी पिऊन तो निघून गेला. नंतर या संपूर्ण घटनेचे मूल्यमापन करताना तो म्हणाला, 'ते राष्ट्रीय हिरो असल्याने त्यांना कोणीही हात लावू शकणार नाही, असे त्यांना वाटत होते. मुशर्रफ आपल्याला अटक करू शकतात; हे तर त्यांना कल्पनातीत वाटत होते.'

याच खान यांच्या या फिरत्या महानाट्याचा पडदा लवकरच पडणार होता, दुसऱ्या दिवशी सकाळी साध्या कपड्यातील काही सुरक्षा कर्मचाऱ्यांनी त्यांच्या घरी प्रवेश केला. खान त्या वेळी ब्रेकफास्ट घेत होते, तशाच अवस्थेत त्यांना उठवण्यात आले आणि घराजवळ उभ्या असलेल्या मोटारीत नेऊन बसवले. खान यांना त्यानंतर एका अज्ञात स्थळी नेण्यात येऊन, त्यांच्या माजी सहकाऱ्यांनी आणि अमेरिकेने दिलेल्या पुराव्यांच्या आधाराने ज्येष्ठ अधिकाऱ्यांच्या एका पथकाने त्यांची उलटतपासणी घेतली. या लोकप्रिय शास्त्रज्ञाची चौकशी करताना 'हॉटरूम'चा वापर करण्यात आला नाही, पण त्यांना गोंजारण्याचाही प्रयत्न झाला नाही. सारे पुरावे विरुद्ध आणि नाकारण्यासारखे नसतानाही खान यांनी सुरुवातीला सहकार्य करण्याचे नाकारून पाहिले. आपल्या सरंजामशाहीला साजेसे वर्तन करून त्यांनी आपण जे काही केले, ते पाकिस्तानच्या फायद्यासाठीच केले आणि म्हणूनच पाकिस्तानी जनता आपल्याला 'हिरो' समजते असा युक्तिवाद केला. 'ॲटम बॉम्ब कोणी तयार केला? त्यांनी विचारणा केली, 'तो मी तयार केलाय. क्षेपणास्त्रे कोणामुळे तयार झाली? मी तुमच्यासाठी तयार केलीयेत.' अमेरिकेवर त्यांनी टीकेची झोड उठवली. त्यांची अण्वस्त्रक्षेत्रातील मक्तेदारी मोडीत काढून मी इतर मुस्लीम देशांना ते तंत्रज्ञ पुरवले, त्यामुळेच अमेरिका मला अडकवत आहेत, असा आरोप त्यांनी केला. पण सतत तीन दिवस प्रश्नांचा भडिमार केल्यावर ६७ वर्षीय खान गलितगात्र आणि पराभूत झाले. झाले ते पुरे झाले, असे मनोमन मान्य करत ते कबुली जबाबास तयार झाले. मुशर्रफ यांच्या अध्यक्षीय कार्यालयात आयोजित केलेल्या बैठकीत आपण उत्तर कोरिया, इराण आणि लिबियाला पाकिस्तानची 'अण्वस्त्र गुपिते' विकल्याचे त्यांनी मान्य केले.

एवढे होऊनही त्यांचा पिळ उरला होता. आपल्या सर्व कारवाया पाकिस्तानच्या हितासाठीच होत्या असा कांगावा करत त्यांनी अध्यक्षीय क्षमायाचनेची मागणी केली. सत्य काहीही असले तरी खान यांच्याविरुद्ध खटला चालविल्यास जनतेत प्रक्षोभ माजेल याची पूर्ण कल्पना असल्याने मुशर्रफ यांनी या मागणीचा विचार करण्याचे आश्वासन दिले. मात्र खान यांनी लेखी कबुलीजबाब द्यावा, सार्वजनिक माफी मागावी आणि बेमुदत घरची कोठडी स्वीकारावी, अशा अटीही त्यांनी लादल्या. राष्ट्रीय दूरचित्रवाणीवरून खान यांनी दिलगिरी व्यक्त करणेही त्यांना बंधनकारक करण्यात आले. मात्र त्यांचा बारा पानी कबुलीजबाब गुप्त ठेवण्यात येणार होता.

दिलगिरी व्यक्त करण्यासाठी ४ फेब्रुवारी हा दिवस निश्चित करण्यात आला. त्या दिवशी खान यांच्या माफीनाम्याची माहिती देण्यासाठी आणि त्यांच्या माफीनाम्यावर औपचारिक शिक्कामोर्तब करवून घेण्यासाठी मुशर्रफ यांनी देशातील सर्व ज्येष्ठ लष्करी अधिकारी आणि शासकीय पदाधिकाऱ्यांना एकत्र बोलावले. थोड्याच वेळात खान यांना अध्यक्षीय कार्यालयात बोलावून घेण्यात आले आणि अध्यक्ष क्षमा करण्यास तयार आहेत, असे त्यांना सांगण्यात आले. त्यानंतर दोघांचे एक सरकारी छायाचित्र प्रसिद्धीस देण्यात आले. खाकी कपड्यातील मुशर्रफ पाश्चात्त्य सूट परिधान केलेल्या खान यांच्याकडे ताठरपणे पाहात आहेत असे छायाचित्रात दिसत होते. त्यानंतर खान मोटारीने राष्ट्रीय दूरचित्रवाणी संकुलात गेले. तेथे त्यांनी करावयाचे निवेदन आधीच लिखित स्वरूपात तयार ठेवण्यात आले होते. प्रसारण सुरू होण्यापूर्वी काही काळ आधी मुशर्रफ तेथे आले आणि जमलेल्या पत्रकारांना त्यांनी लवकरच होऊ घातलेल्या ऐतिहासिक घटनेची माहिती दिली. पत्रकारांशी बोलताना त्यांनी सर्व आरोपांचे माप खान यांच्या पदरात टाकले. ते म्हणाले, 'दुर्दैवाने डॉ. ए.क्यू. खान यांच्या आदेशांवरून आणि त्यांच्याच आशीर्वादाने अण्वस्त्र प्रसाराचा हा प्रकार घडला आहे. त्यामध्ये कोणत्याही सरकारी किंवा लष्करी अधिकाऱ्याचा हात नाही.' त्या दिवशी संपूर्ण इस्लामाबादेत अफवांना ऊत आला होता. पत्रकार मुशर्रफ यांच्यावर प्रश्नांचा भडिमार करत होते. मुशर्रफ यांनी त्यांना सांगितले की, 'खान यांना अटक करण्याबरोबरच पाकिस्तानला आणखी तीन अटींची पूर्तता करण्यास सांगितल्याची माहिती आपल्याकडे आहे. त्यापैकी पहिली अट म्हणजे, सर्व अण्वस्त्र नोंदी आयएईएकडे सुपूर्द करणे, खान यांना लष्कराने मदत केली किंवा कसे याचा नि:पक्षपाती चौकशी अहवाल सादर करणे आणि पाकिस्तानच्या अणूकार्यक्रमात संयुक्त राष्ट्रसंघाला हस्तक्षेप करू देणे.'

'आम्हाला या तिन्ही अटी अमान्य आहेत. आम्ही तसे काहीही करणार नाही.' मुशर्रफ यांनी करारीपणाने सांगितले.

काही वेळातच खान यांचे दूरचित्रवाणीच्या पडद्यावर दर्शन झाले. ते निराश

दिसत होते. अपराधीपणाची भावना लपवू शकत नव्हते, त्यांची वेशभूषाही समयोजित अशी होती. निवेदनाच्या प्रारंभीच त्यांनी या सर्व प्रकाराबद्दल आपल्याला कमालीचे दु:ख, मन:स्ताप आणि पश्चात्ताप झाल्याचे मान्य केले. त्यांचे हे निवेदन इंग्रजीतून होते, अधूनमधून ते काहीशा नाराजीने लिखित मजकुराकडे नजर टाकत होते. ''गेल्या दोन महिन्यांतील काही अत्यंत दुर्दैवी घटनांमुळे पाकिस्तानी नागरिकांना ज्या यातना सहन कराव्या लागल्या, त्याबद्दल मी दिलगिरी व्यक्त करू इच्छितो. माझ्या हातून घडलेल्या सर्व कृत्यांची जबाबदारी मी स्वीकारत असून त्याबद्दल तुमची माफी मागतो.' आपण आणि आपल्या काही अनामिक सहकाऱ्यांनी सरकारला अंधारात ठेवून अण्वस्त्र गुपिते इतरांना दिल्याचे सांगून ते म्हणाले, 'ज्यांनी माझ्या सांगण्यावरून या सर्व कारखान्यांत कळत-नकळत साह्य केले ते सर्व निर्दोष आहेत, माझ्यावरील विश्वासापोटीच त्यांनी हे केले, असे मी नोंदवू इच्छितो. खरे तर त्यांनी दिलेल्या छापील निवेदनांत, 'इतर कर्मचाऱ्यांचे चुकीचे मूल्यमापन झाल्याने हे घडले.' असे वाक्य होते. पण ऐनवेळी त्यांनी माझ्यावरील विश्वासापोटीच हे केले,' अशी पर्यायी आणि पदरची वाक्यरचना वापरून शेवटच्या क्षणी आपली देशभक्ती सिद्ध करण्याचा त्यांनी प्रयत्न केला.

तपशिलांबाबत हे भाषण फारसे बोलके नव्हते. अण्वस्त्र गुपितांचे ग्राहक कोण आणि त्यांनी ती त्यांनाच का विकली, याचा उल्लेख त्यात नव्हता. त्यांच्या या टीपणीने खुलासा होण्याऐवजी शंकाच जास्त निर्माण झाल्या, खान यांना इमारतीतून घाईघाईने बाहेर नेण्यात आले आणि कदाचित यापुढे ते सार्वजनिक जीवनात दिसणारही नव्हते. खरी गोष्ट अशी होती की, त्यांनी माफी मागण्यासाठी उर्दू ऐवजी इंग्रजी भाषेचा वापर करून अनेक गोष्टी साध्य केल्या होत्या. पाकिस्तानी जनतेला धाब्यावर बसवून हा सारा बनाव घडवून आणला जात असल्याचे त्यांना आंतरराष्ट्रीय समुदायाला पटवून द्यायचे होते. दुसऱ्या दिवशी मुशर्रफ यांनी खान यांचा 'राष्ट्रीय नायक' या शब्दांत गौरव केला. 'देशाची सुरक्षा अभेद्य करण्यासाठी खान यांनी दिलेल्या योगदानाची मी तारीफ करतो आणि म्हणून मी आणि माझे सरकार त्याला माफ करत आहे.' या शास्त्रज्ञाला त्याच्या घराबाहेर पडता येणार नव्हते. त्यांच्या बायकोला त्यांच्याबरोबर राहण्याची मुभा होती, पण वृत्तपत्रे, दूरचित्रवाणी किंवा इंटरनेट इत्यादी सुविधांपासून त्यांना वंचित ठेवले जाणार होते. आयएईए आणि अमेरिकेचे गुप्तहेरखाते त्यांना भेटू शकणार नव्हते. एकेकाळी सर्वत्र मुक्तपणे मुशाफिरी करणारा हा मृत्यूचा सौदागर आता त्याच्याच घरात बंदिवान झाला होता. त्याला भेटण्याची परवानगी असलेले जे मोजके लोक होते, त्यांच्या म्हणण्यानुसार खान यांची तब्येत खालावली असून ते नैराश्यग्रस्त झाले आहेत. आपल्या बागेतील माकडाला खायला घालणे आणि आपल्या

परिस्थितीसाठी अमेरिकेलाच जबाबदार धरणे, याच्यातच त्यांचा वेळ जात आहे.

लोकप्रतिक्रियेची तीव्रता कमी होत असली तरी खान यांच्या भाषणातील 'आपण जे केले ते चांगल्या हेतूने केले.' हे शब्द विसरायला जनता तयार नव्हती. देशभरातील काही मोजक्या शहरांत इस्लामिक पक्षांनी निदर्शने आयोजित केली. 'आम्हाला खान कैदी म्हणून नकोत तर अध्यक्ष म्हणून हवेत,' अशा आशयाच्या पाट्या त्यांच्या हातात दिसायच्या. विरोधी इस्लामिक पक्षाचा नेता काझी हुसेन अहमद याने मुशर्रफ यांच्या राजीनाम्याची मागणी केली. खान यांनी इराणला अण्वस्त्र तंत्रज्ञान पाठवण्यास सुरुवात केली तेव्हा आयएसआयचे प्रमुख असलेले जनरल हमिद गुल यांनी, अमेरिका आता पाकिस्तानच्या अण्वस्त्र कोठ्यावर संयुक्त नियंत्रण ठेवत आहे, असा दावा केला. निदर्शने हळूहळू थांबली मात्र, पाकिस्तानात लागोपाठ आलेल्या राजकीय लष्करी आणि नागरी प्रशासनानी खान यांचा बळी घेतल्याची भावना, सर्वच राजकीय पक्षात निर्माण झाली. खान यांचा चरित्रकार जाहिद मलिक या साऱ्याचे वर्णन अशा शब्दांत करतो, 'त्यांनी निवेदनात उल्लेख केल्याप्रमाणे ते चांगल्या हेतूने वागले, माझ्या दृष्टीने या शब्दांना फारच महत्त्व आहे. ए. क्यू. खान हे जबाबदार व्यक्ती आहेत. पाकिस्तान अडचणीत आहे याची त्यांना कल्पना आहे, त्यामुळे गोष्टी आणखी चिघळण्यापूर्वीच लांब जाण्याचा त्यांचा निर्णय योग्य आहे.'

खान यांना घरातच जखडून ठेवले होते. याचे स्पष्टीकरण देताना पाकिस्तानचे माजी लष्करप्रमुख फिरोजखान म्हणतात, 'जर त्यांना बोलू दिले तर ते आयएईए किंवा सीआयएकडे नेमके काय बोलतील याची मुशर्रफ आणि इतरांना शाश्वती नव्हती. त्यांच्यावरील आरोप खरे आहेत की खोटे हा मुद्दाच गौण आहे. खोटेपणासुद्धा पाकिस्तानविरुद्ध आंतरराष्ट्रीय पातळीवर टीकेचा विषय बनू शकतो आणि त्याच्या आधारावर अमेरिका पाकिस्तानच्या आण्विक कार्यक्रमावर नियंत्रण मिळवू शकते.' खान यांच्याबरोबर काम केलेल्या दुसऱ्या एका जनरलच्या मते, लष्कराला अंधारात ठेवून खान एवढी मजल मारूच शकले नसते. याबद्दल माझ्या मनात तीळमात्रही शंका नाही, जर त्यांनी दुसऱ्या देशाला सेंट्रिफ्युजेस विकले असतील, तर ते त्यांनी आपल्या पाठीवर लादून निश्चितच नेले नसणार. अर्थातच हे सर्व लष्कराला ज्ञात होते आणि त्यांनीच खान यांना मदत केली होती.'

खान यांना सुरक्षित ठेवण्यामागे आणखी एक कारण लपले होते. जर त्यांना आयएइए किंवा अमेरिकेच्या आधीन केले असते, तर नेटवर्कचे उरलेसुरले धागेदोरेही नष्ट होण्याची भीती होती. तसे झाल्यास पाकिस्तानचा चालू स्थितीतील आण्विक कार्यक्रम खिळखिळा झाला असता, कारण तो चालू ठेवण्यासाठी पाकिस्तान या नेटवर्कच्या माध्यमातूनच काही प्रमाणात सामग्री मिळवत होता.

पाकिस्तानच्या अस्तित्वात असलेल्या आण्विक कार्यक्रमाला लागणाऱ्या सुट्ट्या भागांसह इतर सामग्रीचा विचार केला, तर त्याची यादी लांबलचक असल्याचा निष्कर्ष युरोपीय गुप्तचर यंत्रणांनी काढला होता.

खान यांची पहिली जबानी कबुलीजबाबासाठी होती. पण आता चौकशीचा नूर बदलला होता. आता त्यांची कार्यपद्धती आणि त्यात इतर कोणाचा सहभाग होता, हे काढून घेण्यावर पाकिस्तानी गुप्तचर यंत्रणांचा भर होता. त्या चौकशीचे नेतृत्व एक जनरल आणि आयएसआयचा एक अधिकारी यांच्याकडे होते. सुरुवातीला त्यांनी नरमाईचे धोरण अवलंबिले. मात्र प्राथमिक प्रश्नोत्तरात काही दिवस जाताच वातावरणाने अचानक नाट्यपूर्ण वळण घेतले. त्यांच्या अटकेच्या अफवा पसरू लागल्या. त्याच सुमारास डिसेंबरमध्ये खान यांची मुलगी दिना पाकिस्तानात आली होती. तेव्हा खान यांनी तिच्याकडे हस्तलिखित कागदांचे एक बाड दिल्याचे आयएसआयला समजले. हे बाड तिने लंडनला न्यावे आणि पाकिस्तान सरकारने जर त्यांच्याविरुद्ध वाकडे पाऊल उचलले, तर ते सायमन हेन्डरसन या ब्रिटिश पत्रकाराला द्यावे, अशी सूचना त्यांनी तिला केली होती. याच हेन्डरसनने खान यांची यापूर्वी मुलाखत घेतली होती. या कागदपत्रात नेमके काय होते, याची काहीच कल्पना पाकिस्तान सरकारला नव्हती, मात्र त्यांच्या अण्वस्त्र प्रसार उद्योगांना कोणाकोणाचा हातभार लागला, मग तो खरा असेल किंवा काल्पनिक त्याचे तपशील त्यात असावेत, असा त्यांचा अंदाज होता.

'आता तुम्ही तुमच्या मुलीलाही यात गोवले आहे. आतापर्यंत आम्ही तुमच्या कुटुंबाला या सर्वांपासून दूर ठेवले होते, आता आमच्याकडून सवलतीची अपेक्षा करू नका.' उलटजबानी घेणारा एक अधिकारी त्यांना संतापाने म्हणाला.

खान त्या क्षणापर्यंत शांत होते, पण या धमकीनंतर ते कोसळले आणि रडू लागले. त्यांना जबरदस्ती केल्यावर दिनाला फोन करून कागदपत्रे नष्ट करण्याचे आदेश देण्यास ते तयार झाले. अधिकारी त्यांच्या शेजारी बसल्यावर त्यांनी लगेचच लंडनचा फोन फिरवला, दिना फोनवर आल्यावर तिला कागदपत्रे नष्ट करण्याचे आदेश त्यांनी तीन वेळा, तीन वेगवेगळ्या भाषांत दिले. अधिकाऱ्यांनी त्यांच्या हातातील फोन हिसकावून घेतला आणि डचमध्ये काय संवाद झाला अशी विचारणा केली, कारण त्या खोलीतील कोणालाही ती भाषा अवगत नव्हती. खान यांची ती सांकेतिक भाषा होती, त्यामुळे त्यांच्या आदेशांचे ती पालन करील, असे स्पष्टीकरण खान यांनी दिले.

तिच्या वडिलांनी आईला उद्देशून लिहिलेलेच एक पत्र आपल्यापाशी दिले होते, असे दिनाने नंतर सांगितले. अण्वस्त्रांच्या व्यवहाराचा गाजावाजा झाल्यास आपले अध:पतन अटळ आहे, असे त्यांना तेव्हा वाटले होते (हा मुद्दा नंतर

खराही ठरला.) जर त्यांचा खून झाला किंवा ते बेपत्ता झाले तर, ते पत्र प्रकाशित करण्याची विनंती त्यांनी केली होती. त्या पत्रात नेमके कोणाकोणांत आणि काय घडले, त्याचे तपशील होते. दोन वर्षांनंतर सार्वजनिकरित्या प्रकाशित केलेल्या एका निवेदनात दिनाने हे नमूद केले आहे. या पत्रात संबंधित लोक आणि जागा यांचा उल्लेख आहे, मात्र अण्वस्त्रांविषयी त्यात एक अक्षरही लिहिण्यात आले नव्हते.

पण खान यांनी आपल्या मुलीकडे फक्त अतिशय व्यापक आशय असलेली कागदपत्रे दिली होती, असे त्यांच्या निकटवर्तीय मित्रांचे म्हणणे होते. या शंभर पानांत खान यांच्या अण्वस्त्र प्रसार प्रवासाच्या आत्मचरित्रात्मक नोंदी असतात. या कागदपत्रांचे पुढे काय झाले, हे अद्यापी गुलदस्त्यातच आहे.

इतर ठिकाणीही खान यांच्या मुसक्या आवळण्याचे काम सुरू झाले होते. पाकिस्तानप्रमाणेच मलेशियाशी संपर्क करून बीसीएस ताहिरची उलटतपासणी करण्यात यावयाची होती. १० नोव्हेंबर, २००३ रोजी बीबीसी चायनाचा मार्ग बदलण्यात आला, त्याच दिवशी सायंकाळी सीआयए आणि एमआय-६च्या एजंटांनी मलेशियाच्या अंतर्गत सुरक्षा विभागाचे प्रमुख बुकीत अमान यांची भेट घेतली. मलेशियाकडून इतर देशाला पुरविण्यात आलेल्या अण्वस्त्र तंत्रज्ञानाच्या व्यवहाराशी ४४ वर्षीय ताहिर या श्रीलंकेच्या तरुणाचा संबंध आहे आणि या सर्वच प्रकरणाचा तपास सुरू आहे, असे त्यांनी अमान यांना सांगितले. मलेशियाचा स्वत:चा असा अण्वस्त्र उद्योग नसला तरी पंतप्रधान अब्दुल्ला बदावी यांच्या मुलाच्या कंपनीचा या व्यवहारासाठी वापर झाल्याचे त्यांच्या निदर्शनास आणण्यात आले. आपण जर सहकार्य करण्याचे नाकारले, तर कोणते दुष्परिणाम होऊ शकतात याचा लागलीच अंदाज अमान यांना आला आणि त्यांनी ती गोष्ट पंतप्रधानांपर्यंत पोहोचवली, त्यांनीही या दोन्ही संघटनांना सर्वतोपरी साह्य करण्याचे आदेश दिले. त्यानंतरचा एक महिना ताहिरवर पाळत ठेवण्यात आली आणि लिबियाने गौप्यस्फोट करताच त्याला ताब्यात घेण्यात आले. राष्ट्रीय सुरक्षा कायद्याचा भंग केल्याचा आरोप त्याच्यावर ठेवण्यात आला. मात्र त्याची जाहीर सुनावणी झाली असती, तर पंतप्रधानांसह अनेक नागरिक गोत्यात येण्याची शक्यता असल्याने प्रकरण तेवढ्यावरच थांबवण्यात आले. ताहिरला एकांतवासात ठेवण्यात आले, एवढेच नाहीतर त्याच्या बायकोलाही त्याला भेटण्याची परवानगी नाकारण्यात आली. ताहिर हा ताठ कण्याचा नव्हता किंवा तत्त्वनिष्ठही नव्हता. त्याने काही दिवसांतच मलेशिया आणि इतरत्र चालणाऱ्या नेटवर्कच्या उद्योगांचे एक सविस्तर निवेदन करून मलेशियाच्या पोलिसांना दिले. या माफीपत्रामुळे

ताहिरला स्वातंत्र्य मिळाले नाही, पण निवेदनाची एक 'शुद्धीकृत' प्रत इंटरनेटवरून प्रसृत करण्यात आल्याने इतर देशात जे नेटवर्कच्या संबंधितांचे अटकसत्र सुरू होते, त्याला समर्थन मिळाले.

लिबियाला ३१ दशलक्ष डॉलर्सच्या बदल्यात नियंत्रित सामग्री विकल्याचा ठपका ठेवून गोदार्द लर्च या जर्मन अभियंत्याला स्वित्झर्लंडमध्ये अटक करण्यात आली. विसेर, मेयर्स आणि आणखी एकाला दक्षिण आफ्रिकेत अटक झाली. जेव्हा पोलिसांनी मेयरच्या कारखान्यावर छापा टाकला तेव्हा त्यांना तेथे लिबियाच्या समृद्धीकरणासाठी लागणाऱ्या उत्कृष्ट बांधणीच्या सामग्रीने भरलेले ११ कंटेनर्स, छायाचित्रे, डिझाइन्स आणि इतर मुद्रित साहित्य आढळून आले. पुरवठादार म्हणून आरोपी असलेला गुनेस सायर हा इस्तंबूलमधील एका वृत्तपत्रातील त्याच्यावरील आरोप वाचूनच हृदयविकाराच्या झटक्याने मरण पावला.

टिनार्स कुटुंबीय मात्र मोकळे राहिले, मात्र यात आपण कधीना कधी तरी गोवले जाऊ या भीतीच्या दडपणाखाली ते सतत होते. त्यांच्याविरुद्ध जर्मन सरकार तक्रार आरोपपत्र तयार करत होते आणि त्यांना प्रत्यार्पणाच्या भीतीने ग्रासून टाकले होते. उर्सवर आरोप दाखल झाले, तरी त्याचे प्रत्यार्पण न होण्याची शक्यता फारच कमी असल्याचा धीर देत, मॅड डॉगने उर्सला काळजी न करण्याचा सल्ला दिला.

टिनार्सबाबत माहिती मिळावी म्हणून स्वीस सरकारने अमेरिकेला अनेक पत्रे पाठवली, पण त्यांना उत्तरेच देण्यात आली नाहीत. पुढच्या पाच महिन्यांत त्यांनी अमेरिकेकडून तीन वेळा उत्तराची अपेक्षा केली, पण प्रत्येक वेळी त्यांना वाटाण्याच्या अक्षता लावण्यात आल्या, कोणालाही माहिती देण्यात आपल्याच एका स्रोताला उघड करण्यासाठी सीआयएला बिलकूल स्वारस्य नव्हते. शिवाय ती संघटना खान यांच्याविरुद्ध माहिती गोळा करण्यासाठी जीवाचे रान करत होती. त्यामुळे त्यांच्या एका अतिमहत्त्वाच्या खबऱ्यावर सार्वजनिक खटला चालवण्याचा प्रश्नच उद्भवत नव्हता. एकीकडे स्वीस सरकारला मदत करणे सीआयएला नको होते, तर त्याचवेळी दुसरीकडे ती संघटना इराणवर दबाव ठेवण्यासाठी तेवढीच प्रयत्नशील होत होती. म्हणून आयएईएला माहिती पुरविण्यासाठी सीआयएने टिनारचाच वापर करण्याचा निर्णय घेतला. खान नेटवर्कच्या तपासकामासाठी मदत करण्याचा प्रस्ताव पुढे करून लँग्लेतील एका ज्येष्ठ अधिकाऱ्याने व्हिएन्नातील एका महिला एजंटाची नेमणूक केली आणि तिला ओली हिनोनेन यांच्या संपर्कात राहण्याचा सल्ला दिला. 'या सर्व भानगडींपासून आम्हाला दूर ठेव,' असे त्यांना तिला बजावले.

आता नेमके कोण?

हिनोनेन यांनी कल्पना केली होती, त्यापेक्षा खान यांच्या नेटवर्कची व्यापकता आणि गुंतागुंत कितीतरी पटींनी जास्त होती. या नेटवर्कमध्ये ज्यांचे हात बरबटले होते अशा देशांनी, उद्योगांनी आणि लोकांनी सुरुवातीलाच काखा वर केल्या. खान यांच्यावर आमचे नियंत्रण नाही. या अध:पतीत शास्त्रज्ञाला प्रश्न विचारण्याची परवानगी सीआयएलासुद्धा देता येणार नाही, असे पाकिस्तानच्या सरकारने आयएईएला कळवून टाकले. ताहिरने मलेशियन पोलिसांना दिलेल्या निवेदनातून अनेक गोष्टींवर प्रकाश पडू शकला असता, तसे संकेतही त्या निवेदनात होते, मात्र त्याची भेट घेण्यासाठी केलेल्या प्रयत्नांना मलेशियातील अधिकाऱ्यांनीच सुरुंग लावला, कारण त्यांना स्वत:च्याच देशाला अडचणीत आणायचे नव्हते आणि ताहिरचे राजकीय लांगेबांधे जगासमोर आणायचे नव्हते. जर्मनी, स्वित्झर्लंड आणि दक्षिण अफ्रिकेतील गुप्तचर यंत्रणा गुन्हा दाखल करण्यासाठी त्यांच्या परीने पुरावे गोळा करत होते, त्यामुळे त्यांच्याकडून मिळणाऱ्या सहकार्यावर बंधने येत होती. अमेरिकेच्या तपासाचा सारा प्रकाशझोत इराणवर एकवटला होता, त्यामुळे त्याला सोयीची वाटेल तीच माहिती तो देश देत होता, तसेच खान यांच्या कारवायांविषयी जमा झालेल्या माहितीचा व्यापक पसारा त्याने आपल्याच घट्ट मुठीत दाबून ठेवला होता.

या सर्व अडचणींवर मात करत, संबंधित भागिदारांची यादी करण्याचे काम आयएईएतर्फे चालूच होते. लिबियाने दिलेली कागदपत्रे हीच माहितीची सर्वोत्कृष्ट स्रोत बनली होती. त्यांच्या आधारावर पुरवठादार आणि दलाल यांची भली मोठी यंत्रणा शोधून काढणे योहारा योने मुराला शक्य होत होते. आयएईएतील फायली चाळल्यावर आणि आंतरराष्ट्रीय वृत्तपत्रांतील लेखांचा संदर्भ लक्षात घेतल्यावर नावात भर पडत होती. काहीवेळा तर अनपेक्षित ठिकाणांहून माहिती येत होती. अगदी प्रारंभीच्या काळात इराणला ज्यांनी सेंट्रिफ्युजेस विकले होते,

त्या तीन जर्मन अभियंत्यांची नावे खुद्द इराणनेच कळविली. या व्यवहारात अधिकृतपणे खान कोठेही गुंतले नव्हते, हे तुणतुणे एकीकडे लावून धरतही पाकिस्तानने हात आखडता घेत का होईना, मदतीची तयारी दाखवली.

पाकिस्तानने कहुटा येथील सेंट्रिफ्युजेसचे काही सुट्टे भाग व्हिएन्नाला पाठवून दिले. तिथे आयएईएच्या पथकाने ते कालाय येथे सापडलेल्या युरेनियमच्या अंशांशी पडताळून पाहिले. दुसऱ्या एका प्रसंगी लिबिया प्रकल्पात खान यांना मदत केलेल्या पंधरा युरोपियन व्यक्तींची नावे असलेली एक यादी व्हिएन्नाच्या दौऱ्यावर असलेल्या एका पाकिस्तानी शास्त्रज्ञाने सर्वांच्या नकळत हिनोनेन यांच्याकडे सोपवली. हिनोनेनना या घटनेचा अर्थ कसा लावायचा हे समजत नव्हते, पण खान यांच्यावरील लक्ष दुसरीकडे वळविण्यासाठी पाकिस्तान ही खेळी खेळत असल्याचा संशय त्यांना आला.

तरीही खान यांनी हे सारे कसे जुळवून आणले त्याचे सम्यक चित्र तयार करणे हिनोनेनना जड जात होते, शिवाय काही अनुत्तरित प्रश्नच अनाहूतपणे धोक्याची घंटा वाजवत होते. दुबईत सापडलेली खरेदी विक्रीची कागदपत्रे आणि लिबियाच्या सामग्रीची यादी यांची तुलना करताना हिनोनेन यांना अण्वस्त्र तयार करण्याच्या प्रक्रियेत काही विसंगती आढळून आली. उदाहरणार्थ, २००३ साली अचानक गायब होण्यापूर्वी लिबियाकडे रवाना झालेला माल मलेशियामार्गे दुबईकडे गेला होता. या सामानाच्या यादीत प्रिसिजन टूलसचा उल्लेख होता आणि या टूलसच्या आधाराने सेंट्रिफ्युजेस तयार करण्यात येणार होते, या सामानापासून तातडीचा म्हणावा असा काहीच धोका नव्हता, मात्र युरेनियम समृद्धीकरण प्रक्रियेत त्यांचा वापर झाल्यास अनेक वर्षांचे श्रम वाचणार होते. इराणमध्ये लष्करातर्फे समांतर अणूकार्यक्रम राबविला जात असल्याचा संशयाला पुष्टी देणाऱ्याच या साऱ्या घटना होत्या आणि त्यात एखाद्या गूढ ग्राहकाचा किंवा एखाद्या गोपनीय संघटनेचा सहभाग असावा असाही संशय निर्माण होत होता.

तपासकामाची धीमी गती आणि अपेक्षित सहकार्याची वानवा यामुळे हताश झालेल्या हिनोनेना चकवा देणारा तो 'दुसरा ग्राहक' हाती लागणार नाही, असे वाटत असतानाच मे महिन्यातील एका सकाळी एका महिलेने त्यांना कार्यालयात फोन केला. आपले नाव सांगण्यास तिने नकार दिला, पण हिनोनेन आणि त्यांची तपास मोहीम यांची तिला अचूक माहिती होती. काहीवेळ इकडच्या-तिकडच्या गप्पा झाल्यावर तपासाच्या नव्या वाटा उघडू शकतील, अशी माहिती आपल्यापाशी असल्याचे तिने हिनोनेनना सांगितले. हिनोनेन तिला भेटू शकतील का, अशी विचारणाही तिने केली. सहा महिन्यांपूर्वी अशाच एखाद्या अपरिचित महिलेने कॉफी शॉपमध्ये भेटण्याची इच्छा प्रकट केली असती तर हिनोनेननी तिला

लगेचच नकार दिला असता, मात्र आता तपासाच्या दिशाच बदलल्या होत्या. हिनोनेन या शास्त्रज्ञाची जागा आता एका तपास करणाऱ्या गुप्तहेराने घेतली होती. आणखी कोणत्याही गोष्टीत मुळापर्यंत जाण्याचा निर्धार केल्याने त्यांना आता साधन शुचितेची फारशी तमा राहिली नव्हती. व्हिएन्नाच्या मध्यवर्ती भागात वसलेल्या 'स्टार बक' भागात दुसऱ्या दिवशी भेटण्याचे त्यांनी तिला आश्वासन दिले. तुम्ही मला कसे ओळखणार असे हिनोनेननी विचारताच तिने 'त्याची काळजी करू नका, मला तुम्ही पूर्णपणे ठाऊक आहात.' असे उत्तर दिले.

हा फोन नक्कीच सीआयएकडून आला असणार हे त्यांनी ओळखले. गेल्या अनेक वर्षांच्या अनुभवाने त्यांना अमेरिकी इंग्रजीच्या बोलण्याची सवय झाली होती. आणि सदर संघटना तपासकामातील आपल्या प्रगतीवर लक्ष ठेवून असणार हेही त्यांनी गृहीत धरले होते. त्यांचे इ-मेल आणि टेलिफोन टॅप होते होत, शिवाय खुद्द आयएईएमध्येही सीआयएने माणसे पेरल्याचे त्यांना कळले होते. काही दिवसांपूर्वीच त्यांनी अल बरादींना दूरध्वनीवरून एक गुप्त संदेश पाठविला होता आणि त्यानंतर काही दिवसांतच ही माहिती आपल्याकडेही आहे, असे एका अमेरिकन राजनैतिक अधिकाऱ्याने सूचित केले होते. अशाच काही घटना घडल्यानंतर त्यांनी आयएईएच्या संगणक अभियंत्याला आपला संगणक आणि दूरध्वनीवर असे प्रकार थांबवणारे सॉफ्टवेअर बसविण्यास सांगितले होते.

'स्टार बक्स'मध्ये आमनेसामने आल्यावरही त्या महिलेने स्वत:विषयी फारशी माहिती दिली नाही आणि हिनोनेनाही त्याची फारशी फिकीर नव्हती. त्यांना माहितीची गरज होती आणि ती मिळविण्यासाठी तिच्या कलाने घेणे, त्यांना इष्ट वाटले. गप्पांमध्ये वीस-पंचवीस मिनिटे तशीच निघून गेली, कॉफीही थंड झाली, त्यानंतर तिने मूळ मुद्याला हात घातला. हिनोनेन ज्याच्या शोधात होते, त्या टिनार या व्यक्तीशी तुमची भेट घडवून आणणे आपल्याला शक्य असल्याचे तिने सांगितले. हिनोनेननी ते नाव लगेचच ओळखले. इंटरनेटवर उपलब्ध असलेल्या ताहिरच्या निवेदनात या नावाचा उल्लेख होता. लिबियाच्या प्रकल्पात टिनार पितापुत्रांनी महत्त्वाची भूमिका पार पाडल्याचे ताहिरने आपल्या निवेदनात नमूद केले होते. युरोपमधून बराच माल बाहेर पाठविण्याच्या कामात फ्रेडरिक टिनारने मध्यस्थाची भूमिका केली होती आणि त्याचा मुलगा उर्स हाही मलेशियात नेटवर्कच्या कर्मचाऱ्यांना सल्ला देण्याचे काम करायचा. पाकिस्तानच्या अण्वस्त्र कार्यक्रमाचा आणि टिनार कुटुंबांचा अनेक वर्षांपासून संबंध असल्याचे हिनोनेनना अचूक माहीत होते. ही सुंदर बाई आतापर्यंतच्या संशोधनातील कदाचित सर्वांत मोठा दुवा आपल्याला देत असल्याचे हिनोनेनना जाणवले आणि त्यांनी तिला पुन्हा भेटण्याचे आश्वासन दिले. तिनेही शक्यतो लवकरात लवकर भेटीचे आयोजन

करण्यात येईल, असे त्यांना सांगितले.

त्यानंतर त्या महिलेचा हिनोनेन यांना फोन आला आणि तिने त्यांना व्हिएन्नाच्या स्टाडपार्क भागात असलेल्या 'हॉटेल हॉलिडे इन'मध्ये जाण्याची सूचना केली. त्यानुसार हिनोनेन तिथे पोहोचले आणि त्यांनी वरच्या मजल्यावरील एका खोलीचा दरवाजा खटखटवला. ६० ते ७०च्या उंबरठ्यावर असलेल्या एका व्यक्तीने दरवाजा उघडला. आपले नाव, फ्रेडरिक टिनार असल्याचे सांगत त्यांना खोलीत येण्याची विनंती केली, खोलीतील कोचावर वयाने ३० आणि ४०च्या आसपास असलेले दोन पुरुष बसले होते, टिनारने हे आपले दोन मुलगे मार्को आणि उर्स असल्याचे सांगितले. टिनार बंधू काहीसे अस्वस्थ झाले. आयएईएच्या एका ज्येष्ठ अधिकाऱ्यासमवेत आपण एकाच खोलीत असणे त्यांना अपेक्षित नसावे, म्हणून ते थोडेसे अवघडल्यासारखे झाले. त्यांना बोलते करायला त्या महिलेला कशामुळे यश आले याचा अंदाज हिनोनेन करू शकले नाहीत, मात्र सीआयएने त्यांना कसली तरी धमकी दिली असावी असा अंदाज त्यांनी बांधला. त्यानंतरचा संवाद औपचारिक आणि सावधगिरीच्या स्वरूपाचा होता, दोन्ही बाजू आपले पत्ते खुले करायला तयार नव्हत्या. नेटवर्कविषयी आपल्याला किती कमी माहिती आहे याचा थांगपत्ता लागू न देता हिनोनेनना त्यांना बोलते करायचे होते. टिनार यांना अधिकाऱ्यांवर विश्वास ठेवण्याची सवयच नव्हती. अशा व्यवहारात येणाऱ्या अडचणी टाळून आपली तुंबडी कशी भरायची याची गोम त्यांना उत्तम साध्य झाली होती. सीआयएला आपण मदत केल्याचा उर्स टिनारने कबुलीजबाब देताच फ्रेडरिक आणि मार्को आश्चर्यचकित झाले. पण जर्मन अधिकाऱ्यांनी त्यांच्या नाड्या आवळत आणल्याने त्यांना आयएईएकडूनच थोडेफार संरक्षण मिळण्याची आशा उरली होती. लिबियाला सेंट्रिफ्युज विकण्याचा मुद्दा सूर्यप्रकाशाइतका स्वच्छ होता, त्यामुळे त्या विषयापासूनच चर्चेस प्रारंभ झाला. अधिक तपशील जाणून घेण्यासाठी जास्त ताणायचे नाही हे हिनोनेन यांनी आधीच ठरवले होते. विशेषत: या व्यवहारातील इतर ग्राहकांविषयी बोलणे टाळायचे असाच पवित्रा त्यांनी घेतला होता. सुमारे तासाभराच्या बोलण्यानंतर अधिक व्यापक चर्चा करण्यासाठी पुन्हा एकदा भेटण्याची तयारी फ्रेडरिकने दाखवली आणि या नियोजित भेटीची वेळ आणि जागा त्या महिलेमार्फत कळविण्यात येईल असे सांगितले.

बैठकीच्या दुसऱ्या सत्राचे आयोजन हॉटेल इंटर कॉन्टिनेंटलमध्ये करण्यात आले होते आणि या वेळी आपले सेंट्रिफ्युज तज्ज्ञ ट्रॅव्हर एडवर्डस यांना बरोबर घेण्याची परवानगी हिनोनेन यांनी त्या महिलेकडून मिळवली होती. त्या दिवशी सकाळी, लिबियाशी करण्यात आलेली व्यवस्था तसेच पी-१ आणि पी-२च्या तांत्रिक बाजूंविषयी टिनार सांगत होते आणि ते सारे हिनोनेन आणि एडवर्डस

लक्षपूर्वक ऐकत होते. सेंट्रिफ्युजचे ५०० भाग स्वित्झर्लंडमधे तयार करून ते दुबईला आपल्या भावाकडे पाठवल्याचे मार्कोने कबूल केले. इराणविषयी विचारले असता त्यांनी याबाबत आपण पूर्णपणे अज्ञानी असल्याची भूमिका घेतली. तिथे पाठविल्या गेलेल्या साहित्याशी अत्यंत नरमाईच्या पण आग्रही भाषेत विचारल्यावर नेटवर्कचे शिल्पकार खान, त्यांचे सहकारी आणि या साऱ्यांची अंधारात चालणारी कार्यपद्धती या विषयीची माहिती हळूहळू वर यायला लागली. टिनारनी इतर कंपन्या, त्यांच्याशी संबंधित असलेल्या भागीदारांची नावे त्यांना सांगितली आणि एकूण या सर्व व्यवहारातील दक्षिण अफ्रिकेच्या सहभागाविषयी बोलायला सुरुवात केली. नेमक्या याच भागाविषयी हिनोनेन बऱ्यापैकी अनभिज्ञ होते. त्यांनी लिबियाच्या वारंवार येणाऱ्या सर्व वखारींची, त्यांच्या कार्यालयांची आणि दुबईतील गोदामांची पत्त्यासह माहिती नमूद केलेली कागदपत्रे बाहेर काढली. जेव्हा २००३मध्ये गायब झालेल्या मालाचा उल्लेख झाला तेव्हा टिनारनी ते कुठे गेले त्याविषयी आपल्याला काहीच माहिती नसल्याचे सांगितले. लिबियाला गंडा घालून सदर माल दुसऱ्याच कोणत्याही देशाला विकण्याची कामगिरी खान किंवा ताहिर यांच्यापैकी कोणीतरी केली असावी असा अंदाज फ्रेडरिकने व्यक्त केला, मात्र तो तिसरा ग्राहक कोण असावा याची आपल्याला काहीच कल्पना नाही असेही त्याने सांगून टाकले. खान यांच्या दुबईतील रखेलीविषयीचा मुद्दा टिनारनी हसण्यावारी नेला आणि ती अगदीच अनाकर्षक असल्याचे सांगितले.

खोलीतच मागावलेल्या जेवणानंतर वातावरण थोडेसे सैलसर झाले आणि हाच क्षण साधून उर्सने एक बॉम्बगोळा टाकला. आपण २००३च्या ऑक्टोबरमध्ये मलेशियातून पळ काढल्यावर खान यांनी आपल्याला फोन करून दुबईस जाण्यास सांगितले होते. तेथे गेल्यावर खान यांच्या अपार्टमेंटमधील एका विशिष्ट तिजोरीतील काही कागदपत्रांच्या छायाप्रती आपण काढाव्यात अशा त्यांच्या सूचना होत्या. तो पुढे म्हणाला की, आपल्याला खरे तर सेंट्रिफ्युजची डिझाइन्स आणि तत्सम काहीतरी तेथे सापडेल अशी अपेक्षा होती, पण ती कागदपत्रे म्हणजे साक्षात अण्वस्त्रांचे प्रारूप आराखडे होते. तरीही त्यांनी खान यांची आज्ञा शिरसावंद्य मानून त्या कागदपत्रांच्या प्रती सीडीवर घेतल्या आणि खान आणि ताहिरकडे रवाना केल्या. त्या टिनार कुटुंबियांपैकी कोणालाही अण्वस्त्रांचे तांत्रिक ज्ञान मुळीच माहिती नव्हते. मात्र उर्सची तांत्रिक ग्रहणशक्ती लक्षात घेता खान यांनी लिबियाला दिलेल्या चिनी बनावटीच्या अण्वस्त्रांचेच हे प्रारूप आराखडे असणार याचा बरोबर अंदाज हिनोनेन यांना आला. चाचणीसिद्ध झालेला अण्वस्त्र अद्यापी मोकाटपणे कुणालाही उपलब्ध आहे आणि ज्याची पैसे मोजण्याची तयारी आहे अशी कोणतीही व्यक्ती किंवा देश ते संगणकाच्या माध्यमातून मिळवू शकतो

याची धक्कादायक जाणीव हिनोनेनना उर्सचे हे वक्तव्य ऐकल्यावर झाली.

या बैठकीतून हिनोनेन काही वेळातच बाहेर पडले. मिळालेली माहिती पायरे गोल्डस्मिथ आणि अल बरादी यांच्या कानांवर कधी एकदा घालतो, असे त्यांना झाले होते. बोलण्यासाठी ती रात्र आणि दुसरा संबंध दिवस एडवर्डस तिथेच थांबले. दरम्यानच्या काळात टिनारनी वर्णन केलेल्या दुबईतील वखारी आणि कार्यालये प्रत्यक्ष पाहण्यासाठी तेथे जाण्याची व्यवस्था हिनोनेन आणि योनेमुरा यांनी केली. त्याच्या महिनाभर आधीच ताहिरने आपला तेथील गाशा गुंडाळला होता आणि तेथे नवे भाडेकरू राहायलाही आले होते, पण आयएईएच्या या दोन्ही अधिकाऱ्यांनी सर्व ठिकाणांना भेट देऊन जास्तीतजास्त माहिती मिळवलीच. वरकरणी संशयित वाटणाऱ्या गोष्टी जरी तेथून महिन्याभरापूर्वीच हलविण्यात आल्या असल्या तरी सर्वच पुरावे नष्ट झाले नव्हते. त्या परिसरातील समृद्ध युरेनियमचे उरलेसुरले अंश टिपून घेण्यासाठी योनेमुराने आपल्यासोबत 'एन्व्हाअर्नमेंटल किट' आणले होते. तिने आपल्या पेटीतून कापसाचे एक मोठे भेंडोळे काढले आणि इमारतीचे उघडे आणि दृश्य भाग टिपण्यास सुरुवात केली. ही औपचारिक स्वरूपाची तपासणी नसल्याने त्यांनी ते नमुने थेट व्हिएन्नातील आयएईएच्या प्रयोगशाळेत नेऊन तातडीने तपासण्यास सांगितले. काही दिवसांतच चाचणीचे निकाल हाती आले आणि त्यात समृद्ध युरेनियमचे अंश सापडल्याचे सिद्ध झाले. दुबईत समृद्ध युरेनियम किती साठवले होते? ते कोठून आले होते? आणि कोठे जाणार होते? या प्रश्नांची उत्तरे या चाचण्यांतून मिळणे अपेक्षितच नव्हते. कदाचित पाकिस्तानकडून इराण किंवा लिबियाकडे जाणाऱ्या सेंट्रिफ्युजमधून सांडलेल्या युरेनियमचे ते दूषितकण असण्याचीही शक्यता होती किंवा एखाद्या अज्ञात ग्राहकाला पाठवतानाही त्याचे नमुने तेथे पडले असल्याची शक्यता होती.

पण तपास सुरू कोठून करायचा? स्थानबद्ध होण्यापूर्वीच्या दहा वर्षांत खान यांनी दुबईला ४१ वेळा भेटी दिल्या होत्या, तर इतर अठरा देशांचे दौरे केले होते. यात सौदी अरेबिया, सिरिया, इजिप्त, सुदान आणि तुर्कस्तान यांसारख्या मोजक्या आणि संभाव्य ग्राहक मुस्लीम देशांचा समावेश होता. अज्ञात ग्राहकांमध्ये सौदी अरेबियाचे नाव वारंवार घेतले जाई, मात्र त्यांच्याविरुद्ध पुरावा असा काही नव्हताच. पाकिस्तानचा अण्वस्त्र कार्यक्रम बाल्यावस्थेत असताना, सौदीने त्यांना आर्थिक मदत केली होती आणि चीनकडून क्षेपणास्त्रे खरेदी केली होती. खान संशोधन प्रयोगशाळेच्या आतल्या गोटात ज्यांना प्रवेशाची परवानगी होती, त्यात सौदीच्या संरक्षणमंत्र्यांचा समावेश होता. पाकिस्तानच्या अण्वस्त्र कार्यक्रमाला साह्यभूत ठरल्याबद्दल सप्टेंबर, २०००मध्ये खान यांनी सौदीची राजधानी रियाध येथील एका जाहीर समारंभात आभार प्रकटन केले होते. पाकिस्तान आणि सौदी

अरेबियाच्या संयुक्त राष्ट्रदिनानिमित्त आयोजित केलेल्या या कार्यक्रमात खान यांना सौदी राजघराण्यावर स्तुतीसुमनांची बरसात केली होती. ते म्हणाले होते, 'आमच्या विविध विकासात्मक प्रकल्पांत मदत केल्याबद्दल आम्ही सौदी राजघराण्याचे ऋणी आहोत. त्यामुळेच आम्ही आमची साधनसामग्री अण्वस्त्र विकासाकडे वळवू शकतो.'

संशय येण्याजोगी इतरही कारणे होती. १९९४मध्ये संयुक्त राष्ट्रसंघातील सौदी अरेबियाच्या शिष्यमंडळातील एक ज्येष्ठ सदस्य मोहंमद खिलेवी यांनी आपल्या देशाशीच फितुरी करून सौदी अरेबियाची अण्वस्त्र बाळगण्याची सुप्त आकांक्षा असल्याचे सिद्ध करणारी आणि त्यासाठी त्या देशाने पाकिस्तानला आर्थिक मदत केल्याचा पुरावा असलेली १० हजार कागदपत्रे आपल्यापाशी असल्याचा दावा केला होता. तेलाच्या पैशात सौदी अरेबिया चिंब भिजला असला, तरी तांत्रिक ज्ञानाच्या संदर्भात तो बराच पिछाडीवर आहे. अण्वस्त्र तंत्रज्ञान आणि शक्य झाल्यास अण्वस्त्रे तयार करण्यासाठी त्या देशाने प्रचंड पैसा बाजूला ठेवला आहे. या प्रकरणाला पाठिंबा देणाऱ्या काही घटनांचा नजिकचा इतिहास पाहिल्यास पुष्टीच मिळते. ३१ सप्टेंबरच्या हल्ल्यातील १५ पैकी ११ जण सौदी अरेबियाचे नागरिक असल्याचे सिद्ध झाल्यावर तो देश आणि अमेरिका यांच्यातील संबंध उतरंडीस लागले होते. सौदी अरेबियाशी आपले अद्यापी बळकट नाते असल्याचे अमेरिकेतर्फे कितीही कंठरवाने सांगितले जात असले, तरी त्या देशातील अनेक नागरिकांचा त्यावर विश्वास नाही. त्यातच सौदी अरेबियात इस्लामी दहशतवाद्यांचे हल्ले वाढल्याने राजघराण्यातील सदस्यांमध्ये नव्याने भीतीचे वातावरण निर्माण झाले आहे.

सीआयएचे एक माजी विश्लेषक रिचर्ड रसेल म्हणतात, 'अण्वस्त्रसज्जता वाढवून तिचा संपूर्ण अरब आखातातील देशांना लाभ करून घ्यायच्या इच्छेने सौदी अरेबियातील भीतियुक्त वातावरणात भर पडली आहे. त्यातच इराणची वाटचाल अण्वस्त्र सज्जतेच्या दिशेने चालल्याचे पाहून आपण मागे पडू असेही त्या देशाला वाटू लागले आहे. मात्र सौदी अरेबियाने अद्यापी खान यांच्या सामग्रीची चाचणी केलेली नाही, तसेच त्याचा अण्वस्त्रांच्या दिशेने प्रवास सुरू असल्याचे कोणतेही पुरावे उघडकीस न आल्याने रसेल हे अंदाज व्यक्त करत असावेत.'

जोपर्यंत टिनार बोलत होता, तोपर्यंत या व्यवहारातील दुसरा ग्राहक कोण असावा आणि त्याची ओळख काय हे निश्चित करणे सोपे जाईल, अशी आशा हिनोनेन यांना वाटत होती. व्हिएन्नाची दोन चर्चासत्रे आटोपल्यावर ते आणि एडवर्डस ऑस्ट्रियातील इन्सब्रूक येथील स्वीस तंत्रज्ञानाला शोधायला गेले. प्रगती कूर्मगतीने सुरू होती. टिनार आपल्या जागतिक दर्जाच्या फळबागांविषयी

आणि उर्सने रशियन बायकोपासून घेतलेल्या घटस्फोटाबद्दल भरभरून बोलत होता. हिनोनेन त्याच्याबद्दल म्हणतात, 'बाप भलताच आखडू निघाला, जेवणाच्या टेबलावर तो अत्यंत दिलखुलास वागे, पण त्याने त्यांच्या बायको-मुलांना दिलेली वागणूक पाहता तो कठोर आणि खडूस होता, हे नक्की. जुन्या स्वीस-जर्मन कुटुंबात वाढलेले लोक असेच ताठर असतात आणि तोच त्या कुटुंबांचा सर्वेसर्वा होता.'

या संवादातून हिनोनेन आणि एडवर्डस यांना नेटवर्कच्या तांत्रिक आणि आर्थिक कार्यपद्धतीची तोंडओळख झालीच, पण एकाचवेळी परस्परांना पाण्यात पाहाणारे तरीसुद्धा भागीदार असलेले एकमेकांवर विश्वास नसतानाही परस्परांवर अवलंबून राहणारे असे लोक आणि त्यांच्या नातेसंबंधांची अंतर्बाह्य झलक पाहायला मिळाली. विशिष्ट मध्यस्थाला विशिष्ट सामग्रीसाठी दिले गेलेले पैसे आणि आयएईएला गुपचूपपणे मदत करणाऱ्या काही वित्तसंस्थांनी दिलेले बँक अकाउंट यांच्यातील रकमांमध्ये आढळून येणारा सारखेपणा योनेमुरा जो आर्थिक अहवाल तयार करत होती, त्याला अत्यंत पूरक ठरला. स्वित्झर्लंडपासून लायचेस्टीनपर्यंत आणि दुबईपासून हाँगकाँगपर्यंत तसेच सिंगापूर येथील बँकांच्या दरम्यान खेळत असलेल्या कोट्यवधी डॉलरची माहिती आता तिच्या इलेक्ट्रॉनिक कॅल्क्युलेटरवर जमा होऊ लागली होती. अशाच एका प्रकरणात ताहिरने दुबईतील एका बँकेकडून स्वित्झर्लंडमधील दुसऱ्या एका बँकेत पाठविलेल्या पैशांचा तिने छडा लावला. या बँकेत रकमेची पुन्हा विभागणी करण्यात आली आणि ते तीन वेगवेगळ्या खात्यात जमा करण्यात आल्याचे तिला आढळून आले; पण आता पैशांची ही विहीर आटत चालल्याचेही तिच्या लक्षात आले.

टिनारच्या घरापासून थोडे लांब असलेल्या ऑस्ट्रिया लायचेस्टिन सीमेवरील एके ठिकाणी सप्टेंबरमध्ये झालेले बैठकीचे तिसरे सत्र काहीसे वादळी ठरले. या वेळी टिनार संतप्त झाला होता. त्याने खान यांच्याशी सुमारे दशकभराहून अधिक काळ केलेल्या व्यवहाराचे जोरदार समर्थन केले. टिनारने खान यांच्याशी व्यवहार करताना नीतिमत्ता आणि व्यापार यांची मुळीच सांगड घातली नव्हती, त्याच्यातील या मानसिक द्वंद्वाचे प्रदर्शन या वेळी हिनोनेन आणि येनेमुरा यांना झाले. तो त्यांच्याशी बोलताना भांडणाचा सूर लावून म्हणाला, 'केवळ एखादा पिस्तूल तयार करतो, याचा अर्थ तो खुनी आहे असा होत नाही. त्याप्रमाणे सेंट्रिफ्युजेस उभारणीसाठी आम्ही मदत केली, म्हणजे आम्ही अणूबॉम्ब तयार केला असाही होत नाही.' जगात अण्वस्त्रांचा वापर पुन्हा कधीही होऊ नये यासाठी एक निर्धार उराशी बाळगून जपानमधील अणू उद्योग सोडून आयएईएला सामील झालेल्या योनेमुराला हे वक्तव्य ऐकून धक्काच बसला.

टिनार आता नैराश्यग्रस्त झाला होता. अमेरिका आणि आयएईए यांपैकी

कोणीही त्याला कायद्याच्या कचाट्यातून सोडवण्याची हमी दिली नव्हती. नेटवर्कमधील एक सहकार्य म्हणून जर्मनी उर्सच्या पाठीमागे लागली होती आणि स्विस सरकारही लिबियापाशी झालेल्या व्यवहाराची चौकशी करतच होती. काही आठवड्यांनंतर ऑक्टोबरच्या प्रारंभी मॅड डॉगने दिलेल्या इशाऱ्यांचा भंग करत उर्स टिनारने स्वीस सीमा पार करून जर्मनीत प्रवेश केला. असे करण्यामागे त्याचा काही हेतू होता की नाही हे सांगता आले नाही, मात्र जर्मनीत प्रवेश करताच त्याचा पासपोर्ट जप्त करण्यात आला आणि अण्वस्त्र तंत्रज्ञानाची तस्करी केल्याच्या आरोपावरून त्याला अटक झाली. आपण दिलेली गोपनीय माहिती जर्मन अधिकाऱ्यांना दिल्याचा आरोप करत फ्रेडरिकने हिनोनेन यांच्या नावाने शिमगा केला. त्याने दिलेली सर्व माहिती आयएईएकडे सुरक्षित असल्याचे सांगत हिनोनेननी त्याला शांत करण्याचा प्रयत्न केला; परंतु त्याचा काहीही परिणाम झाला नाही. हे त्या दोघांतील शेवटचे संभाषण ठरले.

या घटनेमुळे हिनोनोन यांच्या प्रयत्नांची काहीशी पिछेहाट झाली. त्यामुळे तिसरा अज्ञात ग्राहक शोधणे आणि अनुत्तरित प्रश्नांची खान आणि ताहिर यांच्याद्वारे तड लावणे कठीण होणार होते. नेटवर्कच्या मास्टरमाइंडला – खाननाही आता प्रश्न विचारण्याची प्रक्रिया थंडावली होती. २००४च्या शेवटी पाकिस्तानने तडजोडीचे संकेत दिले आणि खान यांना विचारण्यासाठी लेखी स्वरूपात प्रश्न पाठवता येतील असे हिनोनेन यांना कळवले. हिनोनेन आणि त्यांच्या सहकाऱ्यांनी अनेक प्रश्नांना चाळण लावत अखेर तपशीलवार उत्तरांची अपेक्षा असलेल्या बावन्न प्रश्नांची यादी तयार केली.

नेटवर्कच्या तळाशी जाण्यापेक्षा अमेरिकेला अल-कायदा आणि अफगाणिस्तानातील तालिबानींशी सुरू असलेला लढा महत्त्वाचा वाटत होता, त्यासाठी त्यांना पाकिस्तानला कोणत्याही परिस्थितीत अडचणीत आणायचे नव्हते, म्हणूनच खान यांच्यापर्यंत पोहोचण्यासाठी मुशर्रफ यांच्यावर दबाव आणावा ही सीआयए आणि आयएईएने केलेली मागणी प्रशासनाने धुडकावून लावली. अण्वस्त्रांपासून खरोखरच धोका असल्याचे बुश यांना वाटत आहे असे दिसत असले, तरी त्या पार्श्वभूमीवर त्यांचे हे वर्तन आश्चर्यजनक असेच होते. २० सप्टेंबर, २००४ रोजी झालेल्या अध्यक्षीय चर्चासत्रात, 'तुमच्या दृष्टीने अमेरिकेच्या सुरक्षिततेच्या दृष्टीने सर्वांत मोठा धोका तुम्ही कशाला समजता?' या बुश आणि सिनेटर जॉन केरी यांना विचारलेल्या प्रश्नाला उत्तर देताना केरी म्हणाले, 'अण्वस्त्र प्रसार हाच खरा धोका आहे.' बुश म्हणाले, 'दहशतवाद्यांच्या हातात असलेली सर्व संहारक अस्त्रेच आमच्या दृष्टीने सर्वांत जास्त धोकादायक आहेत, या केरी यांच्या वक्तव्याशी मी सहमत आहे.''

बुश यांच्या फेरनिवडणुकीनंतरही खान यांच्यापर्यंत पोहोचणे शक्य होत नव्हते. एकीकडे स्थानबद्ध असलेल्या खान यांच्या मुलाखतीसाठी केलेल्या विनंतीला पाकिस्तान कसा प्रतिसाद देतो याची हिनोनेन वाट पाहात होते, तर त्याच दरम्यान मलेशियाने आयएईएच्या पथकाला ताहिरची मुलाखत घेण्याची परवानगी देऊन टाकली. दुसऱ्या दिवशी संघटनेचे एक पथक क्वालालंपूरला दाखल झाले. ताहिरशी होणाऱ्या या पहिल्याच भेटीचा उपयोग करून आमच्याशी सहकार्य करणे, तुझ्या हिताचे कसे आहे, हे त्याला पटवून देण्याची संघटनेची योजना होती, मात्र ही सदर मुलाखत पोलीस स्थानकातच राहावी, अशी सूचना मलेशियाच्या गुप्तचर यंत्रणांनी केल्यावर हिनोनेन काळजीत पडले, त्यानंतर एका खूप दूर असलेल्या तुरुंगात डांबण्यात आलेल्या ताहिरला तेथे हजर करण्यात आले, मात्र त्याला खाली बसण्याची मुभा न देता पोलिसांनी पकडून उभेच करून ठेवल्याने हिनोनेन अधिकच चिंताग्रस्त झाले.

'पोलिसांच्या उपस्थितीने तू चलबिचल झालास का?' हिनोनेनने त्याला विचारले.

"मी ठीक आहे तुम्ही काळजी करू नका," ताहिर उत्तरला. या खोलीत गुप्त श्रवणयंत्रणा लावली असणार याची हिनोनेना कल्पना आली होतीच त्यामुळे त्यांनी त्याचा बाऊ केला नाही. त्यांनी आणि त्यांच्या सहकाऱ्यांनी ताहिरला त्यांच्या पार्श्वभूमीविषयी आणि तो खान यांच्या सान्निध्यात कसा आला याबद्दल अत्यंत हळुवार शब्दांत विचारले, ताहिर कशाचीही टाळाटाळ करत नव्हता, पण तो उत्तरे देतानाही फारसा उत्साह दाखवत नव्हता. 'आपण त्या दुष्टचक्रातून बाहेर पडण्याचा प्रयत्न वारंवार करून पाहिला, पण खान यांनी आपल्याला पुन्हा आत खेचलेच!' तो सांगत होता. वेळ जात होती तसा तो खुलत गेला. त्याने नेटवर्कमधील गुंतागुंतीच्या रचनेचे काही दाखले दिले, अंतर्गत हेवेदावे आणि भांडणे यांची माहिती दिली, त्याने खान यांच्याशी असलेल्या मैत्रीचेही साद्यंत वर्णन केले. आम्ही दोघे बरोबर काम करत असतानाच्या काळात खान हे अधिकाधिक धार्मिक वृत्तीचे बनत गेल्याचे सांगून तो म्हणाला, ते मक्केला गेले त्या दोन्ही वेळी आपण त्यांच्याबरोबर होतो. ताहिरच्या या तुकड्यातुकड्यांनी मिळणाऱ्या माहितीमुळेही हिनोनेन यांच्या ज्ञानात भर पडत होती, टिनारने दिलेल्या माहितीवर त्यामुळे शिक्कामोर्तब होत होते. तरीही ताहिरपासून आणखी बरेच काही जाणून घ्यायचे आहे, याची जाणीव त्यांना झाली. सत्र संपत आले तेव्हा योनेमुराने आपला डिजिटल कॅमेरा एका पोलिसाकडे देऊन ग्रुप फोटो काढण्यास सांगितले आणि पुन्हा भेट होईल, तेव्हा फोटोची प्रत देण्यात येईल, असे ताहिरला आश्वासनही दिले. त्यानंतर आयएईएने ताहिरला भेटण्यासाठी दोन

वेळा प्रयत्न केले, पण ही वेळ योग्य नाही, असे कारण पुढे करत मलेशियाच्या सरकारने ते दोन्ही वेळा परतवून लावले.

२००५ साल उजाडले तेव्हा पुन्हा तपास काम सुरू झाले, पण आता या बातमीचे मथळे होणे थांबले होते आणि खान यांच्या नेटवर्कच्या मुळाशी जाण्यासाठी येणारा आंतरराष्ट्रीय दबावही शक्तिहीन होत चालला होता. इराणमधील युद्धाची कुतरओढ सुरू झाली होती आणि वाढत्या घुसखोरीमुळे अमेरिकेचा विजय दृष्टीपथात येत नव्हता. आयएईच्या महासंचालकपदी तिसऱ्यांदा विराजमान होण्याचे अल बरादींचे स्वप्न प्रत्यक्षात येण्याची चिन्हे दिसू लागली होती, खान त्यांच्या निवासस्थानी स्थानबद्धतेतच आराम करत होते, मात्र अलीकडे त्यांना हृदयविकार, हर्निया आणि रक्तदाब या विकारांचाही त्यांना त्रास होऊ लागला होता. बाहेरच्या व्यक्तींना किंवा संघटनांना त्याची मुलाखत घ्यायला अजूनही मनाई असली तरी त्यांची सुटका होऊन पुनर्वसन करण्यात येईल अशा वावड्या उठत होत्या, त्या आता हवेत विरल्या होत्या. २००५च्या उन्हाळ्यात उर्स टिनारला स्वित्झर्लंडच्या हवाली करण्यात आले आणि त्यानंतर काही दिवसांच्या अंतराने त्याच्या वडिलांना आणि भावाला अटक झाली. नेटवर्कच्या तस्करीने गुंतलेल्या टिनार कुटंबियांची चौकशी स्वीस सरकारतर्फे केली जात होती, पण त्यासाठी अमेरिका पुरेसे सहकार्य करत नाही, अशी त्याची तक्रार होती. आपल्यावरील खटल्याच्या प्रतीक्षेत विसेर दक्षिण आफ्रिकेत शांतपणे पडून होता.

आयएईएमध्ये दुसऱ्या क्रमांकाच्या महत्त्वाच्या पदावरून म्हणजे सुरक्षा विभागाच्या उपमहासंचालकपदावरून पायरे गोल्डस्मिथ जूनमध्ये सेवानिवृत्त झाले आणि त्यांच्या जागी ओली हिनोनेन यांची नियुक्ती झाली. नेटवर्कच्या तपासाचे काम अर्धवटच राहिले आणि नव्या पदामुळे कामाचा प्रचंड दबाब असूनही तपासकाम पूर्ण करण्याचा विडा हिनोनींनी उचलला होता. नेटवर्कही त्यांची खरी डोकेदुखी नव्हतीच तर इराण प्रश्नाला बसलेली खीळ त्यांना आता जास्त त्रासदायक वाटू लागली होती. इराण सातत्याने आयएईएची मुस्कटदाबी करून आपल्या अण्वस्त्र कार्यक्रमाचे महत्त्वाचे मुद्दे लपवून ठेवत असल्याचा आरोप सातत्याने अमेरिकेकडून होतच होता. ब्रिटन, फ्रान्स आणि जर्मनी यांच्या हातात हात घालून इराणची फाइल संयुक्त राष्ट्रसंघाच्या सुरक्षा समितीकडे पाठवण्यासाठी अमेरिका आयएईएवर दबाव तंत्राचा वापर करत होती. तसे केल्यास इराकप्रमाणेच संपूर्ण जग इराणविरुद्ध युद्ध पुकारील या भीतीने ही मागणी पूर्ण करण्याबाबत अल बरादी चालढकल करत होते. म्हणून त्यांनी इराण खरोखर बॉम्ब तयार करत आहे की, अणुशक्तीचा पाठपुरावा करत आहे, हे निश्चित करण्यासाठी वेळ मागून घेतला होता. इराकमधील अण्वस्त्रांचे धागेदोरे शोधण्याचे काम अर्धवट सोडल्यामुळे बुश यांच्यापेक्षा अल

बरादींची विश्वासार्हता वाढली होती. इराणची फाइल संयुक्त राष्ट्रसंघाकडे पाठविण्यात तुम्ही वेळकाढूपणा का करता, या एका मुलाखतकर्त्यांने विचारलेल्या प्रश्नाला उत्तर देताना अल बरादी म्हणाले होते, "तुम्हाला प्रत्येक गोष्ट धीराने घ्यावी लागते, अवास्तव घाई करून चालत नाही."

७ ऑक्टोबर रोजी अल बरादींच्या धोरणाला प्रचंड प्रमाणात विश्वासदर्शक मतदान झाले. अणुऊर्जेचा वापर लष्करी कारणांसाठी होऊ न देता शांततेसाठी व्हावा आणि या ऊर्जेकडे सुरक्षिततेचे एक साधन म्हणून पाहिले जावे, यासाठी केलेल्या अथक प्रयत्नांबद्दल आंतरराष्ट्रीय अणुऊर्जा आयोग आणि तिचे महासंचालक अल बरादी यांना २००५चा शांतताविषयक नोबेल पुरस्कार देऊन गौरविण्यात यावे, अशी शिफारस नोबेल निवड समितीने केली. आयएईएच्या व्हिएन्नातील कार्यालयात शॅम्पेनच्या कारंज्या उसळल्या. सद्‌गदित झालेल्या अल बरादींनी कार्यालयाबाहेर जमलेल्या पत्रकारांना या पुरस्काराचे श्रेय आपल्याप्रमाणेच आयएईएलाही जाते असे सांगितले. ते म्हणाले, 'या पारितोषिकाने एक अमूल्य संदेश दिला आहे, तुम्ही जे करता त्यात सातत्य आणि प्रामाणिकपणा कायम ठेवा. आम्ही जे काम करतो, त्याच्यात नि:पक्षपातीपणा, वस्तुनिष्ठता आणि एकात्मता असली पाहिजे यावर आमचा कायमचा विश्वास आहे. थोडक्यात सांगायचे झाले, तर आमच्या आतापर्यंतच्या सर्व प्रयत्नांना योग्य अशी दाद मिळाली आहे असे मी मानतो आणि त्याच समाधानात मी आणि माझे सहकारी निदान आजची रात्र तरी समाधानाने झोपी जाऊ असे मला वाटते.'

हिनोनेन यांनीही हा सोहळा इतरांबरोबर साजरा केला, पण शांत झोपेची त्यांना खातरी नव्हती. नोबेल पारितोषिकामुळे मिळालेले वाढीव अधिकार आणि संघटनेच्या क्षमतेत आलेली बळकटी गृहीत धरूनसुद्धा पुढचा छुपा अण्वस्त्र कार्यक्रम शोधून काढणे आयएईएला शक्य होईल याची त्यांना खातरी वाटत नव्हती. खान यांच्या संबंधीचे तपासकाम या अगोदरच काहीसे थंडावले होते, त्यामुळे त्यांचा अन्य कोणी ग्राहक असलाच तर त्याच्यापर्यंत पोहोचण्याची शक्यताही धूसर होत चालली होती. त्यांच्या अंदाजानुसार खान यांच्या नेटवर्कचा ऐंशी ते पंच्याऐंशी टक्के छडा लावण्यात त्यांना यश आहे, मात्र काही भीतिदायक रिकाम्या जागा तशाच शिल्लक होत्या. इलेक्ट्रॉनिक अणूबॉम्बच्या योजना किंवा गायब झालेली यंत्रसामग्री यांचा ठावठिकाणा अद्याप लागायचा होता.

२००६च्या वसंत ऋतूत हिनोनेन आपल्या टेबलापाशी बसले होते, डॅन्यूथ नदी आणि दूरवर पसरलेला व्हिएन्नाचा परिसर त्यांना खिडकीतून दिसत होता. नव्या जगातील अण्वस्त्र प्रसाराच्या बदलत्या परिमाणांमुळे नेटवर्कच्या तपासाचे काम आता संपले आहे, हे काहीसे सहज वास्तव स्वीकारायला त्यांचे मन तयार

नव्हते. एका इंटरनेटच्या जोडणीमुळे आणि थोड्याशा वैज्ञानिक माहितीच्या आधारावर आता अण्वस्त्र तंत्रज्ञान कोणालाही उपलब्ध होऊ शकते, आणि या रूपातील राक्षसाचा सामना करण्यासाठी आयएईएकडे पुरेशी ताकद नाही, हे त्यांनी ओळखले होते. खान यांच्या बऱ्याचश्या कारवाया उघड्या करण्यात आणि प्रसारणाचे धोक्यांवर लक्ष केंद्रित करण्यात संघटनेला आलेल्या यशाचा त्यांना सार्थ अभिमान होता, पण त्यांचे पाय जमिनीवर होते आणि खरा धोका अजूनही टळलेला नाही, हेही ते जाणून होते.

'आता नेटवर्कचे काम उरलेले नाही,' खांदे उडवत ते म्हणतात, 'जरी ए.क्यू. खान कार्यरत नसले, तरी अण्वस्त्रांची माहिती उपलब्ध आहे, ती कोणाला मिळाली याचा पत्ता लागेपर्यंत आम्ही स्वस्थ बसणार नाही. पूर्वी हे अशा प्रकारचे लोक आपल्या कार्यपद्धतीत बदल करून आम्हाला बगल द्यायचे, त्यांना जिथे सहजपणे प्रवेश मिळायचा तिथे ते जायचे. जोपर्यंत ग्राहक आहे तोपर्यंत या लोकांना काम मिळायचे, पण आता पुन्हा इतिहासात शिरण्याची आमची इच्छा नाही.'

२००६च्या शेवटी इस्लामाबादमधील आगाखान रुग्णालयात खान यांच्यावर पोटाच्या कर्करोगाची शस्त्रक्रिया झाल्याची बातमी पसरली. त्यांच्या पत्नी आणि दोन्ही मुली त्यांच्यासमवेत होत्या. जगाच्या दृष्टीने ते महानायक नसले तरी पाकिस्तानी त्यांना अद्यापी आपले हिरो समजत होते. त्यामुळे रुग्णालयातील त्यांची खोली पुष्पगुच्छांनी आणि कार्डसनी भरून गेली होती. त्यांच्या मृत्यूनंतरही बराच काळ त्यांनी जागतिक अण्वस्त्रांच्या विश्वात जे बदल घडवून आणले ते टिकून राहणार होते. जुनी बंधने कशी मोडीत काढता येतात हे त्यांनी आपल्या नव्या अण्वस्त्र कार्यक्रमाच्या माध्यमातून सोदाहरण सिद्ध केले होते.

ऑक्टोबरच्या शेवटच्या आठवड्यात इराणींनी नव्या युरेनियम समृद्धीकरणाच्या उपकरणांची चाचणी घेण्यास सुरुवात केल्याचा गौप्यस्फोट मोहंमद अल बरादी यांनी केला. त्यामुळे नातांझ येथील छोट्या अणुभट्टीची क्षमता दुपटीने वाढणार होती आणि अण्वस्त्र निर्मितीच्या दिशेने तो देश एक पाऊल पुढे जाणार होता. युरेनियम समृद्धीकरणावर संयुक्त राष्ट्रसंघाच्या सुरक्षा समितीने लादलेले निर्बंध ३१ ऑगस्ट रोजी इराणने दुर्लक्षित केले. पण या कृतीने इराणवर निर्बंध लादणे योग्य ठरेल का, यावरच समितीतील विविध गटांत मतभेद होते.

इराणच्या या उद्दामगिरीमुळे बुश प्रशासनाला नव्याने इशारे देणे क्रमप्राप्त झाले. इराण प्रत्यक्ष बॉम्ब निर्माण करण्याच्या शक्यतेपासून चार ते दहा वर्षे दूर राहील, असा अमेरिकेचा कयास असला तरी त्याचा अण्वस्त्राचा पाठपुरावा चालूच आहे, याबद्दल प्रशासनात एकवाक्यता होती. तरीही इराणच्या अण्वस्त्र

संस्था नष्ट करण्यासाठी नव्या युद्ध योजनांची गरज असल्याचे प्रतिपादन अमेरिकेच्या प्रसारमाध्यमांतून केले जाऊ लागले आणि आता युद्ध अटळ असल्याचे प्रशासनातीलच काही जणांचे मत असल्याचे सांगण्यात येऊ लागले. 'कोणालाही सहजपणे भेदता येईल, अशी आम्ही इराणची अवस्था करून टाकू,' अमेरिकेच्या एका सेवानिवृत्त लष्करी अधिकाऱ्याने दर्पोक्ती केली. युद्धाचे पडघम ऐकताच अल बरादी काळजीत पडले. 'इराण अण्वस्त्रांचा पाठपुरावा करत असल्याचे सबळ पुरावे अद्याप हाती आलेले नाहीत, लोक संभ्रमावस्था निर्माण करत आहेत. ज्ञान, औद्योगिक क्षमता आणि हेतू यांची ते गल्लत करत आहेत, इराणविषयक जे काही आता तुम्हाला दिसत आहे ते अन्य काही नसून त्याच्या हेतूविषयी केलेल्या मूल्यमापनाचे सार आहे,' ते सांगत होते.

'इराण' हीच काही एकमेव समस्या नव्हती. उत्तर कोरियाने आम्ही ९ ऑक्टोबर, रोजी सकाळी १०:३६च्या सुमारास अण्वस्त्राची यशस्वी चाचणी केल्याची घोषणा केली. योंगब्योन येथील अणुभट्टीतून बाहेर काढलेल्या प्लुटोनियमचा वापर करूनच उत्तर कोरियाने ही चाचणी केल्याचा अंदाज अमेरिकेच्या गुप्तचर यंत्रणांनी व्यक्त केला. मात्र या पुढील चाचणी खान यांनी पुरवलेल्या युरेनियम समृद्धीकरणाच्या तंत्रावर आधारित असेल असा इशाराही त्यांनी दिला. वॉशिंग्टनने लागलीच संतप्त प्रतिक्रिया व्यक्त केली. ही कृती प्रक्षोभक असल्याचे सांगत बुश यांनी उत्तर कोरियावर जर क्षेपणास्त्रांप्रमाणेच अण्वस्त्रांची मुक्तहस्ते विक्री केली तर त्याला पूर्णपणे त्या देशाचे नेते किम जुंग (दुसरे) जबाबदार असतील, अशी धमकी दिली. जर कोरियावर तातडीने निर्बंध लादून संयुक्त राष्ट्रसंघाने आपली प्रतिक्रिया दिली मात्र रशिया आणि चीनने निर्बंधांची धार कमी करण्याचे प्रयत्न केले. या निर्बंधांपासून धडा घेऊन इराण आपल्या अण्वस्त्र प्रयत्नांना सोडचिठ्ठी देईल अशी अमेरिकेची धारणा होती, मात्र इराणमधील जहाल मतवाद्यांच्या दृष्टीने ही शिक्षा कस्पटासमान होती. एका महत्त्वाच्या घटनेला आंतरराष्ट्रीय समुदायाने दिलेला अशा प्रकारचा प्रतिसाद त्यांना फारच कच्च्या स्वरूपाचा वाटला. क्लिंटन प्रशासनातील राष्ट्रीय सुरक्षा समितीच्या एक माजी सदस्य सुझान राईस म्हणाल्या, 'इराणी हा सर्व प्रकार पाहून निश्चित हसत असणार, हे म्हणजे तुम्ही चक्क अण्वस्त्राचा स्फोट घडवून आणावा आणि शिक्षा म्हणून तुमच्या मनगटावर कोणीतरी चापटी मारावी तसे झाले.'

उत्तर कोरियातली अण्वस्त्रचाचणी आणि इराणच्या बेमुर्वतखोरपणाचे पडसाद त्यांच्या सीमेच्या पलीकडेही उतरले. त्या परिसरातील देशही आता अण्वस्त्रांच्या संदर्भात आपल्याला समान वागणूक मागतील की काय, अशी शक्यता निर्माण झाली. अशा संशयित देशामध्ये जपान, दक्षिण कोरिया आणि तैवान या चार

आशियायी देशांसह सौदी अरेबिया, इजिप्त, सिरिया आणि तुर्कस्तान या इराणच्या शेजाऱ्यांचा समावेश होता. उत्तर कोरियाच्या चाचणीनंतर आठवड्याभरात आयएईएच्या व्हिएन्नातील बैठकीत अल बरादी यांनी आपल्या भाषणात या नव्या धोक्याचीच प्रामुख्याने दखल घेतली. बैठकीचा नूर गंभीर होता. अल बरादींचे भाषण ऐकण्यासाठी जमलेल्या आयएइएच्या पदाधिकाऱ्यांनी आणि जगभरातून आलेल्या इतर तज्ज्ञांनी आता जागतिक शस्त्रास्त्र स्पर्धा अटळ आहे, अशी भीती व्यक्त केली. अल बदारींच्या भाषणातही दिलाश्यापेक्षा इशारेच जास्त होते. ते म्हणाले, 'अल्पावधीत अण्वस्त्र निर्मिती करू शकणारे कमीतकमी ३० अतिरिक्त देश आज अस्तित्वात आहेत. त्यातील काही जणांची भासात्मक पातळीवर का होईना, अण्वस्त्रसज्ज देशात गणना करावी लागेल.' त्यांनी आपल्या भाषणातून कोणत्याही देशाला वगळले नाही, हे तंत्रज्ञान आता खुलेआम उपलब्ध आहे, असा इशारा त्यांनी दिला. 'माहिती आता मोकाट सुटली आहे. ती शांततापूर्ण वापरासाठी आहे, पण दुर्दैवाने ती तशा वापरासाठी असूच शकेल, हे आताच सांगता येणार नाही.'

◆

उपसंहार

१७ जानेवारी, २००७ लंडनच्या सेंट जेम्स पार्कच्या परिसरातील एका भव्य बॉलरूममध्ये आणि वॉशिंग्टनमधील व्हाइट हाउसपासून चार चौक पलीकडे असलेल्या एका गर्दीने भरलेल्या प्रेक्षागृहात जग हळूहळू अंतिम संघर्षाच्या दिशेने वाटचाल करत होते. लंडनमधील 'रॉयल सोसायटी' आणि अमेरिकेतील 'अमेरिकन असोसिएशन फॉर द ॲडव्हान्समेंट ऑफ सायन्स' येथे एकाच वेळी साठ वर्षांपूर्वी 'बुलेटीन ऑफ ॲटोमिक सायंटिस्ट'नी तयार केलेल्या जगाचा अंत सूचित करणाऱ्या घडाळ्यातील मिनिटकाटा मध्यरात्रीच्या दिशेने दोन मिनिटे पुढे सरकला. ही वेळ म्हणजे जगाचा प्रतीकात्मक अंतसमय होता.

'द माल' भागातील 'द रॉयल सोसायटी'च्या मुख्यालयात विश्वोपत्तीतज्ज्ञ आणि प्रख्यात गणिती स्टिफन हॉकिन्स त्यांच्या व्हीलचेअरला जोडलेल्या संगणकाच्या माध्यमातून बोलत होते, 'हिरोशिमा आणि नागासाकीनंतर कोणत्याही युद्धात अणूबॉम्बचा वापर झालेला नाही, जरी अशा सर्वनाशाच्या समीप जग अनेकवेळा येऊन गेले असले तरी... तसे झाले असते, तर आपण सर्वच जण आज मृतावस्थेत असतो, बॉम्बचा वापर पुन्हा झाला नाही, हे आम्हा सर्वांचे सौभाग्य आहे.'

संपूर्ण जग अण्वस्त्राच्या छायेखाली कायमस्वरूपी जगत असल्याची आठवण करून देण्यासाठीच १९४७मध्ये या घडाळ्याची निर्मिती करण्यात आली होती. शीतयुद्ध सुरू झाले, तेव्हा मध्यरात्र सुरू व्हायला सात मिनिटे कमी असतानाच्या ठिकाणी या घड्याळाचा मिनिटकाटा स्थिर करून ठेवण्यात आला होता, जेव्हा कधी जगाला अण्वस्त्राचा धोका निर्माण होईल; तेव्हा तो पुढे मागे सरकवला जाई. १७ जानेवारी रोजी मध्यरात्रीच्या आधी पाच मिनिटांवर तो काटा स्थिर करण्याचा निर्णय 'बुलेटिन ऑफ ॲटोमिक सायटिस्ट'ने केला होता. मात्र हा निर्णय करण्यापूर्वी संघटनेने १८ नोबेल पारितोषिकप्राप्त शास्त्रज्ञ आणि इतर अनेक मान्यवरांशी सल्लामसलत केली होती. अण्वस्त्रप्रसार आणि जागतिक तापमान वाढ यामुळे सतत वाढणाऱ्या

धोक्यांचे प्रतिबिंब या निर्णयावर पडले आहे, असे 'बुलेटिन ऑफ ॲटोमिक सायंटिस्ट'च्या मंडळाने सांगितले. हिरोशिमा आणि नागासाकीनंतर प्रथमच संपूर्ण जग सर्वनाशाच्या अगदी जवळ येऊन ठेपले आहे.

त्यांच्यामुळे जागतिक धोक्याच्या पातळीत वाढ होण्याची शक्यता आहे, अशांच्या यादीत ए.क्यू. खान यांचे नाव नाही. मात्र त्यांच्या दोन ग्राहकांचे आहे. काही आठवड्यांपूर्वीच ६ ऑक्टोबर, २००६ रोजी आपण अण्वस्त्रस्फोट घडवून आणण्याचे उत्तर कोरियाने जगाला ओरडून सांगितले. तुलनेने हा स्फोट लहान होता आणि कदाचित तो फसवाही असेल, असा निर्णय तज्ज्ञांनी केला असला तरी त्यामागचा हेतू आणि ध्येय लक्षात घेता नव्या पिढीतील अण्वस्त्रचाचणी घेणाऱ्या देशांच्या पंक्तीत बसणारा उत्तर कोरिया हा नवव्या क्रमांकाचा देश ठरत होता. उत्तर कोरियाच्या या स्फोटाचे वर्णन लेखक स्टिव्ह कोल यांनी 'एकत्रित संकटांचे प्रतीक' या शब्दांत केले आहे, त्यामुळे त्या देशाचे अण्वस्त्र सज्ज देशांच्या 'उच्चभ्रू' कळपात सामील होणे, महत्त्वाचे मानले गेले पाहिजे. या कम्युनिस्ट राजवटीने आतापर्यंत दुसऱ्यांना विकण्याच्या उद्देशाने अण्वस्त्र निर्मिती केली होती, पण तोच देश जेव्हा स्वत: चाचणी करतो, तेव्हा ते अधिकच अशुभकारक ठरते. अमेरिका आणि इतर देशांनी त्यांच्याविरुद्ध निषेधाचे रान पेटवले; पण आधीच एकाकी पडलेल्या त्या देशावर आणखी काही कारवाई करणेही त्यांना अशक्य होऊन बसले होते.

संभाव्य अण्वस्त्रधारी देश म्हणून झपाट्याने पुढे येणाऱ्या इराणविरुद्ध कारवाई करतानाही अमेरिका आणि त्याच्या मित्र देशांना नपुंसकासारखी बघ्याची भूमिका घ्यावी लागली होती. आर्थिक निर्बंध, बुश आणि त्यांचे उजवे हात समजले जाणारे डिकचेनी यांनी सतत धमक्या देऊनही इराण आपले घोडे पुढे दामटतच होता. खान यांच्याकडून मिळवलेल्या डिझाइन्सच्या आधारे हजारो सेंट्रिफ्युजेसची निर्मिती करत होता आणि नातांझमधील आपल्या प्रकल्पातील अण्वस्त्र कार्यक्रम पुढे रेटत होता. इराणला लागून असलेल्या इराकमध्ये सर्वनाशाचे रानटी थैमान सुरू होते, त्या पार्श्वभूमीवर इराणच्या जहाल मतवादी नेत्यांना आपल्यापाशीही अण्वस्त्र असावे असे वाटणे अगदीच चुकीचे होते, असे म्हणता येणार नाही शिवाय त्या देशाला अमेरिकेच्या संभाव्य हल्ल्याची भीती होतीच!

खरेतर इराणमध्ये सुमारे डझनभर छोटी अणुकेंद्रे होती, त्यावर होऊ शकणारा हल्ला लक्षात घेतला, तर आपलेही अण्वस्त्र असावे असे वाटण्यापासून त्याला कोणीच रोखू शकत नव्हता. त्यातच बुश प्रशासनाचे डळमळीत धोरण आडवे येत होते.

'लिबिया' हा खान यांचा आणखी एक ग्राहक होता. पण त्या देशाने आपला अण्वस्त्र कार्यक्रम मोडीत काढून आंतरराष्ट्रीय समुदायांत स्थान मिळवण्याचे प्रयत्न

सुरू केले होते. मात्र जागतिक अर्थव्यवस्थेत आपल्याला फारच धीम्या गतीने स्थान मिळत आहे, हे पाहिल्यावर त्या देशाचा नेता मोहंमद गडाफींची अस्वस्थता वाढत चालली होती. खान आणि त्यांच्या सहकाऱ्यांनी विकलेल्या सामग्रीपैकी हजारो टन सामग्री जप्त झाली असली तरी गडाफीने अमेरिका आणि ब्रिटन यांची नजर चुकवून काही साहित्य मागे ठेवले असावे आणि त्याच्या साहाय्याने तो पुन्हा आपल्या अणूकार्यक्रमाला नवसंजीवनी देईल, असे काही तज्ज्ञांचे मत होते.

शिवाय एका अनामिकशक्तीची भीती कायम होतीच, खान यांच्या नेटवर्कचा चौथा ग्राहक कदाचित सौदी अरेबिया, सिरिया, इजिप्त किंवा अल-कायदा नेटवर्क बंद पडून तीन वर्षे लोटली होती. तिच्या यादीतील महत्त्वाची उपकरणे अद्याप कुठेतरी लपून बसली होती आणि आंतरराष्ट्रीय अणुऊर्जा आयोगाच्या सदस्यांच्या डोळ्याला डोळा लागू देत नव्हती. या गहाळ झालेल्या कागदपत्रांत चीनच्या अण्वस्त्राच्या इलेक्ट्रॉनिक प्रती होत्या. अण्वस्त्र कार्यक्रम झाकून ठेवणे किती सोपे असते, त्याचे प्रात्यक्षिक इराणने नुकतेच दाखवले होते. त्यासाठी खान यांच्याबरोबरचा १५ वर्षांचा व्यवहार त्याने यशस्वीपणे लपवून ठेवला होता.

दुसऱ्या अणू युगाची सुरुवात करण्याच्या मोहिमेत खान यांनी महत्त्वाची भूमिका निभावली होती. याच युगात अण्वस्त्रांची मक्तेदारी असलेल्या पाच बड्या शक्तींना धोका निर्माण झाला होता. याच युगात विकसनशील देशांनासुद्धा जगातील सर्वांत घातक शस्त्र उपलब्ध होऊ शकत होते, एवढेच नाहीतर पैसे असलेल्या कोणत्याही दहशतवादी संघटनेला ते प्राप्त करणे सहजसाध्य झाले होते. सर्वांत अण्वस्त्र सज्ज म्हणून ख्यात असलेले देशही कसे अपयशी ठरू शकतात, हे खान यांच्या कारवायांनी ढळढळीतपणे दाखवून दिले होते. तीच बाब सर्वांत अस्वस्थ करणारी होती. ॲम्स्टरडॅममध्ये कामाला सुरुवात केल्यापासून त्यांचे पतन होईपर्यंतच्या काळात कमकुवत निर्यात नियंत्रण व्यवस्था आणि ढिसाळ अंमलबजावणी यांचा वापर करून त्यांनी अण्वस्त्र प्रसाराचा नवा मंत्र जगाला उपलब्ध करून दिला होता. दोन देशातील तंत्रज्ञानाचे हस्तांतरण हा त्यांच्या कार्यपद्धतीचा पाया कधीच नव्हता. पण अनेक देशांची सरकारे उच्च तंत्रज्ञान विकून पैसे कमावण्याचा मार्ग अवलंबत होती आणि त्याला प्रोत्साहन देत होती. याच संधीचा खान यांनी फायदा घेतला आणि हे स्वस्तात मिळणारे तंत्रज्ञान इतरांना विकून आपले उखळ पांढरे केले. संवेदनशील माहिती आणि तंत्रज्ञान यांची वेगाने आणि सोपेपणाने विक्री करण्याच्या कामी जागतिकीकरण आणि इंटरनेट यांनी हातभारच लावला.

अण्वस्त्र तंत्रज्ञान, प्राथमिक ज्ञान आणि संबंधित तंत्रज्ञान पारंपरिक शस्त्रास्त्र सज्ज देशांच्या हाताबाहेर गेले. ते इतके की, त्याच्यावर नियंत्रण ठेवणे कोणालाच जमले नाही. २००५ साली ब्रिटनच्या एमआय-५ या गुप्तचर संघटनेने दिलेल्या

माहितीनुसार संपूर्ण जगात रासायनिक जैविक आणि आण्विक शस्त्रे विकसित करण्यासाठी किमान ३६० उद्योग समूह किंवा व्यक्ती कार्यरत आहेत. एमआय-५च्या म्हणण्यानुसार सदर संघटना आणि व्यक्तींनी आपले लक्ष मध्यपूर्व आणि दक्षिण आशियावर केंद्रित केले आहे.

अण्वस्त्र प्रसाराच्या या नव्या पद्धतीला आळा घालणे सहजी सोपे नाही, असे अलीकडच्या इतिहासातील काही घटना दर्शवतात. १९७५पर्यंत जगात किमान २० देश अण्वस्त्र निर्मितीक्षम असतील, हे अमेरिकेचे अध्यक्ष केनेडी यांनी १९६३मध्ये केलेले भाकित प्रत्यक्षात उतरले नाही. पण अण्वस्त्रसज्ज देशांच्या संख्येवर मर्यादा घालण्यात काही प्रमाणात यशस्वी ठरलेला १९६८चा अण्वस्त्रबंदी करार (एनपीटी) आता शकले होऊन पडतो की काय, अशी परिस्थिती झाली आहे. इराण आणि उत्तर कोरिया यांनी दाखवलेला बेमुर्वतखोरपणा आणि अण्वस्त्रांच्या घोडेबाजारातील अचानक होणाऱ्या धनलाभाच्या आशेने घुसखोरी केलेले नवे घटक या परिस्थितीस कारणीभूत आहेत.

उत्तर कोरिया आणि इराण यांनी अण्वस्त्रस्फोट करून नव्या शक्तिप्रदर्शनास प्रारंभ केल्यानंतर त्यांचे अनुकरण त्यांच्याच जपान, दक्षिण कोरिया, सौदी अरेबिया आणि इजिप्त या मित्र देशांकडून होण्याची शक्यता निर्माण झाल्याने धोक्याची पातळी अधिकच उंचावली आहे. जपानकडे लष्करी आणि आण्विक पायाभूत सुविधा तयार आहेत, त्यांनी मनात आणताक्षणी त्याचा उपयोग ते करू शकतात. तसे झाल्यास शस्त्रास्त्र स्पर्धेची तीव्रता अधिकच गंभीर स्वरूप धारण करण्याची शक्यता आहे. जपान आणि तेलसंपन्न सौदी अरेबियासारख्या मित्रांनी या मार्गाचा अवलंब केला, तर अमेरिका काय करू शकणार आहे? कदाचित काहीच नाही!

अण्वस्त्र प्रसाराला नियंत्रण घालणे, सिद्ध तंत्रज्ञानाच्या अभावावर अवलंबून नाही. ते अवलंबून आहे जागतिक नेत्यांना वाटणारी नैतिक चाड आणि त्यांच्या सातत्यपूर्ण धोरणांवर 'ॲटम्स फॉर पीस' या कार्यक्रमाद्वारे अण्वस्त्र प्रसाराला आळा घालण्याचा प्रयत्न अमेरिकेने करून पाहिला तो काही प्रमाणात यशस्वीही झाला. पण नंतर त्या देशावर लागोपाठ आलेल्या सरकारांनी लघुपल्ल्यांची उद्दिष्टे गाठण्यासाठी दीर्घपल्ल्याच्या उपाययोजनांकडे दुर्लक्ष केले. अफगाणिस्तानातील रशियन सैन्याशी लढण्यास मदत करण्याच्या नावाखाली पाकिस्तानवर सवलतींची खैरात करून १९७९मध्ये जिमी कार्टर यांनी हेच केले, हेच धोरण संपूर्ण १९८०च्या दशकात रोनाल्ड रेगन यांनी कायम ठेवले. अल-कायदाशी लढा देणाऱ्या मुशर्रफ यांना पाठिंबा देण्याच्या नादात जॉर्ज डब्ल्यू बुश यांनी खान यांच्या नेटवर्कची पाळेमुळे उखडणाऱ्या संधीचा बळी दिला. परिणाम स्वरूपी कोणीतरी दामटेल या भीतीने खान यांचे नेटवर्क काही काळासाठी कृतिहीन

राहिले आणि संधी मिळताच पुन्हा डोके वर करून दुप्पट जोमाने कामास लागले. प्रत्येक वेळी अमेरिकेची तातडीची उद्दिष्टे समयोचित वाटली, पण एका बॉम्बने एका भल्या मोठ्या शहरातील इमारतीवर हल्ला करून त्यात हजारो निरपराधांचे बळी घेतल्यावर त्या समयोचित निर्णयातील फोलपणाच दृग्गोचर झाला.

इच्छुक अण्वस्त्रधारी देशांच्या महत्त्वाकांक्षांना आळा कसा घालायचा हा कळीचा प्रश्न अनुत्तरितच राहतो. सहजसाध्य अशा अनेक योजना सहजपणे उपलब्ध आहेत, मात्र त्यांचा अंगिकार करणे वाटते तेवढे सोपे नाही.

कच्च्या अण्वस्त्रासाठी कामी येणाऱ्या उच्च समृद्धीत युरेनियमच्या पुरवठ्यावर नियंत्रण आणणे हा पहिला उपाय. नव्या समृद्धीकरण प्रकल्पांना परवानगी नाकारणे आणि त्याचबरोबर अस्तित्वात असलेल्या प्रकल्पांच्या निरीक्षणांची संख्या वाढवणे आणि त्याद्वारे अशा प्रकल्पातील फेरफार होण्याच्या शक्यतांवर आळा घालणे, जे देश नागरी उपयोगांसाठी आपला अण्वस्त्र कार्यक्रम रद्द करतील त्यांना आयएईएच्या अखत्यारीत मुबलक आणि स्वस्त दरात इंधन उपलब्ध करून देणे, या काही उपाययोजना आहेत. खुद्द अल बरादींनी त्यांना प्रस्तावरूपाने मान्यता दिली आहे. मात्र अण्वस्त्रबंदी करारानुसार मिळालेल्या समृद्धीकरणाच्या हक्कावर पाणी सोडण्याची अनेक विकसनशील देशांची तयारी नाही. बॉम्ब निर्मितीच्या साहित्यावर आणखी आळा घालण्यासाठी जगभर ज्या उच्च समृद्धीकृत युरेनियमवर अणुभट्ट्या सध्या कार्यरत आहेत, त्यांचे परिवर्तन करून त्यासाठी कमी धोक्याचे आणि कमी समृद्ध असे युरेनियम उपलब्ध करून देता येणे शक्य आहे.

जागतिक शस्त्रास्त्र नियंत्रणावर देखरेख करणाऱ्या एनपीटीला आता ग्रहण लागले असून, ती खिळखिळी झाली आहे. तिच्यात सुधारणा करणे, ही अत्यावश्यक बाब आहे. या करारांतर्गत असलेल्या काही पळवाटांचा फायदा घेत काही देश आधी अण्वस्त्रसज्ज बनतात आणि नंतर करारातून हळूच अंग काढून घेतात. उत्तर कोरियाने याच नीतिचा अवलंब केला आणि तज्ज्ञांच्या मते इराणही तोच मार्ग चोखळणार आहे. शांततेच्या नावाखाली अण्वस्त्र सामग्री घेऊन तिचा लष्करी उपयोग करायचा आणि नंतर सोयीनुसार एनपीटीतून बाहेर पडायचे. ही पद्धत अवलंबणाऱ्या देशांवर निर्बंध लादण्यासाठी एक कायमस्वरूपी यंत्रणा असावी, अशी सूचना स्टॅनफोर्ड विद्यापीठाच्या 'सेंटर फॉर इंटरनॅशनल सिक्युरिटी ॲन्ड को-ऑपरेशन' नावाच्या गटाने संयुक्त राष्ट्रसंघाला केली आहे.

सुधारणांचे वारे अविकसित देशांपुरते मर्यादित राहाता कामा नये. जेव्हा एनपीटी तयार होत होता, तेव्हा अण्वस्त्रसज्ज देशांनी आपली भांडारे टप्प्याटप्प्याने रिकामी करण्याची तयारी दर्शविली तर आम्हीही त्या वाटेने जाणार नाही, अशी अट अनेक गरीब देशांनी घातली होती. शीतयुद्ध समाप्तीनंतर अमेरिका आणि

रशियाने ही अट काही प्रमाणात पूर्णही केली, पण त्या दोघांच्या भांडारात अद्यापी २६००० अण्वस्त्रे पडून असल्याने ते आपल्या शब्दाला सर्वार्थाने जागले असे म्हणता येणार नाही. त्याहून धोक्याची गोष्ट म्हणजे अमेरिका आपले अण्वस्त्रभांडार अधिक वाढविण्याच्या धमक्या देत आहे. 'बँकर बस्टर' नावाचे अण्वस्त्र विकसित करण्याच्या कामी बुश प्रशासन लागले असून देशाचे पहिले आधुनिक अण्वस्त्र दोन-तीन वर्षांत तयार होईल, असा त्यांचा दावा आहे. २००२मध्ये बुश प्रशासनाने त्याचा आण्विक भूमिकाविषयक आढावा (न्यूक्लिअर पोश्चर रिव्ह्यू) प्रकाशित केला. व्यूहात्मक आणि राजकीय उद्दिष्टांसाठी अण्वस्त्रांवरच अवलंबून राहण्याची पाठराखण त्यात करण्यात आली असून अमेरिका आणि तिच्या मित्रांच्या संरक्षणासाठी विरोधकांना लष्करी कार्यक्रम हाती घेण्यापासून परावृत्त करण्यासाठी त्यात अण्वस्त्रांचा पुरस्कार करण्यात आला आहे. प्रशासनाची अण्वस्त्र भांडारे बळकट करण्याच्या आग्रहाच्या जोडीने बुश यांचे हे तत्त्वज्ञान आल्याने त्यांना इतर देशांना उपदेशाचे डोस पाजण्याचा हक्क आता उरलेला नाही. अण्वस्त्र भांडारे कमी करून नव्या अण्वस्त्रांचा मार्ग सोडून द्यायची प्रतिज्ञा अमेरिकेच्या भावी अध्यक्षांना करावी लागेल. इतर देशांनीही स्वतःवर नियंत्रण ठेवणे गरजेचे आहे. ज्या परिस्थितीचे वर्णन एक अमेरिकन लेखक जोनाथन शेल यांनी 'आण्विक पुनरुथ्यान' अशा शब्दांत केले, त्यांच्या यादीत भारत, चीन, पाकिस्तान, उत्तर कोरिया आणि ब्रिटन हे देश येतात. एकतर हे देश आपली अण्वस्त्र भांडारे फुगवत आहेत किंवा क्षेपणास्त्र यंत्रणांत सुधारणा घडवून आणत आहेत, त्यांनी हे सर्व थांबवण्याची गरज आहे.

नव्या करारांच्या अंमलबजावणीसाठी आयएईएसारखी आशादायी आणि योग्य संघटना नाही, पण तिला तिच्या सदस्य देशांनीच जास्तीतजास्त सहकार्य करण्याची गरज आहे, अण्वस्त्र प्रकल्पांचे रक्षण करून छुप्या जागा शोधून काढण्यासाठी तिला नव्या कायद्यांची बळकट अशी चौकट देणे क्रमप्राप्त आहे. या संघटनेची व्याप्ती वाढविण्याची तरतूद खरे तर 'ॲडिशनल प्रोटोकॉल' या करारात अगोदरच करण्यात आली आहे, मात्र १९९५मध्ये तो मंजूर झाल्यापासून केवळ ११२ देशांनी त्यावर सह्या केल्या असून त्यातील ७८ देशांनी त्यात सुधारणा सुचविल्या आहेत. या करारावर सही न करणाऱ्या देशांपैकी अनेकांच्या आण्विक कार्यक्रमपत्रिका कार्यरत आहेत. त्यात अर्जेंटिना, ब्राझिल आणि इजिप्त यांच्यासह अनेक देशांचा समावेश आहे.

जागतिक अण्वस्त्रप्रसारबंदीचा वेग मंदावण्यासाठी यांच्यापैकी काही उपाययोजना नक्कीच उपयोगी ठरू शकतील, तरीही काही जहालमतवाद्यांच्या मते संपूर्णपणे अण्वस्त्रांवरच बंदी आणली, तर हे उद्दिष्ट साध्य होईल. या सांगितलेल्या कल्पना वाटतात तेवढ्या कठीण नाहीत. अण्वस्त्रांचा त्याग करण्याला संयुक्त राष्ट्रसंघाच्या

अनेक सदस्यांनी वारंवार पाठिंबा दिला आहे, 'कोणत्याही देशाकडे अण्वस्त्र असता कामा नये,' या निवेदनाच्या बाजूने २००६ मधील एका पहाणी अहवालात दोन-तृतीयांश अमेरिकन नागरिकांनी आपला कौल दिला होता. इतर देशातील सकारात्मक प्रतिसाद तर कित्येक पटींनी जास्त होता.

अण्वस्त्र प्रसारविरोधी क्षेत्रात ३० वर्षांहून अधिक काळ काम केलेले लिओनार्दो वेस या साऱ्याच्या पुढे जाऊन एक नाट्यमय सूचना करतात. अंतिम सर्वनाश करणारे युद्ध टाळायचे असेल, तर जगातील सर्वच अण्वस्त्रे नष्ट झाली पाहिजेत असे ते हिरिरीने सांगतात. त्यांच्या तर्कनिष्ठ युक्तिवादानुसार जोपर्यंत अणूवर प्रक्रिया करणारी कोणतीही यंत्रणा अस्तित्वात आहे, तोपर्यंत स्फोटक द्रव्ये अण्वस्त्रांकडे वळविण्याच्या मोह कोणालाच आवरणार नाही. १९९९मध्ये सिनेटर ग्लेन यांच्या कार्यालयातून सेवानिवृत्त झाल्यानंतर त्यांनी लॉरेन्स लिव्हरमोर राष्ट्रीय प्रयोगशाळेत सल्लागार म्हणून काम केले. याच काळात त्यांनी प्रसारण विरोधी धोरणावरही व्यापक लिखाण केले. खान यांचा पर्दाफाश झाल्यावर पाकिस्तानच्या अण्वस्त्र कार्यक्रमाकडे काणाडोळा केल्याबद्दल त्यांनी अमेरिकेविषयी कळकळीने लिहिले आणि अशा धोरणातील सातत्याच्या अभावावर ताशेरेही ओढले. सिनेट ग्लेन यांच्या या कार्यक्रमात असतानाही पूर्वी त्यांनी हेच केले होते. स्टॅनफर्ड विद्यापीठातील 'सेंटर फॉर इंटरनॅशनल सिक्युरिटी ॲन्ड को-ऑपरेशन' विभागात ते सल्लागार प्राध्यापक होते. त्या काळात विद्यापीठाच्या कॅम्पसमध्ये बसले असतानाचे त्यांचे उद्‌गार होते, 'प्रत्येकासाठी एकच निकष लावण्याऐवजी आपण देशादेशांत फरक करत आहोत. आमचे मित्र आणि शत्रू देश यांना वेगवेगळ्या फूटपट्ट्या लावत आहेत. जेव्हा तुम्ही अण्वस्त्रासारख्या मूलगामी गोष्टींचा विचार करता तेव्हा मित्र आणि शत्रू यांना समान वागणूक दिली पाहिजे, तसे झाले तरच तुमच्या अण्वस्त्रबंदी कराराला काहीतरी अर्थ उरेल.'

रिचर्ड बार्लोपाशी खान यांच्या अध:पतनाचा आस्वाद घेण्याइतका वेळच नव्हता, आपणच शेवटी खरे ठरलो, हे सिद्ध करण्यात त्यांना समाधानही वाटत नव्हते. पेंटागॉनमधून काढून टाकल्यावर मिळणाऱ्या निवृत्तीवेतनात आणि गेलेले सुरक्षा कवच परत मिळविण्यातच त्यांना स्वारस्य होते. ते दोन कुत्र्यांसह मोटार निवासात राहतात आणि तुरळकपणे मासेमारी करणाऱ्याचे किंवा शिकाऱ्यांचे मार्गदर्शक म्हणून काम करतात. लॉस एंजेलिसमधील एका भोजनोत्तर संवादाच्यावेळी सरकारवर आगपाखड करत ते म्हणाले, 'सरकारने माझे खासगी आणि व्यावसायिक जीवन उद्‌ध्वस्त करण्यासाठी दुष्ट मार्गांचा अवलंब केला. माझी कारकीर्दच नाही,

तर ते माझ्या वैवाहिक जीवनाच्याही पाठीमागे हात धुऊन लागले. माझ्या चरितार्थावर त्यांनी गदा आणली आणि माझ्या नावाला अभूतपूर्वपणे काळिमा फासला.'

इस्लामाबादेत अब्दुल करीम खान हे अद्यापी काहीजणांसाठी तरी आदराचा, कौतुकाचा विषय आहेत. अधिकृतरित्या ते कडेकोट स्थानबद्धतेत आहेत, त्यांच्याकडे येणाऱ्या पाहुण्यांच्या संख्येवर मर्यादा घालण्यात आली असून घराच्या संरक्षक भिंतीभोवती चोवीस तास खडा पहारा असतो. पण हृदय आणि रक्तदाबाच्या विकाराचा त्रास झाल्याने रुग्णालयात भरती झाल्यावर पंतप्रधान शौकत अझिझ यांनी त्यांना विशेष पुष्पगुच्छ पाठवून शुभकामना दिल्या. त्यांना उतार पडावा यासाठी देशभर प्रार्थना आयोजित करण्यात आल्या. त्याच सुमारास अंतर्गत सुरक्षितेत ढवळाढवळ होईल, असे कारण पुढे करत पाकिस्तान सरकारने त्यांची भेट घेण्याची अमेरिकेची संधी फेटाळून लावली.

बहिष्कृत शास्त्रज्ञाची भूमिका टाळून इतर काहीजणांनी पाकिस्तानच्या अण्वस्त्र कार्यक्रमाचा इतिहास लिहिण्याचे प्रयास करून पाहिले. २००६च्या मे महिन्यात पाकिस्तानी लष्कराच्या नियंत्रणाखाली असलेल्या 'डिफेन्स जर्नल' या नियतकालिकाने ३६ पाने खर्च करून देशाच्या आण्विक सुवर्णकाळातील या हिरोची रवानगी काळाच्या कचरापेटीत करून त्यांची जागा त्यांचेच एक हाडवैरी मुनिरखान यांना दिली. त्याच हिवाळ्यात मुशर्रफ यांचे 'इन द लाइन ऑफ फायर' हे आत्मचरित्र प्रकाशित झाले. 'खान यांच्या नेटवर्कचा शोध म्हणजे आतापर्यंत आपण तोंड दिलेल्या अनुभवांमध्ये सर्वांत धोकादायक, गंभीर आणि दुःखद असा अनुभव होता.' या शब्दांत त्यांनी वर्णन केले आहे. शास्त्रज्ञ म्हणून लिहिताना मुशर्रफ म्हणतात, 'ते एक केवळ धातूतज्ज्ञ होते, अण्वस्त्र विकासप्रक्रियेतील लांबलचक आणि क्लिष्ट अशा रचनेत त्यांचा भाग अल्पसाच होता. मात्र एकाचवेळी आइनस्टाइन आणि जे रॉबर्ट ओपनहेमर या दोन्ही भूमिकेत स्वतःला सादर करण्याची व्यवस्था त्यांनी केली.'

एक साधे धातूतज्ज्ञ असूनही खान देशाच्या अपरिमित हानीसाठी कारणीभूत ठरले आणि दुसऱ्या पिढीचे अण्वस्त्रप्रसार सुरू करण्यातील एक महत्त्वाचे कलाकारही. त्यांची अहंमन्यता आणि त्यांचे आंधळे देशप्रेम, त्यांच्या कौशल्यपूर्ण क्लृप्त्या आणि त्यांची धार्मिकता या सर्वांच्या एकत्रिकरणांतून त्या अंतसमयीच्या घड्याळाचा काटा मध्यरात्रीच्या दिशेने काहीसा अधिक जवळ ढकलला गेला आहे, एवढे मात्र निश्चित.

◆

www.ingramcontent.com/pod-product-compliance
Lightning Source LLC
Chambersburg PA
CBHW030927020726
47498CB00001B/148
* 9 7 8 8 1 8 4 9 8 5 5 6 6 *